ತಿರುಕನ ಸಂಕಲನ

ತ ವಿ ಶ್ರೀನಿವಾಸ

notionpress.com

INDIA · SINGAPORE · MALAYSIA

Notion Press

No.8, 3rd Cross Street,
CIT Colony, Mylapore,
Chennai, Tamil Nadu – 600004

First Published by Notion Press 2020
Copyright © T V Srinivas 2020
All Rights Reserved.

ISBN 978-1-63633-583-4

Contents

ಕರ್ಮಯೋಗಿ

ಮಾರುತಿ ಹುಟ್ಟಿದಾಗಿನಿಂದ ಅವನ ಮನೆಯಲ್ಲಿ ದರಿದ್ರ ಕಾಲೊಕ್ಕರಿಸಿತ್ತು. ಮಗು ಹುಟ್ಟಿದಾಗ ಜಾತಕ ಬರೆದವರು ಹೇಳಿದ್ದೇನೆಂದರೆ ಈ ಮಗು ಮನೆಯಲ್ಲಿರುವವರೆಗೂ ಮನೆಯಲ್ಲಿ ಕಷ್ಟಕಾಲ, ಇವನು ಮನೆಯಿಂದಾಚೆಗೆ ಹೋದಾಗಲೇ ಮನೆಯಲ್ಲಿ ಏಳಿಗೆ ಕಾಣುವುದು. ಹಾಗೆಂದು ಮಗುವನ್ನು ಮನೆಯಿಂದಾಚೆಗೆ ತಳ್ಳೋಕ್ಕಾಗತ್ಯೇ?

ಮಾರುತಿಯ ತಂದೆ ವಿಶ್ವನಾಥರಾಯ ಕೂಡಾ ಹುಟ್ಟಿನಿಂದ ಕಷ್ಟದಲ್ಲೇ ಬೆಳೆದು ಬಂದವರು. ಸರಿಯಾಗಿ ಓದಲಿಲ್ಲ. ನಾಲ್ಕನೇ ತರಗತಿಗೇ ಶಾಲೆಗೆ ಕೈ ಮುಗಿದಿದ್ದ. ಆದರೂ ಶುಕ್ರದೆಸೆಯಿಂದಲೇನೋ ಅವನು ೨೩ ವರ್ಷ ವಯಸ್ಕನಾಗುವ ವೇಳೆಗೆ ಮನ್ನೆಕೋಟೆಯಲ್ಲಿಯ ಸೊಸೈಟಿಯಲ್ಲಿ ಗುಮಾಸ್ತಗಿರಿ ಕೆಲಸ ಸಿಕ್ಕಿತ್ತು. ಆಗಲೇ ಬೆಂಗಳೂರಿನ ಸೂರಪ್ಪನ ಮೊದಲ ಮಗಳು ಭಾಗೀರಥಿಯೊಡನೆ ಮದುವೆ ಆಗಿದ್ದು. ಭಾಗೀರಥಿ ಒಳ್ಳೆಯ ಮನೆತನದಿಂದ ಬಂದವಳು. ಕಷ್ಟದ ಜೀವನವನ್ನು ಕನಸಿನಲ್ಲೂ ಕಂಡಿರದವಳು. ಪಟ್ಟಣದಲ್ಲಿ ತುಂಬು ಸಂಸಾರದಲ್ಲಿ ಬೆಳೆದು ಬಂದವಳಿಗೆ ಮದುವೆಯ ನಂತರ ಅತ್ತೆ ಮಾವ ನಾದಿನ ಮೈದುನರ ಕಾಟವಿಲ್ಲದ ಮುಕ್ತ ವಾತಾವರಣದಲ್ಲಿ ಹೊಂದಿಕೊಳ್ಳಲು ಸ್ವಲ್ಪ ದಿನಗಳು ಕಷ್ಟ ಆಯಿತು. ವರ್ಷ ಕಳೆದ ಮೇಲೆ ಮಗುವಾಗಿ ಹಿಂದೆಯೇ ಇನ್ನೆರಡು ಮಕ್ಕಳಾದ ಮೇಲೆ ಅದರ ಲಾಲನೆ ಪಾಲನೆಗಳಲ್ಲಿ ಸಮಯ ಹೋಗುವುದೇ ಗೊತ್ತಾಗಲಿಲ್ಲ. ಗಂಡ ಸೊಸೈಟಿಯಲ್ಲಿ ಗುಮಾಸ್ತನಾದ್ದರಿಂದ ದವಸ ದಾನ್ಯಗಳಿಗೇನೂ ಕೊರತೆಯಿರಲಿಲ್ಲ. ಹೀಗೇ ೭-೮ ವರುಷಗಳು ಕಳೆದ ತರುವಾಯ ಒಮ್ಮೆ ಸರಕಾರದ ವತಿಯಿಂದ ಮೊದಲ ಬಾರಿಗೆ ಸೊಸೈಟಿಯ ಲೆಕ್ಕ ಪತ್ರಗಳ ಆಡಿಟ್ ಮತ್ತು ಸ್ಟಾಕ್ ಚೆಕಿಂಗ್ ನಡೆಯಿತು. ಚೇರ್ಮನ್ನರು ಮಾಡಿದ್ದ ದೊಡ್ಡ ಅವ್ಯವಹಾರಗಳಿಗೆ ಸಣ್ಣ ಪುಟ್ಟ ಸಾಮಾನುಗಳನ್ನು ಮನೆಗೆ ಸಾಗಿಸಿದ್ದ ರಾಯರು ಬಲಿಪಶುವಾಗಬೇಕಾಗಿ ಕೆಲಸ ಕಳೆದುಕೊಳ್ಳಬೇಕಾಯಿತು. ಆಗಿನ್ನೂ ಬ್ರಿಟಿಷರ ಕಾಲವಾದರೂ ಸರಕಾರೀ ಇಲಾಖೆಯಲ್ಲಿ ಲಂಚಗುಳಿತನ ರಾರಾಜಿಸುತ್ತಿತ್ತು.

ಊರಿನಲ್ಲಿ ಎಲ್ಲರಿಗೂ ವಿಷಯಗಳು ಗೊತ್ತಿದ್ದರೂ ಈ ಬಡಪಾಯಿ ಪರ ಯಾರೂ ಸೊಲ್ಲೆತ್ತಲಿಲ್ಲ. ಬೇಸತ್ತ ಬಿಸಿ ರಕ್ತದ ತರುಣ ರಾಯ ಮನ್ನೆಕೋಟೆ ಬಿಟ್ಟು ತಳುಕು ದಾಟಿ ಮುಂದೆ ಹೊಸಹಳ್ಳಿಗೆ ಸಂಸಾರ ಸಾಗಿಸಿದನು. ಅಲ್ಲಿ ಅವನಿಗಿದ್ದದ್ದು ಮೂರು ಎಕರೆ ಬಂಜರು ಭೂಮಿ. ಇಲ್ಲಿಯವರೆವಿಗೂ ಅದನ್ನು ಹದ ಮಾಡಿ ಉತ್ತಿ ಬಿತ್ತವರಿಲ್ಲ. ಇಲ್ಲಿಯವರೆಗೂ ಬೇಸಾಯದ ಅನುಭವವಿಲ್ಲದ ರಾಯನು

ಈಗ ಅದರಿಂದ ಜೀವನ ಹೊರೆಯಲು ಪ್ರಯತ್ನ ನಡೆಸಿದನು. ಆದರೇನು ಪಾಪಿ ಸಮುದ್ರ ಹೊಕ್ಕರೂ ಮೊಳಕಾಲುದ್ದವೇ ಅಂತೆ ನೀರು. ಹಾಗೆ ರಾಯನು ಕೈ ಹಾಕಿದ್ದಲ್ಲೆಲ್ಲಾ ಚಿನ್ನವೂ ಮಣ್ಣಾಗ ಹತ್ತಿತ್ತು. ಆ ಬಯಲು ಸೀಮೆಯಲ್ಲಿ ಮಳೆಯೆಂಬುದೇ ಇಲ್ಲ. ಮಳೆಯ ನೀರಿಲ್ಲದೆ ಹೇಗೆ ತಾನೆ ಬೆಳೆ ಬೆಳೆಯಬಲ್ಲರು. ಈ ಜಮೀನನಿನ ಸಾಗುವಳಿಯ ಪ್ರಯತ್ನದಲ್ಲಿ ಮನೆಯಲ್ಲಿದ್ದದ್ದೆಲ್ಲವನ್ನೂ ಕಳೆದುಕೊಂಡದ್ದಾಗಿತ್ತು. ಇವನಿಗೆ ಹಿತವೆನಿಸಿದವರೆಲ್ಲರೂ ಇವನಲ್ಲಿ ಸಾರವಿದ್ದಷ್ಟೂ ಸೆಳೆದು ಸಪ್ಪೆಯಾದ ಕಬ್ಬಿನ ಜಲ್ಲೆಯಂತೆ ಬಿಸಾಡಿದ್ದರು.

ಅದೇ ಸಮಯದಲ್ಲೇ ಹುಟ್ಟಿದ್ದು ನಮ್ಮ ಕಥಾನಾಯಕ ಮಾರುತಿ. ಅಲ್ಲಿಯವರೆವಿಗೆ ಅವನಪ್ಪ ಅಮ್ಮ ಐಷಾರಾಮಿ ಜೀವನ ನಡೆಸಿ ಇದ್ದದ್ದೆಲ್ಲವನ್ನೂ ಕಳೆದುಕೊಂಡಿದ್ದರು. ಮಗು ಹುಟ್ಟಿದಾಗಿನಿಂದ ಮನೆಯಲ್ಲಿ ಶನಿಕಾಟ ಪ್ರಾರಂಭವಾಗಿತ್ತು. ಈ ನಾಲ್ಕನೆಯ ಮಗು ಹುಟ್ಟಿದಾಗ ಅಪ್ಪನಿಗೆ ಕೆಲಸವಿಲ್ಲ. ಮನೆಯಲ್ಲಿ ತಿನ್ನಲು ಏನೇನೂ ಇಲ್ಲ. ಹೊಸಹಳ್ಳಿಯ ಜಂಗಮ ಕರಡಪ್ಪಜ್ಜ ಭಿಕ್ಷೆ ಬೇಡಿ, ತಂದ ಕಾಳು ಕಡ್ಡಿಯನ್ನು ಇವನಮ್ಮ ಭಾಗೀರಥಿಗೆ ಕೊಟ್ಟು - ನೋಡಮ್ಮಾ ನೀನು ಅನುಕೂಲಸ್ಥರ ಮನೆಯಿಂದ ಬಂದವಳು. ಬೇರೆಯವರಿಂದ ಪಡೆದು ಅಭ್ಯಾಸವಿಲ್ಲ. ನಾನು ತಂದು ಕೊಡುವೆ - ನೀನು ಮಗುವನ್ನು ದೊಡ್ಡದು ಮಾಡು ಎಂದಳು. ತಂದೆ ವಿಶ್ವನಾಥರಾಯ ಕೆಲಸ ಬದುಕಿಲ್ಲದೇ ತನಗಾಗಿ ಇದ್ದ ಪಾಳು ಬಿದ್ದ ಜಮೀನನ್ನು ಸಾಗುವಳಿ ಮಾಡಲು ಪ್ರಯತ್ನಿಸಿದ. ಅಂದಿನವರೆಗೂ ಕೆಲಸ ಮಾಡದಿದ್ದ ಮೈ ಕಟು ಕೆಲಸಕ್ಕೆ ಬಗ್ಗೀತೇ? ಅದು ಆಗಿ ಬರಲಿಲ್ಲ.

ಕೊನೆಗೆ ಅವನಣ್ಣ ಅಲ್ಲೆಲ್ಲೋ ದೂರದ ಲಕ್ಕವಳ್ಳಿಯಲ್ಲಿ ಇವನಿಗಾಗಿ ಗುಮಾಸ್ತೆಯ ಕೆಲಸ ಕೊಡಿಸಿದರು. ಸರಿ ಅಲ್ಲಿ ಸಂಸಾರ ಪ್ರಾರಂಭಿಸಿದ ಸ್ವಲ್ಪವೇ ದಿನಗಳಲ್ಲಿ ಯಾರೋ ತರಲೆ ಮಾಡಿ ವಿಶ್ವನಾಥರಾಯನ ಕೆಲಸ ಹೋಯಿತು. ಆ ತರಲೆ ಇನ್ನೇನೂ ದೊಡ್ಡದಲ್ಲ. ಮೂರು ದಿನಗಳ ಕಾಲ ಅಟೆಂಡೆನ್ಸ್ ರಿಜಿಸ್ಟರ್ ನಲ್ಲಿ ಸಹಿ ಹಾಕೋದು ಮರೆತು ಕೆಲಸ ಮಾಡಿದ್ದ. ಅದೇ ಸಮಯದಲ್ಲಿ ಹತ್ತು ಮೂಟೆ ಸಿಮೆಂಟ್ ಕಳುವಾಗಿತ್ತು. ಕದ್ದವರಾರೆಂದು ಗೊತ್ತಾಗಲಿಲ್ಲ. ಆಗ ಸ್ಟಾಕ್ ಪುಸ್ತಕದಲ್ಲಿ ಸಹಿ ಇದ್ದದ್ದೂ ಮತ್ತು ಅಟೆಂಡೆನ್ಸ್ ನಲ್ಲಿ ಸಹಿ ಇಲ್ಲದ್ದೂ ಸೇರಿಸಿ ಕಳವಿನ ಆರೋಪ ರಾಯನ ಮೇಲೆಯೇ ಹಾಕಿದ್ದರು. ಮೊದಲೇ ಮನೆಯಲ್ಲಿ ಬಡತನವಿದ್ದು ಒಂದು ದಿನ ಮನೆಗೆ ಹೆಚ್ಚಿನ ತರಕಾರಿ ತಂದರೂ ಜನ ಅನುಮಾನಾಸ್ಪದವಾಗಿ ನೋಡುತ್ತಿದ್ದರು. ಈ ತರಲೆಯಿಂದಾಗೆ ಕೆಲ್ಸ ಹೋಗಿತ್ತು.

ಆಗ ತಾನೆ ಶರಾವತಿಯ ಅಣೆಕಟ್ಟಿನ ಕೆಲಸ ಪ್ರಾರಂಭವಾಗಿದ್ದು ಅಲ್ಲಿ ಮೇಸ್ತ್ರಿ ಬೇಕಾಗಿ ಇವನನ್ನು ಅವರಣ್ಣನ ಅಲ್ಲಿಗೆ ಕೆಲಸಕ್ಕಾಗಿ ಸೇರಿಸಿದರು. ದುರ್ಭಿಕ್ಷದಲ್ಲಿ ಅಧಿಕಮಾಸ ಬಂದಂತೆ ಹಿಂದೆಯೇ, ಮನೆಯಲ್ಲಿ ಇನ್ನೂ ಮೂರು ಮಕ್ಕಳು ಹುಟ್ಟಿದವು. ಅವುಗಳಲ್ಲಿ ಎರಡು ಗಂಡು ಮತ್ತು ಕೊನೆಗೆ ಒಂದು ಹೆಣ್ಣು ಮಗು. ಮನೆಯೋ ಕೌರವರ ಸೈನ್ಯವೋ ಅನ್ನುವ ಹಾಗಿತ್ತು. ಪಾಪ ಭಾಗೀರಥಿ ಹಸುವಿನಂತಹ

ಮನಸ್ಸಿನವಳು. ಮೋಸ ತಟವಟ ತಿಳಿಯದವಳು. ಈ ಸಣ್ಣ ಸಣ್ಣ ಮಕ್ಕಳನ್ನೂ ಲಾಲಿಸಿಕೊಂಡು ದೊಡ್ಡವುಗಳನ್ನು ಪಾಲಿಸಿಕೊಂಡು ಹೇಗೋ ಜೀವನದ ಗಾಡಿಯನ್ನು ಎಳೆಯುತ್ತಿದ್ದಳು. ಸ್ವಲ್ಪ ವರುಷಗಳವರೆಗೆ ಮನೆಯಲ್ಲೇನೂ ಅಂತಹ ವಿಶೇಷ ವಿಷಯ ನಡೆಯಲಿಲ್ಲ.

ಮಾರುತಿ ಹೈಸ್ಕೂಲಿಗೆ ಹೋಗುವ ವೇಳೆಗೆ ಶರಾವತಿ ಕೆಲಸ ಮುಗಿದು ಅವನಪ್ಪ ವಿಶ್ವನಾಥರಾಯರಿಗೆ ಮತ್ತೆ ಕೆಲಸ ಹೋಯಿತು. ಮುಂದೇನು ಮಾಡಬೇಕೆಂದು ದಿಕ್ಕೇ ತೋಚದಂತಾಗಿದ್ದರು. ದೇವರಂತೆ ಬಂದವರೊಬ್ಬರು ವಿಶ್ವನಾಥರಾಯರಿಗೆ ದೂರದ ಸಾಗರದ ಮಂಡಿಯಲ್ಲಿ ಕೆಲಸ ಕೊಡಿಸಿದರು. ಸಂಸಾರವನ್ನು ಲಿಂಗನಮಕ್ಕಿಯಲ್ಲೇ ಬಿಟ್ಟು ಸಾಗರಕ್ಕೆ ಕೆಲಸಕ್ಕಾಗಿ ಹೋಗುತ್ತಿದ್ದವರು, ವಾರಕ್ಕೊಮ್ಮೆ ಮನೆ ಸೇರುತ್ತಿದ್ದರು. ಹುಡುಗರು ಬುದ್ಧಿವಂತರು. ಶಾಲೆಯಲ್ಲಿ ಮಾಸ್ತರುಗಳಿಗೆ ಅಚ್ಚುಮೆಚ್ಚಿನವರಾಗಿದ್ದರು. ಶಾಲೆಯ ಮಾಸ್ತರರಲ್ಲೊಬ್ಬರಾದ ಜೋಯಿಸರು ಮಾರುತಿ ಮತ್ತು ಅವನಣ್ಣ ಶ್ರೀನಾಥನನ್ನು ಮನೆಗೆ ಕರೆದು ಅವರ ಮನೆಗೆ ಪಾಠಕ್ಕಾಗಿ ಬರುತ್ತಿದ್ದ ಚಿಕ್ಕ ಚಿಕ್ಕ ಮಕ್ಕಳಿಗೆ ಪಾಠ ಹೇಳಿಕೊಡಲು ಇವರಿಗೆ ಹೇಳಿ ಮನೆಗೆ ಸ್ವಲ್ಪ ಆಧಾರವಾಗಲು ಕಾರಣರಾದರು. ನೋಡಿ ದೇವರು ಹೇಗೆ ಯಾವ ಯಾವ ರೂಪದಲ್ಲಿ ಬಂದು ಮುಳುಗುತ್ತಿದ್ದವರಿಗೆ ಹುಲ್ಲು ಕಡ್ಡಿಯನ್ನಿತ್ತು ಮುಳುಗದಂತೆ ನೋಡಿಕೊಳ್ಳುವನು. ಇವರನ್ನು ಪರೀಕ್ಷೆ ಮಾಡಲೆಂದೇ ಅನ್ನುವಂತೆ ಅವರೆಲ್ಲರ ಹಿರ್ಇಯ ಹುಡುಗ ಮನೆ ಬಿಟ್ಟು ಎಲ್ಲಿಗೋ ಹೋಗಿದ್ದ. ಮಂಡಿಯಲ್ಲಿ ಶ್ರದ್ಧೆಯಿಂದ ಕೆಲಸ ಮಾಡಿ ಒಳ್ಳೆಯ ಹೆಸರು ಗಳಿಸಿದ್ದ ವಿಶ್ವನಾಥರಾಯರು ಅಲ್ಲಿ ಇಲ್ಲಿ ಪೌರೋಹಿತ್ಯವನ್ನೂ ಮಾಡಿಕೊಂಡು ಜೀವನರಥವನ್ನು ಎಳೆಯುತ್ತಿದ್ದರು. ಕೊನೆಯವರುಗಳು ಇನ್ನೂ ಚಿಕ್ಕ ಚಿಕ್ಕ ಮಕ್ಕಳು. ಮನೆಯಲ್ಲಿ ಶ್ರೀನಾಥ ಮತ್ತು ಮಾರುತಿಯಷ್ಟೇ ಸ್ವಲ್ಪ ತಿಳುವಳಿಕೆ ಬಂದ ಮಕ್ಕಳು. ಶ್ರೀನಾಥ ಸ್ವಲ್ಪ ಸೂಕ್ಷ್ಮ ಶರೀರದವ. ತೀರ್ಥ ತೆಗೆದುಕೊಂಡರೆ ಶೀತ ಮತ್ತು ಮಂಗಳಾರತಿ ತೆಗೆದುಕೊಂಡರೆ ಉಷ್ಣ ಆಗುತ್ತಿತ್ತು. ಇದ್ದುದರಲ್ಲಿ ಸ್ವಲ್ಪ ಗಟ್ಟಿಗ ಅಂದ್ರೆ ನಮ್ಮ ಮಾರುತಿಯೇ. ಎಂಥ ಕಾಲದಲ್ಲಿಯೂ ಅಪ್ಪನಿಗೂ ಅಮ್ಮನಿಗೂ ಮನೆಯ ಬೆನ್ನೆಲುಬಾಗಿ ನಿಲ್ಲುತ್ತಿದ್ದ. ಪರೀಕ್ಷಿಸಲು ಗಟ್ಟಿಗರಿಗೇ ಕಷ್ಟಗಳು ಜಾಸ್ತಿ ಬರುವುದಂತೆ. ಮಾರುತಿ ಹತ್ತನೇ ತರಗತಿಗೆ ಬಂದಾಗ ತುಂಬಾ ಕಷ್ಟದ ಸಮಯ ಬಂದಿತು. ಚಿಕ್ಕ ಮಕ್ಕಳಿಗೆ ದಿನಂಪ್ರತಿ ಒಂದಲ್ಲ ಒಂದು ಕಾಯಿಲೆಗಳು. ಮಾರುತಿಯದೇ ಮನೆಯಲ್ಲಿ ಹೆಚ್ಚಿನ ಕೆಲಸಗಳೆಲ್ಲಾ. ಅವನಮ್ಮನಿಗೆ ಅವನಿಲ್ಲದಿದ್ದರೆ ಒಂದು ಕೈಯೇ ಕಳೆದು ಹೋದ ಅನುಭವವಾಗುತ್ತಿತ್ತು. ಆ ಕಡೆ ಪಬ್ಲಿಕ್ ಪರೀಕ್ಷೆಗೆ ಓದಿಕೊಳ್ಳಬೇಕು, ಈ ಕಡೆ ಮನೆ ಕಡೆಯೂ ನೋಡಿಕೊಳ್ಳಬೇಕು. ಹೀಗಿರುವಾಗ ಡಿಸೆಂಬರ್ ಮಾಹೆಯಲ್ಲಿ ಪರೀಕ್ಷೆಗೆ ಹಣ ಕಟ್ಟಬೇಕಾದ ಸಂದರ್ಭ ಬಂದಿತು. ಅದು ರಾಜ್ಯದ ಮಟ್ಟದಲ್ಲಿ ನಡೆಯುವ ಪರೀಕ್ಷೆ - ಅದಕ್ಕೆ ೧೦ ರೂಪಾಯಿಗಳನ್ನು ಕಟ್ಟಬೇಕಿತ್ತು. ಮನೆಯಲ್ಲಿ ಹಣವಿಲ್ಲ. ಪಾಠಕ್ಕೆ ಬರುತ್ತಿದ್ದ ಚಿಕ್ಕ ಮಕ್ಕಳು ಸರಿಯಾಗಿ ಹಣ ಕೊಟ್ಟಿಲ್ಲವೆಂದು ಜೋಯಿಸರು

ಹೇಳಿದ್ದರು. ಆ ವಾರ ಅವರಪ್ಪ ಕೂಡಾ ಅದೇಕೋ ಬಂದೇ ಇರ್ಲಿಲ್ಲ. ಯಾರ ಮುಂದೆಯೂ ಕೈ ಚಾಚಬಾರದೆಂಬ ಅಣತಿ ಅಪ್ಪನದು. ಮನೆಯವರಲ್ಲೂ ಒಣ ಪ್ರತಿಷ್ಠೆ ತುಂಬಿತ್ತು. ಅಮ್ಮನಿಗಂತೂ ದಿಕ್ಕೇ ತೋಚದೆ, "ಮಾರುತಿ ನೋಡಪ್ಪಾ, ನೀನೇ ಏನಾದರೂ ಮಾಡಿ ಹಣ ಹೊಂದಿಸಿಕೊಂಡು ಪರೀಕ್ಷೆಗೆ ಕಟ್ಟು" ಅಂದಳು. ಪಾಪದ ಹುಡುಗ ಏನು ಮಾಡಿಯಾನು. ವಯಸ್ಸಿಕೆ ಮೀರಿದ ತಿಳುವಳಿಕೆ ಬುದ್ಧಿವಂತಿಕೆ ಇದ್ದರೂ ಹಣ ಎಲ್ಲಿಂದ ತಂದಾನು. ಹತ್ತಿರದವರು ಅನ್ನುವ ಎಲ್ಲರನ್ನೂ ಕೇಳಿದ್ದಾಯಿತು. ಸಾಲ ಕೊಡಲು ಎಲ್ಲರಿಗೂ ಭಯ, ಮತ್ತೆ ಹಣ ವಾಪಸ್ಸು ಬರುತ್ತದೋ ಇಲ್ಲವೋ ಅಂತ. ಜೋಯಿಸರು ಕಣ್ತಪ್ಪಿಸಿ ಓಡಾಡಲು ಆರಂಭಿಸಿದರು. ಅಪ್ಪನಿಗೆ ಪತ್ರ ಬರೆದರೂ ಉತ್ತರವಿಲ್ಲ. ನಂತರ ತಿಳಿದು ಬಂದದ್ದು, ಯಾವುದೋ ಕೆಲಸದ ಮೇಲೆ ಮಂಡಿಯವರು ಅವರನ್ನು ಶಿರಸಿ ಕಡೆಗೆ ಕಳುಹಿಸಿದ್ದರು. ಡಿಸೆಂಬರ್ ೩೦ರೊಳಗೆ ಹಣ ಕಟ್ಟಲು ಗಡುವು ಇದ್ದಿತ್ತು. ೨೯ ಆದರೂ ಎಲ್ಲೂ ಹಣ ಸಿಕ್ಕಲಿಲ್ಲ. ಅದೇ ವೇಳೆಯಲ್ಲಿ ಶ್ರೀನಾಥನಿಗೆ ಉಬ್ಬಸ ಜಾಸ್ತಿ ಆಗಿತ್ತು. ವೈದ್ಯರ ಬಳಿ ಹೋಗಲು ಹಣವಿಲ್ಲ. ಚಿಕ್ಕ ಮಕ್ಕಳಿಗೆ ಸಣ್ಣ ಪುಟ್ಟ ಜ್ವರ, ನೆಗಡಿ. ತಾಯಿಗಂತೂ ಇವರನ್ನೆಲ್ಲಾ ನೋಡಿಕೊಳ್ಳುವುದೇ ಒಂದು ದೊಡ್ಡ ಸಮಸ್ಯೆಯಾಗಿತ್ತು. ಮಾರುತಿ ಅವಳ ಮುಂದೆ ತನ್ನ ಸಮಸ್ಯೆ ಹೇಳಿಕೊಳ್ಳಲು ಇಚ್ಛಿಸಲಿಲ್ಲ. ೨೯ನೇ ತಾರೀಖು ರಾತ್ರಿಯೆಲ್ಲ ನಿದ್ದೆಯಿಲ್ಲದೇ ಹೊರಳಾಡುತ್ತಿದ್ದ. ಏನೇನೋ ಯೋಚನೆಗಳು. ಪುಸ್ತಕ ಹಿಡಿದು ಕೂತರೆ ಏನೂ ಕಾಣುತ್ತಿಲ್ಲ. ನಾಳೆಯನ್ನು ಹೇಗೆ ಎದುರಿಸುವುದೆಂಬ ಭಯದಲ್ಲಿ ಕಣ್ಣು ತುಂಬಿ ಬರುತ್ತಿದೆ. ಹೇಗೋ ಬೆಳಗಾಯಿತು. ಶಾಲೆಯ ಕಡೆ ಹೋದ. ಅಲ್ಲಿ ಹೆಡ್ ಮಾಸ್ತರರನ್ನು ಕಂಡು ತನ್ನ ಕಷ್ಟ ಹೇಳಿಕೊಂಡ. ಅವರು ಏನೂ ಆಗದೆಂದು ಕೈ ಆಡಿಸಿದರು. ಎಲ್ಲೇ ಹೋದರೂ ಏನೇ ಪ್ರಯತ್ನಕ್ಕೆ ಕೈ ಹಾಕಿದರೂ ಅವಮಾನ ಆಗುತ್ತಿತ್ತು. ಮಧ್ಯಾಹ್ನ ೩ ಘಂಟೆಗೆ ಪರೀಕ್ಷೆಗೆ ಹಣ ಕಟ್ಟಲು ಗಡುವು ಮುಗಿಯುತ್ತದೆ. ಆಗ ಸಮಯ ೧ ಆಗಿದೆ. ಹೊಟ್ಟೆ ಹಸಿಯುತ್ತಿರುವುದರ ಕಡೆಗೆ ಪರಿವೆಯೂ ಇಲ್ಲದೇ ಎಲ್ಲೆಂದರಲ್ಲಿ ಓಡಾಡುತ್ತಿರುವ, ಮಾರುತಿ. ೨ ಘಂಟೆಗೆ ಸಾಗರದಿಂದ ಬರುವ ಬಸ್ಸನ್ನು ಎದುರುಗೊಳ್ಳಲು ಬಸ್ ನಿಲ್ದಾಣಕ್ಕೆ ಹೋದ. ಬಸ್ಸು ಬಂದಿತು. ಇವರಪ್ಪ ಇಳಿಯಲೇ ಇಲ್ಲ. ಚಾಲಕನನ್ನು ಕೇಳಿದ, ನಮ್ಮಪ್ಪನನ್ನು ನೋಡಿದಿರಾ? ಅದಕ್ಕವನು ಯಾರೋ ನಿಮ್ಮಪ್ಪ, ಮುಖ್ಯ ಮಂತ್ರ್‌ಇಯೋ ಅಥವಾ ಪ್ರಧಾನ ಮಂತ್ರಿಯೋ ಅಂತ ವ್ಯಂಗ್ಯ ಮಾಡಿದ. ಎಳೆಯ ಮನಸ್ಸಿನ ಮೇಲೆ ಬರೆ ಎಳೆದಂತಾಯ್ತು. ಇನ್ನು ಮನೆ ಕಡೆಗೆ ಹೋಗಿ ಪ್ರಯೋಜನವಿಲ್ಲ. ಬದುಕನ್ನು ಎದುರಿಸಲೇಬೇಕೆಂಬ ಛಲ ಉಕ್ಕುತ್ತಿದೆ. ಸರಿ ಹಾಗೇ ರಸ್ತೆಗುಂಟ ಹೊರಟ. ಮನೆಕಡೆ ಗಮನವೂ ಬರಲಿಲ್ಲ. ಲಿಂಗನಮಕ್ಕಿಯಿಂದ ಕಾಡಿನ ಮುಖಾಂತರ ಕಾರ್ಗಲ್, ಜೋಗ ದಾಟಿ ಭಟ್ಕಳದ ರಸ್ತೆ ಹಿಡಿದ. ಸಂಜೆಯಾಯಿತು. ಅದ್ಯಾವ ಊರು ಅಂತ ಕೂಡ ತಿಳಿಯಲಿಲ್ಲ. ಅಲ್ಲೇ ಹತ್ತಿರದಲ್ಲಿದ್ದ ಮನೆಯ ಜಗುಲಿಯ ಮೇಲೆ ಮಲಗಿದ. ಸ್ವಲ್ಪ ಕಣ್ಣಿಗೆ ಜೊಂಪು ಹತ್ತಿತ್ತು, ಯಾರೋ ಬಂದು "ಲೇ ಮಾಣಿ

ಎಂತದ್ದು ಮಾಡ್ತಿ ಇಲ್ಲಿ. ನಡೆ ಆಚೆಗೆ" ಅಂದರು. ಮಾತನಾಡಲು ತ್ರಾಣವೂ ಇಲ್ಲ. ಸ್ವಲ್ಪ ಸಮಯವಾದರೂ ಹುಡುಗನಿಂದ ಉತ್ತರ ಬರದಿರಲು ಮನೆಯಾತನಿಗೆ ಕರುಣೆ ಉಕ್ಕಿ ಬಂದಿತು. ಎಂಥದು! ಉಂಡಿಲ್ಲವೋ ಎಂದ. ಇವನು ತಲೆ ಅಲ್ಲಾಡಿಸಿದ. ಮನೆಯೊಳಗೆ ಹೋಗಿ ಅದೇನನ್ನೋ ತಂದು ಕೊಟ್ಟ. ಸ್ವಲ್ಪ ಅನ್ನ ಇತ್ತು. ಅದೂ ಹಳಸಿದ ವಾಸನೆ ಸಾರುತ್ತಿತ್ತು. ಜೊತೆಗಿದ್ದ ಸಾರಿನಂಥ ಪದಾರ್ಥ ಬಂಗಡಿ ಮೀನಿನ ಗಬ್ಬು ವಾಸನೆ. ಬರಿಯ ಅನ್ನವನ್ನೇ ಹೇಗೋ ಮಾಡಿ ಹೊಟ್ಟೆಯ ಒಳಕ್ಕೆ ತಳ್ಳಿದ. ಸ್ವಲ್ಪ ಹೊತ್ತು ನಿದ್ರಿಸಿ, ಬೆಳಗಾಗುತ್ತಲೇ ಅಲ್ಲಿಂದ ಹೊರಟ. ಹಾಗೇ ಅಲ್ಲಿ ಇಲ್ಲಿ ಸಿಕ್ಕಿದ್ದನ್ನು ತಿಂದು ಕುಡಿದು ೫-೬ ದಿನಗಳ ನಂತರ ಭಟ್ಕಳ ಪೇಟೆಯನ್ನು ತಲುಪಿದ. ಮುಂದೆ ಅಲ್ಲಿ ಏನು ಮಾಡಬೇಕು ಎನ್ನುವ ಪ್ರಶ್ನೆ ಭೂತದಂತೆ ಕಾಡಹತ್ತಿತು. ಪರೀಕ್ಷೆಗೆ ಹಣ ಕಟ್ಟುವ ಅವಧಿಯೂ ಮುಗಿದಿದೆ. ಯಾಕಾದರೂ ಏನು ಮಾಡಬೇಕು, ಎಲ್ಲಿ ಹೋಗಬೇಕು, ಜೀವನ ಅಂದ್ರೆ ಇಷ್ಟೇನಾ ಅನ್ನುವ ಯೋಚನೆ ಹುಟ್ಟಿತು. ಹೊಟ್ಟೆ ಚುರ್ ಅಂದಾಗ ಕಂಡದ್ದು ಹತ್ತಿರದ ಭಟ್ಟರ ಹೋಟೆಲ್. ಅಲ್ಲಿ ಹೋಗಿ ಕೆಲಸ ಕೇಳಿದ. ಅವರು ಇವನ ಪೂರ್ವಾಪರ ವಿಚಾರಿಸಿದರು. ಇವನು ಏನೋ ಒಂದು ಸುಳ್ಳು ಹೇಳಿದ. ಅಂತಹ ಸ್ಥಿತಿಯಲ್ಲೂ ತನ್ನ ಬಗ್ಗೆ ನಿಜ ಹೇಳಲು ಪ್ರತಿಷ್ಠೆ ಅಡ್ಡ ಬಂದಿತ್ತು. ಹೇಗೊ ಒಂದು ತಿಂಗಳು ಭಟ್ಟರು ಹೇಳಿದ ಕೆಲಸವನ್ನೆಲ್ಲಾ ಚೊಕ್ಕವಾಗಿ ಮಾಡಿ ಅವರ ಮೆಚ್ಚುಗೆ ಸಂಪಾದಿಸಿದ. ಭಟ್ಟರಿಗೆ ಇವನು ತನ್ನ ಬಗ್ಗೆ ಸುಳ್ಳು ಹೇಳಿದ್ದಾನೆಂಬ ಸುಳಿವು ಅದು ಹೇಗೋ ಸಿಕ್ಕಿತ್ತು. ಹತ್ತಿರ ಕರೆದು ಅವನ ತಲೆ ನೇವರಿಸಿ "ಲೇ ಮಾಣಿ ಇಂಥ ಸುಳ್ಳು ಹೇಳೂದ, ನೀನು ಬುದ್ಧಿವಂತ. ಓದಿ ಮುಂದೆ ಬರ್ಬೇಕಾದವ. ಹೇಳು ನಿನಗೇನು ತೊಂದರೆ" ಎಂದರು.

ಮಾರುತಿಗೆ ಭಟ್ಟರ ಪ್ರೀತಿಯ ಮಾತುಗಳು ಕೇಳಿ ಅಳುವೇ ಬಂದಿತು. ತನ್ನ ತಂದೆ ತಾಯಿ ಪ್ರೀತಿಯಿಂದ ಮಾತನಾಡಿಸಿದ ಹಾಗೇ ಕೇಳಿಸಿತ್ತು. ಇಲ್ಲಿಯವರೆಗಿನ ಎಲ್ಲ ವಿಷಯಗಳನ್ನೂ ಅರುಹಿದ. ಆಗ ಭಟ್ಟರು, ಮಾರುತಿಯ ಕೈಗೆ ಸ್ವಲ್ಪ ಹಣವನ್ನಿತ್ತು,

'ನೋಡು ಈಗ ನೀನು ಮನೆಗೆ ನಡೆ. ಆಗಾಗ್ಯೆ ನನಗೆ ಪತ್ರ ಬರೆ. ನಿನ್ನನ್ನು ನೋಡಿದರೆ, ಸತ್ತು ಹೋದ ನನ್ನ ಮಗನ ಜ್ಞಾಪಕವಾಗುತ್ತಿದೆ. ನೀನು ಇಂದಿನಿಂದ ನನ್ನ ಮಗನೇ. ಚೆನ್ನಾಗಿ ಓದು. ಓದಿ ಒಳ್ಳೆಯ ಹೆಸರನ್ನು ಪಡೆ. ನಿನಗೆಷ್ಟು ಬೇಕೋ ಅಷ್ಟು ಹಣವನ್ನು ನಾನು ಕೊಡುವೆ. ಮನೆಯಲ್ಲಿ ನನ್ನ ವಿಷಯವನ್ನೂ ತಿಳಿಸು'.

ಹಾಗೆಂದು ಅಂದೇ ಆ ಕ್ಷಣವೇ ಬಸ್ಸಿನಲ್ಲಿ ಕುಳ್ಳಿರಿಸಿ ಲಿಂಗನಮಕ್ಕಿಗೆ ಕಳುಹಿಸಿದರು. ಅಂತಹ ಮಾತುಗಳನ್ನು ಇಲ್ಲಿಯವರೆಗೂ ಕೇಳದ ಮಾರುತಿಗೆ ದೇವರೇ ಬಂದು ವರವನ್ನು ಕೊಟ್ಟಂತಾಗಿತ್ತು. ಮನೆಗೆ ಬಂದ ಮಾರುತಿ. ಬಂದು ನೊಡ್ತಾನೆ, ಅವರಪ್ಪನಿಗೆ ಲಕ್ವ ಹೊಡೆದು ಮಲಗಿದ್ದಾರೆ. ಚಿಕ್ಕ ಮಕ್ಕಳಲ್ಲಿ ಒಬ್ಬನಾದ ಲಕ್ಷ್ಮೀಕಾಂತ ಕಾಯಿಲೆಯಿಂದ ತೀರಿ ಹೋಗಿದ್ದಾನೆ. ಇವನನ್ನು ನೋಡಿದ

ಕೂಡಲೇ, ಅವರಮ್ಮ ಮತ್ತು ಶ್ರೀನಾಥ ಒಂದು ಕಡೆ ಮಾರುತಿಯನ್ನು ಮರಳಿ ಪಡೆದ ಸಂತೋಷ ಮತ್ತು ಇನ್ನೊಂದು ಕಡೆ ರಾಯರ ಅನಾರೋಗ್ಯ, ಮತ್ತು ಮಗು ತೀರಿಹೋದ ದು:ಖ ಎಲ್ಲವೂ ಒಟ್ಟಿಗೇ ಸೇರಿ ದಿಕ್ಕು ತೋಚದೆ ಏನೂ ಮಾಡಲು ತಿಳಿಯದೇ ಮಾರುತಿಯನ್ನು ತಬ್ಬಿ ಕೊಂಡು ಗೋಳೋ ಎಂದು ಅತ್ತುಬಿಟ್ಟರು. ಮಾರುತಿಗೂ ದು:ಖ ಉಮ್ಮಳಿಸಿಬಂತು. ಆದರೂ ಇದಕ್ಕಿಂತ ಹೆಚ್ಚಿನ ಕಷ್ಟ ಅನುಭವಿಸಿ ಮನಸ್ಸು ಕಲ್ಲು ಮಾಡಿಕೊಂಡಿದ್ದವನು ಇಲ್ಲಿಯವರೆಗೆ ನಡೇದ ಎಲ್ಲ ವಿಷಯಗಳನ್ನೂ ಅಮ್ಮನಿಗೆ ಒಪ್ಪಿಸಿದ. ಭಟ್ಟರು ಕೊಟ್ಟಿದ್ದ ಹಣವನ್ನು ಅಮ್ಮನಿಗೆ ಕೊಟ್ಟ. ಅದಾಗಲೇ ಮಾರ್ಚ್ ಪರೀಕ್ಷೆಗೆ ಕಟ್ಟಲು ಸಮಯವಾಗಿ ಹೋಗಿತ್ತು. ಆದರೂ ಮರುದಿನ ಹೆಡ್ ಮಾಸ್ತರರನ್ನು ಭೇಟಿಯಾಗಿ ವಿಷಯವನ್ನೆಲ್ಲಾ ಅರುಹಿದ. ಅಲ್ಲಿಯವರೆಗೂ ಕಲ್ಲಿನ ಮನಸ್ಸಿನವರಾಗಿದ್ದ ಹೆಡ್ ಮಾಸ್ತರರು ಇನ್ನು ಸುಮ್ಮನಿದ್ದು ಹುಡುಗನ ಭವಿಷ್ಯ ಹಾಳು ಮಾಡಿದರೆ ಮುಂದೊಂದು ದಿನ ಸಮಾಜದ ಕೋಪಕ್ಕೆ ಬಲಿಯಾಗಬೇಕೆಂಬ ಹೆದರಿಕೆಯಿಂದ ಬೆಂಗಳೂರಿನ ವಿದ್ಯಾ ಇಲಾಖೆಗೆ ದೂರವಾಣಿಯ ಮೂಲಕ ಮಾತನಾಡಿ ಹುಡುಗನಿಗೆ ಪರೀಕ್ಷೆ ಬರೆಯಲು ಅನುವು ಮಾಡಿಕೊಡಬೇಕೆಂದು ಕೇಳಿಕೊಂಡರು. ದೇವರು ದೊಡ್ಡವನು. ವಿದ್ಯಾ ಇಲಾಖೆಯ ಮೇಲಧಿಕಾರಿಗಳೂ ಮನುಷ್ಯರೇ. ಅವರಿಗೂ ಹೃದಯವಿದೆ. ಮಾರುತಿಗೆ ಪರೀಕ್ಷೆಗೆ ಕುಳಿತುಕೊಳ್ಳಲು ಅನುಮತಿ ಕೊಟ್ಟಾರು. ಅಂದಿನಿಂದಲೇ ಶಾಲೆಯ ಎಲ್ಲ ಮಾಸ್ತರುಗಳೂ ಮಾರುತಿಗೆ ವಿಶೇಷ ತರಬೇತಿಯನ್ನೂ ಅಕ್ಕ ಪಕ್ಕದವರೂ ಎಲ್ಲ ರೀತಿಯ ಸಹಾಯವನ್ನೂ ಮಾಡ ಹತ್ತಿದರು. ಮಾರುತಿ ಆ ಕಡೇ ಈ ಕಡೆ ಗಮನ ಹರಿಸದೇ ಏಕಾಗ್ರಚಿತ್ತನಾಗಿ ಪರೀಕ್ಷೆಗಾಗಿ ಓದಿದ.

ಈ ಕಡೇ ಪ್ರತಿ ತಿಂಗಳೂ ಭಟ್ಟರಿಂದ ಹಣ ಬರುತ್ತಿತ್ತು. ಈ ಮಧ್ಯೆ ಒಮ್ಮೆ ಭಟ್ಟರು ಇವರ ಮನೆಗೆ ಬಂದು, ವಿಶ್ವನಾಥರಾಯರ ಚಿಕಿತ್ಸೆಗೆಂದು ಅಂಕೋಲಾಗೆ ಕೂಡ ಕರೆದುಕೊಂಡು ಹೋಗಿದ್ದರು. ಮಾರುತಿಗೆ ಪರೀಕ್ಷೆಗಾಗಿ ಓದುವುದು ಬಿಟ್ಟು ಬೇರೆ ಯಾವುದರ ಕಡೆಗೂ ಗಮನವೀಯಬಾರದೆಂದು ಅಣತಿ ಮಾಡಿದ್ದರು. ಮಾರ್ಚ್ ತಿಂಗಳಲ್ಲಿ ಪರೀಕ್ಷೆ ಮುಗಿಯಿತು. ಅಂಕೋಲಾದ ಪೊಕ್ಕ ಮಾನು ಗೌಡ ಔಷಧಿಯ ಸಹಾಯದಿಂದ ಮಾರುತಿ ತಂದೆಯ ಆರೈಕೆ ಮಾಡಿದ. ಅಲ್ಲಿಂದ ತಂದಿದ್ದ ಸೊಪ್ಪು ಮತ್ತು ಎಣ್ಣೆಯೊಂದಿಗೆ ಅರಿಶಿನ ಮಿಶ್ರಣ ಮಾಡಿ ಪ್ರತಿ ದಿನವೂ ರಾಯರ ಮೈಗೆ ಮಸಾಜು ಮಾಡಿದ. ಬಹಳ ಬೇಗ ತಂದೆ ಆರೋಗ್ಯರಾದರು.

ಮೇ ತಿಂಗಳ ಕೊನೆಯ ವಾರದಲ್ಲಿ ಭಟ್ಟರು ಕೈಯಲ್ಲಿ ದಿನಪತ್ರಿಕೆ ಹಿಡಿದು ಓಡೋಡಿ ಬಂದರು. ಜೊತೆಗೇ ಶಾಲೆಯ ಹೆಡ್ ಮಾಸ್ತರರು, ಜೋಯಿಸರು ಮತ್ತಿತರೇ ಮಾಸ್ತರರುಗಳೂ ಇದ್ದರು. ಮನೆಯಲ್ಲಿ ಎಲ್ಲರಿಗೂ ಏನಾಯಿತೆಂದು ಆತಂಕ. ಏದುಸಿರು ಬಿಡುತ್ತಾ ಭಟ್ಟರೇ ಹೇಳಿದರು - ವಿಶ್ವನಾಥರಾಯರೇ ನಿಮ್ಮ ಹುಡುಗ ಅಲ್ಲಲ್ಲ ನನ್ನ ಹುಡುಗ ಮಾರುತಿ, ಚಿನ್ನ ಅಪ್ಪಟ ಚಿನ್ನ, ಹತ್ತನೆಯ

ತರಗತಿ ಪರೀಕ್ಷೆಯಲ್ಲಿ ಮೊದಲ ರ್‍ಯಾಂಕ್ ಗಳಿಸಿದ್ದಾನೆ. ರಾಜ್ಯ ಸರ್ಕಾರದವರು ಅವನಿಗೆ ಚಿನ್ನದ ಪದಕವನ್ನು ಕೊಡುವವರಿದ್ದಾರೆ ಹಾಗೂ ಇನ್ನೂ ಮುಂದೆ ಅವನ ಮುಂದಿನ ಓದು ಮತ್ತು ಮಿಕ್ಕೆಲ್ಲಾ ಖರ್ಚುಗಳನ್ನೂ ನೋಡಿಕೊಳ್ಳುತ್ತಾರೆ.

ಎಲ್ಲರೂ ಮಾರುತಿಯನ್ನು ಕೇಳಿದರು, ಏನನಿಸತ್ತೋ ಪುಟ್ಟಾ, ಮುಂದೆ ಓದಲು ನೀನೆಲ್ಲಿಗೆ ಹೋಗ್ತೀ? ಮಾರುತಿ ಎಂದ, ನನಗೆ ಓದು ಬೇಡ! ನನಗೆ ಕೆಲಸ ಬೇಕು. ಯಾರಾದರೂ ಕೆಲಸ ಕೊಡಿಸಿ - ಇಲ್ಲದಿದ್ದಲ್ಲಿ ಭಟ್ಟರ ಹೊಟೆಲ್ ಗೆ ಕೆಲಸಕ್ಕೆ ಸೇರುವೆ. ಮುಂದೇನಾಯಿತು ....

ಕಾದು ನೋಡಿ - ಅಥವಾ ನೀವೇ ಯೋಚಿಸಿ.

ಭಾಗ - ೨

ಇವರ ಹತ್ತಿರದ ಸಂಬಂಧಿ ಒಬ್ಬರು ದೂರದ ಮೈಸೂರು ವಿಶ್ವವಿದ್ಯಾನಿಲಯದಲ್ಲಿ ಗಣಿತ ಶಾಸ್ತ್ರದ ಪ್ರಾಧ್ಯಾಪಕರಾಗಿದ್ದರು. ಹತ್ತಿರದ ಸಂಬಂಧಿಯಾಗಿದ್ದರು ದೂರದೂರಿನಲ್ಲಿದ್ದೋ ಏನೋ ಇವರುಗಳಿಗೆ ಬಹಳ ದೂರವಾಗಿದ್ದರು. ಪತ್ರಿಕೆಯಲ್ಲಿ ಹುಡುಗನ ಸಾಧನೆ ನೋಡಿ ವಿಶ್ವನಾಥರಾಯರಿಗೆ ಪತ್ರ ಬರೆದಿದ್ದರು, ಹುಡುಗ ಬುದ್ಧಿವಂತ, ನಿನ್ನಲ್ಲಿ ಹೆಚ್ಚಿನ ಓದಿಗೆ ಸೌಲಭ್ಯವಿಲ್ಲ, ನನ್ನ ಹತ್ತಿರವಿದ್ದರೆ ಏಳಿಗೆ ಹೊಂದುವನು.

ಇದನ್ನು ಕಂಡು ವಿಶ್ವನಾಥರಾಯರಿಗೆ ಹಳೆಯ ವಿಷಯಗಳೆಲ್ಲಾ ಜ್ಞಾಪಕ ಬಂದು ಕೋಪ ಬಂದಿತು. ಆದರೂ ಅದನ್ನು ಹೊರಗೆ ತೋರ್ಪಡಿಸದೆ, ಮಾರುತಿಗೆ ಈ ಪತ್ರ ತೋರಿಸಿ, ನೋಡು ಹೋಗುವ ಹಾಗಿದ್ದರೆ ಅವರಲ್ಲಿಗೆ ಹೋಗು ಎಂದರು. ಎಷ್ಟಾದರೂ ಅವನು ರಾಯರ ಮಗನಲ್ಲವೇ, ಹುಲಿಯ ಹೊಟ್ಟೆಯೊಳಗೆ ಹುಟ್ಟಿದ ಹುಲಿ. ತುಂಬಾ ಕೋಪ ತೋರ್ಪಡಿಸಿ ಕೂಗಾಡಿದ, ನೀವೆಲ್ಲಾ ನನ್ನನ್ನು ಏನೂಂತ ತಿಳಿದಿದ್ದೀರಿ, ನನ್ನನ್ನು ಮನೆಬಿಟ್ಟು ಆಚೆಗೆ ಕಳುಹಿಸಲು ನೋಡ್ತಿದ್ದೀರಾ? ಇಲ್ಲ ನಾನು ಹೋಗಲ್ಲ, ಎಲ್ಲಾದರೂ ಕೆಲಸಕ್ಕೆ ಸೇರುವೆ. ನನಗೆ ಈಗ ಮುಖ್ಯವಾಗಿ ಬೇಕಿರೋದು, ಮನೆಯ ಯೋಗಕ್ಷೇಮ. ನನ್ನ ಏಳಿಗೆಯಲ್ಲ. ವಿಶ್ವನಾಥರಾಯರು ಮತ್ತು ಭಾಗೀರಥಮ್ಮನವರು ಮತ್ತೆ ಮತ್ತೆ ಹುಡುಗನಿಗೆ ಸಮಜಾಯಿಷಿ ಹೇಳಲು ಪ್ರಯತ್ನಿಸಿದರೂ ಫಲ ನೀಡಲಿಲ್ಲ. ಇಲ್ಲಿಯವರೆವಿಗೆ ತುಂಬಾ ಕಷ್ಟ ಪಟ್ಟ ಜೀವಿ, ಹುಡುಗನಿಗೆ, 'ನಿನಗೆ ಹೇಗೆ ಬೇಕೋ ಹಾಗೆ ಮಾಡು' ಅಂದರು.

ಇಲ್ಲಿ ಒಂದು ಅಂಶ ಗಮನಿಸಬೇಕಾದದ್ದು ಅಂದ್ರೆ ರಾಯರ ಸಂಸಾರ ಹೊಸಹಳ್ಳಿಯಲ್ಲಿ ಇದ್ದಾಗ ಕಷ್ಟ ಕಾಲವಿತ್ತು. ಹಾಗೂ ಶಾಲೆಗಾಗಿ ೨ ಮೈಲು ದೂರದ ತಳುಕಿಗೆ ಕಳುಹಿಸಬೇಕಾಗಿ, ಹುಡುಗನನ್ನು ಶಾಲೆಗೆ ಸೇರಿಸುವಾಗಲೇ ಅವನಿಗೆ ೭ ವರ್ಷವಾಗಿದ್ದಿತು. ಈಗ ಹುಡುಗ ೧೮ ವರ್ಷ ವಯಸ್ಸಿನವನಾಗಿದ್ದು ಸರಕಾರೀ ಕೆಲಸಕ್ಕೆ ಅರ್ಜಿ ಹಾಕಲು ಯೋಗ್ಯನಾಗಿದ್ದ. ಅಂಚೆ ಇಲಾಖೆಯಲ್ಲಿ ಗುಮಾಸ್ತೆ ಹುದ್ದೆಗಾಗಿ ಜಾಹೀರಾತು ಬಂದಿತ್ತು. ಹುಡುಗ ಅದಕ್ಕಾಗಿ ಅರ್ಜಿ ಹಾಕಿದ ಸ್ವಲ್ಪವೇ ದಿನಗಳಲ್ಲಿ ಕೆಲಸಕ್ಕೆ ಸೇರಲು ಇಲಾಖೆಯಿಂದ ಪತ್ರ ಬಂದಿತು. ಅವನ ಮೊದಲ ಪೋಸ್ಟಿಂಗ್ ಘಟ್ಟದ ಮೇಲಿನ ಯಲ್ಲಾಪುರದಲ್ಲಾಗಿತ್ತು. ಈಗ ಅವನು ಮನೆ ಬಿಟ್ಟು ಒಬ್ಬನೇ ಅಲ್ಲಿಗೆ ಹೋಗುವ ಸನ್ನಿವೇಶ. ಶ್ರೀನಾಥನಂತೂ ಎರಡು ದಿನ ಊಟವನ್ನೂ ಬಿಟ್ಟು ಅತ್ತಿದ್ದೇ ಅತ್ತಿದ್ದು. ಆದರೂ ಮನೆಯ ಒಳಿತಿಗಾಗಿ ಹೋಗುತ್ತಿರುವವನಾಗಿ ಎಲ್ಲರಿಗೂ ಅದೊಂದು ತರಹದ ಸಮಾಧಾನ. ಇನ್ನು ಮೇಲೆ ತಿಂಗಳು

ತಿಂಗಳಿಗೂ ಮನೆಗೆ ಆಧಾರವಾಗಿ ಹಣ ಬರುವುದೆಂಬ ಸಂತೋಷ. ಸರಿ, ಮಾರುತಿಯನ್ನು ಯಲ್ಲಾಪುರಕ್ಕೆ ಬೀಳ್ಕೊಡುವ ತಯಾರಿ ಮನೆಯಲ್ಲಿ ನಡೆಯಿತು. ಹಾಸಿಕೊಳ್ಳಕ್ಕೆ ಇದ್ದರೆ ಹೊದೆಯುವುದಕ್ಕೆ ಇಲ್ಲ ಹೊದೆಯುವುದಕ್ಕೆ ಇದ್ದರೆ ಹಾಸಿಕೊಳ್ಳಕ್ಕೆ ಇಲ್ಲ ಅನ್ನುವ ಮನೆಯಲ್ಲಿ ಇನ್ನೇನು ಹೆಚ್ಚು ಯೋಚನೆ ಮಾಡುವುದಕ್ಕಾಗತ್ತೆ. ಎಲ್ಲರಿಗೂ ಗೊತ್ತಾಗುವಂತೆ ಮನೆ ಬಿಟ್ಟು ಅವನು ಹೊರಗೆ ಹೋಗುತ್ತಿರುವುದು ಇದೇ ಮೊದಲು. ಅವನಿಗೇನೋ ಒಬ್ಬನೇ ಇರಬಲ್ಲನೆಂಬ ಭಾತಿ, ನಂಬಿಕೆ ಇದೆ. ಈಗಾಗ್ಲೇ ವಿಶ್ವ ಪರ್ಯಟನದ ಅನುಭವ ಆಗಿದೆಯಲ್ಲ. ಜೀವನದಲ್ಲಿ ಎಲ್ಲರೂ ೩೦ ವರ್ಷಗಳಲ್ಲಿ ಪಡೆಯುವ ಅನುಭವ ಈ ಪುಟ್ಟ ಹುಡುಗ ಮೂವತ್ತೇ ದಿನಗಳಲ್ಲಿ ಅನುಭವಿಸಿದವ. ಆದರೆ ಅಮ್ಮನ ಕರುಳು ಕೇಳಬೇಕಲ್ಲ. ಹತ್ತಿರ ಕರೆದು, ತಲೆ ನೇವರಿಸಿ 'ಲೋ ಪುಟ್ಟಾ, ಸರಿಯಾಗಿ ಅಡುಗೆ ಮಾಡ್ಕೋ. ಹೋಟೆಲ್ ಗಳಿಗೆ ಹೋಗ್ಬೇಡ. ಅಲ್ಲಿ ಸೋಡಾ ಹಾಕಿದ ಅಡುಗೆ ಮಾಡಿರ್ತಾರೆ. ಮೆಣಸಿನಪುಡಿ ಪೊಟ್ಟಣದಲ್ಲಿ ಕಟ್ಟಿಕೊಡ್ತೀನಿ' ಅಂದಳು. ಮನೆಯಲ್ಲಿ ದೊಡ್ಡ ಹುಡುಗರೆಲ್ಲರಿಗೂ ಅಡುಗೆ ಕಲಿಸಿದ್ದಳು ಭಾಗೀರಥಮ್ಮ.

ಯಲ್ಲಾಪುರಕ್ಕೆ ಹೊರಡುವ ಸಮಯಕ್ಕೆ ಭಟ್ಟರು ಬಂದು, 'ರಾಯರೇ ನೀವೇನೂ ಯೋಚಿಸ್ಬ್ಯಾಡ್ರಿ. ಇಡಗುಂಜಿ ಗಣಪತಿ ಇವನನ್ನು ಕಾಯ್ತಿದ್ದಾನೆ. ಮಾಣಿ ಜೀವನದಲ್ಲಿ ದೊಡ್ಡ ಪಾಠವನ್ನು ಕಲ್ತಿದ್ದಾನೆ. ನಾನು ಹೇಗಿದ್ರೂ ಯಲ್ಲಾಪುರದ ಕಡೆಗೆ ಆಗಾಗ್ಯೆ ಹೋಗ್ತಿರ್ತೀನಿ. ನೀವೂ ಮಂಡಿ ಕೆಲಸದ ಮೇಲೆ ಹೋದಾಗ ನೋಡಿ ಬರಬಹುದು' ಎಂದು ಮಾರುತಿಯನ್ನು ತಮ್ಮ ಜೊತೆಗೆ ಯಲ್ಲಾಪುರಕ್ಕೆ ಕರೆದೊಯ್ದರು. ಅಲ್ಲಿ ಮೊದಲು ಒಂದು ಕೋಣೆ ಮಾಡಿಕೊಟ್ಟು ಅವನಿಗೆ ತಿಂಗಳಿಗೆ ಖರ್ಚಿಗೆ ಇರಲಿ ಎಂದು ಸ್ವಲ್ಪ ಹಣ ಕೊಟ್ಟು, ಪೋಸ್ಟ್ ಆಫೀಸಿಗೆ ಹೋಗಿ ಹಿರಿಯ ಅಧಿಕಾರಿಗಳಿಗೆ ಹುಡುಗನ ವಿಷಯವನ್ನೆಲ್ಲಾ ತಿಳಿಸಿ ಅವರೂರಾದ ಭಟ್ಕಳಕ್ಕೆ ಹೋದರು. ಹಿರಿಯ ಪೋಸ್ಟ್ ಆಫೀಸರರು ಗೀತಾಚಾರ್ಯರು. ಅವರು ಮಾರುತಿಯನ್ನು ತನ್ನ ಮನೆಗೇ ಬಂದಿರಲು ಕರೆದರು. ಸ್ವಾಭಿಮಾನಿ ಅಷ್ಟು ಸುಲಭವಾಗಿ ಬಗ್ಗುವನೇ? ಸಾರ್, ನೀವು ನನಗೆ ಮಾರ್ಗದರ್ಶಕರಾಗಿ ಸಾಕು. ಇನ್ನೇನೂ ಬೇಡ ಅಂದ. ಗೀತಾಚಾರ್ಯರು ಇವನನ್ನು ಹೆಚ್ಚಿನ ಕೆಲಸವಿಲ್ಲದ ಜಾಗಕ್ಕೆ ಪೋಸ್ಟ್ ಮಾಡಿ ಅಂಚೆಯ ಮೂಲಕ ಹೆಚ್ಚಿನ ವಿದ್ಯಾಭ್ಯಾಸ ಮುಂದುವರೆಸಲು ತಿಳಿಸಿದರು. ಅಷ್ಟೇ ಅಲ್ಲ, ; ನೀನಿನ್ನೂ ಚಿಕ್ಕ ಹುಡುಗ. ತುಂಬಾ ದೂರದವರೆವಿಗೆ ಬಾಳ್ವೇ ಮಾಡ್ಬೇಕು, ಒಳ್ಳೆಯ ಕೆಲಸ ಸಿಗಲು ಬೇರೆ ಕಡೆಯಲ್ಲೂ ಪ್ರಯತ್ನಿಸು ಎಂದರು.

ಇತ್ತ ಕಡೆ ಮನೆಯಲ್ಲಿ ಅಷ್ಟು ಹೊತ್ತಿಗೆ ಮೊದಲನೆ ಮಗನ ಮೊದಲ ಪತ್ರ ಮನೆಗೆ ಬಂದಿತ್ತು. ತಾನು ಬೆಂಗಳೂರಿನಲ್ಲಿ ಇರುವುದಾಗ್ಯೂ, ಅಲ್ಲಿಯ ಹೆಚ್.ಎ.ಎಲ್. ಫ್ಯಾಕ್ಟರಿಯಲ್ಲಿ ಕೆಲಸ ಮಾಡುತ್ತಿರುವುದಾಗಿಯೂ ತಿಳಿಸಿದ್ದ. ಆದರೆ ತನ್ನ ವಿಳಾಸವನ್ನು ಮಾತ್ರ ಕೊಟ್ಟಿರಲಿಲ್ಲ.

ಹಣವೇನಾದ್ರೂ ಬೇಕಾಗಿದ್ರೆ(?) ನಾನು ಮುಂದಿನ ಪತ್ರದಲ್ಲಿ ಸೂಚಿಸುವ ವಿಳಾಸಕ್ಕೆ ಬರೆಯಿರಿ - ಎಷ್ಟಾಗುವುದೋ ಅಷ್ಟನ್ನು ಕಳುಹಿಸಲು ಪ್ರಯತ್ನಿಸುವೆ ಎಂದೂ ಬರೆದಿದ್ದ. ಅವತ್ತು ಆ ಪತ್ರ ಬಂದದ್ದೇ ತಡ ವಿಶ್ವನಾಥರಾರು ಭಾಗೀರಥಮ್ಮನವರ ಮೇಲೆ ಕೂಗಾಡಿದ್ದೇ ಕೂಗಾಡಿದ್ದು.

'ನಾನಷ್ಟು ಬಡಕೊಂಡೆ, ಬೋ*ಮಗನಿಗೆ ಜಾಸ್ತಿ ಸದರ ಕೊಡಬೇಡ ಅಂತ. ನೀನೆಲ್ಲಿ ಕೇಳ್ತೀಯೆ.

ಮಾ ಅಬ್ಬಾಯಿ ಅಪ್ಪಟ ಇರವೈನಾಲ್ಗು ಕ್ಯಾರೆಟ್ ಬಂಗಾರ, ಅಂದೆ. ಈಗ ನೋಡು ನಿನ್ನ ಮಗ ಕಾಗದ ಬರೆಯೋ ವರಸೇನಾ? ಇವನು ನಮ್ಮ ಮನೆಯಲ್ಲಿ ಹುಟ್ಲೇ ಇಲ್ಲ ಅಂದ್ಕೋತೀನಿ. ಮಾರುತಿ ನೋಡು ಎಂತಹ ಅಪ್ಪಟ ಬಂಗಾರ. ಇವನ ಮುಂದಿನ ಕಾಗದ ಬಂದ್ರೆ ನನಗೆ ತೋರಿಸ್ಲೇ ಬೇಡ ಹರಿದು ಹಾಕು. ಇವನ ಸುದ್ದಿ ಮನೇಲಿ ಯಾರು ಎತ್ಬಾರ್ದು' ಅಂತ ಅಣತಿ ಮಾಡಿದ್ದರು. ಮಕ್ಕಳ್ಯಾರಿಗೂ ದೊಡ್ಡಣ್ಣನ ವಿಷಯವೇ ಗೊತ್ತಿಲ್ಲ. ಕಣ್ಣು ಕಣ್ಣು ಬಿಟ್ಟು ನೋಡ್ತಿದ್ದಾರೆ. ಏನಾಗ್ತಿದೆ ಅಂತ ತಿಳಿದುಕೊಳ್ಳೋ ಹಂಬಲ. ಆದರೆ ಯಾರನ್ನು ಕೇಳೋದು. ಅಪ್ಪ ಹಿರಣ್ಯ ಕಶಿಪುವಿನ ಅಪರಾವತಾರ. ಆಮ್ಲಜನಕ ಇದ್ದ ಹಾಗೆ. ಹತ್ತಿರ ಹೋದ್ರೆ ಬೆಂಕಿ ಹೊತ್ತಿಕೊಳ್ಳತ್ತೆ. ಇನ್ನು ಅಮ್ಮನೋ ಮುಸಿ ಮುಸಿ ಅಳ್ತಾ ಸೆರಗಿನಿಂದ ಮೂಗು ಒರೆಸಿಕೊಳ್ತಿದ್ದಾಳೆ.

ಮೊದಲ ಮಗ ಶ್ರೀನಿವಾಸ. ಮನೆಯಲ್ಲಿ ಕಷ್ಟ ನೋಡಲಾಗದೇ ಹತ್ತನೆಯ ತರಗತಿ ಪಾಸಾದ ಕೂಡಲೇ ಯಾರಿಗೂ ಹೇಳದೇ ತನ್ನ ಜೀವನ ರೂಪಿಸಿಕೊಳ್ಳಬೇಕೆಂದು ಸ್ನೇಹಿತನೊಬ್ಬನ ಆಹ್ವಾನದ ಮೇರೆಗೆ ಬೆಂಗಳೂರಿಗೆ ಬಂದಿದ್ದ. ಅವನ ಸ್ನೇಹಿತನ ತಂದೆಯ ಶಿಫಾರಸ್ಸಿನ ಮೇಲೆ ಅವನಿಗೆ ಎಚ್.ಎ.ಎಲ್ ಕಾರ್ಖಾನೆಯಲ್ಲಿ ಅಪ್ರೆಂಟಿಸ್ ಆಗಿ ಕೆಲಸ ದೊರಕಿತ್ತು. ಕೆಲಸದಲ್ಲಿ ಅವನಿಗಿದ್ದ ಶ್ರದ್ಧೆ ನೋಡಿ ಒಂದೇ ವರ್ಷದಲ್ಲಿ ಕೆಲಸ ಖಾಯಂ ಆಗಿತ್ತು. ಅಲ್ಲಿಯವರೆವಿಗೆ ಸ್ನೇಹಿತನ ಮನೆಯಲ್ಲೇ ಇದ್ದುದರಿಂದಲೋ ಅಥವಾ ಸ್ನೇಹಿತನ ತಂದೆಯ ಕರುಣೆಯ ಪ್ರತಿಫಲದಿಂದಲೋ ಏನೋ ಅವರ ಮನೆಯದೇ ಹುಡುಗಿ ಕ್ಷಮಾಳನ್ನು ವರಿಸಿದ್ದ. ವರಿಸಿ ತನ್ನ ಮನೆಗೆ ತಿಳಿಸದೇ ಮದುವೆಯನ್ನೂ ಆಗಿದ್ದ. ಇನ್ನು ಹೆಚ್ಚಿನದಾಗಿ ತನ್ನ ಮನೆಯ ಕಡೆ ಯೋಚನೆ ಮಾಡಿದರೆ ಆ ಶನಿಕಾಟ ತನಗೆಲ್ಲಿ ಅಂಟುವುದೋ ತನ್ನ ಕನಸಿನ ಬಾಳನ್ನು ನನಸಾಗಿಸಲು ಕಷ್ಟವಾಗುವುದೆಂದು ಎಣಿಸಿ ಮನೆಯ ಕಡೆ ಯೋಚನೆಯನ್ನೇ ಬಿಟ್ಟುಬಿಟ್ಟಿದ್ದ. ಮಾರುತಿಯ ರ್‍ಯಾಂಕಿನ ವಿಷಯವನ್ನು ಪತ್ರಿಕೆಯಲ್ಲಿ ಓದಿ 'ಇನ್ನು ತಾನು ಸುಮ್ಮನಿದ್ದರೆ ಸರಿಯಾಗೋದಿಲ್ಲ' ಎಂದೆಣಿಸಿ ಮನೆಗೆ ಪತ್ರ ಬರೆದಿದ್ದ. ಮುಂದಿನ ಅವನ ಬಾಳು ಇಲ್ಲಿ ಅಪ್ರಸ್ತುತ.

ಅದೇ ಹೊತ್ತಿಗೆ ಮಾರುತಿಯಿಂದ ಮೊದಲ ಪತ್ರ ಬಂದಿತ್ತು. ಗೀತಾಚಾರ್ಯರಂಥ ಹಿರಿಯರ ಮಾರ್ಗದರ್ಶನ ಸಿಗುತ್ತಿದೆಯೆಂದೂ, ಮೊದಲ ಸಂಬಳ ಬಂದ ಕೂಡಲೇ ಹಣ ಕಳುಹಿಸುವೆನೆಂದೂ, ಹೆಚ್ಚಿನ ಓದನ್ನು ಮಾಡುತ್ತಿರುವೆನೆಂದೂ ತಿಳಿಸಿದ್ದನು. ಅವನ ಪತ್ರ ನೋಡಿ ಮನೆಯವರಿಗೆಲ್ಲರಿಗೂ

ತುಂಬಾ ಸಂತೋಷವಾಯಿತು. ಮನೆ ದೇವರಾದ ವೆಂಕಟೇಶ್ವರನಿಗೆ ಹರಕೆಯ ಮುಡಿಪು ಕಟ್ಟಿಟ್ಟು ಮುಂದಿನ ವರ್ಷ ಮನೆ ಮಂದಿಯೆಲ್ಲರೂ ತಿರುಪತಿಗೆ ಬಂದು ನಡಿಗೆಯಲ್ಲಿ ಬೆಟ್ಟ ಹತ್ತುವೆವೆಂದು ಅಂದುಕೊಂಡರು.

ಹೀಗೇ ದಿನಗಳು ಕಳೆಯುತ್ತಾ ಮೂರು ವರುಷಗಳು ಉರುಳಿದವು. ಮಾರುತಿಗೆ ಎರಡು ವರ್ಷ ದೊಡ್ಡವನಾದ ಶ್ರೀನಾಥ ಬಿ.ಎಸ್.ಸಿ ಯನ್ನು ಮೊದಲ ದರ್ಜೆಯಲ್ಲಿ ತೇರ್ಗಡೆ ಹೊಂದಿದ. ಗೀತಾಚಾರ್ಯರ ಮಾರ್ಗದರ್ಶನದಲ್ಲಿ ಆ ಹೊತ್ತಿಗಾಗಲೇ ಅಂಚೆ ಶಿಕ್ಷಣದ ಮೂಲಕ ಮಾರುತಿ ಬಿ.ಎ. ಮೊದಲ ವರ್ಷ ಓದುತ್ತಿದ್ದ. ಆಗಲೇ ಈ ಮುಂಚೆ ಅರ್ಜಿ ಸಲ್ಲಿಸಿದ್ದ ಕೆನರಾ ಬ್ಯಾಂಕಿನಿಂದ ಗುಮಾಸ್ತೆ ಕೆಲಸಕ್ಕೆ ಆಹ್ವಾನ ಬಂದಿತು. ಮಾರುತಿ ಗೀತಾಚಾರ್ಯರ ಬಳಿ ಹೋಗಿ, 'ಸಾರ್, ಕೆನರಾ ಬ್ಯಾಂಕಿನಿಂದ ಕೆಲಸಕ್ಕೆ ಕರೆ ಬಂದಿದೆ. ನನಗೆ ನಿಮ್ಮನ್ನು ಬಿಟ್ಟು ಹೋಗಲು ಇಷ್ಟವಿಲ್ಲ. ನಾನು ಅದಕ್ಕೆ ಹೋಗೋದಿಲ್ಲ' ಅಂದ. ಅದಕ್ಕೆ ಗೀತಾಚಾರ್ಯರು, 'ಲೋ ಪೆದ್ದೇ, ಇವತ್ತು ನಾನು ನಾಳೆ ಇನ್ನೊಬ್ಬ. ಹಾಗೇ ನಿನ್ನ ಜೀವನದಲ್ಲಿ ಎಷ್ಟೋ ಜನಗಳನ್ನು ನೀನು ನೋಡುತ್ತಿರಲೇಬೇಕು. ಎಲ್ಲಿಗೆ ಪೋಸ್ಟಿಂಗ್ ಆಗಿದೆ' ಅಂದರು. ಅದಕ್ಕೆ ಇವನು ಶಿವಮೊಗ್ಗಕ್ಕೆ ಅಂದ. ಸರಿ ಗಂಟು ಮೂಟೆ ಕಟ್ಟು. ಮೊದಲು ಹೋಗಿ ಕೆಲಸಕ್ಕೆ ಸೇರಿ ನಿನ್ನ ತಂದೆ ತಾಯಿ ಎಲ್ಲರನ್ನೂ ನಿನ್ನ ಬಳಿಗೆ ಕರೆಸಿಕೋ. ಇಂತಹ ಅವಕಾಶ ಕಳೆದುಕೊಳ್ಳಬೇಡ ಅಂದರು. ಇಷ್ಟು ದಿನ ಮೊಂಡುತನ ತೋರಿಸುತ್ತಿದ್ದ ಮಾರುತಿ ಅಂದು ಅದೇನು ಆಗಿತ್ತೋ ಏನೋ, ಹಸುವಿನಂತೆ ತಲೆ ಅಲ್ಲಾಡಿಸಿ, ಅವರು ತಿಳಿಸಿದಂತೆಯೇ ಮಾಡಲನುವಾದ. ಹಾಗೇ ಈ ವಿಷಯವಾಗಿ ತಕ್ಷಣ ಊರಿಗೆ ಒಂದು ಪತ್ರ ಬರೆದ. ತಂದೆ ತಾಯಿಯಾದಿಯಾಗಿ ಮನೆಯಲ್ಲಿ ಎಲ್ಲರಿಗೂ ತುಂಬಾ ಸಂತೋಷವಾಯಿತು.

ಕೆಲವೇ ದಿನಗಳಲ್ಲಿ ಇಡೀ ಸಂಸಾರವು ಶಿವಮೊಗ್ಗೆಗೆ ಪ್ರಯಾಣ ಬೆಳೆಸಿತು. ಅಲ್ಲಿ ಒಂದು ಚಿಕ್ಕ ಮನೆಯನ್ನು ಬಾಡಿಗೆಗೆ ತೆಗೆದುಕೊಂಡಿದ್ದರು. ಅಲ್ಲಿಂದ ಸಾಗರಕ್ಕೆ ರಾಯರ ನಿತ್ಯ ಪ್ರಯಾಣ. ಆಗಲೇ ಮಾರುತಿ ಬ್ಯಾಂಕಿನ ಕೆಲಸವನ್ನೂ ಮಾಡಿಕೊಂಡು ಬಿ.ಎ ಪರೀಕ್ಷೆಯಲ್ಲಿ ಉನ್ನತ ದರ್ಜೆಯಲ್ಲಿ ಪಾಸಾದ. ಮೊದಲ ರ್‍ಯಾಂಕ್ ಬಂದ ಹುಡುಗನಿಗಿಂತ ಇವನಿಗೆ ೫ ಅಂಕಗಳು ಜಾಸ್ತಿ ಬಂದಿದ್ದರೂ ಇವನು ರೆಗ್ಯುಲರ್ ಕೋರ್ಸ್ ನಲ್ಲಿ ಇರಲಿಲ್ಲ ಎಂಬ ಕಾರಣಕ್ಕಾಗಿ ರ್‍ಯಾಂಕ್ ಕೊಟ್ಟಿರಲಿಲ್ಲ. ನೋಡಿ ವಿಧಿ ಹೇಗಿದೆ. ಕೊಟ್ಟರೂ ಕೊಡದಂತಿರುತ್ತದೆ. ಆಗ ಶ್ರೀನಾಥನದ್ದೂ ಓದು ಮುಗಿದು ಅವನಿಗೆ ಚಳ್ಳಕೆರೆಯಲ್ಲಿ ಒಂದು ಕಾಲೇಜಿನಲ್ಲಿ ಗುಮಾಸ್ತೆಯ ಕೆಲಸ ಸಿಕ್ಕಿತು. ವಿಶ್ವನಾಥರಾಯರದ್ದು ಊರಿಗೆ ಹೋಗಬೇಕೆಂಬ ಹಠ ಪ್ರಾರಂಭವಾಯಿತು. ಎಂದಿಗೂ ತಂದೆಯ ಮಾತಿಗೆ ಎದುರಾಡದ ಮಾರುತಿ ಇದಕ್ಕೆ ಒಪ್ಪಿದ. ಹೇಗಿದ್ದರೂ ರಾಯರ ಶರೀರ ಕಟು ಕೆಲಸ ಮತ್ತು ಲಕ್ವದಿಂದ ಜರ್ಜರಿತವಾಗಿತ್ತು.

ಇದಕ್ಕೆ ಸ್ವಲ್ಪ ವಿಶ್ರಾಂತಿಯ ಅವಶ್ಯಕತೆ ಇದೆ ಹಾಗೇ ಜೊತೆಗೆ ಊರಿಗೆ ಹೋದರೆ ಮಾನಸಿಕವಾಗಿ ಸಮಾಧಾನ ಸಿಗುವುದೆಂದೂ ಎಲ್ಲರೂ ಗಂಟು ಮೂಟೆ ಕಟ್ಟಿದರು.

ಅದಾಗಲೇ ಮಾರುತಿಯು ಬ್ಯಾಂಕಿನ ಪ್ರಮೋಷನ್ ಪರೀಕ್ಶೆಯನ್ನೂ ಪಾಸು ಮಾಡಿ, ಮುಂಬೈಗೆ ವರ್ಗದ ಆದೇಶ ಬಂದಿತ್ತು. ಆದರೆ ವಿಶ್ವವಿದ್ಯಾಲಯದ ಈ ರ್‍ಯಾಂಕಿನ ನಿಯಮದಿಂದ ರೋಸಿ ಹೋಗಿದ್ದ ಮಾರುತಿಯ ಮನಸ್ಸು ಇದಕ್ಕೆ ಏನಾದರೂ ಮಾಡಲೇಬೇಕು ಎಂದು ಸೂಚಿಸುತ್ತಿತ್ತು. ಗೆಳೆಯರೊಡನೆ ಇದರ ಬಗ್ಗೆ ಚರ್ಚಿಸಿದ. ಈ ವ್ಯವಸ್ಥೆಯನ್ನು ಸರಿಪಡಿಸಲು ತಾನು ವಿದ್ಯಾ ಇಲಾಖೆಯಲ್ಲಿ ಉನ್ನತ ಸ್ಥಾನದಲ್ಲಿದ್ದರೇ ಮಾತ್ರ ಏನಾದರೂ ಮಾಡಬಹುದು ಎಂಬ ಅಂಶ ಗಮನಕ್ಕೆ ಬಂದಿತು. ಇದಕ್ಕೆ ಸರಿಯಾದ ಮಾರ್ಗವೆಂದರೆ ಐ. ಎ. ಎಸ್. ಪರೀಕ್ಷೆಯಲ್ಲಿ ಉತ್ತೀರ್ಣನಾಗಿ ಆ ಇಲಾಖೆಗೆ ಹೋಗಬೇಕು. ಬ್ಯಾಂಕಿನ ಪ್ರಮೋಷನ್ ತಿರಸ್ಕರಿಸಿ ಐ. ಏ, ಇಸ್. ಪರೀಕ್ಷೆಗಾಗಿ ಸಿದ್ಧತೆ ನಡಿಸಿದ. ಈ ಮಧ್ಯೆ ಊರಿನಲ್ಲಿ ಸ್ವಂತ ಮನೆ ಇಲ್ಲವಾಗಿ ಬಾಡಿಗೆ ಮನೆಯ ಸಹವಾಸ ಬೇಡವೆಂದು ರಾಯರು ಹಿಡಿದ ಹಠಕ್ಕಾಗಿ ಒಂದು ಮನೆಯನ್ನೂ ಕಟ್ಟಿಸಿಕೊಟ್ಟನು ಮಾರುತಿ.

ಎರಡು ವರ್ಷಗಳ ನಿರಂತರ ಪರಿಶ್ರಮದ ಫಲವಾಗಿ ಐ.ಎ.ಎಸ್. ಪರೀಕ್ಷೆಯಲ್ಲಿ ಮೊದಲ ೫೦ ರ್‍ಯಾಂಕ್ ಗಳಲ್ಲಿ ಒಂದಾಗಿ ತೇರ್ಗಡೆಯಾದ. ಇವನ ಅದೃಷ್ಟವೇನೋ ಎಂಬಂತೆ ಇವನಿಗೆ ಕರ್ನಾಟಕದಲ್ಲೇ ಕೆಲಸವಾಯಿತು. ಎಲ್ಲರೂ ಹೆಚ್ಚಿನದಾಗಿ ಇಷ್ಟಪಡುವ ಹಣಕಾಸು ಇಲಾಖೆಯಲ್ಲಿ ಪೋಸ್ಟಿಂಗ್ ದೊರೆತರೂ ಅದನ್ನು ತಿರಸ್ಕರಿಸಿ ವಿದ್ಯಾ ಇಲಾಖೆಗೆ ಸೇರಿದ. ಬೆಂಗಳೂರಿನಲ್ಲೇ ಕೆಲಸವಾಗಿ ನಂತರದ ದಿನಗಳಲ್ಲಿ ತಮ್ಮಂದಿರನ್ನು ಮತ್ತು ತಂಗಿಯನ್ನು ಬೆಂಗಳೂರಿಗೆ ಕರೆಸಿಕೊಂಡ. (ಇಲ್ಲಿಯವರೆವಿಗೆ ಇವರುಗಳ ಪ್ರಸ್ತಾಪ ಮಾಡಿರಲಿಲ್ಲ - ಇಬ್ಬರು ತಮ್ಮಂದಿರು ರವಿ ಮತ್ತು ಶ್ರೀಹರಿ. ಕೊನೆಯವಳು ತಂಗಿ ಜಲಜ). ಇವರುಗಳೆಲ್ಲರ ವಿದ್ಯಾಭ್ಯಾಸ ನೋಡಿಕೊಂಡು ಇವರುಗಳು ತಮ್ಮ ಕಾಲ ಮೇಲೆ ನಿಂತುಕೊಳ್ಳುವಂತೆ ಮಾಡಿ ಹಾಗೇ ತಂಗಿಯ ಮದುವೆಯನ್ನೂ ಮಾಡಿದನು. ಇಷ್ಟರ ವೇಳೆಗೆ ಅವನಿಗಾಗಲೇ ೩೫ ವರ್ಷ ವಯಸ್ಸು ದಾಟಿತ್ತು.

ಇಷ್ಟು ಹೊತ್ತಿಗಾಗಲೇ ಶ್ರೀನಾಥನಿಗೂ ಸಂಬಂಧಿಗಳಲ್ಲೇ ಮದುವೆ ಆಗಿ ಹೋಯಿತು. ಅವನದಿನ್ನು ಅವನ ಹೆಂಡತಿ ಅವನ ಸಂಸಾರ. ಅವನಿಗೆ ಒಂದರ ಹಿಂದೊಂದಂತೆ ಮೂರು ಹೆಣ್ಣು ಮಕ್ಕಳು ಆದವು. ಅವನು ಮನೆ ಕಡೆ ಅಷ್ಟಾಗಿ ನೋಡಲಾಗಲಿಲ್ಲ. ಹೆಣ್ಣು ಮಕ್ಕಳು ಹುಟ್ಟುತ್ತಲೇ ಅವುಗಳ ಮದುವೆಯ ಕಡೆಯ ಆಲೋಚನೆ ಅವನಿಗಾಗಲೇ. ಇಡೀ ಲೋಕವೇ ತನ್ನ ಮೇಲೆ ಬಿದ್ದಿರುವ ಹಾಗಾಗಿತ್ತು. ಅದಕ್ಕೆ ತಕ್ಕನಾಗಿ ಹೇಗೂ ಮನೆಯ ಜವಾಬ್ದಾರಿಯನ್ನೆಲ್ಲ ಮಾರುತಿಯೇ ವಹಿಸಿಕೊಂಡು ಯಾರಿಗೂ ಮನೆಯ ಕಷ್ಟದ ಅರಿವು ತಟ್ಟಲೇ ಇಲ್ಲ.

ಆಗ ಬರಸಿಡಿಲಿನಂತೆ ಎರಗಿದ ಸುದ್ದಿಯೆಂದರೆ ರಾಯರು ರಕ್ತದ ಕ್ಯಾನ್ಸರಿಗೆ ಬಲಿಯಾಗಿದ್ದರು. ಅವರನ್ನು ಔಷಧೋಪಚಾರಕ್ಕೆಂದು ಬೆಂಗಳೂರಿಗೆ ಕರೆತರುವಾಗ ಹಾದಿಯಲ್ಲೇ ಅವರ ಪ್ರಾಣ ಪಕ್ಷಿ ಹಾರಿ ಹೋಗಿತ್ತು. ಅಲ್ಲಿಯವರೆವಿಗೆ ಎಂದೂ ಅತ್ತಿರದ ಮಾರುತಿ ಅಂದು ಮನ ದಣಿಯುವಷ್ಟು ಅತ್ತು ಬಿಟ್ಟ. ಇದಾದ ಒಂದು ವರುಷಗಳವರೆಗೆ ಎಲ್ಲಿಯೂ ಹೋಗಬಾರದೆಂದು ಭಾಗೀರಥಮ್ಮನವರು ಮಾರುತಿಯ ಮನೆಯಲ್ಲೇ ಉಳಿದರು. ಒಂದು ವರ್ಷ ಕಳೆದು ರಾಯರ ವರ್ಷಾಬ್ಧಿಕ ಕರ್ಮ ಮುಗಿಯಿತು. ಮೊದಲ ವರ್ಷದ ವೈಕುಂಠ ಸಮಾರಾಧನೆಗೆ ಎಲ್ಲಿಲ್ಲದ ನೆಂಟರಿಷ್ಟರು. ಎಲ್ಲ ನೆಂಟರದ್ದೂ ಒಂದೇ ವರಸೆ, 'ಭಾಗೀರಥಿ ಮಾರುತಿಗೆ ಯಾವಾಗ ಮದುವೆ ಮಾಡುತ್ತೀ, ನಮ್ಮ ಕಡೆ ಒಳ್ಳೆ ಹುಡುಗಿ ಇದೆ. ಅವನಿಗೇನೂ ಹೆಚ್ಚಿನ ವಯಸ್ಸಾಗಿಲ್ಲ ೩೫ - ೩೬ ಇರಬಹುದು ಅಷ್ಟೆ. ಒಮ್ಮೆ ಹುಡುಗಿಯನ್ನು ಬಂದು ನೋಡು'. ಭಾಗೀರಥಮ್ಮನವರು ಇಂದಿನವರೆವಿಗೂ ತನ್ನ ಮನದ ಅಳಲನ್ನು ಯಾರ ಮುಂದೆಯೂ ತೋಡಿಕೊಂಡಿರಲಿಲ್ಲ. ಅಂದು ರಾತ್ರಿ ಮಾರುತಿಯ ಮುಂದೆ 'ತಾನು ಹುಟ್ಟಿದಂದಿನಿಂದ ಎಂಥ ಅನುಕೂಲಸ್ಥರ ಮನೆಯಲ್ಲಿ ಬೆಳೆದೆ ಮತ್ತು ಮದುವೆ ಆದಂದಿನಿಂದ ಇಂದಿನವರೆಗೂ ಒಂದೇ ಸಮನೆ ಕಷ್ಟಗಳನ್ನೇ ಅನುಭವಿಸುತ್ತಿದ್ದೇನೆ. ಇಲ್ಲಿಯವರೆವಿಗೆ ಯಾವ ನೆಂಟರೂ ನನ್ನ ಕಡೆ ತಿರುಗಿ ನೋಡಿರಲಿಲ್ಲ. ನನ್ನಪ್ಪನೂ ನನ್ನನ್ನು ದೂರ ಸರಿಸಿದ್ದ. ಈಗ ಮಾರುತಿಯ ಹುದ್ದೆ ನೋಡಿ ಎಲ್ಲರೂ ಹತ್ತಿರ ಬರುತ್ತಿರುವರೆಂದೂ, ತನಗೆ ಜೀವನ ರೋಸಿ ಹೋಗಿದೆಯೆಂದೂ ಇನ್ನು ಹೋಗುವೆನು ಎಂದರು.' ಅಪ್ಪನ ಸಾವಿನಿಂದ ಅಮ್ಮನಿಗೆ ಬುದ್ಧಿ ಭ್ರಮಣೆ ಆಗಿರಬೇಕೆಂದು ಮಾರುತಿ ಎಣಿಸಿದ. ಅಂದು ರಾತ್ರಿ ಮಲಗಿದ ಅಮ್ಮ ಮತ್ತೆ ಮೇಲೇಳಲೇ ಇಲ್ಲ.

ಇದೇನಿದು ಮಾರುತಿಗೆ ದೇವರು ಒಮ್ಮೆ ಕಷ್ಟ ಕೊಟ್ಟ. ನಂತರ ಕೆಲಸ ಕೊಟ್ಟು ಸುಖ ಕೊಟ್ಟ. ಹಿಂದೆಯೇ ರ್‍ಯಾಂಕ್ ವಂಚಿಸಿ ಮನಸ್ಸಿಗೆ ಆಘಾತವಾಗುವಂತೆ ಮಾಡಿದ. ಅದರ ವಿರುದ್ಧ ಹೋರಾಡಲು ಐ.ಏ.ಎಸ್. ಮಾಡುವಂತೆ ಪ್ರೇರೇಪಿಸಿದ. ತಕ್ಕನ ಹಾಗೆ ವಿದ್ಯಾ ಇಲಾಖೆಯಲ್ಲಿ ಸೇರಿಸಿ ಅಲ್ಲಿಯ ಪದ್ಧತಿಯನ್ನು ಸರಿ ಮಾಡಬೇಕೆನ್ನುವ ಯೋಚನೆಯಲ್ಲಿರುವಾಗಲೇ ಅಪ್ಪ ಅಮ್ಮರಿಬ್ಬರನ್ನೂ ಕಿತ್ತುಕೊಂಡಿದ್ದ.

ದೊಡ್ಡವನು ತನಗಿಷ್ಟ ಬಂದ ಹಾಗೆ ಮನೆಯವರಿಗ್ಯಾರಿಗೂ ಹೇಳದೇ ತನ್ನ ಬಾಳನ್ನು ರೂಪಿಸಿಕೊಂಡ. ಮತ್ತೆ ಈ ಕಡೆ ತಲೆಯೇ ಹಾಕಿಲ್ಲ. ಅವನಿಗೆ ನಾವ್ಯಾರೂ ಬೇಕಿಲ್ಲ. ಎರಡನೆಯ ಅಣ್ಣನಿಗೆ ಮದುವೆಯಾಗಿ ಅವನ ಸಂಸಾರ ಸಾಗರದಲ್ಲಿ ಅವನು ಏಳದಂತೆ ಮುಳುಗುತ್ತಿರುವ. ಮೊದಲಿನಂತೆ ಸಲುಗೆಯಿಂದ ಮಾತನಾಡದೇ, ಯಾವಾಗ ಏನೇ ಮಾತನಾಡಿದರೂ, ' ಅಯ್ಯೋ! ಈ ಮೂರು ಹೆಣ್ಣುಮಕ್ಕಳನ್ನು ಅದು ಹೇಗೆ ಬೆಳೆಸುವುದೋ, ಎಂದು ಇವರುಗಳ ಮದುವೆ ಮಾಡುವೆನೋ, ಅದು ಹೇಗೆ ನಡೆಯುವುದೋ' ಎಂದು ಹಲುಬುತ್ತಲೇ ಇರುವನು. ಉಳಿದ ಇಬ್ಬರು ತಮ್ಮಂದಿರೂ

ಆಗಲೇ ತಮಗಿಷ್ಟ ಬಂದವರನ್ನು ಮದುವೆ ಆಗಿ ಮನೆ ಕಟ್ಟಿ ದೂರ ಸರಿದಿದ್ದರು. ಮಾರುತಿಯು ತಂಗಿಗೂ ಒಳ್ಳೆಯ ಕಡೆ ಮದುವೆ ಮಾಡಿಕೊಟ್ಟಿದ್ದ. ತಮ್ಮಂದಿರೂ ತಂಗಿಯೂ ತಮ್ಮ ತಮ್ಮ ಜೀವನ ರೂಪಿಸಿಕೊಂಡರು. ಅವರಿಗಾಗಲೇ ತಿಳಿದುಹೋಗಿತ್ತು. ತಾವು ಮನೆಯ ಕಡೇ ಏನಾದ್ರೂ ಹೆಗಲು ಕೊಟ್ಟಾರೆ ತಮ್ಮ ಜೀವನದ ಸಿಹಿಯನ್ನು ಅನುಭಸಿವುದಾಗುವುದಿಲ್ಲ. ಅದರಲ್ಲೂ ಮುಖ್ಯವಾಗಿ ಅವರುಗಳೊಂದಿಗೆ ಬಂದು ಸೇರಿದವರು ಮತ್ತು ಅವರ ಮನೆಯ ಕಡೆಯವರು 'ನಿಮಗ್ಯಾಕೆ ಅದೆಲ್ಲಾ ಉಸಾಬರಿ, ಮಾರುತಿಗೇನು ಮದುವೆಯಾ ಸಂಸಾರವಾ? ಅವನೇ ಎಲ್ಲಾ ನೋಡಿಕೊಳ್ಳಲಿ. ನೀವು ಸುಮ್ಮನೆ ನಿಮ್ಮ ಹಾದಿ ನೋಡಿಕೊಳ್ಳಿ. ಅಷ್ಟೂ ನಮಗೆ ಏನಾದರೂ ಬೇಕಿದ್ದಲ್ಲಿ ಅವನು ನಮಗೆ ಆಸರೆ ಆಗಲಿಕ್ಕೆ ಬೇಕೇ ಬೇಕಾಗತ್ತೆ, ನೀವೇನು ಕುಬೇರನ ಮಕ್ಕಳಲ್ಲವಲ್ಲಾ' ಅಂದಿದ್ದರು. ಇಲ್ಲಿಯವರೆವಿಗೂ ಅವರನ್ನು ಸಾಕಿದವರು ಇವರುಗಳ ಕಣ್ಣೀಗೆ ನಿಕೃಷ್ಟರಾಗಿದ್ದರು. ಮಾರುತಿ ಯಾರ ಹತ್ತಿರ ಹೋದರೂ ಅವರವರ ಕಷ್ಟಗಳನ್ನು ಹೇಳಿಕೊಳ್ಳುವವರೇ ಹೊರತು ಅವನ ಬಗ್ಗೆ ಒಂದು ಕ್ಷಣವೂ ಯೋಚಿಸುವವರಿರಲ್ಲ.

ಮಾರುತಿಗೆ ಅನ್ನಿಸಿದ್ದು, ನಾನೂ ಮನುಷ್ಯ, ಇಲ್ಲಿಯವರೆವಿಗೆ ಅಪ್ಪ ಅಮ್ಮನ ಒಳಿತಿಗಾಗಿ ಮತ್ತು ಇವರೆಲ್ಲ್ರೂ ಒಡಹುಟ್ಟಿದವರಾಗಿದ್ದರಿಂದ, ಯಾವುದೋ ಕ್ಷಣದಲ್ಲಿ ತನ್ನಲ್ಲುಂಟಾದ ಛಲದಿಂದ ಅಲ್ಪ ಸ್ವಲ್ಪ ಮಾಡಿದೆ. ಇವರುಗಳಿಗೆ ಎಂದಿಗೂ ತಮ್ಮದೇ ಯೋಚನೆಗಳಾಯಿತು. ನನ್ನ ಬಗ್ಗೆ ತೃಣಮಾತ್ರವೂ ಯೋಚಿಸಲು ಸಮಯವಿಲ್ಲ, ಇಷ್ಟವೂ ಇಲ್ಲ. ಇವರುಗಳಿಗೆ ಮಾಡದೇ, ಇನ್ಯಾರಿಗಾದ್ರೂ ಮಾಡಿದ್ದರೆ, ಸ್ವಲ್ಪವಾದರೂ ಕೃತಜ್ಞತಾ ಭಾವ ತೋರಿಸುತ್ತಿದ್ದರು. ಅಷ್ಟಲ್ಲದೇ ನಾನು ಇನ್ಯಾಕೆ ಇರಬೇಕು. ಹಾಗೆ ನೋಡಿದರೆ ತಾನು ಇಲ್ಲಿಂದ ದೂರ ಹೋದರೂ ಯಾರಿಗೂ ಏನೂ ನಷ್ಟವಿಲ್ಲ. ಈ ಸಮಾಜವು ನನ್ನಿಂದಲೇ ಉದ್ಧಾರವಾಗಲಾರದು. ತನ್ನ ಕೈಲಿದ್ದನ್ನು ಯಾರು ಕೇಳಿದರೂ ಕೊಟ್ಟು ಬಿಡುವೆ. ಯಾವುದೂ ನನ್ನದಲ್ಲ. ಯಾವುದರ ಹಿಂದೆ ತಾನು ಹೋದರೂ ಅದು ಸಿಗುವುದಿಲ್ಲ. ಇಲ್ಲಿಯವರೆಗಿದ್ದ ಅವನ ಛಲದ ಸ್ವಭಾವ ಅದೆಲ್ಲೋ ಆವಿಯಂತೆ ಮಾಯವಾಗಿಹೋಗಿತ್ತು. ಇದೆಲ್ಲವನ್ನೂ ಪರಾಮರ್ಶಿಸಿದ ಮಾರುತಿ ಒಂದು ದಿನ ಬೆಳಗ್ಗೆ ನಸುಕಿನಲ್ಲೇ ಎದ್ದವನು ಯಾರಿಗೂ ಹೇಳದೇ ಕೇಳದೇ ಬಗಲಿಗೆ ಒಂದು ಚೀಲ ಏರಿಸಿ, ಇದ್ದ ಬದ್ದ ಹಣವನ್ನೆಲ್ಲಾ ಜೇಬಿಗೆ ಸೇರಿಸಿ ಹೊರಟ.

ಎಲ್ಲಿಗೆ ಹೋಗಬೇಕು? ಏನು ಮಾಡಬೇಕು? ತನ್ನ ಉದ್ದೇಶವೇನು? ಸ್ವಚ್ಛ ಕನ್ನಡಿಯಂತಾಗಿತ್ತು ಅವನ ಮನಸ್ಸು. ಎಲ್ಲಿಯೋ ಹೊರಟು ಹೋಗಿದ್ದಾನೆ. ಕೆಲವರು ಹೇಳುತ್ತಾರೆ, ಕಳೆದ ಬಾರಿ ಹೃಷೀಕೇಶದಲ್ಲಿ ಗಡ್ಡ ಬಿಟ್ಟಿದ್ದ ಒಬ್ಬ ಸಾಧುವನ್ನು ನೋಡಿದ್ದೆ. ಸ್ವಲ್ಪ ದೂರ ಈ ಕಡೆ ಬಂದ ಮೇಲೆ ಅವನೇ ಮಾರುತಿ ಇರಬೇಕು ಅನ್ನಿಸಿತ್ತು, ಅಂತ. ಇನ್ಯಾರೋ ಹೇಳಿದ್ದರು ನಾನು ನೇಪಾಳದಲ್ಲಿ

ನೋಡಿದ್ದೆ ಎಂತಲೂ, ಹೀಗೆ ತಮ್ಮ ಮನಸ್ಸಿಗೆ ಬಂದ ಹಾಗೆ ಹೇಳುತ್ತಿದ್ದಾರೆ. ಅವನಿಗಾಗಿ ಎಲ್ಲರೂ ಹುಡುಕುತ್ತಿರುವರು.

ನೀವೆಲ್ಲಾದರೂ ನಮ್ಮ ಮಾರುತಿಯನ್ನು ಕಂಡೀರಾ?

ಶನಿ ಕಾಟ

ರಮಾಕಾಂತ ಬಿ.ಎಸ್.ಸಿ ಮುಗಿಸಿದ ನಂತರ ಕೆಲಸಕ್ಕಾಗಿ ಅಲ್ಲಿ ಇಲ್ಲಿ ಪ್ರಯತ್ನಿಸುತ್ತಿದ್ದ. ಎಲ್ಲೂ ಕೆಲಸ ಸಿಕ್ಕಿರಲಿಲ್ಲ. ಆಗ ಅವನ ಸೋದರಮಾವ ವಿಶ್ವನಾಥ ಅವನಿಗೆ ಸುಮ್ಮನೆ ಮನೆಯಲ್ಲಿ ಕುಳಿತಿರುವ ಬದಲು ಎಲ್.ಎಲ್.ಬಿ.ಯನ್ನಾದರೂ ಮಾಡು ಎಂದು ಹೇಳಿದರು. ರಮಾಕಾಂತ ಹಾಗೇ ಮಾಡಿದ. ಆದರೆ ಈ ಮಧ್ಯೆ ಅವನಿಗೆಲ್ಲೂ ಕೆಲಸ ಸಿಗಲಿಲ್ಲ. ವಿಶ್ವನಾಥರೇ ತಮ್ಮ ಸ್ನೇಹಿತ ಮಾರ್ಕಂಡೇಯ ಎಂಬ ಒಬ್ಬ ಪ್ರಸಿದ್ಧ ಲಾಯರಿನ ಹತ್ತಿರ ಅಸಿಸ್ಟೆಂಟ್ ಆಗಿ ಕೆಲಸ ಮಾಡಲು ಸೇರಿಸಿದರು. ಅದಕ್ಕೆ ಪ್ರತಿಯಾಗಿ ತನ್ನ ಮಗಳು ಮನೋರಮೆಯನ್ನು ಮದುವೆಯಾಗಲು ಕೇಳಿಕೊಂಡರು. ಈ ಪ್ರಸ್ತಾಪಕ್ಕೆ ರಮಾಕಾಂತ ಇಲ್ಲ ಎನ್ನಲಾಗಲಿಲ್ಲ.

ಮನೋರಮೆಯ ಬಗ್ಗೆ ಒಂದೆರಡು ಮಾತುಗಳು ಹೇಳುವುದು ಸೂಕ್ತ. ಮನೋರಮೆ ನೋಡಲು ಅಂದವಾಗಿಲ್ಲದಿದ್ದರೂ ಕಣ್ಣು ಮೂಗು ಎಲ್ಲಿರಬೇಕೋ ಅಲ್ಲಲ್ಲಿಯೇ ಇದ್ದವು. ಹಾಗೂ ತಮ್ಮ ಪಾಡಿಗೆ ಸರಿಯಾಗಿ ಕೆಲಸ ಮಾಡಿಕೊಂಡಿದ್ದವು. ಓದು ಮುಗಿದ ಕೂಡಲೇ ರಿಸರ್ವ್ ಬ್ಯಾಂಕಿನಲ್ಲಿ ಗುಮಾಸ್ತೆಯ ಹುದ್ದೆ ದೊರಕಿತ್ತು. ಕೈನಲ್ಲಿ ಕೆಲಸ ಮತ್ತು ಹದಕ್ಕೆ ಬಂದಿದ್ದ ಹೆಣ್ಣಾಗಿದ್ದರಿಂದಲೇನೋ ಅವಳನ್ನು ಮದುವೆಯಾಗಲು ಗಂಡುಗಳ ದಂಡೇ ಕಾಯುತ್ತಿತ್ತು. ಆದರೂ ಯಾರೆಂದರೆ ಅವರಿಗೆ ಕೊಟ್ಟು ಮದುವೆ ಮಾಡಲು ವಿಶ್ವನಾಥರು ತಯಾರಿರಲಿಲ್ಲ. ಈಗ ಎದುರಿಗೇ ಅಕ್ಕನ ಮಗ ಇದ್ದಾನೆ. ಹೇಗಿದ್ದರೂ ತಾನು ಹೇಳಿದ ಹಾಗೇ ಕೇಳಿಕೊಂಡಿದ್ದಾನೆ. ತನಗೆ ಗಂಡು ಮಕ್ಕಳೂ ಇಲ್ಲ. ಮನೆ ಅಳಿಯ ಆಗಿರೋಕ್ಕೆ ಎಲ್ಲ ರೀತಿಯಲ್ಲೂ ಸರಿಯಾಗಿದ್ದಾನೆ. ಅದೂ ಅಲ್ಲದೇ ಸತ್ತು ಸ್ವರ್ಗ ಸೇರಿದ ಅಕ್ಕನ ಆತ್ಮಕ್ಕೆ ಶಾಂತಿ ದೊರೆತಂತೆಯೂ ಆಗುವುದು ಎಂದು ಯೋಚಿಸಿ ಮನೋರಮೆಯನ್ನು ರಮಾಕಾಂತನಿಗೇ ಕೊಟ್ಟು ಮದುವೆ ಮಾಡಲು ನಿರ್ಧರಿಸಿದರು.

ಸರಿ ಒಂದೇ ತಿಂಗಳಲ್ಲಿ ರಮಾಕಾಂತ ಮತ್ತು ಮನೋರಮೆಯರ ಮದುವೆ ಆಗಿಯೇ ಹೋಯ್ತು. ಹಾಂ! ಇಲ್ಲಿ ಮನೋರಮೆಯ ಇಷ್ಟ ಅನಿಷ್ಟಗಳ ಬಗ್ಗೆ ವಿಶ್ವನಾಥರು ಯೋಚಿಸಲೂ ಇಲ್ಲ, ಅವಳನ್ನು ಕೇಳಲೂ ಇಲ್ಲ. ಪಾಪ ಅಪ್ಪನ ಮಾತು ಮೀರದಂತಹ ಮಗಳು, ಅಪ್ಪ ಮಾಡಿದ್ದೆಲ್ಲಾ ಸರಿಯೇ ಎಂದು ತಿಳಿದಿದ್ದಳು. ವಿಶ್ವನಾಥರು ನಿರ್ಧರಿಸಿದಂತೆಯೇ ಸರಳವಾಗಿ ಮನೆಯೊಳಗೇ ಮದುವೆ ನಡೆದು ಹೋಗಿತ್ತು.

ಮದುವೆಯಾದ ಮರುದಿನದಿಂದಲೇ ರಮಾಕಾಂತನಿಗೆ ಕೀಳರಿಮೆ ಉಂಟಾಗತೊಡಗಿತ್ತು. ತನಗೆ ಸರಿಯಾದ ಕೆಲಸವಿಲ್ಲ ಹಾಗೂ ತಿಂಗಳು ತಿಂಗಳಿಗೆ ನಿಖರವಾದ ವರಮಾನವಿಲ್ಲ. ಆದರೆ ತನ್ನ ಹೆಂಡತಿಗೆ ತಿಂಗಳ ಕೊನೆಗೆ ಸರಿಯಾಗಿ ಕೈ ತುಂಬಾ ಸಂಬಳ ಬರ್ತಿರೋದೇ ಇದಕ್ಕೆ ಕಾರಣ. ಮನೋರಮೆಗೆ ಇದರ ಬಗ್ಗೆ ಯೋಚನೆಯೇ ಬಂದಿರಲಿಲ್ಲ. ಅವಳ ಸ್ವಭಾವದಲ್ಲಿ ಹಣಕ್ಕೆ ಪ್ರಾಮುಖ್ಯತೆಯೇ ಇರಲಿಲ್ಲ. ಜೀವನದಲ್ಲಿ ಎಂದೂ ಸಂತೋಷದಿಂದಿರಬೇಕೆಂಬುದೊಂದೇ ಹಂಬಲ.

ರಮಾಕಾಂತನಿಗೆ ಲಾಯರಗಿರಿಯಲ್ಲಿ ಅವನ ಸೀನಿಯರ್ ಎಷ್ಟು ಕೊಟ್ಟರೆ ಅಷ್ಟು ಅಷ್ಟೇ. ಅದಕ್ಕೇನು ಇತಿ ಮಿತಿಯೇ ಇಲ್ಲ. ಒಮ್ಮೊಮ್ಮೆ ದಿನಕ್ಕೆ ೫೦ ಕೆಲವೊಮ್ಮೆ ೫೦೦. ಸೀನಿಯರ್ ಅವರಿಗೆ ಎಷ್ಟು ವರಮಾನ ಬರುತ್ತಿತ್ತೋ ಅದರಲ್ಲಿ ಕೆಲವಂಶ ಮಾತ್ರ ಇವನಿಗೆ ಕೊಡುತ್ತಿದ್ದರು. ಲೀವ್ ಅಪ್ಲಿಕೇಶನ್ ನಲ್ಲಿ ಬರುತ್ತಿದ್ದ ೫-೧೦ ರೂಪಾಯಿಗಳಲ್ಲೂ ಅವರಿಗೆ ಹೆಚ್ಚಿನ ಪಾಲು ಸಂದಾಯವಾಗಬೇಕಿತ್ತು. ತನಗೆ ಸ್ವಂತ ಪ್ರಾಕ್ಟೀಸ್ ಮಾಡಲು ಧೈರ್ಯ ಕೂಡಾ ಇಲ್ಲ.

ಹೆಂಡತಿಯೊಡನೆ ಪಿಕ್ಚರ್ ನೋಡಲು ಹೋದಾಗ ಅವಳು ಬಾಲ್ಕನಿಗೆ ಹೋಗೋಣವೆಂದರೆ, ಇವನು ಜೇಬು ತಡಕಾಡಿ, 'ಬೇಡ ಮಿಡಲ್ ಕ್ಲಾಸಿಗೇ ಹೋಗೋಣ, ಬಾಲ್ಕನಿಯಲ್ಲಿ ತಿಗಣೆ ಕಾಟ' ಅಂತ ಏನೋ ಸಬೂಬು ಹೇಳಿಬಿಡುತ್ತಿದ್ದ. ಮನೋರಮೆಗೆ ಇವನ ಪರಿಸ್ಥಿತಿಯ ಅರಿವಾಗಿತ್ತು. ಅವಳೇ ಅವನ ಕೈಗೆ ಹಣವನ್ನಿತ್ತು ಬಾಲ್ಕನಿಗೆ ತಿಕೀಟು ತೆಗೆಸುತ್ತಿದ್ದಳು. ರಮಾಕಾಂತ ಮನೆ ಅಳಿಯನಾಗಿದ್ದರಿಂದಲೇನೋ ಅವನಿಗೆ ಹಣದಡಚಣೆಯ ಬಿಸಿ ಅಷ್ಟಾಗಿ ತಟ್ಟಿರಲಿಲ್ಲ.

ಮುಂದೊಂದು ದಿನ ಸಕ್ಕರೆ ಕಾಯಿಲೆ ಉಲ್ಬಣವಾಗಿ ವಿಶ್ವನಾಥರು ಹಾಸಿಗೆ ಹಿಡಿದವರು ಮತ್ತೆ ಮೇಲೇಳಲೇ ಇಲ್ಲ. ಅಷ್ಟು ದೊಡ್ಡ ಮನೆಗೆ ರಮಾಕಾಂತನೊಬ್ಬನೇ ಗಂಡಸು. ಅವನಿಗೆ ಇದು ಹೆಮ್ಮೆಯ ವಿಷಯವಾಗಿತ್ತು.

ಈಗೀಗ ಹೆಂಡತಿಯೊಡನೆ ಸಣ್ಣ ಪುಟ್ಟ ವಿಷಯಗಳಿಗೆಲ್ಲಾ ಜಗಳ ತೆಗೆಯುತ್ತಿದ್ದನು. ಹೆಂಡತಿ ಬ್ಯಾಂಕಿಗೆ ಹೋಗುವಾಗ ಅವಳಿಗರಿವಿಲ್ಲದಂತೆ ಹಿಂಬಾಲಿಸಿ, ಅವಳು ಬಸ್ಸಿಗಾಗಿ ಕ್ಯೂನಲ್ಲಿ ಗಂಡಸರ ಹಿಂದೆ ನಿಂತರೂ ಅದರ ಬಗ್ಗೆ ಅಂದು ಸಂಜೆ ಮನೆಯಲ್ಲಿ ದೊಡ್ಡ ಜಗಳವೇ ಆಗುತ್ತಿತ್ತು. ಒಮ್ಮೊಮ್ಮೆ ಈ ಜಗಳ ತಾರಕಕ್ಕೇರಿದಾಗ ರಮಾಕಾಂತ ಮನೋರಮೆಯನ್ನು ಹೊಡೆದದ್ದೂ ಉಂಟು. ಮದುವೆಯಾದಂದಿನಿಂದ ಮನೋರಮೆಗೆ ಮನೆಯಲ್ಲಿ ಮನಶ್ಶಾಂತಿಯೇ ಸಿಗುತ್ತಿರಲಿಲ್ಲ. ಬ್ಯಾಂಕಿನಲ್ಲಿ ಸ್ವಲ್ಪ ಮಟ್ಟಿನ ಸಮಾಧಾನ ಸಿಗುತ್ತಿದ್ದುದರಿಂದ, ಅವಳು ಯಾವ ಕಾರಣಕ್ಕೂ ಬ್ಯಾಂಕಿಗೆ ಮಾತ್ರ ರಜೆ ಹಾಕುತ್ತಿರಲಿಲ್ಲ. ಅಲ್ಲಿ ಅವಳ ಸ್ನೇಹಿತೆಯರೊಡನೆ ತನ್ನ ಕಷ್ಟ ಸುಖಗಳನ್ನು ಹೇಳಿಕೊಂಡರೆ ಎಲ್ಲಿಲ್ಲದ

ಸಮಾಧಾನ ಸಿಗುತ್ತಿತ್ತು. ಈಗ ವರ್ಗವಾಗಿ ಬಂದಿದ್ದ ಅವಳ ಬಾಸ್ ತೇಲಂಗ್ ಇವಳಿಗೆ ಎಲ್ಲ ರೀತಿಯ ಉತ್ತೇಜನ ನೀಡುತ್ತಿದ್ದ. ಪ್ರಮೋಶನ್ ಪರೀಕ್ಷೆ ಬರೆಯಲೂ ತಿಳಿಸಿದ್ದ.

ಈಗೀಗ ರಮಾಕಾಂತ ಲಾಯರಿ ಕೆಲಸದ ಜೊತೆ ಗೂಢಚಾರಿ ಕೆಲಸವನ್ನೂ ಮಾಡುತ್ತಿದ್ದ. ಅದ್ಯಾಕೆ ಅವನಿಗೆ ತನ್ನ ಹೆಂಡತಿಯ ಬಗ್ಗೆ ಹೀಗೆ ಅನುಮಾನ ಬಂದಿತ್ತೋ? ಹೀಗೇ ಸ್ವಲ್ಪ ದಿನ ಕಳೆಯಲು ಮನೋರಮೆ ಗರ್ಭಿಣಿ ಆದಳು. ಒಮ್ಮೆ ಅವಳು ಡಾಕ್ಟರ್ ಹತ್ತಿರ ಹೋಗಬೇಕಾಗಿ ಬ್ಯಾಂಕಿಗೆ ರಜೆ ಹಾಕಿದ್ದಳು. ಗಂಡನಿಗೆ ತನ್ನ ಜೊತೆ ಡಾಕ್ಟರ್ ಬಳಿ ಬರಲು ಕೇಳಿಕೊಂಡಳು. ಅವನು ತನಗೇನೋ ಕೆಲಸ ಇದೆ = ನೀನೇ ನಿನ್ನಮ್ಮನನ್ನು ಕರೆದುಕೊಂಡು ಹೋಗು ಎಂದು ಸಬೂಬು ಹೇಳಿದ್ದ. ಹಾಗೆ ಹೇಳಿ ತನ್ನ ಕೆಲಸಕ್ಕೆ ಹೋಗುವ ಬದಲು ಮತ್ತೆ ಗೂಢಚಾರಿ ಕೆಲಸ ಮಾಡಲು ಬ್ಯಾಂಕಿಗೆ ಹೋಗಿದ್ದ. ಅಲ್ಲಿ ಅವರಿವರನ್ನು ಮನೋರಮೆಯ ಬಗ್ಗೆ ವಿಚಾರಿಸಲು ಮಿಶ್ರ ಪ್ರತಿಕ್ರಿಯೆಗಳು ಬಂದವು. ಕೆಲವರು ತೇಲಂಗ್ ಮತ್ತು ಮನೋರಮೆಯ ಸಂಬಂಧವನ್ನೂ ಕಲ್ಪಿಸಿದ್ದರು. ಈ ವಿಷಯವನ್ನು ಅವನು ತನ್ನಲ್ಲಿಯೇ ಇಟ್ಟುಕೊಂಡು ಮನೋರಮೆಯಲ್ಲಿ ವಿಚಾರಿಸಿರಲಿಲ್ಲ. ಅಂದು ಸಂಜೆ ಸಾರಿಗೆ ಉಪ್ಪು ಹೆಚ್ಚಾಗಿದೆಯೆಂದು ಜಗಳ ತೆಗೆದವನು ಹೆಂಡತಿಗೆ ಹೊಡೆದು ಅವಳು ಪ್ರಜ್ಞೆ ತಪ್ಪಿ ಬೀಳುವಲ್ಲಿಗೆ ಕೊನೆಗೊಂಡಿತ್ತು. ಮನೋರಮೆ ಮತ್ತು ಅವಳಮ್ಮನಿಗೆ ಮನ ರೋಸಿ ಹೋಗಿತ್ತು. ಹೋಗಿ ಹೋಗಿ ಇಂತಹ ಕ್ರೂರ ಪ್ರಾಣಿ ನಮಗೆ ಗಂಟು ಬಿದ್ದಿದೆಯಲ್ಲ ಎಂದು ಮಮ್ಮಲ ಮರುಗಿದರು.

ರಮಾಕಾಂತನ ಕೈನಲ್ಲಿ ಕಾಸಿಲ್ಲದೇ ಇದ್ದಾಗ್ಯೂ ಕುಡಿತದ ಚಟ ಬೇರೆ ಅಂಟಿಸಿಕೊಂಡಿದ್ದ. ಹೆಂಡತಿಗೆ ಹೊಡೆದು ಬಡಿದು ಅವಳಿಂದ ದುಡ್ಡು ಕಸಿಯುತ್ತಿದ್ದನು. ಅವಳಾದರೋ ಹಸುವಿನಂತಹವಳು. ಇವನಿಗೆ ಸರಿಯಾದ ವರಮಾನ ವಿಲ್ಲದೇ ಇರೋದೇ ಅವಳೊಂದಿಗೆ ಹೀಗೆ ವರ್ತಿಸುತ್ತಿರುವುದಕ್ಕೆ ಕಾರಣ, ಎಂಬ ಅಂಶವನ್ನು ಅರಿತಿದ್ದು ಎಲ್ಲವನ್ನೂ ಸಹಿಸಿಕೊಂಡು ಹೋಗುತ್ತಿದ್ದಳು.

ಮುಂದೆ ಒಂದು ದಿನ ಮನೋರಮೆ ಗಂಡು ಮಗುವಿನ ತಾಯಿಯಾದಳು. ಅಂದು ಮನೆಯಲ್ಲಿ ಹಣದ ಅವಶ್ಯಕತೆ ಹೆಚ್ಚಾಗಿ ಒಂದೊಪ್ಪತ್ತು ಬ್ಯಾಂಕಿಗೆ ಹೋಗಿ ಬರಬೇಕಾಯ್ತು. ಅವಳು ಆ ಕಡೆ ಹೋಗುತ್ತಿದ್ದ ಹಾಗೆಯೇ ಈ ಕಡೆ ರಮಾಕಾಂತನ ಗೂಡಚರ್ಯೆ ಪ್ರಾರಂಭವಾಗಿತ್ತು. ಮನೋರಮೆ ಬ್ಯಾಂಕಿನಲ್ಲಿ ಹಣ ತೆಗೆದು ಅವಳ ಬಾಸ್‌ನನ್ನು ಒಮ್ಮೆ ಮಾತನಾಡಿಸಿ ಬರೋಣವೆಂದು ಹೋಗಿದ್ದಳು. ಅದನ್ನು ನೋಡಿಯೇ ಅಂದು ಸಂಜೆ ಮನೆಯಲ್ಲಿ ಕುರುಕ್ಷೇತ್ರ ನಿರ್ಮಾಣವಾಗಿತ್ತು.

ಭಾಗ 2

ಅಂದು ಸಂಜೆ ರಮಾಕಾಂತ ಚೆನ್ನಾಗಿ ಕುಡಿದು ಬಂದು ಮನೆಯಲ್ಲಿ ದೊಡ್ಡ ಗಲಾಟೆ ಆರಂಭಿಸಿದ. ಇಷ್ಟು ದಿನಗಳೂ ಸುಮ್ಮನೆ ಇದ್ದ ಮನೋರಮೆಯ ಮನ ರೋಸಿಹೋಗಿತ್ತು. ಎಷ್ಟು ದಿನ ಅಂತ ಅವಳೂ ಸುಮ್ಮನಿದ್ದಾಳು. ಅವಳು ಮತ್ತು ಅವಳಮ್ಮನೂ ರಮಾಕಾಂತನ ಮೇಲೆ ತಿರುಗಿಬಿದ್ದರು. ಕುಡಿತದ ಅಮಲಿನಲ್ಲಿ ರಮಾಕಾಂತ ಹೆಂಡತಿಯನ್ನೂ ಮತ್ತು ಅವಳಮ್ಮನನ್ನೂ ಮಡಿಕೋಲಿನಿಂದ ಚೆನ್ನಾಗಿ ಹೊಡೆದಿದ್ದನು. ಆ ಹೊಡೆತದಲ್ಲಿ ಅವಳಮ್ಮನ ತಲೆಗೆ ಪೆಟ್ಟು ಬಿದ್ದು ಪ್ರಜ್ಞೆ ಕಳೆದುಕೊಂಡಿದ್ದಳು. ಅದನ್ನು ನೋಡಿದ ರಮಾಕಾಂತ ಹೆದರಿಕೆಯಿಂದ ಓಡಿ ಹೋಗಿದ್ದನು.

ಮನೋರಮೆ ತಾಯಿಯನ್ನು ಹತ್ತಿರದ ನರ್ಸಿಂಗ್ ಹೋಂಗೆ ಸೇರಿಸುವಷ್ಟರಲ್ಲೇ ದೊಡ್ಡ ಜೀವ ಇಹಲೋಕ ಯಾತ್ರೆ ಮುಗಿಸಿಯಾಗಿತ್ತು. ದಿಕ್ಕೇ ತೋಚದಂತಾಗಿದ್ದ ಮನೋರಮೆ ತಾಯ ಶವವನ್ನು ಮನೆಗೆ ತರಲು ಅಲ್ಲಿ ಇನ್ನೊಂದು ಆಘಾತ ಕಾದಿತ್ತು. ಆತುರದಲ್ಲಿ ಮನೆ ಬಾಗಿಲಿಗೆ ಬೀಗ ಹಾಕದೇ ಹೋಗಿದ್ದಳು, ಮನೋರಮೆ. ಮನೆಯಲ್ಲಿ ಮಲಗಿದ್ದ ಮಗು ಈಗ ಕಾಣೆಯಾಗಿದೆ. ದಿಕ್ಕೇ ತೋಚದಂತೆ ಕಂಗೆಟ್ಟು ಕೂತಿದ್ದಾಗ ನೆರೆ ಹೊರೆಯವರು ಮತ್ತು ಅವಳ ಸ್ನೇಹಿತೆಯರೂ ಹಾಗೂ ಅವಳ ಬಾಸ್ ತೇಲಂಗ್ ಮನೆಗೆ ಬಂದಿದ್ದರು.

ಇಲ್ಲಿ ತೇಲಂಗ್ ಬಗ್ಗೆ ಒಂದೆರಡು ಮಾತುಗಳು. ಈತ ಮೂಲತಃ ಮುಂಬಯಿಯವನು. ವರ್ಗವಾಗಿ ಬೆಂಗಳೂರಿಗೆ ಬಂದಿದ್ದ. ೪೫ ವರ್ಷ ವಯಸ್ಸಿನ ಈತನ ಮಕ್ಕಳು ಸ್ಕೂಲು ಕಾಲೇಜುಗಳಲ್ಲಿ ಓದುತ್ತಿದ್ದು, ಅವನ ಹೆಂಡತಿಯ ಮುಂಬಯಿ ಟೆಲಿಫೋನ್ಸ್‌ನಲ್ಲಿ ಕೆಲಸ ಮಾಡುತ್ತಿದ್ದಳು. ಮಕ್ಕಳ ಓದಿಗೆ ತೊಂದರೆ ಆಗಿದಿರಲೆಂದೂ, ಪತ್ನಿಯನ್ನು ಬೆಂಗಳೂರಿಗೆ ವರ್ಗ ಮಾಡಿಸುವುದು ಕಷ್ಟವೆಂದು ತಿಳಿದು ಅವನೊಬ್ಬನೇ ಇಲ್ಲಿದ್ದ. ಹೇಗೂ ೩-೪ ವರ್ಷಗಳ ತರುವಾಯ ಮರಳಿ ಮುಂಬಯಿಗೆ ಹೋಗಬಹುದೆಂಬುದು ಅವನ ಲೆಕ್ಕಾಚಾರ್‌ಅ. ಬ್ಯಾಂಕಿನ ಕೆಲಸದಲ್ಲಿ ತುಂಬಾ ಜಾಗರೂಕತೆ ಮತ್ತು ಚಾಣಾಕ್ಷತೆ ಇದ್ದುದರಿಂದ ಇವನಿಗೆ ಹಿರಿಯ ಸ್ಥಾನ ಲಭಿಸಿತ್ತು.

ತೇಲಂಗ್ ಅವರೇ ಮುಂದೆ ನಿಂತು ಶವ ಸಂಸ್ಕಾರವನ್ನು ಮಾಡಿದ್ದ. ನಂತರ ಮನೋರಮೆಯನ್ನು ಕರೆದೊಯ್ದು ಮಗು ಕಾಣೆಯಾದುದರ ಬಗ್ಗೆ ಮತ್ತು ಕೊಲೆಯ ಆಪಾದನೆ ಮೇಲೆ ಪೊಲೀಸ್ ಕಂಪ್ಲೇಂಟ್ ಕೊಡಿಸಿದ್ದರು. ದೂರು ದಾಖಲಾತಿ ಮಾಡಲು ಅದೇಕೊ ಪೊಲೀಸರು ಅಷ್ಟು

ಮುತುವರ್ಜಿ ತೋರಿಸಲಿಲ್ಲ. ಈಗ ಮನೋರಮೆಯ ಮುಂದೆ ಭೂತಾಕಾರವಾಗಿ ಬಂದು ನಿಂತ ಪ್ರಶ್ನೆ - ಮುಂದೇನು ಮಾಡುವುದು? ತನ್ನವರು ಎನ್ನಲು ಯಾರಿದ್ದಾರೆ? ಮಗುವಿಲ್ಲದೇ ಇರಲಾಗುವುದೇ?

ಇದೇ ಪರಿಯಲ್ಲಿ ಯೋಚಿಸುತ್ತಿದ್ದಂತೆ ಪ್ರಜ್ಞಾಹೀನಳಾಗಿ ಬಿದ್ದಳು. ಸುತ್ತಲಿದ್ದವರೆಲ್ಲರೂ ಅವಳನ್ನು ಮನೆಗೆ ಕರೆದೊಯ್ದು ತಲೆಗೆ ನೀರು ತಟ್ಟಿ ಡಾಕ್ಟರನ್ನು ಕರೆಸಿ ಔಷೋಧೋಪಚಾರ ಮಾಡಿಸಿದ್ದರು. ಇನ್ನೂ ಹಸಿ ಬಾಣಂತಿಗೆ ಈಗ ಶಾಕ್ ಆಗಿದೆಯೆಂದೂ ಅವಳು ಅಪಸ್ಮಾರ ರೋಗಕ್ಕೆ ತುತ್ತಾಗಿದ್ದಾಳೆಂದೂ, ಅವಳನ್ನು ಈಗ ಮಗುವಿನಂತೆ ನೋಡಿಕೊಳ್ಳಬೇಕೆಂದೂ ಡಾಕ್ಟರು ತಿಳಿಸಿದ್ದರು.

ಎಲ್ಲರಿಗೂ ಅವರದ್ದೇ ತರಲೆ ತಾಪತ್ರಯಗಳು. ಇದನ್ನೆಲ್ಲಾ ಹೊತ್ತುಕೊಳ್ಳಲು ಯಾರೂ ತಯಾರಿರಲಿಲ್ಲ. ಕೊನೆಗೆ ವಿಧಿಯಿಲ್ಲದೇ ಸಿಕ್ಕಿ ಬಿದ್ದವ ತೇಲಂಗ್. ಅಂದು ರಾತ್ರಿಯಾದರೂ ಅವಳೊಂದಿಗಿರೋಣವೆಂದುಕೊಂಡು ಅಲ್ಲಿಯೇ ಉಳಿಯಲು ನಿರ್ಧರಿಸಿದ.

ಮಧ್ಯರಾತ್ರಿಯಲ್ಲಿ ಮನೋರಮೆಗೆ ಪ್ರಜ್ಞೆ ಬಂದು ನೀರು ಕೇಳಿದಳು. ತೇಲಂಗ್ ನೀರನ್ನು ಕೊಡುವಾಗ ಅವಳಿಗೆ ಹಿಂದಿನದ್ದೆಲ್ಲಾ ನೆನಪಿಗೆ ಬಂದಿತು. ಹಾಗೇ ತೇಲಂಗ್ ಯಾವ ಜನ್ಮದ ಸಂಬಂಧಿಯೋ ಎಂದು ನೆನೆಸಿಕೊಂಡಾಗ ಅವಳಿಗರಿವಿಲ್ಲದೆಯೇ ಕಣ್ತುಂಬಿ ಬಂದಿತು. ಅವಳ ಕಣ್ಣಲ್ಲಿನ ದೈನ್ಯ ನೋಟವನ್ನು ಎದುರಿಸಲಾರದಾದ ತೇಲಂಗ. ಅವಳ ಕಣ್ಣುಗಳು ಹೃದಯ ವಿದ್ರಾವಕವಾಗಿ ಅವನಲ್ಲಿ ಬದುಕಿನ ಭಿಕ್ಷೆಯನ್ನು ಬೇಡುತ್ತಿದ್ದವು. ತೇಲಂಗ ಅವಳ ಈ ಯಾಚನಾ ದೃಷ್ಟಿಯನ್ನು ನೋಡಲಶಕ್ಯನಾದ. ಆ ಕ್ಷಣದಲ್ಲಿ ಅವನ ಕಣ್ಣಿಗೆ ಅವಳು ಬಲಹೀನವಾದ ಮಗುವಿನಂತೆ ಕಂಡಿದ್ದಳು. ಅವಳಿಗೆ ನೀರು ಕೊಟ್ಟು ಮುಂದೇನು ಮಾಡುವೆ ಎಂದು ಕೇಳಿದ.

ಅದಕ್ಕವಳು ಏನನ್ನೂ ನಿರ್ಧರಿಸಿಲ್ಲ, ತನಗೇನೂ ತೋಚುತ್ತಲೇ ಇಲ್ಲ, ಮಗು ಮಗು, ಅಮ್ಮ ಅಮ್ಮ ಎಂದು ಹಾಗೇ ಮತ್ತೆ ಮೂರ್ಛೆ ಹೋದಳು. ಅವಳಿಗೇನಾಯಿತೆಂದು ತಿಳಿಯದೇ ತೇಲಂಗನಿಗೆ ತುಂಬಾ ಘಾಬರಿಯಾಯಿತು. ತಾನು ಅವಳೊಂದಿಗೆ ಈ ವಿಷಯದ ಬಗ್ಗೆ ಈಗ ಮಾತನಾಡುವುದು ಥರವಲ್ಲ, ಸ್ವಲ್ಪ ದಿನ ಕಳೆಯಲಿ ಎಂದು ನಿರ್ಧರಿಸಿದ.

ಮರುದಿನ ಬೆಳಗ್ಗೆ ಡಾಕ್ಟರೊಡನೆ ಈ ವಿಷಯವಾಗಿ ಚರ್ಚಿಸಿದ. ಅವರು ಹೇಳಿದ್ದೇನೆಂದರೆ ಸ್ವಲ್ಪ ದಿನಗಳ ಮಟ್ಟಿಗೆ ಮನೋರಮೆ ಈ ಮನೆಯಲ್ಲಿರುವುದು ಬೇಡ, ಜಾಗ ಬದಲಾದರೆ ಅವಳ ಮೇಲಾಗಿರುವ ಈ ಮನೋಗಾಯ ಗುಣವಾಗಬಹುದು, ಅಂತ. ಹಾಗಾದರೆ ಇವಳನ್ನು ಎಲ್ಲಿಗೆ ತಲುಪಿಸುವುದು ಎನ್ನುವ ಯೋಚನೆ ಆಯಿತು. ಅವಳ ನಿಕಟ ಸ್ನೇಹಿತೆಯರೊಡನೆ ವಿಚಾರವನ್ನೂ ಮಾಡಿದ. ಎಲ್ಲರ ಒಮ್ಮತ ಅಭಿಪ್ರಾಯವೆಂದರೆ ಸ್ವಲ್ಪ ದಿನಗಳ ಮಟ್ಟಿಗೆ ಅವಳು ತೇಲಂಗನ ಕ್ವಾರ್ಟರ್ಸಿನಲ್ಲಿ ಇರಲಿ ಮುಂದೇ ಏನಾಗುವುದೋ ನೋಡೋಣವೆಂದು. ಅಷ್ಟು ಹೊತ್ತಿಗೆ ತೇಲಂಗನಿಗೆ

ಮೇಲಿನ ಸ್ಥಾನಕ್ಕೆ ಬಡ್ತಿಯಾಗಿ ಹೈದರಾಬಾದಿಗೆ ವರ್ಗವಾಗಿತ್ತು. ಮನೋರಮೆಯೂ ಹೈದರಾಬಾದಿಗೆ ಹೋದರೆ ಇನ್ನೂ ಒಳಿತೆಂದು ಎಲ್ಲರೂ ನಿರ್ಧರಿಸಿದರು. ಸ್ವಲ್ಪವೇ ದಿನಗಳಲ್ಲಿ ಇಬ್ಬರೂ ಹೈದರಾಬಾದಿಗೆ ಹೋದರು.

ಮೊದಲ ಎರಡು ವರ್ಷಗಳು ಮನೋರಮೆಗೆ ಯಾತನೆಯಲ್ಲಿಯೇ ಜೀವನ ಕಳೆಯಬೇಕಾಯಿತು. ಬ್ಯಾಂಕಿನಲ್ಲಿರುವ ಸಮಯ ಬಿಟ್ಟರೆ ಮಿಕ್ಕೆಲ್ಲ ಸಮಯವೂ ಅವಳಿಗೆ ತನ್ನ ಮಗುವಿನ ಬಗೆಗೇ ಯೋಚನೆ. ಈ ಮಧ್ಯೆ ಆಗಾಗ್ಯೆ ತೇಲಂಗ್ ಬೆಂಗಳೂರಿನ ಸ್ನೇಹಿತರುಗಳನ್ನು ಸಂಪರ್ಕಿಸಿ ಇವಳ ಗಂಡ, ಮಗು ಮತ್ತು ತಾವು ನೀಡಿದ್ದ ಪೊಲೀಸ್ ಕಂಪ್ಲೇಂಟ್ ಬಗ್ಗೆ ವಿಚಾರಿಸುತ್ತಿದ್ದ. ಹೆಚ್ಚಿನ ಮಾಹಿತಿಯೇನೂ ದೊರಕಿರಲಿಲ್ಲ. ಅಷ್ಟರಲ್ಲೇ ಮನೋರಮೆ ತನ್ನ ಸುಖವನ್ನೆಲ್ಲಾ ತೇಲಂಗನಲ್ಲೇ ಕಾಣ ತೊಡಗಿದ್ದಳು. ಆದರೇನು ಅವಳೆಂದೂ ಸುಖದಿಂದಿರಬಾರದೆಂಬ ಶಾಪವೋ ಏನೋ, ತೇಲಂಗನಿಗೆ ಮರಳಿ ಮುಂಬೈಗೆ ವರ್ಗವಾಗಿತ್ತು. ಮುಂದೆ ತಿಳಿದುಬಂದ ವಿಷಯವೇನೆಂದರೆ, ಬೆಂಗಳೂರಿಗೆ ಬಂದಂದಿನಿಂದ ತೇಲಂಗ್ ತನ್ನ ಸಂಸಾರದೊಂದಿಗೆ ಅಷ್ಟು ಸಂಪರ್ಕವನ್ನಿಟ್ಟಿರಲಿಲ್ಲ ಮತ್ತು ಕಳೆದ ಎರಡೂವರೆ ವರ್ಷಗಳಿಂದ ಮುಂಬೈಗೆ ಹೋಗೇ ಇರಲಿಲ್ಲ. ಇದರ ಬಗ್ಗೆ ಅವನ ಪತ್ನಿಗೆ ಅನುಮಾನ ಬಂದು ಅವಳೇ ಬ್ಯಾಂಕಿನ ಹಿರಿಯ ಅಧಿಕಾರಿಗಳಲ್ಲಿ ದೂರನ್ನಿತ್ತಿದ್ದಳು. ತದಕಾರಣ ಹಿರಿಯ ಅಧಿಕಾರಿಗಳು ಇವನಿಗೆ ತಿಳಿಯದಂತೆ ವಿಚಾರಣೆ ಮಾಡಿ ಇವನನ್ನು ಮುಂಬೈಗೆ ವರ್ಗಾಯಿಸಿದ್ದರು.

ವಿಧಿಯಿಲ್ಲದೇ ಈಗ ತೇಲಂಗ್ ಮನೋರಮೆಯನ್ನು ಬಿಟ್ಟು ತಾನೊಬ್ಬನೇ ಮುಂಬಯಿಗೆ ಮರಳಬೇಕಾಯ್ತು. ಇಷ್ಟು ದಿನಗಳು ತೇಲಂಗನ ಆರೈಕೆಯಲ್ಲಿ ಮನೆಯ ಕಡೆಯ ಗಮನ ಸ್ವಲ್ಪ ಕಡಿಮೆ ಆಗಿದ್ದ ಮನೋರಮೆಗೆ ಮತ್ತೆ ತೇಲಂಗನ ಯೋಚನೆಯಲ್ಲಿ ಮೂರ್ಛಾರೋಗ ಬರಹತ್ತಿತ್ತು. ಅಷ್ಟು ಹೊತ್ತಿಗೆ ಮುಂಬೈನಿಂದಲೇ ಬಂದಿದ್ದ ಒಬ್ಬ ಹೊಸ ಅಧಿಕಾರಿ ಶ್ರೀನಿವಾಸನ್ ಇವಳ ಬಗ್ಗೆ ಕಾಳಜಿ ವಹಿಸ ಹತ್ತಿದ್ದ. ಅವನೂ ಮತ್ತು ತೇಲಂಗ್ ಮೊದಲಿನಿಂದ ಒಬ್ಬರಿಗೊಬ್ಬರು ಬಲ್ಲವರಾಗಿದ್ದರು. ಹಾಗಾಗಿ ತೇಲಂಗ್ ಶ್ರೀನಿವಾಸನ್‌ನಿಗೆ ಮನೋರಮೆಯ ವಿಷಯದ ಬಗ್ಗೆ ಸ್ವಲ್ಪ ಕಾಳಜಿ ವಹಿಸಲು ತಿಳಿಸಿದ್ದ. ಶ್ರೀನಿವಾಸನ್‌ನಿಗೆ ಇನ್ನೇನು ೩ ವರ್ಷದ ಸರ್ವಿಸ್ ಬಾಕಿ ಇತ್ತು. ಮಕ್ಕಳೆಲ್ಲರೂ ಕೈಗೆ ಬಂದಿದ್ದರು. ಆತನ ಪತ್ನಿ ಸತ್ತುಹೋಗಿ ೫ ವರ್ಷಗಳಾಗಿದ್ದುವು. ಒಂಟಿ ಪಿಶಾಚಿ. ಅವನಿಗೂ ಮನೆಯಲ್ಲಿ ಕೂಳು ಬೇಯಿಸಿಹಾಕಲು ಒಬ್ಬರು ಬೇಕಿತ್ತು. ಇವಳಿಗೂ ಗಂಡಸಿನ ಆಶ್ರಯ ಬೇಕಿತ್ತು. ಇಲ್ಲದಿದ್ದರೆ ಕಾಣದ ಆ ಊರಿನಲ್ಲಿ ಕಿತ್ತು ತಿನ್ನುವ ಹದ್ದುಗಳೇ ಜಾಸ್ತಿ.

ಅದೇನೇ ಆದರೂ ಮನೋರಮೆಗೆ ಮನೋರೋಗ ಎಂಬುದು ಶಾಶ್ವತವೇನೋ ಎನ್ನುವಂತಾಗಿತ್ತು. ಆಗಾಗ್ಯೆ ಬ್ಯಾಂಕಿನಲ್ಲೇ ಆಗಲಿ ಅಥವಾ ಮನೆಯಲ್ಲೇ ಆಗಲಿ ಮೂರ್ಛಾರೋಗ ಕಾಣಿಸಿಕೊಳ್ಳುತ್ತಿತ್ತು. ನಿರಂತರವಾಗಿ ವೈದ್ಯಕೀಯ ತಪಾಸಣೆಯ ಅಗತ್ಯವಿತ್ತು. ಮೊದಲ ಒಂದು

ವರ್ಷ ಶ್ರೀನಿವಾಸನ್ ಅವಳನ್ನು ಚೆನ್ನಾಗಿಯೇ ನೋಡಿಕೊಳ್ಳುತ್ತಿದ್ದನು. ನಂತರ ಅದೇನಾಯಿತೋ ಏನೋ ಅವನಿಗೆ ಅವಳ ಬಗ್ಗೆ ಅಷ್ಟು ಮುತುವರ್ಜಿ ಇರಲಿಲ್ಲ. ಮನೋರಮೆ ಔಷಧಿ ತೆಗೆದುಕೊಂಡಳೋ ಇಲ್ಲವೋ ಕೇಳುತ್ತಿರಲಿಲ್ಲ. ಅವಳೊಂದಿಗೆ ಅಷ್ಟಾಗಿ ಮಾತನ್ನೂ ಆಡುತ್ತಿರಲಿಲ್ಲ. ಈ ರೀತಿಯ ವರ್ತನೆಯಿಂದ ಮನೋರಮೆಯ ಮನೋರೋಗ ಇನ್ನೂ ಉಲ್ಬಣಗೊಳ್ಳುತ್ತಿತ್ತು. ಅವಳು ಎಲ್ಲೇ ಯಾವಾಗಲೇ ಮೂರ್ಛೆ ಬಿದ್ದರೂ ಸುತ್ತ ಮುತ್ತಲಿದ್ದವರು (ಬ್ಯಾಂಕಿನಲ್ಲಿ ಅಥವಾ ಮನೆಯಲ್ಲಿ) ಶ್ರೀನಿವಾಸನ್‌ನಿಗೆ ಸುದ್ದಿ ತಲುಪಿಸುತ್ತಿದ್ದರು. ಅವನು ಅಲ್ಲಿಗೆ ಬಂದು, ಎಲ್ಲರೆದುರಿಗೆ ಬಹಳ ಕಾಳಜಿ ಇರುವವನಂತೆ ನಾಟಕವಾಡಿ ಜನ ಕಡಿಮೆ ಆಗಲು ಅವಳ ಪರ್ಸಿನಿಂದ ಹಣವನ್ನು ಲಪಟಾಯಿಸಿ ಓಡಿ ಹೋಗುತ್ತಿದ್ದನು. ಇದೇ ರೀತಿ ಮುಂದೆ ಇನ್ನೂ ಒಂದೂವರೆ ವರ್ಷಗಳು ನಡೆಯಿತು. ನಂತರ ಸುತ್ತಮುತ್ತಲಿನ ಜನಗಳಿಗೆ ಇವನ ಕಳ್ಳಾಟ ತಿಳಿದು ಅವನ ಬಗ್ಗೆ ಬ್ಯಾಂಕಿನ ಹಿರಿಯ ಅಧಿಕಾರಿಗಳಿಗೆ ದೂರನ್ನಿತ್ತರು. ಅದೇ ಕಾರಣದ ಮೇಲೆ ಅವನನ್ನು ಮತ್ತೆ ಮುಂಬಯಿಗೆ ವರ್ಗ ಮಾಡಿದ್ದರು.

ಮನೋರಮೆಗೆ ಈಗೀಗ ಒಂಟಿತನ ಕಾಡಹತ್ತಿ, ತನ್ನ ಗಂಡ ಮಗುವಿನ ಯೋಚನೆ ಬಹಳವಾಗಿತ್ತು. ಗಂಡ ಹೇಗೇ ಇದ್ದರೂ ಪರವಾಗಿಲ್ಲ ಅವನೊಂದಿಗೆ ಹೊಂದಿಕೊಂಡು ಬಾಳ್ವೆ ನಡೆಸುವೆನೆಂದು ನಿರ್ಧರಿಸಿದಳು. ಹೇಗೋ ಅವರಿವರಿಂದ ಗಂಡನ ಬಗ್ಗೆ ವಿಷಯ ತಿಳಿದುಕೊಳ್ಳಲು ಪ್ರಯತ್ನಿಸಿದಳು. ಅವಳಿಗೆ ತಿಳಿದುಬಂದ ವರ್ತಮಾನದ ಪ್ರಕಾರ ಅವಳು ಈ ಕಡೆ ಬಂದಂದಿನಿಂದ ಅವನ ಆರೋಗ್ಯ ಹದಗೆಟ್ಟು ಬಹಳ ಕಷ್ಟ ಪಟ್ಟನು. ಜೊತೆಗೇ ಹೇಗೋ ಮಗುವನ್ನೂ ಸಾಕುತ್ತಿದ್ದನು. ಅವನ ಸೀನಿಯರೊಂದಿಗೆ ಸ್ವಲ್ಪ ವಾಗ್ವಾದವಾಗಿ ಕೆಲಸವನ್ನೂ ಕಳೆದುಕೊಂಡಿದ್ದನು. ನಂತರ ಯಾವುದೋ ಒಂದು ಕೋ-ಆಪರೇಟಿವ್ ಬ್ಯಾಂಕಿನಲ್ಲಿ ಲೀಗಲ್ ಅಡ್ವೈಸರ್ ಆಗಿ ಕೆಲಸ ಮಾಡಹತ್ತಿದನು. ಸ್ವಲ್ಪ ಶ್ರದ್ಧೆವಹಿಸಿ ಕೆಲಸ ಮಾಡಿದ್ದರಿಂದ ಒಳ್ಳೆಯ ಹೆಸರನ್ನು ಗಳಿಸಿದ್ದನು. ಮುಂದಿನ ೫ ವರ್ಷಗಳಲ್ಲಿ ಅದೇ ಬ್ಯಾಂಕಿನಲ್ಲಿ ದೊಡ್ಡ ಹುದ್ದೆಗೇರಿದ್ದನು. ಈಗ ಮಗನು ಶಾಲೆಗೆ ಸೇರಿದ್ದನು. ಇವಳು ಅವನನ್ನು ದೂರವಾಣಿಯ ಮೂಲಕ ಸಂಪರ್ಕಿಸಿದಾಗ ಅವನಿಗೂ ತನ್ನ ತಪ್ಪಿನ ಅರಿವಾಗಿ ಅವಳಿಗೆ ಬಂದು ಸೇರಲೆಂದು ಒತ್ತಾಯ ಮಾಡಹತ್ತಿದನು.

ವೈದ್ಯ ಹೇಳಿದ್ದೂ ಹಾಲೂ ಅನ್ನ ರೋಗಿ ಬಯಸಿದ್ದೂ ಹಾಲೂ ಅನ್ನ ಅನ್ನುವ ಹಾಗೆ ಇಬ್ಬರಿಗೂ ಒಬ್ಬರೊಬ್ಬರ ಸಹಾಯದ ಅವಶ್ಯಕತೆ ಇತ್ತು. ಸ್ವಲ್ಪ ದಿನಗಳಲ್ಲೇ ಮನೋರಮೆ ಅರೋಗ್ಯದ ದೃಷ್ಟಿಯಿಂದ ಬೆಂಗಳೂರಿಗೆ ವರ್ಗ ಕೇಳಿ ಸಫಲಳಾಗಿದ್ದಳು.

ಬಹಳ ಬೇಗ ಅವರಿಬ್ಬರೂ ಸೇರುವ ಕಾಲ ಬಂದೇ ಬಿಟ್ಟಿತು. ಮೊದಲ ಬಾರಿ ಅವರಿಬ್ಬರೂ ರೈಲ್ವೇ ಸ್ಟೇಷನ್ನಿನಲ್ಲಿ ಮಿಲನವಾದಾಗ ನೋಡಬೇಕಿತ್ತು, ಛೇ! ಮನುಷ್ಯನಲ್ಲಿ ಇಷ್ಟೊಂದು ಪ್ರೇಮ, ವಾತ್ಸಲ್ಯ ಇರತ್ತಾ - ಹಾಗಿದ್ದರೂ ಹೇಗೆ ಬೇರೆ ಬೇರೆಯಾಗಿರಬಯಸುವರು ಎನ್ನುವುದು ತಿಳಿಯುತ್ತಿತ್ತು.

ಆ ಬಾಂಧವ್ಯದ ಬಿರುಕಿನಿಂದಲೇ ಇಬ್ಬರೂ ದೈಹಿಕವಾಗಿ ಬಹಳ ಕ್ಷೀಣವಾಗಿದ್ದರು. ಒಬ್ಬರನ್ನೊಬ್ಬರು ನೋಡಿದ ಕೂಡಲೇ ಕಣ್ಣುಗಳಿಂದ ಆನಂದ ಬಾಷ್ಪ ಅನವರತ ಸುರಿಯಹತ್ತಿತ್ತು. ಇವರಿಬ್ಬರ ಮಧ್ಯೆ ನಿಂತಿದ್ದ ಆ ಮಗುವಿಗೆ ಏನು ನಡೆಯುತ್ತಿದೆ ಎಂಬುದರ ಪರಿವೆಯೇ ಇರಲಿಲ್ಲ. ಅಂತೂ ಇಂತೂ ಇಬ್ಬರೂ ಇದುವರೆವಿಗೂ ಸುಖವಾಗಿದ್ದಾರೆ, ಇತರರಿಗೆಲ್ಲರಿಗೂ ಮಾದರಿ ದಂಪತಿಗಳಾಗಿದ್ದಾರೆ.

ಇವರುಗಳಿಗೇನಾಗಿತ್ತು ಅಂತ ಕೇಳ್ತೀರಾ? ಏಳೂವರೆ ವರ್ಷಗಳ ಕಾಲದ ಶನಿಕಾಟ. ಮೊದಲ ಎರಡೂವರೆ ವರ್ಷ ಉಚ್ಛಾಯ ಸ್ಥಿತಿಯಲ್ಲೂ ಮಧ್ಯದ ಎರಡೂವರೆ ವರ್ಷ ಮಧ್ಯಮವಾಗಿಯೂ ಮತ್ತು ಕಡೆಯ ಎರಡೂವರೆ ವರ್ಷಗಳು ಇಳಿಮುಖದಲ್ಲೂ ಇದ್ದಿತು. ಶನಿದೇವ ಎಂತಹವರನ್ನೂ ಬಿಡದೆ ಕಾಡುವ ಎನ್ನುವುದಕ್ಕೆ ಈ ಕಥೆಗಿಂದ ಉತ್ತಮ ನಿದರ್ಶನ ಬೇಕೇ? ಎಲ್ಲರೂ ಒಳ್ಳೆಯವರೇ - ಯಾರೂ ಕೆಟ್ಟವರಲ್ಲ. ಹಾಗೆ ಆಡಿಸುವುದು ಈ ಗ್ರಹಗಳು - ಇದನ್ನೇ ಗ್ರಹಚಾರ ಎನ್ನುವರು.

ವಂಶದ ಕುಡಿ

ಪಾಂಡುರಂಗನನ್ನು ಮನೆಮಂದಿ ಮತ್ತು ಸ್ನೇಹಿತರೆಲ್ಲರೂ ಪ್ರೀತಿಯಾಗಿ ಪಾಂಡು ಅಂತ ಕರೆಯುತ್ತಿದ್ದರು. ತುಂಬಾ ಬುದ್ಧಿವಂತ, ಶಾಲಾಕಾಲೇಜುಗಳಲ್ಲಿ ಎಂದೂ ಮೊದಲನೇ ಸ್ಥಾನವನ್ನು ಇತರರಿಗೆ ಬಿಟ್ಟು ಕೊಟ್ಟವನಲ್ಲ. ಬಿ.ಕಾಂ. ಪದವಿ ಪಡೆದ ಕೂಡಲೇ ಅಕೌಂಟೆಂಟ್ ಜನರಲ್ ಆಫೀಸಿನಲ್ಲಿ ಆಡಿಟರ್ ಆಗಿ ಕೆಲಸ ಸಿಕ್ಕಿತ್ತು. ಮುಂದೆ ಓದಲು ಎಲ್ಲ ರೀತಿಯ ಅವಕಾಶಗಳಿದ್ದರೂ ಕೆಲಸ ಸಿಕ್ಕಿದುದರಿಂದಲೇನೋ ಓದಿಗೆ ಶರಣು ಹೊಡೆದ. ಅಲ್ಲಿಯಾದರೋ ಅವನ ಅದೃಷ್ಟವೆಂಬಂತೆ ಅವನನ್ನು ಆಡಿಟ್ ಇಲಾಖೆಗೆ ಪೋಸ್ಟಿಂಗ್ ಮಾಡಿದರು. ಮೊದಲನೆಯ ದಿನದಿಂದಲೇ ಆಡಿಟ್ ಕೆಲಸ. ತಿಂಗಳಲ್ಲಿ ಮೂರು ವಾರಗಳು ಆಡಿಟ್ ಕೆಲಸ. ಇನ್ನುಳಿದ ಒಂದು ವಾರದಲ್ಲಿ ಮೇಲಧಿಕಾರಿಗಳಿಗೆ ರಿಪೋರ್ಟ್ ಕೊಡುವುದು ಮತ್ತು ಅದು ಇದು ಕೆಲಸ ಮಾಡುವುದು. ಆರಾಮಿನ ಜೀವನ. ಕೈತುಂಬಾ ಸಂಬಳ, ಅದರ ಮೇಲೆ ಆಡಿಟ್ ನಲ್ಲಿರುವಾಗ ಪ್ರತಿ ದಿನವೂ ಭತ್ಯೆ. ಅದರಲ್ಲೇ ತನ್ನ ಖರ್ಚೆಲ್ಲವೂ ಆಗಿ ಹೋಗುತ್ತಿತ್ತು. ಅದಲ್ಲದೇ ಆಡಿಟ್ ಗೆಂದು ಹೋದಾಗ ಆಯಾ ಡಿಪಾರ್ಟ್ ಮೆಂಟ್ ನವರೇ ಊಟ ತಿಂಡಿ ಸಕಲವನ್ನೂ ವ್ಯವಸ್ಥೆ ಮಾಡುತ್ತಿದ್ದರು. ಹೀಗಾಗಿ ತಿಂಗಳಿಂದ ತಿಂಗಳಿಗೆ ಬ್ಯಾಂಕಿನ ಖಾತೆಯಲ್ಲಿ ಹಣ ಮೇಲೇರುತ್ತಿತ್ತೇ ಹೊರತು ಇಳಿಮುಖ ಕಾಣುತ್ತಲೇ ಇರಲಿಲ್ಲ. ಇನ್ನು ಮನೆ ಕಡೇ ಅನುಕೂಲಸ್ಥರೇ. ಅವನ ತಂದೆ ರಾಮಸ್ವಾಮಯ್ಯನವರು ತುಮಕೂರಿನ ಹತ್ತಿರದ ಒಂದು ಸಣ್ಣ ಹಳ್ಳಿಯಲ್ಲಿ ವ್ಯವಸಾಯ ನೋಡಿಕೊಳ್ಳುತ್ತಿದ್ದರು. ಅವರಿಗೆ ಹೊಟ್ಟೆ ಬಟ್ಟೆಗೇನೂ ಕೊರತೆ ಇಲ್ಲ. ಹೆಂಡತಿ ಲಕ್ಷ್ಮೀದೇವಿ ಗಂಡನಿಗೆ ತಕ್ಕಂತಿದ್ದಳು. ಇರುವನೊಬ್ಬನೇ ಮಗ. ಹುಡುಗ ಪಾಂಡುವಿನ ೧೦ನೇ ತರಗತಿಯವರೆವಿಗೆ ಹಳ್ಳಿಯಲ್ಲೇ ವಿದ್ಯಾಭ್ಯಾಸ ಆಗಿ ಮುಂದೆ ಕಾಲೇಜನ್ನು ತುಮಕೂರಿನಲ್ಲಿ ಮುಗಿಸಿ ಕೆಲಸಕ್ಕಾಗಿ ಬೆಂಗಳೂರಿಗೆ ಬಂದಿದ್ದನು. ಅಲ್ಲಿ ಒಂದು ಸಣ್ಣ ಮನೆಯನ್ನು ಮಾಡಿಕೊಂಡಿದ್ದನು. ಹೇಗೂ ಮಗನ ಓದು ಮುಗಿದು ಒಳ್ಳೆಯ ಕಡೆ ಕೆಲಸ ಸಿಕ್ಕಿದ್ದಾಗಿದೆ. ಇನ್ನು ಕೈ ಬಾಯಿ ಸುಟ್ಟುಕೊಂಡು ಹೊಟ್ಟೆ ಹೊರೆಯುವ ಬದಲು ಮದುವೆ ಮಾಡಿಬಿಟ್ಟರೆ ಸರಿ, ತಮ್ಮ ಪಕ್ಕದ ಮನೆಯ ಹುಡುಗಿ ಜಯಲಕ್ಷ್ಮಿಯೇ ಸರಿಯಾದ ಜೋಡಿ ಎಂದು ಲಕ್ಷ್ಮೀದೇವಿ ತನ್ನ ಗಂಡನಿಗೆ ತಿಳಿಸಿದಳು. ಗಂಡನಾದರೋ ಇದಕ್ಕೇ ಕಾಯುತ್ತಿದ್ದವನಂತೆ ತಕ್ಷಣ ಒಪ್ಪಿಗೆ ಸೂಚಿಸಿದ. ಪಕ್ಕದ ಮನೆಯ ಜಯಲಕ್ಷ್ಮಿಯ ತಂದೆಯಾದ ನರಸಿಂಹ ಮೂರ್ತಿಗಳಿಗೆ ಸ್ವರ್ಗ ಮೂರೇ ಗೇಣಿನಂತೆ ತೋರಿತು. ಇಷ್ಟು ಸುಲಭವಾಗಿ ಕನ್ಯಾಸೆರೆ ಬಿಡುವುದೇ ಎಂದು ಕನಸಿನಲ್ಲೂ ಅಂದುಕೊಂಡಿರಲಿಲ್ಲ. ಆದರೂ ಹುಡುಗನನ್ನು ಒಂದು ಮಾತು ಕೇಳಿ

ಎಂದು ನರಸಿಂಹ ಮೂರ್ತಿಗಳು ರಾಮಸ್ವಾಮಯ್ಯನವರಿಗೆ ಹೇಳಿದರು. ಅದಕ್ಕೆ ಅವರು 'ಅಯ್ಯೋ, ಅವನನ್ನೇನು ಕೇಳೋದು, ಇನ್ನೂ ಹುಡುಗು ಮುಂಡೇದು. ನಾನು ಅವನ ಪರವಾಗಿ ಹೇಳ್ತಿದ್ದೀನಿ, ಹುಡುಗ ಒಪ್ಪಿದ ಹಾಗೆಯೇ. ನೀವು ಬರುವ ಚೈತ್ರ ಮಾಸದಲ್ಲಿ ಮದುವೆ ಇಟ್ಟುಕೊಳ್ಳಿ, ಅದಕ್ಕೆ ಬೇಕಾದ ಎಲ್ಲ ಸಲಕರಣೆಗಳನ್ನೂ ಜೋಡಿಸಿಕೊಳ್ಳಿ' ಎಂದರು.

ಆದರೂ ನರಸಿಂಹ ಮೂರ್ತಿಗಳು, 'ಇನ್ನು ಹುಡುಗನಿಗೆ ವರೋಪಚಾರ ಎಂದೇನಾದರೂ ಬೇಕೋ ಹೇಗೆ ಕೇಳಿದರೆ ಒಳಿತು. ನೀವು ತಪ್ಪು ತಿಳಿಯದಿದ್ದರೆ ನಾನೇ ಒಂದು ಘಳಿಗೆ ಬೆಂಗಳೂರಿಗೆ ಹೋಗಿ ಪಾಂಡುವನ್ನು ನೋಡಿ ಬರುವೆ' ಎಂದರು.

ಅದಕ್ಕೆ ಪ್ರತಿಯಾಗಿ ರಾಮಸ್ವಾಮಿಗಳು, 'ಸರಿ, ನಿಮಗೆ ಹೇಗೆ ಬೇಕೋ ಹಾಗೆ ಮಾಡಿ. ಆದರೆ ವರದಕ್ಷಿಣೆ ಅಂತೆಲ್ಲಾ ನಮಗೇನೂ ಬೇಡ. ನಾನಿರುವವರೆಗೂ ಪಾಂಡುವೂ ಅದೇನನ್ನು ಕೇಳುವ ಹಾಗಿಲ್ಲ. ಹೇಗಿದ್ದರೂ ಅವನು ಆಡಿಟ್ ಮುಗಿಸಿ ಬೆಂಗಳೂರಿನಲ್ಲೇ ಇದ್ದಾನೆ, ನಾಳೆಯೇ ಹೋಗಿ ಬನ್ನಿ' ಎಂದರು.

ಆದರೂ ಮೂರ್ತಿಗಳ ಒಳ ಮನಸ್ಸು ಇದು ಏನೋ ಸರಿ ಇಲ್ಲ ಅಂತಲೇ ಇತ್ತು. ಅದೇನೆಂದು ಅವರಿಗೂ ಸರಿಯಾಗಿ ಚಿಂತಿಸಲಾಗುತ್ತಿಲ್ಲ. ಸರಿ ದೇವರಿಟ್ಟ ಹಾಗಾಗಲಿ, ಎಂದು ಮಾರನೆಯ ದಿನದ ಮೊದಲನೆ ಬಸ್ಸಿಗೇ ಬೆಂಗಳೂರಿಗೆ ಪ್ರಯಾಣ ಬೆಳೆಸಿದರು.

ನರಸಿಂಹ ಮೂರ್ತಿಗಳ ಏಕೈಕ ಪುತ್ರಿ ಜಯಲಕ್ಷ್ಮಿ ಹುಟ್ಟಿದ ವರುಷದಲ್ಲಿಯೇ ಅಮ್ಮನನ್ನು ಕಳೆದುಕೊಂಡಿದ್ದಳು. ಮಗಳಿಗೆ ಮಲತಾಯಿಯ ಕಾಟ ತಾಗಬಾರದೆಂದು ಮೂರ್ತಿಗಳು ಮತ್ತೆ ಮದುವೆಯಾಗಲಿಲ್ಲ. ಮಗಳನ್ನು ಅಂಗೈಯಲ್ಲಿ ಇಟ್ಟು ಸಾಕಿದರು. ಹೆಣ್ಣಿಲ್ಲದ ಮನೆಯಲ್ಲಿ ಹೆಣ್ಣು ಮಗವನ್ನು ಸಾಕುವುದು ಅಷ್ಟು ಸುಲಭವೇ? ಪಕ್ಕದಲ್ಲೇ ಇದ್ದ ಲಕ್ಷ್ಮೀದೇವಿಯವರು ಜಯಲಕ್ಷ್ಮಿಯನ್ನು ನೋಡಿಕೊಳ್ಳುತ್ತಿದ್ದರು. ಹಾಗಾಗಿ ಲಕ್ಷ್ಮೀದೇವಿಯವರಿಗೆ ಜಯಲಕ್ಷ್ಮಿ ಬಲು ಮೆಚ್ಚುಗೆಯ ಹುಡುಗಿಯಾಗಿದ್ದಳು. ಅವಳೇ ತನ್ನ ಸೊಸೆಯಾಗಬೇಕೆಂದು ಬಹಳ ಹಿಂದೆಯೇ ಮನಸ್ಸು ಮಾಡಿದ್ದರು. ಆದರೆ ಈ ವಿಷಯವನ್ನು ಯಾರೊಂದಿಗೂ ಅರುಹಿರಲಿಲ್ಲವಷ್ಟೆ. ಮಧ್ಯೆ ಮಧ್ಯೆ ಅವಳೊಂದಿಗೆ ಪಾಂಡುವಿನ ವಿಷ್ಯವನ್ನೇನಾದರೂ ಹೇಳುತ್ತಿದ್ದರೆ ತದೇಕಚಿತ್ತಳಾಗಿ ಹುಡುಗಿ ಆಲಿಸುವುದು ನೋಡಿ ಅವರ ನಿರ್ಧಾರ ಇನ್ನೂ ಬಲವಾಗಿತ್ತು. ಈಗ ಪಕ್ಕದ ಮನೆಯಿಂದ ತನ್ನ ಮನೆಗೆ ಹೆಣ್ಣುಮಗುವನ್ನು ತುಂಬಿಸಿಕೊಳ್ಳುವ ಕಾಲ ಕೂಡಿ ಬಂದಿತ್ತು.

ಮೂರ್ತಿಗಳು ಪಾಂಡುವಿನ ಮನೆ ತಲುಪಿದಾಗ ಪಕ್ಕದ ಮನೆಯವರಿ ತಿಳಿಸಿದ್ದು, ಹಿಂದಿನ ರಾತ್ರಿ ಅವನು ಆಡಿಟ್ ಗೆಂದು ಬೆಳಗಾವಿಗೆ ಹೋಗಿದ್ದಾನೆ, ಬರುವುದು ಇನ್ನೂ ಬಹಳ ದಿನಗಳಾಗುತ್ತದೆ

ಎಂದು. ಅಂದೇ ಊರಿಗೆ ವಾಪಸ್ಸಾಗಿ ರಾಮಸ್ವಾಮಿಗಳಿಗೆ ವಿಷಯವನ್ನು ಅರುಹಿದರು. ಆಗ ರಾಮಸ್ವಾಮಿಗಳು, 'ನಾನು ಬೇಡಾಂದ್ರೂ, ನೀವ್ಯಾಕೆ ಹೋದ್ರಿ, ಅವನು ನನ್ನ ಮಗ, ನಾನು ಹೇಳಿದ ಮೇಲೆ ಮುಗಿದುಹೋಯ್ತು. ನೀವು ಮದುವೆಗೆ ತಯಾರಿ ಮಾಡಿಕೊಳ್ಳಿ'.

ಎರಡು ದಿನಗಳ ನಂತರ ರಾತ್ರಿ ಪಾಂಡು ತನ್ನಮ್ಮನಿಗೆ ಬೆಳಗಾವಿಯಿಂದ ಫೋನ್ ಮಾಡಿದ್ದ. ಅಮ್ಮ ಅವನ ಮದುವೆ ಬಗ್ಗೆ ತಿಳಿಸಿದಾಗ, ಮೊದಲು ಅವನು 'ಅಯ್ಯೋ ಈಗಲೇ ಬೇಡಮ್ಮ, ನಾನಿನ್ನೂ ಎಸ್.ಐ.ಎಸ್. ಪರೀಕ್ಷೆ ತೆಗೆದುಕೊಳ್ಳಬೇಕು. ಅದರಲ್ಲಿ ಪಾಸಾದರೆ ಆಫೀಸರ್ ಆಗಬಹುದು, ಅದೇ ತನ್ನ ಉದ್ದೇಶ' ಎಂದಿದ್ದ. ಅದಕ್ಕೆ ಅವರಮ್ಮ, ಈ ವಿಷಯದಲ್ಲಿ ನಾನು ಮಾತನಾಡೋಲ್ಲ, ಅವರೇ ಮಾತಾಡ್ತಾರೆ, ಕೇಳಿಸಿಕೋ ಎಂದು ರಿಸೀವರ್ ಅನ್ನು ತನ್ನ ಗಂಡನ ಕೈಗೆ ಕೊಟ್ಟಿದ್ದಳು. ರಾಮಸ್ವಾಮಿಗಳದ್ದು ಸ್ವಲ್ಪ ಮುಂಗೋಪದ ಸ್ವಭಾವ. ಮಗನ ಮೊದಲ ಮಾತನ್ನು ಕೇಳುತ್ತಿದ್ದಂತೆಯೇ, ಕೋಪಗೊಂಡು, ಈ ಮನೆಯಲ್ಲಿ ನಾನು ಹೇಳಿದ್ದೇ ಕೊನೆ, ದೂಸರಾ ಮಾತನಾಡೋ ಹಕ್ಕು ಯಾರಿಗೂ ಇಲ್ಲ. ಇನ್ನು ಎರಡು ತಿಂಗಳಿಗೆ ಮದುವೆ ನಿಷ್ಕರ್ಶೆ ಆಗಿದೆ, ರಜೆ ಹಾಕಿ ಊರಿಗೆ ಬರಬೇಕು ಅಷ್ಟೆ ಎಂದು = ಪಾಂಡುವಿನಿಂದ ಮುಂದಿನ ಮಾತು ಕೇಳಿಸಿಕೊಳ್ಳುವ ಮುನ್ನವೇ ರಿಸೀವರ್ ಕೆಳಗೆ ಇಟ್ಟುಬಿಟ್ಟಿದ್ದರು.

ಅಪ್ಪನ ಒತ್ತಾಯದ ಮೇರೆಗೆ ಪಾಂಡು ಏಪ್ರಿಲ್ ನಲ್ಲಿ ಒಂದು ವಾರದ ಮಟ್ಟಿಗೆ ರಜೆ ಹಾಕಿ ಊರಿಗೆ ಬಂದಿದ್ದ. ಮದುವೆಯನ್ನು ಊರಿನಲ್ಲೇ ಮಾಡಿ ಮುಗಿಸಿದ್ದರು. ಇಷ್ಟವಿಲ್ಲದ ಪಾಂಡು ತನ್ನ ಹೆಂಡತಿಯೊಡನೆ ಸರಿಯಾಗಿ ಮಾತನ್ನೂ ಆಡಿರಲಿಲ್ಲ. ಮದುವೆ ಮುಗಿದ ಕೂಡಲೇ ಹೆಂಡತಿಯನ್ನೂ ಕರೆದೊಯ್ಯದೇ ತುರ್ತಾಗಿ ಕೆಲಸವಿದೆಯೆಂದು ಬೆಂಗಳೂರಿಗೆ ಹೊರಟುಹೋಗಿದ್ದ. ಹೋಗುವಾಗ ಜಯಲಕ್ಷ್ಮಿಗೆ ಒಂದು ಮಾತನ್ನೂ ಹೇಳಿರಲಿಲ್ಲ. ಪೆಚ್ಚು ಮೋರೆ ಹಾಕಿದ್ದ ಜಯಲಕ್ಷ್ಮಿಗೆ ಅವಳತ್ತೆ 'ನೀನೇನೂ ಬೇಜಾರು ಮಾಡ್ಕೋಬೇಡ. ಅವನ ಸ್ವಭಾವೇ ಹಾಗೆ. ಎಲ್ಲರೆದುರಿಗೆ ಜಾಸ್ತಿ ಮಾತನಾಡೋಲ್ಲ. ಅದೂ ಅಲ್ಲದೇ ಇಲ್ಲಿ ಅವನಪ್ಪನ ಭಯ ಅವನಿಗಿದೆ. ನಾವೇ ನಿನ್ನನ್ನು ಬೆಂಗಳೂರಿಗೆ ಕರೆದೊಯ್ಯುವೆವು. ಅಲ್ಲಿಗೆ ಹೋಗಿ ಮನೆತುಂಬಿಸಿಕೊಂಡ ಮೇಲೆ ಎಲ್ಲ ತನಗೆ ತಾನೇ ಸರಿ ಹೋಗುತ್ತದೆ' ಎಂದಿದ್ದರು. ಇಷ್ಟು ದಿನಗಳು ಅವರನ್ನು ಹತ್ತಿರ ನೋಡಿದ್ದ ಜಯಲಕ್ಷ್ಮಿಗೆ ಅವರೇ ತನ್ನ ತಾಯಿಯೇನೋ ಎನ್ನುವಂತಾಗಿ ಕಣ್ಣಲ್ಲಿ ಆನಂದಭಾಷ್ಪ ಇಣುಕಿ ನೋಡಿತ್ತು. ಯಾರಿಗೂ ಕಾಣಿಸದಂತೆ ಕಣ್ಣೊರೆಸಿಕೊಂಡಿದ್ದಳು.

ಮುಂದೆ ಇನ್ನೊಂದು ತಿಂಗಳವರೆಗೆ ಪಾಂಡುವಿನಿಂದ ಏನೂ ವಿಷಯ ತಿಳಿಯದಿರಲು, ರಾಮಸ್ವಾಮಿಗಳು ಲಕ್ಷ್ಮೀದೇವಿಯವರು, ಮತ್ತು ನರಸಿಂಹಮೂರ್ತಿಗಳು ಜಯಲಕ್ಷ್ಮಿ ಕರೆದುಕೊಂಡು ಬೆಂಗಳೂರಿಗೆ ಬಂದಿದ್ದರು. ಆಗ ಪಾಂಡು ಊರಿನಲ್ಲೇ ಇದ್ದ. ಲಕ್ಷ್ಮೀದೇವಿಯವರು ತನ್ನ ಗಂಡನಿಗೆ

ಪಾಂಡುವನ್ನು ಯಾರ ಮುಂದೆಯೂ ಬೈಬೇಡಿ ಎಂದೂ ಅದರಿಂದ ಸೊಸೆಗೇ ತೊಂದರೆ ಆಗಬಹುದೆಂದೂ ತಿಳಿಸಿದ್ದರು. ಅವರೇ ಪಾಂಡುವಿಗೆ ಸ್ವಲ್ಪ ಬುದ್ಧಿ ಹೇಳಿ ಇನ್ನು ಮುಂದೆ ಸೊಸೆಯೊಂದಿಗೆ ಸರಿಯಾಗಿ ಇರಲು ಹೇಳಿದ್ದರು. ಎರಡು ದಿನ ಎಲ್ಲರೂ ಅಲ್ಲಿಯೇ ಇದ್ದು, ನಂತರ ಊರಿಗೆ ವಾಪಸ್ಸಾಗಿದ್ದರು.

ಜಯಲಕ್ಷ್ಮಿ ಗಂಡನ ಮುಂದೆ ಭಯದಿಂದಲೇ ಇರುತ್ತಿದ್ದಳು. ಸ್ವಲ್ಪ ದಿನಗಳಲ್ಲೇ ಜಯ ಗರ್ಭವತಿಯಾಗಿದ್ದಳು. ಇಲ್ಲಿ ಯಾರೂ ನೋಡುವವರಿಲ್ಲವೆಂದೂ, ಮಗ ಎಂದೂ ಆಡಿಟ್ ಎಂದು ಅಲ್ಲಿ ಇಲ್ಲಿ ಅಲೆಯುತ್ತಿರುತ್ತಾನೆಂದೂ ಲಕ್ಷ್ಮೀದೇವಿಯವರು ೪ ನೇ ತಿಂಗಳಿನಲ್ಲೇ ಸೊಸೆಯನ್ನು ಊರಿಗೆ ಕರೆದೊಯ್ದಿದ್ದರು. ಅತ್ತೆಯ ಆರೈಕೆಯಿಂದ ಗಂಡು ಮಗು ಹುಟ್ಟಿತ್ತು. ಮಗು ಹುಟ್ಟಿದಾಗಲೊಮ್ಮೆ ಪಾಂಡು ಊರಿಗೆ ಬಂದವನು, ಮತ್ತೆ ಈ ಕಡೆ ತಲೆಯೇ ಹಾಕಿರಲಿಲ್ಲ. ಮಗುವಿನ ಆರೈಕೆ ನೋಡಲು ಬೆಂಗಳೂರಿನಲ್ಲಿ ಯಾರೂ ಇಲ್ಲವೆಂದು ಲಕ್ಷ್ಮೀದೇವಿಯವರು ಸೊಸೆಯನ್ನೂ ಬೆಂಗಳೂರಿಗೆ ಹೋಗಲು ಬಿಡಲಿಲ್ಲ. ಹಾಗೇ ಜಯಗೂ ಅತ್ತೆಯ ಸನಿಹವೇ ಸುಖ ಸಿಕ್ಕಿತ್ತು. ಎಂದೂ ಮಗುವಿನ ಜೊತೆಗೇ ಇದ್ದು ಗಂಡನನ್ನು ಮರೆತೇ ಬಿಟ್ಟಿದ್ದಳು.

ಹೀಗೇ ಒಂದು ವರ್ಷ ಕಳೆಯುತ್ತಿರಲು, ಒಂದು ಪಾಂಡುವಿನಿಂದ ಫೋನ್ ಬಂದಿತ್ತು. ತಾನು ಎಸ್.ಎ.ಎಸ್ ಪರೀಕ್ಷೆಯಲ್ಲಿ ಪಾಸಾಗಿದ್ದೇನೆಂದೂ ಒಂದು ತಿಂಗಳುಗಳಲ್ಲೇ ಪ್ರಮೋಶನ್ ಆಗುವುದೆಂದೂ ನವದೆಹಲಿಗೆ ಪೋಸ್ಟಿಂಗ್ ಕೊಟ್ಟಿರುವುದಾಗಿ ಮೊದಲು ಅಲ್ಲಿಗೆ ತಾನೊಬ್ಬನೇ ಹೊರಡಲು ತಯಾರಿ ನಡೇಸಿದ್ದೇನೆಂದೂ ತಿಳಿಸಿದ್ದನು. ಎಲ್ಲರಿಗೂ ಒಂದು ಕಡೆ ತಮ್ಮವನು ದೆಹಲಿಯಲ್ಲಿ ಆಫೀಸರ್ ಆಗಿರುವನೆಂದು ಸಂತೋಷವಾದರೂ ಇನ್ನೊಂದೆಡೆ ಸಂಸಾರದಿಂದ ವಂಚಿತನಾಗುತ್ತಿದ್ದಾನಲ್ಲಾ ಎಂಬ ಕೊರಗೂ ಇತ್ತು. ಊರಿನ ಕಡೆ ಬರದೇ ಪಾಂಡು ದೆಹಲಿಗೆ ಹೊರಟು ಹೋಗಿದ್ದ. ನಾಲ್ಕು ತಿಂಗಳ ಬಳಿಕ ರಾಮಸ್ವಾಮಿಗಳು ಹೃದಯಾಘಾತದಿಂದ ನಿಧನ ಹೊಂದಿದ್ದರು. ಆಗ ಪಾಂಡು ಊರಿಗೆ ಬರಲೇ ಬೇಕಾಗಿತ್ತು. ಎಲ್ಲ ಕಾರ್ಯಗಳೂ ಮುಗಿದ ಮೇಲೆ, ಲಕ್ಷ್ಮೀದೇವಮ್ಮನವರು ಜಯಾಳನ್ನೂ ಮಗುವನ್ನೂ ದೆಹಲಿಗೆ ಕರೆದೊಯ್ಯುವಂತೆ ಪಾಂಡುವಿಗೆ ತಿಳಿಸಿದರು. ಅದಕ್ಕೆ ಅವನು, ಅಮ್ಮ ನೀನಂತೂ ವರುಷ ಕಳೆಯುವವರೆಗೂ ಮನೆ ಬಿಡೋ ಹಾಗಿಲ್ಲ, ಹಾಗೇ ಅಲ್ಲಿಗೆ ಬರೋದಿಕ್ಕಾಗೋಲ್ಲ. ಅಲ್ಲಿಯಾದರೋ ಹಿಂದಿ ಇಂಗ್ಲೀಷ್ ಬಿಟ್ಟು ಬೇರೆ ಭಾಷೆಗಳಲ್ಲಿ ಮಾತನಾಡುವವರು ಇಲ್ಲವೇ ಇಲ್ಲ. ನಾನಂತೂ ನನ್ನ ಕೆಲಸಗಳಲ್ಲಿ ಮುಳುಗಿಹೋಗಿರ್ತೀನಿ. ಈ ಹಳ್ಳಿಗೊಡ್ಡು ಅಲ್ಲಿ ಹೇಗೆ ಸಂಸಾರ ನಡೆಸುತ್ತಾಳೆ. ಅವಳನ್ನು ನಾನು ಕರೆದೊಯ್ಯೋಲ್ಲ. ಮುಂದೆ ಯಾವಾಗಲಾದರೂ ನೋಡೋಣ ಎಂದು ಕೈಯಾಡಿಸಿ ಹೊರಟೇಬಿಟ್ಟ. ಈಗ ಅವನ ಕೋಪ ಮಾಡಿಕೊಂಡು ಬಯ್ಯಲು ಅವರಪ್ಪ ಇಲ್ವಲ್ಲ. ಅವನಿಗೆ ಹೇಳುವವರು ಕೇಳುವವರು ಯಾರಿದ್ದಾರೆ.

ಭಾಗ 2

ಒಂದು ವರ್ಷಗಳವರೆವಿಗೆ ಅತ್ತೆ ಮತ್ತು ಸೊಸೆ, ಪಾಂಡುವಿನ ಬಗ್ಗೆ ಯೋಚಿಸಿ ಯೋಚಿಸಿ ನಿರ್ವಿಣ್ಣರಾಗಿ ಹೋಗಿದ್ದರು. ಅವನು ಯಾಕೆ ಹೀಗೆ ಮಾಡ್ತಿದ್ದಾನೆ, ಜಯಾಳ ಜೊತೆ ಸರಿಯಾಗಿ ಮಾತನಾಡೋದಿರಲಿ ಕಣ್ಣೆತ್ತಿ ನೋಡುತ್ತಾ ಕೂಡಾ ಇಲ್ಲ. ಕೆಟ್ಟ ಹಾದಿಯನೇನಾದರೂ ಹಿಡಿದಿದ್ದಾನೇನೋ ಎಂಬ ಕೆಟ್ಟ ಯೋಚನೆ ಕೂಡಾ ಲಕ್ಷ್ಮೀದೇವಿಯವರ ತಲೆಯೊಳಗೆ ನುಸುಳಿತ್ತು.

ಛೇ! ಹಾಗಾಗದಿರಲಿ. ನನಗೆ ಮಾಡೋದಿಕ್ಕೆ ಕೆಲಸ ಇಲ್ದೇ ಇದ್ರೆ ಇಂತಹ ಯೋಚನೆಗಳೇ ಬರೋದು ಂ ಹಾಳು ಮನಸು ಎಂದುಕೊಂಡರು. ಹಾಗೆಲ್ಲಾ ಏನೇನೂ ಆಗದಿರೋ ಹಾಗೆ ಮಾಡಪ್ಪ ಎಂದು ದೇವರಲ್ಲಿ ಬೇಡಿಕೊಂಡು ದೇವರ ಮುಂದೆ ತುಪ್ಪದ ದೀಪ ಹಚ್ಚಿದರು.

ಆಗ ಅವರಿಗೆ ಜೀವನದ ಕುಡಿ ಮಗು ಅರವಿಂದನ ಆಟ ಪಾಠಗಳಿಂದ ಹೊಸ ತಿರುವು ದೊರಕಿದಂತಾಗಿತ್ತು. ಒಂದು ದಿನ ದೆಹಲಿಯಿಂದೊಂದು ಚಿಕ್ಕದಾದ ಪತ್ರ ಬಂದಿತ್ತು. ಪಾಂಡು ತನಗೆ ಮಲೇರಿಯ ಆಗಿ ಹಾಸಿಗೆ ಹಿಡಿದಿದ್ದೇನೆಂದೂ ಅವನಿರುವ ಕ್ವಾರ್ಟರ್ಸಿನ ಪಕ್ಕದ ಮನೆಯವರಾದ ಅಕೌಂಟ್ಸ್ ಆಫೀಸರ್ ಜೋಷಿಗಳ ಮನೆಯವರೇ ಅವನ ಆರೈಕೆ ಮಾಡುತ್ತಿದ್ದಾರೆಂದು ತಿಳಿಸಿದ್ದ. ಲಕ್ಷ್ಮೀದೇವಿಯವರಿಗೆ ಜಂಘಾಬಲವೇ ಉಡುಗಿದಂತಾಗಿತ್ತು. ವಂಶದ ಕುಡಿ ಇಂತಹ ಪರಿಸ್ಥಿತಿಯಲ್ಲಿದೆಯೇ? ಯಾರೋ ಪಕ್ಕದ ಮನೆಯವರು ಅವನನ್ನು ನೋಡಿಕೊಳ್ಳುವಂತಾಯಿತೇ? ಪತಿ ತೀರಿ ಹೋದಂದಿನಿಂದ ಪಾಂಡುವಿನಿಂದ ಫೋನ್ ಕರೆಗಳೂ ನಿಂತು ಹೋಗಿತ್ತು. ಅವನನ್ನು ಹೇಗೆ ಸಂಪರ್ಕಿಸುವುದು ಎಂದೂ ತಿಳಿಯದಾಗಿತ್ತು.

ದಿಕ್ಕೇ ತೋಚದಂತಾಗಿ ತಲೆಯೊಳಗೆ ಏನೇನೋ ಯೋಚನೆಗಳೇ ಬರಲಿಲ್ಲ. ಹಾಗೇ ಗರಬಡಿದವರಂತೆ ಕುಸಿದು ಕುಳಿತರು. ಇವರನ್ನು ನೋಡಿ ಜಯಾಳು ಏನೂ ವಿಷಯ ತಿಳಿಯದೆ, 'ಏನಮ್ಮಾ ಹಾಗೆ ನಿಂತ್ರಿ, ಏನಾಗ್ತಿದೆ, ತಲೆ ತಿರುಗಿದಂತಾಗ್ತಿದೆಯಾ?' ಎಂದು ಕೇಳಿದಳು.

ತಕ್ಷಣವೇ ಸಾವರಿಸಿಕೊಂಡ ಲಕ್ಷ್ಮೀದೇವಿಯವರು ವಿಷಯವನ್ನೆಲ್ಲಾ ಅವಳಿಗೆ ತಿಳಿಸಿ, ಒಮ್ಮೆ ದೆಹಲಿಗೆ ಹೋಗಿ ಬರೋಣವೇ ಎಂದರು. ಏನೂ ತಿಳಿಯದ ಜಯಾ ತಲೆಯಲ್ಲಾಡಿಸಲು, ಮುಂದೆ ಅವರಿವರಿಂದ ದೆಹಲಿ ಎಲ್ಲಿದೆ - ಹೇಗೆ ಹೋಗುವುದು ಎಂದು ಕೇಳಿ ತಿಳಿದು, ಸೊಸೆ ಮೊಮ್ಮಗುವಿನೊಂದಿಗೆ ಬೆಂಗಳೂರಿಗೆ ಬಂದು ಅಲ್ಲಿಂದ ಟ್ರೈನಿನಲ್ಲಿ ದೆಹಲಿಗೆ ಹೊರಟರು. ಪ್ರಯಾಣದ

ಸಮಯದಲ್ಲಿ ಅವರನ್ನು ಕಾಡುತ್ತಿದ್ದ ಪ್ರಶ್ನೆ, ದೆಹಲಿ ತಲುಪಿದ ತರುವಾಯ ಅಲ್ಲಿ ಇವನನ್ನು ಹೇಗೆ ಹುಡುಕುವುದು. ಎಲ್ಲಿಗೆ ಹೋಗುವುದು. ಜೊತೆಗೆ ಏನೂ ಅರಿಯದ ಸೊಸೆ ಮತ್ತು ಒಂದೂವರೆ ವರ್ಷದ ಕೂಸೂ ಇದೆ. ಇವರ ಚಿಂತಿತ ವದನವನ್ನೇ ವೀಕ್ಷಿಸುತ್ತಿದ್ದ ಎದುರಿನ ಸೀಟಿನಲ್ಲಿದ್ದ ಸೀತಮ್ಮನವರು ಇವರನ್ನು ಮಾತಿಗೆಳೆದರು.

ಸೀತಮ್ಮ - ಏನು ಮೊದಲ ಸಲ ದಿಲ್ಲಿಗೆ ಹೋಗ್ತಿದ್ದೀರಾ? ಯಾವೂರು? ದಿಲ್ಲಿಯಲ್ಲಿ ನಿಮ್ಮವರು ಯಾರಿದ್ದಾರೆ?

ಲಕ್ಷ್ಮೀದೇವಿ - ಹೂಂ ಕಣ್ರೀ. ಮೊದಲನೇ ಸರ್ತಿ ಹೋಗ್ತಿರೋದು. ನಮ್ಮದು ತುಮಕೂರಿನ ಹತ್ತಿರ ಹಳ್ಳಿ - ಚಿಕ್ಕನಹಳ್ಳಿ ಅಂತ - ಅಲ್ಲಿ ಮನೆ, ಜಮೀನು ಎಲ್ಲ ಇದೆ. ನನ್ನ ಮಗ ದೆಹಲಿ ಯಲ್ಲಿದ್ದಾನೆ. ನೀವು ಹೇಳಿದ ದಿಲ್ಲಿ ಅಂದ್ರೆ ಯಾವುದದು? ದೆಹಲಿ ಅಲ್ಲ ತಾನೇ?

ಸೀತಮ್ಮ - ಅಯ್ಯೋ, ನಿಮಗೆ ಗೊತ್ತಿಲ್ವೇ? ದಿಲ್ಲಿ, ದೆಹಲಿ ಎಲ್ಲಾ ಒಂದೇ. ನಿಮಗೆ ಹಿಂದಿ ಭಾಷೆ ಬಗ್ಗೆ ಗೊತ್ತಿಲ್ಲ ಅನ್ಸತ್ತೆ. ನಾವೆಲ್ಲಾ ದೆಹಲಿ ಅಂತ ಹೇಳೋದನ್ನೇ ಬಹಳ ಜನಗಳು ದಿಲ್ಲಿ ಅನ್ನೋದು. ಅದಿರ್ಲಿ - ನಿಮ್ಮವರು ಇಲ್ವೇ? ಪಾಪ ನೀವೂ ನನ್ನ ಹಾಗೇ ನೊಂದ ಜೀವ ಅನ್ಸತ್ತೆ. ಈಕೆ ಸೊಸೆಯೋ? ಮಗು ಮುದ್ದಾಗಿದೆ. ಮೊಮ್ಮಗಳಾ? ಏನು ಹೆಸರಿಟ್ಟಿದ್ದೀರಾ?

ಒಂದೇ ಉಸುರಿಗೆ ಪ್ರಶ್ನೆಗಳ ಸುರಿಮಳೆಯನ್ನೇ ಸುರಿಸಿದರು.

ಲಕ್ಷ್ಮೀದೇವಿ (ಆಕೆಯ ಮಾತುಗಳನ್ನು ಕೇಳಿ ದು:ಖ ಕಟ್ಟೆಯೊಡೆದು ಕಣ್ಣಿನಲ್ಲಿ ನೀರಾಗಿ ಕಣ್ಣೆವೆ ತೇವವಾಯ್ತು) - ಹೌದು ಕಣ್ರೀ - ನಮ್ಮವರು ತೀರಿ ಹೋಗಿ ಎರಡು ವರುಷಗಳಾಗ್ತಾ ಬಂತು. ಈಕೆ ನನ್ನ ಮಗಳಂತೆಯೇ ಇರುವ ನನ್ನ ಸೊಸೆ. ಇವನು ಮೊಮ್ಮಗ, ಮೊಮ್ಮಗಳಲ್ಲ. ಇಷ್ಟದಿಂದ ಲಂಗ ಹಾಕಿದ್ದೀವಿ ಅಷ್ಟೆ. ಹೆಸರು ಅರವಿಂದ. ನಿಮ್ಮ ಊರು ಯಾವುದು? ದೆಹಲಿಯನ್ನು ಈ ಮುಂಚೆ ನೋಡಿದ್ರಾ? ಅಲ್ಲಿ ಯಾರಿದ್ದಾರೆ?

ಸೀತಮ್ಮ - ಓಹ್ ಮೊಮ್ಮಗನಾ? ಚೂಟಿಯಾಗಿದ್ದಾನೆ. ಚೆನ್ನಾಗಿರು ಕಂದಾ. ನಮ್ಮೂರು ಬೆಂಗಳೂರೇ ಕಣ್ರೀ. ಮಗಳು ದಿಲ್ಲಿಯಲ್ಲಿ ಇದ್ದಾಳೆ. ಅವಳೂ ಅವಳ ಗಂಡನೂ ಅಲ್ಲಿ ಕೆನರಾ ಬ್ಯಾಂಕಿನಲ್ಲಿ ಕೆಲಸ ಮಾಡ್ತಿದ್ದಾರೆ. ಅವಳ ಗಂಡ ಪಂಜಾಬಿನವನು. ಯಾರಾದರೇನಂತೆ ಒಟ್ಟಿನಲ್ಲಿ ಅವರಿಬ್ಬರು ಚೆನ್ನಾಗಿದ್ದಾರೆ ಸಾಕಷ್ಟೆ. ನನ್ನ ಮನೆಯವರೂ ತೀರಿ ಹೋಗಿ ಹತ್ತು ವರ್ಷಗಳಾಯ್ತು. ಈಗ ಮಗಳ ಎರಡನೆ ಹೆರಿಗೆಗೆ ಹೋಗ್ತಿದ್ದೀನಿ. ಅವಳೇನೂ ಕರೆದಿಲ್ಲ. ಆದ್ರೂ ಮನಸ್ಸು ತಡೆಯೋಲ್ಲ. ಅದಕ್ಕೇ ನಾನೇ ನಾನಾಗಿ ಹೋಗ್ತಿದ್ದೀನಿ. ಅವಳ ಗಂಡನ ಮನೆಯವರು ಯಾರೂ ಇವರಲ್ಲಿಗೆ ಬರೋಲ್ಲ.

ಅದ್ಸರಿ, ದೆಹಲಿಯಲ್ಲಿ ನಿಮ್ಮ ಮಗ ಎಲ್ಲಿ ಮನೆ ಮಾಡಿದ್ದಾನೆ? ಕೆಲಸ ಎಲ್ಲಿ? ಏನಾಗಿದ್ದಾನೆ?

ಲಕ್ಷ್ಮೀದೇವಿ - ಈಗ ನನ್ನ ಮನಸ್ಸು ಸ್ವಲ್ಪ ನಿರಾಳ ಆಯ್ತು ನೋಡಿ. ನನ್ನ ಹಾಗೇ ನೀವೂನೂ. ನೀವು ಸಿಕ್ಕಿದ್ದು ದೇವರು ಸಿಕ್ಕಿದ ಹಾಗಾಯ್ತು. ಮಗ ಅದ್ಯಾವುದೋ ಆಡಿಟರ್ ಕೆಲಸ. ಗೌರ್ನ್ಮೆಂಟ್ ಕೆಲಸ. ಮನೆ ಎಲ್ಲಿ ಗೊತ್ತಿಲ್ಲ. ಅಲ್ಲಿ ಸೆಕ್ಷನ್ ಆಫೀಸರ್ ಆಗಿದ್ದಾನೆ. ಅವನಿಗೆ ಮಲೇರಿಯಾ ಆಗಿದೆಯಂತೆ. ನಾವು ಅಲ್ಲಿಗೆ ಹೋಗ್ತಿರೋದು ಅವನಿಗೆ ತಿಳೀದು. ಅವನಿರೋ ಕಡೆ ಹೇಗೆ ಹೋಗೋದು ಗೊತ್ತಿಲ್ಲ. ಆದರೂ ಭಂಡ ಧೈರ್ಯ ಮಾಡಿ ಹೊರಟು ಬಿಟ್ಟಿದ್ದೀವಿ. ಆ ಪರಮಾತ್ಮನೇ ದಾರಿ ತೋರಿಸ್ಬೇಕು.

ಸೀತಮ್ಮ - ನೀವೇನೂ ಯೋಚ್ನೆ ಮಾಡ್ಬ್ಯಾಡ್ರೀ. ನಾನು ನಿಮ್ಮನ್ನು ಅವನಲ್ಲಿರೋ ಕಡೆಗೆ ತಲುಪಿಸ್ತೀನಿ ಬಿಡಿ. ಏನಂದ್ರಿ - ಗೌರ್ನ್ಮೆಂಟ್ ಕೆಲಸ ಆಡಿಟರ್ ಅಂತಾನಾ? ಸರಿ ಬಿಡಿ, ಹಾಗಿದ್ರೆ ಆಡಿಟರ್ ಜೆನೆರಲ್ ಆಫೀಸು ಇರ್ಬೇಕು. ಮೊದಲು ನನ್ನ ಮಗಳು ಕೆಲಸಕ್ಕೆ ಸೇರಿದ್ದೇ ಅಲ್ಲಿ. ಅವರ ಕ್ವಾರ್ಟರ್ಸ್ ನನ್ನ ಮಗಳ ಬ್ಯಾಂಕಿನ ಕ್ವಾರ್ಟರ್ಸ್ ಪಕ್ಕದಲ್ಲೇ ಇರೋದು. ಆ ಜಾಗಕ್ಕೆ ರವೀಂದ್ರ ನಗರ್ ಅಂತಾರೆ. ನಾನಿದ್ದೀನಿ ನೀವೇನೂ ಯೋಚನೆ ಮಾಡ್ಬೇಡಿ. ಊಟಕ್ಕೇನು ಮಾಡಿದ್ರಿ. ಓ! ಊರಿಂದ ಬರ್ತಿರೋದಲ್ವಾ. ಕಟ್ಟಿಕೊಂಡು ಬಂದಿರ್ಬೇಕು.

ಲಕ್ಷ್ಮೀದೇವಿ - ಅಯ್ಯೋ, ಊಟ ತಿಂಡಿ ಏನೂ ಮಾಡಿಲ್ಲ. ಮಗನ ಕಾಯಿಲೆ ವಿಷಯ ಕೇಳಿ ಉಟ್ಟ ಬಟ್ಟೆಯಲ್ಲಿ ಹಾಗೇ ಹೊರಟು ಬಂದಿದ್ದೀವಿ. ದಾರಿಯಲ್ಲಿ ಬಾಳೇ ಹಣ್ಣೋ ಏನನ್ನೋ ತೆಗೆದುಕೊಂಡ್ರಾಯ್ತು. ಮಗೂಗೆ ಹಾಲಿನ ಪುಡಿ, ರಾಗಿ ಹುರಿಯಿಟ್ಟು ಹಿಡ್ಕೊಂಡು ಬಂದಿದ್ದೀನಿ. ಅದೂ ಅಲ್ದೇ ಮಗನನ್ನು ನೋಡೋವರ್ಗೂ ಹೊಟ್ಟೆಗೇನೂ ಸೇರೋ ಹಾಗೇ ಇಲ್ಲ. ಅದ್ಸರಿ, ಇಲ್ಲೆಲ್ಲಾ ಬರೀ ಮಾಂಸವನ್ನೇ ಅಂತೆ ತಿನ್ನೋದು.

ಸೀತಮ್ಮ - ಇಲ್ಲಾರೀ. ನಿಮಗ್ಯಾರೋ ಸರಿಯಾಗಿ ತಿಳಿಸಿಲ್ಲ ಅನ್ಸತ್ತೆ. ಟ್ರೈನ್ ನಲ್ಲಿ ಊಟ ಬರತ್ತೆ. ಇಲ್ಲಿ ಜಾಸ್ತಿಯಾಗಿ ಚಪಾತಿ ತಿನ್ತಾರೆ ಅಷ್ಟೆ. ನಾನೂ ಏನನ್ನೂ ತಂದಿಲ್ಲ. ಊಟ ತಗೊಳ್ಳೋಣ ಬಿಡಿ. ಬೇಜಾರು ಮಾಡ್ಕೊಳ್ಳೋಲ್ಲ ಅಂದ್ರೆ ಒಂದು ವಿಷಯ - ಅಂದ ಹಾಗೆ ನೀವು ಮಡಿ ಅಲ್ಲ ತಾನೆ?

ಲಕ್ಷ್ಮೀದೇವಿ - ಓ ಹಾಗೋ! ಇಲ್ಲಿ ಎಲ್ಲರೂ ತುರುಕ ಭಾಷೆ ಮಾತಾಡ್ತಾರೆ ಅಂತ ಯಾರೋ ತಿಳಿಸಿದ್ರು. ಅದಕ್ಕೇ ಹಾಗೆ ತಿಳಿದಿದ್ದೆ ಅಷ್ಟೆ.

ಇಲ್ಲ ಇಲ್ಲ ಮಡಿ ಇಲ್ಲ. ನನ್ನವರು ಹೋದ ಹತ್ತನೇ ದಿನ ನಮ್ಮ ಮನೆ ಕಡೆ ಎಲ್ಲರೂ ಮಡಿ ಉಟ್ಕೋ ಅಂತ ದುಂಬಾಲು ಬಿದ್ದಿದ್ರು. ಆದರೆ ನನ್ನ ಮಗ ಮತ್ತು ನನ್ನ ತಮ್ಮ ಹಾಗೆ ಮಾಡ್ಬೇಡ -

ಈಗ ಹಳೆಯ ಕಾಲ ಅಲ್ಲ ಅಂತ ತಡೆದ್ರು. ನನ್ನ ಮಗನಂತೂ ತಾಳಿ ಕೂಡಾ ತೆಗೀಬೇಡ ಅಂತ ಹೇಳ್ತಿದ್ದ. ಹಾಗೆ ಮಾಡೋಕ್ಕಾಗುತ್ಯೇ. ಸಕೇಶಿ ಆಗೊಕ್ಕೆ ಮಾತ್ರ ಇಷ್ಟ ಇಲ್ಲ ಅಷ್ಟೆ.

ಇಷ್ಟು ಹೇಳುವುದರೊಳಗೆ ಅವರ ಕಂಠ ಗದ್ಗದಿತವಾಗಿತ್ತು.

ಅವರ ಸ್ಥಿತಿ ಗಮನಿಸಿದ ಸೀತಮ್ಮನವರು ಆ ವಿಷಯವನ್ನು ಮತ್ತೆ ಎತ್ತಲಿಲ್ಲ. ಅವರು ಮಾತು ಮರೆಸಲು

'ನಿಮ್ಮನ್ನು ಮನೆಗೆ ತಲುಪಿಸೋವರೆಗೂ ಎಲ್ಲವೂ ನನ್ನ ಜವಾಬ್ದಾರಿ. ಎಲ್ಲಿ ಮಗುವನ್ನು ಈ ಕಡೆ ಕೊಡಿ. ಕೂಸುಗಳನ್ನು ಆಡಿಸಿ ಬಹಳ ದಿನಗಳಾಯ್ತು' ಎಂದರು.

ಅತ್ತೆ ಸೊಸೆಯರಿಗೆ ಮನಸ್ಸು ನಿರಾಳವಾಯಿತು. ದೇವರು ಸಿಕ್ಕ ಹಾಗೆ ಸೀತಮ್ಮನವರು ಸಿಕ್ಕಿದ್ದರು. ಸೀತಮ್ಮನವರ ಗಟ್ಟಿತನಕ್ಕೆ ಮನಸ್ಸೊಳಗೇ ಅವರನ್ನು ಪ್ರಶಂಸಿಸಿದರು. ಎರಡು ರಾತ್ರಿ ಮತ್ತು ಒಂದು ದಿನದ ಪ್ರಯಾಣದ ತರುವಾಯ ದೆಹಲಿಗೆ ಬಂದು ತಲುಪಿದ್ದರು. ಗುಲ್ಬರ್ಗಾ ಬಿಟ್ಟಾಗಿನಿಂದ ಯಾವ ಜನಗಳ ಮಾತುಗಳೂ ಅರ್ಥವಾಗಿರಲಿಲ್ಲ. ಎಲ್ಲರೂ ತುರುಕರ ಭಾಷೆಯನ್ನೇ ಮಾತನಾಡುತ್ತಿದ್ದಾರೆ. ಈ ವಿಷಯ ಮುಂಚೆಯೇ ಗೊತ್ತಿದ್ದರೆ, ಊರಿನ ಮುಲ್ಲಾನನ್ನು ಏನಾದರೂ ಮಾಡಿ ಜೊತೆಗೆ ಕರೆತರಬಹುದಾಗಿತ್ತು ಎಂದು ಅನಿಸಿತ್ತು. ಸರಿ ಹೇಗಿದ್ದರೂ ಸೀತಮ್ಮನವರು ಇದ್ದಾರಲ್ಲ ಅಂತ ಸಮಾಧಾನವಾಗಿತ್ತು. ಸೀತಮ್ಮನವರು ಎಷ್ಟು ನಿರರ್ಗಳವಾಗಿ ತುರುಕ ಭಾಷೆಯಲ್ಲಿ ಮಾತಾಡ್ತಿದ್ದಾರೆ ಅಂತ ಆಶ್ಚರ್ಯವಾಗಿತ್ತು.

ಸೀತಮ್ಮನವರೊಂದಿಗೆ ಮಾತಾನಾಡ್ತಾ ಹಾಗೇ ದಿನ ರಾತ್ರಿ ಕಳೆದು ಹೋಯ್ತು. ದೆಹಲಿಯೂ ಬಂದು ತಲುಪಿದರು. ಎಲ್ಲೆಲ್ಲಿ ನೋಡಿದರೂ ಜನಗಳ ಜಂಗುಳಿ. ಬೆಂಗಳೂರನ್ನೇ ಸರಿಯಾಗಿ ನೋಡಿರದಿದ್ದ ಇವರುಗಳಿಗೆ ರೈಲ್ವೇ ಸ್ಟೇಷನ್ನಿನ ಹತ್ತಿರದ ದೆಹಲಿ ಒಂದು ದೊಡ್ಡ ಸಂತೆ ಮಾಳದಂತೆ ಕಂಡಿತ್ತು. ಎಲ್ಲೆಲ್ಲಿ ನೋಡಿದರೂ ಗಿಜಿ ಗಿಜಿ ಎನ್ನುವ ತಲೆಗೆ ಸಿಂಬಿ ಸುತ್ತಿರುವ ಜನಗಳೇ ಜಾಸ್ತಿ ಕಾಣುತ್ತಿದ್ದರು. ಸೀತಮ್ಮನವರೇ ಒಂದು ಆಟೋವನ್ನು ಕರೆದು ಸಾಮಾನು ಸರಂಜಾಮಿನ ಜೊತೆ ರವೀಂದ್ರನಗರದ ಕಡೆಗೆ ಹೊರಟರು. ಲಕ್ಷ್ಮೀದೇವಿಯವರಿಗೆ ಬಹಳ ಆಶ್ಚರ್ಯವಾಗಿತ್ತು. ಅಲ್ಲ ಈಕೆ, ವಯಸ್ಸಿನಲ್ಲಿ ನನಗೆ ಸಮಾನಳಾದವಳು. ತುಂಬಾ ಬುದ್ಧಿವಂತೆ. ನನಗೆ ತಿಳಿಯದೇ ಇರೋ ಭಾಷೆಯಲ್ಲಿ ಆ ಆಟೋದವನ ಜೊತೆ ಕೂಡಾ ವ್ಯವಹಾರ ಮಾಡುತ್ತಾರಲ್ಲ, ಇದನ್ನೆಲ್ಲ ಇವರು ಹೇಗೆ ಕಲಿತಿದ್ದಾರೆ. ನನಗೇಕೆ ಇದುವರೆವಿಗೂ ಇದೇನೂ ಗೊತ್ತಿಲ್ಲ. ತಲೆಯೊಳಗೆ ಹೀಗೇ ಏನೇನೋ ಯೋಚನೆಗಳು ಬಂದು ಹೋಗುತ್ತಿದ್ದವು. ಅರವಿಂದ ಅಜ್ಜಿಯ ಸೆರೆಗೆಳೆದಾಗಲೇ ವಾಸ್ತವಕ್ಕೆ ಬಂದದ್ದು. ನೋಡಿದರೆ, ಆಗಲೇ ಬಹುಮಹಡಿ ಕಟ್ಟಡಗಳ ಮುಂದೆ ಆಟೋ ನಿಂತಿದೆ. ಸೀತಮ್ಮನವರೇ ದುಡ್ಡನ್ನೂ

ಕೊಡುತ್ತಿದ್ದಾರೆ. ಲಕ್ಷ್ಮೀದೇವಿಯವರಿಗೆ ನಾಚಿಕೆ ಆಯ್ತು. ಅಲ್ಲ ಇವರಿಂದ ಆಟೋ ಛಾರ್ಜನ್ನೂ ಕೊಡಿಸ್ತಿದ್ದೀನಲ್ಲ. ಇದು ಸರಿಯೇ? ಅವರಿಗೆ ಹಣ ಕೊಡಲು ಮುಂದಾದಾಗ, ಸೀತಮ್ಮನವರು, 'ಅಯ್ಯೋ ಬಿಡ್ರಿ - ನೀವು ನನ್ನ ಅಕ್ಕ ಇದ್ದ ಹಾಗೆ. ಅದರಲ್ಲೇನು. ಇದೇ ನಿಮ್ಮ ಮಗ ಇರೋ ಕ್ವಾರ್ಟರ್ಸ್. ಅಲ್ಲಿ ಕಾಣೋ ನೀಲಿ ಬಣ್ಣದ ಬಿಲ್ಡಿಂಗ್ ನಲ್ಲಿ ನನ್ನ ಮಗಳ ಫ್ಲಾಟ್ ಇದೆ. ಇನ್ನೇನು ಆಗಾಗ ನಾವು ಸಿಗ್ತಿರೋಣ. ಇಲ್ಲೇ ಹತ್ತಿರದಲ್ಲಿ ರಾಯರ ಮಠ ಇದೆ. ಅಲ್ಲಿ ತುಂಬಾ ಚೆನ್ನಾಗಿರೋ ಪ್ರವಚನ ನಡೆಯತ್ತೆ. ನನಗೂ ಜೊತೆ ಆದ ಹಾಗೆ ಆಗತ್ತೆ. ಸಂಜೆ ಮೇಲೆ ಬರ್ತೀನಿ, ಹೋಗೋಣ' ಎಂದು ಅಷ್ಟು ಹೇಳಿ ಮರು ಮಾತಿಗೂ ಕಾಯದೆ ಹೊರಟೇ ಹೋಗಿದ್ದರು.

ಲಕ್ಷ್ಮೀದೇವಿ, ಜಯಲಕ್ಷ್ಮಿಯರಿಗೆ ಎಲ್ಲಿಗೆ ಹೇಗೆ ಹೋಗಬೇಕು ಅನ್ನೋದೇ ಗೊತ್ತಾಗದೇ ಗೇಟಿನಲ್ಲೇ ನಿಂತಿದ್ದರು. ಆಗ ಗೇಟಿನಲ್ಲಿದ್ದ ಪೋಲೀಸರಂತೆ ಕಾಣುತ್ತಿದ್ದ ಸಮವಸ್ತ್ರಧಾರಿ ಹಿಂದಿಯಲ್ಲಿ 'ಕೌನ್ ಚಾಹಿಯೇ' ಎಂದ. ಇವರುಗಳಿಗೆ ಏನೂ ಅರ್ಥವಾಗದೇ ಪಿಳಿಪಿಳಿ ಕಣ್ಣು ಬಿಟ್ಟರು. ಅವನಿಗೆ ವಸ್ತುಸ್ಥಿತಿಯ ಅರ್ಥವಾಗಿ, ಕೈ ಸನ್ನೆಯಲ್ಲಿಯೇ ಎಲ್ಲಿಗೆ ಹೋಗಬೇಕೆಂದು ಕೇಳಿದ್ದ. ಇವರು ಮಗನ ಪತ್ರದ ಹಿಂಭಾಗದಲ್ಲಿ ಬರೆದಿದ್ದ ವಿಳಾಸವನ್ನು ತೋರಿಸಿದರು. ನೋಡಿದ ತಕ್ಷಣ ಆ ಸೆಕ್ಯುರಿಟಿ ಗಾರ್ಡ್ ಇವರುಗಳಿಗೆ ನಮಸ್ಕಾರ ಮಾಡಿ, ಇವರುಗಳ ಸಾಮಾನನ್ನು ಹೊತ್ತು ಪಾಂಡುವಿದ್ದ ಫ್ಲಾಟ್ ಬಳಿಗೆ ತಂದು ಬಿಟ್ಟಿದ್ದ.

ಕಾಲಿಂಗ್ ಬೆಲ್ ಎಂದರೇನು ತಿಳಿಯದ ಇವರುಗಳಿಗೆ ಹೇಗೆ ಬಾಗಿಲು ತೆಗೆಸಬೇಕೆನ್ನುವುದೇ ಸಮಸ್ಯೆ ಆಯಿತು. ಸಣ್ಣಗೆ ಬಾಗಿಲನ್ನು ಬಡಿದರು. ಏನೂ ಪ್ರಯೋಜನವಾಗಲಿಲ್ಲ.

ಮತ್ತೆ ಇನ್ನೊಮ್ಮೆ ಬಡಿದರು. ಉಹೂಂ ಏನೇನೂ ಪ್ರಯೋಜನವಿಲ್ಲ. ಅಂದು ಭಾನುವಾರವಾದ್ದರಿಂದ ಪಾಂಡು ಮನೆಯಲ್ಲೇ ಇರ್ಬೇಕು. ಅದೂ ಅಲ್ಲದೇ ಅವನಿಗೆ ಹುಷಾರಿಲ್ಲ. ಪಕ್ಕದ ಮನೆ ಕಡೇ ನೋಡಿದರು. ಅಲ್ಲೂ ಹಾಗೇ, ಬಾಗಿಲು ಹಾಕಿತ್ತು. ಮತ್ತೊಮ್ಮೆ ಸ್ವಲ್ಪ ಜೋರಾಗಿ ಬಾಗಿಲು ಬಡಿದರು. ಆ ಕಡೆಯಿಂದ ಯಾರೋ ಬಂದ ಶಬ್ದ ಆಯಿತು.

ಬಾಗಿಲು ತೆಗೆದದ್ದು ಯಾರೋ ತೆಳ್ಳಗೆ ಬೆಳ್ಳಗಿರೋ ಹುಡುಗಿ. ಇವರಿಗೆ ಅನುಮಾನವಾಯ್ತು. ಯಾರ ಮನೆಗೆ ಬಂದಿದ್ದೀವಿ. ಬಾಗಿಲ ಮೇಲೆ ಬರೆದಿರೋ ಹೆಸರು ಓದೋಕ್ಕೆ ಗೊತ್ತಿಲ್ಲ. ಅದೇನೋ ಇಂಗ್ಲೀಷ್ ಮತ್ತು ಹಿಂದಿಯಲ್ಲಿ ಬರೆದಿದ್ದರಂತೆ. ಸೊಸೆಯ ಮುಖ ನೋಡಿದಾಗ - ಅವಳಿಗೆ ಇವರ ಮನದ ಯೋಚನೆ ತಿಳಿದಂತೆ ಹೇಳಿದಳು. ಇಂಗ್ಲೀಷ್ ನಲ್ಲಿ ಇವರದ್ದೇ ಹೆಸರು ಬರೆದಿದೆ.

ಆಗ ಬಾಗಿಲು ತೆಗೆದ ಆ ಹುಡುಗಿ ತುರುಕ ಭಾಷೆಯಲ್ಲಿ ಅದೇನೊ ಹೇಳಿದಳು. ಇವರಿಗೆ ಅರ್ಥ ಆಗ್ಲಿಲ್ಲ ಆದರೆ ತಮ್ಮ ಬಗ್ಗೆಯೇ ಹೇಳ್ತಿದ್ದಾಳೆ ಎಂದು ತಿಳಿದಿತ್ತು. ಆ ಹುಡುಗಿ ಹೀಗೆ ಹೇಳಿದ್ದಳು - 'ಕೌನ್

ಹೈ ತುಮ್ ಲೋಗ್ - ಆಪ್ ಕ್ಯಾ ಸಮಝೇ ಹೈಂ, ಯೇ ದರವಾಜಾ ಹೈ ಯಾ ದೀವಾರ್ ಹೈ'. (ಯಾರು ನೀವುಗಳು. ಇದನ್ನೇನು ಬಾಗಿಲು ಎಂದು ತಿಳಿದಿದ್ದೀರೋ ಅಥವಾ ಗೋಡೆ ಎಂದೋ?)

ಇವರುಗಳಿಗೆ ಏನೇನೂ ಅರ್ಥ ಆಗದೇ, ಸೀತಮ್ಮನವರೇ ಪಾಂಡು ಇದ್ದಾನೇನಮ್ಮ ಅಂದ್ರು. ಆಗ ಆ ಹುಡುಗಿ 'ಡಾರ್ಲ್, ದೇಖೋ ತುಮ್ಹಾರಾ ಕೋಯೀ ಕನ್ನಡೀವಾಲೇ ದೋ ಔರತ್ ಆಯೇ ಹೈಂ, ಸಾಥ್ ಮೇ ಏಕ್ ಬಚ್ಚಾ ಭೀ ಹೈ' ಎಂದಿದ್ದಳು. ಕನ್ನಡಿ ಅನ್ನೋದೊಂದೇ ಇವರುಗಳಿಗೆ ಅರ್ಥ ಆಗಿದ್ದು. ನಮ್ಮ ಬಗ್ಗೆಯೇ ಏನೋ ಹೇಳುತ್ತಿದ್ದಾಳೆ ಎಂದುಕೊಂಡರು. ಆಗ ಒಳಗಿನಿಂದ 'ಬಾರಮ್ಮ' ಅಂತ ಕೂಗಿದ ಹಾಗಾಗಿ ಇವರುಗಳಿ ಸ್ವಲ್ಪ ಧೈರ್ಯ ಬಂದಿತ್ತು.

ಇವರೆಲ್ಲರೂ ಸೀದಾ ಅವನಿದ್ದ ರೂಮಿನೆಡೆಗೆ ಹೋದರು. ಅವನು ಮೊದಲಿಗೇ ಅದೇನು ಬಾಗಿಲು ಅಂತ ತಿಳಿದಿದ್ದೀರೋ ಅಥವಾ ಗೋಡೆ ಅಂತ ತಿಳಿದಿದ್ದೀರೋ, ಎಲ್ಲಾ ಹಳ್ಳಿ ಗೊಡ್ಡುಗಳು. ಯಾಕೆ ನನ್ನ ಪ್ರಾಣ ತಿನ್ನಕ್ಕೆ ಬರ್ತೀರೋ' ಎಂದಿದ್ದ.

ಎಷ್ಟಾದರೂ ಹೆತ್ತ ಕರುಳು, ಅದೇನನ್ನೂ ತಲೆಗೆ ಹಾಕಿಕೊಳ್ಳಲೇ ಇಲ್ಲ. ಯಾಕೋ ಇಷ್ಟು ಇಳಿದು ಹೋಗಿದ್ದೀಯೇ? ಡಾಕ್ಟರ್ ಬಂದಿದ್ರೇ? ಔಷಧಿ ತಗೊಂಡ್ಯಾ? ನೋಡು ನಿನ್ನ ಮಗ ಹೇಗೆ ತುಂಟನಾಗಿದ್ದಾನೆ ಅಂತ. ಎಲ್ಲ ನಿನ್ನಪ್ಪನ ಅಪರಾವತಾರವೇ. ಎಂದು ತಲೆಗೆ ಬಂದ ಎಲ್ಲವನ್ನೂ ಒಂದೇ ಉಸುರಿಗೆ ಹೇಳಿದ್ದರು. ತಕ್ಷಣವೇ ಅವನ ಕೋಪಕ್ಕೆ ಕಾರಣ ತಿಳಿದ ಲಕ್ಷ್ಮೀದೇವಿ ಸೊಸೆಗೆ ಅವನ ದೃಷ್ಟಿಯಿಂದ ದೂರ ಹೋಗಲು ತಿಳಿಸಿದ್ದರು.

ಸ್ವಲ್ಪ ಸಮಾಧಾನವಾದ ಪಾಂಡು ಮಗುವನ್ನೇ ತದೇಕಚಿತ್ತನಾಗಿ ನೋಡ ಹತ್ತಿದ. ತಾಯಿ ಹತ್ತಿರ ಬಂದು ತಲೆ ನೇವರಿಸಿದಾಗ, ಅವನ ಮನಸ್ಸಿಗೆ ಕಸಿವಿಸಿ ಆಯಿತು. ತಾನು ಮಾಡ್ತಿರೋದು ತಪ್ಪು. ಈಗಿನ್ನೂ ದೂರದೂರಿನಿಂದ ಬರ್ತಿದ್ದಾರೆ. ಸುಸ್ತಾಗಿದೆ. ಮೊದಲು ಸ್ನಾನವಾದರೂ ಮಾಡಿ ಸ್ವಲ್ಪ ಏನಾದರೂ ತಿನ್ನಲಿ, ಎಂದೂ ಇನ್ನು ಸ್ವಲ್ಪ ಸರಿಯಾಗಿ ಮಾತನಾಡಿಸಬೇಕು ಎಂದೂ ಅನ್ನಿಸಿತು. ಅವನಮ್ಮನಿ ಅವನ ಮುಖ ನೋಡಿದ ಕೂಡಲೇ ಎಲ್ಲ ವಿಷಯಗಳೂ ತಿಳಿದು ಹೋಯ್ತು. ಎಷ್ಟಾದರೂ ಹೆತ್ತಮ್ಮನಲ್ಲವೇ, ಅಷ್ಟೂ ಗೊತ್ತಾಗದೇ ಇರತ್ಯೇ? ಮುಂದೆ ಅಮ್ಮ ಅವನ ಆರೋಗ್ಯದ ಬಗ್ಗೆ ಮತ್ತೆ ಕೇಳಿದಾಗ, ತನಗೆ ಮಲೇರಿಯಾ ಬಂದದ್ದೂ ಪಕ್ಕದ ಮನೆಯಲ್ಲಿರುವ ಅವನ ಮೇಲಧಿಕಾರಿ ಜೋಷಿಯ ಮನೆಯವರೇ ಅವನ ಆರೈಕೆ ಮಾಡುತ್ತಿರುವರೆಂದೂ ತಿಳಿಸಿದ. ಜಯಲಕ್ಷ್ಮಿ ಅಲ್ಲಿಯೇ ಬಾಗಿಲ ಮರೆಯಲ್ಲಿ ಎಲ್ಲವನ್ನೂ ಕೇಳಿಸಿಕೊಳ್ಳುತ್ತಾ ನಿಂತಿದ್ದಳು.

ಅಷ್ಟು ಹೊತ್ತಿಗೆ ಆ ವಯ್ಯಾರಿ ಹೊಸ ಹುಡುಗಿ ತನ್ನ ಮನೆಗೆ ತಾನು ಹೋಗ್ತೀನಿ ಎಂದು ಹೊರಟು ಹೋಗಿದ್ದಳು.

ಆಗ ಪಾಂಡು ಸ್ವಲ್ಪ ಧೈರ್ಯ ಬಂದವನಂತೆ ಗಟ್ಟಿಯಾಗಿ ಮಾತನಾಡಲು ಪ್ರಾರಂಭಿಸಿದ. ತನ್ನ ಮಗನನ್ನು ತೊಡೆಯ ಮೇಲೆ ಕುಳ್ಳಿರಿಸಿಕೊಂಡು ದಿಲ್ಲಿಗೆ ಬಂದಂದಿನಿಂದ ತಾನು ಅನುಭವಿಸಿದ ಕಷ್ಟ ಸುಖಗಳನ್ನೆಲ್ಲಾ ತಿಳಿಸಲು ಪ್ರಾರಂಭಿಸಿದ.

ತಾನು ಇಲ್ಲಿಗೆ ಬಂದಾಗ ಆಡಿಟ್ ಕೆಲಸ ಕಡಿಮೆ ಆಗಿ ಹೆಚ್ಚಿನ ಸಮಯವೆಲ್ಲಾ ಆಫೀಸನಲ್ಲೇ ಕಳೆಯುತ್ತಿದ್ದ. ಆಗಲೇ ಅವನ ಮೇಲಧಿಕಾರಿ ಜೋಷಿಯವರ ಪರಿಚಯವಾಗಿದ್ದು. ಅವರು ಮೂಲತಃ ಪುಣೆಯವರು. ಅವರಿಗೆ ಒಬ್ಬಳೇ ಮಗಳು, ಪೂಜಾ. ಗಣಪತಿ ಹಬ್ಬಕ್ಕೆ ಅವರ ಮನೆಯಲ್ಲಿ ಇವನಿಗೆ ಊಟಕ್ಕೆ ಕರೆದಿದ್ದರು. ಬಹಳ ವಿಜೃಂಭಣೆಯಿಂದ ಹಬ್ಬವನ್ನು ಆಚರಿಸಿದ್ದರು. ತನ್ನ ಮುಂದಿನ ಪ್ರಮೋಷನ್ ಆಗಲು ಅವರ ರಿಪೋರ್ಟ್ ಬಹಳ ಮುಖ್ಯವಾಗಿತ್ತು. ಹಾಗಾಗಿ ಅವರಿಗೆ ತುಂಬಾ ವಿಧೇಯನಾಗಿದ್ದನು. ಅವರು ಹೇಳಿದ ಕೆಲಸವನ್ನೆಲ್ಲಾ ಮಾಡುತ್ತಿದ್ದನು. ಇದರಿಂದ ಸಂತೋಷ ಹೊಂದಿದ್ದ ಜೋಷಿಯವರು ಇವನನ್ನು ಮತ್ತೆ ಆಡಿಟ್ ವಿಭಾಗಕ್ಕೇ ಪೋಸ್ಟ್ ಮಾಡಿಸಿದ್ದರು. ಆಗ ಇವನಿಗೆ ಮೊದಲಿಗಿಂತ ಹೆಚ್ಚಿನ ಹಣ ಸಿಗುತ್ತಿತ್ತು. ಇದನ್ನು ಸಹಿಸಲಾಗದ ಆಫೀಸಿನಲ್ಲಿದ್ದ ಸಹೋದ್ಯೋಗಿಗಳಿಗೆಲ್ಲರಿಗೂ ಇವನನ್ನು ಹೇಗೆ ಕೆಳಗಿಳಿಸಬೇಕೆಂಬುದೇ ಚಿಂತೆಯಾಗಿತ್ತು. ಜೋಷಿಗಳಿಗೆ ಆಗಾಗ ಇವನ ಬಗ್ಗೆ ಅಪಪ್ರಚಾರ ಮಾಡುತ್ತಿದ್ದರು. ಜೋಷಿಗಳು ಪಕ್ಕದ ಫ್ಲಾಟ್ ನಲ್ಲಿಯೇ ಇದ್ದ ಕಾರಣ ಇವನಿಗೆ ಇವೆಲ್ಲವೂ ಅವರಿಂದ ಗೊತ್ತಾಗುತ್ತಿತ್ತು. ತನ್ನ ಉಳಿವಿಗಾಗಿ ಜೋಷಿಗಳಿಗೆ ಇನ್ನೂ ಹತ್ತಿರದವನಾಗಿದ್ದ. ಆಗಲೇ ತಮ್ಮ ಮಗಳನ್ನು ಇವನಿಗೆ ಮದುವೆ ಮಾಡಿಕೊಡಲು ಪ್ರಸ್ತಾಪಿಸಿದ್ದರು. ಅವರ ಪ್ರಸ್ತಾಪವನ್ನು ಇವನು ತಳ್ಳಿ ಹಾಕುವಂತಿರಲಿಲ್ಲ. ಅಲ್ಲದೇ ತನಗಾಗಲೇ ಮದುವೆ ಆಗಿದ್ದನ್ನು ಯಾರೊಂದಿಗೂ ಹೇಳಿರಲಿಲ್ಲ. ಅದೂ ಅಲ್ಲದೇ ಪೂಜಾಳಲ್ಲಿ ಇವನಿಗೆ ಅದೇನೋ ಆಕರ್ಷಣೆ ಉಂಟಾಗಿತ್ತು. ಆಗಾಗ್ಯೆ ಇಬ್ಬರೂ ಒಟ್ಟಿಗೇ ಚಲನಚಿತ್ರಗಳಿಗೂ ಹೋಗಿ ಬರುತ್ತಿದ್ದರು. ಒಮ್ಮೆ ಅವಳಿಗೆ ವಾಂತಿಯಾಯಿತೆಂದೂ, ಜೋಷಿಗಳು ಇವನಿಗೆ ತಕ್ಷಣ ಮದುವೆ ಆಗಬೇಕೆಂದೂ, ಇಲ್ಲದಿದ್ದರೆ ಯಾವುದಾದರೂ ಒಂದು ಕಾರಣಕ್ಕೆ ಇವನಿಗೆ ಶಿಕ್ಷೆ ಮಾಡಿಸುವುದಾಗಿ ತಿಳಿಸಿದ್ದರು. ಹೆದರಿದ ಪಾಂಡು ಮದುವೆಗೆ ಒಪ್ಪಿ, ತರಾತುರಿಯಲ್ಲಿ ಮದುವೆ ಮುಗಿಸಿದ್ದರು. ಅದೇ ಸಮಯದಲ್ಲೇ ಇವನಿಗೆ ಮಲೇರಿಯಾ ಆಗಿ ಇವರುಗಳಿಗೆ ಮದುವೆ ಆದ ವಿಷಯವನ್ನೂ ತಿಳಿಸಲು ಸರಿಯಾದ ಸಮಯವೆಂದು ಪತ್ರವನ್ನು ಬರೆದಿದ್ದ.

ತನ್ನ ಪತ್ರ ನೋಡಿ ತನ್ನ ತಾಯಿ ಬರುವಳೆಂದು ಅವನಿಗೆ ಚೆನ್ನಾಗಿ ಗೊತ್ತಿತ್ತು.

ಮದುವೆ ಆಗಿರೋ ವಿಷಯ ತಿಳಿದು ಜಯಲಕ್ಷ್ಮಿ ನಿಂತಲ್ಲಿಯೇ ಬವಳಿ ಬಂದು ಬಿದ್ದಳು. ಲಕ್ಷ್ಮೀದೇವಿಯವರು ನೀರು ತಟ್ಟಿ ಅವಳನ್ನು ಕೋಣೆಯೊಳಗೆ ಮಲಗಿಸಿ, ಮಗನಿಗೆ, 'ನೀನ್ಯಾಕೆ ನಮಗೆ ತಿಳಿಸದೇ ಹೀಗೆ ಮಾಡಿದೆ, ಈಗ ಇವಳ ಗತಿಯೇನು?' ಎಂದು ಕೇಳಿದರು.

ಭಾಗ - 3

ಅದಕ್ಕೆ ಪಾಂಡು ತನ್ನ ಭವಿಷ್ಯದ ಬಗ್ಗೆ ತಾನು ಯೋಚಿಸಬೇಕೆಂದೂ, ಈ ಹಳ್ಳಿ ಗೊಡ್ಡಿನ ಜೊತೆ ತಾನು ಸಂಸಾರ ಮಾಡಲು ತಯಾರಿಲ್ಲವೆಂದೂ ತಿಳಿಸಿದ್ದ.

ಅಷ್ಟಲ್ಲದೇ ಮಗುವನ್ನು ತನ್ನಲ್ಲಿಯೇ ಬಿಡುವಂತೆಯೂ, ತಾನು ಒಳ್ಳೆಯ ಶಿಕ್ಷಣ ಕೊಡಿಸಿ ಉತ್ತಮ ವ್ಯಕ್ತಿಯನ್ನಾಗಿ ಮಾಡಿಸುವೆನೆಂದನು.

ಅದಕ್ಕೆ ಅವನಮ್ಮ, 'ಅಪ್ಪಾ ಮಹರಾಯ, ನೀನು ಹೀಗೆ ಮಾಡ್ತಿರೋದು ಸರಿಯಾ? ನೀನ್ಯಾವ ಉತ್ತಮ ಮನುಷ್ಯ, ಒಂದು ಹೆಣ್ಣಿನ ಬಾಳನ್ನೇ ಹಾಳು ಮಾಡ್ತಿದ್ದೀಯಲ್ಲಾ. ಈಗಲೂ ಸಮಯ ಮಿಂಚಿಲ್ಲ, ಆ ವಯ್ಯಾರಿಯನ್ನು ಬಿಟ್ಟು ಜಯಾಳೊಂದಿಗೇ ಸಂಸಾರ ಮಾಡು ಎಂದರು.

ಅಷ್ಟು ಹೊತ್ತಿಗೆ ಜಯಾಳಿಗೆ ಪ್ರಜ್ಞೆ ಬಂದು, ಇನ್ನು ಇಲ್ಲಿ ಇದ್ದಷ್ಟು ಹೊತ್ತೂ ತನಗೆ ಅವಮಾನವೇ ಆಗುವುದು. ಆ ಹುಡುಗಿಗೆ ಎಷ್ಟು ಕೊಬ್ಬು. ಅವಳ ಎದುರಿಗೆ ತಾನು ನಿಲ್ಲಲು ಅಶಕ್ತಳು. ಗಂಡನಿಗೇ ಬೇಕಾಗಿಲ್ಲದವಳು ಇಲ್ಲಿ ಅಡುಗೆಯವಳಾಗಿ, ಕೆಲಸದವಳಾಗಿ ಇರಲು ಇಷ್ಟವಿರಲಿಲ್ಲ. ಹೀಗೆ ಯೋಚಿದೆ ತನ್ನ ಅತ್ತೆಗೆ ಊರಿಗೆ ಹೊರಡೋಣ ಎಂದು ದುಂಬಾಲು ಬಿದ್ದಳು. ಲಕ್ಷ್ಮೀದೇವಿಯವರಿಗೆ ಅವಳನ್ನು ರಮಿಸಲು ಬಹಳ ಕಷ್ಟವಾಯಿತು. ಅದಕ್ಕೆ ತಕ್ಕನಾಗಿ ಮಗನೂ ತಾವುಗಳು ಊರಿಗೆ ಹೊರಡಿ ಎಂದು ಹೇಳುತ್ತಿದ್ದಾನೆ.

ಬೇಕಾದರೆ ತಿಂಗಳು ತಿಂಗಳಿಗೆ ಹಣವನ್ನು ಕಳುಹಿಸುವೆನೆಂದೂ ಅಲ್ಲದೇ ಮಗನನ್ನು ತನ್ನಲ್ಲಿಯೇ ಇಟ್ಟುಕೊಳ್ಳುವೆನೆಂದೂ ತಿಳಿಸಿದನು. ಇವನ ದುಡ್ಡು ಯಾರಿಗೆ ಬೇಕಾಗಿದೆ. ತನ್ನ ಕೈ ಕಾಲು ಗಟ್ಟಿಯಾಗಿರುವವರೆಗೂ ತಾನೂ ಬಾಳುವೆನು, ಸೊಸೆಯನ್ನೂ ಮಗುವನ್ನೂ ಸಾಕುವೆನು ಎಂದು ಲಕ್ಷ್ಮೀದೇವಿಯವರು ಮನದಲ್ಲಿಯೇ ಯೋಚಿಸಿದರು.

ಅದಕ್ಕೆ ತಕ್ಕಂತೆ ಪಾಂಡುವೂ ತನ್ನ ಮುಂದಿನ ಜೀವನದ ಹಾದಿ ಸುಗಮವಾಗಿರಬೇಕಾದರೆ ಪೂಜಾಳೊಂದಿಗೇ ಬಾಳಬೇಕೆಂದೂ, ಸದ್ಯದಲ್ಲೇ ಬರುವ ಪ್ರಮೋಷನ್‌ಗೆ ಜೋಷಿಯವರ ಆಸರೆ ಹೆಚ್ಚಿನದಾಬೆ ಬೇಕೆಂದೂ ತಿಳಿಸಿದ್ದ. ಅದೂ ಅಲ್ದೇ ದೆಹಲಿಯಲ್ಲಿ ತಮ್ಮ ಕಾಲೋನಿಯಲ್ಲಿ ಇರುವ ಎಲ್ಲ ಹೆಂಗಸರೂ ಹಿಂದಿ ಇಂಗ್ಲೀಷ್‌ಗಳಲ್ಲಿಯೇ ವ್ಯವಹರಿಸುತ್ತಾರೆ, ಇದರಿಂದ ಜಯಾಳು ಅಲ್ಲಿರೋದು

ಸೂಕ್ತವಲ್ಲವೆಂದೂ ತಿಳಿಸಿದ್ದ. ಊರಿಗೆ ಹೋದರೆ ಅಮ್ಮನಿಗೂ ಜಮೀನು ನೋಡಿಕೊಳ್ಳಲು ಸಹಾಯ ಮಾಡುವಳೆಂದೂ ತಿಳಿಸಿದ್ದ.

ಇದಕ್ಕೆ ತಕ್ಕನಾಗಿ ಜಯಲಕ್ಷ್ಮಿಯೂ ತಾನು ಅತ್ತೆಯೊಂದಿಗೆ ಜಮೀನು ನೋಡಿಕೊಂಡು ಕಡೆಗಾಲದವರೆವಿಗೂ ಅತ್ತೆಯ ಸೇವೆ ಮಾಡಿಕೊಂಡು ಇರುವುದಾಗಿಯೂ ಹೇಳಿದಳು. ಲಕ್ಷ್ಮೀದೇವಿಯವರು ಯಾರ ಮಾತನ್ನೂ ಅರ್ಥ ಮಾಡಿಕೊಳ್ಳಲಾದೇ ಸೊಸೆಯೊಂದಿಗೆ ಊರಿಗೆ ಹೊರಡಲು ನಿರ್ಧರಿಸಿದರು. ಅದಕ್ಕೆ ಮುಂಚೆ ಒಮ್ಮೆ ಜೋಷಿಯವರನ್ನು ನೋಡಿ ಮಾತನಾಡು ಎಂದು ಮಗ ಹೇಳಿದನು. ಅವರೊಂದಿಗೆ ಹೇಗೆ ಮಾತನಾಡುವುದು, ತನಗೆ ಭಾಷೆ ಬರುವುದಿಲ್ಲವಲ್ಲ ಎಂದು ಕೊಂಡರೂ, ನೋಡೋಣ ಮನುಷ್ಯ ಹೇಗಿದ್ದಾರೋ ಎಂದು ಒಪ್ಪಿದಳು.

ಇದಕ್ಕೇ ಕಾಯುತ್ತಿದ್ದ ಹಾಗೆ ಜೋಷಿಗಳು ಪತ್ನೀ ಸಮೇತರಾಗಿ ಇವರ ಮನೆಗೆ ಬಂದರು. ಮನುಷ್ಯ ನೋಡಲು ದೈವ ಭಕ್ತರಂತಿದ್ದರು. ಅವರ ತಾಯಿ ಬೆಳಗಾವಿ ಕಡೆಯವರೆಂದೂ ಅವರಿಗೆ ಕನ್ನಡ ಸ್ವಲ್ಪ ಸ್ವಲ್ಪ ಬರುತ್ತದೆ ಎಂದೂ ತಿಳಿಯಿತು. ಅವರೂ ತನ್ನ ಮಗಳ ಹಾಗೂ ಪಾಂಡುವಿನ ಜಾತಕ ಚೆನ್ನಾಗಿ ಹೊಂದುತ್ತಿದೆಯೆಂದೂ, ಪಾಂಡುವಿಗೆ ಎರಡನೆ ಸಂಬಂಧದಿಂದಲೇ ಏಳಿಗೆ ಇರುವುದೆಂದೂ ತಿಳಿಸಿದ್ದರು. ಇನ್ನು ಇಲ್ಲಿ ಇದ್ದು ಪ್ರಯೋಜನವಿಲ್ಲವೆಂದು ಲಕ್ಷ್ಮೀದೇವಿಯವರು ವಾಪಸ್ಸು ಊರಿಗೆ ಹೊರಟು ನಿಂತರು. ಒಂದು ತಿಂಗಳಾದರೂ ಅಲ್ಲಿಯೇ ಇರಲು ಮಗ ಕೇಳಿಕೊಂಡನಾದರೂ, ಇವರುಗಳಿಗೆ ಮುಳ್ಳಿನ ಮೇಲೆ ನಿಂತಂತಾಗಿತ್ತು. ಮಗನನ್ನು ಮಾತ್ರ ಬಿಟ್ಟು ಹೋಗುವಂತೆ ಪಾಂಡುವಿನ ಒತ್ತಾಯ. ಜಯಾಳಿಗಂತೂ ಈ ಜೀವನವೇ ಬೇಸರವಾಗಿತ್ತು. ಅತ್ತೆ ಮತ್ತು ಮಗುವಿನ ಮುಖ ನೋಡಿ ಜೀವವನ್ನು ಕೈನಲ್ಲಿ ಹಿಡಿದಿಟ್ಟುಕೊಂಡಿದ್ದಳು. ಈಗ ಮಗನನ್ನೂ ಕೇಳ್ತಿದ್ದಾನಲ್ಲ, ಇವನಿಗೆ ತಾಯಿಯಿಂದ ಮಗುವನ್ನು ಬೇರ್ಪಡಿಸಲು ಅದು ಹೇಗೆ ಮನಸ್ಸು ಬರುತ್ತದೋ ಎಂದು ಕೊಂಡಳು.

ಲಕ್ಷ್ಮೀದೇವಿಯವರು ಮಗುವನ್ನು ಮಾತ್ರ ಕೊಡಲು ತಯಾರಿಲ್ಲವೆಂದಾಗ, ತಾನು ಕೋರ್ಟಿಗೆ ಹೋಗುವೆನೆಂದು ಪಾಂಡು ಬೆದರಿಕೆ ಹಾಕಿದ್ದನು. ಕೋರ್ಟು ಕಛೇರಿಗಳು ಮುಖವನ್ನೇ ಕಾಣದ ಆ ಮಹಾತಾಯಿ ನೆಲಕ್ಕೆ ಇಳಿದು ಹೋಗಿದ್ದರು. ಜಯಾಳೇ, 'ಅತ್ತೆ ಬನ್ನಿ ನಮಗೆ ಈ ಜಗತ್ತೇ ವಿರುದ್ಧವಾಗಿ ಹೋಗ್ತಿದೆ. ಇವರ್ಯಾರೂ ಇಲ್ಲದೆಯೂ ನಾವೂ ಬಾಳಬಲ್ಲೆವೂ ಎಂಬುದನ್ನು ತೋರಿಸೋಣ' ಎಂದಿದ್ದಳು. ಇಂತಹ ಮಾತನ್ನು ಅವಳಾಡಿದ್ದು ಇದೇ ಮೊದಲ ಬಾರಿಗೆ.

ಸೊಸೆಗೆ ಬಂದಿರೋ ಛಲ ತನಗಿಲ್ಲವಲ್ಲ ಎಂದು ಲಕ್ಷ್ಮೀದೇವಿಯವರೂ ಅವಳೊಂದಿಗೆ ಊರಿಗೆ ಹೊರಟು ಬಂದಿದ್ದರು. ಮಗುವಿಗೆ ಇದ್ಯಾವುದರ ಪರಿವೆಯೂ ಇಲ್ಲದೇ ಜೋಷಿಗಳ ಹೆಂಡತಿಯೊಂದಿಗೆ

ಆಟ ಆಡುತ್ತಿತ್ತು. ಕಡೆಯದಾಗಿ ಜಯಾಳು ಪಾಂಡುವಿಗೆ ಒಂದು ಮಾತು ಹೇಳಿದ್ದಳು, ವರುಷಕ್ಕೆರಡು ಬಾರಿಯಾದರೂ ಒಂದೊಂದು ತಿಂಗಳುಗಳ ಮಟ್ಟಿಗೆ ತನ್ನ ಮಗನನ್ನು ತನ್ನಲ್ಲಿಗೆ ಕರೆತಂದು ಬಿಡಬೇಕು. ಅದಕ್ಕೆ ಪಾಂಡು ಒಪ್ಪಿದ್ದ.

ಇದಾದ ಕೆಲವು ವರುಷಗಳು ಹೆಚ್ಚಿನದೇನೂ ವಿಶೇಷ ಜರುಗಿರಲಿಲ್ಲ. ಜೋಷಿಯವರ ಮನೆಯಲ್ಲೇ ಹೆಚ್ಚಾಗಿ ಇರುತ್ತಿದ್ದ ಅರವಿಂದನನ್ನು ಒಳ್ಳೆಯ ಶಾಲೆಗೆ ಸೇರಿಸಿ ಓದಿಸುತ್ತಿದ್ದರು. ಅಷ್ಟು ಹೊತ್ತಿಗೆ ಜೋಷಿಗಳು ನಿವೃತ್ತರಾಗಿ ತಮ್ಮ ಫ್ಲಾಟ್ ಖಾಲಿ ಮಾಡಿ ಪಾಂಡುವಿನ ಫ್ಲಾಟ್‌ಗೇ ಬಂದಿದ್ದರು. ಇನ್ನು ಸ್ವಲ್ಪ ದಿನ್ನಗಳಲ್ಲೇ ಅವರ ಪತ್ನಿ ತೀರಿ ಹೋಗಿದ್ದರು. ಒಂಟಿ ಜೀವನ ದುಸ್ಸರವಾಗಿ ಜೋಷಿಗಳು ದಿನ ನಿತ್ಯ ಬೆಳಗ್ಗೆ ೭ ಘಂಟೆಗೇ ಅರವಿಂದನನ್ನು ಶಾಲೆಗೆಂದು ಕರೆದೊಯ್ದು ಅಲ್ಲಿಂದ ಸಾರ್ವಜನಿಕ ಪುಸ್ತಕಾಲಯಕ್ಕೆ ಹೋಗಿ ಕುಳಿತುಬಿಡುತ್ತಿದ್ದರು. ಮತ್ತೆ ಮಧ್ಯಾಹ್ನ ವೇಳೆಗೆ ಅರವಿಂದನನ್ನು ಕರೆದುಕೊಂಡು ಮನೆಗೆ ಬರುತ್ತಿದ್ದರು. ಅರವಿಂದನಾದರೋ ಪೂಜಾಳಿಗೆ ಹೊಂದಿಕೆಯಾಗಿರಲಿಲ್ಲ. ಅವಳೂ ಅವನನ್ನು ಕೆಲಸ ಹುಡುಗನಂತೆ ನೋಡಿಕೊಳ್ಳುತ್ತಿದ್ದಳು. ಅವಳು ಹೇಳಿದ ಕೆಲಸ ಮಾಡದಿದ್ದರೆ ಬೆಲ್ಟಿನಿಂದ ಹೊಡೆಯುತ್ತಿದ್ದಳು. ಆ ಸಮಯದಲ್ಲಿ ಜೋಷಿಗಳು ಮಧ್ಯೆ ಬರದೆ ಮನೆ ಬಿಟ್ಟು ಹೊರಗೆ ಹೋಗಿಬಿಡುತ್ತಿದ್ದರು. ಹಿಗೇ ಎರಡು ವರುಷಗಳು ಕಳೆಯಲು ಪೂಜಾಳಿಗೆ ಅವಳಿ ಜವಳಿ ಎರಡು ಗಂಡು ಮಕ್ಕಳಾಗಿದ್ದವು. ಅತ್ತ ಕಡೆ ಪಾಂಡು ತಿಂಗಳಿಗೆ ೧೦-೧೧ ದಿನಗಳು ಆಡಿಟ್ ಎಂದು ಹೊರಗಡೆಯೇ ಇರುತ್ತಿದ್ದನು. ಅವನಿಗೆ ಮೇಲಿನ ಪ್ರಮೋಷನ್ ಕೂಡಾ ದೊರೆತು, ಬೇರೆ ಬೇರೆ ರಾಜ್ಯಗಳ ರಾಜಧಾನಿಗಳಲ್ಲಿರುವ ಅವರ ಕಛೇರಿಗಳ ಆಡಿಟ್ ಕೆಲಸವೇ ಜಾಸ್ತಿಯಾಗಿತ್ತು. ಶಾಲೆಗೆ ರಜೆ ಬಂದಾಗಲೆಲ್ಲ ಜೋಷಿಗಳೇ ಅರವಿಂದನನ್ನು ಕರೆದುಕೊಂಡು ಬೆಂಗಳೂರಿಗೆ ಹೋಗಿ ಹಳ್ಳಿಯಿಂದ ಅಲ್ಲಿಗೆ ಬರುವ ಜಯಾಳ ಬಳಿ ಬಿಟ್ಟು ಮುಂದೆ ಅವರು ಬೆಳಗಾವಿಗೆ ನೆಂಟರ ಮನೆಗೆ ಹೋಗುತ್ತಿದ್ದರು. ಮತ್ತೆ ಕೆಲವು ದಿನಗಳ ನಂತರ ಬೆಂಗಳೂರಿನಲ್ಲಿ ಇರುವ ಇನ್ನೊಬ್ಬ ನೆಂಟರ ಮನೆಗೆ ಬರುತ್ತಿದ್ದರು. ಆ ಹೊತ್ತಿಗೆ ಜಯಾಳು ಅರವಿಂದನನ್ನು ಕರೆ ತಂದು ಅವರ ವಶಕ್ಕೆ ಒಪ್ಪಿಸುತ್ತಿದ್ದಳು.

ಹೀಗೇ ಹಲವು ವರುಷಗಳು ಉರುಳಿದವು. ಅರವಿಂದ ೭ನೇ ಇಯತ್ತೆಯಲ್ಲಿ ಓದುತ್ತಿದ್ದ. ಈ ಮಧ್ಯೆ ಜೋಷಿಗಳ ಪತ್ನಿ ದಿವಂಗತರಾಗಿದ್ದರು. ಮನೆಯಲ್ಲಿ ಮಕ್ಕಳೊಂದಿಗೆ ಜೋಷಿಗಳು ಮತ್ತು ಪೂಜಾ ಇರುತ್ತಿದ್ದರು. ಪಾಂಡು ಎಂದಿನಂತೆ ಎಲ್ಲಾದರೂ ಒಂದು ಆಡಿಟ್ ಎಂದು ಊರೂರು ಸುತ್ತುತ್ತಿದ್ದ. ಅವನಿಗೆ ಹಣ ಮಾಡುವುದೊಂದೇ ಉದ್ದೇಶ.

ಆ ಸಲ ಊರಿನಿಂದ ಬಂದಿದ್ದ ಅರವಿಂದ ಎಂದಿನಂತಿರಲಿಲ್ಲ. ಜಾಸ್ತಿಯಾಗಿ ಒಬ್ಬನೇ ಯೋಚಿಸುತ್ತಾ ಕೂರುತ್ತಿದ್ದ. ಜೋಷಿಗಳಿಗೆ ವಾಯು ಪ್ರಕೋಪದ ತೊಂದರೆ ಇತ್ತು. ಒಮ್ಮೆ ಜೋಷಿಗಳು ಅಪಾನವಾಯು ಬಿಡಲು, ಅರವಿಂದ ಜೋರಾಗಿ,

'ಡರ್ರಂ ಬುರ್ರಂ ಭಯಂ ನಾಸ್ತಿ

ನಿಶ್ಯಬ್ದಂ ಪ್ರಾಣ ಸಂಕಟಂ'

ಎಂದು ಜೋರಾಗಿ ಕೂಗಿ ನಗಹತ್ತಿದ. ಅದನ್ನು ಕೇಳಿದ ಜೋಷಿಗಳಿಗೆ ವಿಪರೀತ ಅವಮಾನವಾದಂತಾಯ್ತು. ಅವರು ತಕ್ಷಣ ಮನೆಯಿಂದಾಚೆಗೆ ಹೊರ್‌ಟು ಹೋದರು. ಇದನ್ನು ಕಂಡ ಪುಜಾಳಿಗೆ ನಖ ಶಿಖಾಂತ ಕೋಪ ಬಂದು ಬೆಲ್ಟಿನಲ್ಲಿ ಚೆನ್ನಾಗಿ ಹೊಡೆದಿದ್ದಳು. ಅರವಿಂದ ಎಷ್ಟು ಅತ್ತರೂ ಬಿಡದೇ ತನ್ನ ಕೈ ನೋವಾಗುವವರೆಗೂ ಹೊಡೆದಿದ್ದಳು.

ಮಾರನೆಯ ದಿನ ಬೆಳಗ್ಗೆ ಶಾಲೆಗೆ ಎಂದು ಹೊರಟವನು ಶಾಲೆಗೇ ಹೋಗಲಿಲ್ಲವೆಂದೂ ಸಂಜೆ ಆಟಕ್ಕೂ ಬರಲಿಲ್ಲವೆಂದೂ ಇತರ ಹುಡುಗರು ಜೋಷಿಗಳಿಗೆ ತಿಳಿಸಿದ್ದರು. ಆಗ ಪಾಂಡು ಆಡಿಟ್ ಕೆಲಸದ ಮೇಲೆ ಲಕ್ನೋವಿಗೆ ಹೋಗಿದ್ದ. ಅವನೊಂದಿಗೆ ಕೆಲಸ ಮಾಡುವ ಇತರರುಗಳು ಪಾಂಡುವನ್ನು ಸಂಪರ್ಕಿಸಿ ವಿಷಯವನ್ನು ಅರುಹಿ, ತಕ್ಷಣ ಬರುವಂತೆ ತಿಳಿಸಿದ್ದರು. ಇತ್ತ ಕಡೆ ಪೂಜಾಳಿಗೆ ಅರವಿಂದನ ಬಗ್ಗೆ ಸ್ವಲ್ಪವೂ ಆಸಕ್ತಿಯಿರಲಿಲ್ಲ. ಅಷ್ಟೇ ಅಲ್ಲ ತನ್ನ ಮಕ್ಕಳ ಮೇಲೂ ಅಷ್ಟು ಮುತುವರ್ಜಿ ವಹಿಸುತ್ತಿರಲಿಲ್ಲ.

ಸ್ನೇಹಿತರುಗಳ ಒತ್ತಾಯದ ಮೇಲೆ ದೆಹಲಿಗೆ ಬಂದ ಪಾಂಡು ಪೋಲೀಸ್ ಕಂಪ್ಲೇಂಟ್ ಕೊಡುವುದರ ಜೊತೆಗೆ ಟಿವಿ ಯಲ್ಲೂ ಸುದ್ದಿ ಕೊಡಿಸಿದ್ದ. ಮೂರು ನಾಲ್ಕು ದಿನಗಳ ತರುವಾಯ ತನ್ನ ಕೆಲಸದ ಮೇಲೆ ತಾನು ಹೊರಟು ಹೋಗಿದ್ದ. ಅರವಿಂದನನ್ನು ಹುಡುಕಲು ಮನೆಯಲ್ಲಿ ಯಾರಿಗೂ ಆಸಕ್ತಿಯೇ ಇದ್ದಂತಿರಲಿಲ್ಲ. ಪಾಂಡುವಿನ ಸ್ನೇಹಿತರೇ ಅಲ್ಲಿ ಇಲ್ಲಿ ಹುಡುಕಾಟ ನಡೆಸಿದ್ದರೂ, ಆ ಪ್ರಯತ್ನಗಳು ಫಲದಾಯಕವಾಗಿರಲಿಲ್ಲ.

ಹೀಗೆ ಒಂದು ತಿಂಗಳುಗಳು ಕಳೆಯುವುದರಲ್ಲಿ, ಬೆಂಗಳೂರಿನಿಂದ ಇವರ ಆಫೀಸಿನವರೇ ಒಬ್ಬರು ಪಾಂಡುವನ್ನು ಹತ್ತಿರದಿಂದ ಬಲ್ಲವರು ದೆಹಲಿಗೆ ಯಾವುದೋ ಕೆಲಸದ ಮೇಲೆ ಬಂದಿದ್ದರು. ಅವರೊಂದಿಗೆ ಪಾಂಡುವಿನ ಸ್ನೇಹಿತರು ಇಲ್ಲಿ ನಡೆದ ವಿಷಯವನ್ನೆಲ್ಲಾ ತಿಳಿಸಿದರು. ಹಾಗೇ ಕೇಳಿದ್ದರು, ಈ ಪಾಂಡು ಯಾಕೆ ಹೀಗೆ ತನ್ನ ಮಗನ ಬಗ್ಗೆ ಮುತುವರ್ಜಿ ವಹಿಸುತ್ತಿಲ್ಲ, ಅವನ ಪತ್ನಿಗೂ ಈ ವಿಷಯದಲ್ಲಿ ಯಾಕೆ ಆಸಕ್ತಿಯಿಲ್ಲ. ಆಗ ಆ ವ್ಯಕ್ತಿ ಹೇಳಿದ್ದೇನೆಂದರೆ, ಅಯ್ಯೋ ನಿಮ್ಮಗಳಿಗ್ಯಾರಿಗೂ ವಿಷಯ ಗೊತ್ತಿಲ್ಲ ಅನ್ಸತ್ತೆ. ಈ ಪಾಂಡುವಿಗೆ ಧನಪಿಶಾಚಿ ಅಂಟಿಕೊಂಡು ಬಿಟ್ಟಿದೆ. ಅರವಿಂದ ಮೊದಲ ಹೆಂಡತಿಯ ಮಗ. ಅವನು ಕೆಲ ದಿನಗಳ ಹಿಂದೆ ಊರಿಗೆ ಬಂದಿದ್ದಾನೆಂದೂ ಅಲ್ಲಿಯೇ ಶಾಲೆಗೆ ಸೇರಿದ್ದಾನೆಂದು ತಿಳಿಸಿದ್ದರು. (ಅಲ್ಲಿಯವರೆವಿಗೂ ಆ ಸ್ನೇಹಿತರಿಗೆ ಪುಜಾಳು ಎರಡನೆಯ ಹೆಂಡತಿ ಎಂಬುದು ತಿಳಿದೇ ಇರಲಿಲ್ಲ - ಹಾಗೂ ಅರವಿಂದ ಮೊದಲ ಹೆಂಡತಿಯ ಮಗನೆಂದೂ ತಿಳಿದಿರಲಿಲ್ಲ).

ಈ ಸ್ನೇಹಿತರಿಗೆ ಈಗ ಪಾಂಡುವಿನ ವಿಷಯ ಚಿದಂಬರ ರಹಸ್ಯವಾಗಿ ಅದರ ಬಗ್ಗೆ ಹೆಚ್ಚು ತಿಳಿದುಕೊಳ್ಳಲು ಉತ್ಸುಕರಾದರು. ನಂತರ ತಿಳಿದ ವಿಷಯ ಹೀಗಿದೆ.

ಪೂಜಾಳಿಗೆ ಕಾಲೇಜಿನಲ್ಲಿದ್ದಾಗಲೇ ಅಹುಜಾ ಎಂಬ ಒಬ್ಬ ಸ್ನೇಹಿತನಿದ್ದ. ಅವನು ಸರಿಯಾಗಿ ಓದಿರಲಿಲ್ಲ. ಸರಿಯಾದ ಕೆಲಸವೂ ಅವನಿಗಿರಲಿಲ್ಲ. ಅವನೊಂದಿಗೆ ಪೂಜಾಳು ಓಡಾಡುವುದು ಜೋಷಿಗಳಿಗೆ ಸರಿ ಬಂದಿರಲಿಲ್ಲ. ಅವರನ್ನು ಮೆಚ್ಚಿಸಲು ಮತ್ತು ತನಗೆ ಮನೆಯಲ್ಲಿರಲು ಒಂದು ಕುರಿಯಂತ ಗಂಡ ಬೇಕಾಗಿ ಪಾಂಡುವನ್ನು ಮದುವೆಯಾಗಲು ಒಪ್ಪಿದ್ದಳು. ಹಾಗೆ ಯೋಚಿಸಿ ತನ್ನ ಕೆಲಸ ಸುಲಭವಾಗಲು ಪಾಂಡುವನ್ನು ಅವಳು ಮದುವೆ ಆಗಿ ತನ್ನ ದಾರಿ ಸುಗಮ ಮಾಡಿಕೊಂಡಿದ್ದಳು. ಅಹುಜಾ ಸರಿಯಾಗಿ ಓದದೇ ಟಿವಿ ರಿಪೇರಿ ಕೆಲಸ ಮಾಡುತ್ತಿದ್ದ. ಆಗಾಗ ಟಿವಿ ರಿಪೇರಿ ಎಂದು ಪೂಜಾ ಅವನನ್ನು ಕರೆಸಿಕೊಳ್ಳುತ್ತಿದ್ದಳು. ಆ ಸಮಯದಲ್ಲಿ ಮಕ್ಕಳು ಶಾಲೆಗೆ ಹೋಗಿರುತ್ತಿದ್ದರು. ಜೋಷಿಗಳು ಹೆಚ್ಚಿನದಾಗಿ ಮಧ್ಯಾಹ್ನದ ಹೊತ್ತಿನಲ್ಲಿ ಮನೆಯಲ್ಲಿಲ್ಲದೇ ಲೈಬ್ರರಿಗೆ ಹೋಗಿರುತ್ತಿದ್ದರು. ಈ ವಿಷಯ ಒಮ್ಮೆ ಅರವಿಂದನಿಗೆ ಗೊತ್ತಾಗಿ ಆ ಹುಡುಗ ಚಿಕ್ಕಮ್ಮನೊಂದಿಗೆ ಜಗಳವಾಡಿದ್ದ. ತನ್ನಪ್ಪನಿ ಹೇಲುವುದಾಗಿಯೂ ಬೆದರಿಕೆ ಹಾಕಿದ್ದ. ಇದರಿಂದ ಕೋಪಗೊಂಡ ಪೂಜಾಳು ಅವನಿಗೆ ಹೇಗಾದ್ರೂ ತಕ್ಕ ಶಾಸ್ತಿ ಮಾಡಬೇಕೆಂದುಕೊಂಡಿದ್ದಳು. ಆಗಲೇ ಅರವಿಂದ ಜೋಷಿಗಳನ್ನು ಆಡಿಕೊಂಡಿದ್ದು, ಅದನ್ನೇ ದೊಡ್ಡ ರಂಪ ಮಾಡಿ ಪೂಜಾ ಅವನ ಮೇಲಿನ ಸೇಡಿಗೆ ಚೆನ್ನಾಗಿ ಹೊಡೆದದ್ದು. ಇದೆಲ್ಲವೂ ಅರವಿಂದನಿಗೆ ಅರ್ಥವಾಗಿ, ತನ್ನಪ್ಪನೂ ತನಗೆ ಸಹಾಯ ಮಾಡುತ್ತಿಲ್ಲ ಎಂದರಿವಾಗಿತ್ತು ಅಲ್ಲದೇ ಅಪ್ಪನಿಗೆ ತನ್ನದೇ ಲೋಕ, ಮಕ್ಕಳೊಂದಿಗೆ ಒಮ್ಮೆಯೂ ಮಾತನ್ನೇ ಆಡಿದ್ದಿಲ್ಲ. ಹೀಗಾಗಿ ಬೇಸತ್ತ ಹುಡುಗ ಕೈಗೆ ಸಿಕ್ಕಿದ ಹಣದಿಂದ ಟ್ರೈನಿನಲ್ಲಿ ಬೆಂಗಳೂರಿಗೆ ಹೋಗಿ ಅಲ್ಲಿಂದ ಊರು ಸೇರಿದ್ದ.

ಆಡಿಟ್ ಮುಗಿಸಿ ವಾಪಸ್ಸಾದ ಪಾಂಡುವಿಗೆ ಈ ವಿಷಯವನ್ನೆಲ್ಲಾ ಸ್ನೇಹಿತರು ಅರುಹಿದ್ದರು. ಕೋಪಗೊಂಡ ಪಾಂಡು ಪೂಜಾಳೊಂದಿಗೆ ಜಗಳವಾಡಲು, ಅವಳು ತನ್ನಿಂದಾಗಿ ನೀನು ಈ ಮಟ್ಟಕೆ ಬರಲು ಕಾರಣವಾಯಿತು, ಅಲ್ಲದೇ ಈ ಮಕ್ಕಳೂ ನಿನ್ನವಲ್ಲ, ಇದು ಅಹುಜಾನ ಮಕ್ಕಳು ಎಂದಿದ್ದಳು, ಅಷ್ಟಲ್ಲದೇ ಅರವಿಂದನೂ ನಿನ್ನ ಮಗ ಅಲ್ಲ ಅನ್ಸತ್ತೆ, ಚೆಕ್ ಮಾಡಿ ನೋಡು ಎಂದಿದ್ದಳು. ನೊಂದ ಪಾಂಡು ಈ ವಿಷಯವನ್ನು ಜೋಷಿಗಳಿಗೆ ತಿಳಿಸಲು, ಅವರು ಎಲ್ಲ ವಿಷಯವೂ ಗೊತ್ತು, ತನ್ನ ಮಗಳು ಮಾಡೋದೇ ಸರಿ ಎಂದಿದ್ದರು.

ದಿಕ್ಕೇ ತೋಚದ ಪಾಂಡು, ಇನ್ನು ಇಲ್ಲಿರಲಾರೆ, ಊರಿಗೆ ಹೋದರೆ, ಅಮ್ಮ ಪತ್ನಿಯ ಮುಂದೆ ನಿಲ್ಲಲು ಯೋಗ್ಯತೆ ಇಲ್ಲ. ಈ ಮಕ್ಕಳು ತನ್ನವಲ್ಲ. ಇನ್ನೂ ಊರಿಗೆ ಹೋಗಿ ಜಯಾಳನ್ನು ಕೇಳಿದರೆ ಅವಳೂ ಹೀಗೆಯೇ ಹೇಳಿದರೆ ಏನು ಗತಿ, ತಾನು ನಪುಂಸಕನೇ, ಯಾರದೋ ಮಕ್ಕಳು ತನ್ನ

ವಂಶಸ್ಥರೆಂದು ಹೇಳಿಕೊಂಡು ತಿರುಗುವುದು ಸರಿಯೇ? ಇಷ್ಟು ದಿನಗಳೂ ದುಡ್ಡು ದುಡ್ಡು ಎಂದು ಹಲುಬುತ್ತಿದ್ದೆ. ದುಡ್ಡಿನಿಂದ ಏನೂ ಬರೋಲ್ಲ. ಮನಶ್ಶಾಂತಿ ಇಲ್ಲ. ನನ್ನ ಜೀವನವೆಲ್ಲಾ ನಿಷ್ಪ್ರಯೋಜಕವಾಯಿತೇ? ಅಪ್ಪ ಅಮ್ಮನನ್ನು ಸರಿಯಾಗಿ ನೋಡಿಕೊಳ್ಳಲಿಲ್ಲ. ಚಿನ್ನದಂತಹ ಹೆಂಡತಿ ಸಿಕ್ಕಿದಾಗ ಅರಿವಿಲ್ಲದೇ ಕಾಲಿನಿಂದ ಒದ್ದು ಇಲ್ಲಿಗೆ ಬಂದೆ. ಯಾಕಾದರೂ ಈ ಮೋಹ ಪಾಶದಲ್ಲಿ ಸಿಲುಕಿಸಿದೆಯೋ ಶ್ರೀ ಹರಿಯೇ ಎಂದುಕೊಳ್ಳುತ್ತಿರುವಾಗ, ಎಲ್ಲಿಂದಲೋ ಷರೀಫರ 'ದುಡ್ಡು ಕೆಟ್ಟದ್ದು ನೋಡಣ್ಣ' ಎಂಬ ಹಾಡು ಕೇಳಿದಂತೆ ಭಾಸವಾಯಿತು. ಇನ್ನು ಆಫೀಸಿಗೆ ಹೋಗಿ ಸ್ನೇಹಿತರನ್ನು ಹೇಗೆ ಎದುರಿಸೋದು. ಅವರು ಮಗ ತಪ್ಪಿಸಿಕೊಂಡು ಹೋಗಿದ್ದಾನೆ ಎಂದಾಗ ತಾನು ಅವರುಗಳು ಹೇಳಿದಂತೆ ಸರಿಯಾಗಿ ನಡೆಯಲಿಲ್ಲ. ತನ್ನ ಮುಂದೆ ಒಂದು ದೊಡ್ಡ ಭೂತ ಬಂದು ನಿಂತಂತೆಯೂ, ಹಿಂದಿನಿಂದ ಸ್ನೇಹಿತರೆಲ್ಲರೂ ಗೇಲಿ ಮಾಡಿ ನಗುತ್ತಿರುವಂತೆಯೂ ಭಾಸವಾಯಿತು. ಇನ್ನು ಹೆಚ್ಚಿಗೆ ಯೋಚಿಸಲು ಅಶಕ್ತನಾದ. ಮಲಗಿದರೆ ನಿದ್ರೆ ಬರಲೊಲ್ಲದು. ಇನ್ನು ತಾನು ಇಲ್ಲಿ ಇದ್ದೂ ಏನೂ ಪ್ರಯೋಜನವಿಲ್ಲವೆಂದು, ಒಂದೇ ಬಾರಿಗೆ ಹೆಚ್ಚಿನ ಅಂಶದ ವಿಷವನ್ನು ಸೇವಿಸಿ ಆತ್ಮಹತ್ಯೆ ಮಾಡಿಕೊಂಡನು.

ಆತ್ಮಹತ್ಯೆಗೆ ಮೊದಲು ಒಂದು ಚೀಟಿಯನ್ನು ಬರೆದು ಅದರಲ್ಲಿ ಈ ಎಲ್ಲ ವಿಷಯಗಳನ್ನೂ ತಿಳಿಸಿ, ಇದಕ್ಕೆ ಮೂಲ ಕಾರಣ ಪೂಜಾಳೆಂದೂ ಅವಳಿಗೆ ತಕ್ಕ ಶಿಕ್ಷೆ ಆಗಬೇಕೆಂದೂ ತಿಳಿಸಿದ್ದ.

ಅವನು ಸತ್ತ ವಿಷಯ ತಿಳಿದ ಕೂಡಲೇ ಪೂಜಾಳು ಎಲ್ಲಾದರೂ ಆತ್ಮ ಹತ್ಯೆಯ ಬಗ್ಗೆ ಸುಳಿವು ಬಿಟ್ಟಿದ್ದಾನಾ ಎಂದು ಸಂಶಯ ಬಂದು ಮನೆಯೆಲ್ಲಾ ಹುಡುಕಿದಳು. ಅಲ್ಲೇ ಟೀಪಾಯ್ ಮೇಲೆ ಅವನು ಬರೆದಿಟ್ಟಿದ್ದ ಈ ಪತ್ರ ಅವಳ ಕೈಗೆ ಸಿಕ್ಕಿತ್ತು. ತಂದೆಗೆ ಈ ವಿಷಯವನ್ನೆಲ್ಲಾ ಹೇಳಿ, ತನ್ನಿಂದ ಘೋರ ಪಾಪವಾಯಿತೆಂದೂ, ಇನ್ನು ತನ್ನ ಮುಂದಿನ ಜೀವನ ಹೇಗೆ ಎಂದು ಅಳುತ್ತಾ ಅಳುತ್ತಾ ಕೇಳಿದಳು. ಆಗ ಜೋಷಿಗಳು ಮಗಳ ಮೇಲಿನ ವ್ಯಾಮೊಹದಿಂದ - 'ನೋಡು ಈ ಪತ್ರ ಬರೆದಿರೋದು ಯಾರಿಗಾದರೂ ಗೊತ್ತಾದ್ರೆ ನೀನು ಜೈಲಿಗೆ ಹೋಗಬೇಕಾಗುತ್ತೆ. ಮೊದಲು ಗೌರ್ಮೆಂಟ್ ಡಾಕ್ಟರನ್ನು ಕರೆಸಿ ಇದು ಹೃದಯಾಘಾತದಿಂದ ಆದ ಸಾವು ಎಂದು ಸರ್ಟಿಫೈ ಮಾಡಿಸಬೇಕು. ನಂತರ ನಿನಗೆ ಅವನ ಕೆಲಸ ಸಿಗೋ ಹಾಗೆ ಮಾಡಬೇಕು. ಇದನ್ನೆಲ್ಲಾ ನಾನು ನಿನ್ನ ಮುಂದಿನ ಜೀವನಕ್ಕಾಗಿ ಮಾಡುವೆ. ಮೊದಲು ಆ ಪತ್ರವನ್ನು ಯಾರ ಕೈಗೂ ಸಿಗದ ಹಾಗೆ ಮಾಡು', ಎನ್ನುತ್ತಿದ್ದಂತೆಯೇ ಅವಳು ಅದನ್ನು ಚೂರು ಚೂರು ಮಾಡಿ ನುಂಗಿ ನೀರು ಕುಡಿದಿದ್ದಳು. ಅಷ್ಟು ಹೊತ್ತಿಗೆ ವಿಷಯ ಕಾಲೋನಿಯಲ್ಲಿದ್ದ ಎಲ್ಲ ಜನಗಳಿಗೂ ತಿಳಿದು, ಎಲ್ಲರೂ ಬಂದು ಮನೆಯ ಮುಂದೆ ಜಮಾಯಿಸಿದರು. ಈ ಸಮಯಕ್ಕೇ ಕಾಯುತ್ತಿದ್ದ ಪೂಜಾಳು ಪಾಂಡುವಿನ ಶವದ ಮುಂದೆ ಗೊಳೋ ಎಂದು ಅಳುತ್ತಾ ಶ್ರೀರಾಮನಂಥ ತನ್ನ ಗಂಡನಿಗೆ ಸೀತೆಯಂತಿದ್ದ ತಾನು ಇನ್ನು ಏಕೆ ಬಾಳಬೇಕೋ ತಾನೂ

ಆತ್ಮಹತ್ಯ ಮಾಡಿಕೊಳ್ಳುವೆನೆಂದು ಕೈಗೆ ಚೂರಿಯನ್ನು ತೆಗೆದುಕೊಂಡಿದ್ದಳು. ಆಗ ಅಲ್ಲಿ ಸೇರಿದ್ದ ಪಾಂಡುವಿನ ಸ್ನೇಹಿತರೆಲ್ಲ ಅವಳಿಗೆ ಸಮಾಧಾನ ಮಾಡಿ, ಮಕ್ಕಳಿನ್ನೂ ಚಿಕ್ಕವರು, ಅವರಿಗಾಗಿಯಾದರೂ ನೀನು ಬದುಕಬೇಕು ಎಂದು ತಿಳಿಸಿ, ಪಾಂಡುವಿನ ಕಛೇರಿಯಲ್ಲೇ ಕೆಲಸ ಕೊಡಿಸಿದ್ದರು. ಕೆಲಸ ಸಿಕ್ಕ ಸ್ವಲ್ಪ ದಿನಗಳಿಗೇ ಅವಳು ದೆಹಲಿಯಿಂದ ವರ್ಗ ಮಾಡಿಸಿಕೊಂಡು ಮುಂಬೈಗೆ ಹೋದಳಂತೆ.

ನಂತರದ ಕಥೆ ನನಗೆ ತಿಳಿದು ಬಂದಿಲ್ಲ. ನಿಮಗೆ ತಿಳಿದಿದ್ದರೆ ನನಗೆ ತಿಳಿಸುವಿರಾ?

ರಾಧಿಕಾ

ರಾಧಿಕಾ ತುಸು ಕಂದು ಬಣ್ಣದವಳಾದರೂ ಸುಂದರ ಹೆಣ್ಣು. ಚಿಕ್ಕ ವಯಸ್ಸಿನಲ್ಲೇ ತಂದೆ ತಾಯಿ ಕಳೆದುಕೊಂಡು ಸೋದರಮಾವನ ನೆರಳಿನಲ್ಲಿ ಬೆಳೆದವಳು. ಮಂಗಳೂರಿನ ಹುಡುಗಿ ಬಿ.ಕಾಂ.ನಲ್ಲಿ ಮೊದಲನೆಯ ರ‍್ಯಾಂಕ್ ಪಡೆದಿದ್ದಳು. ಎಲ್ಲರೂ ಕೆಲಸವನ್ನು ಹುಡುಕಿಕೊಂಡು ಹೋದರೆ, ಬ್ಯಾಂಕಿನ ನೌಕರಿ ಅವಳನನ್ನೇ ಹುಡುಕಿ ಬಂದಿತ್ತು. ಆಫೀಸರ್ ಹುದ್ದೆಗೆ ಆಸೆಪಟ್ಟು ಬೇರೆ ರಾಜ್ಯಕ್ಕೆ ಹೋಗುವ ಬದಲು ನಮ್ಮದೇ ಕನ್ನಡ ನಾಡಿನಲ್ಲಿದ್ದರೂ ಸರಿ ಎಂದು ಗುಮಾಸ್ತೆ ಹುದ್ದೆಗೆ ಸೇರಿದ್ದಳು. ಬೆಂಗಳೂರಿನ ಕೇಂದ್ರ ಕಛೇರಿಯಲ್ಲಿಯೇ ಉದ್ಯೋಗವಾಗಿತ್ತು. ಕೆಲಸ ಸಿಕ್ಕ ಒಂದೇ ವರ್ಷದಲ್ಲಿ ತನ್ನೂರಿನವನೇ ಆದ ರತ್ನಾಕರನೊಂದಿಗೆ ಮದುವೆಯೂ ಆಗಿ ಹೋಗಿತ್ತು. ಹಕ್ಕಿಯಂತೆ ಮನ ಬಂದಂತೆ ಸುತ್ತಾಡಿ, ಹಕ್ಕಿಯಂತೆ ಹಾರಾಡಬೇಕೆಂಬ ಕನಸು ಕಟ್ಟಿಕೊಂಡಿದ್ದವಳನ್ನು ಮದುವೆ ಆಗಿದ್ದವನು ಮಿನಿಸ್ಟರ್ ಅವರ ಆಪ್ತ ಕಾರ್ಯದರ್ಶಿ. ಮದುವೆಯಾದ ಒಂದು ವಾರದಲ್ಲೇ ಕೆಲಸಕ್ಕೆ ಹಾಜರಾಗಿದ್ದ. ಬೆಳಗ್ಗೆ 7ಕ್ಕೆ ಹೋದರೆ ಸಂಜೆ 10ಕ್ಕೆ ಮನೆಗೆ ವಾಪಸ್ಸು ಮನೆಗೆ ಬರುವುದು. ಮನೆಗೆ ಬರುವಾಗಲೇ ಸುಸ್ತು ಅಂತ ಊಟ ಮಾಡಿ ಮಲಗಿಬಿಡುತ್ತಿದ್ದ. ಅವರಿಗೆ ಒಂದೇ ವರ್ಷದಲ್ಲಿ ಒಂದು ಹೆಣ್ಣು ಮಗುವೂ ಆಗಿತ್ತು. ಈಕೆ ಕೆಲಸಕ್ಕೆ ಹೋಗುತ್ತಿದ್ದರಿಂದ ಮಗುವನ್ನು ಅತ್ತೆಯೇ ಅಂದ್ರೆ ಮಗುವಿನ ಅಜ್ಜಿ ನೋಡಿಕೊಳ್ಳುತ್ತಿದ್ದರು. ಮಗುವೂ ಅಜ್ಜ ಅಜ್ಜಿಗೆ ತುಂಬಾ ಹೊಂದಿಕೊಂಡುಬಿಟ್ಟಿತ್ತು. ಅಪ್ಪ ಅಮ್ಮ ಇಲ್ಲದಿದ್ದರೂ ಅದು ಅವಾಂತರ ಮಾಡುತ್ತಿರಲಿಲ್ಲ.

ಜಾಣೆ ರಾಧಿಕಾ ಎರಡೇ ವರ್ಷಗಳಲ್ಲಿ ಬ್ಯಾಂಕಿನ ಎಲ್ಲ ಕೆಲಸಗಳನ್ನೂ ಕಲಿತು, ಹಿರಿಯ ಅಧಿಕಾರಿಗಳ ಮೆಚ್ಚುಗೆಗೆ ಪಾತ್ರಳಾಗಿದ್ದಳು. ಬೆಳಗ್ಗೆ ಎಲ್ಲರಿಗಿಂತ ಮೊದಲೇ ಬಂದು ಎಲ್ಲ ಕೆಲಸವನ್ನೂ ಮಾಡುತ್ತಿದ್ದಳು. ಇತರರಿಗೂ ಸಹಾಯ ಮಾಡುತ್ತಿದ್ದಳು. ಮಧ್ಯಾಹ್ನ 2.30ರ ನಂತರ ಏನೂ ಕೆಲಸವಿಲ್ಲದೇ ಅವರಿವರೊಂದಿಗೆ ಹರಟೆ ಹೊಡೆಯುತ್ತಿದ್ದಳು.

ಆಗಲೇ ನಮ್ಮ ನಾಯಕ ಅಲ್ಲಿಗೆ ಎಂಟ್ರಿ ಕೊಟ್ಟ. ಸಾಂಬಮೂರ್ತಿ ತುಮಕೂರಿನ ತರುಣ. ವಯಸ್ಸಿನಲ್ಲಿ ಪಂಡರಿಬಾಯಿಗಿಂತ ಎರಡು ವರ್ಷ ದೊಡ್ಡವನು. ಆಗಿನ್ನೂ ಅದೇ ಬ್ಯಾಂಕಿಗೆ ಕೆಲಸಕ್ಕೆ ಸೇರಿದ್ದ. ಸ್ವಲ್ಪ ಮಂದ ಬುದ್ಧಿಯವನು. ಏನೇ ಹೇಳಿಕೊಟ್ಟರೂ, ಮೊದಲನೆ ಬಾರಿಗೆ ತಪ್ಪು ಮಾಡುತ್ತಿದ್ದ. ಎರಡೆರಡು ಬಾರಿ ಹೇಳಿಕೊಡಬೇಕು. ಅವನಿಗೆ ಕೆಲಸ ಹೇಳಿ ಕೊಡಲು ಮೇಲಧಿಕಾರಿಗಳು ಪಂಡರಿಬಾಯಿಗೆ ಹೇಳಿದ್ದರು. ಒಮ್ಮೆ ಲೆಡ್ಜರ್ ಪೋಸ್ಟ್ ಮಾಡಲು

ತಿಳಿಸಿಕೊಟ್ಟಿದ್ದಳು. ಅದೇನೋ ಅವನು ಒಂದೇ ಸಮನೆ ಬರೀತಾನೇ ಇದ್ದ. ಊಟದ ಸಮಯದಲ್ಲೂ ಮೇಲೇಳಲಿಲ್ಲ. ಕೆಲಸ ಜಾಸ್ತಿ ಇರಬೇಕು ಅಂತ ಈಕೆ ಸುಮ್ಮನಾಗಿದ್ದಳು. ಸಂಜೆ 4ರ ವೇಳೆಗೆ ಇನ್ನೂ ಕುಳಿತೇ ಇದ್ದ. ಅದೇನು ಮಾಡ್ತಿದ್ದಾನೆ ನೋಡು ಅಂತ ಮೇಲಧಿಕಾರಿಗಳು ಹೇಳಲು, ಪಂಡರಿಬಾಯಿ ಹೋಗಿ ನೋಡ್ತಾಳೆ... ಎಲ್ಲ ತಪ್ಪು ತಪ್ಪಾಗಿ ಪೋಸ್ಟ್ ಮಾಡಿದ್ದಾನೆ. ಡೆಬಿಟ್ ಅಂದ್ರೆ ಏನು ಕ್ರೆಡಿಟ್ ಅಂದ್ರೆ ಏನು ಅಂತ ಗೊತ್ತಿಲ್ಲ. ಎಲ್ಲೆಲ್ಲೋ ಏನೇನನ್ನೋ ಬರೆದುಬಿಟ್ಟಿದ್ದಾನೆ. ಆ ದಿನದ ಅಕೌಂಟ್ ಬ್ಯಾಲೆನ್ಸ್ ಮಾಡದೇ ಮನೆಗೆ ಹೋಗುವಂತಿಲ್ಲ. ಏನು ಮಾಡೋದು. ಮೇಲಧಿಕಾರಿಗಳಿಗೆ ಈ ವಿಷಯವಿನ್ನೂ ಗೊತ್ತಿಲ್ಲ. ತನ್ನ ಸುಪರ್ದಿಗೆ ಕೊಟ್ಟಿರುವ ಈತನನ್ನೂ ಬೈಯುವಂತಿಲ್ಲ. ಸರಿಯಾಗಿ ಕೆಲಸ ಯಾಕೆ ಹೇಳಿಕೊಟ್ಟಿಲ್ಲ ಅಂತ ತನ್ನ ಮೇಲೆಯೇ ಬರುವುದು ಎಂದುಕೊಂಡು, ತಡಬಡಾಯಿಸಿಕೊಂಡು, ಎಲ್ಲ ಕೆಲಸವನ್ನೂ ಮೊದಲಿನಿಂದ ತಾನೇ ಮುಗಿಸುವ ಹೊತ್ತಿಗೆ ಸಂಜೆ 7 ಆಗಿತ್ತು. ಕೆಲಸ ಮುಗಿಸಿದೆನ್ನುವ ಸಮಾಧಾನ ಅವಳಿಗಾದರೂ, ತಪ್ಪು ಮಾಡಿದ ಭಾವ ಆತನಲ್ಲಿ ಮೂಡಿತ್ತು. ಇದಕ್ಕೆ ತಪ್ಪಿನ ಕಾಣಿಕೆ ಎಂದು ಹೊಟೆಲ್‌ಗೆ ಕರೆದೊಯ್ದು, ತಿಂಡಿ ಕಾಫಿ ಕೊಡಿಸುವೆನೆಂದಿದ್ದ. ಈಕೆ ಬೇಡ ಎಂದೂ ಮನೆಗೆ ಹೋಗಲು ಸಮಯ ಆಗಿದೆಯೆಂದರೂ ಆತ ಕೇಳದೇ ಕರೆದೊಯ್ದಿದ್ದ. ಅದೇಕೋ ಅವನ ಮಾತಿಗೆ ಮೀರಲು ಅವಳಿಂದಾಗಿರಲಿಲ್ಲ. ಅಂದು ಮನೆಗೆ ತಡವಾಗಿ ಹೋಗಿದ್ದರೂ ಯಾರೂ ಏನೂ ಕೇಳಲಿಲ್ಲ. ಮಿಗಿಲಾಗಿ ಮಾವನವರು, ಕೆಲಸ ಎಲ್ಲಾ ಹೇಗಿದೆಯಮ್ಮ, ಊಟ ಮಾಡು, ಸರಿಯಾಗಿ ವಿಶ್ರಾಂತಿ ತಗೊ ಎಂದಿದ್ದರು. ರಾತ್ರಿ ಹತ್ತು ಘಂಟೆಗೆ ಬಂದ ಗಂಡನಿಗೆ ಇದ್ಯಾವುದರ ಪರಿವೆಯೂ ಇಲ್ಲ. ಮಿನಿಸ್ಟರ್ ಟೂರ್, ಜನಗಳ ಕಂಪ್ಲೇಂಟ್ ನೋಡಿಕೊಳ್ಳುವುದು, ತನಗೆ ಬೇಕಾದವರಿಗೆ ಬೇಕಾದ ಕಡೆ ಕೆಲಸಗಳನ್ನು ಮಾಡಿಸಿಕೊಡುವುದು, ಇದೇ ಅವನ ಜೀವನವಾಗಿತ್ತು.

ಮುಂದಿನ ದಿನಗಳಲ್ಲಿ ಬ್ಯಾಂಕಿನ ಎಲ್ಲ ಕೆಲಸಗಳನ್ನೂ ಸಾಂಬಮೂರ್ತಿಗೆ ಹೇಳಿಕೊಟ್ಟಳು. ಅವನೂ ಬಹಳ ಮುತುವರ್ಜಿಯಿಂದ ಕಲಿತನು. ಇಬ್ಬರೂ ಬ್ಯಾಂಕಿನ ಆಸ್ತಿಯಂತಾದರು. ಅವನು ಒಳ್ಳೆಯ ಆಟಗಾರನೂ ಆಗಿದ್ದನು. ಬ್ಯಾಂಕಿನ ಟೀಮಿಗೆ ಟೇಬಲ್ ಟೆನ್ನಿಸ್ ಮತ್ತು ಕೇರಂ ಪಂದ್ಯಗಳನ್ನು ರಾಷ್ಟ್ರೀಯ ಮಟ್ಟದಲ್ಲಿ ಆಡುತ್ತಿದ್ದನು. ಪ್ರತಿದಿನ 4 ಘಂಟೆಯ ನಂತರ ಪ್ರಾಕ್ಟೀಸ್ ಮಾಡಲು ಅವನಿಗೆ ಅನುಮತಿ ಕೊಟ್ಟಿದ್ದರು.

ಇತ್ತ ಮನೆಯಲ್ಲಿ ಅತ್ತೆಯ ದರ್ಬಾರು ಜೋರಾಗಿತ್ತು. ಮನೆ ಕೆಲಸ, ಮನೆಯ ವ್ಯವಹಾರ ಎಲ್ಲವನ್ನೂ ತನ್ನ ಹದ್ದುಬಸ್ತಿನಲ್ಲಿಟ್ಟು ಕೊಂಡಿದ್ದಳು. ಪಾಪದ ಮಾವ, ಅತ್ತೆ ಹೇಳಿದಂತೆ ಕೇಳಿಕೊಂಡಿದ್ದನು. ಆದರೂ ಆಗೊಮ್ಮೆ ಈಗೊಮ್ಮೆ, 'ಏನಮ್ಮಾ, ಬ್ಯಾಂಕಿನಲ್ಲಿ ತುಂಬಾ ಕೆಲಸ ಅಂತ ಕೇಳಿರುವೆ, ಸಂಜೆ ಏಳಾದರೂ ಮನೆಗೆ ಬರೋದು ಕಷ್ಟವಂತೆ, ನೀನು ಕೆಲಸದ ಕಡೆಗೆ ಹೆಚ್ಚಿನ ಗಮನ

ಕೊಡು, ಹೆಚ್ಚಿನ ಹೆಸರು ಮತ್ತು ಕೀರ್ತಿ ಗಳಿಸು' ಎನ್ನುತ್ತಿದ್ದರು. ಆಗ ಅತ್ತೆ, 'ಮನೆ ಮತ್ತು ಮಗುವಿನ ಬಗ್ಗೆ ನಾನು ಮತ್ತು ಇವರೂ ನೋಡಿಕೊಳ್ತೀವಿ', ಎನ್ನುತ್ತಿದ್ದರು.

ಇತ್ತ ರಾಧಿಕಾಗೆ ಕೆಲಸ ಮುಗಿದ ಮೇಲೆ, ಮನೆಗೂ ಹೋಗಲು ಮನಸ್ಸಿಲ್ಲದೇ, ಏನೂ ಮಾಡಲು ತೋಚುತ್ತಿರಲಿಲ್ಲ. ಆಗ ಸಾಂಬಮೂರ್ತಿಯೇ ಅವಳಿಗೆ ದಾರಿ ತೋರಿಸಿದ್ದನು. ಸಂಜೆಯ ವೇಳೆಯಲ್ಲಿ ಒಂದು ಘಂಟೆ ಕೇರಂ ಮತ್ತು ಒಂದು ಘಂಟೆ ಟೇಬಲ್ ಟೆನ್ನಿಸ್ ಆಡುವುದನ್ನು ಹೇಳಿಕೊಡುತ್ತಿದ್ದನು. ಚತುರೆ ಆಟಗಳಲ್ಲಿ ಬಹಳ ಬೇಗ ಪ್ರಾವೀಣ್ಯತೆ ಪಡೆದು, ಬ್ಯಾಂಕಿನ ಟೀಮಿನ ಪರವಾಗಿ ರಾಷ್ಟ್ರೀಯ ಮಟ್ಟದಲ್ಲಿ ಪಂದ್ಯಾವಳಿಗಳಲ್ಲಿ ಭಾಗವಹಿಸಹತ್ತಿದ್ದಳು. ಅವರಿಬ್ಬರಲ್ಲಿ ಹೆಚ್ಚಿನ ನಿಕಟತೆ ಉಂಟಾಗಿತ್ತು.

ಗಂಡ ನೋಡಿದ್ರೆ, ಕೆಲಸ ಮಾಡೋದು, ಕೆಲಸ ಮಾಡಿಸಿಕೊಳ್ಳೋದು, ಹಣ ಮಾಡೋದು, ಮ್ಯಾಕ್ರೊ ಲೆವೆಲ್ ವಿಷಯಗಳಲ್ಲೇ ತಲ್ಲೀನ. ಹೀಗಾಗಿ ಮನೆ, ಮಡದಿ, ಮಗುವಿನ ಕಡೆಗೆ ಗಮನವೇ ಇಲ್ಲ. ಮುಂದಿನ ಚುನಾವಣೆಯಲ್ಲಿ ವಿಧಾನ ಪರಿಷತ್ ಸದಸ್ಯತ್ವಕ್ಕಾಗಿ ಹೊಂಚು ಹಾಕುತ್ತಿದ್ದನು. ಸುಖ, ದುಃಖ, ಏನೇ ಇದ್ದರೂ ಹೇಳಿಕೊಳ್ಳಲು ಅಥವಾ ಹಂಚಿಕೊಳ್ಳಲು ಆಕೆಗೆ ಹತ್ತಿರದವರು ಯಾರೂ ಇಲ್ಲ. ಏಕಾಂತದಲ್ಲಿ ಏನನ್ನೂ ಹೇಳಿಕೊಳ್ಳಲು ಯಾರೂ ಇಲ್ಲ. ತನ್ನಲ್ಲಿನ ಭಾವನೆಗಳನ್ನು ಹಂಚಿಕೊಳ್ಳಲು ಒಬ್ಬ ಒಡನಾಡಿ ಬೇಡವೇ? ಇಂತಹ ಸಮಯದಲ್ಲಿ ಅವಳೊಂದಿಗೆ ಹೆಚ್ಚಿನ ಸಮಯ ಕಳೆಯುತ್ತಿದ್ದ ಸಾಂಬಮೂರ್ತಿಯೇ ತನ್ನವನಾಗಿಬಿಟ್ಟ.

ಮಲ್ಲೇಶ್ವರದಲ್ಲಿ ಸಾಂಬಮೂರ್ತಿ ಒಂದು ರೂಮು ಮಾಡಿಕೊಂಡಿದ್ದ. ಬ್ಯಾಂಕಿನ ಕೆಲಸವಾದ ಮೇಲೆ ಸ್ವಲ್ಪ ಹೊತ್ತು ಆಟವಾಡಿ ಅವನ ರೂಮಿಗೆ ಹೋಗಿ ಅಲ್ಲಿ ಸ್ವಲ್ಪ ಕಾಲ ಕಳೆದು ನಂತರ ರಾತ್ರಿ ೮ರ ವೇಳೆಗೆ ಮನೆ ತಲುಪುತ್ತಿದ್ದಳು. ಎಷ್ಟೇ ಆಗಲಿ ಉಪ್ಪು ಖಾರ ತಿನ್ನುವ ದೇಹ. ದೈಹಿಕ ಆಸೆಯನ್ನು ಎಷ್ಟು ದಿನಗಳೂಂತ ಹತ್ತಿಟ್ಟುಕೊಳ್ಳಲು ಸಾಧ್ಯ. ಅವರಿಬ್ಬರ ಒಡನಾಟ ಬಹಳ ಹತ್ತಿರವಾಗುತ್ತಿತ್ತು. ಪ್ರತಿನಿತ್ಯ ಸಂಜೆ ನೇರವಾಗಿ ಅವನಿಗೆ ರೂಮಿಗೇ ಹೋಗುತ್ತಿದ್ದಳು. ಮನೆಗೆ ಬಹಳ ತಡವಾಗಿ ಹೋದರೂ, ಯಾರೂ ಏನನ್ನೂ ಕೇಳುತ್ತಿರಲಿಲ್ಲ.

ಒಂದು ಮಧ್ಯಾಹ್ನ ಮಗುವಿಗೆ ಡಿಹೈಡ್ರೇಷನ್ ಆಗಿ ಆಸ್ಪತ್ರೆಗೆ ದಾಖಲು ಮಾಡಬೇಕಾಯ್ತು. ಫೋನಿನ ಮೂಲಕ ಮಾವನವರು ಸಂಪರ್ಕಿಸಲು, ಅವಳು ಅಂದು ಕೆಲಸಕ್ಕೆ ಬಂದಿಲ್ಲ ಎಂದು ತಿಳಿಯಿತು. ಅರೇ! ಬೆಳಗ್ಗೆ ಮನೆಯಿಂದ ಬ್ಯಾಂಕಿಗೇಂತ ಹೊರಟವಳು ಎಲ್ಲಿ ಹೋದಳು, ಅಂತ ಅಂದುಕೊಂಡೇ ಮಗನಿಗೆ ಫೋನಾಯಿಸಿ ತಾನು ಬ್ಯಾಂಕಿನ ಹತ್ತಿರ ಹೋಗುವೆ, ಯಾಕೆ ಅಂತ ಕೇಳಬೇಡ, ನೀನೂ ಬಾ, ಎಂದಿದ್ದರು. ಯಾಕೋ, ಆತ ಅಂದು ಪುರುಸೊತ್ತಾಗಿದ್ದ. ಹತ್ತು ನಿಮಿಶಗಳಲ್ಲಿ ತಾನೇ ಅಲ್ಲಿಗೆ ಬರುವೆ ಎಂದು ಹೇಳಿ, ಬ್ಯಾಂಕಿಗೆ ಬಂದನು. ಅಲ್ಲಿಯ

ಮೇಲಧಿಕಾರಿಗಳನ್ನು ಭೇಟಿ ಮಾಡಿ ರಾಧಿಕಾ ಎಲ್ಲಿಗೆ ಹೋಗಿರಬಹುದು ಎಂದು ಕೇಳಿದನು. ಮೇಲಧಿಕಾರಿಗಳು, ತಮಗೆ ತಿಳಿದ ಮಾಹಿತಿಯನ್ನೆಲ್ಲಾ ಕೊಟ್ಟರು. ತಕ್ಷಣವೇ ತಂದೆ ಮಗ, ಮಲ್ಲೇಶ್ವರಂನ ಸಾಂಬಮೂರ್ತಿಯ ರೂಮಿಗೆ ತಲುಪಿದ್ದರು. ರೂಮಿನ ಬಾಗಿಲು ಬಡಿಯಲು, ಒಳಗಿನಿಂದ ಯಾರು ಎಂಬ ಗಂಡಸಿನ ಶಬ್ದ ಬಂದಿತೇ ವಿನಹ ಬಾಗಿಲು ತೆರೆಯಲಿಲ್ಲ. ಅದೇನೋ ಅನುಮಾನ ಬಂದು ರತ್ನಾಕರ ಹತ್ತಿರದ ಪೊಲೀಸ್ ಸ್ಟೇಷನ್ನಿಗೆ ಫೋನಾಯಿಸಿ, ಇನ್‌ಸ್ಪೆಕ್ಟರ್ ಅವರನ್ನು ಅಲ್ಲಿಗೆ ಕರೆಸಿದನು.

'ಬಾಗಿಲು ತೆಗೆ, ಇಲ್ಲದಿದ್ದರೆ ಬಾಗಿಲು ಒಡೆಯುವೆ' ಎಂದು ಇನ್‌ಸ್ಪೆಕ್ಟರ್ ಗುಡುಗಿದ ಮೇಲೆ ಸಾಂಬಮೂರ್ತಿ ಮೆಲ್ಲಗೆ ಬಾಗಿಲು ತೆರೆದನು. ಒಳನಡೆದ ಇನ್‌ಸ್ಪೆಕ್ಟರ್, ರಾಧಿಕಾ ಅಲ್ಲಿರುವುದನ್ನು ನೋಡಿದ. ಅವಳನ್ನು ನೋಡಿದೊಡನೆಯೇ, ರತ್ನಾಕರ ಕೂಗಾಡ ಹತ್ತಿದ. ಅದ ಕಂಡ ಇನ್‌ಸ್ಪೆಕ್ಟರ್, 'ತಾವು ಸ್ವಲ್ಪ ಸುಮ್ಮನಿರಿ, ನಾನೆಲ್ಲಾ ವಿಚಾರಿಸ್ತಿನಿ', ಎಂದು, ರಾಧಿಕಾಳನ್ನು ಪ್ರಶ್ನಿಸತೊಡಗಿದ. 'ಯಾಕಮ್ಮಾ ಇಲ್ಲಿದ್ದೀಯೆ, ಯಾರಮ್ಮಾ ನಿನ್ನ ಜೊತೆಗಿರುವವನು, ಎಂದು ಪ್ರಶ್ನಿಸಲು, ರಾಧಿಕಾ ಹೇಳಿದ್ದನ್ನು ಕೇಳಿ, ಅಲ್ಲಿದ್ದವರೆಲ್ಲರೂ ಸ್ಥಂಭೀಭೂತರಾಗಿದ್ದರು. 'ಸಾರ್, ಇವನು ನನ್ನ ಗಂಡ. ಈಗ ಕಂಪ್ಲೀಟ್ ಮಾಡಿಕೊಂಡು ಬಂದಿರೋವ್ರು, ಯಾರೋ ನನಗೆ ಗೊತ್ತಿಲ್ಲ. ಯಾರೋ ಬಂದು ನನ್ನ ಹೆಂಡತಿ ಅಂತ ಅಂದ್ರೆ, ನೀವೂ ಕೇಳೋದಾ?' ಅವಳ ಆ ಮಾತುಗಳನ್ನು ಕೇಳಿ, ರತ್ನಾಕರ ಮತ್ತು ಅವನ ತಂದೆಗೆ ಮೂರ್ಛೆ ಹೋಗೋದು ಒಂದು ಬಾಕಿ ಆಗಿತ್ತು.

ಇಷ್ಟು ದಿನ ಮನೆ ಕಡೆ ಗಮನ ಕೊಡದಿದ್ದ ರತ್ನಾಕರ, ಈಗ ಭೂಮಿಗೆ ಇಳಿದಿದ್ದ. ನೇರವಾಗಿ ತಂದೆಯೊಡನೆ ಮನೆಗೆ ಬಂದ. ಇಂದಿನವರೆವಿಗೆ ತಾನು ಮಾಡಿದ ತಪ್ಪಿಗೆ ಏನು ಮಾಡೋದು ಎಂದು ತೋಚದೇ, ಅಪ್ಪ ಅಮ್ಮನ ಮುಂದೆ ಗೊಳೋ ಎಂದು ಅತ್ತುಬಿಟ್ಟನು. ದೇವರ ದಯೆಯಿಂದ, ಆಸ್ಪತ್ರೆ ಸೇರಿದ್ದ ಮಗು ಹುಷಾರಾಗಿ ಮನೆಗೆ ಬಂದಿತ್ತು. ವಯಸ್ಸಾಗಿದ್ದ ಆತನ ತಂದೆ, ಮುಂದೆ ನಿಂತು, ರಾಧಿಕಾಗೆ ಫೋನ್ ಮಾಡಿ, ವಿಚ್ಛೇದನಕ್ಕೆ ಅರ್ಜಿ ಸಲ್ಲಿಸು, ಮನೆಯ ಮರ್ಯಾದೆಯಾದರೂ ಉಳಿಯಲಿ ಎಂದು ಕೇಳಿಕೊಂಡಿದ್ದರು. ಅದಕ್ಕೆ ಅವಳು, 'ನಾನ್ಯಾಕೆ ವಿಚ್ಛೇದಿಸಲಿ - ಬೇಕಿದ್ರೆ ಅವನೇ ಅಪ್ಲೈ ಮಾಡ್ಲಿ - ಮನೆ ಮಾತ್ರ ತನ್ನ ಹೆಸರಿಗೆ ಬರೀಲಿ, ನಾನು ಬೇರೆ ಇನ್ನೇನೂ ಹೇಳೋದೂ ಇಲ್ಲ, ಕೇಳೋದಿಲ್ಲ' ಎಂದಿದ್ದಳು.

ಈ ಇಳಿ ವಯಸ್ಸಿನಲ್ಲಿ ಹಾಯಾಗಿರಬೇಕಾಗಿದ್ದ ರಾಯರಿಗೆ ಹೆಚ್ಚಿನ ಜವಾಬ್ದಾರಿ ಬಿದ್ದಿತ್ತು. ಲೋಕಕ್ಕೆ ಹೆದರಿ, ಮಗನಿಗೆ ವಿಚ್ಛೇದನ ಕೊಡಿಸಿ, ಇದ್ದ ಮನೆಯನ್ನು ರಾಧಿಕಾ ಹೆಸರಿಗೆ ಮಾಡಿ, ತನ್ನ ಸ್ವಂತ ಸ್ಥಳಕ್ಕೆ ಹೊರಟರು. ಮಗ ಮತ್ತೆ ತನ್ನ ಕೆಲಸ ಅದೂ ಇದೂಂತ ಮುಳುಗಿ ಹೋಗಿ, ಬಾಡಿಗೆ ಮನೆ ಮಾಡಿದ್ದ.

ನಂತರ ತಿಳಿದು ಬಂದ ವರದಿ ಏನಂದರೆ, ಇತ್ತ ರಾಯರು ಮೊಮ್ಮಗಳನ್ನು ಊಟಿಯ ರೆಸಿಡೆನ್ಷಿಯಲ್ ಸ್ಕೂಲಿಗೆ ಸೇರಿಸಿದರು. ಮಗ ರತ್ನಾಕರ ಯಥಾಪ್ರಕಾರ ತನ್ನ ಕೆಲಸದಲ್ಲಿ ಮುಳುಗಿ ಹೋಗಿದ್ದ. ಮೊಮ್ಮಗಳು ವರುಷಕ್ಕೊಮ್ಮೆ, ಅಜ್ಜ ಅಜ್ಜಿಯರನ್ನು ನೋಡಲು ಊರಿಗೆ ಮಾತ್ರ ಹೋಗುತ್ತಿದ್ದ.

ಅತ್ತ, ರಾಧಿಕಾ ಮತ್ತು ಸಾಂಬಮೂರ್ತಿ ಇಬ್ಬರಿಗೂ ಆ ಊರಿನ ಜನರನ್ನು ಎದುರಿಸೋದು ಸರಿಯಲ್ಲವೆಂದು, ಪ್ರಮೋಶನ್ ತೆಗೆದುಕೊಂಡು ಇಬ್ಬರೂ ದೂರದ ಮುಂಬಯಿಗೆ ಹೋಗಿ ನೆಲೆಸಿದ್ದರು. ಮೂರು ವರುಷಗಳಲ್ಲೇ ಸಾಂಬಮೂರ್ತಿ ಮತ್ತು ರಾಧಿಕಾಳ ನಡುವೆ ಮಗು ಮಾಡಿಕೊಳ್ಳಬೇಕೆಂಬ ವಿಷಯಕ್ಕೆ ಮನಸ್ತಾಪ ಬಂದು, ಇಬ್ಬರೂ ಬೇರೆ ಬೇರೆಯಾಗಿದ್ದರು. ರಾಧಿಕಾಳಿಗೆ ಮತ್ತೆ ಮಗು ಬೇಕಿರಲಿಲ್ಲ ಆದರೆ ಸಾಂಬಮೂರ್ತಿಗೆ ಮಗು ಬೇಕೆನಿಸುತ್ತಿತ್ತು. ರಾಧಿಕಾಳಿಗೆ ಇನ್ನೂ ಹೆಚ್ಚು ಹೆಚ್ಚು ಪ್ರಮೋಶನ್ ತೆಗೆದುಕೊಂಡು ಮಾದರಿ ಹೆಣ್ಣಾಗಬೇಕೆಂಬ ಹಂಬಲ. ಆದರೆ ಸಾಂಬಮೂರ್ತಿಗೆ ಇಲ್ಲಿಯವರೆವಿಗೆ ತಾನು ಮಾಡಿದ್ದುದು ತಪ್ಪು ಎಂದೆನಿಸಿ, ಈ ಕೂಪದಿಂದ ಹೊರಬರಬೇಕೆಂದು ಅನಿಸುತ್ತಿತ್ತು. ಇಬ್ಬರಲ್ಲೂ ಆಗಾಗ ಜಗಳವೂ ಆಗುತ್ತಿತ್ತು. ಅಕ್ಕ ಪಕ್ಕದವರ ಮನೆಯವರುಗಳ ಮುಂದೆ ತಮ್ಮ ಮಾನ ಹೋಗುತ್ತಿದೆ, ಅದರ ಬದಲಿಗೆ ಇಬ್ಬರೂ ಬೇರೆ ಬೇರೆ ಇರುವುದೇ ಲೇಸೆಂದು, ಸಾಂಬಮೂರ್ತಿ ಮತ್ತೆ ಬೆಂಗಳೂರಿಗೆ ವರ್ಗ ತೆಗೆದುಕೊಂಡು ಬಂದಿದ್ದನು. ಆದರೆ ರಾಧಿಕಾ ಮಾತ್ರ ಮುಂಬಯಿಯಲ್ಲೇ ಇದ್ದಳು.

ಇನ್ನು ಹತ್ತು ವರುಷಗಳ ತರುವಾಯ, ಒಬ್ಬಂಟಿಯಾದ್ದ ರಾಧಿಕಾಳಿಗೆ ಆಗಾಗ, ಹಳೆಯದೆಲ್ಲಾ ನೆನಪಾಗಿ, ತಾನು ಮಾಡಿದುದು ತಪ್ಪೆನಿಸುತ್ತಿತ್ತು. ಅದೂ ಅಲ್ಲದೇ ಎಳೆಯ ಮಗುವನ್ನು ಬಿಟ್ಟು ಬಂದಿದ್ದ ಅವಳಿಗೆ, ಮಗುವಿನ ನೆನಪಾಗಿ ಆಗಾಗ್ಯೆ ಅಪಸ್ಮಾರ ಬರುತ್ತಿತ್ತು. ಎಲ್ಲೆಂದರಲ್ಲಿ ಬಿದ್ದುಬಿಡುತ್ತಿದ್ದಳು. ಅವಳನ್ನು ನೋಡುವವರು ಯಾರೂ ಇರಲಿಲ್ಲ. ಜೊತೆಗೆ ಕ್ಯಾನ್ಸರ್‌ನಿಂದಲೂ ಬಳಲುತ್ತಿದ್ದಳಂತೆ. ಮೊದಲನೆಯ ಬಾರಿಗೆ ಕೆಮೋಥೆರಪಿ ನಡೆದ ನಂತರ, ಜೀವನದಲ್ಲಿ ಜಿಗುಪ್ಸೆ ಬಂದು ನೇಣಿಗೆ ಶರಣಾಗಿದ್ದಳು.

ಇದೂ ಒಂದು ಜೀವನವೇ! ಹುಹ್

ಕನ್ನಡಕ್ಕಾಗಿ ಕೈ ಎತ್ತು

ಇದು ನನ್ನ ಮನದಲ್ಲಿನ ಚಿಂತನೆ. ನನ್ನ ಅನಿಸಿಕೆ. ಇದು ಸರಿ ಇಲ್ಲದಿರಬಹುದು. ನಿಮ್ಮ ಪ್ರತಿಕ್ರಿಯೆಗಾಗಿ ಕಾಯುತಿರುವೆ.

ಒಂದು ನಾಡು / ರಾಜ್ಯ ಮತ್ತು ಭಾಷೆಯ ಉತ್ತುಂಗ ಸ್ಥಿತಿ, ಅಧೋಗತಿ ಅಥವಾ ಅವನತಿಯ ಸ್ಥಿತಿಯನ್ನು ಜೀವನದ ಮಜಲಿಗೆ ಹೋಲಿಸಬಹುದು. ಹೇಗೆ ಮೇಲೆ ಏರಿದವನು ಕೆಳಗಿಳಿಯಲೇಬೇಕೋ, ಕೆಳಗಿರುವವನು ಮೇಲೇರಲೇಬೇಕೋ, ಅದೇ ತರಹವೇ ನಾಡಿಗೂ ಅನ್ವಯಿಸುತ್ತದೆ. ಆದರೆ ಜೀವನದ ಈ ಗತಿಗೆ ವರುಷಗಳ ಕಾಲಗಣನೆಯಾದರೆ ನಾಡಿಗೆ ಕಾಲದ ಗತಿ ವರುಷಗಳ ಇಮ್ಮಡಿ ಮುಮ್ಮಡಿಯಾಗಿರಬಹುದು.

ಹಿಂದೆ ಶ್ರೀ ಕೃಷ್ಣ ದೇವರಾಯನ ಕಾಲದಲ್ಲಿ ರಸ್ತೆಯ ಬದಿಯಲ್ಲಿ ಮುತ್ತು ರತ್ನ ಚಿನ್ನದ ವ್ಯಾಪಾರ ನಡೆಯುತ್ತಿತ್ತಂತೆ. ಬಹುಶಃ ಆಗ ನಾಗರೀಕತೆಯಲ್ಲೂ ಮುಂದುವರಿಕೆಯಲ್ಲೂ ಈ ದೇಶ ಮಿಕ್ಕೆಲ್ಲ ದೇಶಗಳಿಗಿಂತ ಉತ್ತುಂಗದಲ್ಲಿತ್ತೇನೋ! ಕನ್ನಡದ ಪತಾಕೆ ಇಂದಿನ ಭಾರತ ದೇಶದ ಹೆಚ್ಚಿನ ಭಾಗಗಳಲ್ಲಿ ಹಾರಾಡುತ್ತಿತ್ತು. ನಗರ ವ್ಯವಸ್ಥೆ, ನೈರ್ಮಲ್ಯ, ವಿದ್ಯೆ, ಶ್ರೀಮಂತಿಕೆ, ಆರೋಗ್ಯ ಹೀಗೆ ಮಾನವನ ಜೀವನಕ್ಕೆ ಬೇಕಾದ ಮುಖಯ ವಸ್ತುಗಳೆಲ್ಲದರಲ್ಲೂ ಮುಂದುವರಿಕೆ ಇದ್ದಿತ್ತು. ಶ್ರೀಗಂಧದ ತವರು, ಬೀಟೆ, ತೇಗಗಳ ಕಾನನ ಸಂಪತ್ತು. ಅನರ್ಘ್ಯ ಖನಿಜಗಳ ಸಂಪತ್ತು. ಬರವಿಲ್ಲದ ಜಲ ಸಂಪತ್ತು. ನಿಸರ್ಗದ ಸಂಪತ್ತಿಗೆ ಮಿತಿಯಿರಲಿಲ್ಲ. ಬಡತನವೇನೆಂಬುದೇ ತಿಳಿಯದವರಿಗೆ ದುರಾಸೆ, ಅತ್ಯಾಚಾರ, ಕಳ್ಳತನ, ಮೋಸ ಇವುಗಳಿಗೆ ಬಲಿಯಾಗುವ ಅವಕಾಶವೇ ಇಲ್ಲ. ಅವನ ಆಸ್ಥಾನದಲ್ಲಿ ೮ ಜನ ಘನ ವಿದ್ವಾಂಸರಿದ್ದರು. ಸುತ್ತು ಮುತ್ತಲಿನ ಕಿರಿಯ ರಾಜರುಗಳೆಲ್ಲರೂ ಕಪ್ಪ ಕಾಣಿಕೆಗಳನ್ನು ಕೊಡುತ್ತಿದ್ದರು. ಕಳ್ಳತನದ ಸುಳಿವಿರಲಿಲ್ಲ. ಇದೇ ತರಹ ಇಡಿಯ ಏಷಿಯಾ ಖಂಡವೆಲ್ಲವೂ ಭಾರತವೇ ಎನ್ನುವಂತಾಗಿತ್ತು. ಆಗಿನ ಭಾಷೆಯಲ್ಲಿ ತೆಲುಗು ತಮಿಳು ಕನ್ನಡ ಎಲ್ಲವೂ ಒಂದೇ ತರಹದಾಗಿದ್ದವು. ಇದನ್ನು ಹಳಗನ್ನಡದ ಕಾಲ ಎನ್ನಬಹುದು. ಸಾಹಿತ್ಯದಲ್ಲಿ ಸಂಸ್ಕೃತದ ನೆರಳು ಸ್ವಲ್ಪ ಜಾಸ್ತಿಯೇ ಆಗಿದ್ದಿತ್ತು.

ನಂತರ ಮಧ್ಯಮ ಕಾಲ ಬಂದಿತು. ಆಗ ಕನ್ನಡ ಆಡು ಮಾತಿನಲ್ಲಿ ಮತ್ತು ಬರಹದಲ್ಲಿ ಸ್ವಲ್ಪ ವ್ಯತ್ಯಯಗಳು ಕಂಡು ಬಂದುವು. ತಮಿಳು ತೆಲುಗುಗಳಿಗಿಂತ ಕನ್ನಡ ಭಿನ್ನವಾಯಿತು. ಸಾಹಿತ್ಯದಲ್ಲಿ ಸಂಸ್ಕೃತದ ಛಾಪು ಕಡಿಮೆಯಾಯಿತು. ಭಾಷೆಯ ತನ್ನದೇ ಆದ ಸೊಗಡನ್ನು ಪಡೆಯಿತು. ಇದರ ಸೊಗಡಿಗೆ ಮಾರು ಹೋದವರಲ್ಲಿ ರೆವೆರೆಂಡ್ ಕಿಟ್ಟಲರೊಬ್ಬರು. ಕ್ರೈಸ್ತ ಧರ್ಮ ಪ್ರಚಾರಕ್ಕೆಂದು ಬಂದವರು ಕನ್ನಡ ಕಲಿತು ಕನ್ನಡದ ಮೊದಲ ಪಾರಿಭಾಷಿಕವನ್ನು ರಚಿಸಿಕೊಟ್ಟಂತಹ ಮಹಾನುಭಾವರು. ವಿಶ್ವದಲ್ಲಿನ ಆಗುಹೋಗುಗಳ ವೇಗಕ್ಕೆ ತಕ್ಕಂತೆ ಓಡದೇ ಸ್ವಲ್ಪ ನಿಧಾನವಾಗಿದ್ದಕ್ಕೇ ಇರಬೇಕೇನೋ ಅಥವಾ ಹೆಚ್ಚಿನ ಜನಸಂಖ್ಯೆಯ ಕಾರಣಕ್ಕೋ ಏನೋ, ಸಾಮಾಜಿಕ ಕಷ್ಟ ಕೋಟಲೆಗಳು ಹೆಚ್ಚಾಗಿ, ವಿದ್ಯಾಭ್ಯಾಸದ ಕೊರತೆ, ಬಡತನ, ಮೌಢ್ಯತನ, ಜನಸಂಖ್ಯಾ ಸ್ಫೋಟ, ಹತ್ತು ಹಲವಾರು ತೊಂದರೆಗಳು ಕಾಣಿಸಿಕೊಂಡವು. ಆದರೂ ಸಾಹಿತ್ಯ ಲೋಕವು ಮಾತ್ರ ತನ್ನ ಕಂಪನ್ನು ಕಡಿಮೆ ಮಾಡಿರಲಿಲ್ಲ. ವಿದ್ಯಾಭ್ಯಾಸದಲ್ಲಿ ಇಂಗ್ಲೀಷ್ ಭಾಷೆಯ ಕನ್ನಡವನ್ನು ಹತ್ತಿಕ್ಕುವ ಪ್ರಯತ್ನ ಪ್ರಾರಂಭವಾಯಿತು. ಜನಸಾಮಾನ್ಯರು ಗಾಳಿಗೆ ತಕ್ಕಂತೆಯೇ ತಾನೆ ತೂರಿಕೊಳ್ಳಬೇಕು. ಹಾಗಾಗಿ ತಮ್ಮ ತಮ್ಮ ಸಂಸಾರಗಳ ಏಳಿಗೆಗೆ ವಿಶ್ವದ ಓಟಕ್ಕೆ ಹೊಂದಿಕೊಳ್ಳಲು ಪ್ರಯತ್ನಿಸಿದರು. ಇಂಗ್ಲೀಷ್ ಭಾಷೆಯ ಕಲಿತ ಹೆಚ್ಚಾಯಿತು. ಕೆಲಸಕ್ಕಾಗಿ ಪರದೇಶಗಳಿಗೆ ಹೋಗುವಂತಾಯಿತು. ಪರದೇಶದ ವ್ಯಾಮೋಹ ಹೆಚ್ಚಾಗತೊಡಗಿತು.

ನಂತರದ ಸ್ಥಿತಿ ಹೇಗಾಯಿತು. ಇಂದು ನಮ್ಮ ಮಕ್ಕಳು ಹೆಚ್ಚಿನ ವಿದ್ಯಾಭ್ಯಾಸಕ್ಕೆ ಪರರೂರಿಗೆ ಹೋಗಬೇಕಾಗಿದೆ. ಇಲ್ಲಿ ಕಲಿತು, ಅಲ್ಲಿರಲಾರಲು ಮನಸ್ಸೊಪ್ಪದ ಅಧ್ಯಾಪಕರು, ವಿಜ್ಞಾನಿಗಳು, ಪರಿಣತರು, ಅದೂ ನಮ್ಮವರೇ ಇಲ್ಲಿಂದ ಅಲ್ಲಿಗೆ ಹೋಗಿ ನಮ್ಮ ಮಕ್ಕಳಿಗೆ ಕಲಿಸುವ ಹಾಗಾಗಿದೆ. ಇತರ ದೇಶಗಳಲ್ಲಿನ ಸುಖ ಜೀವನದ ಲೋಲುಪತೆ ನಮ್ಮ ಮಕ್ಕಳ ಕೈಬೀಸಿ ಕರೆಯುತ್ತಿದೆ. ಈಗ ನಮ್ಮ ದೇಶದಲ್ಲಿ ತೋರುತ್ತಿರುವ ಸಮಸ್ಯೆಗಳಿಗೆ ಆ ದೇಶ ಪರಿಹಾರವಾಗಿ ತೋರುತ್ತಿದೆ. ಆದರಿದು ಕ್ಷಣಿಕ. ಈಗೊಂದು ೧೫-೨೦ ವರ್ಷಗಳಿಂದೀಚೆಗೆ ಸ್ವದೇಶೀ ವ್ಯಾಮೋಹ ನಮ್ಮವರನ್ನು ಕಾಡಹತ್ತಿದೆ. ಅಲ್ಲಿದ್ದೇ ಕನ್ನಡತನವನ್ನು ಕಾಪಾಡಲು, ಬೆಳೆಸಲು ಮುಂದಾಗುತ್ತಿದ್ದಾರೆ.

ಹಿಂದಿದ್ದ ಕವಿಗಳು, ವಿಜ್ಞಾನಿಗಳು, ಅರ್ಥ ಶಾಸ್ತ್ರಜ್ಞರು, ಹಿರಿಯ ಮುತ್ಸದ್ದಿಗಳು ಈಗಿಲ್ಲವೇ? ಈಗಲೂ ಇಲ್ಲಿದ್ದಾರೆ, ಅಲ್ಲಿದ್ದಾರೆ, ಎಲ್ಲ ಕಡೆಯು ಇದ್ದು, ವಿಶ್ವದಲ್ಲೊಂದಾಗಿದ್ದಾರೆ. ಅವರುಗಳು ಬೂದಿ ಮುಚ್ಚಿದ ಕೆಂಡದಂತಿದ್ದಾರೆ. ಈಗ ನಡೆಯ ಬೇಕಿರುವ ಕೆಲಸವಿಷ್ಟೇ! ಆ ಬೂದಿಯನ್ನೊಮ್ಮೆ ಬಾಯಲ್ಲಿ ಊದಿ ಕೆಂಡ ಪ್ರಜ್ವಲಿಸುವ ಕೆಲಸವೊಂದನ್ನು ಮಾಡಬೇಕಿದೆ. ಇಂತಹ ಕೆಲಸವನ್ನು ವೇದಿಕೆಗಳು, ಒಕ್ಕೂಟಗಳು ಮಾಡುತ್ತಿವೆ. ಇಷ್ಟು ದಿನಗಳು ಸಾಹಿತ್ಯ ಒಕ್ಕೂಟವನ್ನು ಕನ್ನಡ ನಾಡಿನಲ್ಲಷ್ಟೇ ಏರ್ಪಡಿಸುತ್ತಿದ್ದರು. ಮೊದಲಿಗೆ ಅಕ್ಕ ಸಂಘಟನೆ ಅಮೆರಿಕೆಯಲ್ಲಿ ಬಹು ಯಶಸ್ವಿಯಾಗಿ ಕೈಗೊಂಡಿತ್ತು.

ಈಗ ಮತ್ತೆ ವಿಶ್ವ ಕನ್ನಡ ಸಮ್ಮೇಳನವನ್ನು ಆಯೋಜಿಸುತ್ತಿದೆ. ಇದೇ ತರಹ ದೆಹಲಿ ಕನ್ನಡ ಸಂಘ, ಮುಂಬೈ ಕನ್ನಡ ಸಂಘಗಳೂ ತಮ್ಮ ತಮ್ಮ ಕಾಣಿಕೆಗಳನ್ನು ಕನ್ನಡಮ್ಮನ ಅಡಿಗೆ ಅರ್ಪಿಸುತ್ತಿವೆ. ಮೊನ್ನೆ ಒಬ್ಬ ಆಂಗ್ಲರು ನನಗೆ ಪತ್ರ ಬರೆದಿದ್ದರು. ಅದು ಕನ್ನಡದಲ್ಲಿ ಇತ್ತೆಂದರೆ ನೀವು ನಂಬುವಿರಾ? ಆ ಪತ್ರವನ್ನು ಓದುತ್ತಿದ್ದ ನಾನು ಮೊದಲು ನನ್ನ ಇರುವಿಕೆಯನ್ನೇ ಮರೆತಿದ್ದೆ. ನಂತರ ತಿಳಿದದ್ದು, ಅವರು ಪೆಜತ್ತಾಯರ ಸ್ನೇಹಿತರು, ಕನ್ನಡವನ್ನು ಕಲಿತಿದ್ದಾರೆ. ಹೀಗೆ ಈ ಸಮ್ಮೇಳನಗಳನ್ನು ಉತ್ಸುಕದಿಂದ ನೋಡಲು ಬರುವ ಇತರ ಭಾಷೀಯರೂ ಕನ್ನಡ ಕಲಿಯುವುದರಲ್ಲಿ ಸಂದೇಹವಿಲ್ಲ. ಇದೇ ರೀತಿ ನಾವುಗಳೂ ಅವರ ಭಾಷೆಗಳನ್ನು ಕಲಿಯೋಣ. ಈಗಾಗಲೇ ಬಹುತೇಕರಿಗೆ ಕನ್ನಡೇತರ ಭಾಷೆಗಳು ಬರುತ್ತದೆ. ಆ ಭಾಷೆಗಳೊಂದಿಗೆ ಕನ್ನಡವನ್ನೂ ಮಿಲಿತಗೊಳಿಸಿ, ಒಂದು ಭಾಷೆ, ಒಂದು ನಾಡು ಮೂಡಿಸುವ ಪ್ರಯತ್ನವಾಗಲಿ. ಆ ರಾಷ್ಟ್ರ ಕವಿಗಳು ಕನಸಿನಲಿ ಕಂಡ ವಿಶ್ವ ಮಾನವರಾಗೋಣ. ವಿಶ್ವದಲಿ ಎಲ್ಲರೂ ಸಮನ್ವಯ ಸೌಹಾರ್ದ ಭಾವದಿಂದ ಜೀವಿಸಿದರೆ ಅದಕ್ಕಿಂತ ಬೇರೆ ಸ್ವರ್ಗವೇ ಇಲ್ಲ.

ಈ ಹಿಂದೆ ಸಮ್ಮೇಳನಗಳು ಎಂದರೆ ಒಂದೆಡೆ ಸೇರಿ ತಿಂದುಂಡು ಹಾಡಿ ಹೊಗಳಿ ಗತ ವೈಭವವನ್ನು ಬೋಳು ಮುಂಡೆಯ ತುರುಬಿನಂತೆ ನೆನೆಸಿಕೊಂಡು ಅತ್ತು ಮರೆಯುವ ಕಾಲವಾಗಿತ್ತು. ಈಗ ಕಾಲ ಹಾಗಿಲ್ಲ. ಈಗಿರುವ ಸ್ಥಿತಿಯಿಂದ ಮೇಲೆದ್ದು, ಎಲ್ಲರ ಎಬ್ಬಿಸಿ, ನಡೆಯೋಣ, ಓಡೋಣ, ಇತರರಿಗೆ ಮಾದರಿಯಾಗೋಣ. ಸದ್ಯಕ್ಕೆ ತೋರುತ್ತಿರುವ ಸಮಸ್ಯಗಳನ್ನು ಹತ್ತಿಕ್ಕಿ, ನಿವಾರಿಸಿ, ಶ್ರೀಕೃಷ್ಣದೇವರಾಯನ ಸುವರ್ಣದೇಶವನ್ನು ನಿರ್ಮಿಸಬಹುದಲ್ಲವೇ? ಈ ಸರಿಪಡಿಸುವಕೆಯತ್ತ ವಿಶ್ವ ಕನ್ನಡ ಸಮ್ಮೇಳನ ನಡೆಸುತ್ತಿರುವವರ ಕೈ ಜೋಡಿಸೋಣ. ಈ ಸಮಾವೇಶವು ಒಂದು ಮೈಲುಗಲ್ಲಿದ್ದಂತೆ, ಹಾದಿ ತೋರಿಸುವ ಕೈ ಮರವಿದ್ದಂತೆ. ಇದರ ಹಿಂದೆ ಕೆಲಸ ಮಾಡುತ್ತಿರುವವರ ಭಗೀರಥ ಪ್ರಯತ್ನವನ್ನು ಶ್ಲಾಘಿಸೋಣ. ಕನ್ನಡದ ಸೊಗಡನ್ನು ಇಡೀ ವಿಶ್ವಕ್ಕೇ ಸಾರೋಣ. ಮೇಲೆ ತಿಳಿಸಿದ ಜೀವನ ಚಕ್ರದಲ್ಲಿ ಸದ್ಯಕ್ಕೆ ಕೆಳಗಿರುವ ನಾವು ಈಗ ಮತ್ತೆ ಮೇಲೇರುತ್ತಿದ್ದೇವೆ. ಕನ್ನಡ ಭಾಷೆ ಮತ್ತು ನಾಡಿನ ಉನ್ನತಿ ಆಗುವುದರಲ್ಲಿ ಸಂದೇಹವೇ ಇಲ್ಲ.

ಸಿರಿಗನ್ನಡಂ ಗೆಲ್ಗೆ!

ಬ್ಯಾಂಕರ್ಸ್ - ಕೊರೊನಾ ವಾರಿಯರ್ಸ್

ಶ್ರೀಲಕ್ಷ್ಮಿ ಚಿಕ್ಕಂದಿನಿಂದಲೂ ಬಹಳ ಜಾಣೆ. ಆಟ, ಪಾಠ, ಇತರರೊಡನೆ ಬೆರೆಯುವುದು, ಸ್ಪರ್ಧೆಗಳಲ್ಲಿ ಭಾಗವಹಿಸುವುದು ಹೀಗೆ ಎಲ್ಲದರಲ್ಲೂ ಅವಳು ಮುಂದು. ಹಾಗೆಯೇ ಅವೆಲ್ಲದರಲ್ಲೂ ಪ್ರಾವೀಣ್ಯತೆ ಪಡೆದಿದ್ದಳು. 10 ವರ್ಷಗಳ ಹಿಂದೆ, ಉತ್ತಮ ದರ್ಜೆಯಲ್ಲಿ ಪದವಿ ಪಡೆದ ಆಕೆ ಒಂದು ಪ್ರತಿಷ್ಠಿತ ಬ್ಯಾಂಕಿನಲ್ಲಿ ಅಧಿಕಾರಿಣಿಯಾಗಿ ಸೇರಿದಳು. ತನ್ನ ಊರಲ್ಲೇ ಅವಳಿಗೆ ಪೋಸ್ಟಿಂಗ್ ಆಗಿತ್ತು. ಅವಳ ಓದಿಗೆ ಮತ್ತು ಬುದ್ಧಿಶಕ್ತಿಗೆ ಬೇರೆ ಕಡೆಯಲ್ಲಿಯೂ ಒಳ್ಳೆಯ ಮತ್ತು ಹೆಚ್ಚು ಸಂಬಳ ದೊರೆಯುವ ಕೆಲಸ ಸಿಗುತ್ತಿತ್ತು. ಬ್ಯಾಂಕಿನ ಕೆಲಸವಾದರೆ, ನಿಯಮಿತ ಕಾಲಕ್ಕೆ ಹೋಗಿ ಬರುವುದು, ನಿಯಮಿತ ಕಾಲದಲ್ಲಿ ವರಮಾನ ಬರುವುದು, ಬೆಲೆ ಸೂಚ್ಯಂಕದ ಮೇರೆಗೆ ಮೂರು ತಿಂಗಳಿಗೊಮ್ಮೆ ತುಟ್ಟಿಭತ್ಯೆ ಏರುವುದು, ಐದು ವರುಷಗಳಿಗೊಮ್ಮೆ ವೇತನ ಪರಿಷ್ಕರಣೆ ಆಗುವುದು, ದೈಹಿಕ ಶ್ರಮವೂ ಹೆಚ್ಚಿನದಾಗಿರದು, ಇತ್ಯಾದಿ ಸಕಾರಾತ್ಮಕ ವೈಶಿಷ್ಟ್ಯತೆಗಳಿಗಾಗಿ ಬ್ಯಾಂಕ್ ನೌಕರಿಯನ್ನೇ ಆರಿಸಿಕೊಂಡಿದ್ದಳು.

ಯಾವುದೇ ಕೆಲಸ ಕೊಟ್ಟರೂ ಅಚ್ಚುಕಟ್ಟಾಗಿ, ಹಿರಿಯ ಅಧಿಕಾರಿಗಳಿಗೆ ಸಮಾಧಾನಕರವಾಗಿ ಮಾಡುತ್ತಿದ್ದಳು. ಅಂದಿನ ಕೆಲಸಗಳನ್ನು ಅಂದೇ ಮುಗಿಸಿಯೇ ಮನೆಗೆ ತೆರಳುವುದು ಅವಳ ಪರಿಪಾಠ. ಅದಾದ ಒಂದು ವರ್ಷದಲ್ಲಿ ಮದುವೆಯೂ ಆಗಿ, ನಂತರದ ಎರಡು ವರುಷಗಳಲ್ಲಿ ಒಬ್ಬ ಮಗಳೂ ಹುಟ್ಟಿದಳು.

ಕ್ರಮೇಣ ಬ್ಯಾಂಕಿನಲ್ಲಿ ಕೆಲಸವೂ ಜಾಸ್ತಿ ಆಗುತ್ತಾ ಇತ್ತು, ಹಾಗೆಯೇ ಸರಕಾರದ ನಿಯಮದಂತೆ ನೇಮಕಾತಿ ಆಗುತ್ತಲೇ ಇರಲಿಲ್ಲ ಮತ್ತು ಹೆಚ್ಚು ಹೆಚ್ಚು ಜನರು ವಯೋಗುಣದ ಅನುವಾಗಿ ಮತ್ತು ಸ್ವ-ಇಚ್ಛೆಯಿಂದ ನಿವೃತ್ತರಾಗುತ್ತಿದ್ದರು. ಶ್ರೀಲಕ್ಷ್ಮಿ ತನ್ನ ನಿಯಮದಂತೆ ಪ್ರತಿನಿತ್ಯವೂ ಎಲ್ಲ ಕೆಲಸ ಮುಗಿಸಿಯೇ ಮನೆಗೆ ತೆರಳುತ್ತಿದ್ದಳು. ಅಧಿಕಾರಿಣಿ ಆಗಿ ಸೇರಿದವಳಿಗೆ, ಇನ್ನೂ ಹೆಚ್ಚು ಹೆಚ್ಚು ಪದೋನ್ನತಿ ಪಡೆಯಬೇಕೆಂಬ ಹಂಬಲ ಸ್ವಾಭಾವಿಕವಾಗಿಯೇ ಇತ್ತು. ಹಾಗಾಗಿ, ಬ್ಯಾಂಕಿನಲ್ಲಿ ಹೆಚ್ಚು ಹೆಚ್ಚು ಪ್ರಗತಿ ತೋರಿಸಬೇಕಿತ್ತು. ಪ್ರಗತಿಯನ್ನು ಬ್ಯಾಂಕಿಗೆ ಹೆಚ್ಚಿನ ಲಾಭ ಗಳಿಸುವುದರಲ್ಲಿ ಮತ್ತು ಖರ್ಚು ಕಡಿಮೆ ಮಾಡುವುದರ ಮುಖೇನ ತೋರಿಸಬೇಕಿತ್ತು. ಜಾಣೆ ಬುದ್ಧಿವಂತೆಯಾದ್ದರಿಂದ ಮನೆಯ ಕಡೆಯ ಮತ್ತು ಕೆಲಸದ ಕಡೆಯ ಜೀವನವನ್ನು ಸಮಾನವಾಗಿ ತೂಗಿಸಿಕೊಂಡು ಹೋಗುತ್ತಿದ್ದಳು.

ಯಾರಿಗೂ ಯಾವಾಗಲೂ ಸುಭಿಕ್ಷ ಕಾಲವೇ ಇರೋದಿಲ್ಲ. ಪ್ರಕೃತಿಯ ನಿಯಮದಂತೆ ಒಮ್ಮೆ ಸುಭಿಕ್ಷ ಎದುರಿಸಿದರೆ ಮತ್ತೊಮ್ಮೆ ದುರ್ಭಿಕ್ಷವನ್ನು ಎದುರಿಸಲೇಬೇಕು. ಹಾಗೆಯೇ ನಮ್ಮ ನಾಯಕಿಯಲ್ಲಿಯೂ ದುರ್ಭಿಕ್ಷದ ಕಾಲ ಎದುರಾಯಿತು. ಮೊತ್ತ ಮೊದಲಿಗೆ ಅವಳಿಗೆ ಪ್ರಬಂಧಕಳಾಗಿ (ಮ್ಯಾನೇಜರ್) ಪದೋನ್ನತಿಯಾಗಿದ್ದರಿಂದ, ಬೇರೆ ರಾಜ್ಯದ ಊರಿಗೆ ವರ್ಗಾವಣೆ ಆಯಿತು. ಪತಿಗೂ ಅಲ್ಲಿಗೇ ವರ್ಗ ಮಾಡಿಸಿಕೊಂಡು, ಮಗಳನ್ನೂ ಅಲ್ಲಿಯೇ ಶಾಲೆಗೆ ಸೇರಿಸಿದ್ದಾಯಿತು. ಅಲ್ಲಿಯವರೆವಿಗೆ ಅವಳಿಗೆ ತಿಳಿಯದ, ಶನಿಕಾಟ ಇನ್ನು ಮುಂದೆ ಶುರುವಾಯಿತು.

ಹೊಸ ಜಾಗ, ಹೊಸ ಸಹೋದ್ಯೋಗಿಗಳು, ಹೊಸ ಗ್ರಾಹಕರನ್ನು ಎದುರಿಸಬೇಕಾಯಿತು. ಹೊಸ ಹೊಸದರಲ್ಲಿ ಯಾರೂ ಇನ್ನೊಬ್ಬರನ್ನು ನಂಬುವುದಿಲ್ಲ. ಇದು ಮಾನವ ಸಹಜ ಗುಣ. ಕ್ರಮೇಣ ನಾವೇ ಅವರೊಂದಿಗೆ ಒಗ್ಗಿಕೊಂಡು ಹೋಗಬೇಕು. ಹಾಗೆಯೇ ಇವಳಲ್ಲೂ ಆಗಿತ್ತು.

ಈ ಮೊದಲು ಅಲ್ಲಿದ್ದ ಪ್ರಬಂಧಕ ಕೆಲವು ಅವ್ಯವಹಾರ ಮಾಡಿದ್ದರಿಂದ ಆ ಶಾಖೆಯು ನಷ್ಟ ಅನುಭವಿಸುತ್ತಿತ್ತು. ಹಾಗೆಯೇ ನಿಷ್ಪ್ರಯೋಜಕ ಆಸ್ತಿಗಳೂ (ನಾನ್ ಪರ್ಫಾರ್ಮಿಂಗ್ ಅಸೆಟ್ಸ್) ಜಾಸ್ತಿ ಆಗುತ್ತಿತ್ತು. ಇಂತಹ ಆಸ್ತಿಗಳಿಂದ ಬ್ಯಾಂಕಿಗೆ ವರಮಾನವೂ ಬರುವುದಿಲ್ಲ ಹಾಗೆಯೇ ಆ ಆಸ್ತಿಗಳಿಗಾಗಿ ಪ್ರಾವಧಾನವನ್ನೂ (ಪ್ರಾವಿಷನ್ಸ್) ಕೂಡಾ ಮಾಡಬೇಕಿತ್ತು. ಹೀಗಾಗಿ ಆ ಶಾಖೆಯು ಲಾಭ ಗಳಿಸುವುದಲ್ಲದೇ ನಷ್ಟವನ್ನೇ ಹೆಚ್ಚು ಹೆಚ್ಚು ಎದುರಿಸಿತ್ತಿತ್ತು. ಈಕೆಗೆ ಇದೆಲ್ಲದರಿಂದ ಹೊರ ಬಂದು ಲಾಭ ಮಾಡುವುದು ಒಂದು ದೊಡ್ಡ ಸವಾಲಾಗಿತ್ತು. ಇದೇ ಸಮಯದಲ್ಲಿ ವಿಶ್ವಕ್ಕೇ ಬಡಿದ ಮಹಾಮಾರಿ ಕೊರೊನಾದ ಕಾಟ ತಟ್ಟುತ್ತಿದೆ. ಸರ್ಕಾರದ ಆಜ್ಞೆಯಂತೆ ಪ್ರತಿನಿತ್ಯವೂ ಬ್ಯಾಂಕಿನ ಶಾಖೆ ಕಾರ್ಯ ನಿರ್ವಹಿಸಬೇಕು. ಈಕೆ ಪ್ರಬಂಧಕಳಾದ್ದರಿಂದ ಪ್ರತಿನಿತ್ಯವೂ ಶಾಖೆಗೆ ಹೋಗಬೇಕು. ಇತರೆ ಅಧಿಕಾರಿ ಯಾ ನೌಕರರು ಕೆಲವೊಮ್ಮೆ ಅನಾರೋಗ್ಯದ ನಿಮಿತ್ತ ರಜೆಯ ಮೇಲೆ ಹೋಗುತ್ತಿದ್ದರು, ಆದರೆ ಈಕೆ ಮಾತ್ರ ಅನಾರೋಗ್ಯವಿದ್ದರೂ ಕೆಲಸಕ್ಕೆ ಹೋಗಲೇಬೇಕಿತ್ತು. ಆ ಶಾಖೆ ಇದ್ದ ಸ್ಥಳದಲ್ಲಿ ಹೆಚ್ಚಿನದಾಗಿ ವಯಸ್ಸಾದವರೇ ವಾಸಿಸುತ್ತಿದ್ದರು. ಅವರಿಗೆಲ್ಲರಿಗೂ ಅದೇ ಶಾಖೆಯಲ್ಲಿ ಪಿಂಚಣಿ ಕೊಡುವ ವ್ಯವಸ್ಥೆ ಆಗಿತ್ತು. ಅವರಲ್ಲಿ ಕೆಲವರಿಗೆ ಮನೆಯಲ್ಲಿ ಕುಳಿತು ಬೇಜಾರೆಂದೂ, ಶಾಖೆಯಲ್ಲಿ ಹವಾನಿಯಂತ್ರಿತ ಮತ್ತು ದಿನಪತ್ರಿಕೆ ಓದುವ ವ್ಯವಸ್ಥೆ ಇದ್ದುದರಿಂದ, ಹೆಚ್ಚಿನ ಸಮಯವನ್ನೆಲ್ಲಾ ಶಾಖೆಯಲ್ಲಿಯೇ ಕಳೆಯುತ್ತಿದ್ದರು. ಸರಕಾರವು ಆಗಾಗ್ಯೆ ಲಾಕ್‌ಡೌನ್ ಮಾಡುತ್ತಿದ್ದುದರಿಂದ ಶಾಖೆಗೆ ಬಂದು ಹೋಗಲು ಸಾರಿಗೆ ವ್ಯವಸ್ಥೆಯೂ ದುಸ್ತರವಾಗಿತ್ತು. ಅದಲ್ಲದೇ ಪೋಲೀಸರ ಕಾಟವೂ ಇಲ್ಲದಿಲ್ಲ. ಮತ್ತೂ ಹೆಚ್ಚಿನದಾಗಿ ಶಾಖೆಯನ್ನು ಪ್ರತಿನಿತ್ಯ ಸ್ಯಾನಿಟೈಸ್ ಮಾಡಬೇಕು, ಬರುವ ಗ್ರಾಹಕರಲ್ಲಿ ಕೆಲವರು ಕೊರೊನಾ ರೋಗ ಪೀಡಿತರಿರಬಹುದು ಮತ್ತು ಅವರು ಶಾಖೆಯ ಸಿಬ್ಬಂದಿಗೆ ರೋಗ ತಗುಲಿಸದಂತೆ ಅವರಿಗೆ ದೂರದಿಂದಲೇ ವ್ಯವಹರಿಸುವಂತೆ ಮನದಟ್ಟು

ಮಾಡಿಕೊಡಬೇಕು. ಅದೂ ಅಲ್ಲದೇ ಸರಕಾರವು ಘೋಷಿಸಿದ ಹೆಚ್ಚುವರಿ ಸಾಲಗಳನ್ನು ಗ್ರಾಹಕರಿಗೆ ಕೊಡಲು, ಅವರ ಅರ್ಜಿಗಳನ್ನು ಕೂಲಂಕುಷವಾಗಿ ಪರೀಕ್ಷಿಸಬೇಕು. ಕೆಲವು ಸಲ ಸಾಲ ತೆಗೆದುಕೊಂಡವರು ಸಾಂಕ್ರಾಮಿಕ ರೋಗದ ಹೆಸರಿನಲ್ಲಿ ಮರುಪಾವತಿ ಮಾಡದೆಯೂ ಇದ್ದು ಬ್ಯಾಂಕಿನ ಲಾಭಾಂಶಕ್ಕೆ ಹೊಡೆತ ಉಂಟು ಮಾಡಬಹುದು. ಇಂತಹ ಹಲವು ನಿದರ್ಶನಗಳೂ ಇವೆ.

ಯಾವತ್ತಾದ್ರೂ ಬ್ಯಾಂಕ್ ಮುಚ್ಚಿದೆಯಾ? ಅವರಿಗೆ ವರ್ಕ್ ಫ್ರಂ ಹೋಂ ಸೌಲಭ್ಯ ಕೊಡಬಹುದಾ, ಕೊಟ್ಟಿದ್ದೀವಾ? ಅದನ್ನು ಹೇಗೆ ಮಾಡಬಹುದು ಎಂದರೆ, ಎಲ್ಲಿಯವರೆವಿಗೆ ಬ್ಯಾಂಕಿಗೆ ಹೋಗಿ ಮಾಡುತ್ತಿದ್ದ ಕೆಲಸವನ್ನು ನಾವುಗಳು ಮನೆಯಲ್ಲಿಯೇ ಡಿಜಿಟಲ್ ಬ್ಯಾಂಕಿಂಗ್ ಮೂಲಕ ಯಾಕೆ ಮಾಡಬಾರದು. ಸರಕಾರವೂ ಇದಕ್ಕೆ ಹೆಚ್ಚು ಒತ್ತು ಕೊಡುತ್ತಿದೆ. ಇದು ಸಮಾಜದಲ್ಲಿ ಬಾಳುವ ನಮ್ಮ ಕರ್ತವ್ಯ ಅಲ್ಲವೇ!? ಡೆಬಿಟ್ ಕಾರ್ಡ್, ಕ್ರೆಡಿಟ್ ಕಾರ್ಡ್, ಆನ್‌ಲೈನ್ ಬ್ಯಾಂಕಿಂಗ್, ಮೊಬೈಲ್ ಬ್ಯಾಂಕಿಂಗ್ ಇತ್ಯಾದಿಗಳ ಮೂಲಕ ಹಣಕಾಸಿನ ವ್ಯವಹಾರವನ್ನು ಬ್ಯಾಂಕಿನ ಶಾಖೆಗೆ ಹೋಗದೆಯೇ ಮಾಡಬಹುದು. ಬ್ಯಾಂಕಿನ ಆಡಳಿತ ಮಂಡಳಿ ಶಾಖೆಗಳನ್ನು ವಿಲೀನಗೊಳಿಸಿ ಕಡಿಮೆ ಸಂಖ್ಯೆಯಲ್ಲಿ ಶಾಖೆಗಳು ವ್ಯವಹಾರ ಮಾಡುವಂತೆ ಮಾಡಬಹುದು. ಇದರಿಂದ ನೌಕರರಿಗೂ ಅನುಕೂಲವಾಗುವುದು.

ಈಗ ಹೇಳಿ, ವೈದ್ಯರು ದಾದಿಯರು ಮತ್ತು ಕೊರೊನಾ ವಿರುದ್ಧ ಹೋರಾಡುತ್ತಿರುವ ಎಲ್ಲರನ್ನೂ ಮೊದಲ ಹಂತದ ಹೋರಾಟಗಾರರು (ಫ್ರಂಟ್ ಲೈನ್ ವಾರಿಯರ್ಸ್) ಎಂದು ಕರೆಯಬಹುದಾದರೆ, ಅವರಂತೆಯೇ ಸೇವೆ ಸಲ್ಲಿಸುತ್ತಿರುವ ಬ್ಯಾಂಕಿನ ಅಧಿಕಾರಿ ಮತ್ತು ನೌಕರರೂ ಕೊರೊನಾ ವಾರಿಯರ್ಸ್ ಅಲ್ಲವೇ? ಫ್ರಂಟ್ ಲೈನ್ ಅಲ್ಲದಿದ್ದರೂ ಸೆಕೆಂಡ್ ಲೈನ್‌ನಲ್ಲಿ ಆದರೂ ಇವರನ್ನು ಇರಿಸಬಹುದಲ್ಲವೇ? ವ್ಯವಹಾರ ಜಗತ್ತಿನಲ್ಲಿ ಅವರ ಪಾತ್ರ ಗಣನೀಯ.

ಹಣದುಬ್ಬರಕ್ಕೆ ನೋಟು ಮುದ್ರಣ ಮದ್ದೇ?

40ವರ್ಷಗಳ ಹಿಂದೆ ರಾಮಣ್ಣನಿಗೆ 1000 ರೂಪಾಯಿ ಸಂಬಳ ಇದ್ದು, ಅದರಲ್ಲಿ 400 ರೂಪಾಯಿಯನ್ನು ಬಾಡಿಗೆ ಕೊಟ್ಟು, ತಿಂಗಳಿಗೆ ಬೇಕಾದ ವಸ್ತುಗಳನ್ನು ಖರೀದಿಸಿ, ದಿನನಿತ್ಯದ ಹಾಲು, ತರಕಾರಿ, ಬಸ್ ಛಾರ್ಜ್ ಎಲ್ಲ ಖರ್ಚು ಮಾಡಿಯೂ 200 ರೂಪಾಯಿ ಉಳಿಸುತ್ತಿದ್ದ. ಡೀಸೆಲ್ ಬೆಲೆ ಪೆಟ್ರೋಲ್ ಬೆಲೆಗಿಂತ ಅರ್ಧದಷ್ಟಿತ್ತು. ಅದೇ ಈಗ ರಾಮಣ್ಣನಿಗೆ ಒಂದು ಲಕ್ಷ ರೂಪಾಯಿ ಸಂಬಳ ಬಂದರೂ ಆಗಿನ ನೆಮ್ಮದಿ ಜೀವನ ಈಗಿಲ್ಲ. ಅದೂ ಅಲ್ಲದೇ, ಸಮಾಜದಲ್ಲಿ ನೆರೆಹೊರೆಯವರಂತೆ ಬದುಕುವುದು ಅನಿವಾರ್ಯ. ತನಗಲ್ಲದಿದ್ದರೂ ಮನೆಯವರ ಒತ್ತಾಯದ ಮೇರೆಗೆ. 40 ವರ್ಷಗಳ

ಯಾವ ವಸ್ತು ಐಷಾರಾಮಿ ಎನ್ನುವಂತಿತ್ತೋ, (ಉದಾಹರಣೆಗೆ, ಟಿವಿ, ಫ್ರಿಜ್, ಕಾರು, ಸ್ವಂತ ಮನೆ ಇತ್ಯಾದಿ) ಅವೆಲ್ಲವೂ ಈಗ ಅತ್ಯಾವಶ್ಯಕ ಎನ್ನುವಂತಾಗಿದೆ.

ಡೀಸೆಲ್ ಬೆಲೆ ಪೆಟ್ರೋಲ್‌ನಷ್ಟೇ ಆಗಿದೆ. ಆಗ ಇದ್ದ ಬೆಲೆ ಇಂದಿರುವ ಬೆಲೆಗೆ, ಊಹಿಸಲೂ ನಿಲುಕದು. ಅದೂ ಅಲ್ಲದೇ ಅಂದಿನ ಐಶಾರಾಮಿ ಎನ್ನುವ ವಸ್ತುಗಳು ಇಂದು ಅವಶ್ಯಕ ಎನ್ನುವಂತಾಗಿದೆ. ಅಂದು ಎಷ್ಟು ಜನಗಳ ಬಳಿಯಲ್ಲಿ ಕಾರು ಇತ್ತು ಈಗೆಷ್ಟು ಜನರಲ್ಲಿ ಇದೆ. ಬೇಡಿಕೆಗೆ ತಕ್ಕಂತೆ ಪೂರೈಕೆಯೂ ಆಗಬೇಕು. ಇಲ್ಲದಿದ್ದರೆ ಆ ವಸ್ತುವಿನ ಬೆಲೆ ಹೆಚ್ಚಾಗುವುದು.

ಈಗೀಗ ಪೆಟ್ರೋಲ್ ಬೆಲೆ ಏರಿಕೆ, ಟೊಮೆಟೊ ಬೆಲೆ ಏರಿಕೆ, ಬಸ್ ದರ ಏರಿಕೆ, ಇತ್ಯಾದಿ ಬೆಲೆ ಏರಿಕೆ ಸುದ್ದಿಗಳು ಮಾಮೂಲಾಗಿದೆ. ಇದರ ಹಿಂದೆಯೇ, ವೇತನ ಏರಿಕೆ ಬಗ್ಗೆ ಕೂಗಾಟ, ತುಟ್ಟಿ ಭತ್ಯೆ ಏರಿಕೆಯ ಬಗ್ಗೆ ಸುದ್ದಿಗಳೂ ಮಾಮೂಲಾಗಿದೆ. ವಿದೇಶಿ ಮಾರುಕಟ್ಟೆಯಲ್ಲಿ ರೂಪಾಯಿಯ ಬೆಲೆಯೂ ಕುಸಿಯುತ್ತಿದೆ. ಬೆಲೆ ಏರಿಕೆ ಏಕಾಗುತ್ತಿದೆ? ಬೆಲೆ ಏರಿಕೆ ನೀಗಿಸಲು, ರಿಸರ್ವ್ ಬ್ಯಾಂಕ್ ಹೆಚ್ಚು ಹೆಚ್ಚು ನೋಟುಗಳ ಮುದ್ರಣ ಯಾಕೆ ಮಾಡುತ್ತಿಲ್ಲ. ಇದು ಜನ ಸಾಮಾನ್ಯರ ಪ್ರಶ್ನೆ. ಹೌದೋ ಅಲ್ವೋ!?

ಬೆಲೆ ಏರಿಕೆ ಏಕಾಗುತ್ತಿದೆ? ಬೇಡಿಕೆ ಜಾಸ್ತಿ ಆಗಿ, ಪೂರೈಕೆ ಸ್ಥಿತವಾಗಿದ್ದರೆ ಅಥವಾ ಕಡಿಮೆ ಆದರೆ, ಬೆಲೆ ಏರಿಕೆ ಆಗುವುದು. ಕೆಲವೊಮ್ಮೆ ಬೇಡಿಕೆ ಅಷ್ಟೇ ಇದ್ದರೂ, ಪೂರೈಕೆ ಸಮನಾಗಿದ್ದರೂ, ವಿದೇಶೀ ಮಾರುಕಟ್ಟೆಯ ದರಗಳು ಸಮನಾಗಿದ್ದರೂ, ಅದೆಷ್ಟೇ ದರ ಹೆಚ್ಚಿಸಿದರೂ, ಜನಗಳು ಕೊಂಡುಕೊಳ್ಳುವಂತಿದ್ದರೆ (ಉದಾಹರಣೆಗೆ ಸಿಗರೇಟ್, ಗುಟ್ಕಾ, ಮದ್ಯ ಇತ್ಯಾದಿ ಅವಶ್ಯಕವಲ್ಲದ ವಸ್ತುಗಳು) ಸರಕಾರದ ಬೊಕ್ಕಸ ತೂಗಿಸಲು, ಅದರ ಬೆಲೆಯನ್ನು ಏರಿಸುವುದು.

ಭಾರತೀಯ ರಿಸರ್ವ್ ಬ್ಯಾಂಕಿನ ತಾಳೆಪಟ್ಟಿ (ಬ್ಯಾಲೆನ್ಸ್ ಶೀಟ್) ನೋಡಿದರೆ, ದೇಶದ ಸ್ಥಿತಿಗತಿ ಗೊತ್ತಾಗುತ್ತದೆ. ದೇಶದ ಬಜೆಟ್ ಪ್ರಕಟಿಸುವ ಮುನ್ನಾ ದಿನ ಎಕಾನಮಿಕ್ ಸರ್ವೆ ಪ್ರಕಟವಾಗುತ್ತದೆ. ಅದರಲ್ಲಿ ಹಿಂದಿನ ವರ್ಷದ ಆರ್ಥಿಕ ಆಗುಹೋಗುಗಳ ಬಗ್ಗೆ ವಿಶ್ಲೇಷಿಸಿರುತ್ತಾರೆ. ನಂತರದ ದಿನ ಬಜೆಟ್‌ನಲ್ಲಿ ಬರುವ ವರ್ಷದ ಆರ್ಥಿಕ ಆಗುಹೋಗುಗಳ ಬಗ್ಗೆ ತಿಳಿಸುತ್ತಾರೆ. ರಿಸರ್ವ್ ಬ್ಯಾಂಕಿನ ತಾಳೆಪಟ್ಟಿಯ ಹೊಣೆಗಾರಿಕೆಯಾಗಿ (ಲಯಾಬಿಲಿಟೀಸ್) ಹೆಚ್ಚಿನ ಹಣ ಚಾಲ್ತಿಯಲ್ಲಿರುವ ನೋಟುಗಳಿದ್ದರೆ (ನೋಟ್ಸ್ ಇನ್ ಸರ್ಕುಲೇಶನ್), ಹೆಚ್ಚಿನದಾಗಿ ಸ್ವತ್ತುಗಳಾಗಿ ಸರಕಾರೀ ಸೆಕ್ಯುರಿಟೀಸ್/ ಬಾಂಡ್ ಮತ್ತು ವಿದೇಶೀ ಹೂಡಿಕೆಯಾಗಿರುತ್ತದೆ. ಹೂಡಿಕೆ ಜಾಸ್ತಿ ಮಾಡಿದರೆ, ನೋಟುಗಳನ್ನು ಹೆಚ್ಚಿನದಾಗಿ ಚಾಲ್ತಿಯಲ್ಲಿ ಬಿಡಬಹುದು. ಅದಕ್ಕೆ ತಕ್ಕ ಹಾಗೆ ಉತ್ಪಾದನೆ ಇಲ್ಲದಿದ್ದರೆ (ಕೃಷಿ, ಕೈಗಾರಿಕೆ ಇತ್ಯಾದಿ), ವಿದೇಶೀ ಮಾರುಕಟ್ಟೆಯಲ್ಲಿ ರೂಪಾಯಿಯ ಬೆಲೆ ಕಡಿಮೆ ಆಗಬಹುದು ಮತ್ತು ಹಣದುಬ್ಬರ ಹೆಚ್ಚಾಗುವುದು. ಇದು ದೇಶದ ಪ್ರಗತಿಗೆ ಒಳಿತಲ್ಲ. ರಿಸರ್ವ್ ಬ್ಯಾಂಕ್

ಸಂಪೂರ್ಣವಾಗಿ ಕೇಂದ್ರ ಸರ್ಕಾರದ ಸ್ವಾಮ್ಯತೆಯಲ್ಲಿದೆ. ಪ್ರತಿ ವರ್ಷದ ಹೆಚ್ಚುವರಿ ಆದಾಯವನ್ನು (ಲಾಭ ಎನ್ನುವಂತಿಲ್ಲ) ಕೇಂದ್ರ ಸರ್ಕಾರಕ್ಕೆ ವರ್ಗಾಯಿಸಲಾಗುವುದು. ಹೆಚ್ಚು ಆದಾಯವನ್ನು ವರ್ಗಾಯಿಸುವುದು, ಆರ್ಥಿಕ ಸ್ಥಿತಿ ಚೆನ್ನಾಗಿಲ್ಲ ಎಂಬುದರ ಸಂಕೇತ.

1985ರಿಂದ 1991ರವರೆಗಿನ ನಮ್ಮ ದೇಶದ ಆರ್ಥಿಕ ನೀತಿ ಮತ್ತು ಗಲ್ಫ್ ಯುದ್ಧದ ಕಾರಣಗಳಿಂದ ನಮ್ಮ ದೇಶ ಆರ್ಥಿಕ ಬಿಕ್ಕಟ್ಟನ್ನು ಎದುರಿಸಬೇಕಾಯಿತು. ಆ ಸಮಯದಲ್ಲಿ ನಮ್ಮ ದೇಶದ ವಿದೇಶೀ ವಿನಿಮಯ ರಿಸರ್ವ್ (ಫಾರಿನ್ ಎಕ್ಸ್‌ಚೇಂಜ್ ರಿಸರ್ವ್) ಮೂರು ವಾರಗಳ ಆಮದಿಗೆ ಮಾತ್ರ ಸಾಕಾಗುವಂತಾಗಿತ್ತು. ಈ ಕಷ್ಟಕಾಲದಿಂದ ಹೊರಬರಲು ದೇಶದಲ್ಲಿದ್ದ ಸ್ವಲ್ಪ ಭಾಗವಾದ 47 ಟನ್ ಚಿನ್ನವನ್ನು ಬ್ಯಾಂಕ್ ಆಫ್ ಇಂಗ್ಲೇಂಡ್‌ನಲ್ಲಿ ಮತ್ತು 20 ಟನ್ ಚಿನ್ನವನ್ನು ಯೂನಿಯನ್ ಬ್ಯಾಂಕ್ ಆಫ್ ಸ್ವಿಟ್‌ಜರ್ಲೇಂಡ್ನಲ್ಲಿ ಅಡವಿಡಬೇಕಾಯಿತು. ಅದರ ಬದಲಿಗೆ 600 ಮಿಲಿಯನ್ ಡಾಲರನ್ನು ಐ.ಎಂ.ಎಫ್.ನಿಂದ ಸಾಲ ಪಡೆಯಿತು.

ಆದರೆ ಈಗ ಆ ಪರಿಸ್ಥಿತಿ ಇಲ್ಲ. ನಮ್ಮ ದೇಶದ ಹೆಚ್ಚಿನ ಹೂಡಿಕೆ ವಿದೇಶಿ ಬಾಂಡ್ ಮತ್ತು ಸೆಕ್ಯುರಿಟೀಸ್‌ಗಳಲ್ಲೇ ಇದೆ.

ಆದರೂ ಒಂದು ಸಮಾಧಾನದ ವಿಷಯವಿದೆ. ಈ ದೇಶದ ಎಲ್ಲ ಜನತೆಯೂ ಮನಸ್ಸು ಮಾಡಿದರೆ, ಯಾವ ದೇಶಕ್ಕೂ ಕಡಿಮೆ ಇಲ್ಲದಂತೆ ಉತ್ತುಂಗಕ್ಕೆ ಏರಬಲ್ಲದು. ಮೊದಲನೆಯದಾಗಿ, ಯುವ ಜನತೆಯ ಸಂಖ್ಯೆ ಎಲ್ಲ ದೇಶಗಳಿಗಿಂತಲೂ ಹೆಚ್ಚಾಗಿದೆ. ಯುವ ಶಕ್ತಿ ಮನಸ್ಸು ಮಾಡಿದರೆ ಏನನ್ನೂ ಸಾಧಿಸಬಲ್ಲದು. ಎರಡನೆಯದಾಗಿ, ವಿದೇಶೀ ಮಾರುಕಟ್ಟೆಯಲ್ಲಿ ವಿನಿಮಯಕ್ಕಾಗಿ ರೂಪಾಯಿ ಬದಲಿಗೆ ಚಿನ್ನವನ್ನು ಬದಲಿಸುವಂತಾದರೆ ನಮ್ಮ ದೇಶ ಇತರ್ರ ಎಲ್ಲ ದೇಶಗಳಿಗಿಂತಲೂ ಮೇಲ್ಪಂಕ್ತಿಯಲ್ಲಿ ಇರಬಹುದು. ದೇಶದಲಿ ಮೀಸಲಿಟ್ಟಿರುವ ಚಿನ್ನ 642 ಟನ್ ಆದರೆ, ದೇಗುಲಗಳಲ್ಲಿ, ಮನೆ ಮನೆಗಳಲ್ಲಿ ಇರುವ ಚಿನ್ನ ಊಹೆಗೂ ಮೀರಿದ್ದು. ನಮ್ಮದು ಬಡ ದೇಶವಲ್ಲ, ಅತಿಯಾದ ಶ್ರೀಮಂತರೂ, ಅತಿಯಾದ ಬಡವರೂ ಇರುವ ದೇಶ. ದೇಶ ಆಳುವವರು ಮನಸ್ಸು ಮಾಡಿದರೆ, ಎಂದಿಗೂ ಭಾರತ ಒಂದನೇ ಶ್ರೇಣಿಯಲ್ಲಿ ನಿಲ್ಲಬಹುದು.

ಮುಂಬೈ ಡೈರಿ ಭಾಗ 1

ಮುಂಬಯಿ ನಮ್ಮ ದೇಶದ ವಾಣಿಜ್ಯ ರಾಜಧಾನಿ. ಇದು ಮೊದಲು ಪ್ರತ್ಯೇಕ ಸಂಸ್ಥಾನವಾಗಿತ್ತು. ಆಗ ಗುಜರಾತಿನ ಕೆಲವು ಪ್ರದೇಶಗಳೂ ಇದರೊಡನೆ ಸೇರಿತ್ತು. ಆಗಿನ ಪ್ರಸಿದ್ಧ ಮುಖ್ಯಮಂತ್ರಿಗಳಾಗಿದ್ದವರಲ್ಲಿ ದಿವಂಗತ ಮೊರಾರ್ಜಿ ದೇಸಾಯಿಯವರೊಬ್ಬರು. ಮುಂಬಯಿಯ ಮತ್ತು ಕನ್ನಡಿಗರ ನಂಟು ತುಂಬಾ ಹಳೆಯದ್ದು. ಮುಂಬಯಿಗೆ ಮೊದಲು ಎಲ್ಲರೂ ಬಾಂಬೇ ಎಂದೇ ಕರೆಯುತ್ತಿದ್ದರು. ಆದರೆ ಕನ್ನಡದವರು ಮಾತ್ರವೇ ಮುಂಬಯಿ ಎಂದು ಕರೆಯುತ್ತಿದ್ದರು. ಮಹಾರಾಷ್ಟ್ರದ ಕೊಯ್ನಾ ಅಣೆಕಟ್ಟಿನ ಕೆಲಸ ಪ್ರಾರಂಭಿಸಿದವರು ಮೋಕ್ಷಗುಂಡಂ ವಿಶ್ವೇಶ್ವರಯ್ಯನವರು. ಮುಂಬಯಿನ ಜನಸಂಖ್ಯೆ ೧.೨೦ ಕೋಟಿ ಮತ್ತು ಅದರಲ್ಲಿ ಕನ್ನಡಿಗರ ಪಾಲು ಶೇಕಡ ೧೦ ಅಂದ್ರೆ ೧೨ ಲಕ್ಷ. ಆದರೂ ಹೊರಗಡೆ ಕನ್ನಡ ಮಾತನಾಡೋದು ಕಡಿಮೆ. ಇದಕ್ಕೆ ಕಾರಣ ಈ ಮುಂದೆ ಹೇಳುತ್ತಿದ್ದೀನಿ.

ಕರ್ನಾಟಕದಲ್ಲಿ ಉಡುಪಿ ಅಂದ್ರೆ ಎಲ್ಲರಿಗೂ ನೆನಪಾಗುವುದು - ಉಡುಪಿಯ ಅಷ್ಟ ಮಠಗಳು, ಶ್ರ್ಈ ಕೃಷ್ಣ ದೇವಸ್ಥಾನ. ಆದರೆ ಮುಂಬಯಿಯಲ್ಲಿ ಉಡುಪಿ ಅಂದ್ರೆ ಜನಗಳಿಗೆ ಮೊದಲು ನೆನಪಾಗುವುದು ಮಸಾಲೆ ದೋಸೆ, ನಂತರ ರಾಮಾನಾಯಕರ ಉಡುಪಿ ಶ್ರೀ ಕೃಷ್ಣ ಭವನವಾದ ಊಟದ ಹೊಟೇಲು. ಇಲ್ಲಿಯ ಹೆಚ್ಚಿನ ಹೊಟೇಲುಗಳಲ್ಲಿ ನೀವು ಕಾಣಬರುವ ದೃಶ್ಯ ಅಂದ್ರೆ -

ಹೊಟೇಲಿನ ಮುಂಭಾಗದಲ್ಲಿ ಮೋಸಂಬಿ ಹಣ್ಣುಗಳ ತಳಿರು ತೋರಣ - ಬಲಭಾಗದಲ್ಲಿ ಗಲ್ಲದ ಮೇಲೆ ಕುಳಿತಿರೋ ಯಜಮಾನ - ಕೈಯಲ್ಲಿ ಉದಯವಾಣಿ ಅಥವಾ ಕರ್ನಾಟಕ ಮಲ್ಲ ವೃತ್ತಪತ್ರಿಕೆ - ಹಿಂದೆ ಯಜಮಾನರ ಊರಿನ ದೇವರ ಫೋಟೋ - ಅದರ ಮುಂದೆ ಸದಾ ಬೆಳಗುತ್ತಿರುವ ದೀಪ ಮತ್ತು ಎರಡು ಊದಿನಕಡ್ಡಿಗಳು. ಹೆಚ್ಚಿನವೆಲ್ಲಾ ಶಾಕಾಹಾರಿ ಉಪಹಾರಗೃಹಗಳು. ಮಾಂಸಾಹಾರಿ ಮತ್ತು ಡ್ಯಾನ್ಸ್ ಬಾರ್ ಗಳಿಗೇನೂ ಕಡಿಮೆ ಇಲ್ಲ - ಅಲ್ಲೂ ಇದೇ ತರಹದ ದೃಶ್ಯ. ಹೆಚ್ಚಿನ ಜನಗಳು ಇಲ್ಲಿಗೆ ಬರೋದು - ಇಡ್ಲಿ, ದೋಸೆ ಅಥವಾ ಉದ್ದಿನ ವಡೆ ತಿನ್ನಲು. ಇನ್ನೊಂದು ವಿಶೇಷತೆ ಏನಂದ್ರೆ - ನಮ್ಮ ಬೆಂಗಳೂರಿನಲ್ಲಿ ಕೊಡುವ ಹಾಗೆ ೧ ಪ್ಲೇಟ್ ಇಡ್ಲಿ ಅಂದ್ರೆ - ೨ ಇಡ್ಲಿ ಕೊಡೋದಿಲ್ಲ, ಕೊಡೋದು ಒಂದೇ. ಇಡ್ಲಿ ಜೊತೆ ವಡೆ ಇಲ್ಲ. ಕೇಳಿದ್ರೆ ಎರಡನ್ನೂ ಬೇರೆ ಬೇರೆ ತಾಟುಗಳಲ್ಲಿ ನೀಡುತ್ತಾರೆ. ಚೌಚೌ ಬಾತ್ ಅಂತೂ ಗೊತ್ತೇ ಇಲ್ಲ. ಅದೇ ಉಪ್ಮ ಅಂದ್ರೆ ಉಪ್ಪಿಟ್ಟು ಮತ್ತು ಶಿರಾ ಅಂದ್ರೆ ಸಜ್ಜಿಗೆ. ಕೇಸರಿಬಾತ್ ಮಾಡೋಲ್ಲ. ಆದರೂ ಇಲ್ಲಿಯ ತಿನಿಸುಗಳ ದರ ತುಂಬಾ ಜಾಸ್ತಿ. ಒಂದು ಮಸಾಲೆ

ದೋಸೆಗೆ ರೂ. ೩೫ ಅಂದ್ರೆ ನಂಬ್ತೀರಾ? ಇಲ್ಲಿ ದರ್ಶಿನಿಗಳಂಥ ಹೊಟೆಲ್ ಗಳಿಲ್ಲ. ಯಾರಾದ್ರೂ ಬಂದು ದರ್ಶಿನಿ ಶುರು ಮಾಡಿದ್ರೆ - ಬಹಳ ಬೇಗ ಶ್ರೀಮಂತರಾಗಬಹುದು. ಹಾಗೆ ಮಾಡೋದು ಕಷ್ಟ ಕೂಡಾ. ಈ ಹೊಟೆಲ್ ನವರು ರಕ್ಷಣೆಗಾಗಿ (ಪೊಲೀಸರಿಂದ ಮತ್ತು ರೌಡಿಗಳಿಂದ) ನಿಯಮಿತವಾಗಿ ಹಣ ನೀಡಬೇಕು. ಇದನ್ನು ಹಫ್ತಾ ಎನ್ನುತ್ತಾರೆ. ಹಿಂದಿಯಲ್ಲಿ ಹಫ್ತಾ ಅಂದ್ರೆ ವಾರ ಅಂತ. ಹಾಗೇ ಇದನ್ನು ವಾರಕ್ಕೊಮ್ಮೆ ಕೊಡಬೇಕು. ಇದೂ ಒಂದು ದೊಡ್ಡ ದಂಧೆಯೇ. ಇದರಲ್ಲೂ ನಮ್ಮ ಕನ್ನಡಿಗರು ಹೆಸರುವಾಸಿಯಾಗಿದ್ದಾರೆ - ಶೆಟ್ಟಿ ಗ್ಯಾಂಗ್ ಅಂದ್ರೆ ಯಾರಿಗೆ ಗೊತ್ತಿಲ್ಲ.

ಇಷ್ಟೆಲ್ಲಾ ಪ್ರಸಿದ್ಧರಾದರೂ ಕನ್ನಡಿಗರು ಕನ್ನಡ ಮಾತನಾಡುವುದು ಬಹು ಕಡಿಮೆ. ತುಳು ಅಥವಾ ಕೊಂಕಣಿ ಮಾತನಾಡುವುದು ಹೆಚ್ಚು. ಆದರೆ ಓದುವುದು ಮಾತ್ರ ಕನ್ನಡ ಭಾಷೆಯನ್ನು. ಇನ್ನು ಕನ್ನಡ ಸಂಘಗಳಿವೆ. ಆದರೆ ಈಗೀಗ ಚಟುವಟಿಕೆ ಕಡಿಮೆ ಆಗ್ತಿದೆ. ಇಲ್ಲಿಯ ಮಾತುಂಗ ಒಂದು ಕಾಲದಲ್ಲಿ ಮಿನಿ ಕನ್ನಡ ನಾಡು ಆಗಿತ್ತು. ಇಲ್ಲಿ ಶಂಕರಮಠ ಈಗ ತಮಿಳು ಅಯ್ಯರ್ ಗಳ ತಾಣವಾಗಿದೆ. ಇಲ್ಲೇ ಇರುವ ಹಿಂದೆ ಸುಪ್ರಸಿದ್ಧವಾದ ಕನ್ನಡ ಕನ್ಸರ್ನ್ ಈಗ ಕಾಫಿಪುಡಿ ಮಾರಾಟ ಕೇಂದ್ರವಾಗಿದೆ. ಇಲ್ಲಿಯ ಷಣ್ಮುಖಾನಂದ ಹಾಲ್ ಒಂದು ಕಾಲದಲ್ಲಿ ಕನ್ನಡಿಗರ ಮನರಂಜನೆಯ ಕೇಂದ್ರವಾಗಿತ್ತು. ಈಗ ಮಾತುಂಗದಲ್ಲಿ ಕನ್ನಡಿಗರ ಸಂಖ್ಯೆ ಕಡಿಮೆ ಆಗಿದೆ. ಕನ್ನಡಿಗರು ಗೋರೆಗಾಂವ್ ಕಡೆ (ಪಶ್ಚಿಮ ರೇಲ್ವೆ) ಮತ್ತು ಡೊಂಬಿವಿಲಿ (ಕೇಂದ್ರ ರೇಲ್ವೆ) ಗಳಲ್ಲಿ ವಾಸಿಸುತ್ತಿದ್ದಾರೆ.

ಉತ್ತರ ಕರ್ನಾಟಕ, ದಕ್ಷಿಣ ಕನ್ನಡ, ಉಡುಪಿ, ಉತ್ತರ ಕನ್ನಡ ಮುಂತಾದ ಜಿಲ್ಲೆಗಳ ಜನಗಳು ಪ್ರಾಥಮಿಕ ಓದು ಮುಗಿದೊಡನೆ ತಮ್ಮ ಭವಿಷ್ಯವನ್ನು ರೂಪಿಸಿಕೊಳ್ಳಲು ಮುಂಬಯಿಗೆ ಬರುತ್ತಿದ್ದರು. ೧೯೬೦ರವರೆಗೂ ಎಲ್ಲ ಕಡೆಗಳಲ್ಲೂ ಉದ್ಯೋಗಸ್ಥರಲ್ಲಿ ಹೆಚ್ಚಿನವರು ಕನ್ನಡಿಗರು, ತಮಿಳರು ಮತ್ತು ತೆಲುಗಿನವರು. ಇನ್ನೂ ವ್ಯಾಪಾರದಲ್ಲಿ ಪಾರಸಿಗಳು, ಗುಜರಾತಿಗಳು ಮತ್ತು ಮಾರವಾಡಿಗಳು. ಸಣ್ಣ ಪುಟ್ಟ ವ್ಯಾಪಾರಗಳಾದ ಹಾಲು ಮಾರಾಟ, ತರಕಾರಿ ಹಣ್ಣುಗಳು ವ್ಯಾಪಾರ ಇತ್ಯಾದಿಯಲ್ಲಿ ಉತ್ತರ ಭಾರತೀಯರದ್ದೇ ಹೆಚ್ಚಿನ ಪಾಲು. ೧೯೬೦ರಲ್ಲಿ ಇದನ್ನೇ ವಿಷಯವಾಗಿಸಿಕೊಂಡು ಸ್ವಕ್ಷೇತ್ರದಲ್ಲಿರುವ ಮರಾಠಿಗರಿಗೆ ಅನ್ಯಾಯ ಆಗುತ್ತಿದೆ - ಕೆಲಸಗಳಲ್ಲಿ ಆದ್ಯತೆ ಇಲ್ಲ ಎಂದು ಚಳುವಳಿ ಆರಂಭವಾಯಿತು. ಈ ಚಳುವಳಿಯನ್ನು ಹುಟ್ಟು ಹಾಕಿದ್ದು ಶಿವಸೈನಿಕರು. ಶ್ರೀಯುತ ಬಾಳಾಸಾಹೇಬ ಠಾಕರೆಯವರ ರೂವಾರಿತನದಲ್ಲಿ ಪ್ರಾರಂಭವಾದ ಈ ಚಳುವಳಿ ಒಂದು ದೊಡ್ಡ ರಾಜಕೀಯ ಶಕ್ತಿಯಾಗಿ ಬೆಳೆಯಿತು. ಆ ಶಕ್ತಿ ಕನ್ನಡಿಗರ ಮೇಲೆಸಗಿದ ಕಷ್ಟ ಕೋಟಲೆಗಳು ಅಷ್ಟಿಷ್ಟಲ್ಲ. ಅದು ಸ್ವಾಭಾವಿಕವೇ - ಈಗ ನಮ್ಮೂರುಗಳಲ್ಲಿ ಪರಭಾಷಿಯರು ಬಂದು ನೆಲೆ ಊರಿದರೆ ನಮಗೆ ಆಗೋ ಹಾಗೇ ಅವರಿಗೂ ಆಗಿತ್ತು. ಆದರೂ ಸ್ವಲ್ಪ ಕಾಲದಲ್ಲೇ ಅದೆಲ್ಲಾ ತಣ್ಣಗಾಯಿತು. ತರುವಾಯ

ಅನ್ಯೋನ್ಯತೆ ಬಂದಿತು. ಆಗ ನಡೆದದ್ದು ನಾನು ಕಂಡಿರಲಿಲ್ಲ ಆದರೆ ಅನುಭವಿಸಿದವರಿಂದ ಕೇಳಿದ್ದು ಹೀಗಿದೆ.

೧೯೭೦ಂಕ್ಕೆ ಮೊದಲು ಹೆಚ್ಚಿನ ಸರಕಾರಿ ಕ್ಷೇತ್ರಗಳಲ್ಲಿ ಉನ್ನತಾಧಿಕಾರಿಗಳು ಕನ್ನಡಿಗರಾದ್ದು ನೌಕರಿ ಭರ್ತಿ ಮಾಡುವಾಗ ಕನ್ನಡಿಗರಿಗೇ ಆದ್ಯತೆ ಕೊಡುತ್ತಿದ್ದರು. ಹಿಗಾಗಿ ಇಲ್ಲಿಯ ಮರಾಠಿಗರಿಗೆ ಕೆಲಸ ಸಿಕ್ಕೋದು ಕಷ್ಟ ಆಗ್ತಿತ್ತು. ಆಗ ಶಿವಸೇನೆಯು ಪ್ರಾಬಲ್ಯಕ್ಕೆ ಬರುತ್ತಿದ್ದ ಕಾಲ. ಅವರು ಸ್ಥಾನೀಯ ಲೋಕಾಧಿಕಾರ ಸಮಿತಿ ಎಂದು ಎಲ್ಲ ಸಾರ್ವಜನಿಕ ಕ್ಷೇತ್ರಗಳಲ್ಲೂ ಪ್ರಾರಂಭಿಸಿ ಮರಾಠಿಯೇತರರಿಗೆ (ಅದರಲ್ಲೂ ಮುಖ್ಯವಾಗಿ ಕನ್ನಡಿಗರಿಗೆ) ತೊಂದರೆ ಕೊಡಲು ಪ್ರಾರಂಭಿಸಿದರು. ಹೀಗಾದರೂ ಇವರುಗಳು ಮುಂಬಯಿ ಬಿಟ್ಟು ಹೋಗಲಿ ಅನ್ನೋದು ಅವರ ಇಂಗಿತ. ಈ ನಿಟ್ಟಿನಲ್ಲಿ ಮೊದಲನೆಯ ಕೆಲಸವಾಗಿ ಕನ್ನಡಿಗರನ್ನು ಗುರುತಿಸಲು ಶುರು ಮಾಡಿದರು. ಹೇಗೆ ಹುಡುಕೋದು - ಇವರುಗಳು ಮರಾಠಿ ಕಲಿತು ಇಲ್ಲಿಯ ಜನಜೀವನದಲ್ಲಿ ಸೇರಿ ಹೋಗಿದ್ದಾರೆ. ಲೋಕಲ್ ಟ್ರೈನ್ ನಲ್ಲಿ ಪ್ರಯಾಣ ಮಾಡುವಾಗ ಕನ್ನಡ ಮಾತನಾಡುವವರನ್ನು ಕಂಡು ಗುರುತಿ ಹಾಕಿಕೊಳ್ಳುತ್ತಿದ್ದರು. ನಂತರ ಟ್ರೈನ್ಗಳಲ್ಲಿ ಕುಳಿತುಕೊಳ್ಳುವ ಜಾಗಕ್ಕಾಗಿ ಜಗಳ ಮಾಡೋದು, ರಸ್ತೆಯಲ್ಲಿ ಓಡಾಡುವಾಗ ಮಕ್ಕಳಿಗೆ ಹೇಳಿಸಿ ಕಲ್ಲು ಹೊಡೆಸೋದು, ವಿನಾಕಾರಣ ಜಗಳ ಮಾಡೋದು ಮಾಡುತ್ತಿದ್ದರು. ಸುಮಾರು ಜನಗಳು ಬೇಸತ್ತು ಮುಂಬಯಿ ಬಿಟ್ಟು ಹೋದರು. ಹಾಗಾಗಿ ಕನ್ನಡಿಗರು ಮನೆಯಲ್ಲಿ ಮಾತ್ರವೇ ಕನ್ನಡ ಮಾತನಾಡುವ ಹಾಗೆ ಆಯಿತು. ಆಚೆಯಲ್ಲಿ ಮರಾಠಿ ಅಥವಾ ಹಿಂದಿಯಲ್ಲಿ ಸಂವಾದ - ವ್ಯವಹಾರ. ಕನ್ನಡಿಗರ ಪಾಳ್ಯ ಎನಿಸಿದ್ದ ವಾಸಸ್ಥಳಗಳಿಂದ ದೂರದ ಹೊರವಲಯಕ್ಕೆ ವಲಸೆ ಹೋದರು. ಹಾಗಾಗಿ ಕನ್ನಡ ಬಳಕೆ ಕಡಿಮೆ ಆಯಿತು. ಇತ್ತೀಚಿನ ದಿನಗಳಲ್ಲಿ (ಕಳೆದ ಹತ್ತು ವರುಷಗಳಿಂದ) ಶಿವಸೇನೆ ರಾಜಕೀಯದಲ್ಲಿ ದುರ್ಬಲರಾಗುತ್ತಿದ್ದು ಕನ್ನಡಿಗರನ್ನು ಓಲೈಸಹತ್ತಿದರು. ಹಾಗಾಗಿ ಈಗ ಮತ್ತೆ ಕನ್ನಡಕ್ಕೆ ಆದ್ಯತೆ ಬರುತ್ತಿದೆ. ಈಗ ಇಲ್ಲಿಯ ರಾಜ್ಯಪಾಲರು ಕನ್ನಡದವರೇ ಆಗಿ ವಿಶೇಷ ಮಹತ್ವ ಬಂದಿದೆ. ಶ್ರೀ ಕೃಷ್ಣ ಅವರು ಇಲ್ಲಿಯ ಹುತಾತ್ಮ ಚೌಕದಲ್ಲಿ ಗಡಿನಾಡಿನಲ್ಲಿ ಹುತಾತ್ಮರಾದವರ ನೆನಪಿಗೆ ಅಲ್ಲಿಯ ಪ್ರತಿಮೆಗೆ ಮಾಲಾರ್ಪಣೆ ಮಾಡಲು ಹೋದಾಗ ಶಿವಸೇನೆಯವರಿಂದ ಸ್ವಲ್ಪ ಗುಲ್ಲು ಶುರುವಾಗಿತ್ತು. ಆದು ತಕ್ಷಣವೇ ತಣ್ಣಗಾಯಿತು. ಈ ಹುತಾತ್ಮ ಚೌಕ್ ನಿರ್ಮಾಣವಾಗಿದ್ದೇ ಕರ್ನಾಟಕ ಮಹಾರಾಷ್ಟ್ರ ಗಡಿ ವಿವಾದದ ಸಮಯದಲ್ಲಿ ಹೊಡೆದಾಟದಿಂದ ಮೃತರಾದವರ ಸ್ಮರಣೆಗಾಗಿ.

ಸದ್ಯಕ್ಕೆ ಮುಂಬಯಿ ಕನ್ನಡಿಗರ ಸ್ಥಿತಿ ಗತಿ ಬಗ್ಗೆ ನನ್ನ ಎರಡು ಮಾತುಗಳನ್ನು ಇಲ್ಲಿಗೆ ನಿಲ್ಲಿಸುತ್ತಿದ್ದೀನಿ. ಇನ್ನೂ ಹೆಚ್ಚಿನದು ಮುಂದಿನ ಸಂಚಿಕೆಯಲ್ಲಿ.

ಮುಂಬೈ ಡೈರಿ ಭಾಗ 2

ಮೊದಲ ಭಾಗದಲ್ಲಿ ಮುಂಬಯಿ ಮತ್ತು ಕನ್ನಡಿಗರ ನಂಟಿನ ಬಗ್ಗೆ ಹೇಳಿದ್ದೆ.

ಈಗ ಈ ಮುಂಬಯಿ ಮಹಾನಗರಿಯ ಪರಿಚಯ ಮಾಡಿಕೊಡಲು ಪ್ರಯತ್ನಿಸುವೆ.

ಮುಂಬಯಿಯ ಚರಿತ್ರೆ ೧೬ನೇ ಶತಮಾನಕ್ಕೂ ಹಿಂದಿನದು. ೧೫೦೮ರಲ್ಲಿ ಫ್ರಾನ್ಸಿಸ್ ಆಲ್ಮೈಡ ಅನ್ನುವ ನಾವಿಕ ಈ ದ್ವೀಪಕ್ಕೆ ಬಂದದ್ದು. ಆಗ ಈ ಜಾಗಕ್ಕೆ ಬಾಮ್ ಬಹಿಯಾ (ಒಳ್ಳೆಯ ಬೇ ಅಥವಾ ಕೊಲ್ಲಿ) ಅಂದನಂತೆ. ಇಲ್ಲಿಯ ಮೂಲವಾಸಿಗಳಾದ ಬೆಸ್ತರರನ್ನು (ಮೀನುಗಾರರು) ಕೋಳಿಗಳು ಎಂದು ಕರೆಯುವರು. ಅವರುಗಳ ದೈವ ಮುಂಬಾದೇವಿ. ಮುಂದೆ ಇದೇ ಇಂಗ್ಲೀಷರ ಬಾಂಬೇ ಮತ್ತೆ ಮಹಾರಾಷ್ಟ್ರೀಯರ ಮುಂಬಾ ಆಯಿ (ಮುಂಬಾ ತಾಯಿ) - ಮುಂಬಯಿ ಆಯಿತು.

ಸಾಮಾನ್ಯವಾಗಿ ಜನಗಳಿಗೆ ಮುಂಬಯಿ ಅಂದರೆ ಅದೊಂದು ಕನಸಿನ ಲೋಕ

ಚಿತ್ರನಗರಿ, ಐಷಾರಾಮಿ ಜೀವನದ ಆಗರ ಎಂಬುವ ಕಲ್ಪನೆ ಬರುವುದು ಸಹಜ. ಇಲ್ಲಿ ಜಿವನ ನಡೆಸುವುದು (ಹೊಟ್ಟೆ ಹೊರೆಯುವುದು) ಬಹು ಸುಲಭ. ಆದರೆ ವಸತಿ ಮಾತ್ರ ಸ್ವಲ್ಪ ಕಷ್ಟ ಮತ್ತು ದುಬಾರಿ.

ಎಲ್ಲ ಊರುಗಳಂತೆಯೇ ಇಲ್ಲೂ ಕೊಳೆಗೇರಿ, ಹೊಲಗೇರಿಗಳಿವೆ.

ನಮ್ಮ ಬೆಂಗಳೂರನ್ನು ಇತರರಿಗೆ ಚಿತ್ರಗಳಲ್ಲಿ ತೋರಿಸುವಾಗ ಹೇಗೆ ಬರೀ ಲಾಲ್ ಬಾಗ್ ಕಬ್ಬನ್ ಪಾರ್ಕ್ ತೊರಿಸುತ್ತೇವೆಯೋ ಹಾಗೆಯೇ ಇಲ್ಲಿಯೂ ಚಿತ್ರಗಳಲ್ಲಿ ನಾರಿಮನ್ ಪಾಯಿಂಟ್, ಸುಂದರ ಜುಹು ಬೀಚ್ ಗಳನ್ನು ತೋರಿಸುತ್ತಾರೆ. ಇಲ್ಲಿಯ ಧಾರಾವಿ ಕೊಳೆಗೇರಿ ವಿಶ್ವದಲ್ಲೇ ಅತಿ ದೊಡ್ಡದಂತೆ. ಒಂದು ಮುಖ್ಯ ಅಂಶವೆಂದರೆ ಈ ಧಾರಾವಿಯಲ್ಲಿರುವವರಲ್ಲಿ ತಮಿಳರೇ ಹೆಚ್ಚು. ಈ ಹಿಂದೆ ಇವರುಗಳ ಧುರೀಣ ವರದರಾಜ ಮುದಲಿಯಾರ್ ಅಂತ ಒಬ್ಬ ಖಳನಾಯಕ ಇದ್ದ. ಇಲ್ಲಿಯ ಕೊಳೆಗೇರಿಗಳ ಜನಗಳು ತಮ್ಮ ನಿತ್ಯಕರ್ಮಗಳನ್ನು ರೈಲ್ವೇ ಹಳಿಗಳ ಪಕ್ಕದಲ್ಲಿ ಮುಗಿಸಿಕೊಳ್ಳುವುದು ಎಲ್ಲರೂ ನೋಡಬಹುದು. ಅದಕ್ಕೇ ಇರಬೇಕು ಇಲ್ಲಿ ಜೀವಕ್ಕೆ ಬೆಲೆಯೇ ಇಲ್ಲ. ತಕ್ಷಣದ ಸಾವು ಬೇಕೆನ್ನುವವರು ಕಷ್ಟಪಡಲೇ ಬೇಕಿಲ್ಲ. ಮೂರು ನಿಮಿಷಗಳಿಗೊಮ್ಮೆ ಯಮದೂತರಂತೆ ಸದ್ದಿಲ್ಲದೇ

ಬರುವ ಲೋಕಲ್ ಟ್ರೈನ್ ಗಳಿಗೆ ತಲೆ ಮೈ ಒಡ್ಡುವುದು ತುಂಬಾ ಸುಲಭ. ಈಗಿದ್ದವನು ಇನ್ನೊಂದು ಕ್ಷಣದಲ್ಲಿ ಇಲ್ಲವಾಗುವನು. ರೇಲ್ವೇ ಹಳಿಗಳ ಪಕ್ಕದಲ್ಲೇ ವಾಸ ಇರುವ ಗುಡಿಸಲುವಾಸಿಗಳಲ್ಲಿ ಕುಡಿತ ಸರ್ವೇಸಾಮಾನ್ಯ. ಎಷ್ಟೋ ಬಾರಿ ಕುಡಿತ ಅಮಲಿನಲ್ಲಿ ಬಹಿರ್ದೆಶೆಗೆ ಹೋಗುವ ವೇಳೆಗಳಲ್ಲಿ ಟ್ರೈನಿಗೆ ಆಹುತಿಯಾಗುವುದುಂಟು. ಕೆಲವು ವೇಳೆ ಬೆಳಗ್ಗೆ ಬೇಗನೆ ಲೋಕಲ್ ನಲ್ಲಿ ಪ್ರಯಾಣಮಾಡುವಾಗ ತುಂಡರಿಸಿದ ಕೈ ಅಥವಾ ಕಾಲುಗಳನ್ನು ನೋಡುವುದೂ ಉಂಟು. ಇಲ್ಲಿ ಮನುಷ್ಯನಿಗೆ ಮನುಷ್ಯತ್ವಕ್ಕೆ ಬೆಲೆಯೇ ಇಲ್ಲ.

ಈ ಹಳಿಯ ಪಕ್ಕದಲ್ಲಿ ವಾಸಿಸುವ ಜನಗಳ ಮೌಢ್ಯತನದ ಬಗ್ಗೆ ಒಂದು ಕಿರುಪರಿಚಯ. ಇವರು ಕಡು ಬಡವರು. ಓದಿಲ್ಲ, ಬರಹವಿಲ್ಲ. ಕಷ್ಟಪಟ್ಟು ಅಂದು ದುಡಿದದ್ದು ಅಂದಿಗೇ ಖಾಲಿ ಮಾಡುವವರು. ತಿಂದು ಕುಡಿದು ಮೋಜು ಮಾಡುವವರು. ಇಂತಹವರಲ್ಲಿ ಒಬ್ಬನಿಗೆ ಮಧುಮೇಹ ರೋಗ ಉಲ್ಬಣಿಸಿ, ಕಾಲಿನಲ್ಲಿ ಗ್ಯಾಂಗ್ರೀನ್ ಆಗಿ ಕೊಳೆಯಲಾರಂಭಿಸಿತು. ವೈದ್ಯರು ಶಸ್ತ್ರಚಿಕಿತ್ಸೆ ಮಾಡಬೇಕೆಂದರು. ಇವನಿಗೆ ಶಸ್ತ್ರಚಿಕಿತ್ಸೆ ಅಂದರೆ ಕಾಲು ಕತ್ತರಿಸುವರು ಅನ್ನೋದು ಗೊತ್ತಿತ್ತು. ಅದಕ್ಕೆ ಹಣ ಬಹಳವಾಗಿ ಖರ್ಚಾಗುವುದೆಂದು ಎಣಿಸಿ, ಒಂದು ಲೋಕಲ್ ಟ್ರೈನ್ ಬರುತ್ತಿರುವಾಗ ಕಾಲು ಕೊಟ್ಟು ಯಾಕೆ ತಾನೇ ಖರ್ಚಿಲ್ಲದೇ ಕಾಲು ಕತ್ತರಿಸಿಕೊಳ್ಳಬಾರದು ಅಂದುಕೊಂಡು ಹಾಗೇ ಮಾಡಲು ಹೋದನು. ಅಷ್ಟು ಸುಲಭದಲ್ಲಿ ರೋಗಮುಕ್ತನಾಗುವಂತಿದ್ದರೆ ಇನ್ಯಾಕೆ ಹೇಳಿ. ಹೇಗೋ ಗಟ್ಟಿ ಮನಸ್ಸು ಮಾಡಿ ರಭಸದಿಂದ ಬರುವ ಟ್ರೈನಿಗೆ ಕಾಲು ಕೊಟ್ಟ. ಟ್ರೈನ್ ಹತ್ತಿರ ಬರುವಾಗಲೇ ಇವನಿಗೆ ಬವಳಿ ಬರುವ ಹಾಗಿತ್ತು. ಇನ್ನು ಕಾಲು ತುಂಡರಿಸಿದ ಶಾಕ್ ಗೆ ಪ್ರಜ್ಞೆ ತಪ್ಪಿ ಬಿದ್ದ. ಬಳಿಕ ವಿಪರೀತ ರಕ್ತಸ್ರಾವದಿಂದಾಗಿ ಅಲ್ಲೇ ಇಹಲೋಕ ತ್ಯಜಿಸಿದ. ಹೀಗೆ ಆಕಸ್ಮಿಕಕ್ಕೆ ತುತ್ತಾದವರು ಬದುಕುವುದು ಕಷ್ಟ. ಅದೂ ಅಲ್ಲದೇ ಹಳಿಯ ತುಕ್ಕಿನ ಅಂಶ ಕೂಡಾ ಮೈ ಸೇರಿರುವುದು ಬದುಕಲು ಬಿಡುವುದೇ?

ಇಲ್ಲಿಯ ಸಂಚಾರ ವ್ಯವಸ್ಥೆಯ ಬಗ್ಗೆ ಹೇಳಬೇಕೆಂದ್ರೆ - ಊರು ಉದ್ದುದ್ದ ಇರುವುದರಿಂದ ರೈಲ್ವೇ ಸಂಚಾರ ವ್ಯವಸ್ಥೆ ಈ ಊರಿಗೆ ನರಗಳಂತಿವೆ. ಬಸ್ಸು ಕಾರು ಟ್ಯಾಕ್ಸಿಗಳಲ್ಲಿ ಪ್ರಯಾಣ ಮಾಡುವಾಗ ಟ್ರಾಫಿಕ್ ಜಾಮ್ ಆಗುವ ಸಾಧ್ಯತೆ ಬಹಳ ಹೆಚ್ಚು. ಹಾಗಾಗಿ ಜನಗಳು ದುಬಾರಿಯಲ್ಲದ ಲೋಕಲ್ ಟ್ರೈನನ್ನೇ ನಂಬುವುದು ಜಾಸ್ತಿ.

ಇನ್ನು ಇಲ್ಲಿಯ ಆಕರ್ಷಣೆ ಏನು? ಇಲ್ಲಿಗೆ ದೇಶದ ಎಲ್ಲೆಡೆಯಿಂದಲೂ ಜನಗಳು ಬರಲು ಕಾರಣವೇನು ಎಂಬುದನ್ನು ತಿಳಿಯೋಣ. ಜೀವನ ಮಾಡುವುದು ಇಲ್ಲಿ ಬಲು ಸುಲಭ. ಇಲ್ಲಿ ವಸತಿ ಹಿಡಿಯುವುದೊಂದೇ ಬಹಳ ಕಷ್ಟ. ಊಟ ತಿಂಡಿಗಳಿಗೇನೂ ತೊಂದರೆ ಇಲ್ಲ. ಕೆಲಸ ಸಿಗಲು ತೊಂದರೆಯೇ ಇಲ್ಲ. ಏನೇ ಮಾಡಿದರು ಹಣ ಗಳಿಸಬಹುದು.

ಅದೇಕೆ ಹೀಗೆ? ಮುಂಬೈ ಒಂದು ದ್ವೀಪ. ಮೊದಲಿಗೆ ಇಲ್ಲಿ ಒಟ್ಟು ಏಳು ನೆಲಗಡ್ಡೆಗಳಿದ್ದವು. ಚರಿತ್ರೆಯ ಪ್ರಕಾರ ೧೬೬೧ರಲ್ಲಿ ಅವುಗಳನ್ನು ಆಂಗ್ಲ ದೊರೆ ಚಾರ್ಲ್ಸ್ ೨ ಗೆ ಮದುವೆಯಲ್ಲಿ ವರದಕ್ಷಿಣೆಯಾಗಿ ಲಭಿಸಿತ್ತಂತೆ. ನಂತರ ನಡುಗಡ್ಡೆಯ ಮಧ್ಯದಲ್ಲಿದ್ದ ಸಮುದ್ರದ ಹಿನ್ನೀರನ್ನು ಮುಚ್ಚಿ ಅಲ್ಲಿ ಊರಿನ ನಿರ್ಮಾಣಾ ಆಯಿತು. ದಕ್ಷಿಣದಲ್ಲಿರುವ ಕೊಲಾಬಾದಿಂದ ಮಾಹಿಮ್ ವರೆಗೆ ಏಕ ಪ್ರಕಾರವಾಗಿ ನೆಲ. ಅಲ್ಲಿಂದ ಮುಂದೆ ಮಾಹಿಮ್ ಮತ್ತು ಬಾಂದ್ರಾ ನಡುವೆ ಸಮುದ್ರದ ಹಿನ್ನೀರನ್ನು ದಾಟಿ ಮುಂದೆ ಹೋಗಲು ಸೇತುವೆ ಕಟ್ಟಿಹರು. ಅದಕ್ಕಾಗಿ ಮುಂಬಯಿಯನ್ನು ಎರಡು ಭಾಗಗಳಾಗಿ ವಿಂಗಡಿಸಿಹರು. ಮುಂಬಯಿ ಮತ್ತು ಹಿರಿದಾದ ಮುಂಬಯಿ ಅಂತ. ಹೀಗೆ ಹಳೆಯ ಮುಂಬಯಿಯಲ್ಲಿ ಜಾಗದ ಕೊರತೆ ಇರುವುದರಿಂದ ಮನೆಗಳು ಇಲ್ಲಿಯ ಜನಗಳಿಗೆ ಸಾಕಾಗುವುದಿಲ್ಲ. ಇಲ್ಲಿರುವೆಲ್ಲಾ ಬಹು ಮಹಡಿ ಕಟ್ಟಡಗಳು. ಕಡಿಮೆ ಎಂದರೆ ಆರು ಮಹಡಿಗಳಿರುವ ಕಟ್ಟಡಗಳು. ಒಂದು ಕಟ್ಟದವಂತೂ ೪೫ ಮಹಡಿಗಳನ್ನು ಹೊಂದಿದೆ. ಅದರ ಹೆಸರು ಶ್ರೀಪತಿ ಆರ್ಕೇಡ್ ಅಂತ. ಅದರ ಎತ್ತರ ೧೫೩ ಮೀಟರ್ ಗಳು. ಅದರ ವಿಶೇಷತೆ ಏನೆಂದರೆ ಅದರಲ್ಲಿ ವಾಸಿಸುವರೆಲ್ಲರೂ ಸಸ್ಯಾಹಾರಿಗಳು ಮತ್ತು ಗುಜರಾತಿಗಳು. ಯಾರಾದರೂ ಫ್ಲಾಟ್ ಮಾಆಟ ಮಾಡಿದರೆ ಸೊಸೈಟಿಯವರ ಒಪ್ಪಿಗೆ ತೆಗೆದುಕೋಬೇಕು. ಆಗ ಮಾಂಸಾಹಾರಿಗಳಿಗೆ ಮಾರಲು ನಿರ್ಬಂಧನ ಹೇರುತ್ತಾರೆ.

ಹೀಗೆ ಮುಂಬಯಿಯಲ್ಲಿ ವಸತಿಗೆ ಜಾಗ ಕಡಿಮೆ ಆಗಿ, ಹಣ ಗಳಿಸಲು ಸುಲಭ ಸಾಧನಗಳಿರುವುದರಿಂದ ಜನಗಳ ಒಳ ಹರಿವು ಹೆಚ್ಚಾಗಿದ್ದು, ವಸತಿಯ ಸಮಸ್ಯೆ ಬಹಳವಾಗಿದೆ. ಇದನ್ನು ಜಾಸ್ತಿಯಾಗಿ ಕಾಡುವುದು ಮಧ್ಯಮ ವರ್ಗದವರನ್ನೇ. ಹನವಂತರು ಎಷ್ಟೇ ದುಬಾರಿಯಾದರೂ ಫ್ಲಾಟ್ ಕೊಂಡು ಕೊಳ್ಳುವರು. ಮತ್ತು ನಿರ್ಗತಿಕರು ರಸ್ತೆಯ ಬದಿಯಲ್ಲಿ ಗುಡಿಸಲು ಕಟ್ಟಿಕೊಂಡು ಜೀವಿಸುವರು. ಮಧ್ಯಮ ವರ್ಗದವರು ಆರಕ್ಕೆ ಏರೊಕ್ಕೆ ಆಗೋದಿಲ್ಲ ಮೂರಕ್ಕೆ ಇಳಿಯೋಕ್ಕಾಗೋದಿಲ್ಲ. ಬಲವಂತವಾಗಿ ಮುಂಬಯಿ ನಗರಿಯಿಂದ ದೂರವಿರುವ ಡೊಂಭಿವಿಲಿ, ಕಲ್ಯಾಣ, ವಿರಾರ್ ಮತ್ತಿತರೇ ಜಾಗದಲ್ಲಿ ವಾಸಿಸಬೇಕಾಗುವುದು. ಇನ್ನು ಸರಕಾರಿ ಅಥವಾ ಬ್ಯಾಂಕಿನಲ್ಲಿ ಕೆಲಸ ಮಾಡುವವರ ವಸತಿ ಗೃಹಗಳು ನಗರದ ತುದಿಯ ಗೋರೆಗಾಂವ್, ಮಲಾಡ್, ಬೊರಿವಿಲಿ, ಮುಲುಂದ, ಇತ್ತೀಚೆಗೆ ಆಗಿರುವ ಹೊಸ ಮುಂಬಯಿಯ ಬೇಲಾಪುರ, ವಾಶಿ ಕಡೆಗಳಲ್ಲಿ ವಾಸಿಸುತ್ತಿದ್ದಾರೆ.

ಇಲ್ಲಿಯ ಇನ್ನೊಂದು ವೈಶಿಷ್ಟ್ಯ ವೇನೆಂದರೆ ಜೀವನ ಯಾಂತ್ರಿಕ. ೧೦೦೦ ಜನಗಳನ್ನು ಹೊತ್ತೊಯ್ಯುವ ಲೋಕಲ್ ಟ್ರೈನ್ ನಲ್ಲಿ ೪೦೦೦ ರಿಂದ ೫೦೦೦ ಜನಗಳು ಪ್ರಯಾಣಿಸುತ್ತಾರೆ. ಇಲ್ಲಿಯ ಜನಸಂಖ್ಯೆಗೆ ೩ ನಿಮಿಷಗಳಿಗೆ ಒಂದು ಗಾಡಿಯಂತೆ ಇದ್ದರೂ ಇಷ್ಟು ಜನಸಂದಣಿ ಇದ್ದೇ ಇರುತ್ತದೆ. ಜನಸಂದಣಿ ಹೇಗೆ ಕಾಣುವುದು ಅಂದ್ರೆ ಚರ್ಚ್ ಗೇಟ್ ಅಥವಾ ವಿ.ಟಿ. (ವಿಕ್ಟೋರಿಯಾ

ಟರ್ಮಿನಸ್ - ಈಗ ಛತ್ರಪತಿ ಶಿವಾಜಿ ಟರ್ಮಿನಸ್) ಸ್ಟೇಷನ್ ಗಳನ್ನು ಮೇಲುಗಡೆಯಿಂದ ನೋಡಿದರೆ ನೆಲವೇ ಕಾಣುವುದಿಲ್ಲ. ಯಾವಾಗಲೂ ತಲೆಗಳೇ ಕಾಣುವುದು. ಕಪ್ಪು ತಲೆ, ಬಿಳಿ ತಲೆ, ಬೋಳು ತಲೆ, ಕೆಂಪು ತಲೆ ಇತ್ಯಾದಿ.

ಬೆಳಗ್ಗೆ ಎದ್ದು ಕೆಲಸಕ್ಕೆಂದು ಹೊರಟರೆ, ಎಲ್ಲಿಗೇ ಹೋದರೂ, ಅತಿ ಕಡಿಮೆ ಎಂದರೂ ಒಂದು ಘಂಟೇಯ ಪ್ರಯಾಣ ಮಾಡಬೇಕಾಗುತ್ತದೆ. ಹಾಗೇ ಸಂಜೆ ಒಂದು ಘಂಟೆಯ ಪ್ರಯಾಣ. ಮಧ್ಯೆ ತಮ್ಮ ತಮ್ಮ ಉದ್ಯಮದಲ್ಲಿ ವೃತ್ತಿ. ಸಂಜೆ ಮನೆಗೆ ಬಂದು ಸೇರುವುದರೊಳಗೆ ಏನೂ ಯೋಚಿಸಲಾಗದಷ್ಟು ಸೋತಿರುತ್ತಾರೆ. ಮತ್ತೆ ಮರುದಿನ ಇದೇ ತರಹದ ದಿನಚರಿ. ಹಾಗಾಗಿ ಇಲ್ಲಿ ವರ್ಷಗಳು ದಿನಗಳಾಗಿಯೂ ದಿನಗಳು ಕ್ಷಣಗಳಾಗಿಯೂ ಸರಿದು ಹೋಗುವುದು. ಒಬ್ಬ ವ್ಯಕ್ತಿಯನ್ನು ಕಾಣಬೇಕೆಂದರೆ ಅವನ ದಿನಚರಿಯ ನಿಯಮಿತ ವೇಳೆಯಲ್ಲಿ ಅದೇ ಸ್ಥಾನದಲ್ಲಿ ಕಾಣಬಹುದು. ದುಬಾರಿ ಜೀವನ ಪ್ರವೃತ್ತಿಯಿಂದಾಗೆ ಪತಿ ಪತ್ನಿ ಇಬ್ಬರೂ ದುಡಿಯ ಬೇಕಾದ ಪರಿಸ್ತಿಥಿ ಆವಶ್ಯಕ. ಇಲ್ಲಿ ಇವರ ಮುಖ್ಯ ಧ್ಯೇಯ ಒಂದು ಫ್ಲಾಟ್ ಮಾಡಿಕೊಳ್ಳುವುದು. ನಂತರ ಸಂಸಾರ ಮಾಡಿಕೊಳ್ಳುವುದು. ಇವರ ದುಡ್ಡು ಮಾಡುವ ಪರಿಯಿಂದಾಗಿ ಸಮಾಜಕ್ಕೆ ಒಳ್ಳೆಯದಾಗುವ ಬದಲು ಕೆಟ್ಟದ್ದಾಗುವುದೇ ಹೆಚ್ಚು. ಅದು ಹೇಗೆ ಎಂಬುದನ್ನು ಇಲ್ಲಿ ನೋಡಿ. ಇಬ್ಬರೂ ದುಡಿಯುವ ಕಡೆ ಗಮನ ಕೊಟ್ಟು ಬೆಳಗ್ಗೆ ಬೇಗ ಮನೆ ಬಿಡುವುದು ಮತ್ತು ಸಂಜೆ ಬರುವುದು ನಿಧಾನವಾಗಿ ಮಕ್ಕಳ ಕಡೆ ಹೆಚ್ಚಿನ ಗಮನ ಕೊಡುವುದು ಕಡಿಮೆ. ಮಕ್ಕಳಿಗೆ ತಂದೆ ತಾಯಿಗಳ ಅತ್ಯಾವಶ್ಯಕ ಪ್ರೀತೆ ಪ್ರೇಮ ಮಮತೆ ಸಿಗುವುದು ದುಸ್ಸರ. ಕೈಗೆ ದುಡ್ಡು ಸಿಗುವುದು ಸುಲಭ. ತಂದೆ ತಾಯಿಗಳು ಹೇಳುವುದೂ ಏನೆಂದರೆ ನಿನಗೆ ಎಷ್ಟು ದುಡ್ಡು ಬೇಕು ಕೇಳು ಆದರೆ ನಮ್ಮನ್ನು ಮನೆಯಲ್ಲೇ ಇರು ಎಮ್ದು ಹೇಳಬಾಡ. ಹೀಗಾಗಿ ಮಕ್ಕಳು ಜಾಸ್ತಿ ಸಮಯ ಮನೆಯಿಂದಾಚೆಗೇ ಉಳಿಯುವರು. ಊರಿನಲ್ಲಿ ವಸತಿಯ ಸಮಸ್ಯೆಯಿಂದಾಗಿ ಒಳಗೆ ನಡೆಯಬೇಕಾದ ಲಲ್ಲೆ ಮುದ್ದುಗಳೆಲ್ಲಾ ಬೀದಿಯಲ್ಲೇ ಆಗಿ ಈ ಮಕ್ಕಳೆಲ್ಲರಿಗೂ ಅವುಗಳ ರುಚಿ ಹತ್ತುವುದು. ಹಾಗಾಗಿ ಇಲ್ಲಿ ಬಹು ಮಕ್ಕಳು ಹಾಳಾಗುವುದು ಸಹಜ. ಪಾರ್ಕ್, ಬೀಚು, ಸಾರ್ವಜನಿಕ ವಾಹನಗಳು, ಸಾರ್ವಜನಿಕ ಕ್ಷೇತ್ರಗಳಲ್ಲೆಲ್ಲಾ ಇದೇ ದೃಶ್ಯ ಕಂಡುಬರುವುದು ಸಾಮಾನ್ಯ. ಕೇಳಿದರೆ ಇದು ಪಾಶ್ಚಿಮಾತ್ಯ ಸಂಸ್ಕೃತಿ ಎನ್ನುವರು. ಅದೂ ಅಲ್ಲದೇ ಕಾಲೇಜು ಮೆಟ್ಟಿಲು ಹತ್ತಿದೊಡನೆ ಖಾಸಗಿ ಸಂಸ್ಥೆಗಳು ಹೊಸ ಹೊಸ ಪದಾರ್ಥಗಳ ಮಾರಾಟಕ್ಕೆ ದಿನಕ್ಕೆ ಒಂದು ಅಥವಾ ಎರಡು ಗಂಟೆಗಳಿಗೆ ಹುಡುಗ ಹುಡುಗಿಯರನ್ನು ಸೇಲ್ಸ್ ಪ್ರಮೋಷನ್ ಗೆಂದು ತೆಗೆದುಕೊಳ್ಳುವರು. ರಜೆ ದಿನಗಳಲ್ಲಿ ಮಾರಾಟ ಮಳಿಗೆಗಳಲ್ಲಿಯೂ ಇವರುಗಳಿಗೆ ಸುಲಭವಾಗಿ ಹಣ ಮಾಡುವ ಸಂದರ್ಭ ಸಿಗುವುದು. ಹಣ ಮಾಡುವುದೊಂದೇ ಉದ್ದೇಶ್ಯವಾಗಿ ನಮ್ಮ ಸಂಸ್ಕೃತಿಯನ್ನು ಬಿಡುವುದೇ? ಇದು ಭಾರತೀಯರಿಗೆ ತಕ್ಕುದಾದುದೇ? ಇಂತಹ ಪರಿಸ್ಥಿತಿಯನ್ನು ನಮ್ಮೂರುಗಳಲ್ಲಿ ಕಲ್ಪಿಸಿಕೊಳ್ಳಬಹುದೇ?

ಮುಂಬಯಿ ಜೀವನ

ಇದು ಕಳೆದ ವರ್ಷದ ಒಂದು ಸಂಜೆ ನಾನು ಕಣ್ಣಾರೆ ಕಂಡ ಘಟನೆ.

ಎಂದಿನಂತೆ ೬.೧೪ರ ಬೊರಿವಿಲಿ ಲೋಕಲ್ ಹಿಡಿಯಲು ಚರ್ಚ್‌ಗೇಟ್ ಸ್ಟೇಷನ್ನಿಗೆ ಬಂದೆ. ಅದೇ ಪ್ಲಾಟ್‌ಫಾರ್ಮ್‌ಗೆ ಮೊದಲು ಬರುವ ಗಾಡಿ ೬.೦೮ರ ಭಾಯಂದರ್ ಫಾಸ್ಟ್ ಲೋಕಲ್. ಪಕ್ಕದ ಪ್ಲಾಟ್‌ಫಾರ್‌ಂಗೆ ೬.೧೧ರ ವಿರಾರದ ಗಾಡಿ ಬರುತ್ತದೆ. ಇಲ್ಲಿಯ ಲೋಕಲ್ ಬಗ್ಗೆ ಒಂದು ಸಣ್ಣ ಪೀಠಿಕೆ.

ಚರ್ಚ್‌ಗೇಟ್ ಸ್ಟೇಷನ್ನಿನಿಂದ ನಾಲ್ಕು ಹಳಿಗಳ ಮೇಲೆ ಲೋಕಲ್ ಟ್ರೈನ್‌ಗಳು ಹೊರಡುವುವು. ಮೊದಲೆರಡು (೧-೨) ಹಳಿಗಳ ಮೇಲೆ ನಿಧಾನಗತಿಯ ಗಾಡಿಗಳು ಮತ್ತು ೩ - ೪ ರ ಹಳಿಗಳ ಮೇಲೆ ವೇಗದ ಗತಿಯ ಗಾಡಿಗಳು ಹೊರಡುವುವು. ಏಕ ಕಾಲಕ್ಕೆ ಒಂದು ನಿಧಾನ ಮತ್ತು ವೇಗದ ಗಾಡಿಗಳು ಹೊರಡುವುವು.

ಈ ಭಾಯಂದರ್ ಗಾಡಿ ಎಂದಿಗೂ ತುಂಬುವುದಿಲ್ಲ. ಸ್ವಲ್ಪ ಖಾಲಿಯಾಗೇ ಇರುತ್ತದೆ. ಜನರಿಗೆ ಪ್ರಯಾಣಿಸಲು ಆರಾಮೆನಿಸುವುದು. ಆದರೆ ಈ ವೇಗ ಗತಿಯ ಗಾಡಿಗಳು (ಬೊರಿವಿಲಿಯಿಂದ ಮುಂದೆ ಹೋಗುವುವು) ಬೊರಿವಿಲಿವರೆವಿಗೆ ಕೆಲವು ನಿಲ್ದಾಣಗಳಲ್ಲಿ ನಿಲ್ಲುವುವು ಮತ್ತು ನಾನು ಸೇರಬೇಕಿರುವ ಗೊರೆಗಾಂವಿನಲ್ಲಿ ನಿಲ್ಲುವುದಿಲ್ಲ. ಹಾಗಾಗಿ ಆ ಗಾಡಿಯಲ್ಲಿ ನಾನು ಪ್ರಯಾಣಿಸುವಂತಿರಲಿಲ್ಲ. ಅಂದು ಆ ಗಾಡಿ ಪ್ಲಾಟ್‌ಫಾರಂಗೆ ಬಂದದ್ದು ೬.೦೭ಕ್ಕೆ. ಪ್ಲಾಟ್‌ಫಾರ್‌ಂನಲ್ಲಿ ಬಹಳ ಜನಸಂದಣಿ ಇದ್ದಿತ್ತು. ಗಾಡಿ ಬಂದು ನಿಂತು ಮೋಟರ್ ಮನ್ ಮತ್ತು ಗಾರ್ಡ್‌ಗಳು ಬದಲಾಗಿ ಇನ್ನೊಂದು ನಿಮಿಷಕ್ಕೆ ವಾಪಸ್ ಹೊರಡಬೇಕಿತ್ತು. ಅಷ್ಟರೊಳಗೆ ಒಳಗಿದ್ದ ಜನರು ಇಳಿದು ಪ್ಲಾಟ್‌ಫಾರಂ ಮೇಲಿರುವ ಜನರು ಹತ್ತಬೇಕು. ಇಂತಹ ಸನ್ನಿವೇಶಗಳು ದಿನನಿತ್ಯದ ಸಾಮಾನ್ಯ ಸಂಗತಿ. ಎಂತಹ ಮಿಂಚಿನ ಕಾರ್ಯಾಚರಣೆ ನಡೆಯುವುದೆಂಬುದನ್ನು ಊಹಿಸುವುದರ ಬದಲು ಒಮ್ಮೆ ಕಣ್ಣಲ್ಲಿ ನೋಡಿದರೇ ಚಂದ.

೬.೦೭ಕ್ಕೆ ಸರಿಯಾಗಿ ಗಾಡಿ ಪ್ಲಾಟ್‌ಫಾರ್‌ಂನಲ್ಲಿ ಬರುತ್ತಿದ್ದಂತೆ ಇಳಿಯುವವರು ಹಾರುವ ಸಮಯಕ್ಕೆ ತಕ್ಕಂತೆ ಏರುವವರು ಒಳಕ್ಕೆ ಹಾರುವರು. ಆಗ ಒಬ್ಬ ಮನುಷ್ಯ ಒಂದು ಕ್ಷಣ ಇತ್ತ ನೋಡಿ ಅತ್ತ ಹಾರುವದರೊಳಗೆ ಕಂಪಾರ್ಟ್‌ಮೆಂಟಿನ ಬಾಗಿಲ ಮಧ್ಯದ ಕಬ್ಬಿಣದ ಕೋಲನ್ನು ಹಿಡಿಯಲಾಗಲಿಲ್ಲ. ಈ ಎಲ್ಲ ದೃಶ್ಯಗಳು ಸಾಮಾನ್ಯವಾದ್ದರಿಂದ ನನ್ನ ಗಮನ ಆ ಕಡೆಗೆ ಹೋಗಿರಲಿಲ್ಲ. ಇದ್ದಕ್ಕಿದ್ದಂತೆ ಧಡ್ ಎಂಬ ಶಬ್ದ ಕೇಳಿ ನಾ ಅತ್ತ ಕಡೆ ನೋಡಿದೆ. ಆತನ ತಲೆಯಿಂದ ಬಳಬಳನೆ ರಕ್ತ

ಸುರಿಯುತ್ತಿತ್ತು. ಪ್ಲಾಟ್‌ಫಾರ್ಮ್‌ನ ಮೇಲೆ ಬಿಸಿ ರಕ್ತ ಹೆಪ್ಪುಗಟ್ಟಹತ್ತಿತ್ತು. ಗಾಡಿಯ ಕಬ್ಬಿಣದ ಬಾಗಿಲಿಗೂ ರಕ್ತದ ಗುರುತು ಹತ್ತಿತ್ತು. ರಕ್ತ ಎಷ್ಟು ಬೇಗ ಹೆಪ್ಪುಗಟ್ಟುವುದು ಎನ್ನುವದನ್ನೂ ಅಂದೇ ನಾ ನೋಡಿದ್ದು. ಆ ಮನುಷ್ಯ ಬೀಳುತ್ತಿದ್ದಂತೇ ಆ ಗಾಡಿಯೇರಬೇಕಾಗಿದ್ದ ಹಲವರಲ್ಲಿ ಕೆಲವರು ಕೆಳಗೇ ನಿಂತು ಆತನನ್ನು ಹಿಡಿದು ಪಕ್ಕಕ್ಕೆ ತಂದು ಬೆಂಚಿನ ಮೇಲೆ ಕುಳ್ಳಿರಿಸಿದರು. ನಂತರದ ಗಾಡಿಗಾಗಿ ಕಾಯುತ್ತಿದ್ದ ಕೆಲವರು ಆತನ ಕುಡಿಯಲು ನೀರನ್ನಿತ್ತು ಶುಶ್ರೂಷೆಗೆ ಅಣಿಮಾಡುತ್ತಿರುವಂತೆಯೇ - ಮೊದಲು ಆತನನ್ನು ಕರೆತಂದ ಜನರು ಓಡಿ ಗಾಡಿಯನ್ನು ಹಿಡಿದರು. ಕ್ಷಣಮಾತ್ರದಲ್ಲಿ ಗಾಡಿ ಏನೂ ಆಗದಂತೆ ಮುಂದೆ ಹೋಗಿತ್ತು. ಹಿಂದೆಯೇ ನಮ್ಮ ಗಾಡಿ ಬಂದು ನಾವೆಲ್ಲರೂ ನಮ್ಮ ನಮ್ಮ ಗೂಡಿಗೆ ತೆರಳಲು ಹತ್ತಿದೆವು. ಈ ಮಧ್ಯೆ ರೈಲ್ವೇ ಸಿಬ್ಬಂದಿ ತಳ್ಳುವ ಕುರ್ಚಿಯನ್ನು ತಂದು ಆತನನ್ನು ರೈಲ್ವೇ ವೈದ್ಯರ ಹತ್ತಿರಕ್ಕೆ ಕರೆದೊಯ್ದಿದ್ದರು. ಆತನಿಗಾದ ಘಾಸಿ ಎಷ್ಟರ ಮಟ್ಟಿನದೆಂದು ತಿಳಿಯಲಿಲ್ಲ. ನನ್ನ ಅನಿಸಿಕೆಯ ಪ್ರಕಾರ ಇನ್ನೊಂದೆರಡು ದಿನಗಳಲ್ಲಿ ಆತ ಮತ್ತೆ ಅದೇ ಗಾಡಿಗೆ ಬರುವನು ಮತ್ತು ಹಾಗೆಯೇ ಮತ್ತೆ ಗಾಡಿಯೊಳಕ್ಕೆ ಹಾರುವನು. ಮುಂಬೈ ಜೀವನವೇ ಇಷ್ಟು. ಗಾಯವಾಗುತ್ತಲೇ ಇರುವುದು ಹಿಂದೆಯೇ ಮಾಗುವುದು.

ಮುಂಬಯಿ ಲೋಕಲ್

ಮುಂಬಯಿಯಲ್ಲಿ ಆದ ಸರಣಿ ಬಾಂಬ್ ಸ್ಫೋಟದ ಬಗ್ಗೆ ಈಗಾಗಲೇ ಜಗತ್ತಿಗೇ ಮಾಹಿತಿ ದೊರಕಿದೆ. ಹೆಚ್ಚಿಗೆ ಹೇಳಲು ಏನೂ ಉಳಿದಿಲ್ಲ. ಆದರೂ ನನಗೆ ತಿಳಿದ, ನಾನು ಅನುಭವಿಸಿದದ್ದನ್ನು ತಿಳಿಸ ಬಯಸುವೆ.

ಮೊನ್ನೆ ಮುಂಬಯಿಯಲ್ಲಿ ಸರಣಿ ಬಾಂಬ್ ಸ್ಫೋಟಗೊಂಡ ಸುದ್ದಿ ಜಗತ್ತನ್ನೇ ತಲ್ಲಣಿಸಿದೆ. ಅಂದು ಮಂಗಳವಾರ, ಎಂದಿನಂತೆ ನಾನು ೬.೧೧ರ ಬೊರಿವಿಲಿ ಫಾಸ್ಟ್ ಲೋಕಲ್‌ನಲ್ಲಿ ಗೋರೆಗಾಂವಿಗೆ ಹೊರಟೆ. ಮುಂಬೈ ಸೆಂಟ್ರಲ್ ಸ್ಟೇಷನ್ನಿನವರೆವಿಗೆ ಗಾಡಿ ಸರಿಯಾಗಿಯೇ ಚಲಿಸಿತು. ಮಹಾಲಕ್ಷ್ಮಿ ಸ್ಟೇಷನ್ನಿನ ಕಡೆಗೆ ಹೋಗುತ್ತಿರುವಾಗ ಇದ್ದಕ್ಕಿದ್ದಂತೆಯೇ ಟ್ರೈನ್ ನಿಂತಿತು. ಬಾಗಿಲಲ್ಲಿ ನಿಂತಿದ್ದವರು ಮುಂದಕ್ಕೆ ಬಗ್ಗಿ ನೋಡಿ, ಮುಂದೆ ಸಾಲಾಗಿ ಟ್ರೈನ್‌ಗಳು ನಿಂತಿವೆ, ಸದ್ಯಕ್ಕೆ ಮುಂದೆ ಹೋಗಲಾಗುವುದಿಲ್ಲ ಎಂದು ಗಾಡಿಯಿಂದ ಹೊರಕ್ಕೆ ಜಿಗಿಯುತ್ತಿದ್ದರು. ಹೇಗಿದ್ದರೂ ಗಾಡಿ ಮುಂದೆ ಹೋಗಲೇಬೇಕು, ಸ್ವಲ್ಪ ತಡವಾಗಿಯಾದರೂ ಮನೆ ಸೇರುವುದು ನಿಶ್ಚಿತ ಎಂದು ಅಲ್ಲಿಯೇ ಕುಳಿತಿದ್ದೆ. ಅರ್ಧ ಘಂಟೆಯಾದರೂ ಗಾಡಿಗಳು ಅಲ್ಲಾಡಲಿಲ್ಲ. ಮುಂದಿದ್ದ ಗಾಡಿಗಳು ಅಲ್ಲಿಯೇ ನಿಂತಿದ್ದವು. ಹಿಂದಿನ ಗಾಡಿಗಳ ಜನಗಳೂ ಇಳಿದು ಹಳಿಗಳ ಮೇಲೆ ನಡೆದು ಮುನ್ನಡೆಯುತ್ತಿದ್ದರು. ನನ್ನ ಅಕ್ಕ ಪಕ್ಕ ಕುಳಿತವರು ತಮ್ಮ ತಮ್ಮ ಮನೆಗಳಿಗೆ, ಸ್ನೇಹಿತರುಗಳಿಗೆ ಮೊಬೈಲ್ ಮೂಲಕ ಸಂಪರ್ಕಿಸಲು ಪ್ರಯತ್ನಿಸುತ್ತಿದ್ದರು. ಟೆಲಿಫೋನ್ ಮತ್ತು ಮೊಬೈಲ್‌ಗಳೆಲ್ಲವೂ ಸ್ತಬ್ಧವಾಗಿದ್ದುವು. ಯಾರೋ ಒಬ್ಬರಿಗೆ ಮೊಬೈಲ್ ಮೂಲಕ ಒಂದು ಸಂದೇಶ ಬಂದಿತಂತೆ. ಅವರು ತಿಳಿಸಿದಂತೆ ಖಾರ್ ರಸ್ತೆ ಸ್ಟೇಷನ್ನಿನಲ್ಲಿ ಬಾಂಬ್ ಸ್ಫೋಟಗೊಂಡಿರುವುದರಿಂದ ಲೋಕಲ್ ಟ್ರೈನ್ ಸೇವೆ ನಿಲ್ಲಿಸಿದ್ದಾರೆ ಎಂದು ತಿಳಿಯಿತು. ಅಷ್ಟು ಹೊತ್ತಿಗೆ ಟ್ರೈನ್ ಒಳಗಿರುವ ಧ್ವನಿವರ್ಧಕದ ಮೂಲಕ ಘೋಷಣೆ ಆಯಿತು. ಓವರ್‌ಹೆಡ್ ತಂತಿಗಳಲ್ಲಿ ವಿದ್ಯುತ್ ಸರಬರಾಜು ಇಲ್ಲದ ಕಾರಣ ಅನಿರ್ದಿಷ್ಟ ಕಾಲದವರೆವಿಗೆ ಗಾಡಿಗಳು ಮುಂದೆ ಹೋಗುವುದಿಲ್ಲ ಎಂದು ತಿಳಿಸುತ್ತಿದ್ದರು. ಇನ್ನು ಕುಳಿತು ಪ್ರಯೋಜನವಿಲ್ಲವೆಂದು ನಾನು ಮಹಾಲಕ್ಷ್ಮಿ ಸ್ಟೇಷನ್ನಿನ ಕಡೆಗೆ ನಡೆದೆ. ಅಲ್ಲಿ ಟ್ಯಾಕ್ಸಿಯ ಮೂಲಕ ಮನೆಗೆ ಹೋಗಲು ಪ್ರಯತ್ನಿಸಿದೆ. ಯಾವುದೇ ಟ್ಯಾಕ್ಸಿಗಳು ಖಾಲಿ ಇರಲಿಲ್ಲ. ರಸ್ತೆಯಲ್ಲಿ ಎಲ್ಲೆಲ್ಲಿ ನೋಡಿದರೂ ವಾಹನಗಳ ಟ್ರಾಫಿಕ್ ಜಾಮ್ ಆಗಿದ್ದಿತು. ಕಳೆದ ವರ್ಷದ ಜುಲೈ ೨೬ರ ಸಮಯದ ಮಳೆಯಲ್ಲಿ ಇದೇ ತರಹದ ಪರಿಸ್ಥಿತಿಯನ್ನು ಎದುರಿಸಿದ್ದ ನಾನು, ಅಂದು ನಡಿಗೆಯಲ್ಲಿ ಮನೆಯನ್ನು ತಲುಪಿದ್ದೆ. ಅದೇ ತರಹ ಈ ಸಲವೂ ಹಳಿಯ

ಮೇಲೆ ನಡೆದು ಮನೆಯ ಕಡೆಗೆ ಹೊರಟೆ. ಹಾದಿಯುದ್ದಕ್ಕೂ ಹಳಿಗಳ ಮೇಲೆ ಲೋಕಲ್ ಟ್ರೈನ್‌ಗಳು ನಿಂತಿದ್ದುವು. ಮೋಟರ್‌ಮ್ಯಾನ್ ಮತ್ತು ಗಾರ್ಡ್‌ಗಳೂ ಮಾತ್ರ ಗಾಡಿಗಳಲ್ಲೇ ಕುಳಿತಿದ್ದರು. ಅವರುಗಳಿಗೂ ಏನಾಗಿದೆಯೆಂದು ತಿಳಿಯದಾಗಿತ್ತು. ಹಾಗೆಯೇ ಮುಂದೆ ದಾದರ ಸ್ಟೇಷನ್ನಿಗೆ ತಲುಪುವ ವೇಳೆಗಾಗಲೇ ಸಮಯ ೯ ಆಗುತ್ತಿತ್ತು.

ದಾದರ ಸ್ಟೇಷನ್ನಿನಲ್ಲಿ ದೂರದೂರುಗಳಿಂದ ಬರುವ ಜನಗಳ ಸಾಗಾಣಿಕೆಗೆ ಅನುಕೂಲವಾಗಲೆಂದು ಪೊಲೀಸರು ಟ್ಯಾಕ್ಸಿಯವರ ಸೇವೆಯನ್ನು ನಿರ್ವಸುವರು. ಅಲ್ಲಿಯಾದರೂ ಟ್ಯಾಕ್ಸಿ ದೊರಕುವುದೆಂದು ಸ್ಟೇಷನ್ನಿನ ಹೊರಗೆ ಬಂದೆನು. ಅಲ್ಲಿ ಒಂದು ಟ್ಯಾಕ್ಸಿಯಲ್ಲಿ ಮೂವರು ಮಹಿಳೆಯರಿದ್ದು ಇನ್ನೊಬ್ಬರು ಗಂಡಸರು ಯಾರಾದರೂ ಅಂಧೇರಿ ಕಡೆಗೆ ಹೋಗುವವರಿದ್ದರೆ ಬನ್ನಿರೆಂದು ಕರೆದರು. ನಾನು ಆ ಟ್ಯಾಕ್ಸಿಯಲ್ಲಿ ಪ್ರಯಾಣಿಸಿದೆ. ಟ್ಯಾಕ್ಸಿಯವನು ಮೀಟರು ಸರಿಯಾಗಿ ಹಾಕಿಲ್ಲವೆಂದು ಆ ಮಹಿಳೆಯರು ಗಲಾಟೆ ಮಾಡುತ್ತಿದ್ದರೆ, ೧೦-೧೧ ವರ್ಷದ ಯುವ ಟ್ಯಾಕ್ಸಿ ಚಾಲಕನು, ತಾನು ಬರಲು ತಯಾರಿರಲಿಲ್ಲ, ಪೊಲೀಸಿನವನ ತಗಾದೆಯಿಂದಾಗಿ ಬರುತ್ತಿದ್ದೇನೆ, ಎಲ್ಲಿಯೋ ಗಲಾಟೆ ಇದೆಯಂತೆ, ನನಗ್ಯಾಕೆ ತೊಂದರೆ ಆಗಬೇಕು ಎನ್ನುತ್ತಿದ್ದನು. ಇವರಿಬ್ಬರಿಗೂ ವಿಷಯದ ಅರಿವಾಗಿಲ್ಲವೆಂದು ಅರಿತ ನಾನು, ಮಾತುಂಗ, ಖಾರ್ ಸ್ಟೇಷನ್ನುಗಳಲ್ಲಿ ಲೋಕಲ್ ಟ್ರೈನ್‌ನಲ್ಲಿ ಆಗಿರುವ ಬಾಂಬ್ ಸ್ಫೋಟದ ಬಗ್ಗೆ ಹೇಳಿದಾಗ ಅವರುಗಳು ಸ್ತಂಭೀಭೂತರಾದರು. ಆ ಹೆಣ್ಣುಮಕ್ಕಳನ್ನುದ್ದೇಶಿಸಿ, ನಮಗೆ ದೇವರು ಹೊಟ್ಟೆ ತುಂಬಾ ನೀಡಿದ್ದಾನೆ, ಈತನಿಗೆ ಇದೇ ಅನ್ನದಾತ, ಸ್ವಲ್ಪ ಹೆಚ್ಚಿನ ಹಣ ಮಾಡಿಕೊಳ್ಳುವಂತಿದ್ದರೆ ಮಾಡಿಕೊಳ್ಳಲಿ, ನಾವುಗಳು ಸುರಕ್ಷಿತವಾಗಿ ಮನೆ ಸೇರಿದರಾಯಿತಲ್ಲವೇ ಎಂದಾಗ ಅವರುಗಳು ಸುಮ್ಮನಾದರು. ನಂತರ ಆ ಟ್ಯಾಕ್ಸಿ ಚಾಲಕನನ್ನುದ್ದೇಶಿಸಿ, ಜನಗಳಿಗೆ ಸಹಾಯಿಸುವಂತಿದ್ದರೆ ಇದೇ ಸಕಾಲ, ಇದರಿಂದ ನಾಲ್ಕು ಜನಗಳು ನಿನ್ನ ಸ್ಮರಿಸುವಂತಾಗಬೇಕು, ನೀನಿನ್ನೂ ಚಿಕ್ಕವನು ತನು ಮನಗಳು ಗಟ್ಟಿಯಾಗಿವೆ, ದುಡಿಯಲು ಇನ್ನೂ ದೀರ್ಘ ಕಾಲವಿದೆ ಎನ್ನಲು ಅವನೂ ಸುಮ್ಮನಾದನು.

ಈ ಮಧ್ಯೆ ಟ್ಯಾಕ್ಸಿ ಧಾರಾವಿ ರಸ್ತೆಯಲ್ಲಿ ನಿಧಾನವಾಗಿ ಚಲಿಸುತ್ತಿತ್ತು. ವಾಹನಗಳು ವಿಪರೀತವಾಗಿ ಒಂದಕ್ಕೊಂದು ಅಂಟಿದಂತೆ ಬಂಪರ್ ಟು ಬಂಪರ್ ಚಲಿಸುತ್ತಿದ್ದವು. ರಸ್ತೆಯ ಇಕ್ಕೆಲಗಳಲ್ಲಿ ಯುವಕರು, ಮಕ್ಕಳು, ಮುದುಕರು ಹೋಗಿ ಬರುವವರೆಲ್ಲರಿಗೂ ಚಹಾ, ಬಿಸ್ಕತ್ತುಗಳು, ಬಾಳೆಹಣ್ಣು, ವಡಾ ಪಾವ್, ಕುಡಿಯುವ ನೀರು ವಿತರಿಸುತ್ತಿದ್ದರು. ಒಮ್ಮೆ ಕೊಟ್ಟ ನಂತರ ಮತ್ತೆ ಮತ್ತೆ ಬೇಕಾ ಎಂದು ಉಪಚರಿಸುತ್ತಿದ್ದರು. ಇಂತಹ ದೃಶ್ಯವನ್ನು ಕಳೆದ ವರ್ಷ ನಾನು ನೋಡಿದ್ದೆ. ನಾನು ಕಂಡಂತೆ, ಮುಂಬಯಿ ಒಂದೇ ಕಡೆ ಜನತೆಯು ಹೀಗೆ ತಮ್ಮ ಮಾನವತೆಯನ್ನು

ಪ್ರದರ್ಷಿಸುತ್ತಿರುವುದು. ಟ್ರಾಫಿಕ್ ಜಾಮ್ ಇರುವೆಡೆಗಳಲ್ಲಿ ನಾಗರಿಕರೇ ನಿಂತು ವಾಹನಗಳ ಓಡಾಟವನ್ನು ನಿಯಂತ್ರಿಸುತ್ತಿದ್ದರು. ಪೊಲೀಸರೊಂದಿಗೆ ಸಹಕರಿಸುತ್ತಿದ್ದರು.

ನಾವು ಪ್ರಯಾಣಿಸುತ್ತಿದ್ದ ಟ್ಯಾಕ್ಸಿಯು, ವೆಸ್ಟರ್ನ್ ಎಕ್ಸ್‌ಪ್ರೆಸ್ ಹೈವೇಯಲ್ಲಿ ಚಲಿಸುತ್ತಿರುವಾಗ, ಆಂಬುಲೆನ್ಸ್‌ಗಳ ನಿರಂತರ ಸೈರನ್ ಸದ್ದು ಕೇಳಿ ಬರುತ್ತಿತ್ತು. ಅವುಗಳಲ್ಲಿ ಗಾಯಾಳುಗಳನ್ನು ಮತ್ತು ಚಿಂತಾಜನಕ ಸ್ಥಿತಿಯಲ್ಲಿರುವವರನ್ನು ಹತ್ತಿರದ ಆಸ್ಪತ್ರೆಗಳಿಗೆ ಸಾಗಿಸುತ್ತಿದ್ದರು. ಆ ವಾಹನಗಳಿಗೆ ಮಿಕ್ಕೆಲ್ಲ ವಾಹನಗಳು ಆದ್ಯತೆ ಕೊಟ್ಟು ಹಾದಿ ಬಿಟ್ಟುಕೊಡುತ್ತಿದ್ದವು. ಈ ಮಧ್ಯೆ ಮುಖಂಡರುಗಳನ್ನು ಹೊತ್ತೊಯ್ದ ವಾಹನಗಳೂ ಕೆಂಪು ದೀಪ ಹಾಕಿಕೊಂಡು ಬರುತ್ತಿದ್ದವು. ಅವೂಗಳಿಗೆ ಆದ್ಯತೆಯ ಮೇರೆಗೆ ಹೋಗಲು ಪೊಲೀಸರು ಹಾದಿ ಮಾಡಿಕೊಡುವಾಗ, ಅಕ್ಕ ಪಕ್ಕ ಇರುವ ವಾಹನಗಳೂ ಮಧ್ಯೆ ತೂರುತ್ತಿದ್ದವು. ಇವೆಲ್ಲವನ್ನೂ ನೋಡುತ್ತಾ ಅಂಧೇರಿ ತಲುಪುವ ವೇಳೆಗೆ ರಾತ್ರಿಯ ೧೦.೩೦ ಆಗಿದ್ದಿತು. ಆ ಹೆಣ್ಣುಮಕ್ಕಳು ಓಶಿವರಾ ಕಡೆಗೆ ಹೋಗಬೇಕಿದ್ದುದರಿಂದ ನಾನು ಹಾದಿಯಲ್ಲಿಯೇ ಇಳಿದೆ. ಚಾಲಕನಿಗೆ ೧೦೦ ರೂಪಾಯಿ ಕೊಟ್ಟಾಗ, ಆತ ೪೧ ರುಪಾಯಿ ಚಿಲ್ಲರೆ ಕೊಡಲು ಬಂದನು. ಯಾಕೆ ಎಂದು ಕೇಳಲು, ಸಾರ್, ಮೀಟರ್ ಪ್ರಕಾರ ನಿಮ್ಮ ಪಾಲಿನ ಹಣ ಮಾತ್ರ ತೆಗೆದುಕೊಳ್ಳುವೆ ಎಂದು. ಅದಕ್ಕೆ ನಾನು, ಇರಲಿ ಪರವಾಗಿಲ್ಲ, ಇಂದು ದೇವರಂತೆ ಬಂದು ನನ್ನನ್ನು ಮನೆಗೆ ಹೋಗಲು ಸಹಾಯಿಸುತ್ತಿರುವೆ, ಇಟ್ಟುಕೋ ಎಂದು ಮುಂದೆ ನಡೆದೆ. ಆ ಸಮಯದಲ್ಲೂ ಸಿಟಿ ಬಸ್ಸುಗಳು ವಿಪರೀತ ತುಂಬಿದ್ದವು. ಒಂದು ಬಸ್ಸಿನಲ್ಲೂ ಕಾಲಿಡಲು ಸ್ಥಳವಿರಲಿಲ್ಲ. ಅಂಧೇರಿಯಿಂದ ಗೋರೆಗಾಂವಿಗೆ ಆಟೋ ಹಿಡಿಯಲು ಪ್ರಯತ್ನಿಸುತ್ತಿರುವಾಗ, ಒಂದು ಕಾರು ಹತ್ತಿರ ಬಂದಿತು, ಅದರೊಳಗೆ ಕುಳಿತವರೊಬ್ಬರು, ನಾನು ಬೊರಿವಿಲಿ ಕಡೆಗೆ ಹೋಗುತ್ತಿರುವೆ, ನೀವು ಆ ಹಾದಿಯಲ್ಲಿ ಪ್ರಯಾಣಿಸುವಂತಿದ್ದರೆ ತಮ್ಮ ಜೊತೆಗೆ ಬರಬಹುದೆಂದರು. ಅದರಲ್ಲಿ ಪ್ರಯಾಣಿಸುವಾಗ ತಿಳಿದ ವಿಷಯವೆಂದರೆ, ಕಂಪನಿಗಳ ಕಾರುಗಳು ತಮ್ಮ ಸಿಬ್ಬಂದಿಯನ್ನು ಮನೆ ತಲುಪಿಸಲು ಕಾರುಗಳನ್ನು ವ್ಯವಸ್ಥಿತಗೊಳಿಸಿದ್ದವು. ಮಧ್ಯೆ ಯಾರೇ ಬಂದರೂ ಅವರನ್ನು ಕರೆದೊಯ್ಯಬೇಕೆಂದು ತಿಳಿಸಿದ್ದರಂತೆ. ಮಾನವೀಯತೆಯ ಪ್ರದರ್ಶನಕ್ಕೆ ಮಿತಿಯುಂಟೆ. ಆ ಕ್ಷನದಲ್ಲಿ ನನ್ನ ಕಣ್ಣುಗಳು ತೇವವಾಯಿತೆಂಬುದು ಉತ್ಪ್ರೇಕ್ಷೆಯ ಮಾತಲ್ಲ. ಗೋರೆಗಾಂವಿನಲ್ಲಿ ನನ್ನ ಇಳಿಸಿದ ಕಾರು ಮುನ್ನಡೆಯಿತು. ಕಡೆಗೆ ನಾನು ಕ್ವಾರ್ಟರ್ಸ್ ತಲುಪುವ ವೇಳೆಗಾಗಲೇ ಸಮಯ ಮಧ್ಯರಾತ್ರಿಯ ೧೨ ದಾಟಿತ್ತು. ನಮ್ಮ ಕ್ವಾರ್ಟರ್ಸಿನಲ್ಲಿ ಬೇಗನೆ ಮನೆಗೆ ಬಂದವರೆಲ್ಲರೂ ಗೇಟಿನ ಬಳಿ ನಿಂತಿದ್ದರು. ಎಲ್ಲರ ಮುಖಗಳಲ್ಲು ಚಿಂತೆ ಎದ್ದು ಕಾಣುತ್ತಿತ್ತು. ಯಾರಾದರೂ ಮನೆಗೆ ಬಂದರೆ ಅವರ ಮುಖದಲ್ಲಿ ಒಬ್ಬರು ಬಂದರು, ಇನ್ನೊಬ್ಬರು ಬಂದರು ಎಂದು ಸಂತೋಶ ವ್ಯಕ್ತವಾಗುತ್ತಿತ್ತು. ನಾನು ಮನೆಯೊಳಗೆ ಕಾಲಿಡುತ್ತಿದ್ದಂತೆ ಪತ್ನಿ ಹೇಳಿದಳು, ಬಂಧು ಮಿತ್ರರುಗಳಿಂದ ಒಂದೇ ಸಮನೆ ದೂರವಾಣಿಯ ಕರೆಗಳು ಬರುತ್ತಿದೆ

ಎಂದು. ರಾತ್ರಿ ೧೧ರ ನಂತರ ದೂರವಾಣಿ ಮತ್ತು ಮೊಬೈಲ್‌ಗಳು ಸರಿಯಾಗಿ ಕೆಲಸ ನಿರ್ವಹಿಸುತ್ತಿದ್ದವು.

ಈ ಮಧ್ಯೆ ಅಂಧೇರಿಯಲ್ಲಿರುವ ಕಾಲೇಜಿಗೆ ಹೋಗಿದ್ದ ನನ್ನ ಮಗಳನ್ನು ಈ ಕಡೆಗೆ ಬರಗೊಡದೇ, ಅಂಧೇರಿಯಲ್ಲೇ ಇದ್ದ ಅವಳ ಸ್ನೇಹಿತೆ, ತನ್ನ ಮನೆಗೆ ಕರೆದೊಯ್ದಿದ್ದಳು. ನಾನು ಮನೆ ಸೇರುತ್ತಿದ್ದಂತೆ ನನ್ನ ಕುಟುಂಬಕ್ಕೆ ನೆಮ್ಮದಿಯುಂಟಾಯಿತು.

ಆಗ ಟಿವಿ ವಾರ್ತೆಯ ಪ್ರಕಾರ ೧೧ ನಿಮಿಷಗಳಲ್ಲಿ ೭ ಸ್ಥಳಗಳಲ್ಲಿ ಬಾಂಬುಗಳು ಸ್ಫೋಟಗೊಂಡಿರುವ ವಿಷಯ ನನಗೆ ತಿಳಿಯಿತು. ಸ್ಫೋಟಗೊಂಡ ಒಂದು ಲೋಕಲ್ಲಿನಲ್ಲಿ ನನ್ನ ಸ್ನೇಹಿತನೊಬ್ಬನು ಪ್ರಯಾಣಿಸುತ್ತಿದ್ದನಂತೆ. ಅವನಿದ್ದ ಪಕ್ಕದ ಬೋಗಿಯಲ್ಲಿ ಸ್ಫೋಟವಾಗಿದ್ದು, ಹೆಣಗಳ ರಾಶಿಯನ್ನು ಅವನು ನೋಡಿದ್ದನು. ನಂತರ ತಿಳಿದು ಬಂದ ಮಾಹಿತಿಯಂತೆ ಅದೇ ಬೋಗಿಯಲ್ಲಿದ್ದ ನನ್ನ ಇನ್ನೊಬ್ಬ ಸ್ನೇಹಿತನಿಗೆ ತಲೆಗೆ ಹೆಚ್ಚಿನ ಪೆಟ್ಟು ಬಿದ್ದು, ಕೈ ಕೂಡಾ ಮುರಿದಿದೆ. ಅಷ್ಟಲ್ಲದೇ ಆ ಸ್ಫೋಟದ ಶಬ್ದದಿಂದಾಗಿ ಖಾಯಂ ಕಿವುಡನಾಗಿ ಉಳಿಯುವ ಸಾಧ್ಯತೆಗಳಿವೆ. ಹೀಗೇ ಇನ್ನೊಬ್ಬ ಸಹ ಅಧಿಕಾರಿಯೂ ಇನ್ನೊಂದು ಗಾಡಿಯಲ್ಲಿ (೫.೫೭ ವಿರಾರ ಲೋಕಲ್) ಸಂಚರಿಸುತ್ತಿದ್ದು ಅವರು ಇಂದು ತಮ್ಮ ಅನುಭವವನ್ನು ಹೇಳಿಕೊಂಡು ಅತ್ತರು. ಅವರಿದ್ದ ಬೋಗಿಯ ಇನ್ನೊಂದು ಭಾಗದಲ್ಲಿ ಸ್ಫೋಟಗೊಂಡಿತ್ತು. ಅಲ್ಲಿದ್ದವರೊಬ್ಬರು ಮೊಬೈಲ್ ಮೂಲಕ ಹಾಡು ಕೇಳುತ್ತಿದ್ದರಂತೆ. ಅವರಿಗೆ ಸ್ಫೋಟದ ಅರಿವಾಗಿರಲಿಲ್ಲ. ಆದರೆ ಪಕ್ಕದಲ್ಲಿದ್ದ ಕಿಟಕಿ ಬೀಳುತ್ತಿರುವಂತೆ ತೋರಿದಾಗ ಅದನ್ನು ಹಿಡಿಯಲು ಹೋಗಿದ್ದಾರೆ. ಅದೇ ವೇಳೆಗೆ ಕೈ ಹಿಡಿತಕ್ಕೆಂದು ಮೇಲೆ ಇರುವ ಸರಳು ಮೇಲೆ ಬಿದ್ದು ಪಕ್ಕದ ಒಬ್ಬರು ಅನಾಮತ್ತಾಗಿ ಬಿದ್ದರಂತೆ. ಏನಾಗುತ್ತಿದೆಯೆಂದು ಇವರಿಗೆ ತಿಳಿಯುವಷ್ಟರಲ್ಲಿ ಅವರ ಕೈ ಮೇಲೆ ಕಿಟಕಿ ಬಿದ್ದು ಕೈ ಮುರಿದಿದೆ. ನನ್ನ ಸ್ನೇಹಿತರು ಇಷ್ಟೆಲ್ಲವನ್ನೂ ಒಂದೇ ಕ್ಷಣದಲ್ಲಿ ಆದದ್ದನ್ನು ಕಂಡುದಲ್ಲದೇ ತಮ್ಮ ಸುತ್ತಲೂ ಹೆಣಗಳ ರಾಶಿಯನ್ನು ಕಂಡು ದಿಗ್ಭ್ರಮಿತರಾಗಿದ್ದಾರೆ. ಈಗಲೂ ಅವರ ಬಾಯಿಂದ ಸರಿಯಾಗಿ ಮಾತುಗಳೇ ಹೊರಡುತ್ತಿಲ್ಲ. ಇನ್ನೊಬ್ಬ ಸ್ನೇಹಿತ ಸ್ಫೋಟದ ಬಳಿಕ ಗಾಡಿಯಿಂದ ಹಾರಿ ಸ್ಫೋಟಿಸಿದ ಬೋಗಿಯ ಬಳಿ ಬರಲು ತನ್ನ ಪಕ್ಕದಲ್ಲಿರುವ ಒಂದು ದೇಹ ಅಲುಗಾಡುತ್ತಿದ್ದು ಅದರ ಕಣ್ಣಿನ ಗುಡ್ಡೆಗಳು ಹೊರ ಬಂದಿರುವುದನ್ನು ಕಾಂಡನಂತೆ. ಎಂಥ ಭೀಕರ ದೃಷ್ಯ. ಇದನ್ನು ನೋಡುವುದಿರಲಿ, ಕಲ್ಪಿಸಿಕೊಳ್ಳಲೂ ಭಯವಾಗುತ್ತದೆ.

ಗಾಯಾಳುಗಳನ್ನು ಶುಶ್ರೂಷೆ ಮಾಡುವ ಸಮಯದಲ್ಲಿ ಆಸ್ಪತ್ರೆಗಳಲ್ಲಿ ರಕ್ತದ ಅವಶ್ಯಕತೆ ಹೆಚ್ಚಾಗಿತ್ತು. ಅದಕ್ಕಾಗಿ ರಕ್ತದಾನವನ್ನು ಮಾಡಿರೆಂದು ಕೇಳಿಕೊಂಡಿದ್ದರು. ೩-೪ ಘಂಟೆಗಳ ಅಂತರದಲ್ಲಿ ಮತ್ತೆ ಬಂದ ವರದಿಯ ಪ್ರಕಾರ, ನಿರೀಕ್ಷೆಗೂ ಮೀರಿದಷ್ಟು ರಕ್ತವನ್ನು ಸಂಗ್ರಹಿಸಿಯಾಗಿದೆ, ಇನ್ನು ಸದ್ಯಕ್ಕೆ ಯಾರೂ ರಕ್ತವನ್ನು ಕೊಡುವುದು ಬೇಡವೆಂದು ತಿಳಿಸಿದ್ದರು. ರಕ್ತದಾನಕ್ಕಾಗಿ ಕರೆ

ನೀಡಿದಾಗ, ಜನಗಳು ತಾ ಮುಂದು ನಾ ಮುಂದು ಎಂದು ಸರತಿಯಲ್ಲಿ ಬಂದು ರಕ್ತದಾನ ಮಾಡಿದ್ದಾರೆ. ಅಷ್ಟಲ್ಲ್ದೇ ಅಲ್ಲಿಯೇ ಇದ್ದು, ಯಾರಿಗೆ ಏನೇ ಸಹಾಯ ಬೇಕಿದ್ದರೂ ನೀಡಿದ್ದಾರೆ. ಒಬ್ಬರಂತೂ ಸಾಯನ್ ಆಸ್ಪತ್ರೆಯ ಹತ್ತಿರ ಹೋಗಿ ಹಣವನ್ನು ಹಂಚಿದ್ದಾರೆ.

ಚಲನಚಿತ್ರೋದ್ಯಮದಲ್ಲಿ ಹೆಸರು ಮಾಡಿರುವ ರಾಹುಲ್ ಬೋಸ್, ಶಬಾನಾ ಅಝ್ಮಿ, ಜಾವೇದ್ ಅಖ್ತರ್ ಮುಂತಾದವರೂ ಜನಗಳಿಗೆ ಸಹಾಯ ಹಸ್ತ ನೀಡುವಲ್ಲಿ ಬೀದಿಗಿಳಿದಿದ್ದರೆಂದರೆ ಈ ನಗರವನ್ನು ಒಂದೇ ಕುಟುಂಬವೆನ್ನಬಹುದು.

ಸ್ಫೋಟದ ಕಾರಣದಿಂದ, ಓವರ್‌ಹೆಡ್ ತಂತಿಗಳು ತುಂಡಾಗಿದ್ದುವು, ಮತ್ತು ಕೆಲ ಕಡೆಗಳಲ್ಲಿ ಹಳಿಗಳಿಗೆ ಜಖಂ ಆಗಿದ್ದಿತು. ರಾತ್ರಿಯೆಲ್ಲ ಕೆಲಸ ಮಾಡಿ ರೈಲ್ವೇ ಸಿಬ್ಬಂದಿಯವರು ಮೇಲಿನ ತಂತಿಗಳನ್ನು ಸರಿಪಡಿಸಿ, ಹಳಿಗಳನ್ನು ಸುಸ್ಥಿತಿಯಲ್ಲಿಟ್ಟು, ಜಖಂಗೊಂಡ ಗಾಡಿಗಳನ್ನು ಯಾರ್ಡ್‌ಗಳ ಕಡೆಗೆ ತಳ್ಳುವ ಕೆಲಸವನ್ನು ಮಾಡಿದ್ದರು. ಮಾರನೆಯ ದಿನ ಬೆಳಗ್ಗೆ ೭ ಘಂಟೆಗೆ ಸ್ವಲ್ಪ ಮಟ್ಟಿಗೆ ರೈಲ್ವೇ ಸೇವೆಯು ಪುನರಾರಂಭಗೊಂಡಿತ್ತು. ಸುಸ್ತಾದ ಕಾರಣ ನಾನು ಬ್ಯಾಂಕಿಗೆ ಹೋಗಲಿಲ್ಲವಾದರೂ, ಕಛೇರಿಗಳು, ಶಾಲಾ ಕಾಲೇಜುಗಳು ತಮ್ಮ ನಿತ್ಯದ ಕೆಲಸವನ್ನು ನಿರ್ವಹಿಸಿದ್ದವು. ಇಂತಹ ಪರಿಸ್ಥಿತಿಯನ್ನು ಮತ್ತೆಲ್ಲಿಯಾದರೂ ನೋಡಲು ಸಿಗುವುದೇ?

ಮುಂಬಯಿ ಲೋಕಲ್ ಟ್ರೈನ್ ಸೇವೆಯನ್ನು ಜೀವ ನಾಡಿ ಎಂದೂ ಕರೆಯುವರು. ಇದರ ಬಗ್ಗೆ ಸ್ವಲ್ಪ ತಿಳಿದುಕೊಳ್ಳೋಣ.

ಮುಂಬಯಿನಲ್ಲಿ ಎಲ್ಲ ಕಲಿಯಲೇಬೇಕಿರುವ ಇನ್ನೊಂದು ಪಾಠ ಅಂದ್ರೆ ಲೋಕಲ್ ಟ್ರೈನ್‌ಗಳಲ್ಲಿ ಪ್ರಯಾಣ ಮಾಡಿ ಪಡೆಯುವ ಅನುಭವ. ಇದರಿಂದಾಗಿ 'ಇಲ್ಲಿ ಸಲ್ಲುವವರು ಎಲ್ಲಿಯೂ ಸಲ್ಲಬಲ್ಲರು' ಎನ್ನುವ ಮಾತು ವೇದ್ಯವಾಗುವುದು.

ನಾನು ಈ ಹಿಂದೊಮ್ಮೆ ಇದರ ಅನುಭವವನ್ನು ಕವನ ರೂಪದಲ್ಲಿ ನಿರೂಪಿಸಿದ್ದೆ. ಅದರ ಬಗ್ಗೆ ಇನ್ನೂ ಹೆಚ್ಚಿನ ಮಾಹಿತಿಯನ್ನು ಇಲ್ಲಿ ಹೇಳಲು ಪ್ರಯತ್ನಿಸಿದ್ದೀನಿ. ಆ ಕವನವನ್ನೂ ಈ ಕೆಳಗೆ ಸೇರಿಸಿದ್ದೀನಿ.

ಈ ಹಿಂದೆಯೇ ಹೇಳಿರುವಂತೆ ಮುಂಬಯಿ ಒಂದು ದ್ವೀಪ. ಎಲ್ಲ ಕಡೆಯೂ ನೀರು ಸುತ್ತುವರಿದು ಭೂಮಿಯ ಭಾಗ ಬಹಳ ಕಡಿಮೆ. ಹಾಗಾಗಿ ವಸತಿಗಾಗಿ ಸಿಗುವ ಜಾಗ ಬಹಳ ಕಡಿಮೆ. ಅಲ್ಲದೇ ಇದು ದೇಶದ ವಾಣಿಜ್ಯ ರಾಜಧಾನಿಯಾಗಿ ಇಲ್ಲಿ ವ್ಯಾಪಾರ ಮತ್ತು ವ್ಯವಹಾರಕ್ಕಾಗಿ ಬರುವ ಜನಗಳು ಬಹಳ. ದಿನಂಪ್ರತಿ ೬೦ರಿಂದ ೬೫ ಲಕ್ಷ ಜನಗಳ ಸಂದಣಿ ಇದ್ದೇ ಇರುತ್ತದೆ. ಒಂದೆಡೆಯಿಂದ ಇನ್ನೊಂದೆಡೆಗೆ ಹೋಗಿಬರಲು ಲೋಕಲ್ ಟ್ರೈನ್ ಗಳನ್ನೇ ನಂಬುವುದು ಬಹಳವಾಗಿ ಇದು ಬಹಳ

ಅವಶ್ಯವಾದ ಸಾರಿಗೆಯಾಗಿದೆ. ಒಂದು ಸಾವಿರ ಜನಗಳನ್ನು ಹೊತ್ತೊಯ್ಯಲು ಅವಕಾಶವಿರುವ ಒಂದು ಗಾಡಿಯು ೪೫೦೦ ದಿಂದ ೫೦೦೦ ಜನಗಳವರೆಗೂ ಹೊತ್ತೊಯ್ಯಬೇಕಾಗುವುದು. ಅದರಲ್ಲಿ ಅಷ್ಟು ಸಾಮರ್ಥ್ಯವಿದೆ. ಅದೂ ಬೆಳಗ್ಗೆ ೩.೪೫ ಕ್ಕೆ ಪ್ರಾರಂಭವಾಗುವ ಸೇವೆ ರಾತ್ರಿ ೨ ಘಂಟೆಗಳವರೆಗೂ ನಿರಂತರ ಸಾಗುತ್ತಲೇ ಇರುವುದು. ಜನದಟ್ಟಣೆಯ ಸಮಯವಾದ ಬೆಳಗ್ಗೆ ೮ರಿಂದ ರಾತ್ರಿ ೧೧ ರವರೆಗೆ ಮೂರು ನಿಮಿಷಗಳ ಅಂತರದಲ್ಲಿ ಒಂದೊಂದು ಗಾಡಿಗಳು ಒಂದರ ಹಿಂದೊಂದರಂತೆ ಅಡ್ಡಾಡುತ್ತಲೇ ಇರುವುವು.

ಚರ್ಚ್ ಗೇಟ್ ನಿಂದ ಬೊರಿವಿಲಿ ಮತ್ತು ಛತ್ರಪತಿ ಶಿವಾಜಿ ಟರ್ಮಿನಸ್ ನಿಂದ ಕಲ್ಯಾಣದವರೆವಿಗೆ ನಾಲ್ಕು ಹಳಿಗಳಿವೆ. ಎರಡೆರಡು ಫಾಸ್ಟ್ ಮತ್ತು ಸ್ಲೋ ಗಾಡಿಗಳಿಗೆ. ಅವುಗಳಲ್ಲಿ ಒಂದು ಹೋಗಲು ಮತ್ತೊಂದು ಬರಲು. ಹಾಗಾಗಿ ಗಾಡಿಗಳು ಒಂದಕ್ಕೊಂದು ಮಧ್ಯೆ ಬರುವ ಸಾಧ್ಯತೆ ಕಡಿಮೆ. ಫಾಸ್ಟ್ ನಿಂದ ಸ್ಲೋ ಟ್ರ್ಯಾಕ್ ಗೆ ಬದಲಿಸುವಾಗ ಮಾತ್ರ ಹಾಗೆ ಬರುವ ಸಾಧ್ಯತೆ ಇದೆ. ಮತ್ತೆ ಇಲ್ಲಿಯ ಸಿಗ್ನಲ್ ಪದ್ಧತಿಯಲ್ಲಿ ಹೆಚ್ಚಿನದಾಗಿ ಮಾನವ ಮಧ್ಯಸ್ಥಿಕೆ ಕಡಿಮೆ. ಎಲ್ಲವೂ ಆಟೊಮ್ಯಾಟಿಕ್. ಹೆಚ್ಚಿನ ಲೋಕಲ್ ಟ್ರೈನ್ ಗಳಲ್ಲಿ ೯ ಕೋಚ್ ಗಳಿವೆ. ಇಲ್ಲಿಯ ಜನಸಂದಣಿ ಪ್ರತಿ ದಿನವೂ ಹೆಚ್ಚುತ್ತಿದ್ದು ಈ ಗಾಡಿಗಳು ಜನಗಳನ್ನು ಹೊತ್ತೊಯ್ಯಲು ಬಹಳ ಕಡಿಮೆ ಎನಿಸಿವೆ. ಹಾಗಾಗಿ ಕೆಲವು ಗಾಡಿಗಳಿಗೆ ೯ ರಿಂದ ೧೨ ಕೋಚ್ ಗಳನ್ನು ಸೇರಿಸಿದ್ದಾರೆ. ಈ ಗಾಡಿಗಳನ್ನು ಮೂರು ಮೂರು ಕೋಚ್ ಗಳ ಯೂನಿಟ್ ಆಗಿ ವಿಂಗಡಿಸಿದ್ದಾರೆ. ಎ, ಬಿ, ಸಿ ಎಂದು. ಎ ನಲ್ಲಿ ಅರ್ಧ ಭಾಗ ಮೊದಲ ದರ್ಜೆ ಮತ್ತರ್ಧ ಎರಡನೇ ದರ್ಜೆ. ಬಿ ಕೋಚ್ ನ ಮೇಲ್ಭಾಗದಲ್ಲಿ ಪೆಂಟೋಗ್ರಾಫ್. ಚಿ ನಲ್ಲಿ ಮೋಟಾರ್. ಹೀಗೆ ೯ ಕೋಚ್ ಗಾಡಿಗಳಲ್ಲಿ ಮೂರು ಮೋಟಾರ್ ಮತ್ತು ೧೨ ಕೋಚ್ಗಳಲ್ಲಿ ೪ ಮೋಟಾರ್ ಗಳು. ಪೆಂಟೋಗ್ರಾಫ್ ಅಂದ್ರೆ ಆರು ಮೂಲೆಯ ಕಬ್ಬಿಣದ ಕಡ್ಡಿ ಮೇಲ್ಗಡೆ ಹಾಯುವ ವಿದ್ಯುತ್ ತಂತಿಗೆ ತಗುಲಿಕೊಂಡಿರುತ್ತದೆ. ಇಲ್ಲಿ ಇದಕ್ಕಾಗಿಯೇ ವಿಶೇಷವಾಗಿ ವಿದ್ಯುತ್ ಸರಬರಾಜಿನ ವ್ಯವಸ್ಥೆ ಮಾಡಿದ್ದಾರೆ. ವಿದ್ಯುತ್ ಕಡಿತ ಆಗುವ ಸಾಧ್ಯತೆಗಳು ಬಹಳ ಕಡಿಮೆ.

ಇತ್ತೀಚೆಗೆ ಜನದಟ್ಟಣೆ ಜಾಸ್ತಿಯಾಗಿ ರೈಲ್ವೇ ಸಾರಿಗೆಯಲ್ಲಿ ಸುಧಾರಣೆ ತರಲು ಜಪಾನಿನ ತಂತ್ರಜ್~ಞರನ್ನು ಕರೆಸಿದ್ದರು. ಇಲ್ಲಿಯ ಸಿಗ್ನಲಿಂಗ್ ವ್ಯವಸ್ಥೆಯನ್ನು ಪರೀಕ್ಷಿಸಿದ ಆ ತಂತ್ರಜ್~ಞರು - ನಮಗೆ ಹೆಚ್ಚಿಗೇನೂ ಹೊಳೆಯುತ್ತಿಲ್ಲ, ಇದಕ್ಕಿಂತ ಇನ್ನೇನೂ ಹೆಚ್ಚು ಸುಧಾರಣೆ ಮಾಡಲಾಗುವುದಿಲ್ಲ, ಇನ್ನೂ ನಾವೇ ಇದರಿಂದ ಕಲಿಯಬೇಕಿದೆ ಎಂದರಂತೆ. ಈ ಸಿಗ್ನಲಿಂಗ್ ವ್ಯವಸ್ಥೆಯನ್ನು ತಂದವರು ಬ್ರಿಟಿಷರು. ನೋಡಿ ಇಷ್ಟು ವರ್ಷಗಳಾದರೂ ಎಂದೂ ಕೆಡದೇ ನಿರಂತರವಾಗಿ ಕೆಲಸ ಮಾಡುತ್ತಿದೆ.

ಇನ್ನು ಲೋಕಲ್ ಸ್ಟೇಷನ್ ಗಳ ಅಂತರ ೧ ಕಿಲೋಮೀಟರ್ ನಿಂದ ಹಿಡಿದು ೪-೫ ಕಿಲೋಮೀಟರ್ ಗಳವರೆಗಿವೆ. ಪ್ರತಿ ಸ್ಟೇಷನ್ ಗಳಲ್ಲೂ ಗಾಡಿ ೧೫ ರಿಂದ ೨೦ ಸೆಕೆಂಡ್ ಗಳಷ್ಟು ಕಾಲ ನಿಲ್ಲುವುದು. ಅಷ್ಟರೊಳಗೆ ಇಳಿಯುವವರು ಇಳಿದು ಹತ್ತುವವರು ಹತ್ತಬೇಕು. ಹತ್ತುವವರು ಬಾಗಿಲಿನ ಕೊನೆಗಳಲ್ಲೂ ಇಳಿಯುವವರು ಮಧ್ಯ ಭಾಗದಲ್ಲೂ ಇಳಿಯುವರು. ಮದುಕರು, ಮಕ್ಕಳು, ಹುಡುಗರು, ಇತ್ಯಾದಿಗಳೆಲ್ಲರೂ ಈ ವ್ಯವಸ್ಥೆಗೆ ಹೊಂದಿಕೊಂಡಿದ್ದಾರೆ. ಇಂತಹ ಸ್ತಿಥಿಯನ್ನು ನಮ್ಮೂರುಗಳಲ್ಲಿ ಕಾಣಬಹುದೇ? ನಿಲ್ದಾಣ ಬಂದ ಮೇಲೆ ಜಾಗ ಬಿಟ್ಟು ಮೇಲೇಳುವವರು ಇಷ್ಟು ಅಲ್ಪಾವಧಿಯಲ್ಲಿ ಇಳಿಯುವರೇ?

ಈ ಹಳಿಗಳ ಮೂಲಕ ಮುಂಬಯಿಯನ್ನು ಸೇರಿಸಿರುವುದು ನೋಡಿದರೆ ಮಾನವನ ದೇಹದಲ್ಲಿರುವ ನರ ನಾಡಿಗಳ ನೆನಪಾಗುವುದು. ಹಾಗೆಯೇ ರೈಲ್ವೇ ಸೇವೆ ನಿಂತು ಹೋದರೆ, ಇಡಿಯ ನಗರದ ಜನಜೀವನವು ನಿಂತು ಹೋಗುವುದು. ಹಾಗಾಗಿ ಇದನ್ನು ನಗರದ ನಾಡಿ ಎಂದು ಕರೆಯುವರು.

ದಿನಕ್ಕೆ ೩೦ರಿಂದ ೩೫ ಲಕ್ಷ ಜನಗಳನ್ನು ನಗರದ ಎಲ್ಲೆಡೆಗೆ ಹೊತ್ತೊಯ್ಯುವ ಈ ಲೋಕಲ್ ಸೇವೆಯನ್ನು ಜೀವನಾಡಿ ಎನ್ನುವುದು ಸೂಕ್ತವೇ ಸರಿ.

ಇನ್ನು ಈ ಲೋಕಲ್ ಟ್ರೈನ್ ಜನಗಳಿಗೆ ಜೀವನಾಧಾರ ಎಂಬುದೂ ಸತ್ಯದ ಮಾತು. ಒಬ್ಬ ಭಿಕ್ಷುಕ ಒಂದು ಮೂಲೆಯಿಂದ ಇನ್ನೊಂದು ಮೂಲೆಗೆ ಹೋಗುವುದರೊಳಗೆ, ರೂ. ૩೦೦ ಸಂಪಾದಿಸಿರುತ್ತಾನೆ. ಮುಂಬಾ ಆಯಿ ಯಾರಿಗೇ ಆಗಲಿ ಜೀವನಕ್ಕೆ ಮಾತ್ರ ಮೋಸ ಮಾಡುವುದಿಲ್ಲ. ಅದಕ್ಕಾಗಿಯೇ ಇತರ ಸ್ಥಳಗಳಿಂದ ಇಲ್ಲಿಗೆ ಬರುವವರ ಸಂಖ್ಯೆ ಹೆಚ್ಚುತ್ತಲೇ ಇದೆ. ಈ ಸಮಯದಲ್ಲಿ ಸ್ಥಳೀಯ ಪತ್ರಿಕೆಯೊಂದರಲ್ಲಿ ಪ್ರಕಟವಾದ ಒಂದು ಸ್ವಾರಸ್ಯವಾದ ವರದಿಯನ್ನು ಪ್ರಸ್ತುತಪಡಿಸಲಿಚ್ಛಿಸುವೆ. ಖಾರ್ ಬಡಾವಣೆಯ ಒಂದು ಮುಖ್ಯ ರಸ್ತೆಯ ಟ್ರಾಫಿಕ್ ಸಿಗ್ನಲ್ ನಲ್ಲಿ ಒಬ್ಬ ಭಿಕ್ಷುಕ ಪ್ರತಿ ನಿತ್ಯ ಕಾಣಬರುವ. ಅಲ್ಲಿಯೇ ರಸ್ತೆಯ ಬದಿಯಲ್ಲಿ ಒಂದು ಗುಡಿಸಲು ಮಾಡಿಕೊಂಡು ವಾಸಮಾಡುತ್ತಿರುವ. ಅವನಿಗಿಬ್ಬರು ಮಕ್ಕಳು. ಅವರನ್ನೂ ಮತ್ತು ಅವನ ಹೆಂಡತಿಯನ್ನೂ ಈ ವೃತ್ತಿಗೆ ತೊಡಗಿಸಿದ್ದಾನೆ. ಈ ಪತ್ರಿಕೆಯವರು ಲೋಕಾರೂಢಿಯಾಗಿ ಅವನ ಸಂದರ್ಶನ ತೆಗೆದುಕೊಂಡಾಗ ತಿಳಿದುಬಂದ ವಿಷಯ - ಅವನಿಗೆ ದೂರದ ವಿರಾರ್ ನಲ್ಲಿ ಎರಡು ಫ್ಲಾಟ್ ಗಳು ಇದ್ದು ಅವುಗಳನ್ನು ಬಾಡಿಗೆಗೆ ಕೊಟ್ಟಿದ್ದಾನೆ. ತಿಂಗಳಿಗೆ ೨೦೦೦ ರೂಪಾಯಿ ಬಾಡಿಗೆ ಬರುತ್ತದೆ. ಸೊಲ್ಲಾಪುರದಲ್ಲಿ ಒಂದು ಸೈಟ್ ಖರೀದಿ ಮಾಡಿದ್ದಾನೆ. ಇಲ್ಲಿ ಭಿಕ್ಷೆಯಿಂದ ಅವನ ಸಂಸಾರದ ತಿಂಗಳ ವರಮಾನ ರೂ. ೬೦೦೦/- ದಿಂದ ೮೦೦೦/-. ಹೀಗಾಗಿ ಮಕ್ಕಳಿಗೆ ಶಾಲೆಗ ಕಳುಹಿಸಲಿಲ್ಲ, ಇದೇ ವೃತ್ತಿಗೆ

ತೊಡಗಿಸಿದ್ದಾನೆ. ಅವನು ಹೇಳಿದ ಪ್ರಕಾರ ಇಂತಹ ಉಚ್ಚ ದರ್ಜೆಯ ಭಿಕ್ಷುಕರು ಮುಂಬಯಿಯಲ್ಲಿ ಇನ್ನೂ ಇದ್ದಾರೆ. ನೋಡಿ ಎಷ್ಟು ಸುಲಭದಲ್ಲಿ ಜೀವನದ ಹಾದಿ ರೂಪಿಸಿಕೊಂಡಿದ್ದಾರೆ.

ಲೋಕಲ್ ಟ್ರೈನ್ ನಲ್ಲಿದ್ದವನು ಇಳಿದು ಎಲ್ಲಿಗೋ ಹೋಗಿಬಿಟ್ಟೆ. ಮತ್ತೆ ಬರ್ತಿದ್ದೀನಿ. ಈ ಟ್ರೈನ್ ಗಳಲ್ಲಿ ಮೊದಲ ದರ್ಜೆ ಮತ್ತು ಎರಡನೆ ದರ್ಜೆ ಎಂದು ಎರಡು ವಿಧವಿದೆ. ಅದಲ್ಲದೇ ಒಂದು ಬೋಗಿಯ ಸ್ವಲ್ಪ ಭಾಗವನ್ನು ಅಂಗವಿಕಲರಿಗಾಗಿ ಪ್ರತ್ಯೇಕವಾಗಿಟ್ಟಿದ್ದಾರೆ. ಮೊದಲ ದರ್ಜೆಯಲ್ಲಿ ಸೋಫಾದಂತಿರುವ ಸೀಟು. ಅದರಲ್ಲಿ ಮೂರು ಜನ ಕುಳಿತುಕೊಳ್ಳುವರು. ಎರಡನೆ ದರ್ಜೆಯಲ್ಲಿ ಮೂರು ಜನಗಳಿಗೆಂದು ಇರುವ ಮರದ ಸೀಟಿನಲ್ಲಿ ನಾಲ್ಕು ಜನಗಳು ಕಡ್ಡಾಯವಾಗಿ ಕುಳಿತುಕೊಳ್ಳುವರು. ಇನ್ನು ಅವರುಗಳದ್ದೇ ಗುಂಪಿದ್ದರೆ ಒಬ್ಬರ ತೊಡೆಯ ಮೇಲೆ ಇನ್ನೊಬ್ಬರು ಕುಳಿತುಕೊಳ್ಳುವರು. ಇನ್ನು ಗಾಡಿ ಬರುತ್ತಿದ್ದಂತೆಯೇ ಸೀಟು ಹಿಡಿಯಲಿಕ್ಕಾಗಿ ಹಾರುವುದನ್ನು ನೋಡಲು ಬಲು ಮಜ. ಅದರಲ್ಲೂ ಮುದುಕರು ಹುಡುಗರಲ್ಲೂ ಸ್ಪರ್ಧೆ. ಇದರ ಮಧ್ಯೆ ಜಗಳಗಳು ಸರ್ವೇ ಸಾಮಾನ್ಯ. ಬೆಲಗಿನ ಮತ್ತು ಸಂಜೆಯ ಸಮಯದಲ್ಲಿ ಸೀಟು ಹಿಡಿಯಲಿಕ್ಕಾಗಿ ಒಂದೆರಡು ಸ್ಟೇಷನ್ ಹಿಂದಕ್ಕೆ ಹೋಗಿ ಬರುವರು. ಇನ್ನು ಸೀಟು ಸಿಕ್ಕ ತಕ್ಷಣ ಮಾಡುವ ಮೊದಲ ಕೆಲಸವೆಂದರೆ ಕಣ್ಣು ಮುಚ್ಚಿಕೊಳ್ಳುವುದು. ನಿದ್ದೆಯೇನೂ ಮಾಡುವುದಿಲ್ಲ ಆದರೆ ನಿದ್ದೆಯ ನಾಟಕ ಮಾಡುವರು. ಇಂತಹವರಲ್ಲಿ ಮಧ್ಯ ವಯಸ್ಕರೇ ಹೆಚ್ಚು. ಕೆಲವು ವರ್ಷಗಳ ಹಿಂದೆ ಫೆವಿಕಾಲ್ ಗೋಂದಿನ ಮತ್ತು ಪೈಲ್ಸ್ ಕ್ಲಿನಿಕ್ ಗಳ ಅಡ್ವಟೈರ್ಸ್ ಮೆಂಟ್ ಗಳನ್ನು ತೋರಿಸಿ ಪುಂಡ ಹುಡುಗರುಗಳು ಅವರನ್ನು ಆಡಿಕೊಳ್ಳುವುದೂ ವಾಡಿಕೆಯಾಗಿತ್ತು. ಇಷ್ಟಾದರೂ ಅವರೇನು ಕಣ್ಣು ತೆರೆಯುತ್ತಿರಲಿಲ್ಲ. ಕಣ್ಣು ತೆರೆದರೆ ತಾನೇ ನಿಂತಿರುವ ಮುದುಕರು, ಮಕ್ಕಳು, ಗರ್ಭಿಣಿ ಹೆಂಗಸರು ಮುಂತಾದವರನ್ನು ನೋಡಬೇಕಾದೀತು, ಎದ್ದು ಸೀಟು ಕೊಡಬೇಕಾದೀತು. ಇನ್ನು ಕೆಲವರು ಪತ್ರಿಕೆಗಳನ್ನು ಓದುವರು, ಪದಬಂಧ ಬಿಡಿಸುವರು - ಪದಬಂಧಕ್ಕಾಗಿಯೇ ಕೆಲವು ಪತ್ರಿಕೆಗಳು ಇವೆ. ಕೆಲವರು ಗುಂಪು ಗುಂಪಾಗಿದ್ದರೆ ಇಸ್ಪೀಟು, ಭಜನೆ, ಸಿನೆಮಾ ಹಾಡುಗಳು ಇದರಲ್ಲಿ ಮಗ್ನರಾಗುವರು. ಕೆಲವು ಸಮಯದಲ್ಲಂತೂ ಪೂಜೆ, ಮಂಗಳಾರತಿ ಮಾಡಿ ಪ್ರಸಾದವನ್ನೂ ವಿತರಿಸುತ್ತಿದ್ದರು. ಈಗೀಗ ಭಜನೆ, ಇಸ್ಪೀಟುಗಳನ್ನು ನಿರ್ಬಂಧಿಸಿದ್ದಾರೆ. ಮಹಿಳೆಯರ ಕಂಪಾರ್ಟ್ ಮೆಂಟ್ ಗಳಲ್ಲಂತು ಕೈ ಹೊಲಿಗೆ, ಕಸೂತಿ, ಹೂ ಕಟ್ಟುವುದು, ಮನೆಗೆ ಹೋಗಿ ಅಡುಗೆ ಮಾಡಲು ಅನುಕೂಲವಾಗಲೆಂದು ತರಕಾರಿ ಕತ್ತರಿಸಿ ಇಟ್ಟುಕೊಳ್ಳುವುದನ್ನೂ ಕಾಣಬಹುದು. ಹೆಚ್ಚಿನ ಜನ ಸಮಯವನ್ನು ವ್ಯರ್ಥಮಾಡುವುದಿಲ್ಲ. ಸಂಜೆಯ ವೇಳೆ ಮನೆಗೆ ಮರಳುವಾಗ ಸುಸ್ತಾದ ಜನಗ ನಿಂತೇ ನಿದ್ದೆ ಮಾಡುವುದನ್ನೂ ಅಭ್ಯಾಸ ಮಾಡಿಕೊಂಡಿದ್ದಾರೆ. ನಾನಂತೂ ಇಂತಹ ದೃಶ್ಯವನ್ನು ಬೇರೆ ಯಾವುದೇ ಊರಿನಲ್ಲೂ ನೋಡಿರಲಿಲ್ಲ.

ಈ ಸೀಟುಗಳು ಎದುರು ಬದುರಾಗಿದ್ದು, ಮಧ್ಯೆ ಭಾಗದಲ್ಲಿ ಮೂರು ಜನಗಳು ನಿಂತುಕೊಳ್ಳುವರು. ಜನಸಂದಣಿ ಜಾಸ್ತಿಯಾಗಿದ್ದರೆ ನಾಲ್ಕು ಜನಗಳು ಕುಳಿತುಕೊಳ್ಳುವರು. ಇದಷ್ಟಲ್ಲದೇ ಸಿನೆಮಾಗಳಲ್ಲಿ ತೋರಿಸುವಂತೆ ಛಾವಣಿಯ ಮೇಲ್ಭಾಗದಲ್ಲೂ ಕುಳಿತುಕೊಳ್ಳುವರು. ಅವರ ಮೇಲೆ ವಿದ್ಯುತ್ ತಂತಿ ಹಾಯುತ್ತಿರುವುದು. ಅದೂ ಹೈ ವೋಲ್ಟೇಜ್ ವಿದ್ಯುತ್ - ಸ್ವಲ್ಪ ಆಯ ತಪ್ಪಿ ತಗುಲಿದರೂ ವ್ಯಕ್ತಿ ಅಲ್ಲಿಯೇ ಸಾಯುವನು. ಇಂತಹ ಸಾವುಗಳು ಸರ್ವೇ ಸಾಮಾನ್ಯ. ಆದರೂ ಜನಗಳು ಈ ಚಟವನ್ನು ಬಿಡುವುದೇ ಇಲ್ಲ. ಇನ್ನು ಟಿಕೆಟ್ ಅಥವಾ ಪಾಸ್ ಹೊಂದಿರುವ ಪ್ರಯಾಣಿಕರು ಎಷ್ಟು ಇರುವರೋ ಅಷ್ಟೇ ರಹಿತ ಪ್ರಯಾಣಿಕರು ಇರುತ್ತಾರೆ. ಒಂದು ಸುದ್ದಿ ಎಂದರೆ = ಇವರುಗಳದ್ದೇ ಒಂದು ಅಸೋಸಿಯೇಷನ್ ಇದೆಯಂತೆ. ಇವರು ಒಮ್ಮೆ ಸಿಕ್ಕಿಹಾಕಿಕೊಂಡು ದಂಡ ತೆತ್ತರೆ ಅದನ್ನು ಅಸೋಸಿಯೇಷನ್ ಮರುಪಾವತಿಸುವುದು. ಆದರೆ ಆ ವ್ಯಕ್ತಿ ತಿಂಗಳಿಗೆ ಎರಡು ಬಾರಿಗಿಂತ ಜಾಸ್ತಿ ಸಿಕ್ಕಿಹಾಕಿಕೊಳ್ಳಬಾರದು. ಅದಷ್ಟೇ ಅಲ್ಲ ಪ್ರತಿ ತಿಂಗಳೂ ಆ ಅಸೋಸಿಯೇಷನ್ ಗೆ ಚಂದಾ ಕಟ್ಟುತ್ತಿರಬೇಕು. ನೋಡಿದಿರಾ ಹೇಗಿದೆ ಪ್ಯಾರೆಲಲ್ ಎಕಾನಮಿ.

ಟ್ರೈನಿನಲ್ಲಿ ಭಿಕ್ಷೆ ಬೇಡಲೆಂದೇ ಚಿಕ್ಕ ಚಿಕ್ಕ ಮಕ್ಕಳನ್ನು ಬಿಟ್ಟು ದೂರದಲ್ಲಿ ನಿಂತು ಅವರುಗಳ ಚಲನವಲನ ಗಮನಿಸುತ್ತಿರುವ ಗೂಂಡಾಗಳು ಇರುವರು. ಇದರಲ್ಲಿ ಹೆಚ್ಚಿನ ಮಕ್ಕಳನ್ನು ಕದ್ದು ತಂದಿರುವರು. ಕೆಲವು ಸಮಯ ಅವರುಗಲಿಗೆ ಅಂಗವಿಕಲತೆ ಮಾಡಿರುವ ಸನ್ನಿವೇಶಗಳೂ ಇವೆ. ಹಾಗೇ ಹಾಡುಗಳು ಮತ್ತು ಭಜನೆ ಮಾಡಿ ಭಿಕ್ಷೆ ಎತ್ತುವ ಅಂಗವಿಕಲರೂ ಇರುವರು. ಕೆಲವರಂತೂ ಸುಶ್ರಾವ್ಯವಾಗಿ ಹಾಡುವರು.

ಇದರ ಮಧ್ಯೆ ಹೆಚ್ಚಿನ ಜನಸಂದಣಿಯಿರುವಾಗ ಜೇಬು ಕತ್ತರಿಸುವುದು ಸರ್ವೇ ಸಾಮಾನ್ಯ. ಅವರದ್ದೇ ದೊಡ್ಡ ಗುಂಪಿದ್ದು, ಅಕ್ಕ ಪಕ್ಕದವರಿಗೆ ಚಾಕು ತೋರಿಸಿ ದೋಚುವ ಸನ್ನಿವೇಶಗಳಿಗೇನೂ ಕೊರತೆಯಿಲ್ಲ.

ಜನಸಂದಣಿಯ ಸಮಯದಲ್ಲಿ ತಮ್ಮ ಬೆವರನ್ನು ಇನ್ನೊಬ್ಬರ ಬಟ್ಟೆಗಳಿಗೆ ಒರೆಸುವುದೂ, ಜಗಳಗಳೂ ಇತರರಿಗೆ ಮೋಜಿನ ಸನ್ನಿವೇಶ. ಕೆಲವೊಂದು ಬಾರಿ ಪರಕಾಯ ಪ್ರವೇಶದ ಅನುಭವವೂ ಆದವರಿದ್ದಾರೆ.

ನಾನು ಇದರ ಬಗ್ಗೆ ಬರೆದ ಒಂದು ಕವನ ಹೀಗಿದೆ.

(ಇದು ನಾನು ದಿನವೂ ಬೆಳಗ್ಗೆ ಹಿಡಿಯುವ ೭.೨೨ರ ಚರ್ಚ್ಗೇಟ್ ಗೆ ಹೋಗುವ ಲೋಕ್ಲ್ ಟ್ರೈನ್ - ನನ್ನ ಅನುಭವ)

ನೋಡಿರಣ್ಣ ಇದು ನನ್ನ ಲೋಕಲ್ ನ ಪ್ರಯಾಣ
ಮುಗಿದ ಕೂಡಲೇ ಎಲ್ಲರೂ ನಿಟ್ಟುಸಿರು ಬಿಡೋಣ

ಒಂದು ಸಾವಿರ ಮಂದಿಯ ಹೊತ್ತೊಯ್ಯುವ ಗಾಡಿ
ಮೂವತ್ತು ಸಾವಿರ ಮಂದೆಗಳ ತುಂಬಿರುವ ಗಾಡಿ
ಒಂದಿಂಚೂ ಜಾಗವಿಲ್ಲದ ತುಂಬಿದ ಗಾಡಿ
ಅದರ ಅನುಭವ ನಿಮಗೇನು ಗೊತ್ತು ಬಿಡಿ

ಕಾಲು ನವೆಯಾದಾಗ ಕೆರೆಯುವವರು ಇನ್ಯಾರದೋ ಕಾಲು
'ಆದ್ರೂ ಹೇಳುವರು ಯಾಕೋ ನವೆ ಹೋಗ್ತಾನೇ ಇಲ್ಲ'
ಮುಂಜಾವಿನ ಆ ಸಮಯದಲ್ಲೂ ಹರಿವುದು ಬೆವರು ಧಾರಾಕಾರ
ಇನ್ನೊಬ್ಬನ ವಸ್ತ್ರ ಅದನ ಒರೆಸಿದಾಗ ಹಾಹಾಕಾರ

ಅದೋ ಬಂತು ನೋಡು ನನ್ನ ಗಾಡಿ ನವ ಮಾಸ ತುಂಬಿದ ಗರ್ಭಿಣಿಯಂತೆ
ಒಳಗೆ ಹೋಗಲು ಆಗದೆ ಅಲ್ಲೇ ನಿಂತೆ ಬರಸಿಡಿದ ಮರಿಗಿಣಿಯಂತೆ
ಅದೇ ಹುಡುಗ ಹುಡುಗಿಯರು ಚೆಲ್ಲು ಚೆಲ್ಲಾಗಿ ನಗುತ ಬರಲು ಮುಂದೆ
ಅವರ್ನು ನೋಡಲೆಂದೇ ಇಹರು ನನ್ನಂಥ ಮುದಿಯರ ಹಿಂಡೇ

ನಿಯತಕಾಲದಂತೆ ಡ್ಯೂಟಿಗೆ ಬರುವನು ಆ ಭಿಕ್ಷುಕ
ಅವನ ಹಿಂದೆಯೇ ಆ ಜಂಗುಳಿಯಲ್ಲೂ ಬೀದಿ ಮಾರಾಟಗಾರ (ಹಾಕರ್)
ಹೊಸಬರಿಗೆ ಇಲ್ಲಿಯಾಗುವುದು ಪರದಾಟ
ನಮಗೆಲ್ಲಾ ಇದು ದಿನನಿತ್ಯದ ವಿಹಾರದೂಟ

ಟೆರ್ರಿಬಲ್ ಟ್ಯೂಸ್‌ಡೇ

ಸಾವನಾ ತನ್ನ ಕೈ ಸವರಿತಿಲ್ಲಿ

ಬಂತೆನಗೆ ಇಲ್ಲದಾ ಭೀತಿ

ನೀ ಹೀಂಗ ನೋಡಬ್ಯಾಡ ನನ್ನ ಎಂದು ಬೇಂದ್ರೆಯವರ ಕವನದಲ್ಲಿ ಈ ಸಾಲುಗಳು ಭಂಡನಾದ ನನ್ನನ್ನೂ ಅಧೈರ್ಯನನ್ನಾಗಿಸಿತ್ತು.

ಇನ್ನೊಮ್ಮೆ ಟೆರ್ರಿಬಲ್ ಟ್ಯೂಸ್‌ಡೇ ತನ್ನ ಮುಖವನ್ನು ತೋರಿತ್ತು (ಕಳೆದ ವರ್ಷದ ಜುಲೈ ೧೬ ರಂದು ಮಂಗಳವಾರ).

ತಲೆಗೆ ಅದೇನು ಹೊಳೆದಿತ್ತೋ ಏನೋ, ಮಧ್ಯಾಹ್ನ ಚಾಟು ಡಬ್ಬಿಯಲ್ಲಿ ಸ್ನೇಹಿತರೊಬ್ಬರೊಂದಿಗೆ ಹೀಗೆ ಬರೆದಿದ್ದೆ - ಮಳೆ ಹೋಯ್ತು ಸೇನೆ ಬಂತು ಡುಂ ಡುಂ ಡುಂ, ಸೇನೆ ಹೋಯ್ತು ಅದೇನು ಬರತ್ತೋ ಡುಂ ಡುಂ ಡುಂ. ಅಂದೇ ಸಂಜೆ ಜನನಿಬಿಡ ಲೋಕಲ್ ಟ್ರೈನ್‌ಗಳಲ್ಲಿ ಸರಣಿ ಬಾಂಬುಗಳ ಆಸ್ಫೋಟ ಆಗಿ ನೂರಾರು ಸಾವು ನೋವುಗಳ ಪ್ರಕೋಪ ಈ ವಾಣಿಜ್ಯ ರಾಜಧಾನಿಗೆ ಪೆಟ್ಟು ಕೊಟ್ಟಿತ್ತು.

ಮುಂಬಯಿಯಲ್ಲಿನ ಕಳೆದ ವಾರದ ಮಳೆಯ ಅವಾಂತರ, ಸ್ವರ್ಗೀಯ ಮೀನಾತಾಯಿಯವರ ವಿಗ್ರಹ ವಿಕಾರಗೊಳಿಸಿದ ನಂತರದ ಗಲಭೆಯ ಹಿಂದೆಯೇ ಬಹು ದೊಡ್ಡ ಆಘಾತವಿನ್ನೊಂದು ಕಾದಿರುವುದನ್ನು ಯಾರೂ ಕನಸು ಮನಸಿನಲ್ಲಿಯೂ ಎಣಿಸಿರಲಿಲ್ಲ. ಮುಂಬಯಿಗೆ ಇನ್ನೊಂದು ಹೆಸರಾದ ಹಾದಸೋಂ ಕಾ ಶಹರ್ (ಪ್ರಕೋಪಗಳ ನಗರ ಅಥವಾ ಸಿಟಿ ಆಫ್ ಕ್ಯಾಲಮಿಟಿ) ಎಂಬ ಹೆಸರು ಮತ್ತೊಮ್ಮೆ ಸಾಬೀತಾಯಿತು. ಈಗಾಗಲೇ ಇಡೀ ಜಗತ್ತು ಟೀವಿ ಮಾಧ್ಯಮದಿಂದ ಎಲ್ಲವನ್ನೂ ನೋಡಿದೆ. ಆದರೆ ನನ್ನ ಕಣ್ಣಿಗೆ ಕಂಡದ್ದು, ನಾ ಅನುಭವಿಸಿದ್ದನ್ನು ಹರಡಲೇಬೇಕೆನಿಸುತ್ತಿದೆ. ಇಲ್ಲದಿದ್ದರೆ ತಲೆಯೊಳಗೊಂದು ಹುಳು ಕೊರೆಯುತ್ತಲೇ ಇರುತ್ತದೆ.

ಪ್ರತಿ ಸಲದಂತೆ ಈ ಸಲವೂ ನಮ್ಮ ಮನೆಯಲ್ಲಿ ಈ ಪ್ರಕೋಪಕ್ಕೆ ತುತ್ತಾದವರೆಂದರೆ ನಾನು ಮತ್ತು ನನ್ನ ಮಗಳು. ಈ ಮಂಗಳವಾರವೂ ಯಥಾಪ್ರಕಾರದಂತೆ ನನ್ನ ಮಗಳು ಬೆಳಗ್ಗೆ ಟ್ಯುಟೋರಿಯಲ್ ಕ್ಲಾಸಿಗೆ ಮತ್ತು ತದನಂತರ ಕಾಲೇಜಿಗೆ ಹೋಗಿ ಸಂಜೆ ೭ ಘಂಟೆಗೆ ಅಂಧೇರಿಯಿಂದ ಗೋರೆಗಾಂವಿಗೆ ಬರಬೇಕಿತ್ತು. ನಾನು ಬೆಳಗಿನ ೭ ಕ್ಕೆ ಹೊರಟು ಸಂಜೆಯ ೬.೨೪ಳರ

ಫಾಸ್ಟ್ ಲೋಕಲ್ ಟ್ರೈನಿನಲ್ಲಿ ಚರ್ಚ್‌ಗೇಟಿನಿಂದ ಗೋರೆಗಾಂವಿಗೆ ೭.೧೫ ಘಂಟೆಯ ಸುಮಾರಿಗೆ ಬಂದು ತಲುಪಬೇಕಿತ್ತು. ಆದರೆ ಇಬ್ಬರೂ ಸಂಜೆ ಸಮಯಕ್ಕೆ ಸರಿಯಾಗಿ ಮನೆ ಸೇರಲಿಲ್ಲ. ಪ್ರತಿಯಾಗಿ ಕಳೆದ ವರ್ಷದಂತೆ ಜೀವಿಸುವ ಬಗ್ಗೆ ಇನ್ನೊಂದು ಪಾಠವನ್ನು ಕಲಿಯುತ್ತಿದ್ದೆವು.

ನನ್ನ ಮಗಳ ಕಾಲೇಜು ೬.೫೫ಕ್ಕೆ ಮುಗಿದ ಕೂಡಲೇ ಹತ್ತಿರದ ಅಂಧೇರಿ ರೈಲ್ವೇ ಸ್ಟೇಷನ್ನಿಗೆ ಸ್ನೇಹಿತೆಯರೊಂದಿಗೆ ಹೊರಡುತ್ತಿದ್ದಂತೆಯೇ ಕಾಲೇಜಿನ ಸಿಬ್ಬಂದಿಯವರು, ಜೋಗೇಶ್ವರಿಯಲ್ಲಿ (ಅಂಧೇರಿಯ ನಂತರದ ಸ್ಟೇಷನ್) ಒಂದು ಲೋಕಲ್ ಟ್ರೈನಿನಲ್ಲಿ ಬಾಂಬ್ ಸ್ಫೋಟವಾಗಿದೆಯೆಂದೂ ಯಾವುದೇ ಲೋಕಲ್ ಟ್ರೈನುಗಳು ಓಡಾಡದೇ ಇರುವುದರಿಂದ ಸ್ಟೇಷನ್ನಿನ ಕಡೆಗೆ ಹೋಗಬೇಡಿರೆಂದು ತಿಳಿಸಿದ್ದರು. ಬಸ್ಸಿನಲ್ಲಾದರೂ ಗೋರೆಗಾಂವಿಗೆ ಹೊರಡೋಣವೆಂದು ಮುಂದೆ ಬರುವಾಗ ಇನ್ಯಾರೋ ಹೇಳಿದ್ದರು. ರಸ್ತೆಯಲ್ಲಿ ವಾಹನಗಳ ಸಂದಣಿ ಜಾಸ್ತಿಯಾಗಿ ಟ್ರಾಫಿಕ್ ಜಾಮ್ ಆಗಿದೆ, ರಸ್ತೆಯ ಮೂಲಕ ಮನೆ ಸೇರುವುದು ಕಷ್ಟವೆಂದಿದ್ದರು. ಅಷ್ಟು ಹೊತ್ತಿಗಾಗಲೇ ದೂರವಾಣಿ ಸಂಪರ್ಕ ಮತ್ತು ಮೊಬೈಲ್ ಸೇವೆಗಳು ನಿಂತು ಹೋಗಿದ್ದವು. ನನ್ನ ಮಗಳು ಒಂದೇ ಸಮನೆ ಮನೆಗೆ ಸಂಪರ್ಕಿಸುತ್ತಿರಲು, ಒಮ್ಮೆ ಸಂಪರ್ಕ ಸಿಕ್ಕಿತ್ತು. ಆಗ ನನ್ನ ಪತ್ನಿಯೊಂದಿಗೆ ತಾನು ಬರಲಾಗುತ್ತಿಲ್ಲ ಏನು ಮಾಡುವುದೆಂದು ಕೇಳಿದ್ದಳು. ಈಗಾಗಲೇ ಕಳೆದ ವರ್ಷ ಇದರ ಅನುಭವವಾಗಿದ್ದುದರಿಂದ ಹತ್ತಿರದಲ್ಲೇ ಇರುವ ಸ್ನೇಹಿತೆಯ ಮನೆಗೆ ಹೋಗಲು ತಿಳಿಸಿದ್ದಳು. ಅವಳ ಸ್ನೇಹಿತೆಯೂ ಇವಳೊಂದಿಗೇ ಇದ್ದು, ಈಗಾಗಲೇ ಇವಳನ್ನು ಅವರ ಮನೆಗೆ ಬಂದಿರಲು ಕರೆಯುತ್ತಿದ್ದಳು. ಇವರಿಬ್ಬರೊಂದಿಗೆ ಇತರ ಇನ್ನೂ ಕೆಲವು ಹೆಣ್ಣು ಮಕ್ಕಳಿದ್ದರು. ಅಂಧೇರಿ ಪಶ್ಚಿಮದಲ್ಲಿ ಕಾಲೇಜಿದ್ದರೆ, ಅವಳ ಸ್ನೇಹಿತೆಯ ಮನೆ ಇರುವುದು ಪೂರ್ವದಲ್ಲಿ. ನನ್ನ ಪತ್ನಿ ತಿಳಿಸಿದಂತೆ ಆ ಎಲ್ಲ ಹೆಣ್ಣುಮಕ್ಕಳೊಂದಿಗೆ ನನ್ನ ಮಗಳೂ ಅವರ ಮನೆಗೆ ಹೋಗಿದ್ದಳು. ಇಷ್ಟು ಹೊತ್ತಿಗಾಗಲೇ ದೂರದೂರುಗಳಲ್ಲಿರುವ ನನ್ನ ಅನೇಕ ಬಂಧು ಮಿತ್ರರು ನನ್ನ ಮೊಬೈಲ್‌ಗೆ ಸಂಪರ್ಕಿಸಿದ್ದರು ಮತ್ತು ಆ ಮೊಬೈಲ್ ಅವಳಲ್ಲಿದ್ದು ಅವಳು ಎಲ್ಲರಿಗೂ ನಾವೆಲ್ಲರೂ ಕ್ಷೇಮವಾಗಿದ್ದೇವೆಂದು ತಿಳಿಸಿದ್ದಳು (ನಾನು ಎಲ್ಲಿ ಹೇಗೆ ಇರುವೆನೆಂದು ತಿಳಿಯದಿದ್ದರೂ ಅವರುಗಳು ಹೆದರಬಾರದೆಂದು ಹಾಗೆ ತಿಳಿಸಿದ್ದಳು). ರಾತ್ರಿ ಪೂರ್ತಿ ಅವರ ಮನೆಯಲ್ಲೇ ಇದ್ದು ಬೆಳಗ್ಗೆ ಮನೆಗೆ ಬಂದಿದ್ದಳು. ಅಷ್ಟು ಹೊತ್ತಿಗೆ ಬಸ್ಸು ಮತ್ತು ಆಟೋಗಳ ಓಡಾಟ ಸಾಮಾನ್ಯದಂತಿದ್ದು ಅವಳಿಗೇನೂ ತೊಂದರೆ ಆಗಲಿಲ್ಲ. ಇಲ್ಲಿ ಗಮನಿಸಬೇಕಾದ ಒಂದು ಅಂಶವೆಂದರೆ ಇಂತಹ ಸನ್ನಿವೇಶಗಳಲ್ಲಿ ಇಡೀ ಮುಂಬಯಿಯ ಜನತೆ ಜಾತಿ ಧರ್ಮ ಮತ ಭಾಷೆ ಎಲ್ಲವನ್ನೂ ಮರೆತು ಒಂದಾಗಿ ಮಾನವೀಯತೆಯನ್ನು ಪ್ರದರ್ಶಿಸುವುದು. ಸರಕಾರದ ಯಾವುದೇ ಅಂಗವು ತಕ್ಷಣ ಸಹಾಯವನ್ನು ಒದಗಿಸಲು ಅಸಮರ್ಥವಾದರೂ ಲೆಕ್ಕಿಸದೇ ಹತ್ತಿರದಲ್ಲಿ ವಾಸಿಸುವವರು ಮತ್ತು ಹಾದಿಯಲ್ಲಿರುವವರೆಲ್ಲರೂ ತಮ್ಮ ಕೈಲಾದ ಸಹಾಯವನ್ನು ಮಾಡುವರು.

ತೊಂದರೆ ಸಿಲುಕಿದವರಿಗೆ ಸಹಾಯ ಹಸ್ತವನ್ನು ಒದಗಿಸುವುದು, ಗಾಯಾಳುಗಳಿಗೆ ತುರ್ತುಚಿಕಿತ್ಸೆ, ಆಸ್ಪತ್ರೆಗೆ ರವಾನೆ, ಇನ್ನಿತರರಿಗೆ ಚಹಾ, ಬಿಸ್ಕತ್ತು ಮತ್ತು ಕುಡಿಯುವ ನೀರಿನ ಸರಬರಾಜು ಎಲ್ಲವನ್ನೂ ದೊರಕಿಸುವರು. ಇಂತಹ ದೃಶ್ಯವನ್ನು ನಾನು ೧೯೯೩ರ ಸರಣಿ ಬಾಂಬ್ ಸಂದರ್ಭದಿಂದ ನೋಡುತ್ತಿದ್ದೇನೆ. ಎಂದಿಗೂ ಈ ರೀತಿ ಸಹಾಯಿಸುವುರಲ್ಲಿ ಚ್ಯುತಿ ಬಂದಿಲ್ಲ. ಜನತೆ ಧೃತಿಗೆಡಲಿಲ್ಲ. ಹಿಂದೆಯೇ ನಗರ ಜೀವನ ಮಾಮೂಲಿನಂತೆ ಸಾಗುವುದು. ಈ ರೀತಿಯ ನಡವಳಿಕೆಯನ್ನು ಜಗತ್ತಿಗೆ ಮಾದರಿಯಾಗಿಸಿರುವ ಮುಂಬಯಿ ನಿಜಕ್ಕೂ ಮಹಾನಗರಿ ಎಂಬುದರಲ್ಲಿ ಸಂಶಯವೇ ಇಲ್ಲ.

ನಾನು ಎಂದಿನಂತೆ ೬.೧೪ರ ಬೊರಿವಿಲಿ ಫಾಸ್ಟ್ ಲೋಕಲ್ ಹಿಡಿದಿದ್ದೆ. ಇದ್ದಕ್ಕಿದ್ದಂತೆ ಕನ್ನಡ ವಾರಪತ್ರಿಕೆ ತರಂಗವನ್ನು ಕೊಂಡಿಲ್ಲವೆಂಬುದು ನೆನಪಾಗಿ, ಗಾಡಿಯಿಂದ ಇಳಿದು ಹತ್ತಿರದ ವ್ಹೀಲರ್ಸ್‌ನಲ್ಲಿ ಅದನ್ನು ಕೊಂಡು ಪ್ಲಾಟ್‌ಫಾರಂಗೆ ಬರಲು ಆ ಗಾಡಿ ಹೋಗಿಯಾಗಿತ್ತು. ನಂತರದ ೬.೩೧ರ ಗಾಡಿಯಲ್ಲಿ ಮನೆ ಕಡೆಗೆ ಪ್ರಯಾಣ ಬೆಳೆಸಿದ್ದೆ. ಮೂರು ಸ್ಟೇಷನ್‌ಗಳ ನಂತರದ ಗ್ರಾಂಟ್ ರೋಡ ಸ್ಟೇಷನ್ನಿನಿಂದ ಸ್ವಲ್ಪ ಮುಂದೆ ಬಂದ ಗಾಡಿ ತಟ್ಟನೆ ನಿಂತು ಹೋಯಿತು. ಬಾಗಿಲಿನಲ್ಲಿ ನಿಂತಿದ್ದವರು ಹೊರಗೆ ಬಾಗಿ ನೋಡಿ, ಮುಂದೆ ಒಂದರ ಹಿಂದೊಂದರಂತೆ ಗಾಡಿಗಳು ನಿಂತಿವೆ, ಏನೋ ಅವಘಡವಾಗಿದೆ, ಸದ್ಯಕ್ಕೆ ಗಾಡಿ ಮುಂದೆ ಹೋಗುವುದಿಲ್ಲ ಎಂದು ಇಳಿದು ಮುಂದೆ ಹೋಗುತ್ತಿದ್ದರು. ಯಾವಾಗಲಾದರೂ ಗಾಡಿ ಮುಂದೆ ಹೋಗಲೇ ಬೇಕೆಂಬ ನಿಲುವಿನಿಂದ ನಾನಿನ್ನೂ ಕುಳಿತೇ ಇದ್ದೆ. ಸ್ವಲ್ಪ ಹೊತ್ತಿನಲ್ಲಿ ಟ್ರೈನಿನ ದೀಪಗಳು ಆರಿ ಹೋಗಿ, ಚಾಲಕ ಧ್ವನಿವರ್ಧಕದ ಮೂಲಕ, 'ವಿದ್ಯುತ್ ಸೌಲಭ್ಯದಲ್ಲಿ ಅಡಚಣೆ ಉಂಟಾದುದರಿಂದ, ಸದ್ಯದಲ್ಲಿ ಗಾಡಿ ಮುಂದೆ ಹೋಗುವುದಿಲ್ಲ' ಎಂದು ಘೋಷಣೆ ಮಾಡಿದರು. ಇನ್ನು ಕುಳಿತಿದ್ದು ಪ್ರಯೋಜನವಿಲ್ಲವೆಂದು ನಾನೂ ಕೆಳಗಿಳಿದೆ. ಸಹಪ್ರಯಾಣಿಕರ ಮೂಲಕ, ರಸ್ತೆಗಳಲ್ಲಿ ವಾಹನ ಸಂದಣಿ ಜಾಸ್ತಿಯಾಗಿ, ಟ್ರಾಫಿಕ್ ಜಾಮ್ ಆಗಿದೆ. ಬಸ್ಸುಗಳಲ್ಲಿ ಹೋಗುವುದರಿಂದ ತಡವಾಗುವುದು, ಟ್ಯಾಕ್ಸಿಗಳು ದೂರದ ಬಡಾವಣೆಗಳಿಗೆ ಬರುವುದಿಲ್ಲವೆಂದು ತಿಳಿಯಿತು. ರೈಲ್ವೇ ಹಳಿಯಲ್ಲಿ ನಡೆದು ಹೋಗುತ್ತಿದ್ದರೆ, ಯಾವಾಗ ಟ್ರೈನ್ ಸೇವೆ ಮರುಕಳಿಸುವುದೋ ಆಗ ಹತ್ತಿರವಿರುವ ಗಾಡಿಯಲ್ಲಿ ಕುಳಿತು ಹೋಗಬಹುದೆಂಬ ಯೋಚನೆಯಿಂದ ರೈಲ್ವೇ ಹಳಿಯಗುಂಟ ಮುಂದೆ ಮುಂದೆ ಹೊರಟೆ. ದಾದರ ಸ್ಟೇಷನ್ ತಲುಪುವ ವೇಳೆಗೆ ರಾತ್ರಿ ೮.೩೦ ಆಗಿದ್ದಿತು. ಪ್ರತಿಯೊಂದು ರೈಲ್ವೇ ಸ್ಟೇಷನ್ನುಗಳೂ ಜನಗಳಿಂದ ತುಂಬಿತ್ತು. ಪ್ಲಾಟ್‌ಫಾರಂ ಮೇಲಿರುವ ಸಣ್ಣ ಸಣ್ಣ ಅಂಗಡಿಗಳಲ್ಲಿ ಚಹಾ, ಬಿಸ್ಕತ್ತು, ಕೇಕು, ವಡಾ ಮತ್ತು ಪಾವ್‌ಗಳ ಸರಬರಾಜು ಮಾಮೂಲಿ ದರದಲ್ಲಿ ಅನವರತ ನಡೆದೇ ಇದ್ದಿತು. ಈ ಮಧ್ಯೆ ಪ್ರತಿ ಸ್ಟೇಷನ್ನುಗಳಿಂದಲೂ ಗೋರೆಗಾಂವಿಗೆ ಹೋಗಲು ಟ್ಯಾಕ್ಸಿಗಾಗಿ ಅಸಫಲ ಪ್ರಯತ್ನ ನಡೆಸುತ್ತಲೇ ಇದ್ದೆ. ದಾದರ ಸ್ಟೇಷನ್ನಿನ ಹೊರಗಡೆ ಟ್ಯಾಕ್ಸಿಗಳು ಹೆಚ್ಚಾಗಿ ಇರುವುದರಿಂದ ಅಲ್ಲಿಗೆ ಹೊರಟೆ. ಅಲ್ಲಿ ಸಾಮಾನ್ಯವಾಗಿ

ಪೊಲೀಸರಿದ್ದು ದೂರದೂರುಗಳಿಂದ ಬರುವ ಪ್ರಯಾಣಿಕರ ಅನುಕೂಲಕ್ಕಾಗಿ ಟ್ಯಾಕ್ಸಿಗಳನ್ನು ಒದಗಿಸಲು ಸಹಾಯಿಸುವರು. ಇಂದು ಪೊಲೀಸರೊಂದಿಗೆ ಜನತೆಯೂ ಸಹಾಯಿಸಲು ಮುಂದಾಗಿದ್ದರು. ಆದರೆ ಟ್ಯಾಕ್ಸಿಗಳು ಸಿಗುವುದೇ ಕಷ್ಟವಾಗಿದ್ದಿತು. ಒಂದು ಟ್ಯಾಕ್ಸಿಯಲ್ಲಿ ಮೂವರು ಸ್ತ್ರೀಯರಿದ್ದು, ಅವರುಗಳು ಅಂಧೇರಿಗೆ ಹೋಗುತ್ತಿದ್ದೆ ಇನ್ನೊಬ್ಬರು ತಮ್ಮೊಂದಿಗೆ ಆ ಟ್ಯಾಕ್ಸಿಯಲ್ಲಿ ಪ್ರಯಾಣಿಸಬಹುದೆಂದು ಪೊಲೀಸ ತಿಳಿಸಿದರು. ನಾನು ಅದರಲ್ಲಿ ಪ್ರಯಾಣ ಬೆಳೆಸಿದೆ. ಟ್ಯಾಕ್ಸಿ ಚಾಲಕ ಮೀಟರನ್ನು ಮೊದಲೇ ಹಾಕಿದ್ದಾನೆಂದು ಆ ಸ್ತ್ರೀಯರು ಗಲಾಟೆ ಮಾಡಿದರು. ಅದಕ್ಕೆ ಪ್ರತಿಯಾಗಿ ಟ್ಯಾಕ್ಸಿ ಚಾಲಕ (೨೦ ವರ್ಷದ ಯುವಕ), ತನ್ನನ್ನು ಜಬರ್ದಸ್ತಿನಿಂದ ಪೊಲೀಸರು ಹೊರಡಿಸಿದ್ದಾರೆಂದು ಇಲ್ಲದಿದ್ದರೆ ಮೀಟರಿಗಿಂತ ದುಪ್ಪಟ್ಟು ಹಣ ಕೇಳುತ್ತಿದ್ದೆನೆಂದೂ ಕೂಗುತ್ತಿದ್ದನು. ಇಬ್ಬರ ಕೂಗಾಟವನ್ನು ಗಮನಿಸಿದ ನಾನು ತಿಳಿದಿದ್ದೇನೆಂದರೆ, ಇವರುಗಳಿಗೆ ಈಗಾಗಲೇ ಆಗಿರುವ ಬಾಂಬ್ ಸ್ಫೋಟದ ಬಗ್ಗೆ ಏನೇನೂ ತಿಳಿದಿರಲಿಲ್ಲ. ಏನೋ ತೊಂದರೆ ಆಗಿದೆ, ಲೋಕಲ್ ಟ್ರೈನ್ ಓಡುತ್ತಿಲ್ಲವೆಂದಷ್ಟೇ ಅವರು ತಿಳಿದಿದ್ದರು. ಅವರುಗಳಿಗೆ ವಸ್ತುಸ್ಥಿತಿಯನ್ನು ನಾನು ತಿಳಿಸಿ, ಹಾದಿಯಲ್ಲಿ ಜನತೆ ಹೇಗೆ ಸಹಕರಿಸುತ್ತಿದ್ದಾರೆಂದು ತೋರಿಸಿದ ಮೇಲೆ ಅವರುಗಳು ಸುಮ್ಮನಾಗಿದ್ದರು. ರಸ್ತೆಯಲ್ಲಿ ವಾಹನಗಳು ವಿಪರೀತವಾಗಿದ್ದು, ಒಂದರ ಹಿಂದೊಂದರಂತೆ ನಿಧಾನ ಗತಿಯಲ್ಲಿ ಚಲಿಸುತ್ತಿದ್ದವು. ಈ ಮಧ್ಯೆ ಆಂಬುಲೆನ್ಸ್ ಸೈರನ್‌ನೊಂದಿಗೆ ಹತ್ತಿರದ ಆಸ್ಪತ್ರೆಗೆ ಗಾಯಾಳುಗಳನ್ನು ಸಾಗಿಸಲು ಬರುತ್ತಿರುವುದು ಸಾಮಾನ್ಯ ದೃಶ್ಯ. ಆಗ ಜನತೆ ಮತ್ತು ಪೊಲೀಸರು ಅವುಗಳ ಸಂಚಾರಕ್ಕೆ ಆದ್ಯತೆ ಕೊಟ್ಟು, ಇನ್ನಿತರ ವಾಹನಗಳನ್ನು ತಡೆಹಿಡಿಯುತ್ತಿದ್ದರು. ಈ ಮಧ್ಯೆ ರಾಜಕಾರಣಿಗಳೂ ಮತ್ತು ಪೊಲೀಸ್ ವರಿಷ್ಠಾಧಿಕಾರಿಗಳೂ ಸ್ಫೋಟಗೊಂಡ ಸ್ಥಳಗಳಿಗೆ ಹೋಗಲು ವಾಹನಗಳಲ್ಲಿ ಬರುತ್ತಿದ್ದು, ಆ ವಾಹನಗಳಿಗೂ ಆದ್ಯತೆ ಕೊಡುತ್ತಿದ್ದರು. ಇಂತಹ ವಾಹನಗಳ ಹಿಂದೆ ಕೆಲವು ಟ್ಯಾಕ್ಸಿಗಳೂ ತೂರಿ ಇನ್ನಿತರ ವಾಹನಗಳಿಗಿಂತ ಮುಂದೆ ಹೋಗಲು ಹವಣಿಸುವುದೂ ಕಂಡು ಬರುತ್ತಿತ್ತು. ಅಂತಹ ವಾಹನಗಳನ್ನು ಪೊಲೀಸರು ತಡೆಯಲು ಹೋಗಿ, ಮಿಕ್ಕ ವಾಹನಗಳು ರಸ್ತೆಯಲ್ಲಿ ಅಡ್ಡಾದಿಡ್ಡಿ ನಿಂತು ಟ್ರಾಫಿಕ್ ಜಾಮ್ ಆಗುತ್ತಿತ್ತು. ಹಾಗೂ ಹೀಗೂ ಅಂಧೇರಿ ತಲುಪುವ ವೇಳೆಗಾಗಲೇ ರಾತ್ರಿಯ ೧೧ ಆಗಿದ್ದಿತು. ಇಷ್ಟು ಹೊತ್ತಿಗಾಗಲೇ ಪರಿಸ್ಥಿತಿಯನ್ನು ಅರಿತಿದ್ದ ಚಾಲಕ ಮೀಟರಿಗೆ ತಕ್ಕ ಹಣವನ್ನೇ ಕೊಡಿರೆಂದು ತಿಳಿಸಿ, ನನ್ನ ಪಾಲಿನ ಹಣ ರೂ.೫೯ ಅನ್ನು ಕೇಳಿದ್ದನು. ನಾನು ಅವನ ಅರಿವನ್ನು ಮೆಚ್ಚಿ ನೂರರ ನೋಟು ಕೊಟ್ಟು ಮಿಕ್ಕ ಹಣವನ್ನು ತನ್ನಲ್ಲಿಯೇ ಇಟ್ಟುಕೊಳ್ಳಲು ಹೇಳಿದೆ. ಆದರವನು ಅದಕ್ಕೆ ತಯಾರಿರದೇ ಚಿಲ್ಲರೆ ತೆಗೆದುಕೊಳ್ಳಲು ಒತ್ತಾಯಿಸಿದನು. ನೀನು ಇನ್ನೂ ಚಿಕ್ಕ ಹುಡುಗ, ಜೀವನದಲ್ಲಿ ಬಹಳ ದೂರ ಸಾಗಬೇಕಾದವನು, ದೇವರು ನನಗೆ ಕೊಟ್ಟಿರುವುದರಲ್ಲಿ ಸ್ವಲ್ಪ ನಿನಗೆ ಕೊಡುತ್ತಿರುವೆ,

ಇದು ನಿನ್ನ ಹೊಟ್ಟೆಯ ಪಾಡಿಗೆ ಬೇಕಾದುದು, ನೀನೇ ಇಟ್ಟುಕೋ ಎನ್ನಲು ಬಹಳ ಸಂತೋಷ ಹೊಂದಿದನು.

ಅಂಧೇರಿಯಿಂದ ಮುಂದಕ್ಕೆ ಗೋರೆಗಾಂವಿಗೆ ಹೋಗಲು ಯಾವುದೇ ವಾಹನಗಳು ಸಿಗುತ್ತಿರಲಿಲ್ಲ. ಹಾದಿಯಲ್ಲಿ ಬರುತ್ತಿರುವ ಬಸ್ಸುಗಳೆಲ್ಲವೂ ತುಂಬಿ ತುಳುಕುತ್ತಿದ್ದವು. ಇಂತಹ ಸಮಯದಲ್ಲಿ ಒಂದು ಕಾರು ನನ್ನ ಹತ್ತಿರ ಬಂದು, ಅದರಲ್ಲಿ ಕುಳಿತಿದ್ದವರೊಬ್ಬರು, ತಾವು ಬೊರಿವಿಲಿಗೆ ಹೋಗುತ್ತಿರುವುದಾಗಿ ಹಾದಿ ಮಧ್ಯೆ ಎಲ್ಲಿಗೆ ಬೇಕಾದರೂ ಬಿಡುವೆನೆಂದರು. ಈ ಕಾಲದಲ್ಲಿ ಇಂತಹ ಜನರೂ ಇರುವರೇ ಎಂದು ಸಂಶಯವಾಯಿತು. ಆದರೂ ಅವರ ಕರೆಯನ್ನು ತಿರಸ್ಕರಿಸದೇ ಗೋರೆಗಾಂವ ತಲುಪಿದೆ. ಆ ಕಾರು ಒಂದು ಬಿಪಿಓ ಕಂಪನಿಯ ಕಾರಾಗಿದ್ದು, ಆ ಕಂಪನಿಯ ಅಧಿಕಾರಿಗಳ ಮೇರೆಗೆ ರಾತ್ರಿ ಪೂರ್ತಿ ಜನರನ್ನು ಹೊತ್ತೊಯ್ಯಲು ಕಳುಹಿಸಿದ್ದರಂತೆ. ಮನೆ ತಲುಪುವ ವೇಳೆಗಾಗಲೇ ಮಧ್ಯರಾತ್ರಿ ಕಳೆದು ಸಮಯ ೧೨.೧೫ ಆಗಿದ್ದಿತು. ಅಲ್ಲಿಯವರೆವಿಗೆ ನನಗೂ ವಸ್ತುಸ್ಥಿತಿ ಸರಿಯಾಗಿ ತಿಳಿದಿರಲಿಲ್ಲ. ಕ್ವಾರ್ಟರ್ಸಿನ ಗೇಟಿನ ಬಳಿ ಗಂಡಸರೆಲ್ಲರೂ ನಿಂತಿದ್ದು, ಹೇಗೆ ಬಂದಿರಿ, ಏನೂ ತೊಂದರೆ ಇಲ್ಲವೇ ಎಂದು ವಿಚಾರಿಸುತ್ತಿದ್ದರು. ಮನೆಯಲ್ಲಿ ಪತ್ನಿ ಬಾಗಿಲಿನಲ್ಲೇ ಕಾಯುತ್ತಿದ್ದಳು. ನನ್ನ ನೋಡಿದೊಡನೆಯೇ ಬಾಡಿದ ಮುಖವರಳಿತ್ತು. ಟೀವಿ ವಾರ್ತೆಯಲ್ಲಿ ನಿರಂತರವಾಗಿ ಸ್ಫೋಟಗೊಂಡ ಸ್ಥಳಗಳನ್ನೂ, ಸತ್ತವರ ದೇಹಗಳನ್ನೂ, ಗಾಯಾಳುಗಳನ್ನೂ, ಅವರ ವಿವರಗಳನ್ನೂ ತಿಳಿಸುತ್ತಿದ್ದರು. ಆಗಲೇ ಪರಿಸ್ಥಿತಿಯ ಅರಿವು ನನಗಾಗಿದ್ದುದು. ಬೆಳಗ್ಗೆ ೭ ಕ್ಕೆ ಎದ್ದು ಟೀವಿ ವಾರ್ತೆಯನ್ನು ನೋಡಿದರೆ, ಆಗಲೇ ಮತ್ತಿನ್ನೊಂದು ದಿನವನ್ನು ಎದುರಿಸಲು ಮುಂಬಯಿ ಸಜ್ಜಾಗಿ ನಿಂತಿದೆ. ಸ್ಫೋಟದಿಂದ ಚ್ಯುತಿಗೊಂಡಿದ್ದ ವಿದ್ಯುತ್ ತಂತಿಗಳು, ರೈಲ್ವೇ ಹಳಿಗಳನ್ನು ಸರಿಪಡಿಸಿಯಾಗಿತ್ತು. ಸ್ಫೋಟಗೊಂಡ ಗಾಡಿಗಳನ್ನು ರಿಪೇರಿಗಾಗಿ ಯಾರ್ಡ್‌ಗಳಿಗೆ ಕಳುಹಿಸುತ್ತಿದ್ದರು. ಹಿಂದಿನ ದಿನದ ಮೈಕೈ ನೋವಿನಿಂದ ನಾನು ಬ್ಯಾಂಕಿಗೆ ಹೋಗಲಿಲ್ಲವಾದರೂ, ಲೋಕಲ್ ಟ್ರೈನ್‌ಗಳು ನಿಧಾನವಾಗಿಯಾದರೂ ಪ್ರಯಾಣಕ್ಕೆ ಸಜ್ಜಾಗಿ ಜನಗಳನ್ನು ಹೊತ್ತೊಯ್ಯುತ್ತಿದ್ದುವು.

ದಿನಕ್ಕೆ ೩೦ ರಿಂದ ೩೫ ಲಕ್ಷ ಜನಗಳನ್ನು ನಗರದ ಸುತ್ತಲೂ ಎಲ್ಲ ಕಡೆಗೆ ಸಾಗಿಸುವುದು ಜೀವ ನಾಡಿಯಲ್ಲದೇ ಮತ್ತಿನ್ನೇನು.

ಘಾಸಿಯಾದರೂ ಒಮ್ಮೆ ತನ್ನ ಗಾಯವನ್ನು ನೆಕ್ಕಿ ಮರಳಿ ಜೀವನದ ಕಡೆಗೆ ಗಮನ ಕೊಡುವ ಮತ್ತೊಮ್ಮೆ ಮುಂಬಯಿ ಮಿಕ್ಕೆಲ್ಲ ನಗರಗಳಿಗಿಂತ ವಿಭಿನ್ನ ಎಂಬುದನ್ನು ಜಗತ್ತಿಗೆ ತೋರಿಸಿಕೊಟ್ಟಿತು. ಇಲ್ಲಿ ಸಲ್ಲುವವರು ಎಲ್ಲಿಯೂ ಸಲ್ಲುವರು ಎಂಬ ಮಾತು ಮತ್ತೆ ಸಾಬೀತಾಯಿತಲ್ಲವೇ?

ಮುಂಬಯಿ ಮಳೆ 1

ಮುಂಬಯಿಯ ಮಳೆಗೆ ಅದರದ್ದೇ ಆದ ಛಾಪಿದೆ. ಸಾಮಾನ್ಯವಾಗಿ ಮಳೆಗಾಲ ಪ್ರಾರಂಭವಾಗುವುದು ಜೂನ್ ತಿಂಗಳ ಮೂರನೇ ವಾರದಲ್ಲಿ. ಈ ಮಳೆಗಾಲ ನವಂಬರ್ ತಿಂಗಳ ಮಧ್ಯ ಭಾಗದವರೆಗೂ ನಿರಂತರವಾಗಿರುವುದು. ಮೊದಲ ಮಳೆಯ ಮಣ್ಣಿನ ವಾಸನೆ ಕ್ಷಣಿಕ. ಮೊದಲ ದಿನವೇ ಧೋ ಎಂದು ದಿನಪೂರ್ತಿ ಸುರಿಯುವ ಮಳೆಯನ್ನು ಬೇರೆ ಇನ್ನ್ಯಾವ ನಗರದಲ್ಲಿ ಕಾಣುವುದು ಕಷ್ಟಾಸಾಧ್ಯ. ಆ ಮೊದಲ ದಿನ ಮಳೆಯ ನೀರು ಭೋರ್ಗರೆಯುತ್ತಾ ಮೋರಿಗೆ ಹೋದಾಗ ಅಲ್ಲಿ ಇಲ್ಲಿ ಬಿದ್ದ ಕಸ, ಕಡ್ಡಿ, ಪ್ಲಾಸ್ಟೀಕು, ಗಲೀಜು ಇತ್ಯಾದಿಗಳು ಮೋರಿಗೆ ಅಡ್ಡವಾಗಿ ಎಲ್ಲೆಲ್ಲಿ ನೋಡಿದರೂ ನೀರು ನಿಲ್ಲುವುದು. ಒಂದು ಕಡೆ ನಿರಂತರವಾದ ಮಳೆ ಇನ್ನೊಂದೆಡೆ ನೀರಿನ ನಿಲ್ದಾಟ. ಆಗ ಸಂಚಾರ ಸ್ತಬ್ಧವಾಗುವುದು. ಲೋಕಲ್ ಟ್ರೈನ್ ಹಳಿಗಳ ಮೇಲೆ ನೀರು ನಿಲ್ಲುವುದು. ತಗ್ಗಿನ ಪ್ರದೇಶಗಳಲ್ಲೆಲ್ಲಾ ನೀರು ತುಂಬಿ ತಗ್ಗು ಎಲ್ಲಿ ಎತ್ತರ ಎಲ್ಲಿ ಎಂಬುದ ತಿಳಿಯದೇ ಆಕಸ್ಮಿಕಗಳು ಸಂಭವಿಸುವುದು. ಇಂಥಹ ಸ್ಥಿತಿ ಪ್ರತಿವರ್ಷವೂ ಸಾಮಾನ್ಯ. ಮುಂಬಯಿ ಮಹಾನಗರಪಾಲಿಕೆಯವರು ಎಷ್ಟೇ ಎಚ್ಚರ ವಹಿಸಿದರೂ ಇದನ್ನು ತಪ್ಪಿಸಲಾಗದು.

ಇದನ್ನು ಸ್ವಚ್ಛಗೊಳಿಸಿದ ನಂತರ ಮಳೆಯ ನೀರಿನ ಪ್ರಯಾಣ ನಿರಂತರವಾಗಿ ಸಮುದ್ರದೆಡೆಗೆ. ಆ ನಂತರ ಇಂಥಹ ಪರಸ್ಥಿತಿ ಎದುರು ನೋಡಲು ಸಿಗುವುದು ಮರುವರ್ಷವೇ.

ಹೀಗೆ ನೀರು ನಿಂತಾಗ ಲೋಕಲ್ ಟ್ರೈನ್ ಗಳ ಹಳಿಗಳ ಮೇಲೆ ನೀರು ನಿಂತು ಅವು ಓಡಾಡುವುದಿಲ್ಲ. ಲೋಕಲ್ ಟ್ರೈನ್ ಗಳ ಸಂಚಾರ ಈ ದ್ವಿಪದಂತಿರುವ ನಗರಕ್ಕೆ ನರನಾಡಿಯಮ್ತೆ. ಹಾಗೇ ಬಸ್ ಟ್ಯಾಕ್ಸಿ ಮತ್ತಿತರೇ ವಾಹನಗಳ ಸಂಚಾರವೂ ಸ್ತಬ್ಧವಾಗುವುದು. ಹೀಗಾಗಿ ಜನಜೀವನ ಅಸ್ತವ್ಯಸ್ತವಾಗುವುದು. ಕೆಲವು ಬಾರಿ ಬೆಳಗ್ಗೆ ಕೆಲಸಗಳಿಗೆ ಮಂದಿ ಹೋದ ಮೇಲೆ ಮಳೆ ಬಂದು ಜನಜೀವನ ಅಸ್ತವ್ಯಸ್ತವಾದಾಗ, ಜನಗಳು ಆಫೀಸು ಅಂಗಡಿ ಮುಗ್ಗಟ್ಟುಗಳಲ್ಲೇ ಉಳಿಯಬೇಕಾದ ಪ್ರಮೇಯ ಬರುವುದು. ದೂರದ ಊರಿನಿಂದ ಬಂದ ಜನಗಳು ರೈಲ್ವೇ ನಿಲ್ದಾಣಗಳಲ್ಲೇ ಉಳಿಯಬೇಕಾಗುವುದು. ಈ ಮಹಾನಗರಿಗೆ ತರಕಾರಿ, ದವಸ, ದಾನ್ಯ ಮತ್ತಿತರೇ ಸರಕು ರಾಜ್ಯದ ಬೇರೆಯ ಭಾಗದಿಂದ ಬರಬೇಕಾಗಿದ್ದು ಅವುಗಳ ಚಲನೆಯೂ ನಿಂತು ಜನಗಳ ಜೀವನ ಬಹಳ ಕಷ್ಟವಾಗುವುದು. ಮಳೆಯ ಆರ್ಭಟ ಸ್ವಲ್ಪ ಕಡಿಮೆಯಾದ ನಂತರ ಜನಜೀವನ ಮಾಮೂಲಿನಂತೆ.

ಇಷ್ಟೆಲ್ಲಾ ಮಳೆ ಸುರಿದರೂ ವಾತಾವರಣ ಮಾತ್ರ ತಂಪಾಗಿರುವುದಿಲ್ಲ. ಇಲ್ಲಿನ ಹೆಚ್ಚಿನ ಮನೆಗಳೆಲ್ಲಾ ಫ್ಲಾಟ್ ಗಳು. ಎಲ್ಲ ಕಟ್ಟಡಗಳೂ ಕಡಿಮೆ ಎಂದರೆ ಆರು ಮಹಡಿಗಳು ಇರುವಂತಹವು. ಹಾಗಾಗಿ ಈ ಮಳೆಗಾಲದಲ್ಲಿ ಗಾಳಿಯ ವೇಗವೂ ಹೆಚ್ಚಿದ್ದು, ಮನೆಗಳ ಕಿಟಕಿ ಮತ್ತು ಬಾಲ್ಕನಿ ಬಾಗಿಲುಗಳ ಗಾಜುಗಳು ಒಡೆಯುವುದು ಸರ್ವೇ ಸಾಮಾನ್ಯ.

ಮಳೆಗಾಲದಲ್ಲಿ ಇಷ್ಟೆಲ್ಲಾ ಉಪಟಳವೇ ಮುಂಬಯಿಯಲ್ಲಿ ಅಂತ ಅಂದುಕೋಬೇಡಿ. ಇನ್ನೂ ಸ್ವಾರಸ್ಯಕರವಾದ ಹಿತವಾದ ಅನುಭವಗಳು ಸಂಭವಿಸುವುವು. ಅದಕ್ಕೇ ಜನಗಳು ಕಾತುರದಿಂದ ಕಾದಿರುತ್ತಾರೆ. ನೋಡಿ ಇಲ್ಲಿಯ ನಾರಿಮನ್ ಪಾಯಿಂಟ್ ನಿಂದ ಚೌಪಾಟಿಯವರೆಗೆ ಸಮುದ್ರದ ಪಕ್ಕದಲ್ಲೇ ಮರೀನ್ ಡ್ರೈವ್ ರಸ್ತೆ ಇದೆ. ಇಲ್ಲಿ ರಾತ್ರಿಯ ಹೊತ್ತು ಬೀದಿ ದಿಪಗಳನ್ನು ಹಾಕಿದಾಗ ಮೇಲಿನಿಂದ ನೋಡಿದರೆ ನೆಕ್ಲೇಸ್ ಥರ ಕಾಣಿಸುತ್ತದೆ. ಅದಕ್ಕೇ ಈ ರಸ್ತೆಯನ್ನು ಕ್ವೀನ್ಸ್ ನೆಕ್ಲೇಸ್ ಅಂತಲೂ ಕರಿಯುತ್ತಾರೆ. ಮಳೆಗಾಲದಲ್ಲಿ ಸಮುದ್ರದ ಅಲೆಗಳು ಭೋರ್ಗರೆಯುತ್ತಾ ಮೇಲೆ ಬಂದಾಗ ನೀರು ರಸ್ತೆಗೆ ಬಂದು ಬೀಳುವುದು. ರಸ್ತೆಯ ಬದಿಯಲ್ಲಿ ಜನಗಳು ಹಿಂದು ಹಿಂಡಾಗಿ ನಿಂತು ನೋಡುತ್ತಿರುತ್ತಾರೆ. ಹಾಗೆ ನೀರು ಬಂದಾಗ ಅವರ ಮೈಯೆಲ್ಲಾ ಉಪ್ಪು ನಿರಿನಿಂದ ತೊಯ್ಯುವುದು. ಇದೇ ಒಂದು ಥರಹದ ಮಜ. ಒಮ್ಮೊಮ್ಮೆ ಆ ಅಲೆಗಳು ರಸ್ತೆಯಿಂದ ೧೦-೧೨ ಅಡಿಗಳ ಎತ್ತರಕ್ಕೆ ಬರುವವು. ಒಮ್ಮೊಮ್ಮೆ ಅಲ್ಲಿ ಮುಂದೆ ನಿಂತಿರುವವರನ್ನು ಎಳೆದೊಯ್ಯುವುವು. ಅದಕ್ಕೆಂದೇ ವಿಶೇಷ ಪೊಲೀಸರು ಕಾವಲು ಕಾಯುತ್ತಿರುತ್ತಾರೆ. ಜನಗಳನ್ನು ಆದಷ್ಟೂ ದೂರ ನಿಂತು ನೋಡಲು ಹೇಳುತ್ತರೆ. ಆ ಸಮಯದಲ್ಲಿ ಸಮುದ್ರದ ಆರ್ಭಟ ಅಬ್ಬರ ನೋಡುತ್ತಾ ನಿಂತರೆ ಇಡೀ ಪ್ರಪಂಚವನ್ನೇ ಮರೆಯುವೆವು. ನಿಸರ್ಗದ ನಾವು ಎಷ್ಟು ಚಿಕ್ಕ ಜಂತು ಎಂದೂ ಅರಿವಾಗುವುದು. ಇನ್ನು ಚೌಪಾಟಿಯ ಬೀಚು ಭೇಲ್ ಪುರಿಗೆ ಬಹಳ ಪ್ರಸಿದ್ಧ. ಹಾಗೇ ಜುಹು ಬೀಚಿನಲ್ಲಿ ಐಸ್ ಕ್ರೀಮ್ ಬಹಳ ಜಾಸ್ತಿ ಮಾರಾಟವಾಗುವ ವಸ್ತು. ಮಳೆಗಾಲದಲ್ಲಿ ಇದೇ ತರಹದ ಸಂದರ್ಭವನ್ನು ಮಹಾಲಕ್ಷ್ಮಿ ದೇವಸ್ಥಾನ-ಹಾಜಿ ಅಲಿ, ವೊರ್ಲಿ, ದಾದರ, ಬಾಂದ್ರಾ, ಜುಹು (ಸಾಂತಾಕ್ರೂಜ಼್), ಮಾರ್ವೇ (ಮಲಾಡ್) ಮತ್ತು ಎಸ್ಸೆಲ್ ವರ್ಲ್ಡ್ ಇರುವ ಬೊರಿವಿಲಿ ಯಲ್ಲೂ ಇದೇ ತರಹದ ಅನುಭವ ಆಗುವುದು.

ಈ ಇಡೀ ಮುಂಬಯಿ ಮಹಾನಗರಕ್ಕೆ ಕುಡಿಯುವ ನೀರಿನ ಸರಬರಾಜು ಸುತ್ತಲಿನಲ್ಲಿ ಇರುವ ಆರು ಅಣೆಕಟ್ಟು ಮತ್ತು ಕೆರೆಗಳಿಂದ ಆಗುವುವು. ಅವುಗಳ್ಯಾವುವೆಂದರೆ ತನ್ಸಾ, ಮೋಡಕ್, ಭಾಟ್ಸ, ಲೋಯರ್ ವೈತರ್ಣ, ತುಲಸಿ, ಅಪ್ಪರ್ ವೈತರ್ಣ ಮತ್ತು ಪೊವ್ಯೈ. ಒಂದು ತಿಂಗಳ ಮಳೆಯ ನೀರಿನಿಂದ ಇಲ್ಲಿಯ ಅಣೆಕಟ್ಟು ಅಥವಾ ಕೆರೆಗಳು ತುಂಬುವುವು. ಆದ್ದರಿಂದಲೇ ನಮ್ಮ ಬೆಂಗಳೂರಿನಂತೆ ಇಲ್ಲಿ ಕುಡಿಯುವ ನೀರಿನ ಅಭಾವವಿಲ್ಲ.

ಇನ್ನು ಇಲ್ಲಿಯ ಮಳೆಗಾಲದಲ್ಲಿ ಕಂಡುಬರುವ ಇನ್ನೊಂದು ದೃಶ್ಯ. ಮಲೆಗಾಲದಲ್ಲಿ ಚರ್ಮದ ಚಪ್ಪಲಿ ಅಥವಾ ಬೂಟುಗಳು ಬಾಳಿಕೆ ಬರಲಾರದು. ಅದಕ್ಕೆಂದೇ ಜನಗಳು ಪ್ಲಾಸ್ಟಿಕ್ಕಿನ ಚಪ್ಪಲಿ ಯಾ ಬೂಟುಗಳನ್ನು ತೊಡುವರು. ಒಂದೇ ಸಮನೆ ಮಳೆ ಸುರಿಯುವುದರಿಂದ ಕೆಲಸ ಕಾರ್ಯಗಲು ನಡೆಯುತ್ತಲೇ ಇರಬೇಕಾಗಿ, ಪ್ಲಾಸ್ಟಿಕ್ಕಿನ ಅಂಗಿ ಷರಾಯಿಯನ್ನೂ ತೊಡುವವರನ್ನು ಕಾಣಬಹುದು. ಇನ್ನು ಕಛೇರಿಗಳಲ್ಲಿ ಒಂದು ಜೊತೆ ಬಟ್ಟೆ ಮತ್ತು ಷೂಗಳನ್ನೂ ಇಟ್ಟಿರುವರು. ಕಛೇರಿಗೆ ಹೋದ ಮೇಲೆ ಈ ಪ್ಲಾಸ್ಟಿಕ್ಕಿನ ಬಟ್ಟೆಯನ್ನು ಬದಲಿಸುವರು. ಹಾಗೇ ಎಲ್ಲರ ಕೈಗಳಲ್ಲು ಛತ್ರಿಗಳು ಇರುವುವು. ಆದರೆ ಸಮುದ್ರದ ಪಕ್ಕದಲ್ಲಿ ಇರುವವರು ಮಳೆಗೆದುರಾಗಿ ಈ ಛತ್ರಿಗಳನ್ನು ತೆಗೆಯಲಾರರು. ಏಕೆಂದರೆ ಅಲ್ಲಿ ಪಕ್ಕದಲ್ಲಿ ಸಮುದ್ರವಿರುವುದಾಗೆ ಗಾಳಿಯ ತೀವ್ರತೆ ವಿಪರೀತವಾಗಿರುವುದು. ಈ ಛತ್ರಿಗಳನ್ನು ತೆಗೆದರೆ, ಅವುಗಳ ಬಟ್ಟೆ ಮೇಲೆ ಹೋಗಿ ಬರಿಯ ಕಡ್ಡಿ ಕೈಯಲ್ಲಿರುವುದು. ಮತ್ತೆ ಅದನ್ನು ರಿಪೇರಿ ಮಾಡಲೂ ಆಗುವುದಿಲ್ಲ. ಕ್ಷಣದಲ್ಲಿ ನೂರಾರು ರೂಪಾಯಿಗಳ ಛತ್ರಿ ನಿರುಪಯುಕ್ತವಾಗುವುದು. ಕೆಲವೊಮ್ಮೆ ಗಾಳಿಗೆ ಛತ್ರಿ ಮೇಲೆ ಹೋಗುವುದೂ ಉಂಟು. ಆಗ ಅದನ್ನು ಹಿಡಿದವರು ಕೆಲವು ಸಲ ಪ್ಯಾರಾಚೂಟ್ ಹಿಡಿದಿರುವಂತೆ ಕಾಣುವರು. ಹೆಣ್ಣುಮಕ್ಕಳಿಗಂತು ಮೈ ಪೂರಾ ಮುಚ್ಚುವ ಬಟ್ಟೆ ತೊಡದಿದ್ದರೆ ಬಲು ಕಷ್ಟ. ಅದನ್ನು ನೋಡಲೇ ಕೆಲವು ಮಹಾಶಯರು ಕಾಯುತ್ತಿರುತ್ತಾರೆ. ಹೊಸಬರು ಈ ಊರಿಗೆ ಬಂದಾಗ ಪ್ರೇಕ್ಷಣೀಯ ಸ್ಥಳಗಳು ಯಾವುವು ಅಂತ ಕೇಳಿದ್ರೆ ಹಳಬರು ಇಂತಹ ಸನ್ನಿವೇಶಗಳನ್ನೂ ನೋಡಲು ಮರೆಯದಿರಿ ಅಂತ ಹೇಳ್ತಾರೆ.

ಇಷ್ಟಾದರೂ ಮುಂಬಯಿಯಲ್ಲಿ ಜನಜೀವನ ಎಂದಿನಂತೆ ಸಾಗುತ್ತಲೇ ಇರುವುದು, ಒಂದು ಸೋಜಿಗದ ಸಂಗತಿ ಅಲ್ಲವೇ? ಅದಕ್ಕೇ ಇಲ್ಲಿಯ ಒಂದು ಉಕ್ತಿ ಎಂದರೆ ಮುಂಬಯಿಯಲ್ಲಿ ಸಲ್ಲುವವರು ಪ್ರಪಂಚದಲ್ಲಿ ಎಲ್ಲಿಯೂ ಸಲ್ಲುವರು. ಈ ಊರು ಬದುಕುವ ಪಾಠ ಕಲಿಸುವುದು. ಹಾಗೇ ತಾಳ್ಮೆಯನ್ನೂ ಕಲಿಸುವುದು. ಲೋಕಲ್ ಟ್ರೈನ್ ಗಳು ಕೆಲವೊಮ್ಮೆ ಹಾದಿಯ ಮಧ್ಯೆಯಲ್ಲಿ ನಿಂತರೆ ಇಳಿದು ಮುಂದೆ ಹೋಗುವ ಪ್ರಯತ್ನ ಮಾಡಬಾರದು. ಹಳಿಯ ಪಕ್ಕದಲ್ಲಿ ಎಲ್ಲಿ ಹೊಂಡ ಇರುವುದು ಎಂದು ಗೊತ್ತಾಗುವುದಿಲ್ಲ. ಎಲ್ಲವೂ ಜಲಾವೃತ. ಸರಿ ಸುಮಾರು ರಸ್ತೆಗಳನ್ನು ಕಾಂಕ್ರೀಟ್ ಮಾಡಿದ್ದಾರೆ. ಹಾಗಾಗಿ ಅವುಗಳು ಮಳೆಗೆ ಹಾಳಾಗುವುದಿಲ್ಲ. ಟಾರು ರಸ್ತೆಗಳು ಮಳೆಯಲ್ಲಿ ಒಂದೇ ಬಾರಿಗೆ ಕಿತ್ತು ಎಲ್ಲೆಲ್ಲೂ ಹೊಂಡ ಆಗಿ ನೀರು ತುಂಬಿರುವುದು. ಆಗ ರಸ್ತೆಯಲ್ಲಿ ಓಡಾಡುವುದು ಕಷ್ಟ. ಎಷ್ಟೋ ಬಾರಿ ವಾಹನಗಳು ಕೂಡ ಹೊಂಡಗಳಿಗೆ ಬೀಳುವುವು.

ಮುಂಬಯಿಯ ಸುತ್ತ ಮುತ್ತಲಿನ ಪ್ರದೇಶಗಳಾದ ಖಂಡಾಲಾ, ಖೋಪೋಲಿ, ಲೋಣಾವಲ, ಮ್ಯಾಥೆರಾನ್, ಮಹಾಬಲೇಶ್ವರ, ಪಂಚಗಣಿ ಇವೆಲ್ಲವೂ ಮಳೆಗಾಲದಲ್ಲಿ ನಿಸರ್ಗದ ರಮಣೀಯತೆಯನ್ನು ಸಾರಿ ತೋರಿಸುವ ಪ್ರೇಕ್ಷಣೀಯ ಸ್ಥಳಗಳು. ಖಂಡಾಲಾ -

ಲೋಣಾವಲಾಗಳಲ್ಲಂತೂ ಜಲಪಾತಗಳು ಸಾವಿರಾರು. ಈ ಘಟ್ಟ ಪ್ರದೇಶ ನೋಡಲು ಕಣ್ಣಿಗೆ ಹಬ್ಬ ಉಂಟು ಮಾಡುವವು.

ಇದೇ ಕಾಲದಲ್ಲಿ ಬರುವ ಹಣ್ಣುಗಳು ಅಂದ್ರೆ ಆಲ್ಫೊನ್ಸೊ ಮಾವು ಮತ್ತು ಹಲಸಿನ ಹಣ್ಣು. ಆಲ್ಫೊನ್ಸೋ ಮಾವು ವಿಶ್ವಪ್ರಸಿದ್ಧ. ಇಂತಹ ರಸಭರಿತವಾದ ಕೊಂಚವೂ ನಾರಿರದ ಹಣ್ಣು ನಾನೆಲ್ಲೂ ನೋಡಿರಲಿಲ್ಲ. ಇದನ್ನು ಇಡಿಯ ವಿಶ್ವಕ್ಕೇ ರಫ್ತು ಮಾಡುತ್ತಾರೆ. ಹಾಗಾಗಿ ಇದರ ಬೆಲೆ ತುಂಬಾ ದುಬಾರಿ.

ಇದೆಲ್ಲವನ್ನೂ ಹೇಳಿ, ಓದುವ ಬದಲು ಅನುಭವಿಸಿದರೇ ಜೀವನ ಸಾಫಲ್ಯವಾಗುವುದು. ಬನ್ನಿ ಒಮ್ಮೆ ನಮ್ಮ ಮುಂಬಯಿಗೆ.

ಮುಂಬಯಿ ಮಳೆ 2

ಯೆ ಹೈ ಮುಂಬಯಿ ಶಹರ್

ಹಾದಸೋಂ ಕಾ ಶಹರ್

ಮುಂಬಯಿನಗರ ಆಗಾಗ ಇಲ್ಲಿಯ ವಾಸಿಗರಿಗೆ ಪೆಟ್ಟು ಕೊಡುತ್ತಲಿರುತ್ತದೆ. ಈ ದೇಶದ ನಗರಗಳಲ್ಲಿ ನಿಸರ್ಗಕ್ಕೆ ಹೆಚ್ಚಿನ ಪೆಟ್ಟು ಕೊಡುತ್ತಿರುವುದು ಇಲ್ಲಿಯಾದ್ದರಿಂದಲೇ ಇರಬೇಕು, ಆಗಾಗ್ಯೆ ನಿಸರ್ಗ ತನ್ನ ಕೋಪವನ್ನು ಈ ಊರಿನ ವಾಸಿಗಳ ಮೇಲೆ ತೋರಿಸಿಕೊಳ್ಳುತ್ತಿರುತ್ತದೆ. ಕೆಲವೊಮ್ಮೆ ಅಲ್ಲಿಲ್ಲಿ ಬೆಂಕಿಯಪಘಾತಗಳಾದರೆ, ಇನ್ನು ಕೆಲವೊಮ್ಮೆ ಮಳೆಯ ಹೊಡೆತ, ಮತ್ತೊಮ್ಮೆ ವಿಪರೀತವಾದ ಗಾಳಿಯ ಆರ್ಭಟವಾದರೆ ಮಗದೊಮ್ಮೆ ವಿಪರೀತ ಬಿಸಿಲಿನಿಂದ ವಾಸಿಗರನ್ನು ತತ್ತರಿಸುವಂತೆ ಮಾಡುತ್ತದೆ. ಈಗಿನ ದಿನಗಳಲ್ಲಿ ಇವೆಲ್ಲದರ ಅನುಭವ ಒಂದೇ ವರ್ಷದಲ್ಲಿ ಒಂದರ ನಂತರ ಒಂದರಂತೆ ಆಗುವುದು. ಇಷ್ಟೇ ಅಲ್ಲದೇ ಆಗಾಗ ಬಾಂಬ್ ದಾಳಿ, ರಸ್ತೆ ಅಪಘಾತಗಳು, ಟ್ರೈನ್ ಅಪಘಾತಗಳು, ದರೋಡೆ, ಕೊಲೆ, ಗೂಂಡಾ ದಾಂಧಲೆ ಇವೆಲ್ಲವೂ ಸಾಮಾನ್ಯ ಸಂಗತಿಗಳಾಗುತ್ತಿವೆ.

ಮೊನ್ನೆ ರಾತ್ರಿಯಿಂದ ಮತ್ತೆ ಮಳೆ. ನಿನ್ನೆ ಬೆಳಗ್ಗೆ ಜಡಿಮಳೆ. ನಿನ್ನೆ ಸಂಜೆಯಿಂದ ಇಂದು ಸಂಜೆಯವರೆವಿಗೆ ಸುರಿಮಳೆ. ಇನ್ನೂ ಮಳೆ ಬರುತ್ತಲೇ ಇದೆ. ಸಧ್ಯ ಸಮುದ್ರದಲ್ಲಿ ಉಬ್ಬರವಿಲ್ಲ. ಆದ್ದರಿಂದ ಮಳೆಯ ನೀರೆಲ್ಲವೂ ಸಮುದ್ರಕ್ಕೆ ಹೋಗುತ್ತದೆ.

ಇಂದು (ಸೋಮವಾರ - ೩/೮/೨೦೦೬) ಬೆಳಗ್ಗೆ ೬ ಘಂಟೆಗೆ ಮಗಳು ಟ್ಯುಟೋರಿಯಲ್ ಕ್ಲಾಸಿಗೆ ಹೋಗುವ ವೇಳೆಯಲ್ಲಿ ಬಸ್ಸುಗಳ ಓಡಾಟವಿರಲಿಲ್ಲ. ಆಟೋಗಳೂ ಕಾಣಿಸುತ್ತಿರಲಿಲ್ಲ. ಎರಡು ದಿನಗಳ ರಜೆಯ ನಂತರ ಮುಂಬಯಿ ವಾಸಿಗಳು ತಮ್ಮ ತಮ್ಮ ಕೆಲಸಕ್ಕೆ ಹೋಗಲು ತೊಂದರೆ ಆಯಿತು. ವೆಸ್ಟರ್ನ್ ರೈಲ್ವೇ ಲೋಕಲ್ ಟ್ರೈನ್‌ಗಳು ನಿಯತಕಾಲಕ್ಕಿಂತ ತಡವಾಗಿ ಓಡುತ್ತಿದ್ದರೆ, ಸೆಂಟ್ರಲ್ ರೈಲ್ವೇ ಮತ್ತು ಹಾರ್ಬರ್ ಲೈನ್‌ಗಳ ಲೋಕಲ್‌ಗಳು ಮಧ್ಯೆ ಮಧ್ಯೆ ನಿಂತು ಬಿಡುತ್ತಿದ್ದವು. ನಗರದ ರಕ್ತ ಸಂಚಾರಕ್ಕೆ ಮತ್ತು ಉಸಿರಾಟಕ್ಕೆ ಸಹಾಯಿಸುತ್ತಿರುವ ಈ ಜೀವನಾಡಿಗಳು, ಕೆಲಸ ಮಾಡದೇ ನಿಂತು ಹೋದರೆ ಇಡೀ ದೇಶಕ್ಕೇ ವಾಣಿಜ್ಯದ ಬೆನ್ನೆಲುಬಾದ ನಗರ ಪಾರ್ಶ್ವವಾಯು ಪೀಡಿತವಾಗುತ್ತದೆ.

ಹಾರ್ಬರ್ ಲೋಕಲ್ ಟ್ರೈನ್‌ಗಳು ಓಡುತ್ತಿರಲಿಲ್ಲ. ಸೆಂಟ್ರಲ್ ರೈಲ್ವೇ ಮಾರ್ಗದಲ್ಲಿರುವ ಸಯಾನ್, ಮಾತುಂಗ, ವೆಸ್ಟರ್ನ್ ರೈಲ್ವೇ ಮಾರ್ಗದಲ್ಲಿರುವ ಲೋಯರ್ ಪರೇಲ್, ಮಾತುಂಗ ರೋಡ್, ಮಾಹೀಮ್‌ಗಳಲ್ಲಿ ರೈಲ್ವೇ ಹಳಿಗಳು ಮಳೆಯ ನೀರಿನಿಂದ ತುಂಬಿತ್ತು. ಮಲಾಡ್, ಗೋರೆಗಾಂವ್, ಜೋಗೇಶ್ವರಿ, ಅಂಧೇರಿ, ಸಾಂತಾಕ್ರೂಜ್, ಕಲಿನಾ, ದಾದರ್, ಪರೇಲ್‌ಗಳಲ್ಲಿ ಎಲ್ಲೆಲ್ಲಿ ನೋಡಿದರೂ ಮೊಣಕಾಲಿಗಿಂತಲೂ ಹೆಚ್ಚಿನ ಮಟ್ಟದಲ್ಲಿ ನೀರು ಹರಿಯುತ್ತಿತ್ತು. ಮೇಲಿನಿಂದ ಮಳೆ ಒಂದೇ ಸಮನೆ ಧೋ ಎಂದು ಸುರಿಯುತ್ತಿತ್ತು. ನಗರ ಪಾಲಿಕೆಯವರು ಚರಂಡಿ ವ್ಯವಸ್ಥೆಯನ್ನು ದುರಸ್ತಿ ಮಾಡಿದ್ದೇವೆ, ಎಲ್ಲ ಸುಸೂತ್ರವಾಗಿದೆ ಎಂದು ಹೇಳಿದರೂ ಹೇಗೆ ನೀರು ನಿಂತಿತ್ತು ಎನ್ನುವುದನ್ನು ತಿಳಿಯುವುದು ಅತ್ಯವಶ್ಯ. ಕಳೆದ ವರ್ಷದ ಜುಲೈ ೨೬ ರಂದು ಸಮುದ್ರದಲ್ಲಿ ಉಬ್ಬರವಿದ್ದುದರಿಂದ ಮತ್ತು ಹೆಚ್ಚಿನ ಮಳೆ ಆದದ್ದರಿಂದ ಮಳೆಯ ನೀರು ಸಮುದ್ರಕ್ಕೆ ಹೋಗುವ ಬದಲು ಊರಿನ ಒಳಗೇ ನುಗ್ಗಿತ್ತು. ಇದರಿಂದ ರಸ್ತೆಗಳಲ್ಲಿ ಮತ್ತಿತರೇ ಪ್ರದೇಶಗಳಲ್ಲಿ ನೀರಿನ ಮಟ್ಟ ಮೇಲೆ ಮೇಲಕ್ಕೆ ಹೋಗಿ ಜನಜೀವನ ಸಂಪೂರ್ಣವಾಗಿ ಅಸ್ತವ್ಯಸ್ತಗೊಂಡದ್ದು ಎಲ್ಲರಿಗೂ ತಿಳಿದ ವಿಷಯವೇ. ಆದರೆ ಈ ಸಲ ಸಮುದ್ರದಲ್ಲಿ ಉಬ್ಬರವಿರಲಿಲ್ಲ ಮತ್ತು ಕಳೆದ ಬಾರಿಯಂತೆ ಅಷ್ಟೊಂದು ಹೆಚ್ಚಿನ ಮಳೆಯಾಗಿರಲಿಲ್ಲ. ಈ ಸಲ ಆದ ತೊಂದರೆ ಎಂದರೆ, ಜನಗಳು ತಿಂದು ಬಿಸುಡುವ ಪಾನ್ ಪರಾಗ್ ಪೊಟ್ಟಣಗಳು, ಪ್ಲಾಸ್ಟಿಕ್ ಚೀಲಗಳು, ಕಸ ಕಡ್ಡಿಗಳು ಮೋರಿಯನ್ನು ಮುಚ್ಚಿ ನೀರು ಕೊಚ್ಚಿ ಹೋಗದಂತೆ ತಡೆದಿದ್ದವು. ಅದಲ್ಲದೇ ನಗರಪಾಲಿಕೆಯವರು ಮಳೆ ನೀರು ಹೋಗಲು ಕೈಗೊಂಡ ಮುನ್ಸೂಚನಾ ಕಾರ್ಯಕ್ರಮಗಳು ಫಲಕಾರಿಯಾಗಿರಲಿಲ್ಲ. ಮತ್ತೊಮ್ಮೆ ನಗರ ಸಭೆ ತನ್ನ ವಿಫಲತೆಯನ್ನು ತೋರಿದ್ದರೆ ಅದಕ್ಕೆ ಪ್ರತಿಯಾಗಿ ನಿಸರ್ಗವನ್ನು ತನ್ನ ಪೌರುಷವನ್ನು ತೋರಿತ್ತು. ದೇಶದ ಎಲ್ಲೆಡೆಯಲ್ಲಿ ದುಶ್ಚಟಕ್ಕೆ ಬಲಿಯಾಗಿರುವ ಜನಗಳಂತೆ ಇಲ್ಲಿಯ ಜನಗಳೂ ಪಾನ್‌ಪರಾಗ್ ಚಟಕ್ಕೆ ಅಂಟಿಕೊಂಡಿದ್ದಾರೆ. ಪ್ರತಿ ಇಬ್ಬರಲ್ಲಿ ಒಬ್ಬರಾದರೂ ಇದನ್ನು ಯಾವಾಗಲೂ ಜಗಿಯುತ್ತಿರುವುದು ಸಾಮಾನ್ಯವಾಗಿ ಕಂಡುಬರುವ ದೃಶ್ಯ. ತಮ್ಮ ಪಾಡಿಗೆ ತಾವು ತಿಂದುಕೊಂಡು ತಮ್ಮ ಆರೋಗ್ಯ ಹಾಳುಮಾಡಿಕೊಂಡರೆ ಪರವಾಗಿಲ್ಲ, ಆದರೆ ಅದನ್ನು ತಿನ್ನುವಾಗ ಆ ಖಾಲೀ ಪೊಟ್ಟಣವನ್ನು ಎಲ್ಲೆಂದರಲ್ಲಿ ಬಿಸುಡುವರು. ಪ್ಲಾಸ್ಟಿಕ್ ಚೀಲಗಳ ಬಳಕೆಯನ್ನು ಸರಕಾರ ನಿಷೇಧಿಸಿರುವುದರಿಂದ ಈಗೀಗ ಅದರ ಹಾವಳಿ ಕಡಿಮೆಯಾಗಿದ್ದರೂ, ಈ ಖಾಲೀ ಪೊಟ್ಟಣಗಳಿಂದ ಮೋರಿಗಳೆಲ್ಲವೂ ಕಟ್ಟಿ ಹೋಗಿರುವುದು. ಅದೂ ಅಲ್ಲದೇ ಹೆಚ್ಚಿನ ಮಳೆಯೂ ಆಗಿರುವುದರಿಂದ, ನೀರಿನ ಮಟ್ಟ ರಸ್ತೆಯಲ್ಲಿ ಮತ್ತು ರೈಲ್ವೇ ಹಳಿಗಳ ಮೇಲೆ ಹೆಚ್ಚುತ್ತಿರುವುದು.

ಲೋಕಲ್ ಟ್ರೈನ್ ಹಳಿಗಳ ಮೇಲೆ ನೀರು ತುಂಬಿ ಹರಿಯುತ್ತಿದ್ದರಿಂದ ಟ್ರೈನ್‌ಗಳು ನಿತ್ಯಕ್ಕಿಂತ ನಿಧಾನ ಗತಿಯಲ್ಲಿ ಚಲಿಸುತ್ತಿತ್ತು. ಹಾಗಾಗಿ ಮಧ್ಯಾಹ್ನ ಹೆಚ್ಚಿನ ನೌಕರರೆಲ್ಲರೂ ಬೇಗನೇ ಮನೆಗೆ

ಹೊರಟರು. ನಾನು ಮಾಮೂಲಾಗಿ ೫.೪೫ಕ್ಕೆ ಬ್ಯಾಂಕ್ ಬಿಟ್ಟು ಚರ್ಚ್‌ಗೇಟ್ ಸ್ಟೇಷನ್ನಿಗೆ ಬಂದು ನೋಡಿದರೆ ಇಂಡಿಕೇಟಗಳೆಲ್ಲವೂ ಬೋಳು ಬೋಳು. ಎಲ್ಲೆಲ್ಲಿಯೂ ಜನಗಳು ತುಂಬಿದ್ದರು. ನಾಲ್ಕೂ ಪ್ಲಾಟ್‌ಫಾರಂಗಳಲ್ಲಿ ಟ್ರೈನ್‌ಗಳಿರಲಿಲ್ಲ. ಸಾಮಾನ್ಯವಾಗಿ ಮೂರನೆಯ ಮತ್ತು ನಾಲ್ಕನೆಯ ಪ್ಲಾಟ್‌ಫಾರಂಗಳಲ್ಲಿ ಫಾಸ್ಟ್ ಲೋಕಲ್‌ಗಳು ಬರುವುದರಿಂದ ನಾನು ಅವೆರಡು ಪ್ಲಾಟ್‌ಫಾರಂಗಳ ಮಧ್ಯದಲ್ಲಿ ನಿಂತಿದ್ದೆನು. ಇದ್ದಕ್ಕಿದ್ದಂತೆಯೇ ನಾಲ್ಕನೆಯ ಪ್ಲಾಟ್‌ಫಾರಂನಲ್ಲಿ ಬೊರಿವಿಲಿಗೆ ಹೋಗುವ ೫.೪೭ರ ಟ್ರೈನ್‌ಬರುವುದೆಂದು ಇಂಡಿಕೇಟರಿನಲ್ಲಿ ಸೂಚಿಸಿದರು. ಆಗಲೇ ಸಮಯ ಆರಾಗಿತ್ತು. ಪ್ಲಾಟ್‌ಫಾರಂ ಪೂರ್ತಿ ಜನಗಳಿಂದ ತುಂಬಿತ್ತು. ಗಾಡಿ ಬರುತ್ತಿದ್ದಂತೆಯೇ ಅಭ್ಯಾಸಬಲದಿಂದ ನಾನು ಗಾಡಿಯೊಳಗೆ ಹಾರಿದ್ದೆ. ಅದರ ಫಲವಾಗಿ ಕುಳಿತುಕೊಳ್ಳಲು ಅವಕಾಶವಾಗಿತ್ತು. ಇನ್ನೊಂದು ಕ್ಷಣದಲ್ಲಿ ಗಾಡಿಯು ಪೂರ್ಣವಾಗಿ ತುಂಬಿತ್ತು. ಮುಂದಿನ ಯಾವ ಸ್ಟೇಷನ್ನುಗಳಲ್ಲೂ ಜನಗಳು ಹತ್ತಲು ಅವಕಾಶವೇ ಇರಲಿಲ್ಲ. ಅಷ್ಟು ತುಂಬಿ ಹೋಗಿತ್ತು. ಗಾಡಿಯು ಬಹಳ ನಿಧಾನವಾಗಿ ಚಲಿಸುತ್ತಿತ್ತು. ಹೊರಗೆ ಕತ್ತಲಿದ್ದುದರಿಂದ ಹಳಿಯ ಮೇಲೆ ಅಥವಾ ಹೊರಗಡೆ ಎಲ್ಲಿ ಎಷ್ಟು ನೀರು ನಿಂತಿದೆ ಎಂದು ತಿಳಿಯಲಿಲ್ಲ. ಗೋರೆಗಾಂವ್ ತಲುಪುವ ವೇಳೆಗೆ ರಾತ್ರಿಯ ಎಂಟಾಗಿತ್ತು. ಮಾಮೂಲಿನಂತೆ ಯಾವುದೇ ಆಟೋಗಳು ಅಥವಾ ಬಸ್ಸುಗಳು ಕಾಣಿಸಲಿಲ್ಲ. ಸಿಕ್ಕಿದ ಯಾವುದೋ ಒಂದು ಆಟೋದಲ್ಲಿ ಕುಳಿತು ಮನೆ ಸೇರುವ ಹೊತ್ತಿಗೆ ರಾತ್ರಿ ೮.೩೦ ಆಗಿತ್ತು. ಮತ್ತೆ ರಾತ್ರಿಯೆಲ್ಲಾ ವಿಪರೀತ ಮಳೆಯಾಗುತ್ತಿತ್ತು. ರಸ್ತೆಯಲ್ಲೆಲ್ಲಾ ನೀರು ತುಂಬಿದ್ದು, ಜಲಪ್ರಳಯವಾದಂತೆಯೇ ತೋರುತ್ತಿತ್ತು.

ಇಂದು ಮಂಗಳವಾರ (೪/೭/೨೦೦೬) ಬೆಳಗ್ಗೆ ಮಗಳು ಟ್ಯುಟೋರಿಯಲ್ ಕ್ಲಾಸಿಗೆ ಹೊರಟಾಗ ಬಸ್ಸುಗಳೊಂದೂ ಕಾಣಿಸುತ್ತಿರಲಿಲ್ಲ. ಹಾಗಾಗಿ ಅವಳು ಆಟೋವಿನಲ್ಲಿ ಗೋರೆಗಾಂವ್ ಸ್ಟೇಷನ್ನಿಗೆ ಹೋದಳು. ಅಲ್ಲಿಗೆ ಹೋದ ಮೇಲೆ ತನ್ನ ಮೊಬೈಲ್‌ನಿಂದ ನನಗೆ ಸುದ್ದಿಯನ್ನು ಕೊಟ್ಟಳು. ಬಸ್ಸುಗಳು ಕಡಿಮೆ ಇವೆಯೆಂದೂ, ಲೋಕಲ್ ಟ್ರೈನ್‌ಗಳು ಸರಿಯಾಗಿ ಓಡುತ್ತಿವೆಯೆಂದೂ ತಿಳಿಸಿದ್ದಳು. ಆ ಆಧಾರದ ಮೇಲೆ ನಾನು ಮಗನನ್ನು ಶಾಲೆಗೆ ಬಿಟ್ಟು ಆಟೋವಿನಲ್ಲಿ ಗೋರೆಗಾಂವ್ ಸ್ಟೇಷನ್ನು ತಲುಪಿದ್ದೆ. ಆಗಲೇ ಬೆಳಗಿನ ೭ ಘಂಟೆ. ಆದರೂ ಇಂಡಿಕೇಟರ್ ಪ್ರಕಾರ ೬.೪೭ರ ಚರ್ಚ್‌ಗೇಟ್ ಫಾಸ್ಟ್ ಗಾಡಿ ಬರುತ್ತಲಿತ್ತು. ಅದರಲ್ಲಿ ಜನಸಂದಣಿಯೂ ಅಷ್ಟಾಗಿ ಇರಲಿಲ್ಲ. ಆಗಲೇ ತಡವಾಗಿದ್ದ ಟ್ರೈನ್ ಬಹಳ ವೇಗವಾಗಿ ಹೊರಟು ೭.೪೫ರ ಹೊತ್ತಿಗೆ ಚರ್ಚ್‌ಗೇಟ್ ತಲುಪಿದ್ದೆ. ಅಲ್ಲಿಯವರೆವಿಗೆ ಏನೂ ತೊಂದರೆ ಇರಲಿಲ್ಲ. ಇದ್ದಕ್ಕಿದ್ದಂತೆಯೇ ಭಾರೀ ಮಳೆ ಶುರುವಾಯಿತು. ಒಂದೇ ಸಮನೆ ಧೋ ಎಂದು ಗಂಟೆಗಟ್ಟಲೆ ಮಳೆ ಸುರಿಯುತ್ತಲೇ ಇತ್ತು. ನಾನು ೮ ಘಂಟೆಯ ಹೊತ್ತಿಗೆ ಬ್ಯಾಂಕ್ ತಲುಪಿದ್ದರೆ, ೯.೩೦ರವರೆವಿಗೆ ಮಿಕ್ಕ ಇನ್ಯಾರೂ ಬಂದಿರಲಿಲ್ಲ. ನಂತರ ಒಬ್ಬೊಬ್ಬರಾಗಿ ಫೋನಾಯಿಸುತ್ತಿದ್ದರು. ತಾನು ಇಂತಹ ಕಡೆ ಇದ್ದೀನಿ, ತಾನಿರುವ ಟ್ರೈನ್ ಇಂತಹ ಕಡೆ

ನಿಂತುಬಿಟ್ಟಿದೆ, ತಾನು ಇಂತಹ ಕಡೆ ಬಸ್ಸಿನಲ್ಲಿ ಇದ್ದು ಆ ಬಸ್ಸು ಮುಂದೆ ಹೋಗಲಾಗದೇ ನಿಂತುಬಿಟ್ಟಿದೆ ಎಂದು ತಿಳಿಸುತ್ತಿದ್ದರು. ಹೆಚ್ಚಿನ ಮಳೆಯಿಂದಾಗಿ ಎಲ್ಲ ಕಡೆಗಳಲ್ಲೂ ನೀರಿನ ಮಟ್ಟ ಮೇಲಕ್ಕೇರುತ್ತಿತ್ತು. ಕೆಲವರು ನಿಧಾನವಾಗಿ ೧೦.೩೦ರವರೆವಿಗೂ ಬಂದರೆ ನಂತರ ಫೋನಾಯಿಸಿದವರು, ತಾವಿರುವ ಜಾಗದಿಂದ ಟ್ರೈನಾಗಲೀ ಅಥವಾ ಬಸ್ಸಾಗಲಿ ಮುಂದಕ್ಕೆ ಹೋಗುತ್ತಿಲ್ಲವೆಂದೂ ತಾವು ಮರಳಿ ಮನೆಗೆ ಹೋಗುತ್ತಿದ್ದೇವೆಂದೂ ತಿಳಿಸಿದ್ದರು. ಆಗ ಕ್ಲಾಸು ಮುಗಿಸಿ ಮನೆಗೆ ಬಂದ ಮಗಳು, ಟ್ರೈನ್ ಓಡಾಟ ಸ್ತಬ್ಧವಾಗಿದೆಯೆಂದು ತಿಳಿಸಿದ್ದಳು. ಇಷ್ಟೆಲ್ಲಾ ಕೇಳಿದ್ದರೂ ನನಗೆ ಪ್ರಸ್ತುತ ಸ್ಥಿತಿಯ ಬಗ್ಗೆ ಅಷ್ಟೇನೂ ಮನವರಿಕೆಯಾಗಿರಲಿಲ್ಲ. ಮಧ್ಯಾಹ್ನ ೧ ಘಂಟೆಯ ಹೊತ್ತಿಗೆ ಬೇರೆಯ ವಿಭಾಗಗಳಲ್ಲಿ ನೌಕರರು ಮನೆಗೆ ಹೋಗುತ್ತಿದ್ದಾರೆಂದು ವಿಷಯ ತಿಳಿಯಿತು. ಹೊರಗಡೆ ಬಸ್ಸುಗಳ ಸಂಚಾರವಿರಲೇ ಇಲ್ಲ. ವಿಪರೀತ ಮಳೆ ಮತ್ತು ಬಿರುಗಾಳಿ ಬೀಸುತ್ತಿತ್ತು. ನಾವು ಕೆಲಸ ಮಾಡುವ ಕಟ್ಟಡದ ಸುತ್ತಲೂ ಸಮುದ್ರವಿದ್ದು, ಎಂದಿಗೂ ಗಾಳಿ ಬಹಳ ರಭಸದಿಂದ ಬೀಸುತ್ತದೆ. ಇಂತಹ ಹೆಚ್ಚಿನ ಮಳೆಯ ದಿನಗಳಲ್ಲಿ ಗಾಳಿಯ ಆರ್ಭಟ ಇನ್ನೂ ಹೆಚ್ಚಾಗುವುದು. ಛತ್ರಿಯನ್ನಂತೂ ಬಿಡಿಸಲಾಗುವುದೇ ಇಲ್ಲ. ನಡೆಯುವಾಗ ನಮ್ಮನ್ನು ಜೋರಾಗಿ ಒಂದೆಡೆಗೆ ತಳ್ಳುತ್ತಿರುತ್ತದೆ.

ಇಂತಹ ಸನ್ನಿವೇಶದಲ್ಲಿ ನಮ್ಮಲ್ಲಿಯ ನೌಕರರೂ ತಾವು ಬೇಗನೇ ಹೊರಡುವೆವೆಂದು ತಿಳಿಸಿದರು. ಅದಕ್ಕೆ ನಮ್ಮಲ್ಲಿಯ ಹಿರಿಯ ಅಧಿಕಾರಿಗಳು, ಹೇಗಿದ್ದರೂ ಬಸ್ಸಾಗಲೀ (ಟ್ಯಾಕ್ಸಿಯಂತೂ ರಸ್ತೆಯಲ್ಲೆಲ್ಲೂ ಕಾಣಿಸುತ್ತಲೇ ಇರಲಿಲ್ಲ) ಅಥವಾ ಟ್ರೈನಾಗಲೀ ಓಡಾಡುತ್ತಿಲ್ಲ. ಇಷ್ಟು ಬೇಗ ಹೊರಟು ಮಧ್ಯೆ ಎಲ್ಲೋ ಸ್ಟೇಷನ್ನಿನಲ್ಲಿ ಸಿಲುಕಿ ಒದ್ದಾಡುವುದಕ್ಕಿಂತ ಇಲ್ಲಿಯೇ ಇದ್ದುಬಿಡಿ, ರಾತ್ರಿ ಉಳಿದುಕೊಳ್ಳಲು ವ್ಯವಸ್ಥೆ ಮಾಡುವೆವು, ಬಸ್ಸು ಅಥವಾ ಟ್ರೈನ್ ಓಡಾಟ ಪ್ರಾರಂಭವಾದ ನಂತರ ಮನೆಗೆ ಹೋಗಬಹುದು ಎಂದು ತಿಳಿಸಿದರು. ಆದರೆ ಅದಕ್ಕೆ ಪ್ರತಿಯಾಗಿ ನೌಕರರು, ಈಗಲೇ ಹೊರಟರೆ, ನಡೆದಾದರೂ ರಾತ್ರಿಯೊಳಗೆ ಮನೆ ಸೇರಿಕೊಳ್ಳಬಹುದು ಎಂದು ಹೇಳಿದ್ದಕ್ಕೆ, ಹಿರಿಯ ಅಧಿಕಾರಿಗಳು ಮನೆಗೆ ಬೇಗ ಹೋಗಲು ಅನುಮತಿ ನೀಡಿದರು. ಸರಿ ಸುಮಾರು ಎಲ್ಲರೂ ಮನೆಗೆ ಹೊರಟ ಮೇಲೆ ನಾನು ೩.೩೦ರ ವೇಳೆಗೆ ನನ್ನ ಇನ್ನು ಮೂವರು ಸ್ನೇಹಿತರೊಂದಿಗೆ ಹೊರಟೆ. ಒಂದು ಬಸ್ಸುಗಳೂ ರಸ್ತೆಯಲ್ಲಿ ಕಾಣುತ್ತಿರಲಿಲ್ಲ. ಇನ್ನು ಟ್ಯಾಕ್ಸಿಗಳು ಅಲ್ಲೊಂದು ಇಲ್ಲೊಂದು ಕಾಣುತ್ತಿದ್ದರೂ ನಾವು ಕರೆದ ಕಡೆಗೆ ಬರುತ್ತಿರಲಿಲ್ಲ. ನಮ್ಮಲ್ಲಿದ್ದ ದೇಶಪಾಂಡೆ, ಈ ಟ್ಯಾಕ್ಸಿಯವರನ್ನು ಕೇಳಿದರೆ ನಾವು ಹೋಗಬೇಕಿರುವ ಕಡೆಗೆ ಬರುವುದಿಲ್ಲ, ಜಬರ್ದಸ್ತಿ ಕುಳಿತು ಇಂತಹ ಕಡೆಗೆ ನಡೆ ಎನ್ನೋಣ, ಬರದಿದ್ದರೆ ಕುಳಿತಲ್ಲಿಂದಲೇ ಪೊಲೀಸರಿಗೆ ಫೋನಾಯಿಸೋಣವೆಂದು ಸೂಚಿಸಿದ. ಅವನ ಮಾತಿನಂತೆ ಒಂದು ಟ್ಯಾಕ್ಸಿಯಲ್ಲಿ ಕುಳಿತು ಹೊರಟೆವು. ಮೊದಲು ಎಲ್ಲಿಗೆ ಹೋಗಬೇಕೆಂದು ಟ್ಯಾಕ್ಸಿಯವನಿಗೆ ಹೇಳಿರಲಿಲ್ಲ. ಅವನು ಕೇಳಲು, ಯಾವ ರೈಲ್ವೇ ಸೇವೆಯು ಲಭ್ಯವಿದೆ ಎಂದು

ಅವನನ್ನೇ ಕೇಳಿದೆವು. ಅದಕ್ಕವನು, ಈಗಷ್ಟೇ ಸ್ವಲ್ಪ ಹೊತ್ತಿನ ಮುಂಚೆ ಚರ್ಚ್‌ಗೇಟಿನಿಂದ ಟ್ರೈನ್ ಸೇವೆಯು ಪ್ರಾರಂಭವಾಗಿದೆಯೆಂದು ಚರ್ಚ್‌ಗೇಟಿನ ಬಳಿ ತಂದು ಬಿಟ್ಟನು. ಅಲ್ಲಿ ನೋಡಿದರೆ, ನಾಲ್ಕೂ ಹಳಿಗಳಲ್ಲಿ ನಾಲ್ಕು ಗಾಡಿಗಳು ನಿಂತಿದ್ದವು. ಯಾವುದೇ ಇಂಡಿಕೇಟರ್, ಯಾವ ಗಾಡಿ ಎಲ್ಲಿಗೆ ಹೋಗುವುದೆಂದು ತಿಳಿಸುತ್ತಿರಲಿಲ್ಲ. ಸಾಮಾನ್ಯವಾಗಿ ೩ ಮತ್ತು ೪ ಪ್ಲಾಟ್‌ಫಾರಂಗಳ ಗಾಡಿಗಳು ಫಾಸ್ಟ್ ಗಾಡಿಗಳಾಗಿದ್ದು, ಇಂತಹ ಸಂದರ್ಭಗಳಲ್ಲಿ, ವಿರಾರಿಗೆ ಹೋಗುವ ಗಾಡಿಗಳು ಮಾತ್ರ ಅಲ್ಲಿ ಬರುವುವು. ಅಂಧೇರಿ ಮತ್ತು ಬಾಂದ್ರಾಗೆ ಹೋಗುವ ಗಾಡಿಗಳನ್ನು ರದ್ದು ಮಾಡುವರು ಮತ್ತು ೧ ಮತ್ತು ೨ ಪ್ಲಾಟ್‌ಫಾರಂಗಳಲ್ಲಿ ಬೊರಿವಿಲಿಗೆ ಹೋಗುವ ಸ್ಲೋ ಗಾಡಿಗಳು ಬರುವುವು. ಈ ಎಣಿಕೆಯಂತೆ, ನಾನು ಮತ್ತು ನನ್ನ ಸ್ನೇಹಿತರು ಎರಡನೆ ಪ್ಲಾಟ್‌ಫಾರಂನಲ್ಲಿ ನಿಂತಿದ್ದ ಗಾಡಿಯೊಳಗೆ ಕುಳಿತೆವು. ಆಗ ಜನಸಂದಣಿ ಇರಲಿಲ್ಲ. ಹೆಚ್ಚಿನ ಜನರೆಲ್ಲರೂ ಪ್ಲಾಟ್‌ಫಾರಂನಲ್ಲಿ ನಿಂತಿದ್ದು ಇಂಡಿಕೇಟರ್ ಕಡೆಗೇ ನೋಡುತ್ತಿದ್ದರು. ಅನತಿ ವೇಳೆಯಲ್ಲಿ ನಾವು ಕುಳಿತಿದ್ದ ಗಾಡಿ, ಬೊರಿವಿಲಿಗೆ ಹೋಗುವುದು ಎಂದು ಇಂಡಿಕೇಟರ್ ತಿಳಿಸುತ್ತಿದ್ದಂತೆಯೇ ಪ್ಲಾಟ್‌ಫಾರಂ ಮೇಲಿದ್ದ ಜನಗಳು ಗಾಡಿಯೊಳಗೆ ತುಂಬಿದರು. ನಮ್ಮ ಎಣಿಕೆ ಸರಿ ಇದ್ದುದರಿಂದ ನಮಗೆ ಕುಳಿತುಕೊಳ್ಳಲು ಅವಕಾಶ ಸಿಕ್ಕಿತ್ತು.

ನಾವು ಕುಳಿತಿದ್ದ ಗಾಡಿ ಬಹಳ ನಿಧಾನವಾಗಿ ಚಲಿಸುತ್ತಿತ್ತು. ದಾರಿಯುದ್ದಕ್ಕೂ ಹಳಿಯ ಮೇಲೆ ನೀರು ನಿಂತಿದ್ದುದನ್ನು ಕಾಣಬಹುದಿತ್ತು. ಆದರೆ ನೀರು ಹಳಿಗಿಂತ ಮೇಲೆ ನಿಂತಿರಲಿಲ್ಲ. ಮರೀನ್‌ಲೈನ್ಸ್ ಮತ್ತು ಚರ್ನಿ ರೋಡ್ ಸ್ಟೇಷನ್‌ಗಳಾದ ನಂತರ ಗಾಡಿ ಆಮೆಯ ಗತಿಯಲ್ಲಿ ಸಾಗುತ್ತಿತ್ತು. ಆಗ ನೋಡಿದರೆ ಮಳೆಯ ನೀರು ಹಳಿಯ ಮೇಲೆ ನಿಂತಿತ್ತು. ಇಂತಹ ಸಂದರ್ಭಗಳಲ್ಲಿ ಅವಘಡ ಸಂಭವಿಸದಂತೆ ಎಚ್ಚರ ವಹಿಸಲು ಗಾಡಿಗಳನ್ನು ಬಹಳ ನಿಧಾನ ಗತಿಯಲ್ಲಿ ಚಾಲನೆ ಮಾಡುವರು. ಗ್ರಾಂಟ್ ರೋಡ್ ಮತ್ತು ಮುಂಬೈ ಸೆಂಟ್ರಲ್ ಮಧ್ಯೆ ಇರುವ ದೊಡ್ಡ ಮೋರಿಯು ಪುಷ್ಕಳವಾಗಿ ತುಂಬಿದ್ದು ಹಳಿ ಕಾಣದಂತೆ ನೀರು ಹರಿಯುತ್ತಿತ್ತು. ಚರ್ಚ್‌ಗೇಟಿನಿಂದ ಮುಂಬೈ ಸೆಂಟ್ರಲ್ ತಲುಪಲು ಸಾಮಾನ್ಯವಾಗಿ ೧೦ ನಿಮಿಷಗಳನ್ನು ತೆಗೆದುಕೊಂಡರೆ, ಇಂದು ಗಾಡಿಯು ಅರ್ಧ ಘಂಟೆ ತೆಗೆದುಕೊಂಡಿತ್ತು. ಮುಂದೆ ಮಹಾಲಕ್ಷ್ಮಿ, ಲೋಯರ್ ಪರೇಲ್ ಮತ್ತು ಎಲ್ಫಿನ್‌ಸ್ಟನ್ ರೋಡ್ ಸ್ಟೇಷನ್‌ಗಳ ಮಧ್ಯೆ ಸ್ಲೋ ಟ್ರ್ಯಾಕ್‌ಗಳು ನೀರಿನಿಂದ ಸಂಪೂರ್ಣವಾಗಿ ಮುಚ್ಚಿ ಹೋಗಿದ್ದುದರಿಂದ ಫಾಸ್ಟ್ ಟ್ರಾಕಿನಲ್ಲಿಯೇ ಗಾಡಿಯು ನಿಧಾನ ಗತಿಯಲ್ಲಿ ಚಲಿಸುತ್ತಿತ್ತು. ಮುಂದೆ ದಾದರ, ಮಾತುಂಗಾ ರೋಡ್, ಮಾಹೀಮ್ ಮತ್ತು ಬಾಂದ್ರಾಗಳ ನಡುವೆಯೂ ಹಳಿಯ ಮೇಲೆ ನೀರು ನಿಂತಿದ್ದುದರಿಂದ ನಿಧಾನವಾಗಿ ಚಲಿಸಿದ ಗಾಡಿ ಬಾಂದ್ರಾದಿಂದ ಮುಂದಕ್ಕೆ ಅತಿ ವೇಗವಾಗಿ ಚಲಿಸಿತು. ಆದರೆ ಸಾಂತಾಕ್ರೂಜ್ ಮತ್ತು ವಿಲೆ ಪಾರ್ಲೆ ಸ್ಟೇಷನ್ನುಗಳ ಮಧ್ಯೆ ಕೂಡಾ ಹಳಿಗಳ ಮೇಲೆ

ಸ್ವಲ್ಪ ನೀರು ನಿಂತಿತ್ತು. ಮಳೆಯಂತೂ ಸುರಿಯುತ್ತಲೇ ಇದ್ದಿತು. ಟ್ರೈನ್ ಗೋರೆಗಾಂವ್ ತಲುಪುವ ವೇಳೆಗೆ ಸಮಯ ಆಗಲೇ ೬.೩೦ ಆಗಿದ್ದಿತು. ವಿಪರೀತ ಜನಸಂದಣಿಯ ಮಧ್ಯೆ ಇಳಿಯುವ ವೇಳೆಗೆ ಮೈ ಕೈ ಎಲ್ಲವನ್ನೂ ಸರಿಯಾಗಿವೆಯೇ ಎಂದು ಮುಟ್ಟಿ ನೋಡಿಕೊಳ್ಳುವಂತಹ ಸ್ಥಿತಿ ಉಂಟಾಗಿತ್ತು. ಸ್ಟೇಷನ್ನಿನಿಂದ ಮನೆಗೆ ಹೋಗುವ ಹಾದಿಯಲ್ಲಿ ಟಾರು ರಸ್ತೆಗಳಲ್ಲಿ ನೀರು ತುಂಬಿದ ದೊಡ್ಡ ದೊಡ್ಡ ಹೊಂಡಗಳು ತಮ್ಮ ಇರುವಿಕೆಯನ್ನು ಸೂಚಿಸುತ್ತಲೇ ಇರಲಿಲ್ಲ. ಚಾಲಕರನ್ನು ಮತ್ತು ಪ್ರಯಾಣಿಕರನ್ನು ಮೋಸಗೊಳಿಸುತ್ತಿದ್ದವು. ರಸ್ತೆಗಳಲ್ಲಿ ಅಲ್ಲಲ್ಲಿ ಹೂತು ಹೋದ ವಾಹನಗಳು, ಹೊಟ್ಟೆಗಿಲ್ಲದೇ ಅಥವಾ ಹೊಟ್ಟೆ ಕೆಟ್ಟು ನಿಂತ ಕೃತಕ ಜೀವಿಗಳು, ಕಂಡುಬರುತ್ತಿದ್ದವು.

ಮನೆಗೆ ತಲುಪುತ್ತಿದ್ದಂತೆ ನಿರ್ಧರಿಸಿದ್ದೇನೆಂದರೆ, ನಾಳೆ ಇಂತಹ ದಿನ ಆಗೋದು ಬೇಡ, ಎಂದು. ಆದರೆ ಟಿವಿಯಲ್ಲಿ ತೋರಿಸಿದ ದೃಶ್ಯವನ್ನು ನೋಡಿ, ಇಂತಹ ಸಂದರ್ಭದಲ್ಲೂ ಜನಗಳು ಸಂತೋಷವನ್ನು ಪಟ್ಟುಕೊಳ್ಳುವುದು ನೋಡಿ, ನಾವೂ ಹೀಗೆಯೇ ಯಾಕಿರಬಾರದು ಎಂದೆನಿಸುವುದು ಸಹಜ.

ಇಂದು ಬುಧವಾರ (೫/೭/೨೦೦೬) ಸುರಿಮಳೆಯ ಧಾರಾವಾಹಿಯ ಐದನೆಯ ಕಂತಿನ ದಿನ. ಟಿವಿ ವಾರ್ತೆಯಲ್ಲಿ ಲೋಕಲ್ ಟ್ರೈನ್‌ಗಳು ಸ್ಥಗಿತಗೊಂಡಿವೆ, ಜನಜೀವನ ಅಸ್ತವ್ಯಸ್ತಗೊಂಡಿದೆ ಎಂದು ವರದಿಯಾಗುತ್ತಿತ್ತು. ಅಷ್ಟು ಹೊತ್ತಿಗೆ ಹಾಲಿನ ಹುಡುಗ ಬಂದನು. ಟ್ರೈನ್ ಓಡಾಟದ ಬಗ್ಗೆ ಅವನಲ್ಲಿ ಕೇಳಲು, ಎಲ್ಲ ಮಾಮೂಲಿನಂತಿದೆ, ಮಳೆಯೂ ಕಡಿಮೆಯಾಗಿದೆ ಎಂದು ಹೇಳಿದನು. ಹಾಗಾಗಿ ಮಾಮೂಲಿನಂತೆ ೭ ಘಂಟೆಗೆ ಗೋರೆಗಾಂವ್ ಸ್ಟೇಷನ್ನಿಗೆ ಹೋದೆನು. ಅಲ್ಲಿ ಜನಸಂದಣಿಯೇ ಇರಲಿಲ್ಲ. ಪ್ಲಾಟ್‌ಫಾರಂನಲ್ಲಿ ಸ್ಮಶಾನ ಮೌನ ಆವರಿಸಿತ್ತು. ಅಷ್ಟು ಹೊತ್ತಿಗೆ ಬಂದ ಲೋಕಲ್ ಟ್ರೈನ್ ಪೂರ್ಣವಾಗಿ ಖಾಲಿಯಾಗಿತ್ತು. ಎಲ್ಲಿ ನೀರು ತುಂಬಿದೆಯೋ, ಎಲ್ಲಿ ಟ್ರೈನ್ ನಿಲ್ಲುವುದೋ ಎಂದು ಯೋಚಿಸುತ್ತಲೇ ಗಾಡಿಯನ್ನು ಹತ್ತಿ ಕಿಟಕಿಯ ಪಕ್ಕದಲ್ಲಿ ಕುಳಿತೆ. ಇದ್ದಕ್ಕಿದ್ದಂತೆ ಮಳೆಯು ರಭಸವಾಗಿ ಸುರಿಯಹತ್ತಿತು. ಆದರೆ ಟ್ರೈನ್ ಸ್ಲೋ ಆಗಿದ್ದರೂ ಬಹಳ ವೇಗವಾಗಿ ಓಡುತ್ತಿತ್ತು. ದಾದರದವರೆವಿಗೆ ಎಲ್ಲಿಯೂ ಹಳಿಗಳ ಮೇಲೆ ನೀರು ಇರಲಿಲ್ಲ. ದಾದರದಿಂದ ಮುಂದಕ್ಕೆ ಮಹಾಲಕ್ಷ್ಮಿ ನಿಲ್ದಾಣದವರೆವಿಗೆ ಹಳಿಯ ಮೇಲೆ ನೀರು ತುಂಬಿತ್ತು. ನಾನು ಕುಳಿತಿದ್ದ ಗಾಡಿ ಸ್ವಲ್ಪ ನಿಧಾನವಾಗಿಯಾದರೂ ಒಂದೇ ಸಮನೆ ಓಡುತ್ತಿತ್ತು. ಮುಂದೆ ಮತ್ತೆ ಮುಂಬೈ ಸೆಂಟ್ರಲ್‌ನಿಂದ ಚರ್ನಿ ರೋಡಿನವರೆವಿಗೆ ಹಳಿಗಳ ಮೇಲೆ ಸ್ವಲ್ಪ ನೀರು ತುಂಬಿತ್ತು. ಆದರೂ ೭.೫೫ರ ಹೊತ್ತಿಗೆ ಚರ್ಚ್‌ಗೇಟ್ ನಿಲ್ದಾಣವನ್ನು ತಲುಪಿದ್ದೆ. ೮.೧೦ ರ ವೇಳೆಗೆ ಬ್ಯಾಂಕ್ ತಲುಪುತ್ತಿದ್ದಂತೆ ಒಂದರ ಹಿಂದೆ ಒಂದರಂತೆ ಸ್ನೇಹಿತರುಗಳ ದೂರವಾಣಿ ಕರೆಗಳು ಬರಹತ್ತಿದವು. ಎಲ್ಲರೂ ಹೇಳುತ್ತಿದ್ದುದೇನೆಂದರೆ ನಾನಿರುವ ಲೋಕಲ್ ಟ್ರೈನ್ ಇಂತಿಂಥ ಕಡೆ ನಿಂತು ಹೋಗಿದೆ. ಯಾವಾಗ ಹೊರಡುತ್ತದೆ ಎಂಬುದು ತಿಳಿದಿಲ್ಲ. ಸ್ವಲ್ಪ ತಡ

ಆಗಬಹುದು, ಮೇಲಧಿಕಾರಿಗಳಿಗೆ ತಿಳಿಸಿಬಿಡು ಎನ್ನುತ್ತಿದ್ದರು. ಅವರುಗಳಲ್ಲಿ ಕೆಲವರು ಮಾತ್ರ ೧೧ ಘಂಟೆಯೊಳಗೆ ಬ್ಯಾಂಕಿಗೆ ಬಂದರೆ, ಇನ್ನು ಕೆಲವರು ಹಾಗೆಯೇ ವಾಪಸ್ಸು ಮನೆಗೆ ಹೋಗಿದ್ದರು. ೮ ಘಂಟೆ ತರುವಾಯ ಬಾಂದ್ರಾದಿಂದ ಉತ್ತರ ಭಾಗದಲ್ಲಿ ವಿಪರೀತ ಬಿರುಸಿನ ಮಳೆಯಾಗಿತ್ತು. ೧೧.೩೦ರ ಹೊತ್ತಿಗೆ ಮನೆಗೆ ಫೋನ್ ಮಾಡಿದರೆ, ಅಲ್ಲೆಲ್ಲಾ ವಿಪರೀತ ಮಳೆಯಾಗುತ್ತಿದೆ ಎಂದು ತಿಳಿಯಿತು. ಇವತ್ತು ಬ್ಯಾಂಕಿಗೆ ಹೋಗಬಾರದಿತ್ತು, ಟಿವಿಯಲ್ಲಿ ಲೋಕಲ್ ಟ್ರೈನ್‌ಗಳ ಸೇವೆ ನಿಂತು ಹೋಗಿರುವ ಬಗ್ಗೆ ಸುದ್ದಿ ಬರುತ್ತಿದೆ, ಸಂಜೆ ಮನೆಗೆ ಹೇಗೆ ಬರುತ್ತೀರಿ ಎಂದು ಕಳವಳದ ಮಾತುಗಳನ್ನು ಕೇಳಿ, ನಾನೂ ಒಂದರೆ ಕ್ಷಣ ಯೋಚನಾತೀತನಾಗಿದ್ದೆ. ಹಿಂದೆಯೇ, ಇಷ್ಟು ದಿನಗಳಂತೆ ಇಂದೂ ಒಂದು ದಿನವಾಗಿ ಹೋಗುವುದೆನ್ನುವ ಧೈರ್ಯದೊಂದಿಗೆ ಯೋಚನೆಗಳು ಮಾಯವಾಗಿದ್ದವು. ಮಧ್ಯಾಹ್ನ ೨ ಘಂಟೆಯವರೆವಿಗೆ ವಿಪರೀತ ಮಳೆ ಸುರಿಯುತ್ತಿದ್ದು, ನಂತರ ಮಳೆ ಕಡಿಮೆ ಆಗಿತ್ತು. ಅಷ್ಟು ಹೊತ್ತಿಗಾಗಲೇ ದೂರದ ಪ್ರದೇಶಗಳಿಗೆ ಹೋಗುವವರು ಮನೆಗೆ ಹೊರಟಿದ್ದರು. ಲೋಕಲ್ ಟ್ರೈನ್ ಸೇವೆಗಳು ಮಂದಗತಿಯಲ್ಲಿ ಶುರುವಾಗಿತ್ತು. ಸಂಜೆ ೫ರ ವೇಳೆಗೆ ಮತ್ತೆ ಜೋರು ಮಳೆ ಬರುವ ಸೂಚನೆ ಇದೆಯೆಂದೂ, ಸಮುದ್ರದಲ್ಲಿ ಉಬ್ಬರ ಬರುವ ಕಾರಣ ತೊಂದರೆಯಾಗಬಹುದೆಂದೂ ತಿಳಿದು, ನಾನೂ ಮನೆಗೆ ಹೊರಟೆ. ಬಸ್ಸುಗಳು ಯಥಾಪ್ರಕಾರ ಸೇವೆಯನ್ನು ನೀಡುತ್ತಿದ್ದವು. ಆದರೆ ಚರ್ಚ್‌ಗೇಟಿನಲ್ಲಿ ಜನಸಂದಣಿ ವಿಪರೀತವಾಗಿ ೩ ನಿಮಿಷಗಳಿಗೆ ಒಂದು ಗಾಡಿ ಹೊರಡುವ ಬದಲಿಗೆ ೧೫ ನಿಮಿಷಗಳಿಗೆ ಒಂದು ಗಾಡಿಯಂತೆ ನಿಧಾನವಾಗಿ ಟ್ರೈನ್ ಓಡುತ್ತಿದ್ದವು. ನಾನು ಹೊರಟ ಲೋಕಲ್ ಗ್ರಾಂಟ್ ರೋಡಿನವರೆವಿಗೆ ಸರಿಯಾಗಿ ಬಂದಿದ್ದು, ಮುಂದೆ ನಿಧಾನಗತಿಯಲ್ಲಿ ಓಡುತ್ತಿತ್ತು. ಗ್ರಾಂಟ್ ರೋಡ್ ಮತ್ತು ಮುಂಬೈ ಸೆಂಟ್ರಲ್ ನಿಲ್ದಾಣಗಳ ನಡುವೆ ಇರುವ ಮೋರಿ ತುಂಬಿ ಹರಿಯುತ್ತಿದ್ದು, ರೈಲ್ವೇ ಹಳಿ ಮುಚ್ಚಿ ಹೋಗಿತ್ತು. ಆದರೂ ನಿಧಾನವಾಗಿ ಟ್ರೈನ್ ಓಡುತ್ತಲಿತ್ತು. ಮುಂದೆ ಮಹಾಲಕ್ಷ್ಮಿ ನಿಲ್ದಾಣದಿಂದ ಎಲ್ಫಿನ್‌ಸ್ಟನ್ ರೋಡ್ ಸ್ಟೇಷನ್ನಿನವರೆವಿಗೆ ಇದೇ ರೀತಿ ಹಳಿಗಳ ಮೇಲೆ ನೀರು ತುಂಬಿದ್ದು, ಟ್ರೈನ್ ನಿಧಾನವಾಗಿ ಓಡುತ್ತಿತ್ತು. ಚರ್ಚ್‌ಗೇಟಿನಿಂದ ದಾದರಿಗೆ ಸಾಮಾನ್ಯದಿನಗಳಲ್ಲಿ ೨೨ ನಿಮಿಷಗಳ ಯಾತ್ರೆಯಾದರೆ ಇಂದು ೪೦ ನಿಮಿಷಗಳಿಗಿಂತ ಹೆಚ್ಚು ಸಮಯ ತೆಗೆದುಕೊಂಡಿತ್ತು.

ಇಷ್ಟಾದರೂ ಅಗತ್ಯ ಸೇವೆಗಳಲ್ಲಿ ಏನೇನೂ ಕೊರತೆ ಕಂಡುಬರಲಿಲ್ಲ. ಹಾಲಿನ ಸರಬರಾಜು ನಿತ್ಯದಂತೆ ಇದ್ದರೆ, ವೃತ್ತಪತ್ರಿಕೆ, ಕುಡಿಯುವ ನೀರಿನ ಸರಬರಾಜು, ವಿದ್ಯುತ್ ಸೌಲಭ್ಯ ಇತ್ಯಾದಿಗಳಲ್ಲಿ ಸ್ವಲ್ಪವೂ ವ್ಯತ್ಯಯ ಕಂಡುಬರಲಿಲ್ಲ. ಬಸ್ಸಿನ ಸೇವೆಯಲ್ಲಿ ಮಾತ್ರ ಸ್ವಲ್ಪ ಕುಂದು ಕಂಡುಬಂದಿತ್ತು.

ಇಷ್ಟೆಲ್ಲಾ ಕಷ್ಟ ಕಾರ್ಪಣ್ಯಗಳನ್ನು ಎದುರಿಸಿದರೂ ಮುಂಬಯಿಯ ಮೇಲಿನ ಪ್ರೀತಿ ಎಳ್ಳಷ್ಟೂ ಕಡಿಮೆಯಾಗುವುದಿಲ್ಲ. ನೋಡಿ ಈ ಹಾಡಿನಲ್ಲಿ ಹೇಗೆ ಹೇಳುತ್ತಿದ್ದಾರೆ.

ಯೆ ದಿಲ್ ಮುಶ್ಕಿಲ್ ಜೀನಾ ಯಂಹಾ

ಝರಾ ಹಟಕೇ ಝರಾ ಬಚಕೇ ಯೇ ಹೈ ಬಂಬೈ ಮೇರಿ ಜಾನ್

ಇಷ್ಟೆಲ್ಲಾ ತೊಂದರೆಗಳಲ್ಲೂ ಇಲ್ಲಿಯ ಜನಗಳು ಆನಂದವನ್ನು ಕಾಣುತ್ತಿರುವುದೊಂದು ಸೋಜಿಗದ ಸಂಗತಿಯಲ್ಲವೇ?

ಇಷ್ಟೆಲ್ಲಾ ತೊಂದರೆ ಆಗಲು ಪ್ರದೂಷಣೆಯೇ ಕಾರಣ. ಕಳೆದ ವರ್ಷ ಒಂದೇ ದಿನದಲ್ಲಿ ಆದ ಮಳೆಯ ಪ್ರಮಾಣ, ಈ ಸಲ ೫ ದಿನಗಳಾದರೂ ಆಗಿಲ್ಲ. ಆದರೂ ತೊಂದರೆ ಕಂಡು ಬಂದಿದೆ ಎಂದರೆ, ಪ್ರದೂಷಣೆಯೇ ಕಾರಣ. ನಿಸರ್ಗವನ್ನು ಕಾಪಾಡುವುದು ನಮ್ಮ ಕರ್ತವ್ಯವಲ್ಲವೇ? ಅದನ್ನು ಕಾಪಾಡಿದರೆ ನಮಗೆ ಅದರಿಂದಾಗುವ ತೊಂದರೆ ತಪ್ಪುವುದಲ್ಲವೇ? ಆದ್ದರಿಂದ ನಿಸರ್ಗಕ್ಕೆ ವಿರುದ್ಧವಾಗಿ ನಡೆದುಕೊಳ್ಳುವುದು ತಪ್ಪಲ್ಲವೇ?

ಬೆಸ್ವಾದ ಬ್ಯೂಟಿ, ಬೀಸ್ಟೀ ಬೆಸ್ಟ್

ಹೆಸರು ಬೆಸ್ಟ್. ಕಾರ್ಯವೈಖರಿ ಬೆಸ್ಟ್. ನೋಡಲು ಬ್ಯೂಟಿ, ಆದರೆ ಬಡವರು, ದಿನಗೂಲಿ ಕಾಯಕ ಬಡಪಾಯಿ ಮುಂಬಯಿಕರರಿಗೆ ಬೀಸ್ಟು.

ಪ್ರಸ್ತುತ ಸಿನೆಮಾ ಹಾಡುಗಳನ್ನು ಕೇಳದ ನನಗೂ ನಿನ್ನೆಯ ದಿನ ಒಂದು ಹಾಡು ಮತ್ತೆ ಮತ್ತೆ ಕೇಳುವಂತೆ ಮಾಡಿತು. ಐತರಾಜ್ ಚಿತ್ರದ ಗಿನಾ ಗಿನಾ ಬಿನ್ ಗುನಾ ಗಿನಾ (ಎಣಿಸು ಎಣಿಸು, ಗೊಣಗದೇ ಎಣಿಸು). ನನ್ನ ಕಾಲುಗಳು ತಿಳಿಯದಂತೆ ತಾಳ ಹಾಕುತ್ತಿತ್ತು. ಇದು ಮುಂಬಯಿಯ ನಗರ ಸಂಚಾರ ಬಸ್ಸಿನಲ್ಲಿ ಎಫ್ ಎಮ್ ಚಾನೆಲ್‌ನಲ್ಲಿ ಬಿತ್ತರವಾಗುತ್ತಿದ್ದ ಹಾಡು.

ಮುಂಬಯಿ ನಗರಿಗೆ ಬೇಕಿರುವ ಎರಡು ಅತ್ಯಾವಶ್ಯಕ ಸೇವೆಗಳನ್ನು ನೀಡುತ್ತಿರುವ ಸಂಸ್ಥೆಯ ಹೆಸರು ಬೆಸ್ಟ್, ಎಂದರೆ ಬಾಂಬೇ ಎಲೆಕ್ಟ್ರಿಕಲ್ ಸಪ್ಲೈ ಅಂಡ್ ಟ್ರಾನ್ಸ್‌ಪೋರ್ಟ್. ಇದರಲ್ಲಿ ಎರಡು ವಿಭಾಗಗಳಿವೆ. ಒಂದು ವಿದ್ಯುತ್ ಸರಬರಾಜಿನ ವ್ಯವಸ್ಥೆಯನ್ನು ನೋಡಿಕೊಂಡರೆ ಇನ್ನೊಂದು ನಗರ ಸಂಚಾರಕ್ಕೆ ಬಸ್ಸುಗಳ ವ್ಯವಸ್ಥೆಯನ್ನು ನೋಡಿಕೊಳ್ಳುವುದು. ಎರಡೂ ವ್ಯವಸ್ಥೆಗಳನ್ನು ಸುವ್ಯವಸ್ಥೆಯಾಗಿಟ್ಟಿರುವುದಕ್ಕೆ ಸರಿಯಾಗಿ, ಆಂಗ್ಲದಲ್ಲಿ ಇದನ್ನು ಬೆಸ್ಟ್ ಎಂದು ಕರೆಯುವರೇನೋ ತಿಳಿಯದು.

ಈ ನಗರ ಸಂಚಾರದ ಬಸ್ಸುಗಳ ವಿಭಾಗದ ಬಗ್ಗೆ ನನ್ನ ಕೆಲವು ಮಾತುಗಳನ್ನು ನಿಮ್ಮ ಮುಂದಿಡಬಯಸುವೆ.

ಒಟ್ಟು ೨೫ ಬಸ್ ಡಿಪೋಗಳಿರುವ ಈ ಸಂಸ್ಥೆಯು ೩೩೫ ರೂಟ್‌ಗಳಲ್ಲಿ ೩,೩೮೦ ಬಸ್ಸುಗಳನ್ನು ಓಡಿಸುತ್ತಿದೆ.

ತಮಾಷೆಯಾದ ಒಂದು ವಿಷಯವೆಂದರೆ - ಇಲ್ಲಿ ಓಡುವ ರೂಟ್ ನಂ ೧೬೬ ನೇ ಬಸ್ಸು ಹೆಚ್ಚಿನ ಆಸ್ಪತ್ರೆಗಳನ್ನು ಹಾದು ಹೋದರೆ, ರೂಟ್ ನಂ ೧೬೧ ತೈಲಾಗಾರಗಳು ಮತ್ತು ಮುಂಬಯಿ ಜನನಿಬಿಡ ಪೂರ್ವಪ್ರದೇಶದಲ್ಲಿ ಹಾದು ಹೋಗುವುದು. ಇದೇ ತರಹ ರೂಟ್ ನಂ ೯ ಹೆಚ್ಚಿನ ಶಾಲಾಕಾಲೇಜುಗಳನ್ನು ಹಾಯ್ದುಹೋದರೆ, ರೂಟ್ ನಂ ೧, ೬೬, ಮತ್ತು ೨೦೨ ದಿನದ ೨೪ ಘಂಟೆಗಳೂ ಸೇವಾನಿರತವಾಗಿರುವುದು.

ಇಂತಹ ಬೆಸ್ಟ್ ಬಸ್ಸುಗಳಲ್ಲಿ ಬಹಳ ಮಹಡಿ ಬಸ್ಸುಗಳಿದ್ದವು (ಡಬಲ್ ಡೆಕರ್). ಆದರೆ ಈಗ್ಯೆ ೫-೬ ತಿಂಗಳುಗಳಿಂದ ಡಬಲ್ ಡೆಕರ್ಗಳು ಮಾಯವಾಗುತ್ತಿವೆ. ಅದರ ಬದಲಿಗೆ ಹೊಸ ಹೊಸ ಬಸ್ಸುಗಳು ಬಂದಿವೆ. ಅಂಗವಿಕಲರೂ ಬಹಳ ಸುಲಭದಲ್ಲಿ ಹತ್ತುವಂತೆ ಕೆಳಮಟ್ಟದಲ್ಲಿವೆ. ಇವುಗಳಲ್ಲಿ ಎಫ್‌ಎಮ್ ಚಾನೆಲ್ ಸಂಗೀತವನ್ನು ಹಾಕುವರು. ಇಲ್ಲಿ ೩ ಎಫ್ ಎಮ್ ಚಾನೆಲ್‌ಗಳಿದ್ದು, ಎಲ್ಲದರಲ್ಲೂ ಹಿಂದಿ ಹಾಡುಗಳು ಬರುವುದು. ಎಫ್ ಎಮ್ ಚಾನೆಲ್‌ಗಳಿಂದ ಮರಾಠಿ ಹಾಡುಗಳನ್ನು ಕೇಳುವವರೂ ಇಲ್ಲ, ಹಾಕುವುದೂ ಇಲ್ಲ. ಅದಲ್ಲದೇ ಬಸ್ಸಿನಿಂದಲೇ ದೂರವಾಣಿ ಕರೆಯನ್ನೂ ಮಾಡಬಹುದು. ಚಾಲಕರಿಗೆ ಸೂಚನೆ ನೀಡಲು ಕರೆಗಂಟೆಯ ಗುಂಡಿಗಳನ್ನು ಉಪಯೋಗಿಸುವರು. ಈ ಬಸ್ಸುಗಳಿಗೆ ಇಂಜಿನ್ ಹಿಂಭಾಗದಲ್ಲಿರುವುದು. ಗ್ಯಾಸ್ ಮೂಲಕ ಓಡಿಸುವ ಬಸ್ಸುಗಳೂ ಬಹಳ ಇವೆ. ಈ ಮೊದಲು ಮುಂದುಗಡೆಯ ಎಡಭಾಗದಲ್ಲಿರುವ ಮೂರು ಜಂಟಿ ಸ್ಥಾನಗಳನ್ನು ಸ್ತ್ರೀಯರಿಗೆ ಮೀಸಲಿಡುತ್ತಿದ್ದರು. ಅದನ್ನು ಈಗ ಬದಲಾಯಿಸಿ, ಎಡಗಡೆಗೆ ಎರಡು ಜಂಟಿ ಸ್ಥಾನಗಳನ್ನೂ ಮತ್ತು ಬಲಭಾಗಕ್ಕೆ ಒಂದು ಜಂಟಿ ಸ್ಥಾನವನ್ನೂ ಮೀಸಲಿಟ್ಟಿದ್ದಾರೆ. ಆದರೇನು, ಸ್ತ್ರೀಯರು ಮೊದಲಿಗೆ ಪುರುಷರ ಸ್ಥಾನಗಳಲ್ಲೇ ಕುಳಿತುಕೊಳ್ಳುವುದು. ಅಲ್ಲಿ ಜಾಗವಿರದಿದ್ದರೆ ಆಗ ಮೀಸಲಾತಿಯ ಬಗ್ಗೆ ಜಾಗೃತಿ ಮೂಡುವುದು (ತಮಾಷೆಗಾಗಿ ಹೇಳ್ತಿರೋದು).

ಕೆಲವು ಬಸ್ಸುಗಳ ನಂಬರ್ ಕೆಂಪು ಬಣ್ಣದ್ದಿದ್ದರೆ ಇನ್ನು ಕೆಲವದ್ದು ಬಿಳಿ ಬಣ್ಣದ್ದಿರುವುದು. ಬಿಳಿ ಬಣ್ಣದ ಸಂಖ್ಯೆ ಸಾಧಾರಣ ಬಸ್ಸುಗಳದ್ದಾದರೆ, ಕೆಂಪು ಬಣ್ಣಗಳದ್ದು, ವಿಶೇಷ, ನಿಯಮಿತ ಮತ್ತು ಪಾಯಿಂಟ್ ಟು ಪಾಯಿಂಟ್ ಓಡುವ ಬಸ್ಸುಗಳು. ಕೆಲವು ರೂಟ್‌ಗಳಲ್ಲಿ ಹವಾನಿಯಂತ್ರಿತ ಬಸ್ಸುಗಳನ್ನೂ ಓಡಿಸುವರು.

ಬೇರೆಯ ಊರುಗಳಿಗೆ ಹೋಲಿಸಿದರೆ ಇಲ್ಲಿಯ ಬಸ್ಸುಗಳ ದರ ಬಹಳ ಹೆಚ್ಚಿರುವುದು. ಅತಿ ಕಡಿಮೆ ದರ ರೂಪಾಯಿ ೪ ಆದರೆ, ದೂರಕ್ಕೆ ತಕ್ಕಂತೆ ೧೬ ರಿಂದ ಇಪ್ಪತ್ತು ರೂಪಾಯಿಗಳವರೆವಿಗೂ ದರವಿರುವುದು. ಹವಾ ನಿಯಂತ್ರಿತ ಬಸ್ಸುಗಳಲ್ಲಿ ರೂಪಾಯಿ ೩೫ ರಿಂದ ೬೫-೭೦ ರೂಪಾಯಿಗಳವರೆವಿಗೆ ದರವಿರುವುದು.

ಇತ್ತೀಚೆಗೆ ಬಿಂಡಿ ಬಜಾರಿನಲ್ಲಿ ಒಂದು ಬಸ್ಸು ಒಬ್ಬ ಮುದುಕಿಗೆ ಡಿಕ್ಕಿ ಹೊಡೆದು ಅವಳು ಸಾವನ್ನಪ್ಪಿದಳು. ಕೆಲವು ದಿನಗಳ ಹಿಂದೆ ಕೊಲಾಬಾದ ಬಧ್‌ವಾರ್ ಪಾರ್ಕಿನ ಬಳಿ ಬೆಳಗಿನ ಜಾವ ಹೋಗುತ್ತಿದ್ದ ಬಸ್ಸೊಂದು ಹಾದಿ ತಪ್ಪಿ ಫುಟ್‌ಪಾತ್ ಹತ್ತಿ ರಸ್ತೆಯಲ್ಲಿ ಮಲಗಿದ್ದ ೪ ಜನಗಳ ಕಾಲುಗಳ ಮೇಲೆ ಹಾದು ಹೋಗಿತ್ತು. ಈ ಸುದ್ದಿಯನ್ನು ಕೇಳಿದ ಕೂಡಲೇ ನನಗೆ ನೆನಪಾದದ್ದು ಶಂಕರನಾಗ್ ಅವರ ಆಕ್ಸಿಡೆಂಟ್ ಚಿತ್ರ. ಹೆಚ್ಚಿನ ವಾಹನ ಸಂಚಾರದಿಂದ ಮತ್ತು ಸಮಯಸಾರಣಿಗೆ ತಕ್ಕಂತೆ ಸಮಯ ಪರಿಪಾಲನೆ ಮಾಡಬೇಕಾದುದರಿಂದ ಬಸ್ಸುಗಳು ವಿಪರೀತ ರಭಸದಲ್ಲಿ ಚಲಿಸುವುವು.

ಇದಕ್ಕೆ ತಕ್ಕನಾಗಿ ಆಟೋಗಳು ಮತ್ತು ಟ್ಯಾಕ್ಸಿಗಳೂ ರಭಸದಿಂದ ಚಲಿಸುವುದರಿಂದ ಆಕಸ್ಮಿಕ ಘಟನೆಗಳು ಹೆಚ್ಚಾಗುತ್ತಿವೆ. ಕೆಂಪು ಬಸ್ಸುಗಳಿಂದ ಇದೊಂದು ಕೆಂಪು ಛಾಯೆ ಜನಗಳಲ್ಲಿ ಭಯ ತಂದು ಮನಸ್ಸನ್ನಾವರಿಸಿದೆ. ಇಂತಹ ಘಟನೆಗಳು ದಿನೇ ದಿನೇ ಹೆಚ್ಚಾಗುತ್ತಿವೆ. ಇದರಿಂದಾಗಿ ಬೆಸ್ಟ್ ಅನ್ನು ಬೀಸ್ಟ್ ಎಂದು ಕರೆಯುತ್ತಿರುವೆ.

ಬಿಟಿಎಸ್‌ಗೂ ಮತ್ತು ಬೆಸ್ಟ್‌ಗೂ ಇರುವ ವ್ಯತ್ಯಾಸ ಮತ್ತು ಸಾಮ್ಯತೆ

ಬಿಟಿಎಸ್ ಬಸ್ಸುಗಳಲ್ಲಿ ನಿರ್ವಾಹಕರು ಬಸ್ ಚಾಲನೆಯ ಮಧ್ಯೆ ಮಧ್ಯೆ ತಿಕೀಟುಗಳ ಮಾಹಿತಿಯನ್ನು ಒಂದು ಪ್ರತ್ಯೇಕ ಹಾಳೆಯಲ್ಲಿ ಬರೆಯುವರು. ತಿಕೀಟುಗಳನ್ನು ಹರಿದು ಕೊಡುವರು. ಯಾರು ಎಲ್ಲಿಂದ ಎಲ್ಲಿಗೆ ಹೋಗುತ್ತಿದ್ದಾರೆಂಬುದನ್ನು ತಿಕೀಟು ನೋಡಿ ಹೇಳಲಸಾಧ್ಯ. ಬಸ್ಸುಗಳ ಚಾಲನೆಗೆ ಚಾಲಕರಿಗೆ ಸೂಚನೆ ನೀಡಲು ಸಿಳ್ಳೆ ಹೊಡೆಯುವರು ಅಥವಾ ಗಟ್ಟಿಯಾಗಿ ಅರಚುವರು. ಕೆಲವೊಮ್ಮೆ ನಿರ್ವಾಹಕರ ಸೂಚನೆ ಇಲ್ಲದೆಯೂ ಚಾಲಕರು ಬಸ್ಸನ್ನು ಚಲಿಸುವರು. ಹೆಣ್ಣುಮಕ್ಕಳು ಮುಂದೆ ಹತ್ತಿದರೆ, ಪುರುಷರು ಹಿಂದುಗಡೆಯಿಂದ ಹತ್ತುವರು. ಇಳಿಯುವವರು ಯಾವ ಕಡೆಯಿಂದ ಬೇಕಾದರೂ ಇಳಿಯಬಹುದು. ಇದಲ್ಲದೇ ನಗರ ಸಂಚಾರ ವ್ಯವಸ್ಥೆ ಸಂಸ್ಥೆಯವರು (ಸಂಸ್ಥೆ ಪಾಸು ಕೊಟ್ಟಿರಬಹುದು) ಎಷ್ಟು ಜನಗಳು ಬೇಕಾದರೂ ಪ್ರಯಾಣಿಸಬಹುದು. ಅಲ್ಲದೇ ಅವರು ಪ್ರಯಾಣಿಕರು ಕುಳಿತುಕೊಳ್ಳುವ ಸ್ಥಳಗಳಲ್ಲಿ ಕುಳಿತಿರಲೂ ಬಹುದು. ಬಿಟಿಎಸ್ ನಲ್ಲಿ ದಿನದ ಪಾಸ್ ಮತ್ತು ತಿಂಗಳ ಪಾಸುಗಳನ್ನು ಕೊಡುವುದು ಸಾರ್ವಜನಿಕರಿಗೆ ಒಳಿತಾದ ಕೆಲಸ. ಹಾಗೆಯೇ ಮಕ್ಕಳಿಗೆ ವಿಶೇಷ ದರದ ಪಾಸುಗಳನ್ನೂ ವಿತರಿಸುವರು.

ಬೆಸ್ಟ್ ಬಸ್ಸುಗಳಲ್ಲಿ ತಿಕೀಟುಗಳನ್ನು ತೂತು ಮಾಡುವರು. ಚಾಲಕರಿಗೆ ಸೂಚನೆ ನೀಡಲು ಗಂಟೆಯನ್ನು ಬಾರಿಸುವರು. ಚಾಲಕರ ಸೂಚನೆಯಿಲ್ಲದೇ ಬಸ್ಸನ್ನು ಮುಂದುವರೆಸುವುದಿಲ್ಲ. ಆದರೆ ಸಿಗ್ನಲ್‌ಗಳಲ್ಲಿ ಮತ್ತು ಬಸ್ ನಿಲ್ದಾಣಗಳಲ್ಲಿ ಕರಾರುವಾಕ್ಕಾದ ಸ್ಥಳಗಳಲ್ಲೇ ವಾಹನಗಳನ್ನು ನಿಲ್ಲಿಸುವರು. ನಿರ್ವಾಹಕ ಸೂಚನೆ ನೀಡುವವರೆವಿಗೆ ನಿಲ್ದಾಣದಿಂದ ಕದಲುವುದಿಲ್ಲ. ಮೂರು-ನಾಲ್ಕು ಬಸ್ಸುಗಳಿಗೆ ಒಂದು ನಿಲ್ದಾಣದಂತೆ ರಸ್ತೆಯಲ್ಲಿ ಉದ್ದಕ್ಕೂ ಬಸ್ ನಿಲ್ದಾಣಗಳನ್ನು ಕಾಣಬಹುದು. ಮತ್ತೊಂದು ವಿಷಯವೆಂದರೆ ನಿರ್ವಾಹಕನು, ಪ್ರಯಾಣಿಕರಿಗೆ ಹತ್ತಬೇಡವೆಂದು ಸೂಚಿಸದರೆ ಅದೇ ಕಡೆ ಮಾತು. ಆತನ ಮಾತನ್ನು ಉಲ್ಲಂಘಿಸುವಂತಿಲ್ಲ. ಇಂತಹ ಸನ್ನಿವೇಶವನ್ನು ಬೆಂಗಳೂರಿನಲ್ಲಿ ಕಾಣಲು ಸಾಧ್ಯವೇ? ಎಷ್ಟೋ ವೇಳೆ ನಿರ್ವಾಹಕನು ಹತ್ತಬೇಡ, ಬಸ್ಸು ತುಂಬಿದೆ ಎಂದರೂ ಕೇಳದೆಯೇ ಮುಂದುಗಡೆಯಿಂದ ಹತ್ತುವರು. ಬಸ್ಸನ್ನು ಹತ್ತಲು ಎಲ್ಲರೂ ಹಿಂದುಗಡೆಯ ಬಾಗಿಲನ್ನೇ ಉಪಯೋಗಿಸಬೇಕು, ಇಳಿಯಲು ಮುಂದುಗಡೆಯ ಬಾಗಿಲನ್ನು ಉಪಯೋಗಿಸಬೇಕು. ಇದರಿಂದ ಆಗುವ ಒಂದು ಅನುಕೂಲವೆಂದರೆ, ನಿರ್ವಾಹಕನು ಹಿಂದುಗಡೆಯ ಬಾಗಿಲಿನ ಹತ್ತಿರವೇ ಇದ್ದರೆ

ತಿಕೀಟು ಕೊಡಲೂ ಸುಲಭ ಮತ್ತು ಬಸ್ಸನ್ನು ನಿಯಂತ್ರಿಸಲೂ ಸುಲಭ. ಇಳಿಯುವವರು ಮುಂದುಗಡೆಯ ಬಾಗಿಲನ್ನು ಉಪಯೋಗಿಸುವುದರಿಂದ ಚಾಲಕನೇ ಯಾವಾಗ ಹೊರಡಲು ಸಾಧ್ಯವೆಂದು ನಿರ್ಧರಿಸಬಹುದು. ಆದರೂ ಚಲಿಸಲು ನಿರ್ವಾಹಕನೇ ಅಣತಿ ಕೊಡಬೇಕು. ಸಂಸ್ಥೆಯ ಇಬ್ಬರು ಮಾತ್ರವೇ ಒಂದು ಬಸ್ಸಿನಲ್ಲಿ ಪ್ರಯಾಣಿಸಬಹುದು. ಅದೂ ಅವರುಗಳು ನಿಂತು ಪ್ರಯಾಣಿಸಬೇಕು. ಪ್ರಯಾಣಿಕರು ಕಡಿಮೆ ಇದ್ದಾಗ ಮಾತ್ರವೇ ಅವರು ಕುಳಿತಿರುವುದನ್ನು ಕಾಣಬಹುದು.

ಮುಂಬಯಿಯಲ್ಲಿ ಪಾಸಿನ ಅವಕಾಶವಿಲ್ಲ. ಮಕ್ಕಳಿಗೆ ಶಾಲೆಯಿಂದ ಪತ್ರವನ್ನು ತಂದರೆ ಮಾತ್ರ ಪಾಸನ್ನು ಕೊಡುವರು. ಅದೂ ೧೨ ನೆಯ ತರಗತಿಯವರೆವಿಗೆ ಓದುವವರಿಗೆ ಮಾತ್ರ ಪಾಸಿನ ಸೌಲಭ್ಯವಿರುವುದು. ಪಾಸಿನ ದರವೂ ಬಹಳ ಕಡಿಮೆ ಏನಲ್ಲ. ಸಾಮಾನ್ಯ ದರಕ್ಕಿಂತ ಅರ್ಧದಷ್ಟಿರುವುದಷ್ಟೆ. ನಾನು ಕಂಡ ಒಂದು ಮುಖ್ಯವಾದ ಅಂಶವೆಂದರೆ, ಯಾವುದೇ ಬಸ್ಸಿಗಾಗಿ ೧೦ ರಿಂದ ೧೫ ನಿಮಿಷಕ್ಕಿಂತ ಹೆಚ್ಚಿಗೆ ಕಾಯುವ ಸಂದರ್ಭವಿಲ್ಲ. ನಿಯಮಿತ ಸಮಯಕ್ಕೆ ಸರಿಯಾಗಿ ಬಸ್ಸುಗಳ ಚಲನೆಯನ್ನು ಕಾಣಬಹುದು. ಇದಲ್ಲದೇ ಮುಖ್ಯವಾದ ಒಂದು ವಿಶೇಷ ವಿಷಯವೆಂದರೆ, ಯಾವುದೇ ಸಮಯದಲ್ಲಾದರೂ ಚಿಲ್ಲರೆ ಹಣವನ್ನು ಸರಿಯಾಗಿ ನಿರ್ವಾಹಕರು ಕೊಡುವರು.

ಇಷ್ಟೆಲ್ಲಾ ವಿಷಯಗಳಲ್ಲೂ ಮುಂಬಯಿ ಬಸ್ ವ್ಯವಸ್ಥೆ, ಬೆಂಗಳೂರಿನದ್ದಕ್ಕಿಂತ ಹೆಚ್ಚೇನೂ ಅಲ್ಲ. ಆದರೂ, ಶುಚಿಯಾದ ಬಸ್ಸು, ಜನನಿಬಿಡತೆ ಇರದಿರುವ ಬಸ್ಸು, ಒಂದರ ಹಿಂದೊಂದರಂತೆ ಬರುವ ಬಸ್ಸು, ಚಿಲ್ಲರೆ ಹಣ ಕೊಡಲು ತಕರಾರು ಮಾಡದಿರುವುದು, ಇಂತಹ ಇನ್ನೂ ಹೆಚ್ಚಿನ ವ್ಯವಸ್ಥೆ ಇರುವುದರಿಂದ ಉತ್ತಮ ವ್ಯವಸ್ಥೆ ಎನ್ನಬಹುದು.

ಇದು ಒಂದು ತಮಾಷೆಯ ಘಟನೆ - ನಾನೇ ನೋಡಿದ್ದು, ಅನುಭವಿಸಿದ್ದು

ಮುಂಬಯಿಯಲ್ಲಿ ಎಲ್ಲೇ ಕೆಲಸ ಮಾಡುತ್ತಿದ್ದರೂ, ಬೆಳಗ್ಗೆ ಕಛೇರಿಯೊಳಗೆ ಕಾಲಿಡುತ್ತಿದ್ದಂತೆ ಸ್ನೇಹಿತರಿಂದ ಬರುವ ಮೊದಲ ಪ್ರಶ್ನೆ ಎಂದರೆ, ನೀನ್ಯಾವ ಗಾಡಿಯಲ್ಲಿ ಬಂದೆ? ನಾನು ೭.೨೨ರ ಫಾಸ್ಟ್ ಗಾಡಿಯಲ್ಲಿ / ೭.೩೪ರ ಸ್ಲೋ ಗಾಡಿಯಲ್ಲಿ ಬಂದೆ ಇತ್ಯಾದಿ. ದಿನದ ಮೊದಲ ೫-೧೦ ನಿಮಿಷಗಳು ಸೆಂಟ್ರಲ್ ರೈಲ್ವೇ / ವೆಸ್ಟರ್ನ್ ರೈಲ್ವೇ ಲೋಕಲ್ ಗಾಡಿಗಳ ತೊಂದರೆ ಅದೂ ಇದೇ ಮಾತನಾಡುವರು. ಇದು ಮಾಮೂಲಿನ ದಿನಚರಿ. ವರ್ಗವಾಗಿ ಬೇರೆ ಊರಿನಿಂದ ಇಲ್ಲಿದೆ ಹೊಸದಾಗಿ ಬಂದವರಿಗೆ ಮೊತ್ತ ಮೊದಲ ದಿನ ಇವರ ಮಾತುಗಳನ್ನು ಕೇಳಿ ಕಕ್ಕಾಬಿಕ್ಕಿಯಾಗುವುದು ಸಾಮಾನ್ಯ ದೃಶ್ಯ.

೧೯೯೪ರಲ್ಲಿ ಚೆನ್ನೈನಿಂದ ಬಂದ ನನ್ನ ಸ್ನೇಹಿತ ವಡಿವೇಲು ಒಂದೆರಡು ವರ್ಷ ನಮ್ಮೆಲ್ಲರ ಬಾಯಿಗೆ ಗ್ರಾಸವಾಗಿದ್ದನು. ಮೊದಲ ದಿನ ಈ ಮೇಲೆ ಹೇಳಿದಂತಿನ ಮಾತುಗಳನ್ನು ಕೇಳಿದ. ಮಾರನೆಯ ದಿನವೂ ಮತ್ತದೇ ಮಾತುಗಳನ್ನು ಕೇಳಿದ. ತಾನು ಯಾರಿಗೂ ಕಡಿಮೆ ಇಲ್ಲ, ತಾನೂ ಏನಾದರೂ ಹೇಳಬೇಕೆಂದಿನಿಸಿತ್ತವನಿಗೆ. ಅಂದು ಮಲಾಡದಲ್ಲಿ ಲೋಕಲ್ ಟ್ರೈನ್ ಹತ್ತುವ ಮೊದಲು ಅತ್ತಿತ್ತ ನೋಡುತ್ತಿದ್ದ. ಜೊತೆಗಿದ್ದ ನನಗೆ ಇವನೇಕೆ ಹೀಗೆ ನೋಡುತ್ತಿದ್ದಾನೆ ಎಂಬುದು ತಿಳಿಯಲೇ ಇಲ್ಲ. ಕಛೇರಿಗೆ ಹೋಗುತ್ತಿದ್ದಂತೆಯೇ, ಎಲ್ಲರಿಗಿಂತ ಮೊದಲು ತಾನು ಮಾತನಾಡಲಾರಂಭಿಸಿದ. ತಾನು ಇಂದು ೫೧೨ರ ಗಾಡಿಯಲ್ಲಿ ಬಂದೆನೆಂದೂ, ಅದು ಪ್ರತಿದಿನ ಫಾಸ್ಟ್ ಗಾಡಿಯಂತೆ ಓಡಿದರೂ ಇಂದು ಸ್ಲೋ ಟ್ರ್ಯಾಕ್ ನಲ್ಲಿ ಬಂದಿತೆಂದೂ ತಿಳಿಸಿದ. ಜೊತೆಗಿದ್ದ ನಾನೂ ಒಂದರೆ ಕ್ಷಣ ಅವಾಕ್ಕಾದೆ. ಇದ್ಯಾವುದಿದು ೫.೧೨ರ ಗಾಡಿ. ನನ್ನ ಜೊತೆಗೇ ೭.೨೨ರ ಗಾಡಿಯಲ್ಲಿ ಬಂದವನು ಹೀಗೇಕೆ ಸುಳ್ಳು ಹೇಳುತ್ತಿದ್ದಾನೆ ಎಂದನಿಸಿತ್ತು. ಅಲ್ಲಿಯೇ ಇದ್ದ ಹಿರಿಯರೊಬ್ಬರು ಅವನನ್ನು ಉದ್ದೇಶಿಸಿ ಕೇಳಿದರು, ಅಲ್ಲಪ್ಪಾ ಮಲಾಡದಿಂದ ಚರ್ಚ್‌ಗೇಟಿಗೆ ಬರಲು ಲೋಕಲ್ ಟ್ರೈನ್‌ಗಳು ೫೫ ನಿಮಿಷಗಳು ತೆಗೆದುಕೊಳ್ಳುತ್ತವೆ. ೫.೧೨ರ ಗಾಡಿ ಹೆಚ್ಚೆಂದರೆ ೬.೩೦ರೊಳಗೆ ಚರ್ಚ್‌ಗೇಟ್ ಸೇರಬೇಕಿತ್ತು. ಅಷ್ಟು ಬೇಗನೆ ಬಂದವನಾದರೆ, ಇದ್ಯಾಕೆ ಇಷ್ಟು ತಡವಾಗಿ ಕಛೇರಿಗೆ ಬಂದೆ ಎಂದು ಕೇಳಿದರು. ಅದಕ್ಕೆ ಉತ್ತರವಾಗಿ ವಡಿವೇಲು, - ಇಲ್ಲ ಸಾರ್, ಶ್ರೀನಿವಾಸರ ಜೊತೆ ಒಂದೇ ಗಾಡಿಯಲ್ಲಿ ನಾನು ಬಂದದ್ದು.

ಅದಕ್ಕೆ ಆ ಹಿರಿಯರು, ಅಲ್ಲಪ್ಪಾ - ೫.೧೨ರ ಗಾಡಿಯಲ್ಲಿ ಬಂದೆ ಅಂತೀಯಾ, ಶ್ರೀನಿವಾಸರ ಜೊತೆ ಬಂದದ್ದೂ ಅಂತೀಯ! ಶ್ರೀನಿವಾಸರು ೬.೨೨ರ ಗಾಡಿಯಲ್ಲಿ ಸಾಮಾನ್ಯವಾಗಿ ಬರುವುದು, ನೀನೇನು ಹೇಳ್ತಿದ್ದೀಯೇ ಎಂದು ಅರ್ಥವೇ ಆಗುತ್ತಿಲ್ಲವೇ? ಎಂದರು.

ಅದಕ್ಕೆ ವಡಿವೇಲು, ಸಾರ್, ನೀವುಗಳು ಲೋಕಲ್ ಟ್ರೈನ್ ಮುಂಭಾಗದಲ್ಲಿ ಹಾಕಿರುವ ಸಂಖ್ಯೆನ್ನಲ್ಲವೇ ಹೇಳೋದು! ನಾನು ೫೧೨ ಎಂದು ಬರೆದಿದ್ದ ಲೋಕಲ್ ಟ್ರೈನ್‌ನಲ್ಲಿ ಪ್ರಯಾಣಿಸಿ ಬಂದೆ ಎಂದನು. ಸುತ್ತಮುತ್ತಲಿದ್ದವರೆಲ್ಲರೂ ಅರ್ಥಂಬರ್ಥ ತಿಳಿದಿದ್ದರೂ, ಉತ್ಸುಕತೆಯಿಂದ ಮಾತನಾಡಿದ ವಡಿವೇಲುವನ್ನು ನೋಡಿ ಘೊಳ್ಳೆಂದು ನಕ್ಕಿದ್ದರು.

ಇದೇ ತರಹ ಇನ್ನೊಂದು ಬಾರಿ ವಡಿವೇಲು ನಮ್ಮೆಲ್ಲರ ಮನವನ್ನೂ ಮುದಗೊಳಿಸಿದ್ದನು.

ಮಳೆಗಾಲದಲ್ಲಿ ರೈಲ್ವೇ ಹಳಿಗಳ ಮೇಲೆ ನೀರು ನಿಲ್ಲುವುದು ಸಹಜ. ಆ ಸಮಯದಲ್ಲಿ ಲೋಕಲ್ ಟ್ರೈನ್‌ಗಳು ನಿಧಾನವಾಗಿ ಸಂಚರಿಸುವುವು. ಹಾಗಾಗಿ ಗಾಡಿಗಳೆಲ್ಲವೂ ತಡವಾಗಿ ನಿಲ್ದಾಣಗಳನ್ನು ತಲುಪುವುವು. ನಿರ್ದಿಷ್ಟ ಸಮಯಕ್ಕೆ ಕಛೇರಿಯನ್ನು ತಲುಪಲೇ ಬೇಕಿದ್ದವರು, ಪ್ರತಿದಿನ ಹಿಡಿಯುವ ಗಾಡಿಗಳಿಂತ ಮುಂಚಿನ ಗಾಡಿಗಳನ್ನು ಹಿಡಿಯುವರು. ಯಾರ ಪರಿವೆಯೂ ಇಲ್ಲದೇ ಲೋಕಾರೂಢಿಯಾಗಿ ಕಛೇರಿ ತಲುಪುವಂತಹವರು, ಬೆಳಗಿನ ಚಹದ ಸಮಯಕ್ಕೆ ಕಛೇರಿಗೆ ಬರುವ ಬದಲು ಊಟದ ಸಮಯಕ್ಕೆ ಬಂದು ಮಧ್ಯಾಹ್ನದ ಚಹದ ವೇಳೆಗೆ ಮನೆಗೆ ತೆರಳುವರು (ಅಂದರೆ ಹಾಜರಿ ಹಾಕಲಷ್ಟೇ ಕಛೇರಿಗೆ ಬರುವುದು!).

ಆ ದಿನಗಳಲ್ಲಿ ಲೋಕಲ್ ಟ್ರೈನ್ ಸಮಯ ಸೂಚಿಯನ್ನು ಯಾರೂ ಲೆಕ್ಕಿಸುವುದಿಲ್ಲ. ಬೆಳಗಿನ ೫ರ ಲೋಕಲ್ ೬ಕ್ಕೆ ಬರುವುದು, ೮ ಘಂಟೆಗೆ ನಿಲ್ದಾಣ ಸೇರಬೇಕಿದ್ದ ಲೋಕಲ್ ೯ ಘಂಟೆಗೆ ಬಂದು ಸೇರುವುದು. ಇಂತಹ ಒಂದು ದಿನ - ಮಳೆಗಾಲ ಆರಂಭವಾಗಿದ್ದ ಮೊದಲ ದಿನ, ವಡಿವೇಲು ಮತ್ತು ನಾನು ಮಲಾಡದ ನಿಲ್ದಾಣಕ್ಕೆ ಬಂದು, ಮುಂದೆ ಬರುವ ಲೋಕಲ್‌ಗಾಗಿ ಕಾಯುತ್ತ ನಿಂತಿದ್ದೆವು. ಆಗ ಸಮಯ ಬೆಳಗಿನ ೬.೨೦ ಆಗಿದ್ದಿತು. ಸಮಯ ಸೂಚಿ ೮ ಘಂಟೆ ಎಂದು ಸೂಚಿಸುತ್ತಿತ್ತು. ಮಳೆಗಾಲದ ದಿನವಾದ್ದರಿಂದ ಬಾನೆಲ್ಲಾ ಮೋಡ ಕವಿದು ಸೂರ್ಯನ ಕಿರಣವೇ ಕಾಣದೇ ಕತ್ತಲು ಆವರಿಸಿತ್ತು. ಎಲ್ಲೆಡೆ ವಿದ್ಯುದ್ದೀಪಗಳು ಉರಿಯುತ್ತಿದ್ದವು. ಆ ಸಮಯದಲ್ಲಿ ವಡಿವೇಲು, ನನ್ನನ್ನುದ್ದೇಶಿಸಿ, ಇದೇನೋ ಮಾರಾಯ, ಇಷ್ಟು ಬೇಗ ಬಂದಿದ್ದೇವೆ. ಸಮಯವಿನ್ನೂ ೮ ಘಂಟೆ. ಇಷ್ಟು ಬೇಗ ಕಛೇರಿಗೆ ಹೋಗಿ ಮಾಡುವುದಾದರೂ ಏನು? ಮನೆಯಲ್ಲಾದರೂ ಇನ್ನೂ ಸ್ವಲ್ಪ ಹೊತ್ತು ಬೆಚ್ಚಗೆ ಕುಳಿತಿರಬಹುದಿತ್ತೋ? ನೀನ್ಯಾಕಯ್ಯಾ ಇಷ್ಟು ತರಾತುರಿ ಮಾಡ್ತೀಯೆ ಎಂದಿದ್ದನು. ನನ್ನ ಗಡಿಯಾರ ಸರಿ ಇಲ್ಲ, ಎಂದು ಸಮಯ ಸೂಚಿ ನೋಡಿ, ತನ್ನ ಕೈ ಗಡಿಯಾರದ ಸಮಯವನ್ನು

ಸರಿಪಡಿಸಿಕೊಂಡನು. ಇದನ್ನು ನೋಡಿದ ನಾನು, ಅಲ್ಲಯ್ಯಾ ಈಗಾಗಲೇ ಸಮಯ ೭.೨೦. ನೀನು ನೋಡುತ್ತಿರುವುದು ಸಮಯ ಸೂಚಿ, ಗಡಿಯಾರವಲ್ಲ. ಗಡಿಯಾರವು ಸಮಯ ಸೂಚಿಯ ಪಕ್ಕದಲ್ಲಿದೆ ನೋಡು. ಈಗ ೭.೨೨ರ ಲೋಕಲ್ ಬರುವ ಸಮಯ. ಆದರೆ ಮಳೆಗಾಲವಾದ್ದರಿಂದ ಗಾಡಿಗಳು ತಡವಾಗಿ ಓಡುತ್ತಿವೆ. ೬ ಘಂಟೆಯ ಗಾಡಿ ಈಗ ಬರಬೇಕಿದೆ. ಇದರಲ್ಲಿ ನಾವು ಪ್ರಯಾಣಿಸಿದರೂ ಕಛೇರಿ ತಲುಪುವ ವೇಳೆಗೆ ಸಮಯ ೯ ಘಂಟೆ ಆಗಿರುತ್ತದೆ. ಹೀಗೆಂದ ಮೇಲೆಯೇ ಅವನಿಗೆ ತನ್ನ ತಪ್ಪಿನ ಅರಿವಾಗಿದ್ದು. ಅಲ್ಲಿಯವರೆವಿಗೆ, ಸಮಯಸೂಚಿ ಮತ್ತು ಗಡಿಯಾರದ ವ್ಯತ್ಯಾಸಗಳು ಗೊತ್ತಾಗಿರಲಿಲ್ಲ. ಸಮಯಸೂಚಿ (ಇಂಡಿಕೇಟರ್) ಮತ್ತು ಗಡಿಯಾರ ಎರಡೂ ಎಲೆಕ್ಟ್ರಾನಿಕ್ ಆಗಿದ್ದು ಒಂದೇ ತರಹ ಅಕ್ಕಪಕ್ಕದಲ್ಲಿ ಇದ್ದಿತ್ತು.

ಹೀಗೂ ಬದುಕು

ಹೀಗೂ ಜೀವಿಸಬಹುದೇ? ಹೌದು ಜೀವಿಸಬಹುದು, ಜೀವಿಸುತ್ತಿದ್ದಾರೆ, ಮುಂಬೈ ನಲ್ಲಿ ಇದು ಸಾಮಾನ್ಯವಾಗಿ ಕಂಡು ಬರುವ ಸಂಗತಿ.

ಮುಂಬಯಿಯಲ್ಲಿ ಎಲ್ಲೆಲ್ಲಿ ನೋಡಿದರೂ ಭಿಕ್ಷುಕರು ಕಾಣುವುದು ಸಹಜ. ಹೂಂ! ಭಾರತದ ಎಲ್ಲ ನಗರಗಳಂತೆಯೇ ಇಲ್ಲಿಯೂ ಸಹ. ಆದರೆ ಮುಂಬಯಿಯಲ್ಲಿ ಏನೇ ಕೆಲಸ ಮಾಡಿದರೂ ಹೊಟ್ಟೆ ತುಂಬುವಷ್ಟು ಗಳಿಸಬಹುದು. ಇದೊಂದು ಮಾಯಾನಗರಿ. ಕನಸನ್ನು ತೋರಿಸುತ್ತದೆ, ಅದನ್ನು ನನಸಾಗಿಸಲು ಏನೆಲ್ಲಾ ಮಾಡಲು ಪ್ರೇರೇಪಿಸುತ್ತದೆ. ಮುಂಬಯಿಗೆ ಮೊದಲ ಬಾರಿಗೆ ಬಂದವರಿಗೆ, ಬಣ್ಣದ ಜಗತ್ತು ಅಂದ್ರೆ ಸಿನೆಮಾ ಕೈಬೀಸಿ ಕರೆಯುವುದು. ಅಲ್ಲಿಗೆ ಬಂದವರಲ್ಲಿ ಲಕ್ಷಕ್ಕೆ ಒಬ್ಬರಿಗೆ ಕನಸು ನನಸಾಗಬಹುದು. ಮಿಕ್ಕವರು ಮೇರಾ ಹಾತ್ ಜಗನ್ನಾಥ್ ಎಂದು ಬೀದಿಗಿಳಿಯಬೇಕಾಗುವುದು. ಊರಿಗೆ ಮರಳಿ ಹೋಗಲು, ಅವರುಗಳ ಸ್ವಾಭಿಮಾನ ಅಡ್ಡಿ ಬರುವ ಸಾಧ್ಯತೆಯೇ ಹೆಚ್ಚು. ಹಾಗಾಗಿ ಹೊಟ್ಟೆ ಪಾಡಿಗೆ ಏನು ಕೆಲಸ ಮಾಡಲೂ ತಯಾರಿರುತ್ತಾರೆ. ಮುಂಬಯಿಯ ಒಂದು ವಿಶಿಷ್ಟತೆ ಎಂದರೆ ಯಾವುದೇ ಕೆಲಸ ಮಾಡಿದರೂ ಜೀವನಕ್ಕೆ ಬೇಕಾದಷ್ಟು ದುಡ್ಡು ದುಡಿಯಬಹುದು. ಇಲ್ಲಿ ವಾಸಕ್ಕಿರಲು ಮನೆ ಸಿಗುವುದೊಂದೇ ಕಷ್ಟ. ಎಲ್ಲಿ ಬೇಕಾದರೂ ವಾಸಿಸುವಂತಹವರು ಬೀದಿ ಬದಿಯಲ್ಲಿಯಾಗಲೀ, ಯಾರ್ಡಿನಲ್ಲಿ ನಿಲ್ಲಿಸಿರುವ ಲೋಕಲ್ ಟ್ರೈನಿನಲ್ಲಾಗಲಿ, ಪ್ಲಾಟ್‌ಫಾರಮ್ಮಿನಲ್ಲಾಗಲೀ, ಸೇತುವೆಯ ಕೆಳಗಾಗಲಿ ಎಲ್ಲೆಂದರಲ್ಲಿ ಇದ್ದು ಬಿಡುವರು. ಇಡೀ ಏಷಿಯಾ ಖಂಡದಲ್ಲೇ ಅತಿ ದೊಡ್ಡದಾದ ಕೊಳೆಗೇರಿ ಎಂದರೆ, ಇಂತಹವರುಗಳು ಇರುವ, ಧಾರಾವಿ ಎಂಬ ಬಡಾವಣೆ.

ಹೀಗೆ ಬೆಳಗಿನ ಬಗ್ಗೆ ರಾತ್ರಿಯ ಬಗ್ಗೆ ಯೋಜಿಸಲಾಗದ ಯೋಚಿಸದ ಜನಗಳು ಜೀವಿಸಲು ಏನನ್ನು ಬೇಕಾದರೂ ಮಾಡಿಯಾರು. ಕೆಲವರು ಗೂಂಡಾಗಿರಿ ಮಾಡಿ ಹಣ ಗಳಿಸುವರು. ಜಗತ್ತಿಗೆ ಹೆದರುವ ಮಧ್ಯವರ್ಗದವರು ಹಾಸುಗೆ ಇದ್ದಷ್ಟು ಕಾಲು ಚಾಚಿಕೊಂಡು, ರೈಲ್ವೇ ಹಳಿಗಳ ಪಕ್ಕದ ಝೋಪಡಿಗಳಲ್ಲಿ ಜೀವಿಸುವವರೂ. ಇಂತಹವರಿಗೆ ಜೀವಿಸಲು ಆಸೆಯಿದೆ, ಉತ್ತಮ ಜೀವನ ನಡೆಸಲು ಆಸೆಯಿದೆ. ಇವರುಗಳಲ್ಲಿ ಹೆಚ್ಚಿನವರಿಗೆ ಸರಿಯಾದ ಓದು ಬರಹ ದೊರಕದೇ ಸರಿಯಾದ ಕ್ರಮದ ಜೀವನದ ಮಾರ್ಗ ತಿಳಿಯದಾಗಿರುವುದು ಸಹಜವಾದ ಸಂಗತಿ. ಆದರೂ ಇವರೂ ಮನುಷ್ಯರಲ್ಲವೇ! ಉಪ್ಪು ಖಾರ ಸಿಹಿ ತಿಂದ, ತಿನ್ನುತ್ತಿರುವ ಜೀವಿಗಳಲ್ಲವೇ! ಎಲ್ಲರಂತೆ ಇವರೂ ಮಕ್ಕಳುಗಳನ್ನು

ಹೊಂದುವರು. ಅವರನ್ನು ಸಾಕಲು ಕಷ್ಟವಾಗಿ ಅದರ ಬಗ್ಗೆ ಸುಲಭೋಪಾಯ ಹುಡುಕುವರು. ಇಂತಹವರ ಬಗ್ಗೆ ಒಂದು ಆಶ್ಚರ್ಯಕರವಾದ ವಿಷಯವಿದೆ. ಅದನ್ನೇ ನಾನು ಈಗ ನಿಮ್ಮ ಮುಂದಿಡಲು ಬಯಸುತ್ತಿರುವೆ.

ಭಿಕ್ಷೆ ಬೇಡುವುದೂ ಒಂದು ವೃತ್ತಿ. ಮುಂಬಯಿಯಲ್ಲಿ ಭಿಕ್ಷೆ ಬೇಡುವವ ಪ್ರತಿಯೊಬ್ಬರೂ ದಿನಕ್ಕೆ ಸರಾಸರಿ ೩೦೦ ರೂಪಾಯಿಗಳನ್ನು ದುಡಿಯುತ್ತಾರೆ. ಲೋಕಲ್ ಟ್ರೈನ್‌ಗಳಲ್ಲಿ ಚಿಕ್ಕ ಮಕ್ಕಳು ಬಂದು ಭಿಕ್ಷೆ ಬೇಡುವುದೂ, ಎಳೆ ಕೂಸುಗಳನ್ನು ಹೊತ್ತಿಕೊಂಡ ಹೆಂಗಸು ಪ್ರಯಾಣಿಕರ ಕಾಲುಮುಟ್ಟಿ ಭಿಕ್ಷೆ ಕೇಳುವುದೇ ಸಾಮಾನ್ಯವಾಗಿ ಕಂಡು ಬರುವ ದೃಶ್ಯ. ಪ್ರತಿದಿನ ನಾನು ಬೆಳಗ್ಗೆ ಪ್ರಯಾಣಿಸುವ ಲೋಕಲ್ಲಿನಲ್ಲಿ ಒಬ್ಬ ಮಹಿಳೆಯನ್ನು ೧೦-೧೨ ದಿನಗಳು ಗಮನಿಸುತ್ತಿದ್ದೆ. ಒಂದು ದಿನ ಒಂದು ಎಳೆ ಕೂಸನ್ನು ಎತ್ತಿಕೊಂಡು ಬಂದರೆ ಇನ್ನೊಂದು ದಿನ ಇನ್ನೊಂದು ಕೂಸನ್ನು ತರುತ್ತಿದ್ದಳು. ಹೊಟ್ಟೆಗಿಲ್ಲದೇ ಇರುವ ಇಂತಹವರುಗಳು ಯಾಕೆ ಇಷ್ಟೊಂದು ಮಕ್ಕಳನ್ನು ಹೆರಬೇಕು, ಎಂದುಕೊಳ್ಳುತ್ತಿದ್ದೆ. ಒಮ್ಮೆ ಇದರ ಬಗ್ಗೆ ನನ್ನ ಸ್ನೇಹಿತನನ್ನು ಕೇಳಿದಾಗ, ಅವನು ಹೇಳಿದ ವಿಷಯ ತಿಳಿದು ಬಹಳ ಅಚ್ಚರಿಯಾಯಿತು.

ಇಂತಹ ಹೆಂಗಸರು ಮಕ್ಕಳನ್ನು ಬಾಡಿಗೆಗೆ ಕರೆ ತರುತ್ತಾರಂತೆ. ಭಿಕ್ಷೆ ಬೇಡಲು ನಾಚಿಕೆ ಎನಿಸಿದ, ಜೀವನದ ಬಂಡಿಯನ್ನು ಸುಲಭದಿ ಎಳೆಯಲಾರದ ಸಂಸಾರೊಂದಿಗರು ತಮ್ಮ ಮಕ್ಕಳನ್ನು ಇವರುಗಳಿಗೆ ಕೊಡುವರಂತೆ. ದಿನಕ್ಕೆ ೨೫ ರಿಂದ ೫೦ ರೂಪಾಯಿಗಳವರೆವಿಗೆ ಬಾಡಿಗೆಯನ್ನು ಚಾರ್ಜ್ ಮಾಡುವರಂತೆ. ಇದಲ್ಲದೇ ಚಿಕ್ಕ ಚಿಕ್ಕ ಮಕ್ಕಳನ್ನು ಭಿಕ್ಷೆಗೆಂದು ಕರೆತರುವ ಏಜೆಂಟರೂ ಇರುವರು. ಅವರುಗಳು ತಂದೆ ತಾಯಿಗಳಿಗೆ ಇಂತಿಷ್ಟೆಂದು ಹಣ ಕೊಟ್ಟು ಈ ಮಕ್ಕಳನ್ನು ಟ್ರೈನಿನಲ್ಲಿ ಭಿಕ್ಷೆ ಬೇಡಲು ಬಿಡುವರು. ತಾವು ಒಂದು ಮೂಲೆಯಲ್ಲಿ ಯಾರಿಗೂ ತಿಳಿಯದಂತೆ ನಿಂತು ಈ ಮಕ್ಕಳ ಚಲನವಲನವನ್ನು ಗಮನಿಸುತ್ತಿರುತ್ತಾರೆ. ಈ ಮಕ್ಕಳು ಎಲ್ಲಿಗೂ ಓಡಿ ಹೋಗದಂತೆ ನೋಡಿಕೊಳ್ಳುವುದು ಅವರ ಕೆಲಸ. ಮಧ್ಯೆ ಆಹಾರವನ್ನೂ ಕೊಟ್ಟು, ದಿನ ಮುಗಿದ ಬಳಿಕ ಆ ಮಕ್ಕಳು ಭಿಕ್ಷೆಯಿಂದ ತಂದ ಹಣವನ್ನು ತೆಗೆದುಕೊಂಡು, ಅವರುಗಳನ್ನು ಮನೆಗೆ ಬಿಟ್ಟು ತಂದೆ ತಾಯಿಗಳಿಗೆ ನಿಗದಿತ ಹಣವನ್ನು ಕೊಡುವರು.

ಇಷ್ಟೇ ಅಲ್ಲ, ಕೆಲವು ಸಲ, ಆಸ್ಪತ್ರೆಗಳಲ್ಲಿ ಹುಟ್ಟಿದ ಕೂಸುಗಳನ್ನು ಕಳುವು ಮಾಡುವರು. ಮನೆಯಿಂದ ತಪ್ಪಿಸಿಕೊಂಡು ಬಂದ ಅಥವಾ ಮನೆಯವರಿಗೆ ತಿಳಿಯದಂತೆ ಎತ್ತಿಕೊಂಡು ಬಂದ ಮಕ್ಕಳ ಕಿವಿ, ಕಣ್ಣು, ಮೂಗು ಅಥವಾ ಕೈ ಕಾಲುಗಳನ್ನು ಊನ ಮಾಡಿ ಭಿಕ್ಷೆಯ ವೃತ್ತಿಗೆ ತೊಡಗಿಸುವರು. ಇದೊಂದು ದೊಡ್ಡ ಜಾಲವಾಗಿದೆ. ಯಾವ ಪೊಲೀಸರೂ ಇವರುಗಳನ್ನು ಮಟ್ಟ ಮಾಡಲಾಗಿಲ್ಲ. ಯಾವ ಸರಕಾರವೂ ಇಂತಹ ಕೃತ್ಯಗಳನ್ನು ನಿರ್ಮೂಲನ ಮಾಡಲಾಗಿಲ್ಲ.

ಈ ಭಿಕ್ಷೆ ವೃತ್ತಿಯ ಬಗ್ಗೆ ಮುಂಬಯಿಯ ಒಂದು ದಿನಪತ್ರಿಕೆಯವರು ಅಧ್ಯಯನ ನಡೆಸಿದ್ದರು. ಆಗ ಒಬ್ಬ ಭಿಕ್ಷುಕನನ್ನು ಸಂದರ್ಶಿಸಿದ್ದರು. ಅವನ ಬಗ್ಗೆ ತಿಳಿದ ಮಾಹಿತಿ ಹೀಗಿದೆ. ಈ ಭಿಕ್ಷುಕ ಖಾರ್ ಬಡಾವಣೆಯ ಪ್ರಮುಖ ರಸ್ತೆಯಲ್ಲಿಯ ಒಂದು ಸಿಗ್ನಲ್ ಬಳಿ ಹೆಂಡತಿ ಮತ್ತು ಇಬ್ಬರು ಮಕ್ಕಳೊಂದಿಗೆ ವಾಸಿಸುತ್ತಿದ್ದನು. ಅವನಿಗೆ ಒಂದು ಕಾಲು ಊನವಾಗಿದೆ. ಭಿಕ್ಷೆ ಬೇಡುವುದೇ ಅವನ ವೃತ್ತಿ. ಪ್ರತಿ ದಿನ ಬೆಳಗಿನ ಮತ್ತು ಸಂಜೆಯ ಜನಸಂದಣಿಯ ಸಮಯಗಳಲ್ಲಿ ಹತ್ತಿರದ ರೈಲ್ವೇ ನಿಲ್ದಾಣಕ್ಕೆ ಬಂದು ಭಿಕ್ಷೆ ಬೇಡುವನು. ತನ್ನ ಮಕ್ಕಳಿಗೆ ಓದಲು ಇಷ್ಟವಿದ್ದರೂ ಕಳುಹಿಸದೇ ಇದೇ ವೃತ್ತಿಗೆ ತೊಡಗಿಸುತ್ತಿರುವನು. ಅವನಿಗೆ ದಿನಕ್ಕೆ ೫೦೦ ರಿಂದ ೬೦೦ ರೂಪಾಯಿಗಳಷ್ಟು ವರಮಾನವಿದೆಯಂತೆ. ಮಕ್ಕಳೂ ಇದೇ ವೃತ್ತಿಯಲ್ಲಿ ತೊಡಗಿದರೆ ಇನ್ನೂ ಹೆಚ್ಚು ಹಣ ಗಳಿಸಬಹುದು ಎಂಬುದು ಅವನ ಮನದ ಇಂಗಿತ. ಇಂತಹವನಿಗೆ ಸಂದರ್ಶಕರು ಒಂದು ಪ್ರಶ್ನೆಯನ್ನು ಕೇಳಿದ್ದಾರೆ - ನಿಮಗೆ ಉಳಿದುಕೊಳ್ಳಲು ಮನೆಯನ್ನು ಕೊಟ್ಟು, ಕೆಲಸ ಕೊಟ್ಟರೆ ಭಿಕ್ಷೆ ವೃತ್ತಿಯನ್ನು ಬಿಟ್ಟು ಬಿಡುವೆಯಾ? ಎಂದು. ಅದಕ್ಕೆ ಅವನ ಪ್ರತಿಕ್ರಿಯೆ ಎಂದರೆ, ನನಗೆ ಜೀವಿಸಲು ತೊಂದರೆಯೇ ಇಲ್ಲ. ಆದರೂ ಸುಲಭವಾಗಿ ಹಣ ಮಾಡುವ ಈ ವೃತ್ತಿಯನ್ನು ನಾನು ಖಂಡಿತವಾಗಿಯೂ ಬಿಡುವುದಿಲ್ಲ. ಅವನ ಬಳಿ, ಮುಂಬಯಿಯ ಹತ್ತಿರ ಇರುವ ವಿರಾರ ಎಂಬ ಗ್ರಾಮದಲ್ಲಿ ಒಂದು ಫ್ಲಾಟ್, ಸೋಲಾಪುರದಲ್ಲಿ (ಅವನ ಸ್ವಂತ ಊರು) ಒಂದು ಮನೆ, ಮತ್ತು ಅಲ್ಲಿಯೇ ಹತ್ತಿರದಲ್ಲಿ ಸ್ವಲ್ಪ ಸಾಗುವಳಿಯ ಜಮೀನು ಇದೆಯಂತೆ. ನೋಡಿದಿರಾ ಎಷ್ಟು ಸುಲಭದಲ್ಲಿ ಜೀವಿಸಬಹುದು ಎಂದು.

ಅಧೀನರಾದ, ಅಧೀರರಾದ, ಪಿಕ್‌ನಿಕ್‌ಗೆ ಹೋದ ಮಕ್ಕಳ ಅಳಲನ್ನು ಹಿಂದೊಮ್ಮೆ ಯಾರೋ ಕವಿಗಳು ಚುಟುಕದ ಮೂಲಕ ಬರೆದಿದ್ದರು. ಅದು ಹೀಗಿದೆ ನೋಡಿ

ಶಾಲೆಯ ಮಕ್ಕಳಿಗೆ ಉಪ್ಪಿಟ್ಟು

ಪಾತ್ರೆಯಲ್ಲಿರುವುದು ಸಾಕಷ್ಟು

ಮಕ್ಕಳಿಗೆ ಮಾತ್ರ ಇಷ್ಟಿಷ್ಟು

ಮಾಸ್ತರಿಗೆ ಮಾತ್ರ ಅಷ್ಟಷ್ಟು

ಬೆಸ್ಟ್ ಸ್ಟ್ರೈಕ್

ಇಂದು ಬೆಳಗ್ಗೆ ಯಥಾಪ್ರಕಾರದಂತೆ ಮಗಳನ್ನು ಅಂಧೇರಿಯ ಟ್ಯೂಷನ್ ಕ್ಲಾಸಿಗೆ ಕಳುಹಿಸಲು ನಮ್ಮ ಕ್ವಾರ್ಟರ್ಸಿನ ಎದುರಿಗಿರುವ ಬಸ್ ನಿಲ್ದಾಣಕ್ಕೆ ಬಂದೆ. ಅಷ್ಟು ಹೊತ್ತಿಗೆ ಅವಳ ಇನ್ನು ಮೂವರು ಸ್ನೇಹಿತೆಯರೂ ಬಂದು ಅವಳೊಂದಿಗೆ ಸೇರಿಕೊಂಡರು. ಅವರಲ್ಲಿ ಒಬ್ಬ ಹುಡುಗಿ, 'ಇವತ್ತು ಬಸ್ಸಿಲ್ಲವಂತೆ, ಸಿಬ್ಬಂದಿಯವರ ಅನಿರ್ದಿಷ್ಟ ಕಾಲದ ಮುಷ್ಕರ ಪ್ರಾರಂಭವಾಗಿದೆಯಂತೆ', ಎಂದಿದ್ದಳು. ಅಲ್ಲಿಯೇ ಇದ್ದ ಒಂದು ಆಟೋವಿನಲ್ಲಿ ಈ ನಾಲ್ಕೂ ಹುಡುಗಿಯರನ್ನು ಸ್ಟೇಷನ್ನಿಗೆ ಕಳುಹಿಸಿದೆನು. ಆಟೋವಿನ ಚಾಲಕನಿಗೆ ಈ ಮುಷ್ಕರದ ಬಗ್ಗೆ ಗೊತ್ತಿರಲಿಲ್ಲ ಎನ್ನಿಸುತ್ತದೆ. ಸ್ವಲ್ಪ ಹೊತ್ತಿಗೆ ಮಗಳು ಮಾಡಿದ ಫೋನಿನಿಂದ ತಿಳಿದದ್ದು, ಅವನು ಸರಿಯಾದ ದರವನ್ನು ತೆಗೆದುಕೊಂಡಿದ್ದನಂತೆ ಹಾಗೆಯೇ ಕಾಲಕ್ಕೆ ಸರಿಯಾಗಿ ಅವಳು ಟ್ಯೂಷನ್ ಕ್ಲಾಸಿಗೆ ತಲುಪಿದ್ದಳು.

ಸ್ವಲ್ಪ ಹೊತ್ತಿಗೆ ಮಗನನ್ನು ಹತ್ತಿರದಲ್ಲೇ ಇರುವ ಶಾಲೆಗೆ ಬಿಟ್ಟು, ಬ್ಯಾಂಕಿಗೆ ಹೋಗಲು ಗೋರೆಗಾಂವ್ ಸ್ಟೇಷನ್ನಿನ ಕಡೆಗೆ ಹೊರಟೆ. ಎಲ್ಲಿಯೂ ಬಸ್ಸುಗಳ ಸುಳಿವೇ ಇರಲಿಲ್ಲ. ಮುಂಬಯಿಯ ಬಸ್ಸುಗಳ ಸೇವೆಯ ಸಂಸ್ಥೆಯ ಹೆಸರು ಬೆಸ್ಟ್ ಎಂದು (ಬಾಂಬೇ ಎಲೆಕ್ಟ್ರಿಕ್ ಸರ್ವೀಸ್ ಅಂಡ್ ಟ್ರಾನ್ಸ್‌ಪೋರ್ಟ್). ಸಾಮಾನ್ಯವಾಗಿ ಇವರ ಸೇವೆಯೂ (ವಿದ್ಯುತ್ ಮತ್ತು ಸಾರಿಗೆ) ಉತ್ತಮದ್ದು - ಬೆಸ್ಟ್. ಹತ್ತಿರ ಬಸ್ಸಿನ ಡಿಪೋವರೆವಿಗೆ ನಡೆದು ಹೋದೆ. ಡಿಪೋವಿನಲ್ಲಿ ದಸರಾ ಗೊಂಬೆಗಳನ್ನು ಜೋಡಿಸಿಟ್ಟಂತೆ ಒಪ್ಪವಾಗಿ ಬಸ್ಸುಗಳು ನಿಂತಿದ್ದವು. ಮುಖ್ಯ ದ್ವಾರಕ್ಕೆ ದೊಡ್ಡ ಬೀಗ ಜಡಿದಿದ್ದರು. ಆಡಳಿತ ಮಂಡಳಿಯ ಕಡೆಯ ಯಾರಾದರೂ ಕೆಲಸಗಾರರು ಕೆಲಸಕ್ಕೆ ಹಾಜರಾದಾರೂ ಎಂಬ ದೃಷ್ಟಿಯಿಂದ ದ್ವಾರದ ಮುಂಭಾಗದಲ್ಲಿ ಕೆಲವು ಜನಗಳು ದೊಣ್ಣೆಗಳನ್ನು ಹಿಡಿದು ನಿಂತಿದ್ದರು. ಅವರ ಅವತಾರ ನೋಡಿದರೇ, ಅವರುಗಳು ದಂಡನಾಯಕರುಗಳೆಂದು ಹೇಳಬಹುದಿತ್ತು.

ಬೆಳಗಿನ ವೃತ್ತಪತ್ರಿಕೆ ಇನ್ನೂ ಬಂದಿರಲಿಲ್ಲ. ಹಾಗಾಗಿ ಅಂದಿನ ಮುಷ್ಕರದ ಬಗ್ಗೆ ಹೆಚ್ಚಿನ ಜನಗಳಿಗೆ ಗೊತ್ತೇ ಇರಲಿಲ್ಲ. ಬೇರೆ ಯಾವುದಾದರೂ ಡಿಪೋವಿನಿಂದ ಬಸ್ಸುಗಳು ಬಂದಾವೆಂಬ ನಿರೀಕ್ಷೆಯಲ್ಲಿ ಪ್ರಯಾಣಿಕರು ಬಸ್ ನಿಲ್ದಾಣದಲ್ಲಿ ಕಾಯುತ್ತಿದ್ದರು. ಕಾಯ್ದು ಪ್ರಯೋಜನವಿಲ್ಲವೆಂದು ನಾನು ಒಂದು ಆಟೋವಿನಲ್ಲಿ ಸ್ಟೇಷನ್ನಿಗೆ ಹೊರಟೆ. ಅಲ್ಲಿಯೇ ನಿಂತಿದ್ದ ಇನ್ನಿಬ್ಬರು ನನ್ನೊಂದಿಗೆ ಬಂದರು. ಒಬ್ಬರಂತೂ ಮಾತನಾಡದೇ (ಮಾತನಾಡಿಸಿದರೆ ನಮಗೇ ಕಷ್ಟ - ಇಲ್ಲಿಯ ಹೆಚ್ಚಿನ ಜನಗಳ ಬಾಯಿಯಲ್ಲಿ ಹೊಗೆಸೊಪ್ಪಿನಿಂದ ಕೂಡಿದ ಎಲೆಯಡಿಕೆ ಇರುತ್ತದೆ. ಮಾತನಾಡಿದರೆ ನಮ್ಮ

ಮುಂಭಾಗವೆಲ್ಲಾ ಕೆಂಪು ಬಣ್ಣವಾಗುವುದು), ನನ್ನ ಕೈಗೆ ೫ ರೂಪಾಯಿ ಇಟ್ಟು, ಸ್ವಲ್ಪ ದೂರ ಪ್ರಯಾಣಿಸಿದ ನಂತರ ಇಳಿದಿದ್ದರು. ನಾನು ಮತ್ತು ಇನ್ನೊಬ್ಬರು ಸ್ಟೇಷನ್ನಿನವರೆವಿಗೆ ಹೋದ ಕೂಡಲೇ ಆ ಇನ್ನೊಬ್ಬರೂ ನನ್ನ ಕೈಗೆ ೧೦ ರೂಪಾಯಿಗಳನ್ನಿತ್ತು, ಟ್ರೈನ್ ಹಿಡಿಯಲು ಓಡಿದ್ದರು. ಆಟೋ ಚಾಲಕನಿಗೆ ಕೊಡಬೇಕಿದ್ದ ಹಣವನ್ನಿತ್ತು, ದಿನದ ಗಳಿಗೆ ಚೆನ್ನಾಗಿ ಆಗಲಿ ಎಂದು ಹೇಳಿದೆ. ಅದಕ್ಕವನು, ಯಾಕೆ ಸಾರ್, ಇಂದೇನು ಸ್ಪೆಷಲ್ಲು ಎಂದು ಕೇಳಿದ. ಇಂದು ಬಸ್ಸಿನ ಸಿಬ್ಬಂದಿಗಳ ಮುಷ್ಕರ, ಹೆಚ್ಚಿನ ಜನಗಳು ನಿಮ್ಮನ್ನೇ ನಂಬಿದ್ದಾರೆ ಎನ್ನುತ್ತಿದ್ದಂತೆಯೇ, ಹಾಗಂತ ಮೊದಲೇ ಹೇಳಿದ್ರೆ, ನಾನು ಮೀಟರ್‌ನಂತೆ ಹಣ ತೆಗೆದುಕೊಳ್ಳುತ್ತಿರಲಿಲ್ಲ. ಹೆಚ್ಚಿನ ಆದಾಯ ಮಾಡಿಕೊಳ್ಳಬೇಕು, ಎಂದಿದ್ದ. ಒಬ್ಬರ ದೌರ್ಬಲ್ಯವನ್ನು ಉಪಯೋಗಿಸಿಕೊಂಡೇ ಜೀವಿಸಬೇಕೇ? ಇದು ಥರವೇ? ಇದೇ ಸುಲಭದಿ ಹಣ ಮಾಡುವ ದಾರಿ ಎಂದು ತಿಳಿಯುವುದು ಸರಿಯೇ?

ನೋಡಿ ಇದೇ ತರಹ ಇನ್ನೊಂದು ಕಡೆಯೂ ಕಾಣಬಹುದು. ರೈಲ್ವೇ ಹಳಿಗಳ ಪಕ್ಕದಲ್ಲಿ ಗುಡಿಸಲುವಾಸಿಗಳು, (ಅದರಲ್ಲೂ ಹೆಚ್ಚಿನದಾಗಿ ಯುವಕರು) ಬೀಡಿ ಸೇದಿಕೊಂಡು ಕುಳಿತಿರುತ್ತಾರೆ. ಮಾಡಲು ಏನೂ ಕೆಲಸವಿಲ್ಲದೇ ಕಾಲಹರಣ ಮಾಡುತ್ತಿರುತ್ತಾರೆ. ಹತ್ತಿರದಲ್ಲಿ ಎಲ್ಲಿಯಾದರೂ ಯಾರಾದರೂ ದುರಂತಕ್ಕೀಡಾದರೆ (ಓಡುತ್ತಿರುವ ಲೋಕಲ್ ಟ್ರೈನ್ ಆಕಸ್ಮಿಕಗಳು ಸಾಮಾನ್ಯವಾಗಿ ಕಂಡುಬರುವ ದೃಷ್ಯಗಳು), ಈ ಮಂದಿ ಓಡಿ ಹೋಗಿ, ಅವರನ್ನು ಎತ್ತಿ ಶುಶ್ರೂಷೆ ಮಾಡುವ ಬದಲು, ಆ ವ್ಯಕ್ತಿ ಬದುಕಿದ್ದಾನೋ ಸತ್ತಿದ್ದಾನೋ ಎಂಬುದನ್ನೂ ಗಮನಿಸದೆ, ಜೇಬುಗಳನ್ನು ತಡಕಾಡಿ ಕೈಗೆ ಸಿಕ್ಕಿದುದನ್ನು ಎತ್ತಿಕೊಂಡು ಓಡಿ ಹೋಗುವರು. ಈ ಲೋಕವೇ ಹಾಗೆ, ಒಬ್ಬರು ಇನ್ನೊಬ್ಬರಿಗೆ ಆಹಾರವಾಗುವರು - ಅದು ಮೋಸದಿಂದಲೇ ಇರಬಹುದು ಅಥವಾ, ಇನ್ನೊಬ್ಬರ ದೌರ್ಬಲ್ಯವನ್ನು ತಮಗೆ ತಕ್ಕಂತೆ ಸದುಪಯೋಗ ಪಡಿಸಿಕೊಂಡು ಇರಬಹುದು.

ಸ್ಟೇಷನ್ನಿನಲ್ಲಿ ಇಂದು ಎಂದಿನಂತೆ ಜನಸಂದಣಿ ಇರಲಿಲ್ಲ. ಇವತ್ಯಾಕೋ ಲೋಕಲ್ ಟ್ರೈನ್‌ಗಳು ಮಂಕಾಗಿದ್ದಂತೆ ತೋರಿತು. ೬.೫೨ರ ಫಾಸ್ಟ್ ಗಾಡಿ ಸಿಕ್ಕಿತ್ತು ಹಾಗೂ ಅದರಲ್ಲಿ ಕುಳಿತುಕೊಳ್ಳಲೂ ಸ್ಥಳ ಸಿಕ್ಕಿತ್ತು. ೭.೪೫ರ ಹೊತ್ತಿಗೆ ಚರ್ಚ್‌ಗೇಟ್ ತಲುಪಿದ್ದೆ. ಅಲ್ಲಿಯೂ ಒಂದೂ ಬಸ್ಸುಗಳ ಸುಳಿವೇ ಇರಲಿಲ್ಲ. ದಿನ ಕಾಯುತ್ತಾ ನಿಂತಿರುವ ಖಾಲೀ ಟ್ಯಾಕ್ಸಿಗಳು ಇಂದು ಮಾಯವಾಗಿದ್ದವು. ರಸ್ತೆಯಲ್ಲಿ ಬರುವ ಟ್ಯಾಕ್ಸಿಗಳೆಲ್ಲವೂ ಜನಗಳನ್ನು ತುಂಬಿಕೊಂಡೇ ನನ್ನನ್ನು ಅಣಕಿಸುತ್ತಲೇ ಮುಂದಕ್ಕೆ ಹೋಗುತ್ತಿದ್ದವು. ಇನ್ನು ಅಲ್ಲೇ ನಿಂತಿದ್ದರೆ ಕಾಲು ನೋವು ಹೆಚ್ಚಾಗುವುದೇ ಹೊರತು ಬ್ಯಾಂಕಿಗೆ ತಲುಪಲಾಗುವುದಿಲ್ಲವೆಂದು ೩ ಕಿಲೋಮೀಟರ್ ದೂರದ ಕಫ್ ಪೆರೇಡಿಗೆ ನಡೆದೇ ಹೊರಟೆ. ಆಗಲೇ ವಿಪರೀತ ಬಿಸಿಲು ಏರಿತ್ತು. ಕಳೆದ ವರ್ಷದ ಮಳೆಗಾಲದಲ್ಲಿ ರಸ್ತೆಗಳೆಲ್ಲವೂ ಹಾಳಾಗಿದ್ದು, ಈ ಸಲ ಹಾಗಾಗದಂತೆ ನೋಡಿಕೊಳ್ಳಲು ಎಲ್ಲ ಮುಖ್ಯ ರಸ್ತೆಗಳನ್ನೂ ಕಾಂಕ್ರ್‌ಈಟ್ ರಸ್ತೆಗಳನ್ನಾಗಿ

ಮಾಡಲು ಅರ್ಧ ಭಾಗವನ್ನು ಮುಚ್ಚಿದ್ದಾರೆ. ಹಾಗಾಗಿ ಉಳಿದ ಅರ್ಧ ರಸ್ತೆಯಲ್ಲೇ ಎರಡು ಮುಖಗಳಲ್ಲಿ ವಾಹನಗಳು ಹೋಗಬೇಕು. ಇದರಿಂದಾಗಿ ಟ್ರಾಫಿಕ್ ಜಾಮ್ ಆಗುವುದು ಸರ್ವೇ ಸಾಮಾನ್ಯವಾಗಿದೆ. ಪಾದಚಾರಿಗಳ ರಸ್ತೆಯೂ ಜನನಿಬಿಡವಾಗಿರುತ್ತದೆ. ಆ ಉರಿ ಬಿಸಿಲಿನಲ್ಲಿ ಆಗಾಗ ಬೆವರನ್ನು ಒರೆಸಿಕೊಂಡು ನನ್ನ ಎರಡು ಕರ್ಚೀಫುಗಳೂ ತೊಯ್ದು ಹೋಗಿದ್ದವು. ಎಷ್ಟು ಬೇಗ ಬ್ಯಾಂಕು ಸೇರುವೆನೋ, ಹವಾನಿಯಂತ್ರಿತ ಕೋಣೆಯಲ್ಲಿ ಕುಳಿತುಕೊಳ್ಳುವೆನೋ ಎನ್ನುವಂತಾಗಿತ್ತು. ೩೫ ನಿಮಿಷಗಳ ನಡಿಗೆಯಲ್ಲಿ ಬ್ಯಾಂಕನ್ನು ತಲುಪಿದ್ದೆ. ಅಲ್ಲಿ ನೋಡಿದರೆ, ಕಸಗುಡಿಸುವವನೂ ಬಾರದೇ ನಿನ್ನೆಯ ಕಸಗಳೆಲ್ಲವೂ ಅಲ್ಲಲ್ಲಿಯೇ ಬಿದ್ದಿದ್ದುವು. ವಿದ್ಯುತ್ ಕಡಿತ ಇರುವ ಕಾರಣ ಹವಾನಿಯಂತ್ರಿತವನ್ನು ಇನ್ನೂ ಚಾಲ್ತಿ ಮಾಡಿರಲಿಲ್ಲ. ನನ್ನ ಹಾಗೆ ಇನ್ಯಾವ ಬೆಪ್ಪ ಇಷ್ಟು ಬೇಗ ಬರುತ್ತಾನೆ. ನನಗೊಬ್ಬನಿಗೇ ಹವಾನಿಯಂತ್ರಿತ ಚಾಲೂ ಮಾಡಲಾಗುವುದೇ. ಇಷ್ಟು ದಿನಗಳು ಉಪಯೋಗಿಸದ ಧೂಳು ಹಿಡಿಯುತ್ತಿದ್ದ ಫ್ಯಾನಿನ ಮುಂದೆ ಕುಳಿತು ಸ್ವಲ್ಪ ದಣಿವಾರಿಸಿಕೊಂಡಿದ್ದೆ.

ಸಂಜೆ ಮರಳಿ ಬರುವಾಗ ಇಂತಹದ್ದೇ ಪರಿಸ್ಥಿತಿಯನ್ನು ಎದುರಿಸಬೇಕಾಯ್ತು. ಆಗ ನನ್ನ ಮನದಲ್ಲಿ ಹೊಳೆದ ಚಿಂತನೆ ಹೀಗಿದೆ.

ಈ ಮುಷ್ಕರವನ್ನು ಏಕೆ ಮಾಡುತ್ತಾರೆ? ಮುಷ್ಕರವನ್ನು ಆಗಾಗ ಅಂದರೆ ವರುಷಕ್ಕೊಮ್ಮೆಯಾದರೂ ಮಾಡುತ್ತಲೇ ಇದ್ದರೂ ಏಕೆ ಪರಿಸ್ಥಿತಿ ಸರಿ ಹೋಗಿಲ್ಲ? ಈ ಮುಷ್ಕರದಲ್ಲಿ ಪಾಲುದಾರರು ಯಾರ್ಯಾರು ಮತ್ತು ಯಾರಲ್ಲಿ ನ್ಯೂನತೆ ಇರಬಹುದು? ಈ ಮುಷಕರದಿಂದ ಹೆಚ್ಚಿನ ನಷ್ಟವಾಗುವುದು ಯಾರಿಗೆ? ನ್ಯಾಯಲಯದ ಮೊರೆ ಹೊಕ್ಕರೆ ಸಮಸ್ಯೆಗಳನ್ನು ಬಗೆಹರಿಸಲಾಗುವುದಿಲ್ಲವೇ?

ಇಂದಿನ ಪರಿಸ್ಥಿತಿಯನ್ನೇ ಉದಾಹರಣೆಗೆ ತೆಗೆದುಕೊಳ್ಳುವೆ. ಬೆಸ್ಟ್ ಸಂಸ್ಥೆಯ ನೌಕರರು ಅವರ ವೇತನ ಪರಿಷ್ಕರಣೆಯ ಕುರಿತಾಗಿ ಆಡಳಿತ ಮಂಡಳಿಯೊಂದಿಗೆ ಏಕಮತವಿರದ ಕಾರಣ ಇಂದಿನ ಈ ಮುಷ್ಕರ. ವೇತನ ಪರಿಷ್ಕರಣೆಯ ಸಂಬಂಧದ ಆಡಳಿತದ ನಿಲುವು ಮತ್ತು ನೌಕರ ನಿಲುವು ಎಲ್ಲರಿಗೂ ಮೊದಲಿನಿಂದಲೂ ಗೊತ್ತಿದ್ದುದೇ. ಇದರ ಬಗ್ಗೆ ನೌಕರರ ಸಂಘಗಳೊಂದಿಗೆ ಸಮಾಲೋಚನೆಯನ್ನೂ ನಡೆಸಿರಬೇಕು. ಆ ಸಮಾಲೋಚನೆ ನೌಕರರ ಪರವಾಗಿ ಫಲಪ್ರದವಾಗಿರದಿರಬಹುದು. ಇಲ್ಲಿಯವರೆವಿಗೆ ಇದು ಏಕೆ ಫಲಕಾರಿಯಾಗಿರಲಿಲ್ಲವೆಂದರೆ, ನೌಕರರ ಸಂಘಟನೆ ಬಲಯುತವಾಗಿದ್ದಿರಬಹುದು. ಒಂದು ಸಂಸ್ಥೆಯಲ್ಲಿ ಒಂದು ನೌಕರರ ಸಂಘಟನೆ ಇದ್ದರೆ ಬಲಯುತವಾಗಿರುವುದು. ಒಂದಕ್ಕಿಂತ ಹೆಚ್ಚು ಸಂಘಟನೆಗಳಿದ್ದರೆ ಅವರವರುಗಳಲ್ಲೇ ಒಮ್ಮತವಿರದ ಸಾಧ್ಯತೆ ಹೆಚ್ಚಾಗಿ ಬಲ ಕಡಿಮೆಯಾಗುವುದು. ಇನ್ನು ಹೆಚ್ಚಿನದಾಗಿ ನೌಕರರ ಸಂಘಟನೆಗಳು ಯಾವುದಾದರೂ ಒಂದು ರಾಜಕೀಯ ಪಕ್ಷಕ್ಕೆ ಅಂಟಿಕೊಂಡಿರುತ್ತದೆ. ಹಾಗಾಗಿ ರಾಜಕೀಯ ಪಕ್ಷದಲ್ಲಿ

ನಡೆಯುವ ಚಿಂತನೆಗಳ ಪ್ರಭಾವ ನೌಕರರ ಸಂಘಟನೆಗಳಲ್ಲೂ ಪ್ರಭಾವ ಬೀರುವುವು. ಈ ಸಂಸ್ಥೆಯಲ್ಲಿ ೨-೩ಕ್ಕಿಂತ ಹೆಚ್ಚು ನೌಕರರ ಸಂಘಟನೆಗಳಿದ್ದರೂ ಈ ಬಾರಿ ಅವರೆಲ್ಲರೂ ಒಂದೇ ದಿಕ್ಕಿನಲ್ಲಿ ಆಡಳಿತದೊಂದಿಗೆ ಹಣಿಸುತ್ತಿದ್ದಾರೆ. ಇಂದಿನ ಮುಷ್ಕರದಿಂದ ತೊಂದರೆಗೀಡಾದ ಸಾರ್ವಜನಿಕ ಪ್ರಯಾಣಿಕರು ೪೫ ಲಕ್ಷವೆಂದರೆ ಕಡಿಮೆಯೇನಲ್ಲ. ಇವರುಗಳ ಒಳಿತನ್ನು ಗಮನಿಸಬೇಕಾದುದು ಸರಕಾರದ ಕರ್ತವ್ಯ. ಇದೇ ೪೫ ಲಕ್ಷ ಜನಗಳು ಒಂದುಗೂಡಿ ಸರಕಾರದ ವಿರುದ್ಧ ತಿರುಗಿ ಬಿದ್ದರೆ ಹೇಗಿರಬಹುದು, ಊಹಿಸಲಾದೀತೇ? ಅಂತಹ ದಿನಗಳು ಹತ್ತಿರ ಬರುವುದೇ?

ಯಾವ ಸಂಸ್ಥೆಗಳೂ ಲಾಭವಿಲ್ಲದೆಯೇ ಕೆಲಸ ಮಾಡುವುದಿಲ್ಲ. ಕೆಲಸಗಾರರಿಗೆ ೧೦ ರೂಪಾಯಿ ಕೊಟ್ಟು ಕೆಲಸ ಮಾಡಿಕೊಂಡರೆ ಕೆಲಸ ಮಾಡಿಸಿಕೊಳ್ಳುವವರಿಗೆ ಅದಕ್ಕಿಂತ ಹೆಚ್ಚಿನ ವರಮಾನ ಆಗುವಂತಿರಬೇಕು. ಇಂತಹ ಸಂದರ್ಭಗಳಲ್ಲಿ ನೌಕರರ ಒಳಿತನ್ನು ಗಮನಿಸದೇ ಇರುವ ಪರಿಸ್ಥಿತಿಯೂ ಇರುವುದು. ಕೆಲವು ವೇಳೆ ನೌಕರಿಗೆ ವಿರುದ್ಧವಾದ ನಿರ್ಧಾರವನ್ನೂ ತೆಗೆದುಕೊಳ್ಳಬೇಕಾಗಬಹುದು. ಆಂತಹ ನಿರ್ಧಾರಗಳನ್ನು ನೌಕರರು ಪ್ರತಿಭಟಿಸಬೇಕು. ಇಲ್ಲದಿದ್ದರೆ ಬಂಡವಾಳಶಾಹಿಗಳದ್ದೇ ಮೇಲುಗೈ ಆಗುವುದು. ಇದರ ಬಗ್ಗೆ ೧೮೮೬ರ ಮೇ ೧ ರಂದು ಚಿಕಾಗೋವಿನಲ್ಲಿ ಆದ ಕ್ರಾಂತಿಯ ಬಗ್ಗೆ ಎಲ್ಲರಿಗೂ ತಿಳಿದಿರುವುದೇ. ನೌಕರರು ಸಂಘಟಿತರಾದರೆ ಏನನ್ನೂ ಸಾಧಿಸಬಹುದು. ಆದರೆ ಸಂಘಟಿತ ನೌಕರರ ನಾಯಕರುಗಳು ಸರಿಯಾದ ಹಾದಿಯಲ್ಲಿ ಆಡಳಿತದ ವಿರುದ್ಧ ಪ್ರತಿರೋಧಿಸಬೇಕು ಅಲ್ಲದೇ ಸಂಸ್ಥೆಯ ಏಳಿಗೆಗಾಗಿ ದುಡಿಯಲು ಪ್ರೋತ್ಸಾಹಿಸಬೇಕು.

ಒಂದು ಸಂಸ್ಥೆ ನೌಕರರಿಗೆ ಆಡಳಿತ ಮಂಡಳಿಯಿಂದ ಅನ್ಯಾಯವಾಗುವಂತಹ ಪರಿಸ್ಥಿತಿ ಬಂದಾಗ ಅದನ್ನು ಸಂಘಗಳು ಪ್ರತಿರೋಧಿಸಬೇಕಾಗುವುದು. ನೌಕರರು ಅಂತಹ ಪರಿಸ್ಥಿತಿಯನ್ನು ಪ್ರತಿರೋಧಿಸದೇ ಇದ್ದರೆ ಆಡಳಿತ ಮಂಡಳಿ ನೌಕರರ ರಕ್ತವನ್ನು ಹೀರೀತು. ಹೀಗೆ ಪ್ರತಿರೋಧಿಸುವಾಗ ಸಾರ್ವಜನಿಕ ಕ್ಷೇತ್ರದಲ್ಲಿ ಕೆಲಸ ಮಾಡುವವರು ಸಾರ್ವಜನಿಕರಿಗೆ ತೊಂದರೆಯಾಗದಂತೆ ನೋಡಿಕೊಳ್ಳಬೇಕು.

ಈ ದೃಷ್ಟಿಯಲ್ಲಿ ಮುಷ್ಕರಕ್ಕೆ ಮೊದಲು ಕಾರ್ಮಿಕ ನ್ಯಾಯಾಲಯಗಳ ಮೊರೆ ಹೋಗುವುದು ಒಳಿತು. ನಾವುಗಳು ಕಾಣುತ್ತಿರುವಂತೆ ಅಲ್ಲಿ ದಾಖಲಾಗುವ ಕೇಸುಗಳು ತ್ವರಿತಗತಿಯಲ್ಲಿ ನಿರ್ಧರಿತವಾಗುತ್ತಿಲ್ಲ. ಭಾರತದಲ್ಲಿ ನ್ಯಾಯಾಂಗ ಮಂದಗತಿಯಲ್ಲಿ ಸಾಗುತ್ತಿರುವುದೊಂದು ಶೋಚನೀಯ ಸಂಗತಿ. ಅದಕ್ಕಾಗಿಯೇ ಇರಬೇಕೇನೋ, ಕೊಲೆ ಸುಲಿಗೆಗಳು ವಿಪರೀತವಾಗುತ್ತಿರುವುದು.

ಯಾವುದೇ ಕೇಸಿದ್ದರೂ, ಇಟ್ ಶುಡ್ ಬಿ ಪ್ರೂವ್ಡ್ ಬಿಯಾಂಡ್ ಡೌಟ್ ಎನ್ನುವುದು ನ್ಯಾಂಗದ ನಿಲುವು. ಎಲ್ಲ ಸನ್ನಿವೇಶಗಳಲ್ಲೂ ಆಧಾರ ಬೇಕು ಎಂದರೆ ಎಲ್ಲರ ಸಮಕ್ಷಮದಲ್ಲಿ ಕಳ್ಳತನ, ಸುಲಿಗೆ, ಕೊಲೆ ಆಗಬೇಕು. ಹಾಗೆ ಆಗುವಂತಿದ್ದರೆ ದೋಷಿಯನ್ನು ಹಿಡಿದು ತಂದು ನ್ಯಾಯಾಲಯದ ಮುಂದೆ ಏಕೆ ನಿಲ್ಲಿಸಬೇಕು. ಅಲ್ಲಿಯೇ ಅವನಿಗೊಂದು ಗತಿ ಕಾಣಿಸಬಹುದಲ್ಲವೇ? ಒಬ್ಬನನ್ನು ಕೊಂದರೆ ಅದನ್ನು ಸಾಕ್ಷಿ ಸಮೇತ ಸಾಬೀತುಗೊಳಿಸಬೇಕಾಗಿದೆ. ಇಲ್ಲದಿದ್ದರೆ ಕೇಸುಗಳು ಬಿದ್ದು ಹೋಗುವುವು.

ಸಾರ್ವಜನಿಕರಿಗೆ ತೊಂದರೆಯಾಗದಂತೆ ನೋಡಿಕೊಳ್ಳುವುದು ಎಲ್ಲರ ಜವಾಬ್ದಾರಿ. ಸಾರ್ವಜನಿಕರಿಗೆ ತೊಂದರೆಯಾಗದಂಎ ಮುಷ್ಕರಗಳನ್ನು ಮಾಡಲಾಗುವುದಿಲ್ಲವೇ? ಹಾಗೆ ಮಾಡುವಂತಿದ್ದರೆ ಏನು ಮಾಡಬೇಕು? ಈಗಂತೂ ಗಾಂಧಿ ತತ್ವಸ ಸತ್ಯಾಗ್ರಹದಿಂದ ಏನೇನೂ ಮಾಡಲಾಗುವುದಿಲ್ಲ. ಆ ಹೆಣ್ಣುಮಗಳು ಮೇಧಾ ಪಾಟ್ಕರ್ ಎಷ್ಟೆಲ್ಲಾ ಕಷ್ಟ ಪಡುತ್ತಿದ್ದರೂ ನ್ಯಾಯ ದೊರಕುತ್ತಿದೆಯೇ?

ಒಂದು ಅನುಭವ

ಮಾಮೂಲಿನಂತೆ ಇಂದು ಬೆಳಗ್ಗೆ ೭.೧೫ಕ್ಕೆ ಬ್ಯಾಂಕಿಗೆ ಹೋಗಲು ಗೋರೆಗಾಂವ್ ರೈಲ್ವೇ ಸ್ಟೇಷನ್ನಿಗೆ ಹೋದೆನು. ಆಗ ೭.೧೦ರ ಫಾಸ್ಟ್ ಗಾಡಿ ಬರುತ್ತಿರುವುದು ಕಾಣಿಸಿತು. ಈ ಗಾಡಿಯಲ್ಲಿ ಹೋದರೆ ೭.೫೦ಕ್ಕೆ ಚರ್ಚ್‌ಗೇಟ್ ತಲುಪುತ್ತೇನೆ, ಅದರ ಬದಲಿಗೆ ನಂತರದ ೭.೧೪ ರ ಸ್ಲೋ ಗಾಡಿಯಲ್ಲಿ ಹೋದರೆ ೮.೦೦ ಘಂಟೆಗೆ ಚರ್ಚ್‌ಗೇಟ್ ತಲುಪುತ್ತೇನೆ. ಅಲ್ಲಿಂದ ನಮ್ಮ ಆಫೀಸಿಗೆ ಹೋಗಲು ಮೊದಲ ಬಸ್ಸು ಇರುವುದು ೮.೧೫ಕ್ಕೆ. ಯಾವುದರಲ್ಲಿ ಹೊರಟರೂ ತೊಂದರೆ ಇಲ್ಲ. ಆದರೆ ಸ್ಲೋ ಗಾಡಿಯಲ್ಲಿ ಹೊರಟರೆ ಗೋರೆಗಾಂವಿನಲ್ಲೇ ಕುಳಿತುಕೊಳ್ಳಲು ಅವಕಾಶ ಸಿಗುತ್ತದೆ ಆದರೆ ಫಾಸ್ಟ್ ಗಾಡಿಯಲ್ಲಿ ಹೊರಟರೆ ಬಾಂದ್ರಾವರೆವಿಗೆ ನಿಂತು ಹೋಗಬೇಕು, ನಂತರ ಕುಳಿತುಕೊಳ್ಳಲು ಅವಕಾಶ ಸಿಗುವುದು ಮತ್ತು ಅಲ್ಲಿಂದ ಚರ್ಚ್‌ಗೇಟಿಗೆ ೨೫ ನಿಮಿಷಗಳ ಪ್ರಯಾಣ. ಆದರೆ ಫಾಸ್ಟ್ ಗಾಡಿಯಲ್ಲಿ ಹೋದರೆ ಗಾಳಿ ಚೆನ್ನಾಗಿ ಬರುತ್ತದೆ ಮತ್ತು ಬೆವರುತ್ತಿರುವ ಮೈಯನ್ನು ಆ ಗಾಳಿಗೆ ಒಡ್ಡಿದರೆ ಮನಕಾಗುವ ಆಹ್ಲಾದತೆ ಅವರ್ಣನೀಯ. ಅದಕ್ಕಾಗಿಯೇ ಪ್ರಯಾಣಿಕರು ಹೆಚ್ಚಾಗಿ ಫಾಸ್ಟ್ ಗಾಡಿಗಳಲ್ಲೇ ಪ್ರಯಾಣಿಸುವುದು.

ದೂರದಲ್ಲಿ ಬರುತ್ತಿದ್ದ ಆ ಗಾಡಿ ಪ್ರಯಾಣಿಕರಿಂದ ತುಂಬಿದಂತೆ ಕಾಣುತ್ತಿರಲಿಲ್ಲ. ಹಾಗಿದ್ರೆ ನಾನು ಸುಲಭವಾಗಿ ಒಳಗೆ ಹೋಗಬಹುದೆಂದೂ, ಬೇಗನೆ ಕುಳಿತುಕೊಳ್ಳಲು ಜಾಗ ಸಿಗುವುದೆಂದೂ ಅಂದುಕೊಳ್ಳುತ್ತಿದ್ದೆ. ಹಾಗಾಗಿ ಸ್ವಲ್ಪ ರಿಲ್ಯಾಕ್ಸ್ ಮಾಡಿಕೊಳ್ಳುತ್ತಿರುವಷ್ಟರಲ್ಲಿ ಗಾಡಿ ಹತ್ತಿರ ಬಂದಿತ್ತು. ನೋಡಿದ್ರೆ, ಕಾಲಿಡಲು ಒಂದಿಂಚೂ ಜಾಗವಿಲ್ಲ. ಹೆಚ್ಚಿನ ಜನಗಳು ಬಾಗಿಲಿಗೆ ಜೋತುಬಿದ್ದಿರಲಿಲ್ಲವಾದ್ದರಿಂದ ರಷ್ ಇರುವ ಬಗ್ಗೆ ನನಗೆ ತಿಳಿದಿರಲಿಲ್ಲ. ಗಾಡಿ ಹತ್ತಲು ಸಜ್ಜಾಗಿದ್ದುದರಿಂದ ನನ್ನ ಹಿಂದೆ ಇನ್ನೂ ಬಹಳಷ್ಟು ಜನಗಳು ಹತ್ತಲು ತಯಾರಾಗಿದ್ದರು. ಈಗ ನಾನು ಕಾಲು ಹಿಂತೆಗೆಯುವಂತಿಲ್ಲ (ಬಿಟ್ಟ ಬಾಣದಂತೆ). ಗಾಡಿ ನಿಲ್ಲುವ ಮುಂಚೆಯೇ ಹಿಂದಿದ್ದ ಜನಗಳೆಲ್ಲರೂ ಒಮ್ಮೆಲೇ ಒಳ ನುಗ್ಗಲಾರಂಭಿಸಿದರು. ಅವರುಗಳ ಮುಂದಿದ್ದ ನನ್ನನ್ನು ಸುಂಟರಗಾಳಿಗೆ ಸಿಕ್ಕ ತರಗೆಲೆಯಂತೆ ಗಾಡಿಯ ಒಳಕ್ಕೆ ದಬ್ಬಿದ್ದರು. ಒಂದೇ ಸಮನೆ ಮುಂದೆ ಮುಂದಕ್ಕೆ ದಬ್ಬುತ್ತಲೇ ಇದ್ದರು. ಒಂದು ಕೈನಲ್ಲಿ ಚೀಲವನ್ನು ಗಟ್ಟಿ ಹಿಡಿದಿದ್ದೆ. ಏಕೆಂದರೆ ಇಂತಹ ಸನ್ನಿವೇಶದಲ್ಲೇ ಜೇಬುಗಳ್ಳತನ, ಚೀಲವನ್ನು ಕತ್ತರಿಸುವುದು ನಡೆಯುವುದು. ಇನ್ನೊಂದು ಕೈನಲ್ಲಿ ಮೇಲಿನ ಹಿಡಿಯನ್ನು ಹಿಡಿಯಲು ಪ್ರಯತ್ನಿಸುತ್ತಿದ್ದೆ. ಆದರೆ ಒಂದೇ ಸಮನೆ ತಳ್ಳುವಿಕೆಯಿಂದ ಮೇಲಿನ ಹಿಡಿ ಹಿಡಿಯಲು

ಆಗುತ್ತಲೇ ಇರಲಿಲ್ಲ. ಅದೂ ಅಲ್ಲದೇ ಮುಂದೆಯೂ ಜನಗಳು ತುಂಬಿದ್ದಾರೆ. ನಾನು ಮುಂದೆ ಇರುವವರನ್ನು ತಳ್ಳುತ್ತಿದ್ದಂತೆ (ಹಿಂದಿನವರ ಬಲವಂತದಿಂದ) ಅವರುಗಳು ನನ್ನನ್ನು ಹಿಂದಕ್ಕೆ ತಳ್ಳುತ್ತಿದ್ದಾರೆ. ಹಿಂದಿನವರು ಮುಂದಕ್ಕೆ ತಳ್ಳುತ್ತಿದ್ದಾರೆ. ಅಡಕೊತ್ತಿಯಲ್ಲಿ ಸಿಕ್ಕ ಅಡಿಕೆಗಾದರೂ ಸ್ವಲ್ಪ ಸ್ವಾತಂತ್ರ್ಯ ಸಿಗಬಹುದೇನೋ ಆದರೆ ಆ ಸನ್ನಿವೇಶದಲ್ಲಿ ನಾನೂ ಪೂರ್ಣವಾಗಿ ಅತಂತ್ರನಾಗಿದ್ದೆ. ಕೆಳಗೆ ಕಾಲಿಡಲೂ ಜಾಗವಿಲ್ಲದೇ ಎಡಗಾಲನ್ನು ಯಾರದ್ದೋ ಕಾಲಿನ ಮೇಲೆ ಇಡಲು, ಅವರಿಂದ ಮರಾಠಿಯಲ್ಲಿ ಬೈಗುಳ. ಅವರ ಬೈಗುಳ ಅಷ್ಟು ಸರಿಯಾಗಿ ನನಗರ್ಥವಾಗದ್ದರಿಂದ ಮನಸ್ಸಿಗೆ ನಾಟಲಿಲ್ಲ. ಅವರು ನನ್ನ ಕಾಲನ್ನು ಹಿಂದಕ್ಕೆ ತಳ್ಳಿದ್ದರು. ಹಿಂದಿದ್ದವರು ಗುಜರಾತಿ ಭಾಷೆಯಲ್ಲಿ ಇನ್ನೇನನ್ನೋ ಅಂದು ಇನ್ನೊಂದು ಪಕ್ಕಕ್ಕೆ ಆ ಕಾಲನ್ನು ತಳ್ಳಿದ್ದರು. ಅಷ್ಟು ಹೊತ್ತಿಗೆ ಬಲಗಾಲನ್ನು ಇತ್ತ ಕಡೆಯಿಂದ ಇನ್ನೊಬ್ಬರು ಅತ್ತಲಿಗೆ ತಳ್ಳಿದ್ದರು. ಎಡಗಾಲು ಒಂದೆಡೆಯಾದರೆ ಬಲಗಾಲು ಇನ್ನೊಂದೆಡೆ. ಒಂದು ಕೈ ಮೇಲಿನ ಹಿಡಿ ಹಿಡಿಯಲು ಅಸಫಲವಾಗಿ ಮುಂದಿದ್ದವರೊಬ್ಬರ ಹೆಗಲ ಮೇಲೆ ವಿಶ್ರಮಿಸುತ್ತಿತ್ತು. ಇನ್ನೊಂದು ಕೈ ಚೀಲವನ್ನು ನನ್ನ ದೇಹಕ್ಕೆ ಬಲವಾಗಿ ಅಪ್ಪುತ್ತಿತ್ತು. ಅತ್ತಿತ್ತವರು ಆಡುವ ಮಾತುಗಳಿಗೆ ತಡೆ ಹಿಡಿಯಲು ಅವರೆಡೆ ಒಮ್ಮೆಯಾದರೂ ದುರುಗುಟ್ಟಿ ನೋಡಿದರೆ ಸರಿಯಾಗಬಹುದೆಂದೆಣಿಸಿ, ನನ್ನ ತಲೆಯನ್ನು ಅತ್ತಿತ್ತ ತಿರುಗಿಸುತ್ತಿದ್ದೆ. ದಾಸರ ಪದದಂತೆ ಯುಗಗಳು ಕ್ಷಣವಾದರೆ ಆ ಸನ್ನಿವೇಶದಲ್ಲಿ ನನಗೆ ಕ್ಷಣಗಳು ಯುಗವೆಂದೆನಿಸುತ್ತಿತ್ತು. ಈ ಮಧ್ಯೆ ಒಬ್ಬ ಯಾರೋ ತನ್ನ ಕೈನಲ್ಲಿ ನನ್ನ ಪ್ಯಾಂಟಿನ ಜೇಬನ್ನು ತಡಕಾಡುತ್ತಿದ್ದ. ಅವನ್ಯಾರೆಂದು ನೋಡಲೂ ಅವಕಾಶವಿರಲಿಲ್ಲ. ಇಂತಹ ಸ್ಥಳಗಳಲ್ಲಿ (ಬಾಗಿಲಿನ ಹತ್ತಿರ) ಇರುವ ಜನಗಳೆಲ್ಲರೂ ಒಂದು ದೊಡ್ಡ ಗುಂಪಿಗೆ ಸೇರಿರುವವರಾಗಿರುತ್ತಾರೆ. ಅವರ ಕೈನಲ್ಲಿ ಆಯುಧಗಳೂ ಇರುತ್ತವೆ. ನಮ್ಮ ಕಣ್ಣೆದುರೇ ನಮ್ಮದೆಲ್ಲವನ್ನೂ ಕಸಿದರೂ ಏನೂ ಮಾಡಲಾಗುವುದಿಲ್ಲ. ಅಷ್ಟಲ್ಲದೇ ಸುತ್ತಮುತ್ತಲಿರುವ ಪ್ರಯಾಣಿಕರು ತಾವೇನೂ ನೋಡೇ ಇಲ್ಲವೇನೋ ಎಂಬಂತೆ, ಇಹಲೋಕವನ್ನೇ ಮರೆತವರಂತೆ ನಿಂತಿರುತ್ತಾರೆ. ಸದ್ಯಕ್ಕೆ ನಾನು ಅಂಗಿ ಅಥವಾ ಪ್ಯಾಂಟಿನ ಜೇಬುಗಳಲ್ಲಿ ಒಂದು ಬಾಚಣಿಗೆ ಮತ್ತು ಕರವಸ್ತ್ರವನ್ನು ಬಿಟ್ಟು ಬೇರೇನನ್ನೂ ಇಡುವುದಿಲ್ಲ. ಎಲ್ಲವೂ ನನ್ನ ಚೀಲದಲ್ಲಿ ಭದ್ರವಾಗಿರುತ್ತವೆ. ಅತ್ತ ಗುಜರಾತಿ ಭಾಷೆಯನ್ನೂ ಅರಿಯದ ಇತ್ತ ಮರಾಠಿಯನ್ನೂ ಮಾತನಾಡಲು ಬರದವನು ನಾನೆಂತು ಜಗಳವಾಡಿ ಅವರ ದೌರ್ಜನ್ಯದಿಂದ ತಪ್ಪಿಸಿಕೊಳ್ಳಬಲ್ಲೆನು. ಅದೂ ಅಲ್ಲದೇ ಇದು ನಮ್ಮೂರೂ ಅಲ್ಲದ ಪರಸ್ಥಳ. ಅಷ್ಟಲ್ಲದೇ ಇದೇ ಸಮಯವೆಂದು ಕೈಲಾಗದವರೂ ತಿವಿದು ತಟ್ಟಿ ತಮ್ಮ ತೀಟೆಗಳನ್ನು ತೀರಿಸಿಕೊಳ್ಳುವರು. ಇಂತಹ ಸನ್ನಿವೇಶ ನರಕಸದೃಶವಲ್ಲದೇ ಮತ್ತಿನ್ನೇನು? ಸ್ವಲ್ಪ ಸ್ಥಳ ಸಿಕ್ಕರೆ ಮುಂದೆ ಹೋಗಿ ಇವರೆಲ್ಲರೂ ಯಾರೆಂದು ಒಮ್ಮೆಯಾದರೂ ದುರುಗುಟ್ಟಿ ನೋಡಿ ಸಮಾಧಾನ ಮಾಡಿಕೊಳ್ಳಬೇಕು ಎಂದೆಣಿಸುತ್ತಿದ್ದೆ. ಇದೆಲ್ಲ ಆದುದ್ದು ಎಷ್ಟು ಹೊತ್ತು ಗೊತ್ತೇ? ಕೇವಲ ನಾಲ್ಕು

ನಿಮಿಷಗಳು. ಅಷ್ಟಲ್ಲದೇ ಅಂಧೇರಿಯಲ್ಲಿರುವ ೩-೪ ಕಾಲೇಜುಗಳಿಗೆ ಹೋಗುತ್ತಿರುವ ಪಡ್ಡೆ ಹುಡುಗರುಗಳಿಗೆ ತಮಾಷೆ ಮಾಡಲು ಇದೇ ಸದವಕಾಶ. ಅವರುಗಳೊಂದಿಗಿರುವ ಹುಡುಗಿಯರುಗಳ ಮುಂದೆ ಹೀರೋ ಎನ್ನಿಸಿಕೊಳ್ಳಲು ಕಾಯುತ್ತಿರುತ್ತಾರೆ. ಆ ರಷ್ಷಿನಲ್ಲಿ ನನ್ನ ಪಕ್ಕೆ ತಿವಿದು ಮುಸಿ ಮುಸಿ ನಗುತ್ತಿದ್ದರು. ನಾನು ಒಬ್ಬ ಹುಡುಗನ ಕಡೆ ನೋಡಿದರೆ ಇನ್ನೊಬ್ಬ ತರಲೆ ಮಾಡುತ್ತಿದ್ದ. ದುರುಗುಟ್ಟಿ ನೋಡಿದರೆ ಅಥವಾ ಏನಾದರೂ ಬೈದರೇ ಎಲ್ಲರೂ ಸೇರಿ ಗೇಲಿ ಮಾಡುವರು, ಅವರ ಮುಂದೆ ದೊಂಬರಾಟದ ಮಂಗನಾಗುವೆ. ಹಾಗೆಂದುಕೊಂಡು ಸುಮ್ಮನಾಗಿದ್ದೆ.

ಅಷ್ಟು ಹೊತ್ತಿಗೆ ಜೋಗೇಶ್ವರಿ ಸ್ಟೇಷನ್ ಬಂದಿತ್ತು. ಮುಂದೆ ಕೆಲವರು ಇಳಿದರು, ಮತ್ತೆ ದುಪ್ಪಟ್ಟು ಜನರು ಹತ್ತಿದ್ದರು. ಆದರೇನು ಅಷ್ಟು ಹೊತ್ತಿಗೆ ಸ್ವಲ್ಪ ಸೀನಿಯರ್ ಆಗಿದ್ದ ನನಗೆ ಸ್ವಲ್ಪ ಒಳ ಹೋಗಲು ಬಡ್ತಿ ಸಿಕ್ಕಿತ್ತು. ಎರಡು ಕಾಲುಗಳನ್ನು ಸರಿಯಾಗಿ ಊರಲು ಅವಕಾಶ ಸಿಕ್ಕಿತ್ತು. ಆ ಎರಡೂ ಕಾಲುಗಳನ್ನು ನೋಡಿ ಎಷ್ಟೋ ವರುಷಗಳಾದವೇನೋ ಎಂಬಂತೆ ನನ್ನ ಮನಸ್ಸಿಗೆ ಅವುಗಳ ಮೇಲೆ ಆಪ್ಯಾಯತೆ ಹೆಚ್ಚಾಗಿತ್ತು. ಕೈಗಳಿಗೂ ಸ್ವಲ್ಪ ಚೈತನ್ಯ ಬಂದಿತ್ತು. ಈ ಸಂತೋಷದಲ್ಲಿ ನಾ ಅಂದುಕೊಂಡಂತೆ ಅತ್ತಿತ್ತ ನೋಡಿ ದುರುಗುಟ್ಟಿ ನೋಡಿ ನನ್ನ ತೀಟೆ ತೀರಿಸಿಕೊಳ್ಳುವುದೇ ಮರೆತು ಹೋಗಿತ್ತು.

ಮುಂದೆ ಸೀಟುಗಳಲ್ಲಿ ಕುಳಿತವರ ಮಧ್ಯೆ ನಿಲ್ಲಲು ಅವಕಾಶ ಸಿಕ್ಕಿದಾಗ, ಕೊನೆಯಲ್ಲಿ ತ್ರಿಶಂಕುವಿನಂತೆ ಕುಳಿತವನ ಕಾಲು ತಗುಲಲು ಅವನು ಸಾಕ್ಷಾತ್ ಮೂರನೆಯ ಕಣ್ಣನ್ನು ತೆರೆದ ಮುಕ್ಕಣ್ಣನಂತೆ ಕಂಡಿದ್ದ. ಅಷ್ಟು ಹೊತ್ತಿಗೆ (ಇನ್ನು ಮುಂದಿನ ಮೂರು ನಿಮಿಷಗಳು) ಲೋಕಲ್ ಟ್ರೈನ್ ಅಂಧೇರಿ ಸ್ಟೇಷನ್ನಿಗೆ ಬಂದು ತಲುಪಿತ್ತು. ತಕ್ಷಣ ನನಗೆ ಜ್ಞಾನೋದಯವಾಗಿ ನನಗೆ ನರಕದರ್ಶನ ಮಾಡಿಸಿದ ಮಹನೀಯರ ದರ್ಶನ ಮಾಡಲು ನೋಡಿದರೆ ಅಲ್ಲಿರುವವರೆಲ್ಲರೂ ಬೇರೆಯವರು. ನಾನು ನೋಡುತ್ತಿದ್ದ ಪರಿಯನ್ನು ಸೂಕ್ಷ್ಮವಾಗಿ ಗಮನಿಸಿದ್ದವರೊಬ್ಬರು, 'ಆ ಜನಗಳನ್ನು ಹುಡುಕುತ್ತಿದ್ದೀರಾ? ಗಾಡಿ ಅಂಧೇರಿ ಸ್ಟೇಷನ್ನಿನ ಪ್ಲಾಟ್‌ಫಾರಂ ತಲುಪುತ್ತಿದ್ದಂತೆಯೆ ಹಾರಿ ಓಡಿ ಹೋದರು, ಅವರೆಲ್ಲರೂ ಕಳ್ಳರು, ನಿಮ್ಮ ಜೇಬಿಗೆ ಕತ್ತರಿ ಬಿದ್ದಿದೆಯೇ ನೋಡಿಕೊಳ್ಳಿ' ಎಂದಿದ್ದರು. ಮಹಾನ್ ಕಾರ್ಯಸಾಧಿಸಿದವನಂತೆ ನಾನು ನಸು ನಗೆ ಬೀರಿ, ಇಂತಹವರುಗಳ ಬಲೆಗೆ ನಾನು ಬೀಳೋನಲ್ಲ ಎಂದಿದ್ದೆ.

ಆದರೇನು ನನ್ನ ಶನಿಕಾಟ ಇನ್ನೂ ಮುಗಿದಿರಲಿಲ್ಲವಲ್ಲ. ಮೂರು ಜನಗಳು ಕುಳಿತುಕೊಳ್ಳುವ ಸ್ಥಳದಲ್ಲಿ ನಾಲ್ಕನೆಯವನಾಗಿ ಒಂದಂಡು ಊರಿಸಿ ಇನ್ನೊಂದನ್ನು ಗಾಳಿಗೆ ಬಿಟ್ಟು ಕುಳಿತಿದ್ದ ತ್ರಿಶಂಕುವಿನ ಕೆಂಗಣ್ಣು ಇನ್ನೂ ಉರಿಯುತ್ತಲೇ ಇತ್ತು. ಅವನು ಹಿಂದಿ ಭಾಷಿಗ. ಇಲ್ಲಿಯ ಜನಗಳು ಅವರುಗಳನ್ನು ಭೈಯ್ಯಾ ಎಂದು ರೇಗಿಸುತ್ತಾರೆ. ಇಷ್ಟು ಹೊತ್ತು ನನ್ನ ಹೃದಯದಲ್ಲಿ ಬಚ್ಚಿಟ್ಟುಕೊಂಡಿದ್ದ

ಅಗ್ನಿ ಪರ್ವತದ ಜ್ವಾಲೆಯನ್ನು ಆತನ ಪ್ರಹರಿಸಿದೆ. ಹಿಂದಿಯಲ್ಲೇ ಅವನಿಗೆ ಸುಲಭದಲ್ಲಿ ಅರ್ಥವಾಗುವಂತೆ, 'ಮೂರು ಜನಗಳು ಕುಳಿತುಕೊಳ್ಳುವ ಸ್ಥಳದಲ್ಲಿ ನಾಲ್ಕನೆಯವನಾಗಿ ನೀನ್ಯಾಕೆ ಕುಳಿಕೊಂಡೆ? ಹಾಗೆ ಕುಳಿತುಕೊಂಡ ಮೇಲೆ ಕಷ್ಟಾನೋ ಸುಖಾನೋ ಅನುಭವಿಸಬೇಕು, ನಾವುಗಳೂ ನಿನ್ನಂತೆಯೇ ಮನುಷ್ಯರು. ನಿನ್ನ ಕಾಲಿನ ಬಗ್ಗೆ ಅಷ್ಟು ಕಾಳಜಿ ಇದ್ದವನಾಗಿದ್ದರೆ ಮೊದಲ ದರ್ಜೆಯಲ್ಲಿ ಪ್ರಯಾಣಿಸು, ಇಲ್ಲದೇ ಇದ್ದರೆ ಖಾಲಿ ಗಾಡಿಯಲ್ಲಿ ಪ್ರಯಾಣಿಸು' ಎಂದು ರೇಗಿದ್ದೆ. ಅಕ್ಕ ಪಕ್ಕದಲ್ಲಿದ್ದವರು, ಗೋರೆಗಾಂವಿನಿಂದ ನನ್ನನ್ನು ಗಮನಿಸುತ್ತಿದ್ದವರು ಮುಸಿ ಮುಸಿ ನಗುತ್ತಿದ್ದರು. ಆ ಭೈಯ್ಯಾನಿಗೆ ಬಹಳ ಅವಮಾನವಾಗಿತ್ತು. ಮುಂದಿನ ಸ್ಟೇಷನ್ನಾದ ಬಾಂದ್ರದಲ್ಲಿಯೇ ಇಳಿದು ಹೋಗಿದ್ದ. ಅವನು ಅಲ್ಲಿಯೇ ಇಳಿಯಬೇಕಿತ್ತೋ ಅಥವಾ ಮುಂದೆ ಹೋಗಬೇಕಿತ್ತೋ ಏನೋ! ನನ್ನ ಮಾತುಗಳಿಂದ ಅವನಿಗೆ ಅವಮಾನವಾದದ್ದಂತೂ ನಿಜ. ಅಂದು ಹೆಚ್ಚಿನ ಜಯ ಸಾಧಿಸಿದ ಹೆಗ್ಗಳಿಕೆ ನನಗಾಗಿತ್ತು.

ಚರ್ಚ್‌ಗೇಟ್ ಸ್ಟೇಷನ್ ಬಂದಾಗ ಜೇಬಿನಲ್ಲಿನ ಕರವಸ್ತ್ರಕ್ಕಾಗಿ ಕೈ ಹಾಕಲು, ಕೈ ಪೂರ್ಣವಾಗಿ ಕೆಳಗೆ ಇಳಿದಿತ್ತು. ಪ್ಯಾಂಟಿನ ಜೇಬಿನಲ್ಲಿ ದೊಡ್ಡ ಪ್ರಪಾತದಂತಹ ಗುಂಡಿ ಇರುವ ಅನುಭವ. ಆ ಜೇಬಿಗೆ ತಳವೇ ಇಲ್ಲವೇನೋ ಎಂಬಂತೆ ನಿಷ್ಕರುಣೆಯಿಂದ ಕತ್ತರಿಸಿದ್ದರು, ಆ ಪಾಪಿಗಳು.

ಇಷ್ಟೆಲ್ಲಾ ಆದದ್ದನ್ನು ನೋಡಿಯೂ ಪ್ರತಿ ದಿನ ನನಗೆ ಸಿಗುವ ಆ ಭಿಕ್ಷುಕ ನನಗೆ, 'ಏಕ್ ರೂಪ್ಯಾ ದೇ ದೋ ಸಾಬ್' ಎಂದಾಗ ಮನಸ್ಸಿನಲ್ಲಿ ಎಷ್ಟು ರೋಷವುಕ್ಕಿರಬೇಕು.

ಇಷ್ಟೆಲ್ಲಾ ಒದ್ದಾಡಿಕೊಂಡು ಕೆಲಸಕ್ಕೆ ಹೋಗಿ, ಅಲ್ಲಿ ದಿನವೆಲ್ಲಾ ಬಾಸಿನಿಂದ ಬೈಸಿಕೊಂಡು, ಮನೆಗೆ ಬಂದಾಗ, 'ನೀವೇನೂ ಮಹಾ ಕೆಲಸ ಮಾಡೋದು', ಎಂಬ ಮೂದಲಿಕೆಯ ಮಾತನ್ನು ಪತ್ನಿ ಆಡಿದರೆ (ಆಡೋದು ಸಹಜವೇ - ಅವರವರ ಕಷ್ಟ ಅವರವರಿಗೆ ಮಾತ್ರವೇ ಅರ್ಥವಾಗುವುದು) ಆತ್ಮ ಹತ್ಯೆಯೇ ದಾರಿ ಎನ್ನುವಂತಾಗಿರುತ್ತದೆ ಅಲ್ಲವೇ? ಛೇ! ಹಾಗೆಲ್ಲಾ ಮಾಡಿಕೊಳ್ಳೋಕ್ಕೆ ಹೋಗೋಲ್ಲ ಬಿಡಿ. ನಾನೊಂದು ಗಟ್ಟಿಪಿಂಡ. ಎಂತೆಂಥ ಅವಮಾನಗಳನ್ನೇ ಸಹಿಸಿಕೊಂಡಿದ್ದೀನಿ, ಇದೆಲ್ಲಾ ಏನು ಮಹಾ. ಆದರೆ ಇಂತಹ ಸಮಯದಲ್ಲೂ ಕೂಡ ನನ್ನ ಆತ್ಮ, 'ತಾನು ಹೇಡಿಯಲ್ಲ ಎಂತಹ ಪರಿಸ್ಥಿತಿಯನ್ನೂ ಎದುರಿಸಬಲ್ಲೆ', ಎಂದು ಹೇಳುವಾಗ ಕೋಪ ಬಂದೇ ಬರತ್ತೆ. ನಾನೇನು ತಾನೆ ಮಾಡಬಲ್ಲೆ. ಅದೂ ಸರಿಯೇ ಇಂತಹ ಪರಿಸ್ಥಿತಿಯಿಂದಾಗಿ ನಾನು ಗಟ್ಟಿಗ ಆಗಬಹುದೇನೋ, ವೇದಾಂತಿಯಾಗಬಹುದೇನೋ. ಆದ್ರೂ ಈ ವೇದಾಂತಿ ಆತ್ಮವನ್ನು ಕಟ್ಟಿಕೊಂಡಿದ್ರೆ ಮಾನ ಹೋಗ್ತಿದ್ದಾಗ ಮಾನವನ್ನು ಕಾಪಾಡಿಕೊಳ್ಳಲಾಗುವುದೇ? ಹೊಟ್ಟೆ ಹಸಿವಾದಾಗ ಹೊಟ್ಟೆ ತುಂಬುತ್ಯೇ? ಹಾಗಂದುಕೊಂಡು ಈ ಆತ್ಮವನ್ನು ಬಿಟ್ಟುಬಿಡಕ್ಕಾಗಲ್ಲ, ನಾನು ಕಟ್ಟಿಕೊಂಡು ಬಂದದ್ದಲ್ವಲ್ಲ. ಅದೇ ಬಂದು ನನಗೆ ಅಂಟಿಕೊಂಡಿದೆ. ಅಷ್ಟೆ ಅಲ್ಲ ಎಲ್ಲ ಜನಗಳೂ ನನಗೆ ಮರ್ಯಾದೆ ಕೊಡ್ತಿರೋದು ಏಕೆ

ಅಂದ್ರೆ ಈ ಆತ್ಮ ನನ್ನ ಜೊತೆ ಇದೆ, ಆಗಾಗ ಸೂಕ್ತ ಮಾರ್ಗದರ್ಶನವನ್ನು ಇತರರಿಗೆ ನೀಡುವುದು ಎಂದು.

ಇಷ್ಟೆಲ್ಲಾ ಆದರೂ ಲೋಕಲ್ ಟ್ರೈನ್ ಪ್ರಯಾಣದಲ್ಲಿ ದಿನಕ್ಕೆ ಒಂದು ಪಾಠವನ್ನು ಕಲಿಯುತ್ತಲೇ ಇರುತ್ತೇವೆ. ಒಂದು ದಿನ ತಾಳ್ಮೆಯ ಪಾಠ ಕಲಿತರೆ, ಇನ್ನೊಂದು ದಿನ ಮಾನವೀಯತೆಯ ಪಾಠ, ಮತ್ತೊಂದು ದಿನ ಕಿಸೆಗಳನ್ನ ಚಾಣಾಕ್ಷತನದ ಬಗೆಗಿನ ತಿಳಿವು ಆದರೆ ಮಗದೊಂದು ದಿನ ಎಲ್ಲರೂ ಒಂದೇ ಎಂಬ ಸಮಾನತೆಯ ಪಾಠ.

ತಂತ್ರಾಂಶ ಅಭಿಯಂತರರಿಗೆ ಕಿವಿಮಾತು

ಕೆಲಸ ಮಾಡದೇ ದುಡಿಮೆ ಇಲ್ಲ. ದುಡಿಮೆ ಇಲ್ಲದೇ ಬಾಳಿಲ್ಲ. ದೈಹಿಕವಾಗಿ ಕೆಲಸ ಮಾಡಿ ದುಡಿಯುವವರೂ ಇದ್ದಾರೆ ಮತ್ತು ಮಾನಸಿಕವಾಗಿ ಕೆಲಸ ಮಾಡಿ ದುಡಿಯುವವರು ಇದ್ದಾರೆ. ದೈಹಿಕವಾಗಿ ಕೆಲಸ ಮಾಡುವವರನ್ನು ಸಾಮಾನ್ಯ ಭಾಷೆಯಲ್ಲಿ ಕೂಲಿಗಳೆಂದು ಕರೆಯುವುದು ವಾಡಿಕೆ. ಅವರ ಕೆಲಸ ನಿರ್ವಹಣೆಯಲ್ಲಿ ಬುದ್ಧಿಯ ಉಪಯುಕ್ತತೆ ಅಷ್ಟಾಗಿ ಬೇಕಿಲ್ಲ. ಆದರೆ ಮಾನಸಿಕವಾಗಿ ದುಡಿಯುವವರಿಗೆ ಬುದ್ಧಿಯ ಉಪಯೋಗವೇ ಪ್ರಧಾನವಾದದ್ದು.

ತಂತ್ರಾಂಶ ಅಭ್ಯಂತರ ಕೆಲಸವು ಪೂರ್ತಿಯಾಗಿ ಬುದ್ಧಿ ಶಕ್ತಿ ಉಪಯೋಗದಿಂದಲೇ ಆಗುವುದು. ಪ್ರೋಗ್ರಾಮಿಂಗ್, ಕೋಡಿಂಗ್, ಟೆಸ್ಟಿಂಗ್ ಎಂದು ನೂರಾರು ವಿಭಾಗಗಳನ್ನು ಹೊಂದಿರುವ ಗಣಕಯಂತ್ರದ ಸಹಾಯದಿಂದ ಕೆಲಸ ಮಾಡುವ ಉದ್ದಿಮೆ ಈಗ ಹೆಚ್ಚಿನ ಬೇಡಿಕೆಯಲ್ಲಿದೆ. ಈಗೊಂದು ೨೦ ವರ್ಷಗಳ ಹಿಂದೆ ಹೆಚ್ಚಿನ ಕೆಲಸಗಳನ್ನು ಗಣಕಯಂತ್ರದ ಸಹಾಯವಿಲ್ಲದೆಯೇ ಮಾಡುತ್ತಿದ್ದರು. ನಂತರದ ದಿನಗಳಲ್ಲಿ ಎಲ್ಲ ಕ್ಷೇತ್ರಗಳಲ್ಲೂ ನಿಧಾನವಾಗಿ ಗಣಕಯಂತ್ರದ ಉಪಯೋಗ ಬಳಕೆಗೆ ಬಂದಿತು. ಹಣವಂತ ರಾಷ್ಟ್ರಗಳಾದ ಅಮೆರಿಕ, ಇಂಗ್ಲೇಂಡ್, ಜರ್ಮನಿ, ಜಪಾನ್ ಇತ್ಯಾದಿಗಳಲ್ಲಿ ಕ್ಷಿಪ್ರ ಗತಿಯಲ್ಲಿ ಗಣಕಯಂತ್ರದ ಬಳಕೆಯಾಯಿತು. ಈ ಕ್ಷೇತ್ರದಲ್ಲಿ ಹೆಚ್ಚಿನ ಶ್ರಮ ವಹಿಸಿದವರು ಭಾರತೀಯರೇ. ಭಾರತೀಯ ತಂತ್ರಾಂಶ ಪರಿಣತರು ಇತರ ದೇಶಗಳಿಗೆ ಹೋಗಿ ಕೆಲಸ ಮಾಡುತ್ತಿದ್ದರು, ಮಾಡುತ್ತಿದ್ದಾರೆ. ಆದರೂ, ನಮ್ಮ ದೇಶದಲ್ಲಿ ಇಷ್ಟು ಕ್ಷಿಪ್ರ ಗತಿಯಲ್ಲಿ ಬೆಳವಣಿಗೆ ಆಗಲಿಲ್ಲ. ಇದಕ್ಕೆ ಮುಖ್ಯ ಕಾರಣವೇನೆಂದರೆ, ಅಲ್ಲಿ ಮಾನವ ಸಂಪನ್ಮೂಲ ಕಡಿಮೆ ದರದಲ್ಲಿ ಸಿಕ್ಕುತ್ತಿದ್ದು (ನಮ್ಮ ದೇಶದವರೇ) ಮತ್ತು ಮೂಲ ಬಂಡವಾಳವನ್ನು ಹೆಚ್ಚಿನ ಮೊತ್ತದಲ್ಲಿ ತೊಡಗಿಸಿದ್ದರು. ಈಗೀಗ ನಮ್ಮ ದೇಶದಲ್ಲಿಯೂ ಎಲ್ಲ ಕ್ಷೇತ್ರಗಳಲ್ಲಿಯೂ ಗಣಕಯಂತ್ರದ ಉಪಯೋಗ ಅಧಿಕವಾಗಿದೆ. ಹಾಗಾಗಿ ಗಣಕಯಂತ್ರದ ಸಹಾಯದಿಂದ ಸುಲಭವಾಗಿ ಕೆಲಸ ಮಾಡಲು ಬೇಕಿರುವ ತಂತ್ರಾಂಶವನ್ನು ಅಭಿಯಂತರರು ಒದಗಿಸುವರು. ಈ ಕ್ಷೇತ್ರದಲ್ಲಿ ಖಾಸಗೀ ಬಂಡವಾಳುದಾರರ ಪಾಲು ಹೆಚ್ಚಾಗಿ, ಲಾಭ ಮಾಡುವುದೇ ಗುರಿಯಾಗಿದೆ. ಕೆಲಸ ಮಾಡುವ ಆಭಿಯಂತರರಿಗೆ ಉಳಿದ ಕ್ಷೇತ್ರಗಳಿಗಿಂತಲೂ ಹೆಚ್ಚಿನ ಸಂಬಳವನ್ನು ಕೊಡುವರು. ಅವರು ಮಾಡುವ ಖರ್ಚಿಗಿಂತಲೂ ಹೆಚ್ಚಿನ ವರಮಾನ ಗಳಿಸುವುದೇ ಬಂಡವಾಳದಾರರ ಉದ್ದೇಶ. ಹಾಗಾಗಿ ಅಭಿಯಂತರರು ಹೆಚ್ಚಿನ ಪರಿಶ್ರಮ

ವಹಿಸಿ ಕೆಲಸ ಮಾಡಬೇಕಾಗಿದೆ. ಇಂತಹ ಸಂದರ್ಭಗಳಲ್ಲಿ ಅವರಿಗೆ ಒದಗಬಹುದಾದ ಕೆಲವು ತೊಂದರೆಗಳ ಬಗ್ಗೆ ನನಗೆ ತಿಳಿದ ಮಟ್ಟಿಗೆ ಎರಡು ಸಾಲುಗಳನ್ನು ಬರೆದು ತಿಳಿಸಿರುವೆ.

ಇಂದಿನ ಪರಿಸ್ಥಿತಿಯಲ್ಲಿ ಎಲ್ಲರಿಗೂ ತಿಳಿದಿರುವಂತೆ ತಂತ್ರಾಂಶ ಅಭಿಯಂತರುಗಳ ಕಾರ್ಯ ವೈಖರಿಯಲ್ಲಿ ಬಹಳ ಒತ್ತಡವಿದೆ. ಇದಕ್ಕೆ ಕಾರಣವೇನು?

ಮೊದಲಿಗೆ ಈ ಕ್ಷೇತ್ರದಲ್ಲಿ ಈಗ ಇರುವ ಬೇಡಿಕೆ ಮೊದಲಿಗಿಂತ ಹೆಚ್ಚಾಗಿದೆ. ಎಲ್ಲ ಕ್ಷೇತ್ರಗಳನ್ನೂ ಗಣಕೀಕರಣಗೊಳಿಸುತ್ತಿರುವರು. ಕೆಲಸ ಮಾಡುತ್ತಿರುವವರು ಕೆಲಸಕ್ಕೆ ಇರುವ ಬೇಡಿಕೆಗಿಂತ ಕಡಿಮೆಯಾಗಿ ಇದ್ದು, ಕೆಲಸಿಗರ ಮೇಲೆ ಒತ್ತಡ ಜಾಸ್ತಿಯಾಗುತ್ತಿದೆ. ಅದಲ್ಲದೇ ಹೆಚ್ಚಿನ ಸಮಯವೆಲ್ಲಾ ಮಿದುಳಿಗೇ ಹೆಚ್ಚಿನ ಕೆಲಸ. ಹಾಗಾಗಿ ಮಾನಸಿಕ ಶ್ರಮ ಹೆಚ್ಚಾಗಿರುವುದು. ದಿನಕ್ಕೆ ೧೦ ರಿಂದ ೧೨ ಘಂಟೆಗಳ ಕಾಲ ಒಂದೇ ಸಮನೆ ಕೆಲಸ ಮಾಡಬೇಕಾಗಬಹುದು.

ಇನ್ನು ಸತತವಾಗಿ ಒಂದೇ ಕಡೆ ಕುಳಿತು ಕೆಲಸ ಮಾಡುವುದರಿಂದ ಬೆನ್ನಿಗೆ, ಪೃಷ್ಠಕ್ಕೆ ತೊಂದರೆ, ಮತ್ತು ಸದಾ ಕಾಲ ಮಾನಿಟರ್ ನೋಡುವುದರಿಂದ ಕಣ್ಣಿಗೆ ತೊಂದರೆ ಬರುವ ಸಾಧ್ಯತೆಗಳಿವೆ. ಭೌತಿಕ ಶರೀರಕ್ಕೆ ಕೆಲಸ ಕಡಿಮೆಯಾಗಿ ತಲೆಗೆ ಕೆಲಸ ಜಾಸ್ತಿಯಾಗುವುದು. ಇದರಿಂದ ಬೊಜ್ಜು ಬರುವುದು, ಜೀರ್ಣಶಕ್ತಿ ಕಡಿಮೆ ಆಗುವುದು. ಮುಂದೆ ಇದರಿಂದ ಹೊಟ್ಟೆಗೆ ಸಂಬಂಧಪಟ್ಟ ಕಾಯಿಲೆಗಳು, ಮಿದುಳಿಗೆ ಸಂಬಂಧಪಟ್ಟ ಕಾಯಿಲೆಗಳು ಮತ್ತು ಹೃದಯಕ್ಕೆ ಸಂಬಂಧಪಟ್ಟ ಕಾಯಿಲೆಗಳು ಬರುವ ಸಾಧ್ಯತೆ ಹೆಚ್ಚು. ಇಷ್ಟೆಲ್ಲಾ ಹೆಚ್ಚಿನ ಸಮಯ ಕೆಲಸ ಮಾಡುವುದರಿಂದ ಸರಿಯಾಗಿ ನಿದ್ರೆ ಬರುವುದಿಲ್ಲ. ಅಂತಹ ಸಮಯಗಳಲ್ಲಿ ಮದ್ಯಪಾನದ ಸೇವನೆಯ ಮೊರೆ ಹೋಗುವುದೂ ಉಂಟು. ಕುಡಿತ ಹೆಚ್ಚಾಗಿ ಅದರಿಂದ ನರ ದೌರ್ಬಲ್ಯ, ಕರುಳು ಬೇನೆ, ಹೃದ್ರೋಗ ಇತ್ಯಾದಿಗಳಿಗೂ ತುತ್ತಾಗಬೇಕಾದೀತು.

ಇವುಗಳಿಂದ ಸ್ವಲ್ಪ ಶಮನ ದೊರೆಯಲು, ಯೋಗಾಸನ ಸ್ಥಿತಿಯಲ್ಲಿ ಕುಳಿತು ಕೆಲಸ ಮಾಡುವುದನ್ನು ಅಳವಡಿಸಿಕೊಳ್ಳಬಹುದು. ಕುಳಿತಲ್ಲಿಯೇ ಮಾಡುವ ಆಸನಗಳಿಂದ, ಕುತ್ತಿಗೆ, ಕಣ್ಣಿಗೆ ಸಂಬಂಧಪಟ್ಟ ಆಸನಗಳಿಂದ ತೊಂದರೆಗಳನ್ನು ನಿವಾರಿಸಿಕೊಳ್ಳಬಹುದು. ಅಲ್ಲಿ ಇಲ್ಲಿ ಓಡಾಡುವಾಗಲೂ ಇಂತಹ ಆಸನಗಳನ್ನು ಮಾಡಿ, ಅವುಗಳನ್ನು ಜೀವನ ಶೈಲಿಯಲ್ಲಿ ಅಳವಡಿಸಿಕೊಂಡು ಪ್ರತಿಫಲ ಪಡೆಯಬಹುದು.

ಇನ್ನು ಮಿದುಳಿಗೆ ಶಮನಕಾರಿಯಾಗಲು ಅಧ್ಯಾತ್ಮ ಚಿಂತನೆ, ಕೆಲಸ ಮಾಡುವಾಗಲೇ ಒಳ್ಳೊಳ್ಳೆಯ ಹಾಡು ಸಂಗೀತವನ್ನು ಆಲಿಸುವುದು ಒಳ್ಳೆಯದು. ಒಂದೇ ಸಮನೇ ಒಂದೇ ದಿಕ್ಕಿನಲ್ಲಿ

ಚಿಂತಿಸುವ ಮನಸ್ಸಿಗೆ ವಿರಾಮ ಕೊಡಲು ಸಾಹಿತ್ಯ ಕೃಷಿಯೂ ಫಲಕಾರಿ. ಕವನ, ಕಥೆ, ಲೇಖನಗಳನ್ನು ಬರೆಯುವುದರಿಂದ ಮನಸ್ಸಿಗೆ ಸ್ವಲ್ಪ ಹಿತವೆನಿಸುವುದು.

ಅಧ್ಯಾತ್ಮ ಎಂದರೇನು? ಅದರ ಚಿಂತನೆ ಎಂದರೇನು? ಅದರ ಅವಶ್ಯಕತೆ ಇದೆಯೇ (ಸರ್ವಕಾಲಕ್ಕೂ)? ಪ್ರಸ್ತುತ ಜೀವನದಲ್ಲಿ ಪರಿಸ್ಥಿತಿ ಹೇಗಿದೆ? ಅದರಲ್ಲಿ ಅಧ್ಯಾತ್ಮದ ಪಾತ್ರದಿಂದ ಏನಾದರೂ ಸಹಾಯವಾಗಬಹುದೇ?

ಸದ್ಯದ ಪರಿಸ್ಥಿತಿಯಲ್ಲಿ ಹೆಚ್ಚಿನ ಒತ್ತಡ ಯಾವ ಉದ್ಯೋಗದಲ್ಲಿದೆ?

ತಂತ್ರಾಂಶ ಅಭಿಯಂತರುಗಳ ಕಾರ್ಯವೈಖರಿ? ಮಾನಸಿಕ ಒತ್ತಡ, ಅಸಂತುಲತೆ.

ಇದರಿಂದ ಕುಟುಂಬದ ಮೇಲೆ ಆಗಬಹುದಾದ ದುಷ್ಪರಿಣಾಮ, ಸಮಾಜಕ್ಕೆ ಹೇಗೆ ಒಳಿತಾಗದು?

ಅಧ್ಯಾತ್ಮ ಬಾಳಿನಲ್ಲಿ ಅಳವಡಿಸಿಕೊಂಡರೆ ಹೇಗೆ ಬದುಕಿನ ವೈಖರಿ ಉತ್ತಮ ರೀತಿಯದ್ದಾಗಬಹುದು? ಅಧ್ಯಾತ್ಮದ ಜೊತೆ ಜೊತೆಗೆ ಯೋಗಾಸನ ಇನ್ನಿತರೇ ಕ್ಷೀಣಿಸುತ್ತಿರುವ ಶಾಸ್ತ್ರಗಳ ಅಭ್ಯಾಸದ ಅವಶ್ಯಕತೆ.

ಹೆಚ್ಚಿನ ಯೋಚನೆಯಿಂದಾಗಿ ಮಿದುಳಿಗೆ ವಿಶ್ರಾಮ ಬೇಕಿದ್ದಲ್ಲಿ ಅಧ್ಯಾತ್ಮ ಚಿಂತನೆಯನ್ನು (ಮೇಲೆ ಹೇಳಿದ ನಿಟ್ಟಿನಲ್ಲಿ) ಮಾಡಬಹುದು. ಏಕಾಗ್ರಚಿತ್ತತೆಯನ್ನೂ ಸಾಧಿಸಬಹುದು ಮತ್ತು ಅದರಿಂದ ಕೆಲಸದಲ್ಲಿ ಬೇಗ ಪ್ರತಿಫಲ ಅಥವಾ ಉತ್ತರಗಳನ್ನು ಕಂಡುಕೊಂಡು ಹೆಚ್ಚಿನ ಉತ್ಪತ್ತಿಗೆ ಕಾರಣವಾಗಬಹುದು. ಹಾಗೆಯೇ ಹೆಚ್ಚಿನ ಸಮಯವನ್ನು ಉಳಿಸಬಹುದು. ಬೇರೆ ದುಶ್ಚಟಗಳಿಂದಲೂ ಹೀಗೆಯೇ ದೂರವಿರಬಹುದು.

ಇನ್ನೂ ಕುಟುಂಬದಿಂದ ದೂರವಿರುವ ಏಕಾಂಗಿಗಳಲ್ಲಿ ಕೆಲಸವಿಲ್ಲದ ವೇಳೆಯಲ್ಲಿ ಏಕಾಂಗಿತನ ಕಾಡುವುದು. ಇದಕ್ಕಾಗಿ ಸತ್ಸಂಗಗಳನ್ನು ನಡೆಸಬಹುದು, ಅಧ್ಯಾತ್ಮದ ಕಡೆ ಒಲವು ತೊಡಗಿಸಿಕೊಳ್ಳಬಹುದು, ಅಥವಾ ಸಮಾನ ಚಿಂತಕರಿರುವಂತಹ ವೇದಿಕೆಗಳಲ್ಲಿ ಸಮಯವನ್ನು ತೊಡಗಿಸಿಕೊಳ್ಳಬಹುದು. ಒಳ್ಳೆಯ ಸಂಗೀತ ಕೇಳುವುದರಿಂದಲೂ ಮನ ಉಲ್ಲಾಸಗೊಳ್ಳುವುದು. ಹಾಗೇ ದೈಹಿಕವಾಗಿ ಸುಃಸ್ಥಿತಿಯಲ್ಲಿರಲು ಬ್ಯಾಸ್ಕೆಟ್‌ಬಾಲ್, ಬೇಸ್‌ಬಾಲ್, ಕ್ರಿಕೆಟ್ ಮುಂತಾದ ಆಟಗಳನ್ನೂ, ಮನಸ್ಸನ್ನು ಚುರುಕುಗೊಳಿಸುವಂತಹ ಚೆಸ್ ಆಟಗಳನ್ನೂ ಆಡುವುದು ಒಳಿತು.

ಮುಖ್ಯವಾಗಿ ಇನ್ನೂ ಹೆಚ್ಚಿನದಾಗಿ ಎದುರಿಸುತ್ತಿರುವ ತೊಂದರೆ ಎಂದರೆ ಕುಟುಂಬದ ಕಡೆಗೆ ಸರಿಯಾಗಿ ಗಮನ ಕೊಡಲಾಗದಿರುವುದು. ಕೆಲಸದ ಆಗು ಹೋಗುಗಳ ಬಗ್ಗೆ ಮನೆಯಲ್ಲಿ ಎಲ್ಲರೆದುರು ಮುಕ್ತವಾಗಿ ಚರ್ಚಿಸಿದರೆ ಒಳಿತಾಗುವುದು. ಅವರಿಗೂ ನಮ್ಮ ಪರಿಸ್ಥಿತಿಯ ಅರಿವಾಗುವುದು. ಅಷ್ಟೇ

ಅಲ್ಲದೇ ಕೆಲವು ವೇಳೆ ಸುಲಭ ಉತ್ತರಗಳೂ ಸಿಗಬಹುದು. ಅಧ್ಯಾತ್ಮ ಚಿಂತನೆ, ಸತ್ಸಂಗ ಮುಂತಾದ ಚಟುವಟಿಕೆಗಳಲ್ಲಿ ಕುಟುಂಬದ ಸದಸ್ಯರನ್ನೂ ತೊಡಗಿಸಿದರೆ ಎಲ್ಲವೂ ಸರಿಹೋಗಬಹುದು.

ವೃತ್ತಿಯಲ್ಲಿ ಎದುರಿಸುವ ಒತ್ತಡಕ್ಕೆ ಇನ್ನೊಂದು ಕಾರಣವೆಂದರೆ, ನಿರ್ವಾಹಕರು ಈ ಉದ್ಯೋಗದಲ್ಲಿ ಹಣ ಹೂಡಿ ಹೆಚ್ಚಿನ ಲಾಭ ಪಡೆಯಬೇಕೆಂಬ ದೃಷ್ಟಿಯಿಂದ ಕೆಲಸಿಗರ ಮೇಲೆ ಹೆಚ್ಚು ಹೆಚ್ಚು ಒತ್ತಡ ಹೇರುವುದೂ ಇದೆ. ಇದು ಎಷ್ಟರ ಮಟ್ಟಿಗೆ ನಿಜ ಎನ್ನುವುದು ನನಗಷ್ಟು ಗೊತ್ತಿಲ್ಲ, ನೀವೇ ಹೇಳಬೇಕು. ನನಗೆ ತೋಚಿದ್ದು ಬರೆದಿರುವೆ. ಈ ಒತ್ತಡದಿಂದ ಕೆಲಸಕ್ಕಾಗಿ ಹೆಚ್ಚಿನ ವೇಳೆಯನ್ನು ತೆರಬೇಕಾಗುವುದು. ಮನೆಯ ಕಡೆ ಗಮನ ಸ್ವಲ್ಪ ಕಡಿಮೆ ಆಗುವುದು. ಹಾಗಾಗಿ ಮಡದಿ / ಪತಿ ಮತ್ತು ಮಕ್ಕಳ ಕಡೆ ಅಷ್ಟಾಗಿ ಸಮಯ ವಿನಿಯೋಗಿಸಲಾಗುವುದಿಲ್ಲ. ಈ ಸಮಸ್ಯೆಗಳಿಗೂ ಈ ಮೇಲೆ ತಿಳಿಸಿರುವ ಸಮಾಧಾನಗಳು ಸಮಂಜಸವೆನಿಸಬಹುದು.

ಹಾಗಾಗಿ ಈಗ ನಮ್ಮ ಮುಂದಿರುವ ಕೆಲಸಗಳಲ್ಲಿ ಎರಡಕ್ಕೆ ಮಾತ್ರ ಪ್ರಾಶಸ್ತ್ಯ ಕೊಡಬೇಕು. ಒಂದು ಉದ್ಯೋಗ ಮತ್ತು ಎರಡನೆಯದು ಸ್ವ-ಸಂಸಾರ. ಮಿಕ್ಕೆಲ್ಲವನ್ನೂ ಗೌಣವನ್ನಾಗಿಸಬೇಕು. ಇದಕ್ಕಾಗಿ ಅಧ್ಯಾತ್ಮದ ಮೂಲ ಪರಿಚಯ ಆದರೆ ಜೀವನವನ್ನು ನಡೆಸಲು ಸುಲಭವಾಗುವುದು ಎಂದು ನನ್ನ ಅಂಬೋಣ.

ಎಷ್ಟರ ಮಟ್ಟಿಗೆ ನಾನು ನಿಮ್ಮನ್ನು ತಲುಪಿದೆನೋ ತಿಳಿಯದು, ಪ್ರಯತ್ನವನ್ನಂತೂ ಮಾಡಿರುವೆ. ಎಲ್ಲೆಲ್ಲಿ ತಿದ್ದಬಹುದೋ, ಅದನ್ನು ತಿಳಿಸಿ. ಈ ದಿಸೆಯಲ್ಲಿ ನಾನಿನ್ನೂ ಉತ್ತರವನ್ನು ಹುಡುಕುತ್ತಿರುವೆ.

ಬಾಯಿ ಇದ್ದವನಿಗೆ ಬರಗಾಲವಿಲ್ಲ

ಇದೊಂದು ನಾಡುನುಡಿ (ನಾಣ್ನುಡಿ). ಇಂದು ಬೆಳಗ್ಗೆ ನನ್ನ ಬಾಸು ನನ್ನನ್ನು ಕರೆದು ಹಳೆಯ ಕೆಲಸವೊಂದು ಬಾಕಿ ಇದ್ದು ಇಂದೇ ಮುಗಿಸಬೇಕೆಂದು ಅಣತಿ ಇತ್ತರು. ೫ ನಕ್ಷತ್ರಗಳ ಹೋಟೆಲ್ ಒಂದರ ಪಾವತಿಯಲ್ಲಿ ಸ್ವಲ್ಪ ತೊಂದರೆ ಇದ್ದು, ಅಲ್ಲಿಗೆ ಹೋಗಿಯೇ ಇತ್ಯರ್ಥಗೊಳಿಸಬೇಕಿತ್ತು. ಅದಕ್ಕಾಗಿ ಸಹಾಯಕ ಅಧಿಕಾರಿಯನ್ನು ಕಳುಹಿಸಿದ್ದೆವು. ಅವರಿಂದ ಕೆಲಸ ಆಗಿರಲಿಲ್ಲ. ನನಗೇ ಹೋಗಲು ನನ್ನ ಮೇಲಧಿಕಾರಿಗಳು ಅಣತಿ ಇತ್ತರು. ನಾನೇ ಯಾಕೆ ಹೋಗಬೇಕು, ವಯಸ್ಸಿನಲ್ಲಿ ಹಿರಿಯರಾದ ಸಹಾಯಕ ಅಧಿಕಾರಿಗಳಿಗೇ ಈ ಕೆಲಸ ಆಗ್ಲಿಲ್ಲ ಅಂದ ಮೇಲೆ ನಾನು ಹೋಗಿ ಏನು ಪ್ರಯೋಜನ ಎನ್ನಲು, ಅವರು - 'ನೀನು ಹೋಗಿ ಬಾ. ಆಮೇಲೆ ನಿನಗೇ ಗೊತ್ತಾಗುತ್ತದೆ, ನಿನ್ನಿಂದ ಈ ಕೆಲಸ ಆಗುವುದೋ ಇಲ್ಲವೋ' ಎಂದು, ಎಂದು ಹೇಳಿದರು. ಆ ಹೋಟೆಲ್ ಬಗ್ಗೆ ನನಗೆ ಪರಿಚಯವಿರದ ಕಾರಣ ಸಹಾಯಕ ಅಧಿಕಾರಿಯನ್ನೂ ಜೊತೆಗೆ ಕರೆದೊಯ್ದೆ.

ಒಬೆರಾಯ್ ಹೊಟೆಲ್‌ನವರ ಸಹೋದರ ಸಂಸ್ಥೆ ಹಿಲ್ಟನ್ ಹೋಟೆಲ್. ವೈಭವವಾದ ಕಟ್ಟಡದೊಳಗೆ ಕಾಲಿಡುತ್ತಿದ್ದಂತೆಯೇ, ಯಾವುದೋ ಯಕ್ಷ ಲೋಕಕ್ಕೆ ಬಂದಂತಹ ಅನುಭವವಾಯಿತು. ಆ ಹೊಟೆಲ್ ಒಳಗೆ ಹೋಗುತ್ತಿದ್ದಂತೆಯೇ, ಮೊದಲು ಎದುರಾದದ್ದು ಆತಿಥೇಯ ವಿಭಾಗ. ನಮ್ಮ ಕೆಲಸ ಆಗಬೇಕಿದ್ದ ಲೆಕ್ಕಪತ್ರದ ವಿಭಾಗ ಎಲ್ಲಿದೆಯೆಂದು ಹುಡುಕುವುದೇ ಒಂದು ದೊಡ್ಡ ಕಷ್ಟವಾಯಿತು. ಹೊಟೆಲ್‌ನ ಹಿಂಭಾಗದಲ್ಲಿರುವ ಗೋಡೌನ್ ತರಹದ ಪ್ರದೇಶದಲ್ಲಿ ಲೆಕ್ಕ ಪತ್ರ ವಿಭಾಗವಿದೆ. ನಮ್ಮ ಕೆಲಸವನ್ನು ನೋಡಿಕೊಳ್ಳುವವರ ಹತ್ತಿರ ಹೋದೆವು. ನನ್ನ ಸ್ನೇಹಿತರು ನನ್ನನ್ನು ಅವರಿಗೆ ಪರಿಚಯಿಸಿದ ಕೂಡಲೇ, ಅವರು ಎದ್ದು ನಿಂತು ಕುಳಿತುಕೊಳ್ಳಲು ತಿಳಿಸಿ, ತಾವೇನು ಸಹಾಯ ಮಾಡಬಹುದೆಂದು ಕೇಳಿದರು. ಇಷ್ಟು ಮರ್ಯಾದೆ ಕೊಟ್ಟದ್ದೇ ಸಾಕೆಂದು, ನಾನು ಬಂದ ಕೆಲಸದ ಬಗ್ಗೆ ಉಪನ್ಯಾಸ ಕೊಡಲಾರಂಭಿಸಿದೆ. ನನ್ನ ಭೈರಿಗೆಯ ಕೊರೆತ ಕೇಳಿಯೇ ಏನೋ, ತಕ್ಷಣ ನಮ್ಮೆಲ್ಲಾ ಮಾತುಗಳಿಗೂ ಒಪ್ಪಿಗೆಯನ್ನು ನೀಡಿದರು. ನನ್ನ ಕೆಲಸ ಬಹಳ ಸುಲಭದಲ್ಲಿ ಮಿಂಚಿನಂತೆ ಮುಗಿದುಹೋಗಿತ್ತು. ನಂತರ ನನ್ನ ಸ್ನೇಹಿತರು ತಿಳಿಸಿದ್ದೇನೆಂದರೆ, ನಿರರ್ಗಳವಾಗಿ ನಾನು ಆ ವಿಷಯದ ಬಗ್ಗೆ ಚರ್ಚಿಸುತ್ತಿದ್ದಾಗ, ಹೊಟೆಲ್‌ನ ಆತನಿಗೆ ತಮ್ಮ ತಪ್ಪು ಹಾದಿಯ ಬಗ್ಗೆ ತಿಳುವಳಿಕೆ ಆಯಿತಂತೆ. ಹಾಗಾಗಿ ಅವರು ನಮ್ಮ ಮಾತುಗಳಿಗೆ ಮಣಿದು, ನಮ್ಮ ನಿಲುವನ್ನು ಸರಿ ಎಂದು ಒಪ್ಪಿಕೊಂಡರಂತೆ. ಆ ತಕ್ಷಣದಲ್ಲಿ ನನಗೆ ಇದರ ಅನುಭವವೇ ಆಗಿರಲಿಲ್ಲ. ಅವರಿಂದ ಬೀಳ್ಕೊಂಡು

ಹೊರಡುವ ಸಮಯಕ್ಕೆ ಸರಿಯಾಗಿ, ಅವರ ಮೇಲಧಿಕಾರಿಗಳು ಅಲ್ಲಿಗೆ ಬಂದು ನಮ್ಮನ್ನು ಪರಿಚಯಿಸಿಕೊಂಡು ತಮ್ಮಲ್ಲಿಗೆ ಊಟಕ್ಕೆ ಬರಬೇಕೆಂದು ಆಹ್ವಾನಿಸಿದರು. ನಾನು ಹೊರಗಡೆ ಎಲ್ಲಿಯೂ ಏನನ್ನೂ ತಿನ್ನುವುದಿಲ್ಲವೆಂದು ಹೇಳಲು, ಅವರಿಗೆ ಅತಿಯಾದ ಆಶ್ಚರ್ಯವಾಯಿತು. ಅದೇ ನನ್ನ ಸ್ನೇಹಿತರು, ಅವರೊಂದಿಗೆ ಹೊರಟು ನಿಂತರು. ಬಹಳ ಒಳ್ಳೆಯ ಊಟ ನೀಡಿದ್ದರಂತೆ. ನಂತರ ನಾನು ಬ್ಯಾಂಕಿಗೆ ಬಂದು ಕೆಲಸವಾದುದರ ಬಗ್ಗೆ ಹೇಳಿದ ಕೂಡಲೇ ನನ್ನ ಮೇಲಧಿಕಾರಿ ಹೇಳಿದರು, 'ನಾನು ಮೊದಲೇ ಹೇಳಿರಲಿಲ್ವೇ? ನೀನು ಹೋದರೆ ಕೆಲಸ ಖಂಡಿತವಾಗಿ ಆಗುವುದು ಎಂದು'. ತಕ್ಷಣ ನನಗೆ ನೆನಪಾದದ್ದು 'ಬಾಯಿಯಿದ್ದವನು ಬರಗಾಲದಲ್ಲಿಯೂ ಬದುಕಿಯಾನು' ಎಂದ ಕನ್ನಡದ ನಾಣ್ನುಡಿ.

ಇದೇ ಸಂದರ್ಭದಲ್ಲಿ ನನ್ನ ಹಳೆಯ ಒಂದು ನೆನಪನ್ನು ಕೆದಕಿ ನಿಮ್ಮ ಮುಂದಿಡುತ್ತಿರುವೆ. ನನ್ನ ತಂದೆ ಸ್ವಾತಂತ್ರ್ಯ ಸಂಗ್ರಾಮದಲ್ಲಿ ಹೋರಾಡಿದ್ದವರು. ಹಾಗಾಗಿ ಅವರಿಗೆ ಸರಕಾರದಿಂದ ಪಿಂಚಣಿ ಬರುತ್ತಿದ್ದಂತೆಯೇ ನನಗೂ ಕಾಲೇಜಿನ ಫೀ ಮಾಫಿ, ಹಾಸ್ಟೆಲಿನ ಖರ್ಚು, ಪುಸ್ತಿಕೆಗಳ ಖರ್ಚು ಇತ್ಯಾದಿ ಎಂದು ಸ್ಕಾಲರ್ ಶಿಪ್ ಬರುತ್ತಿತ್ತು. ೧೯೭೯-೮೦ರಲ್ಲಿ ಬಿ.ಕಾಂ ಕೊನೆಯ ವರ್ಷದಲ್ಲಿ ಓದುತ್ತಿದ್ದ ಸಮಯ. ಪದವಿಯ ಎರಡನೆಯ ವರ್ಷದಲ್ಲಿ ಅರ್ಜಿ ಸಲ್ಲಿಸಿದ ಹಣ ಯಾಕೋ ಇನ್ನೂ ಬಂದಿರಲಿಲ್ಲ. ಮೂರನೆಯ (ಕಡೆಯ) ವರ್ಷದ ಅರ್ಜಿಯನ್ನು ಸಲ್ಲಿಸಿದ ಸ್ವಲ್ಪ ದಿನಗಳಲ್ಲಿಯೇ, ಅದರ ಬಾಬ್ತು ಹಣ ಬಂದಿತ್ತು. ಈ ಮೊದಲು ಮೊದಲ ವರ್ಷದ ಬಾಬ್ತು ಕೂಡಾ ಸರಿಯಾದ ಸಮಯಕ್ಕೆ ಬಂದಿತ್ತು. ಎರಡನೆಯ ವರ್ಷದ ಹಣ ಮಾತ್ರ ಏಕೆ ಬಂದಿಲ್ಲ ಎಂದು ಕಾಲೇಜಿನ ಸಿಬ್ಬಂದಿಗಳಲ್ಲಿ ವಿಚಾರಿಸಲು, ಸರ್ಕಾರದ ಆ ವಿಭಾಗಕ್ಕೇ ಹೋಗಿ ವಿಚಾರಿಸು ಎಂದಿದ್ದರು. ಒಂದು ದಿನ ಆ ವಿಭಾಗಕ್ಕೆ ಹೋಗಿ ವಿಚಾರಿಸಲು, ಕಿರಿಯ ಅಧಿಕಾರಿಗಳು ತಮಗೇನೂ ಗೊತ್ತಿಲ್ಲ, ನಿನಗೆ ಎಷ್ಟು ಬಂದಿದೆಯೋ ಅದರಲ್ಲೇ ಸಂತೋಷಪಟ್ಟುಕೋ ಎಂದಿದ್ದರು. ಸುಮ್ಮನಿರದ ನಾನು ಪಕ್ಕದಲ್ಲಿಯೇ ಪ್ರತ್ಯೇಕ ಕೊಠಡಿಯಲ್ಲಿದ್ದ ಹಿರಿಯ ಅಧಿಕಾರಿಗಳ ಬಳಿ ಹೋಗಿ ನನ್ನ ಅಳಲನ್ನು ತೋಡಿಕೊಂಡೆ. ನನ್ನ ತಂದೆ ಸ್ವಾತಂತ್ರ್ಯ ಯೋಧರು. ಈಗ ಅವರು ಕೆಲಸದಿಂದ ನಿವೃತ್ತರಾಗಿರುವುದರಿಂದ ಮತ್ತು ನಾನು ವಸತಿನಿಲಯದಲ್ಲಿದ್ದು ಓದುತ್ತಿರುವುದರಿಂದ, ಜೀವನ ನಡೆಸುವುದು ಸ್ವಲ್ಪ ದುಸ್ತರವಾಗಿದೆ ಎಂದಿದ್ದೆ. ಅಷ್ಟಲ್ಲದೇ ನಾನು ಕೊಂಡು ಹೋಗಿದ್ದ ನನ್ನ ಹಳೆಯ ಅಂಕಪಟ್ಟಿಗಳೆಲ್ಲವನ್ನೂ ಅವರ ಮುಂದಿಟ್ಟಿದ್ದೆ. ಅದನ್ನು ನೋಡಿಯೋ ಏನೋ, ಆ ಹಿರಿಯ ಅಧಿಕಾರಿಗಳು, ಅರ್ಜಿ ತಮಗೆ ಬಂದಿಲ್ಲವೆಂದೂ ಮತ್ತೊಂದು ಅರ್ಜಿ ಸಲ್ಲಿಸಿದರೆ ತಕ್ಷಣವೇ ಮಂಜೂರು ಮಾಡಿ ಹಣ ಸಂದಾಯಿಸುವುದಾಗಿಯೂ ಹೇಳಿದ್ದರು. ಅಲ್ಲಿಯೇ ಕುಳಿತು ಸ್ಕಾಲರ್‌ಶಿಪ್‌ಗಾಗಿ ಇನ್ನೊಂದು ಅರ್ಜಿಯನ್ನು ಸಲ್ಲಿಸಿದೆ. ಅದಾದ ನಂತರ ಸ್ವಲ್ಪ ಕಾಲ ಆ ವಿಷಯವೇ ನನಗೆ ಮರೆತು ಹೋಗಿತ್ತು. ಬಿ.ಕಾಂ ಪದವಿ ದೊರೆತ ಸ್ವಲ್ಪ

ದಿನಗಳ ಮೇಲೆ, ಒಮ್ಮೆ ಕಾಲೇಜಿನಿಂದ ಕರೆ ಬಂದಿತು. ಅಲ್ಲಿಗೆ ಹೋಗುತ್ತಿದ್ದಂತೆಯೇ ಕಾಲೇಜಿನ ಲೆಕ್ಕಾಧಿಕಾರಿಗಳು, ನಿನಗೆ ಚೆಕ್ ಕೊಡಬೇಕೋ ಅಥವಾ ನಗದು ಹಣ ಕೊಡಬೇಕೋ ಎಂದು ಕೇಳಿದರು. ವಿಷಯವೇನೆಂದು ತಿಳಿಯದ ನಾನು, ಯಾವುದರ ಬಗ್ಗೆ ಕೇಳ್ತಿದ್ದೀರಿ, ನನಗೆ ನಗದು ಹಣ ಕೊಟ್ಟರೇ ಒಳ್ಳೆಯದು ಎಂದು ಹೇಳಿದೆ. ಒಟ್ಟಿಗೆ ಎರಡು ವರ್ಷಗಳ ಸ್ಕಾಲರ್‌ಶಿಪ್ ಹಣವನ್ನು ನಗದಾಗಿ ಕೊಟ್ಟರು. ನನಗೆ ಸಖೇದಾಶ್ಚರ್ಯವಾಯಿತು. ಒಂದು ವರ್ಷದ್ದೇ ಸರಿಯಾಗಿ ಬರದಿದ್ದ ಸಮಯದಲ್ಲಿ ಎರಡು ವರ್ಷಗಳ ಹಣ ಅದು ಹೇಗೆ ಬಂದಿತು ಎಂದು. ಲೆಕ್ಕಾಧಿಕಾರಿಗಳು ವಯಸ್ಸಿನಲ್ಲಿ ಬಹಳ ಹಿರಿಯರಾಗಿದ್ದರು. ಅವರನ್ನು ಈ ಬಗ್ಗೆ ಕೇಳಿದೆ. ಅದಕ್ಕವರು, ನೀನು ಸರ್ಕಾರದ ಕಛೇರಿಗೆ ಹೋಗಿದ್ದೆಯಾ? ಅಲ್ಲಿ ಏನು ನಡೆಯಿತು ಹೇಳು? ಎಂದು ಹೇಳಿದರು. ಅಲ್ಲಿ ನಡೆದ ಎಲ್ಲ ವಿಷಯಗಳನ್ನೂ ಚಾಚೂ ತಪ್ಪದೇ ಅವರ ಮುಂದೆ ಹರಿಯಬಿಟ್ಟೆ. ಅದಕ್ಕವರು, 'ನೋಡಿದೆಯಾ, ಇದಕ್ಕೇ ಹೇಳುವುದು, ಬಾಯಿ ಇದ್ದವನಿಗೆ ಬರಗಾಲವಿಲ್ಲ'. ನೀನು ಹಿರಿಯ ಅಧಿಕಾರಿಗಳನ್ನು ಕಂಡುದುದು, ಅಂಕ ಪಟ್ಟಿಯನ್ನು ತೋರಿಸಿದುದು, ಇನ್ನೊಂದು ಅರ್ಜಿಯನ್ನು ಸಲ್ಲಿಸಿದುದು ಒಳ್ಳೆಯದೇ ಆಯಿತು. ನೋಡು ಅವರೀಗ ಹಳೆಯ ಅರ್ಜಿಯನ್ನೂ ತೆಗೆಸಿ, ಎರಡನ್ನೂ ಮಂಜೂರು ಮಾಡಿ ಕಳುಹಿಸಿದ್ದಾರೆ. ಒಂದು ವರ್ಷದ ಹಣ ಜಾಸ್ತಿಯಾಗಿಯೇ ಬಂದಿದೆ ಎಂದು ಯಾರಲ್ಲಿಯೂ ಹೇಳಬೇಡ. ಹಿಂದೊಮ್ಮೆ ಮೊದಲ ಪಿಯುಸಿಯಲ್ಲಿ ಸ್ಕಾಲರ್ ಶಿಪ್ ಬಂದಿರಲಿಲ್ಲ. ದೇವರು ಕೊಟ್ಟ ವರವೆಂದು ಕಣ್ಣಿಗೊತ್ತಿಕೊಂಡು ತೆಗೆದುಕೋ. ನಿನಗೆ ಬದುಕಿನಲ್ಲಿ ಒಳ್ಳೆಯದೇ ಆಗುವುದು ಎಂದು ಹರಸಿದರು. ಆ ಹಿರಿಯರಿಗೆ ಅಲ್ಲಿಯೇ ಸಾಷ್ಟಾಂಗ ನಮಸ್ಕಾರಗಳನ್ನು ಸಲ್ಲಿಸಿದೆ. ಈಗವರು ಎಲ್ಲಿಹರೋ ಏನೋ ತಿಳಿಯದು. ಆದರೆ ಅವರ ಆತ್ಮ ಮಾತ್ರ ನನ್ನನ್ನು ಹರಸುತ್ತಲೇ ಇದೆ. ಅವರ ಇಂತಹ ಮಾತುಗಳನ್ನು ಮರೆಯಲಾಗುವುದೇ? ನನ್ನ ಜೀವನದಲ್ಲಿ ಕಂಡ ಎಂದುರೋ ಮಹಾನುಭಾವುಲುಗಳಲ್ಲಿ ಅವರೂ ಒಬ್ಬರು.

ಮಾರುವಿಕೆಯ ತಂತ್ರ

ವಸ್ತುಗಳನ್ನು ಮಾರಾಟ ಮಾಡಲು ಹಲವು ಬಗೆಯ ತಂತ್ರಗಳನ್ನು ಮಾಡುವುದನ್ನು ನಾವುಗಳು ಪ್ರತಿದಿನವೂ ಪ್ರತಿಹಂತದಲ್ಲೂ ಕಾಣಬರುತ್ತೇವೆ. ೨೦-೨೫ ವರ್ಷಗಳ ಹಿಂದೆ ರೇಡಿಯೋ, ಪತ್ರಿಕೆ ಅಥವಾ ಟಿವಿ ಮಾಧ್ಯಮದಲ್ಲಿ ವಸ್ತುವಿನ ಬಗ್ಗೆ ಜಾಹೀರಾತು ಬಂದರೆ ಸಾಕು, ಅದನ್ನೇ ಹೆಚ್ಚಿನ ಜನಗಳು ಕೊಳ್ಳುತ್ತಿದ್ದರು. ಅದಾದ ಹತ್ತು ವರ್ಷಗಳ ತರುವಾಯ ಪುರುಷರು ಸುಲಭವಾಗಿ ಜಾಹೀರಾತುಗಳ ತಂತ್ರಕ್ಕೆ ಮಣಿಯದ್ದನ್ನು ಕಂಡು, ಸ್ತ್ರೀಯರ ಮೂಲಕ ಜಾಹೀರಾತು ಮಾಡುವುದು, ಮನೆ ಮನೆಗಳಿಗೆ ಹೋಗಿ ವಸ್ತುಗಳ ಬಗ್ಗೆ ತಿಳಿಸಿ ಕೊಳ್ಳುವಿಕೆಗೆ ಒತ್ತಾಯಿಸುವುದು ಕಂಡುಬಂದಿತು. ಈಗೊಂದು ಐದಾರು ವರುಷಗಳಿಂದ ಮಕ್ಕಳನ್ನು ಪುಸಲಾಯಿಸಿ ವಸ್ತುಗಳ ಮಾರಾಟದ ಬಗ್ಗೆ ಹೊಸ ತಂತ್ರವನ್ನು ಕಂಡುಕೊಂಡಿದ್ದಾರೆ. ಇದೇನು ಹೊಸ ವಿಷಯವೇನಲ್ಲ. ಬಹಳ ಹಿಂದಿನಿಂದಲೂ ಇದ್ದದ್ದೇ. ಈಗೀಗ ನಾನು ಕಾಣುತ್ತಿರುವ ಒಂದು ವಿಧವನ್ನು ಬರಹ ರೂಪಕ್ಕೆ ಇಳಿಸುತ್ತಿರುವೆನಷ್ಟೆ. ಇದು ನಿಮ್ಮೆಲ್ಲರ ಗಮನಕ್ಕೂ ಬಂದಿರಬಹುದು.

ಮಕ್ಕಳು ಎಳೆಯ ವಯಸ್ಸಿನಿಂದಲೇ ಕಾರ್ಟೂನ್ ಚಾನೆಲ್‌ಗಳಿಗೆ ದಾಸರಾಗುವುದು ಎಲ್ಲರ ಮನೆಗಳಲ್ಲೂ ಕಂಡು ಬರುತ್ತಿರುವ ದೃಶ್ಯ. ಒಂದೆರಡು ವರುಷಗಳ ಹಿಂದೆ ಇಂತಹ ಕಾರ್ಟೂನ್ ಚಾನೆಲ್‌ಗಳು ಮಕ್ಕಳಿಗೆ ಸುಲಭದ ಪ್ರಶ್ನೆಗಳನ್ನು ಕೇಳಿ, ಉತ್ತರವನ್ನು ಎಸ್‌ಎಮ್‌ಎಸ್ ಮೂಲಕ ಕಳುಹಿಸಿದರೆ ಬಹುಮಾನ ಕೊಡುವರೆಂದು ಘೋಷಿಸಿದ್ದರು. ಮಾತಿಗೆ ತಪ್ಪದಂತೆ, ರೂ ೧೦೦ - ೨೦೦ ರ ಬಹುಮಾನವನ್ನು ಆಟಗಳ ಸಿಡಿ, ಆಟದ ಸಾಮಾನು, ಇತ್ಯಾದಿಗಳ ಮೂಲಕ ಕೊರಿಯರ್ ಮಾಡಿದ್ದರು. ಇದರ ಫಲವನ್ನು ನನ್ನ ಮಗನೂ ಪಡೆದಿದ್ದನು. ಅಂದಿನಿಂದ ಕಾರ್ಟೂನ್ ಚಾನೆಲ್‌ಗಳಿಗೆ ದಾಸನಾಗಿ ಹೋದನು. ಓದಿನ ಸಮಯವನ್ನು ಬಿಟ್ಟರೆ ಮಿಕ್ಕೆಲ್ಲ ಸಮಯದಲ್ಲೂ ಟಿವಿಯ ಮುಂದೆಯೇ ಕುಳಿತಿರುತ್ತಾನೆ. ಎಷ್ಟೇ ಹೇಳಿದರೂ ನಮ್ಮ ಮಾತುಗಳು ಅವನ ಕಿವಿಗೆ ಹೊಕ್ಕುವುದಿಲ್ಲ. ಹಿಂದೆಲ್ಲಾ ಆದರೆ ತಂದೆ ತಾಯಿಗಳು ಒದ್ದು ಬುದ್ಧಿ ಕಲಿಸುತ್ತಿದ್ದರು. ಈಗಿನ ಕೌಟುಂಬಿಕ ಪರಿಸ್ಥಿತಿಯಲ್ಲಿ ಮಕ್ಕಳಿಗೆ ತಂದೆ ಅಥವಾ ತಾಯಿ ಹೊಡೆದರೆ ಮತ್ತೊಬ್ಬರು ಯಾಕೆ ಹೊಡೆಯುವುದೆಂದು ಮಕ್ಕಳ ಪರವಹಿಸುವರು. ಹೀಗಾಗಿ ಮಕ್ಕಳಿಗೆ ಹೊಡೆದು ಬುದ್ಧಿ ಕಲಿಸುವ ಕಾಲ ಹೋಯಿತು. ಇನ್ನು ಬಾಯಿ ಮಾತನ್ನು ಎಲ್ಲಿ ಕೇಳುತ್ತಾರೆ. ಅದರಲ್ಲೂ ಹಿರಿಯ ಒಬ್ಬರ ಮಾತಿಗೆ ವಿರುದ್ಧವಾಗಿ ಇನ್ನೊಬ್ಬ ಹಿರಿಯರು ಪ್ರತಿಕ್ರಿಯಿಸುವುದು ಸರ್ವೇಸಾಮಾನ್ಯವಾಗಿದೆ. ಇಂತಹ ಸನ್ನಿವೇಶವನ್ನು ಮಕ್ಕಳು ಬಹಳ ಚೆನ್ನಾಗಿ

ಉಪಯೋಗಿಸಿಕೊಳ್ಳುತ್ತಿದ್ದಾರೆ. ಈಗಂತೂ ಮನೆಯಲ್ಲಿ ತಂದೆ ತಾಯಿಯರಿಬ್ಬರೂ ದುಡಿಯಲು ಹೋಗುವ ಕಾರಣ, ಮಕ್ಕಳ ಕಡೆಗೆ ಹೆಚ್ಚಿನ ಗಮನ ಕೊಡಲಾಗುತ್ತಿಲ್ಲ. ಹಾಗಾಗಿ ಮಕ್ಕಳಿಗೆ ಶಾಲೆ ಇಲ್ಲದಿದ್ದರೆ ಮನೆಯಲ್ಲಿ ಟಿವಿಯ ಮುಂದೆ ಕುಳಿತಿರುವುದು ಸಾಮಾನ್ಯವಾಗಿದೆ.

ಪ್ರಸ್ತುತ ಒಂದು ಕಾರ್ಟೂನ್ ಜಾಹೀರಾತಿನ ಬಗ್ಗೆ ನಾನು ಹೇಳಬಯಸುವೆ. ಇದೊಂದು ಹೆಸರಾಂತ ಕಾರ್ಟೂನ್ ಚಾನೆಲ್. ಅದರಲ್ಲಿ ಪ್ರಸಾರ ಆಗುವ ಕಾರ್ಯಕ್ರಮಗಳ ಮಧ್ಯದಲ್ಲಿ ಸಂಖ್ಯೆಗಳನ್ನು ತೋರಿಸುವರು. ೩-೪ ಕ್ಷಣಗಳಷ್ಟೇ ಆ ಸಂಖ್ಯೆಯನ್ನು ತೋರಿಸುವುದು. ತತ್‌ಕ್ಷಣ ಆ ಸಂಖ್ಯೆಯನ್ನು ಎಸ್‌ಎಮ್‌ಎಸ್ ಮೂಲಕ ತಿಳಿಸಿದ ಸಂಖ್ಯೆಗೆ ರವಾನಿಸಿದರೆ ಹತ್ತು, ಇಪ್ಪತ್ತು ಅಥವಾ ಮೂವತ್ತು ಅಂಕಗಳನ್ನು ನೀಡುವರು. ಅದನ್ನು ಕೂಡಾ ಎಸ್‌ಎಮ್‌ಎಸ್ ಮೂಲಕವೇ ತಿಳಿಸುವರು. ಎರಡು ದಿನಗಳ ಗಡುವು ಕೊಟ್ಟು ಎಷ್ಟು ಅಂಕಗಳನ್ನು ಪಡೆಯುವರೋ, ಅದರ ಆಧಾರದ ಮೇಲೆ ಹೆಚ್ಚಿನ ಅಂಕ ಗಳಿಸಿದವರಿಗೆ ಲ್ಯಾಪ್‌ಟಾಪ್, ಸಿಡಿ ಗೇಮ್ ಇತ್ಯಾದಿ ಬಹುಮಾನವನ್ನು ಕಳುಹಿಸುವರೆಂದು ಘೋಷಿಸಿದ್ದಾರೆ. ಈ ಎರಡು ದಿನಗಳು ಮಕ್ಕಳು ಓದುತ್ತಿಲ್ಲ, ನಿದ್ರೆ ಮಾಡುತ್ತಿಲ್ಲ ಎಂಬುದು ತಂದೆ ತಾಯಿಯರ ಕಳವಳ. ಹಾಗೇನಾದರೂ ಬಲವಂತವಾಗಿ ನಿದ್ರೆ ಮಾಡಲು ಕಳುಹಿಸಿದರೆ, ಹಿರಿಯರು ಟಿವಿಯ ಮುಂದೆ ಕುಳಿತು ಜಾಹೀರಾತನ್ನು ವೀಕ್ಷಿಸಬೇಕಿದೆ. ಇಲ್ಲದಿದ್ದರೆ ಮನೆಯು ರಣರಂಗವಾಗುವುದು ನಿಶ್ಚಿತ. ಜಾಹೀರಾತುದಾರರಿಗೆ ಹೇಗೆ ಲಾಭವಾಗುವುದು ಎಂದು ಯೋಚಿಸುತ್ತಿದ್ದೆ. ಆಗ ಹೊಳೆದದ್ದು ಇದು. ಒಂದು ಎಸ್‌ಎಮ್‌ಎಸ್‌ಗೆ ಮೂರು ರೂಪಾಯಿಗಳನ್ನು ವಿಧಿಸುವರು. ಹೆಚ್ಚಿನ ಅಂಕ ಪಡೆಯಬೇಕೆಂದರೆ ಹೆಚ್ಚಿನ ಎಸ್‌ಎಮ್‌ಎಸ್ ಸಂದೇಶಗಳನ್ನು ಕಳುಹಿಸಬೇಕು. ಸಾಮಾನ್ಯವಾಗಿ ಒಂದು ಎಸ್‌ಎಮ್‌ಎಸ್‌ಗೆ ಒಂದು ರೂಪಾಯಿ ವಿಧಿಸಿದರೆ, ಇಲ್ಲಿ ಮುಪ್ಪಟ್ಟು ದರವನ್ನು ವಿಧಿಸುವರು. ಇದಲ್ಲದೇ ಟಿವಿ ಚಾನೆಲ್‌ನಲ್ಲಿ ಆಗ ತೋರಿಸುವ ಜಾಹೀರಾತುಗಳ ವಸ್ತುಗಳನ್ನೇ ಕೊಳ್ಳಬೇಕೆಂಬು ಮಕ್ಕಳ ಹಠವೂ ಸೇರುವುದು. ಇದನ್ನು ತಡೆಯುವುದು ಹೇಗೆ?

ಹುಟ್ಟಿದ ದಿನ

ನನ್ನೂರು ಬಯಲು ಸೀಮೆ. ಕಣ್ಣಿನ ದೃಷ್ಟಿ ಹೋಗುವವರೆವಿಗೆ ಎಲ್ಲಿಯೂ ಮರ ಗಿಡಗಳು ಕಾಣುವುದಿಲ್ಲ (ಒಂದೂ ಇಲ್ಲಾಂತಲ್ಲ - ಸಾಮಾನ್ಯವಾಗಿ ಕಾಣಿಸುವುದಿಲ್ಲ). ಕಂಡದ್ದೆಲ್ಲಾ ಬಟ್ಟ ಬಯಲು. ಇಂತಹ ಊರಿನವನು ನನ್ನ ಮನಸ್ಸೂ ಬಯಲೇ! ನನ್ನೊಳಗೆ ಏನನ್ನೂ ಮುಚ್ಚಿಡಲಾಗುವುದಿಲ್ಲ. ನನ್ನನ್ನು ಬೊಗಳೆ ಬೋರಯ್ಯ ಎಂದೂ ಕರೆಯಬಹುದೇನೋ?

ಮೊನ್ನೆ ಮೇ ೨ನೆಯ ತಾರೀಖು. ಯಾರೂ ನನ್ನನ್ನು ಸರಿಯಾಗಿ ಗಮನಿಸಬಾರದೆಂದು, ಬ್ಯಾಂಕಿಗೆ ಹೋಗುವಾಗಲೇ ದೊಗಲೆ ಪ್ಯಾಂಟು, ದೊಗಲೆ ಷರ್ಟು ಧರಿಸಿದ್ದೆ.

ಇಂದೇನು ಸ್ಪೆಷಲ್ಲು - ನೀನೇನು ಹೇಳ್ಬೇಕೂಂತ ಇದ್ದೀಯಾ - ಬೇಗ ಹೇಳಿ ಮುಗಿಸು - ನಮಗೆ ಹರಟೆ ಹೊಡೆಯೋಕ್ಕೆ ಸಮಯವಿಲ್ಲ, ಎಂದು ರೇಗಬೇಡಿ, ಹೇಳುತ್ತೇನೆ ಕೇಳಿ ಅಲ್ಲ ಓದಿ.

ಮೊದಲೇ ಹೇಳಿದಂತೆ ದೊಗಲೆ ಅಣ್ಣನನ್ನು ಯಾರೂ ಗಮನಿಸಲಿಲ್ಲ. ಯಥಾಪ್ರಕಾರ ಬ್ಯಾಂಕಿನೊಳಗೆ ಕಾಲಿಡುತ್ತಿದ್ದಂತೆಯೇ ಕುರಿಗಳು ಬ್ಯಾ ಬ್ಯಾ ಎನ್ನಲು ಪ್ರಾರಂಭಿಸಿದವು. ಕುರಿಗಳು ಅಂದ್ರೆ ಅಕ್ಷರಶಃ ಕುರಿಗಳಲ್ಲ. ನಮ್ಮ ವಿಭಾಗದಲ್ಲಿರುವ ಕರ್ಮಚಾರಿಗಳು. ಸಾಮಾನ್ಯವಾಗಿ ನಾನು ಬ್ಯಾಂಕಿಗೆ ಹೋಗುವುದು ಬೆಳ್ಗಿನ ೮.೩೦ ಘಂಟೆಗೆ. ಈ ಕರ್ಮಚಾರಿಗಳು ೭.೩೦ ಘಂಟೆಗೆ ಬಂದು ಕಸ ಗುಡಿಸಿ, ಸ್ವಚ್ಛ ಮಾಡಬೇಕು. ನಾನು ಹೋಗುವವರೆವಿಗೂ ಯಾರೂ ಕೆಲಸ ಪ್ರಾರಂಭಿಸುವುದಿಲ್ಲ. ಅವರಿಗೆ ನನ್ನ ಮುಖವನ್ನು ಕಡ ಮೇಲೆಯೇ ಕೆಲಸ ಮಾಡಲು ಸ್ಫೂರ್ತಿ ಬರುವುದು ಎಂದೆನಿಸುತ್ತದೆ. ನನ್ನನ್ನು ಕುರುಬನಂತೆಯೇ ಕಾಣುತ್ತಿದ್ದಾರೆ.

೯.೩೦ರಿಂದ ಇತರ ಕರ್ಮಚಾರಿಗಳು ಮತ್ತು ಅಧಿಕಾರಿಗಳು ಒಬ್ಬೊಬ್ಬರಾಗಿ ಬರುವರು. ಅವರುಗಳ ಎಣಿಕೆಯನ್ನು ಮೊದಲಿಗೆ ತೆಗೆದುಕೊಳ್ಳಬೇಕು. ನಂತರ ಅವರ ಕೆಲಸದಲ್ಲಿನ ಬೇಕು ಬೇಡಗಳನ್ನು ನೋಡಿಕೊಳ್ಳಬೇಕು. ಕುರಿಗಳಿಗೆ ತಿನಿಸು ಹಾಕಿದಂತೆ. ಹೀಗೆ ಬೆಳಗಿನಿಂದ ಸಂಜೆಯವರೆವಿಗೆ ನನ್ನದು ಕುರಿಗಳನ್ನು ಕಾಯುವ ಕೆಲಸ.

ಅಂದು ಮಧ್ಯಾಹ್ನದ ೩ ಘಂಟೆವರೆವಿಗೆ ಎಲ್ಲವೂ ಮಾಮೂಲಾಗಿ ನಡೆದಿತ್ತು. ೩ ಘಂಟೆಯ ವೇಳೆಗೆ ಸೋಡಾ ಬುಡ್ಡಿ ನಯನ ಬಂದು, 'ಸಾರ್ ನಿಮಗೆ ವಿಶ್ ಮಾಡಬಹುದಾ?' ಎಂದಳು. ಬಟಾ ಬಯಲಿನಲ್ಲಿ ಸಿಕ್ಕಿ ಬಿದ್ದ ಕಳ್ಳನಂತೆ ೩೧ ಹಲ್ಲುಗಳನ್ನು ಪ್ರದರ್ಶಿಸಿದೆ (ನಾನೇನೂ ಲೆಕ್ಕ ತಪ್ಪಿಲ್ಲ - ೧

ಬಿದ್ದು ಹೋಗಿದೆ). ಏಕೆ ವಿಶ್ ಮಾಡ್ಬೇಕು, ನನ್ನಲ್ಲಿ ಏನು ವಿಶೇಷತೆ ಕಾಣ್ತಿದ್ದೀರಾ? ಎಂದು ಕೇಳಿದೆ. ಹಿಂದೆಯೇ ನಿಂತಿದ್ದ ಇನ್ನೋರ್ವ ಅಧಿಕಾರಿ ಜೆಡಿ (ಜಯಂತ ದೇಶಪಾಂಡೆ), 'ಸಾರ್ ನೀವು ನಮಗಿಂತ ಹಿರಿಯ ಅಧಿಕಾರಿ ಇರಬಹುದು, ಆದರೆ ವಯಸ್ಸಿನಲ್ಲಿ ಕಿರಿಯರು. ಈ ರೀತಿ ದೊಗಲೆ ಬಟ್ಟೆ ಹಾಕಿಕೊಂಡು ಬೊಗಳೆ ಬಿಡಬಹುದು ಎಂದು ನೀವೆಣಿಸಿದ್ದರೆ ಅದು ತಪ್ಪು. ಇವತ್ತು ನಿಮ್ಮ ಜನುಮ ದಿನ ಅಂತ ನಮಗೆ ಗೊತ್ತು. ನೀವು ಬೇಡ ಅಂತ ಅಂದರೂ ನಾವು ಹು.ಹ.ಕ್ಕೆ ಶುಭವನ್ನು ಕೋರುತ್ತಿದ್ದೇವೆ' ಎನ್ನೋದೇ! ಹಿಂದೆಯೇ ಮಾಧವಿ ಸಾವರ್ಕರ, ಪ್ರದೀಪ ಡೇ, ಪಾಟ್ಕರ, ಶರತ್ ರೋಪಳೇಕರ, ಅಂಜಲಿ ರೇಳೆ ಜೋರಾಗಿ ಹುಟ್ಟಿದ ಹಬ್ಬದ ಶುಭಾಶಯಗಳು ಎಂದು ಕೂಗಿದ್ದರು. ಇದೊಂದನ್ನೂ ನಿರೀಕ್ಷಿಸದ ನಾನು ನಿಂತಲ್ಲಿಯೇ ನೀರಾಗಿ ಹೋಗಿದ್ದೆ.

ತುಕಾರಾಮ ಪರಬ ಹತ್ತಿರ ಬಂದು, 'ಏನು ಸಾರ್ ನೀವು ಸಿಹಿ ತಂದಿದ್ದೀರೋ ಅಥವಾ ನಾನೇ ಎಲ್ಲರಿಗೂ ಹಂಚಲೋ' ಎಂದು ಕೇಳಿದ.

ಅಲ್ಲಪ್ಪಾ, ನಿಮಗ್ಯಾರಿಗೂ ...

ಸಾರ್ ಜಾಸ್ತಿ ಮಾತು ಬೇಡ, ನಿಮ್ಮ ಜೋಳಿಗೆಯಲ್ಲಿ ಸಿಹಿ ಇದೆಯೋ ಅಥವಾ ನಾನು ತಂದಿರುವ ಸಿಹಿಯನ್ನು ಹಂಚಲೋ ಅಷ್ಟು ಹೇಳಿ ಸಾಕು.

ಸರಿಯಪ್ಪ ಅದೇನು ಮಾಡ್ತೀಯೋ ಮಾಡು, ಆದರೆ ಇಡೀ ವಿಭಾಗಕ್ಕೆ ತಿಳಿಯೋದು ಬೇಡ. ನಿಮ್ಮೆಲ್ಲರ ಒತ್ತಾಯದ ಪ್ರೀತಿಗೇ ನಾನು ನೆಲ ಕಚ್ತಿದ್ದೀನಿ. ಇನ್ನು ಎಲ್ಲರೂ ಬಂದರೆ, ನಾನು ಮೇಲೇಳೋದೇ ಕಷ್ಟ. ಬೇಡಪ್ಪ ಸಾಕು ಎಂದಿದ್ದೆ.

ಅವನು ನಮ್ಮ ಸೆಕ್ಷನ್ನಿನ ಎಲ್ಲರಿಗೂ ಸಿಹಿ ಹಂಚಿದ್ದ.

ಬೆಕ್ಕು ಕಣ್ಣು ಮುಚ್ಚಿಕೊಂಡು ಹಾಲು ಕುಡಿಯುವಾಗ, ಈ ಲೋಕವೆಲ್ಲಾ ಕತ್ತಲಾಗಿದೆ, ಯಾರೂ ತನ್ನನ್ನು ಗಮನಿಸುತ್ತಿಲ್ಲ ಎಂದು ತಿಳಿದಿರುತ್ತದಂತೆ. ಪಾಪ ಅದಕ್ಕೇನು ಗೊತ್ತು, ತನ್ನನ್ನು ಬಿಟ್ಟು ಮಿಕ್ಕೆಲ್ಲರಿಗೂ ತಾನು ಮಾಡುತ್ತಿರುವ ಕೆಲಸ ಕಂಡಿರುತ್ತದೆ ಎಂಬುದು.

ಕೃತಕ ಗಾಂಭೀರ್ಯತೆ

ಯಾವಾಗಲೂ ನ್ಯಾಚುರಲ್ಲಾಗಿ ಇರಲು ಸಾಧ್ಯವಿಲ್ಲವೇ? ಇದ್ದುದರಲ್ಲೇ ಹಾಯಾಗಿ ರಾಮ ಕೃಷ್ಣ ಎಂದು ಇದ್ದುಕೊಂಡರೆ ಜೀವನ ಎಷ್ಟು ಚಂದ ಇರುತ್ತದೆ. ಅದು ಬಿಟ್ಟು ಸಮಾಜದಲ್ಲಿ ಯಾರು ಏನನ್ನುತ್ತಾರೋ ಎಂದುಕೊಂಡು ಕೃತಕ ನಗೆಯನ್ನು ಸಾರಿಕೊಂಡು, ಥಾಳಾಗಿ ಜೀವಿಸುವುದು ಬೇಕಿತ್ತೇ? ಎಂದಿಗೂ ನಾವು ಯಾವ ಮಟ್ಟದಲ್ಲಿ ಇರುತ್ತೇವೆಯೋ ಅಲ್ಲಿಗಿಂತ ಸ್ವಲ್ಪ ಮೇಲುಗಡೆಯೇ ನೋಡುತ್ತಿರುತ್ತೇವೆ. ಬೆಳವಣಿಗೆ ಮತ್ತು ಏಳಿಗೆಯ ದೃಷ್ಟಿಯಲ್ಲಿ ಇದು ಸರಿ ಎನಿಸಿದರೂ, ಸಂಸಾರವನ್ನು ಸರಾಗವಾಗಿ ನಡೆಸಿಕೊಂಡು ಹೋಗುವಲ್ಲಿ ಸರಿ ಕಾಣುವುದಿಲ್ಲ.

ನಮ್ಮ ಹತ್ತಿರದ ಸಂಬಂಧಿಯೊಬ್ಬರ ಮಗನ ಉಪನಯನವಿದೆ. ಈ ವಿಷಯವನ್ನು ಅವರು ಟ್ರೈನ್ ಟಿಕೆಟ್ ಮಾಡಿಸಲು ಅನುಕೂಲವಾಗಲೆಂದು ನಮಗೆ ದೂರವಾಣಿಯ ಮೂಲಕ ಎರಡು ತಿಂಗಲುಗಳ ಮುಂಚೆಯೇ ತಿಳಿಸಿದ್ದರು. ಅದೂ ಅಲ್ಲದೇ ಇದೇ ಸಮಯದಲ್ಲಿ ಮಕ್ಕಳಿಗೆ ಶಾಲೆಗೆ ರಜೆ ಬರುವುದು. ಎಲ್ಲರೂ ಸೇರಲು ಇದು ಸುಸಮಯವೆಂದು ಉಪನಯನವನ್ನು ಈ ಸಮಯದಲ್ಲಿ ಮಾಡುವುದೆಂದು ನಿರ್ಧರಿಸಿದ್ದರು. ನನ್ನ ಮಗನೂ ಮತ್ತು ಆ ಹುಡುಗನೂ ಒಂದೇ ವಯಸ್ಸಿನವರು. ಅದಕ್ಕಾಗಿ ಬೆಂಗಳೂರಿಗೆ ಹೋಗಬೇಕೆಂದುಕೊಂಡೆವು. ಆದರೆ ಮುಂದಿನ ವರುಷ ನನ್ನ ಮಗಳು ೧೨ನೆಯ ತರಗತಿಯ ಪರೀಕ್ಷೆ ತೆಗೆದುಕೊಳ್ಳುವುದರಿಂದ ಅದರ ತರಗತಿಗಳು ಈಗಾಗಲೇ ಪ್ರಾರಂಭವಾಗಿವೆ. ಕಾಲೇಜಿಗೆ ರಜೆ ಇರುವ ಈ ಸಮಯದಲ್ಲಿ ಪ್ರತಿದಿನ ೪ ಘಂಟೆಗಳ ಕಾಲ ತರಗತಿ ನಡೆಯುವುದು. ಒಂದು ದಿನವೂ ಇದನ್ನು ತಪ್ಪಿಸುವಂತಿಲ್ಲ. ಅವಳಿಲ್ಲದೇ ಇತರರ್ಯಾರೂ ಬೆಂಗಳೂರಿಗೆ ಹೊರಡಲು ತಯಾರಿರಲಿಲ್ಲ. ಕೊನೆಯ ಸಮಯದವರೆವಿಗೆ ಟಿಕೆಟ್ ಮಾಡಿಸಲೇ ಇಲ್ಲ. ಒಂದು ವಾರದ ಹಿಂದೆ ಬೆಂಗಳೂರಿನಿಂದ ನಮ್ಮ ನೆಂಟರು ಉಪನಯನಕ್ಕೆ ಬರಲೇ ಬೇಕೆಂದು ತಾಕೀತು ಮಾಡಿದಾಗ, ಎರಡು ದಿನಗಳ ಮಟ್ಟಿಗೆ ಹೋಗಿ ಬರುವುದೆಂದೂ, ಮಗಳಿಗೆ ತರಗತಿ ತಪ್ಪಿಸಿದರೂ ಮುಂದೆ ಸರಿ ಪಡಿಸಿಕೊಳ್ಳಬಹುದೆಂದೂ ತಿಳಿಸಿ, ವಿಮಾನದಲ್ಲಿ ಟಿಕೆಟ್ ಮಾಡಿಸಿದೆನು. ನನಗೆ ಇಲ್ಲಿ ವಿಪರೀತ ಕೆಲಸವಿರುವುದರಿಂದ ನಾನೊಬ್ಬನೇ ಇಲ್ಲಿರುವುದೆಂದು ತೀರ್ಮಾನಿಸಿದೆನು.

ಈ ಕೃತಕ ವರ್ತನೆಯ ಭೇದವನ್ನು ನೀವು ಟ್ರೈನ್‌ಗಳಲ್ಲಿ ಪ್ರಯಾಣಿಸುವವರಲ್ಲೂ ಮತ್ತು ವಿಮಾನಗಳಲ್ಲಿ ಪ್ರಯಾಣಿಸುವ ಪ್ರಯಾಣಿಕರಲ್ಲಿಯೂ ಕಾಣಬಹುದು. ನನ್ನ ಸ್ನೇಹಿತರುಗಳಲ್ಲೂ ಅನೇಕರಲ್ಲಿ ಈ ವರ್ತನೆಯನ್ನು ಕಂಡಿರುವೆ. ಟ್ರೈನಿನಲ್ಲಿ ಹೋಗುವಾಗ ಒಂದು ರೀತಿಯ ವರ್ತನೆ (ದಿನ

ನಿತ್ಯದಂತೆ) ತೋರಿಸಿದರೆ, ವಿಮಾನದಲ್ಲಿ ಪ್ರಯಾಣಿಸುವಾಗ ಅದೆಲ್ಲಿಲ್ಲದ ಬಿಗುಮಾನ, ಭಾಷೆಯ ಬಳಕೆ, ಇತರರೊಂದಿಗೆ ವರ್ತಿಸುವುದನ್ನು ಕಾಣುವೆ. ಮನುಷಯ ಏನಾದರೂ ಬದಲಾಗುವನೇ? ಇಲ್ವಲ್ಲ. ಟ್ರೈನಿನಲ್ಲಿ ಪ್ರಯಾಣಿಸುವ ಬಸಯ್ಯ ವಿಮಾನದಲ್ಲಿ ಪ್ರಯಾಣಿಸುವಾಗ ಬಸವರಾಜ ಏಕಾಗಬೇಕು?

ಸಿಟಿ ಬಸ್ಸಿನಲ್ಲಿ ವಿಮಾನ ನಿಲ್ದಾಣಕ್ಕೆ ಹೋದರೆ ಅದೊಂದು ದೊಡ್ಡ ಅವಮಾನ. ಅದಕ್ಕೆ ಟ್ಯಾಕ್ಸಿ ಅಥವಾ ಆಟೋವಿನಲ್ಲೇ ಹೋಗಬೇಕು. ಆಟೋ ಚಾಲಕ ಮೀಟರಿನಲ್ಲಿ ನಮೂದಿಸಿರುವ ದರಕ್ಕಿಂತ ಹೆಚ್ಚಿಗೆ ಕೇಳುವನು. ಎಲ್ಲರೆದುರಿಗೆ ದೊಡ್ಡಸ್ತಿಕೆ ತೋರಿಸಿಕೊಳ್ಳುವಂತೆ ಸುಮ್ಮನೆ ಕೊಟ್ಟುಬಿಡುವರು. ಅವನನ್ನು ಚಿಲ್ಲರೆ ಕೇಳಿದರೆ, ಅವನು ಜಗಳ ಮಾಡುವನೆಂದೂ, ಅದರಿಮ್ದ ಎಲ್ಲರೂ ನಮ್ಮನ್ನೇ ನೋಡುವರು, ನಮಗೆ ಅವಮಾನ ಆಗತ್ತೆ ಎನ್ನುವುದು ಕೆಲವರ ಅಂಬೋಣ. ಎಲ್ಲ ಕಡೆಗಳಲ್ಲೂ ನಮ್ಮ ವ್ಯಕ್ತಿತ್ವವನ್ನು ಒಂದೇ ರೀತಿಯಲ್ಲಿ ಪ್ರದರ್ಶಿಸಬೇಕೆಂಬುದು ನನ್ನ ಅನಿಸಿಕೆ. ವಿಮಾನ ನಿಲ್ದಾಣದಲ್ಲಿ ಸಿಟಿ ಬಸ್ಸನ್ನು ಏರಿದರೆ ಬಸ್ಸಿನೊಳಗಿರುವ ಜನಗಳು ಮತ್ತು ಹೊರಗಿರುವ ಜನಗಳು ನಮ್ಮನ್ನು ವಿಚಿತ್ರವಾಗಿ ನೋಡುವರು.

ಇದಿಷ್ಟೇ ಅಲ್ಲ, ವಿಮಾನ ನಿಲ್ದಾಣದಲ್ಲಿ ಜೋರಾಗಿ ಮಾತನಾಡಿದರೆ ವಿಚಿತ್ರವಾಗಿ ನೋಡುವರು. ಕೆಲವರಂತೂ ಇದೇ ಸಮಯಕ್ಕೆ ಕಾಯುತ್ತಿದ್ದವರಂತೆ ನಮನ್ನು ಉದ್ದೇಶಿಸಿ ಹೇಳಿಯೇಬಿಡುವರು. 'ಏನು ಯಾವತ್ತೂ ವಿಮಾನ ನಿಲ್ದಾಣ ನೋಡಿಲ್ವಾ? ಅದಕ್ಕೇ ಹಳ್ಳಿ ಗೊಡ್ಡುಗಳು ಎಂದು ಕರೆಯೋದು!'. ಜೋರಾಗಿ ಕೆಮ್ಮಿದರೆ ಅಥವಾ ಸೀನಿದರೆ, ಅಕ್ಕ ಪಕ್ಕದವರೆಲ್ಲರೂ ಕರ್ಚೀಫುಗಳಲ್ಲಿ (ಬಟ್ಟೆಯದಲ್ಲ ಕಾಗದದ್ದು - ಅದನ್ನೂ ಹ್ಯಾಂಕಿ ಎನ್ನಬೇಕಂತೆ) ಮೂಗು ಮುಚ್ಚಿಕೊಂಡು ದೂರ ಸರಿವರು. ನಮ್ಮಿಂದ ಅವರಿಗೇನೋ ದೊಡ್ಡ ರೋಗ ಅಂಟಬಹುದೇನೋ ಎನ್ನುವಂತೆ ನೋಡುವರು. ಇಂಗ್ಲೀಷು ಬರದವರೂ ಸಹ ಇಂಗ್ಲೀಷಿನಲ್ಲಿಯೇ ಮಾತನಾಡುತ್ತಿರುತ್ತಾರೆ. ಯಾರಾದರೂ ತಮ್ಮ ಭಾಷೆಗಳಲ್ಲಿ ಮಾತನಾಡಿದರೆ ಅದೊಂದು ಅಕ್ಷಮ್ಯ ಅಪರಾಧ.

ಗಾಂಭೀರ್ಯತೆ ಇರಲಿ ಆದರೆ ಕೃತಕ ಗಾಂಭೀರ್ಯತೆ ಏಕೆ ಬೇಕು. ಅದರ ಅವಶ್ಯಕತೆ ಇದೆಯೇ?

ಆತ್ಮೀಯತೆ

ಕೆಲವರಲ್ಲಿ ನಾವು ಅತೀವವಾದ ಆಪ್ಯಾಯತೆಯನ್ನು ಕಾಣುತ್ತೇವೆ. ಮೊದಲ ನೋಟದಲ್ಲೇ ಅವರ ಮತ್ತು ನಮ್ಮ ಮನಗಳು ಒಂದೇ ದಿಕ್ಕಿನಲ್ಲಿ ಓಡುವಂತಾಗುತ್ತವೆ. ಇದು ಏಕೆ ಎಂದು ಯಾರಿಗೂ ತಿಳಿಯದಾಗಿದೆ. ಇದಕ್ಕೆ ಕೆಲವರು ಹಿಂದಿನ ಜನ್ಮದಲ್ಲಿ ನೀವಿಬ್ಬರೂ ಒಂದೇ ತಾಯಿಯ ಹೊಟ್ಟೆಯಲ್ಲಿ ಹುಟ್ಟಿದವರು ಎಂದು ಹೇಳಿಬಿಡುವರು. ಯಾರಿಗೆ ಗೊತ್ತು, ಹಿಂದೆ ಈ ಆತ್ಮಕ್ಕೆ ಮನುಷ್ಯನಲ್ಲಿಯೇ ಜನ್ಮವಿತ್ತೋ ಅಥವಾ ಯಾವುದೋ ಕಾಗೆಯೋ ಗೂಬೆಯೋ ಆಗಿದ್ದರೂ ಇರಬಹುದು. ಪುನರ್ಜನ್ಮವೇ ಇದ್ದೀತೋ ಇಲ್ಲವೋ ತಿಳಿಯದು.

ಸ್ವಲ್ಪ ದಿನಗಳ ಹಿಂದೆ ಡಾ|| ರಾಜಕುಮಾರ, ನಂತರ ಪ್ರಮೋದ ಮಹಾಜನ, ನೌಶಾದ್ ಹಾಗೂ ಪಟ್ಟಾಭಿರಾಮ ರೆಡ್ಡಿಯವರುಗಳು ದೈವಾಧೀನರಾದರು. ಅವರುಗಳು ಇನ್ನು ಮುಂದೆ ನಮ್ಮೊಡನಿಲ್ಲ ಎಂದಾಗ ಆಗುವ ದುಃಖ ಹೇಳತೀರದು. ಅವರೊಂದಿಗೆ ನಾಡಿನ ಎಲ್ಲರೂ ಸಂಪರ್ಕವಿರಿಸಿಕೊಂಡಿರಲು ಸಾಧ್ಯವೇ ಇಲ್ಲ. ಆದರೂ ಅವರೊಂದಿಗೆ ಅದೆಲ್ಲಿಂದ ಆತ್ಮೀಯತೆ ಬಂದಿತು. ಹೀಗೆಯೇ ನಾಡಿನಲ್ಲಿ ಹೆಸರು ಮಾಡಿದ ನಟರು, ಸಾಹಿತಿಗಳು, ವಿಜ್ಞಾನಿಗಳು, ರಾಜಕಾರಣಿಗಳು, ಇತ್ಯಾದಿ ಸಮಾಜಕ್ಕೆ ಸಹಾಯವಾದವರು ಎಷ್ಟೋ ನಾಯಕರುಗಳು ಜನ ಸಾಮಾನ್ಯರ ಹೃದಯವನ್ನು ಗೆದ್ದು ಅದರಲ್ಲಿ ನೆಲೆಸಿರುವರು. ಅವರು ನಿಧನರಾದಾಗ ಆಗುವ ದುಃಖ ಅವ್ಯಕ್ತ. ಈ ಆಪ್ಯಾಯತೆ ಎಲ್ಲಿಂದ ಬರುವುದು.

ಅಂತರ್ಜಾಲದಲ್ಲಿ ನನಗೆ ಶ್ರೀಯುತ ಮಧುಸೂಧನ ಪೆಜತ್ತಾಯರ ಪರಿಚಯವಾಯಿತು. ನೇರವಾಗಿ ಅವರು ನನ್ನ ನಾಡಿಯನ್ನೇ ಹಿಡಿದು ನನ್ನಲ್ಲಿರುವ ದೌರ್ಬಲ್ಯವನ್ನು ತೋರಿಸಿಕೊಟ್ಟರು. ಇಲ್ಲಿಯವರೆವಿಗೆ ಅವರಲ್ಲಿ ನನ್ನ ಅಣ್ಣನ ಗುಣಗಳನ್ನು ಕಾಣುತ್ತಿರುವೆ. ಇದೇ ತರಹ ಇನ್ನೊಬ್ಬ ಹಿರಿಯ ಮಿತ್ರರೂ ನನಗೆ ಹಾದಿ ತೋರುತ್ತಿದ್ದಾರೆ. ಈ ಆತ್ಮೀಆಯತೆ ಎಲ್ಲಿಂದ ಬರುತ್ತಿದೆ. ಒಬ್ಬರಿಗೊಬ್ಬರು ಮುಖಾಮುಖಿ ನೋಡಿಲ್ಲ, ಸಂಪರ್ಕವಿಲ್ಲ. ನಮ್ಮೆಲ್ಲರನ್ನೂ ಒಂದು ಅತೀತ ಶಕ್ತಿಯು ಹಿಡಿದು ಒಂದುಗೂಡಿಸುತ್ತಿದೆ ಎಂದು ಹೇಳಬಹುದೇ?

ಕನ್ನಡ, ತೆಲುಗು ಹಾಡುಗಳಲ್ಲಿ ಕೀರ್ತನೆಗಳನ್ನು ಕೇಳಿದಾಗ ಮನವು ಅರಳುವುದು ಸಾಮಾನ್ಯದ ಸಂಗತಿ. ನನಗೆ ಬಂಗಾಲೀ ಭಾಷೆ ಬರುವುದಿಲ್ಲ. ಆದರೆ ಬಂಗಾಲಿಯಲ್ಲಿರುವ ಕೆಲವು ಭಜನೆಗಳನ್ನು ಕೇಳುತ್ತಿದ್ದರೆ ಕುಣಿಯುವಂತಾಗುವುದು, ಮನಕ್ಕಾಗುವ ಸಂತೋಷದಿಂದ ಕಣ್ಣಲ್ಲಿ ನೀರಾಡುವುದು.

ಅಷ್ಟೇ ಅಲ್ಲ ಆ ಭಜನೆಯ ಅರ್ಥವು ಚೆನ್ನಾಗಿಯೇ ಆಗುವುದು. ಇದೇ ತರಹ ಕೆಲವು ಮರಾಠಿ ಭಜನೆಗಳನ್ನು ಕೇಳಿದರೂ ಆಗುವುದು. ಇಲ್ಲಿ ಕಂಡು ಬರುವ ಆತೀಮಯತೆ ಹಾಡುವವರ ಕಂಠದಲ್ಲಿರುವುದೇ ಅಥವಾ ಹಾಡಿನ ಸಾಹಿತ್ಯದಲ್ಲಿರುವುದೇ?

ಈಗ ನೋಡಿ, ನಮ್ಮ ಹಳೆಯ ಬಾಸ್ ಒಬ್ಬರು ರಾಮಚಂದ್ರನ್ ಅಂತ ಇದ್ದಾರೆ. ಅವರೊಂದಿಗೆ ನನ್ನ ಒಡನಾಟ ಕೇವಲ ಒಂದು ವರ್ಷಗಳು ಮಾತ್ರವಿದ್ದಿತ್ತು. ಅವರು ವೃತ್ತಿಯಿಂದ ನಿವೃತ್ತರಾದ ಮೇಲೆ ನನಗೆ ಸಿಕ್ಕೇ ಇರಲಿಲ್ಲ. ಆದರೆ ಆಗಾಗ ಅವರ ಲೇಖನಗಳನ್ನು ಪತ್ರಿಕೆಗಳಲ್ಲಿ, ಸಾಪ್ತಾಹಿಕ, ಮಾಸಿಕ ಪತ್ರಿಕೆಗಳಲ್ಲಿ ನೋಡುತ್ತಿದ್ದೆ. ಒಮ್ಮೆ ಅವರು ನನ್ನ ಮಗಳ ಶಾಲೆಗೆ ಬಂದು ಒಂದು ಉಪನ್ಯಾಸವನ್ನು ಕೊಟ್ಟಿದ್ದರಂತೆ. ಶಾಲೆಯಿಂದ ಬಂದವಳೇ ನನ್ನ ಮಗಳು ಈ ವಿಷಯವನ್ನು ತಿಳಿಸಿದ್ದಲ್ಲದೇ ಅವರು ಕೊಟ್ಟಿದ್ದ ದೂರವಾಣಿಯಲ್ಲಿ ಸಂಪರ್ಕಿಸಲು ಹೇಳಿದ್ದಾರೆಂದೂ ತಿಳಿಸಿದ್ದಳು. ಅಂದಿನಿಂದ ಮತ್ತೆ ಅವರ ನಂಟು ಹೆಚ್ಚಾಯಿತು. ಮುಂದೊಂದು ದಿನ ನನ್ನ ಒಂದು ಲೇಖನವು ನಮ್ಮ ಬ್ಯಾಂಕಿನ ಗೃಹ ಪತ್ರಿಕೆಯಲ್ಲಿ ಪ್ರಕಟವಾದಾಗ ಅವರು ನನ್ನನ್ನು ಇ-ಅಂಚೆಯ ಮೂಲಕ ಸಂಪರ್ಕಿಸಿ, ನನ್ನ ಇನ್ನಿತರ ಲೇಖನಗಳ ಆಂಗ್ಲ ರೂಪಾಂತರವನ್ನು ಕೇಳಿದರು. ಅವರ ಅನೇಕ ಲೇಖನಗಳನ್ನೂ ಕಳುಹಿಸಿದರು. ಇದೊಂದು ಬಗೆಯ ಆತ್ಮೀಯತೆಯ ರೂಪವಾದರೆ, ಎಲ್ಲಿಯೋ ಹುಟ್ಟಿ ಬೆಳೆದು ಒಬ್ಬರಿಗೊಬ್ಬರು ಅರಿಯದ ಗಂಡು ಹೆಣ್ಣುಗಳು ಮುಂದೆ ಮದುವೆಯಾಗಿ ಒಂದೇ ಸೂರಿನಡಿ ಸಂಸಾರ ನಡೆಸುವುದೂ ಒಂದು ರೀತಿಯ ಆತ್ಮೀಯತೆಯ ರೂಪವು. ಇನ್ನೂ ಕೆಲವು ನಿದರ್ಶನಗಳಂತೆ, ಅಂತರಜಾತೀಯ ವಿವಾಹಗಳಾದರೆ, ಅಂತರ್ಭಾಷೀಯ ಮತ್ತು ಅಂತರರಾಷ್ಟ್ರೀಯ ಸಂಬಂಧಗಳೂ ಬಹಳವಾಗುತ್ತಿವೆ. ಕೆಲವು ಸಂದರ್ಭಗಳಲ್ಲಂತೂ ಒಬ್ಬರ ಭಾಷೆ ಇನ್ನೊಬ್ಬರಿಗೆ ಅರ್ಥವಾಗುವುದಿಲ್ಲ ಆದರೂ ಗಂಡು ಹೆಣ್ಣುಗಳು ಒಂದಾಗಿ ಚೆನ್ನಾಗಿ ಸಂಸಾರವನ್ನು ಮಾಡುವರು.

ಒಬ್ಬಾಕೆ ವಿದೇಶೀ ಪ್ರಯಾಣಿಕಳು, ಭಾರತವನ್ನು ನೋಡಲು ಬಂದವಳು, ಜೈಪುರದಲ್ಲಿಯ ಆಟೋ ಚಾಲಕನಿಗೆ ಮನಸೋತು ಅವನನ್ನೇ ಮದುವೆ ಆದಳು. ಹೀಗೆಯೇ ಭಾರತೀಯ ಎಷ್ಟೋ ಜನಗಳು ವಿದೇಶಕ್ಕೆ ಓದಲು ಹೋಗಿ ಅಲ್ಲಿಯವರನ್ನು ಮದುವೆಯಾಗಿ ಸಂಸಾರ ನಡೆಸುತ್ತಿರುವ ಘಟನೆಗಳೂ ಇವೆ.

ನನ್ನ ಸ್ನೇಹಿತನೊಬ್ಬನ ಮನೆ ಮಾತು ತೆಲುಗು, ಓದಿದುದು ಕನ್ನಡ, ಬೆಳೆದದ್ದು ಕರ್ನಾಟಕದಲ್ಲಿ ಆದರೆ ಮದುವೆಯಾದದ್ದು ಇದ್ಯಾವುದೂ ಅರಿಯ ತಮಿಳು ಹುಡುಗಿಯನ್ನು. ಆಕೆ ಈಗ ನಿರರ್ಗಳವಾಗಿ ತೆಲುಗು ಕನ್ನಡದಲ್ಲಿ ಭಾಷಿಸಬಲ್ಲಳು. ಅಷ್ಟೇ ಅಲ್ಲ ಅವರ ಮಗನಿಗೆ ಇವೆಲ್ಲ ಭಾಷೆಗಳು ಚೆನ್ನಾಗಿ ಬರುವುದು. ಜೊತೆಗೆ ಮರಾಠಿ, ಹಿಂದಿಯನ್ನೂ ಚೆನ್ನಾಗಿ ಕಲಿತಿರುವನು. ಇದೇ ತರಹ ಇನ್ನೊಬ್ಬ

ಸ್ನೇಹಿತ ತಮಿಳನು. ಅವನ ಪತ್ನಿ ಕೊಂಕಣಿ. ಇವರಿಬ್ಬರೂ ಸುಖೀ ದಂಪತಿಗಳು. ಇವರ ಮಗನೂ ಇವೆರಡೂ ಭಾಷೆಗಳಲ್ಲಿ ನಿರರ್ಗಳವಾಗಿ ವ್ಯವಹರಿಸಬಲ್ಲನು.

ಬಹಿರಂಗವಾಗಿ ಎಲ್ಲೂ ಸಾಮ್ಯತೆಯನ್ನು ಕಾಣದಿದ್ದರೂ ಆತ್ಮೀಯತೆ, ಆಪ್ಯಾಯತೆ ಎಲ್ಲಿಂದ ಬರುವುದು.

ಪಿಕ್ ಪಾಕೆಟ್

ಇದೀಗ ಒಂದು ಘಟನೆಯಲ್ಲಿ ಪಾಲುದಾರನಾಗಿ ಬಂದೆ. ಬಂದ ಕೂಡಲೇ ಬರೆಯಬೇಕೆಂಬ ಹಂಬಲ ಹೆಚ್ಚಾಗತೊಡಗಿದೆ. ಕಳ್ಳರಲ್ಲಿ ಒಗ್ಗಟ್ಟಿದೆ, ಜಾತಿ ಮತ ಧರ್ಮಗಳೆಂಬ ಭೇದವಿಲ್ಲ.

ಯಥಾಪ್ರಕಾರ ಸಂಜೆಯ ೬.೧೪ರ ಫಾಸ್ಟ್ ಲೋಕಲ್‌ನಲ್ಲಿ ಚರ್ಚ್‌ಗೇಟಿನಿಂದ ಹೊರಟು ಬಂದೆ. ಅಂಧೇರಿ ಟ್ರೈನ್ ಸ್ಟೇಷನ್ನಿಗೆ ಬರಲು ಗೋರೆಗಾಂವಿನಲ್ಲಿ ಇಳಿಯಲು ಸನ್ನದ್ಧನಾಗಿ ಬಾಗಿಲಿನ ಕಡೆಗೆ ಬಂದೆ. ಜನಸಂದಣಿ ಬಹಳವಾಗಿದ್ದಿತು. ಜನಗಳ ಮಧ್ಯೆ ನುಗ್ಗಿಕೊಂಡು ನಿಧಾನಕ್ಕೆ ಮುಂದೆ ಮುಂದೆ ಬರುತ್ತಲಿದ್ದೆ. ಟ್ರೈನ್ ಜೋಗೇಶ್ವರಿ ಸ್ಟೇಷನ್ನಿನ ಸಮೀಪ ಬರುವ ಹೊತ್ತಿಗೆ ಬಾಗಿಲಿನ ಹತ್ತಿರಕ್ಕೆ ಬಂದಿದ್ದೆ. ನನ್ನ ಮುಂದೆ ಒಬ್ಬ ಧಡೂತಿ ಆಸಾಮಿ ನಿಂತಿದ್ದನು. ಅವನ ಪಕ್ಕದಲ್ಲಿ ಇನ್ನೊಬ್ಬ ಸಣಕಲ ಮನುಷ್ಯ. ಇದ್ದಕ್ಕಿದ್ದಂತೆಯೇ ಆ ಸಣಕಲ ದಡಿಯನನ್ನು ನೋಡಿಕೊಂಡು ಜೋರಾಗಿ ಕೂಗಿದನು. ಕ್ಯೊಂ ಐಸಾ ಧಕ್ಕಾ ದೇತೇ ಹೋ, ಅಗರ್ ಮೈ ಗಿರ್ ಗಯಾ ತೋ, ಮೈ ಮರೂಂ ತೋ ಕೌನ್ ಝಿಮ್ಮೆದಾರ್ ಹೋಗಾ (ಏಕೆ ಹಾಗೆ ತಳ್ಳುತ್ತಿದ್ದೀಯೆ, ನಾನೇದರೂ ಬಿದ್ದು ಸತ್ತು ಹೋದರೆ ಯಾರು ಜವಾಬ್ದಾರಿ). ಅದಕ್ಕುತ್ತರವಾಗಿ ಆ ದಡಿಯ, ಲೇ ಯಾವನೋ ತಳ್ಳುತ್ತಿರುವುದು. ನೀನೇ ತಳ್ಳುತ್ತಿದ್ದೀಯೆ. ಆ ಕಡೆ ಇರುವವನನ್ನು ಬೇಕಾದರೆ ಕೇಳು ಎಂದ. ಅದಕ್ಕೆ ಸರಿಯಾಗಿ ಆ ಕಡೆ ಇದ್ದ ಇನ್ನೊಬ್ಬ, ಹೌದು ಕಣೋ ಲೇ ಸೊಣಕಲ, ನೋಡೋದಿಕ್ಕೆ ಸೊಳ್ಳೆ ಇದ್ದ ಹಾಗಿದ್ದೀಯೆ, ಉಫ್ ಅಂದ್ರೆ ಹಾರಿ ಹೋಗ್ತೀಯೆ. ತಲೆ ಎಲ್ಲಾ ಮಾತಾಡ್ತೀಯಲ್ಲೋ. ಯಾವುರಿಂದ ಬಂದ್ಯೋ? ನೋಡೋಕ್ಕೆ ಯೂಪಿ ಭೈಯ್ಯಾ ಇದ್ದ ಹಾಗಿದ್ದೀಯೆ. ನಿಮಗೆಲ್ಲಾ ಇಲ್ಲಿಗೆ ಬರೋಕ್ಕೆ ಅವಕಾಶ ಕೊಟ್ಟಿದ್ದೇ ತಪ್ಪು ಅಂತ ಮರಾಠಿಯಲ್ಲಿ ಹೇಲಿದ. ಅದಕ್ಕೆ ಸರಿಯಾಗಿ ಆ ದಡಿಯನೂ ಮರಾಠಿಯಲ್ಲಿ ಬೈಯುತ್ತಿದ್ದ. ಅಕ್ಕ ಪಕ್ಕದವರುಗಳನ್ನು ಆಗಾಗ್ಯೆ ನೋಡುತ್ತಿದ್ದ. ಅದೇ ಸಮಯಕ್ಕೆ ಆ ಸಣಕಲನೂ ತನ್ನವರು ನಾಲಕೈದು ಜನಗಳನ್ನು ಕರೆದ. ನೋಡ್ರೋ, ಇವರುಗಳಿಂದ ನಾವಿಲ್ಲಿ ಅನ್ನ ತಿಂತಿದ್ದೀವಂತೆ. ನಾವು ರಟ್ಟೆ ಮುರಿದು ಕೆಲಸ ಮಾಡಿ ಅನ್ನ ಸಂಪಾದಿಶ್ತಿರೋದು. ನಾವು ಕೆಲಸ ಮಾಡದಿದ್ದರೆ ಇವರಿಗೆ ಯಾರು ಹಾಲು, ತರಕಾರಿ ಸರಬರಾಜು ಮಾಡೋವ್ರು? ಎಂದು ಪ್ರಶ್ನೆಯನ್ನೆಸದ. ಅವನ ಮಾತುಗಳು ಸರಿಯೆನ್ನುವಂತೆ ಆ ನಾಲ್ಕೈದು ಜನಗಳು ದನಿಯೇರಿಸಿದರು. ಇಷ್ಟು ಹೊತ್ತು ಸುಮ್ಮನೆ ಇವರುಗಳನ್ನೇ ಗಮನಿಸುತ್ತಿದ್ದ ನನ್ನಂತಹ ಒಬ್ಬ ಪೆಕರ, ಇಬ್ಬರನ್ನೂ ನೋಡಿ ಮಧ್ಯೆ ಮಾತನಾಡಿದ. ಹೋಗ್ಲಿ ಬಿಡ್ರಪ್ಪ, ಇನ್ನೆರಡು ಕ್ಷಣಗಳಲ್ಲಿ ಟ್ರೈನ್ ಗೋರೆಗಾಂವ್ ತಲುಪುತ್ತದೆ. ಎಲ್ಲರೂ

ಇಳಿಯಬೇಕಾದದ್ದೇ. ಯಾರೂ ಇಲ್ಲೇ ಗೂಟ ಹೊಡೆದುಕೊಂಡು ಕುಳಿತಿರುವುದಿಲ್ಲ. ಇಷ್ಟು ಹೇಳುತ್ತಿದ್ದುದೇ ತಡ - ಆ ದಡಿಯ ಮತ್ತು ಸಣಕಲ ಮತ್ತು ಅವನ ಸಹಪಾಠಿಗಳೆಲ್ಲಾ ಈ ಪೆಕರನನ್ನೇ ತಿಂದು ಬಿಡುವಂತೆ ನೋಡತೊಡಗಿದರು. ಅಷ್ಟು ಹೊತ್ತಿಗೆ ಟ್ರೈನ್ ಪ್ಲಾಟ್‌ಫಾರ್ಂ ತಲುಪುತ್ತಿದ್ದಂತೆಯೇ ಹಿಂದೆ ಇದ್ದ ಎಲ್ಲರೂ ಒಮ್ಮೆಲೇ ತಳ್ಳಿದರು. ಈ ಪೆಕರ ಧಡ್ಡನೆ ಬಿದ್ದನು. ಪಕ್ಕದಲ್ಲಿ ನಿಂತಿದವರೊಬ್ಬರು ಕೈ ನೀಡಿ ಅವನನ್ನೆತ್ತಿದರು. ಗಲಾಟೆ ಮಾಡಿದ ಆ ಜನಗಳು ಎಲ್ಲಿರುವರು ಎಂದು ನೋಡಲು, ಅವರ್‍ಯಾರೂ ಕಾಣಿಸಲೇ ಇಲ್ಲ. ಎಲ್ಲರೂ ಓಡಿ ಹೋಗಿದ್ದರು. ಇದನ್ನೆಲ್ಲ ಗಮನಿಸುತ್ತಿದ್ದ ಮತ್ತೊಬ್ಬರು ಹೇಳಿದರು, ಸಾರ್ ಇವರುಗಳು ಕಳ್ಳರು. ನಿಮ್ಮ ನಿಮ್ಮ ಪಾಕೇಟ್ ಸರಿಯಾಗಿದೆಯೇ ನೋಡಿಕೊಳ್ಳಿ. ಸದ್ಯಕ್ಕೆ ನಾನು ಪಾಕೆಟ್ಟು ಇಡುವುದಿಲ್ಲ, ಜೇಬಿನಲ್ಲಿ ದುಡ್ಡೂ ಇಡುವುದಿಲ್ಲ. ಅಲ್ಲಿ ಇಳಿದ ೭-೮ ಮಂದಿ ಜನಗಳ ಪಾಕೆಟ್ಟುಗಳು ಕಳುವಾಗಿದ್ದವು. ಈ ದಡಿಯ ಮತ್ತು ಸಣಕಲ ಮತ್ತು ಅವರುಗಳ ಸ್ನೇಹಿತರೆಲ್ಲಾ ಒಂದೇ ಗುಂಪಂತೆ. ಈ ತರಹದ ಜಗಳದ ನಾಟಕವಾಡಿ, ಜನಗಳ ಮನಸೆಳೆದು ಪಾಕೆಟ್ಟುಗಳನ್ನು ಹಾರಿಸುವುದು ಇವರುಗಳ ಕಸುಬು. ಕಳ್ಳರಲ್ಲಿ ಒಗ್ಗಟ್ಟಿದೆ, ಜಾತಿ ಮತ ಧರ್ಮಗಳೆಂಬ ಭೇದವಿಲ್ಲ.

ಇದು ಇಂದು ಮುಂಬೈ ಮಹಾತಾಯಿ ಕಲಿಸಿದ ಜೀವನದಲ್ಲಿನ ಇನ್ನೊಂದು ಪಾಠ.

ಜೀವನ ಜಾಲ

ಬೆಳಗಾಗಿ ನಾನೆದ್ದು ಯಾರ್ಯಾರ ನೆನೆಯಲಿ ...

ಇದೊಂದು ಪ್ರಸಿದ್ಧವಾದ ಜನಪದ ಗೀತೆ. ಒಬ್ಬ ಮಾನವನ ಬಾಳನ್ನು ರೂಪಿಸಲು ಎಷ್ಟೆಲ್ಲಾ ಜನಗಳು ಶ್ರಮಿಸಿರುತ್ತಾರೆ. ಒಬ್ಬರಾ ಇಬ್ಬರಾ ಹತ್ತು ಜನಗಳಾ? ಕೆಲವೊಮ್ಮೆ, ಹತ್ತಾರಾದರೆ, ಇನ್ನು ಕೆಲವು ಸಲ ಸಾವಿರಾರು, ಲಕ್ಷಾಂತರ, ಜನಗಳು ಒಬ್ಬನನ್ನು ಮನುಷ್ಯನನ್ನಾಗಿ ಮಾಡಿ ಸಮಾಜದಲ್ಲಿ ನಿಲ್ಲಿಸಿರುತ್ತಾರೆ. ತನ್ನಿಂದಲೇ ತನ್ನ ಕಾಲ ಮೇಲೆ ತಾನು ನಿಂತಿರುವುದು ಎಂದೆಣಿಸಿದರೆ ಅದು ಶುದ್ಧ ತಪ್ಪು.

ಒಬ್ಬಾತ ತನ್ನ ಮನೆ ಮಟ್ಟಿಗೆ ತನ್ನ ಕಾಲುಗಳ ಮೇಲೆ ತಾನು ನಿಲ್ಲುವಂತಾಗಲು ಹತ್ತಾರು ಜನಗಳ ಆವಶ್ಯಕತೆ ಬೇಕಿದ್ದರೆ, ಅದೇ ರಾಷ್ಟ್ರವನ್ನಾಳುವ ರಾಷ್ಟ್ರ ಸೇವಕನೆನ್ನಿಸಿಕೊಳ್ಳುವ ರಾಜಕಾರಣಿಯನ್ನು ಮೇಲೆತ್ತಿ ನಿಲ್ಲಿಸಲು ಲಕ್ಷಾಂತರ ಜನಗಳ ಬಲ, ಬೆಂಬಲ ಬೇಕಾಗಿರುತ್ತದೆ.

ಮಗು ಹುಟ್ಟುವ ಮೊದಲೇ ಅದಕ್ಕೆ ರಕ್ತ ಮಾಂಸಗಳನ್ನಿತ್ತು ಹೊತ್ತು ಹೆತ್ತ ಅಮ್ಮ ಮೊದಲ ಬಾಳ ದೇವತೆ. ಹುಟ್ಟಿದ ಮೇಲೆ ಏನೂ ತಿಳಿಯದ ಆ ಕೂಸಿಗೆ ಹಾಲ ಕುಡಿಯುವುದನ್ನು ಹೇಳಿಕೊಡುವುದರಿಂದ ಹಿಡಿದು, ಹೆಜ್ಜೆ ಇಟ್ಟು ನಡೆಯುವುದು, ಮಾತನಾಡುವುದನ್ನು ಕಲಿಸುವ ಮೂಲ ಭೂತ ದೇವತೆ ಆ ಮಹಾತಾಯಿ. ಇದೇ ಸಂದರ್ಭದಲ್ಲಿ ಮನೆಯಲ್ಲಿರುವ ತಂದೆ, ಅಕ್ಕ ಅಣ್ಣಂದಿರು ಆ ಕೂಸಿಗೆ ಆಟವಾಡಿಸಿ, ಆಡುವುದನ್ನು ಹೇಳಿಕೊಡುವ ನಂತರದ ಗುರುಗಳು ಎನ್ನಬಹುದು. ಮಗು ಸ್ವಲ್ಪ ದೊಡ್ಡದಾಗಿ ಮನೆಯಿಂದ ಹೊರಗಡೆ ಆಡಲು ಹೋದಾಗ ಸಹಪಾಠಿಗಳಿಂದ ಹೆಚ್ಚಿನ ವಿಷಯಗಳನ್ನು ತಿಳಿಯ್ಲುವುದು. ಆ ಪರ ಮಕ್ಕಳ ತಂದೆ ತಾಯಿಯರೂ ಈ ಮಗುವಿಗೆ ಕೆಲವು ವಿಷಯಗಳನ್ನು ತಿಳಿಸಿಕೊಡುವ ಸಂದರ್ಭವೂ ಬರುವುದು. ಹುಡುಗ ಅಥವಾ ಹುಡುಗಿ ಶಾಲೆಗೆ ಹೋಗುವ ಸಂದರ್ಭದಲ್ಲಿ ಶಾಲೆಯಲ್ಲಿ ಇರುವ ಕರ್ಮಚಾರಿಗಳು, ಗುರುಗಳು, ಇತರ ಸಹಪಾಠಿಗಳಿಂದ ಇನ್ನೂ ಹೆಚ್ಚಿನ ಸಾಮಾಜಿಕ ಜ್ಞಾನವನ್ನೂ ಮತ್ತು ಓದು ಬರಹವನ್ನೂ ಕಲಿಯುವುದು.

ಮುಂದೆ ಸ್ವಲ್ಪ ದೊಡ್ಡವರಾದ ಮೇಲೆ ಇತರರ ಸಹಾಯವಿಲ್ಲದೆಯೇ ಶಾಲಾ ಕಾಲೇಜುಗಳಿಗೆ ಹೋಗಿ ಬರುವ ಸಂದರ್ಭಗಳಲ್ಲಿ ಕಲಿಯುವ ತಿಳಿಯುವ ವಿಷಯಗಳು, ಅದನ್ನು ತಿಳಿಯಗೊಡಿಸುವವರೂ ಅವರ ಬಾಳನ್ನು ರೂಪಿಸುವುದರಲ್ಲಿ ಅಂಶವಾಗುವರು. ಹಾಗೆಯೇ

ಕೆಲವೊಮ್ಮೆ ಕೆಲವರಿಂದ ಮೋಸ ಹೋದಾಗ ಮೋಸದ ಅರಿವಾಗಿ, ಸಮಾಜದಲ್ಲಿ ಹೇಗೆ ವರ್ತಿಸಬೇಕೆಂಬುದನ್ನೂ ಕಲಿಯುವರು.

ಹೀಗೆ ಜೀವನದ ಕೊನೆಯವರೆವಿಗೂ ಒಂದಲ್ಲ ಒಂದು ರೀತಿಯ ಪಾಠಗಳನ್ನು ಅವರಿಂದ ಇವರಿಂದ ಕಲಿಯುತ್ತಿರುವರು. ಎಷ್ಟೋ ಸಲ ದೊಡ್ಡವರು ಚಿಕ್ಕವರಿಂದ ಕಲಿಯುವ ಸಂದರ್ಭವೂ ಬರುವುದು.

ಇದೇ ತರಹ ಈ ಒಬ್ಬ ಮನುಷ್ಯನಿಂದ ಹತ್ತು ಹಲವಾರು, ನೂರಾರು, ಲಕ್ಷಾಂತರ ಜನಗಳೂ ರೂಪುಗೊಳ್ಳುವರು. ಮಗನಾಗಿ, ಮಗಳಾಗಿ, ತಂದೆಯಾಗಿ, ತಾಯಿಯಾಗಿ, ಗುರುವಾಗಿ, ಮಿತ್ರನಾಗಿ, ವೈರಿಯಾಗಿ ಇತ್ಯಾದಿ ವೇಷಗಳನ್ನು ತೊಟ್ಟು ತನಗೆ ತಿಳಿದುದ್ದನ್ನು ತಿಳಿಯದ್ದನ್ನೂ (ಕೆಲವೊಮ್ಮೆ) ಇತರರಲ್ಲಿ ತುಂಬಿಸಲು ಪ್ರಯತ್ನಿಸುವನು.

ಹೀಗಿದ್ದಾಗ, ಯಾರ ಸಹಾಯವೂ ಇಲ್ಲದೆಯೇ ನಾನು ಜೀವಿಸಬಲ್ಲೆ ಎಂದು ಹೇಳುವುದು ಉಚಿತವೇ? ತಾನೊಬ್ಬನೇ, ತನಗಿನ್ಯಾರೂ ಇಲ್ಲ, ತಾನು ಇನ್ನಾರಿಗೂ ಇಲ್ಲ ಎಂದು ಹೇಳುವುದು ಸಮಂಜಸವೇ? ಈ ಬಾಳೆಂಬ ಜಾಲದಲ್ಲಿ, ತಾನೊಂದು ಕೊಂಡಿಯಾಗಿ ಹರಡಿರುವನು.

ನಮ್ಮ ಜೀವನದಲ್ಲಿ ಪಾಠ ಕಲಿಸಿದ ಇಂತಹವರುಗಳನ್ನು ಪ್ರಾತಃಸ್ಮರಣೀಯರೆನ್ನಬಹುದೇ? ಹಾಗಾದರೆ ಬೆಳಗಾಗೆದ್ದು ಎಷ್ಟು ಜನಗಳನ್ನೆಂದು ನೆನಪಿಟ್ಟುಕೊಂಡು ನೆನೆಸಿಕೊಳ್ಳಲು ಸಾಧ್ಯವಾದೀತು? ಮನದಲ್ಲಿ ಬಂದ ಚಿಂತನೆಗಳನ್ನು ಸುಮ್ಮನೆ ಹೊರ ಹಾಕಿರುವೆನಷ್ಟೇ. ಇದರ ಬಗ್ಗೆ ಇನ್ನೂ ಚಿಂತಿಸಿ, ಮಥಿಸಿ, ಲಿಖಿಸುವೆ. ತಮ್ಮಲ್ಲೂ ಇರುವ ನನ್ನಲ್ಲಿಲ್ಲದಿರುವ ಅಂಶಗಳನ್ನು ನನಗೆ ತಿಳಿಯಪಡಿಸಿ. ಈ ಚಿಂತನಾ ಜಾಲದಲ್ಲಿ ಕೊಂಡಿಗಳಾಗಿ ವಿಶ್ವದಲ್ಲಿ ಹರಡೋಣ.

ಅಲ್ಫೋನ್ಸೋ

ಮಹಾರಾಷ್ಟ್ರದಲ್ಲಿ ಅಷ್ಟೇ ಅಲ್ಲದೇ ವಿಶ್ವದಲ್ಲೇ ಹೆಸರು ಮಾಡಿರುವ ಮಾವಿನ ಹಣ್ಣಿನ ತಳಿಯಲ್ಲೊಂದು ಆಲ್ಫೊನ್ಸೋ ಮಾವಿನಹಣ್ಣು. ಮಹಾರಾಷ್ಟ್ರದ ರತ್ನಗಿರಿ ಪ್ರದೇಶದಲ್ಲಿ ಇದರ ಉತ್ಪಾದನೆ ಬಹಳವಾಗಿದೆ. ಇದು ಸ್ವಲ್ಪವೂ ನಾರಿರದ, ಅತಿ ಸಿಹಿಯಾದ, ಬಹಳ ಸವಿಯಾದ, ಉತ್ತಮ ತಳಿಯ ಮಾವಿನಹಣ್ಣು.

ದೇಶದಲ್ಲೇ ಅತಿ ತುಟ್ಟಿ ಬೆಲೆಯ ಮಾವಿನ ಹಣ್ಣು ಎಂದರೆ ಇದೇ, ಅಂತೆ. ಮರಾಠಿಯಲ್ಲಿ ಇದನ್ನು ಹಾಪೂಸ್ ಎಂದು ಕರೆಯುವರು. ಉತ್ತಮ ತಳಿಯ ಮಾವಿನ ಹಣ್ಣು ಸಾಮಾನ್ಯವಾಗಿ ರಫ್ತಾಗುವುದು. ನಮ್ಮಲ್ಲಿಯ ಮಾರುಕಟ್ಟೆಯಲ್ಲಿ ಮಾರಾಟವಾಗುವುದು ಎರಡನೆಯ ಮತ್ತು ಮೂರನೆಯ ದರ್ಜೆಯ ಹಣ್ಣುಗಳಂತೆ. ಮೊದಲ ದರ್ಜೆ ಹಣ್ಣು ಸಿಕ್ಕರೂ, ವಿಪರೀತ ದುಬಾರಿ.

ನಮ್ಮ ಬ್ಯಾಂಕಿನಲ್ಲಿರುವ ಒಬ್ಬ ಕರ್ಮಚಾರಿ ಆಗಾಗ ತನ್ನ ಊರಿಗೆ ಹೋಗಿ ಮಾವಿನಹಣ್ಣು, ಗೋಡಂಬಿ ತರುತ್ತಾರೆ. ಅವರಿಗೆ ಊರಿನಲ್ಲಿ ಇವೆರಡರ ಫಸಲು ಬರುವುದಂತೆ. ಹಾಗೆಂದು ಅವರು ಇಲ್ಲಿ ಎಲ್ಲರಿಗೂ ಮಾರುವುದಿಲ್ಲ ಅಥವಾ ವ್ಯಾಪಾರ ಮಾಡುವುದಿಲ್ಲ. ಕೆಲವರಿಗೆ ಮಾತ್ರ ತಂದು ಕೊಡುವರು. ಈ ಸಲ ಹಣ್ಣು ಬಹಳವಾಗಿ ಬರುವುದೆಂದು ಹೇಳಿದ್ದರು. ಹಾಗಾಗಿ ನನಗೆ ತಿಂಗಳಿಗೊಮ್ಮೆಯಂತೆ ೧ ಡಜನ್ ತಂದುಕೊಡಲು ಕೇಳಿಕೊಂಡಿದ್ದೆ.

ನಿನ್ನೆ ಒಂದು ಡಜನ್ ಹಣ್ಣನ್ನು ನನ್ನ ಟೇಬಲ್ಲಿನ ಮೇಲೆ ಕುಳಿತಿತ್ತು. ನಾನು ಜಾಗದಲ್ಲಿ ಇಲ್ಲದಿದ್ದಾಗ ಆತ ತಂದು ಇಟ್ಟು ಹೋಗಿದ್ದನಂತೆ. ಇನ್ನು ಎರಡು ದಿನಗಳಲ್ಲಿ ಹಣ್ಣು ಪರಿಪಕ್ವವಾಗುವುದೆಂದೂ ಅಲ್ಲಿಯವರೆವಿಗೆ ಅಕ್ಕಿಯ ಡಬ್ಬದಲ್ಲಿ ಅಥವಾ ಇನ್ನಾವುದಾದರೂ ಶಾಖವಿರುವ ಪ್ರದೇಶದಲ್ಲಿ ಇಟ್ಟಿರಬೇಕೆಂದು ತಿಳಿಸಿದ್ದನಂತೆ. ಲೋಕಲ್ ಟ್ರೈನಿನಲ್ಲಿ ಹೇಗೆ ಅದನ್ನು ತರುವುದೆಂದೇ ನನಗೆ ಚಿಂತೆಯಾಗಿತ್ತು. ನಮ್ಮ ವಿಭಾಗದಲ್ಲಿರುವ ಕರ್ಮಚಾರಿಯೊಬ್ಬನೊಂದಿಗೆ ಇದರ ಬಗ್ಗೆ ವಿಚಾರಿಸಿದ್ದೆ. ಅವನು ಅದಕ್ಕೆ ನಕ್ಕುಬಿಟ್ಟು, 'ಅದರಲ್ಲೇನಿದೆ ಸಾರ್, ಚರ್ಚ್‌ಗೇಟಿನಲ್ಲಿ ಹತ್ತಿ ಗೋರೆಗಾಂವಿನಲ್ಲಿ ಇಳಿಯುವದೊರಳಗೆ ಹಣ್ಣು ಪರಿಪಕ್ವವಾಗುವುದು - ಅಷ್ಟೇ ಅಲ್ಲ, ಒಂದು ದೊಡ್ಡ ಬಾಟಲಿಯಷ್ಟು ಜ್ಯೂಸ್ ಕೂಡ ಬ್ಯಾಗಿನೊಳಗೆ ಶೇಖರವಾಗುವುದು. ಏನೇ ಆಗಲಿ ಒಂದು ಖಾಲೀ ಬಾಟಲನ್ನೂ ಇರಿಸಿಕೊಂಡಿರಿ ಎಂದು ತಮಾಷೆ ಮಾಡಿದ್ದನು. ಆದರೆ ಆ ಮಾತುಗಳಲ್ಲಿ ಸತ್ಯವಿತ್ತೆಂಬುದು ನನಗಾಗ

ಹೊಳೆದೇ ಇರಲಿಲ್ಲ. ಇಷ್ಟು ವರ್ಷಗಳು ಮುಂಬೈ ಲೋಕಲ್ ಟ್ರೈನಿನಲ್ಲಿ ಪ್ರಯಾಣಿಸಿದ್ದರೂ ಇನ್ನೂ ಹೊಸಬನೇ ಆಗಿದ್ದೇನೆ. ಬ್ಯಾಂಕಿನಿಂದ ಹೊರಡುವವರೆವಿಗೆ ಹಣ್ಣಿನ ಚೀಲ ಮೇಜಿನ ಮೇಲೆಯೇ ಇದ್ದಿತು. ಮಜಬೂತಾದ, ರಸಭರಿತವಾದ ಹಣ್ಣುಗಳು. ಏನಿಲ್ಲವೆಂದರೂ ೪ ಕಿಲೋಗ್ರಾಂವರೆವಿಗೆ ತೂಗುತ್ತಿತ್ತು. ತುಂಬಿದ ಆ ಚೀಲವನ್ನು ಹೊತ್ತು ಬರುವಾಗ ಕೈ ಸೋತು ಹೋಯಿತು. ಹಾಗೆಯೇ ಮನೆಯವರ ಮೇಲೆ ಸ್ವಲ್ಪ ಕೋಪವೂ ಉಕ್ಕಿತ್ತು. ನಾನು ಕಷ್ಟ ಪಟ್ಟು ಹೊತ್ತು ತರೋದು, ಇವರುಗಳು ಖುಷಿಯಾಗಿ ತಿಂದು ತೇಗೋದಾ? ಆದರೂ ನಾನು ಮಾಡುತ್ತಿರುವುದಾದರೂ ಇನ್ಯಾರಿಗೆ ಮತ್ತು ಹಣ್ಣನ್ನು ತೆಗೆದುಕೊಂಡು ಬಾ ಎಂದು ನನಗೆ ಹೇಳಿದವರಾದರೂ ಯಾರು, ಎಂಬ ಆಲೋಚನೆ ಹಿಂದೆಯೇ ಬಂದು ಮನ ಸಾವರಿಸಿಕೊಂಡಿತ್ತು.

ಮಾಮೂಲಿನಂತೆ ಟ್ರೈನ್‌ನಲ್ಲಿ ಬಹಳ ಜನಸಂದಣಿ ಇದ್ದಿತ್ತು. ಒಳಗೆ ಹೋಗಿ ಸೇರಿಕೊಂಡರೆ ಇಳಿಯುವುದಕ್ಕೆ ತೊಂದರೆ ಆಗುವುದೆಂದೆಣಿಸಿ ಬಾಗಿಲ ಬಳಿಯೇ ನಿಂತಿದ್ದೆ. ದಾದರಿನವರೆವಿಗೆ ಅಷ್ಟಾಗಿ ಏನೂ ತೊಂದರೆ ಕಾಣಿಸಲಿಲ್ಲ. ದಾದರ್ ಸ್ಟೇಷನ್ನಿನಲ್ಲಿ ಜನಗಳ ಮಂದೆ ತುಂಬುತ್ತಿದ್ದಂತೆ ಒಂದು ಕೈನಲ್ಲಿ ಹಣ್ಣಿನ ಚೀಲ ಮತ್ತು ಇನ್ನೊಂದು ಕೈನಲ್ಲಿ ಮೇಲಿನ ಹಿಡಿ ಹಿಡಿದುಕೊಂಡು ನಿಲ್ಲುವುದೇ ಕಷ್ಟವಾಗಿತ್ತು. ಬೀಳುವ ಸಾಧ್ಯತೆ ಇರಲಿಲ್ಲ, ಆದರೆ ಹಣ್ಣು ಎಲ್ಲಿ ಅಪ್ಪಚ್ಚಿ ಆಗುವುದೋ ಎಂಬ ಭಯ. ಇದರ ಮಧ್ಯೆ ಹಣ್ಣಿನ ವಾಸನೆ ಇಡೀ ಕಂಪಾರ್ಟ್‌ಮೆಂಟಿ ತುಂಬಿತ್ತು. ಎಲ್ಲರೂ ನನ್ನ ಕಡೆ ನೋಡಿ, ಹಣ್ಣಿಗೆ ಎಷ್ಟು ಕೊಟ್ಟೆರಿ ಎಂದು ಕೇಳುವವರೇ. ಆದಷ್ಟೂ ಹಣ್ಣಿನ ಚೀಲವನ್ನು ಮೇಲಕ್ಕೆ ಹಿಡಿದುಕೊಂಡೇ ಇದ್ದೆ. ಆದರೇನು ಉಕ್ಕಿನ್ನು ಹೊಂದಿರುವ ಕೈ ಜನಸಂದಣಿಯ ತಳ್ಳುವಿಕೆಗೆ, ಕೈ ಭಾರಕ್ಕೆ ಸೋಲಲೇಬೇಕಾಗಿತ್ತು. ಹಾಗೆಯೇ ಪ್ಯಾಂಟು ಮತ್ತು ಬೂಟಿನ ಮೇಲೆ ನೀರಿನ ಹನಿ ಬಿದ್ದಂತೆ ಅನುಭವವಾಗುತ್ತಿತ್ತು.

ಟ್ರೈನ್ ಗೋರೆಗಾಂವ್ ಸ್ಟೇಷನ್ನಿನ ಪ್ಲಾಟ್‌ಫಾರ್ಮ್ ತಲುಪುತ್ತಿದ್ದಂತೆಯೇ ಹಿಂದಿದ್ದವರು ನನ್ನನ್ನು ಕೆಳಕ್ಕೆ ದಬ್ಬಿದ್ದರು. ಸ್ವಲ್ಪ ಸಾವರಿಸಿಕೊಂಡಾದ ನಂತರ ಹಣ್ಣಿನ ಚೀಲದ ಕಡೆಗೆ ಕಣ್ಣನ್ನು ಹಾಯಿಸಿದೆ. ಹನ್ನೆರಡು ಹಣ್ಣುಗಳಲ್ಲಿ ಎರಡು ಆಗಲೇ ಬಾಯ್ತೆರೆದು ನಿಸ್ಸಾರವಾಗಿದ್ದವು. ಗಟ್ಟಿ ಇದ್ದ ಹಣ್ಣುಗಳೆಲ್ಲವೂ ಬಿಸಿಯಾಗಿ ಮಾಗಿದ್ದವು. ಅದೆಷ್ಟು ಜನಗಳ ಶಾಖವನ್ನು ತಾನೆ ಈ ಹಣ್ಣುಗಳು ತಡೆಯಬಲ್ಲವು.

ಅಲ್ಲೇ ಇದ್ದ ಒಂದು ಆಟೊವನ್ನು ಹತ್ತಿ ಮನೆಗೆ ಹೋಗುವಷ್ಟರಲ್ಲಿ ಇನ್ನೆರಡು ಹಣ್ಣುಗಳು ಬಾಯಿ ಬಿಟ್ಟು ಸೋರಗಿದ್ದವು. ಹಣ್ಣು ತರುತ್ತಿರುವ ಸುದ್ದಿಯನ್ನು ಮೊದಲೇ ಮನೆಗೆ ತಿಳಿಸಿದ್ದೆ. ಈಗ ಇದರ ಬಗ್ಗೆ ನನ್ನನ್ನು ಆಡಿಕೊಳ್ಳುವುದಂತೂ ಗ್ಯಾರಂಟಿ ಆಗಿತ್ತು. ಹಣ್ಣು ತರಲು ಆಗಿದ್ದವರು ನೀವೆಂತಹವರು ಎಂಬ ಮೂದಲಿಕೆಯ ಮಾತುಗಳಿಗೆ ಸಿದ್ಧನಾಗುತ್ತಿದ್ದೆ.

ಮನೆಯ ಹೊಸ್ತಿಲೊಳಗೆ ಕಾಲಿಡುತ್ತಿದ್ದಂತೆಯೇ, ಹಣ್ಣಿನ ಚೀಲವನ್ನು ನೋಡಿ ತಲೆಗೊಂದರಂತೆ ಮಾತುಗಳು ಶುರುವಾದವು. ನಾನೆಷ್ಟು ಕಷ್ಟಪಟ್ಟುಕೊಂಡು ೧೨ ರಲ್ಲಿ ಲನ್ನಾದರೂ ಉಳಿಸಿಕೊಂಡು ತಂದಿರುವೆನೆಂದು ಅವರಿಗೆ ಹೇಗೆ ಗೊತ್ತಾಗಬೇಕು. ಚೀಲ ತೆರೆದು ಉಳಿದ ಹಣ್ಣುಗಳನ್ನು ಒಂದು ತಟ್ಟೆಯಲ್ಲಿ ಇಡುತ್ತಿದ್ದಂತೆಯೇ. ಬಹಳ ದಿನಗಳ ನಂತರ ತಾಯಿಯನ್ನು ಕಂಡ ಎಳೆಗೂಸಿನ ಕಣ್ಣಿನಲ್ಲಿ ಒಸರು ಕಣ್ಣೀರಿನಂತೆ ಹಣ್ಣುಗಳು ರಸವನ್ನು ಒಸರಲ್ಲಾರಂಭಿಸಿದವು. ಜ್ಯೂಸ್ ಮಾಡುವ ಕಷ್ಟವೇ ತಪ್ಪಿತ್ತು. ಹಣ್ಣನ್ನು ತರಲು ಹೋಗಿ ಮನೆಗೆ ರಸಾಯನವನ್ನು ತಂದಿದ್ದೆ. ಇನ್ನು ಮೇಲೆ ಹಣ್ಣು ತರುವಂತಿದ್ದರೆ ಖಾಲೀ ಟ್ರೈನ್ ಯಾವಾಗ ಸಿಗುತ್ತದೆ ಎಂದು ಮೊದಲು ತಿಳಿದುಕೊಂಡು ನಂತರ ತರುವೆನೆಂದು ಪ್ರತಿಜ್ಞೆ ಮಾಡಿದೆನು.

ಮೇರಾ ಭಾರತ್ ಮಹಾನ್

ನಮ್ಮ ದೇಶದಲ್ಲಿ ಬಹಳವಾಗಿ ಉಕ್ತವಾಗುವ ಮಾತೆಂದರೆ 'ಮೇರಾ ಭಾರತ್ ಮಹಾನ್'. ನಾನು ಅದಕ್ಕೆ ಇನ್ನೊಂದನ್ನು ಸೇರಿಸಬಯಸುವೆ, ಮೇರಾ ಸೋಪ್ ಹಮಾಮ್. ಏಕೆಂದರೆ ಈ ಎರಡೂ ಚಿರಂಜೀವಿಗಳು (ನನ್ನ ಮಟ್ಟಿಗೆ). ಸ್ವತಂತ್ರ ಬಂದು ೬೦ ವರುಷಗಳಾಗುತ್ತಿದ್ದರೂ ನಮ್ಮ ದೇಶದ ಜನಸಂಖ್ಯೆ ಒಂದೇ ಮೇಲೇರುತ್ತಿರುವುದು. ಇದೊಂದು ದೃಷ್ಟಿಯಿಂದ ನಮ್ಮ ದೇಶ ಎಂದಿಗೂ ಮಹಾನ್. ಹಾಗೆಯೇ ಹಮಾಮ್ ಸೋಪನ್ನು ಉಪಯೋಗಿಸುವವರು ಅದನ್ನೇ ಉಪಯೋಗಿಸುತ್ತಿದ್ದಾರೆ (ನನ್ನಂತಹವರು - ಅಪ್ಪ ಹಾಕಿದ ಹಳೆಯ ಆಲದ ಮರಕ್ಕೇ ಜೋತು ಬೀಳುವಂತಹವರು).

ನಮ್ಮ ಏರಿಯಾದಲ್ಲಿ ನಿನ್ನೆಯ ರಾತ್ರಿ ೧೦.೩೦ಕ್ಕೆ ಮತ್ತೆ ವಿದ್ಯುತ್ ಕಡಿತವಾಯಿತು. ಅದಾಗಿದ್ದು ಕೇವಲ ೧೦ ನಿಮಿಷಗಳವರೆವಿಗೆ ಮಾತ್ರ. ಅಲ್ಲಿಯವರೆವಿಗೆ ನನ್ನ ಕಂಪ್ಯೂಟರ್ ಯೂಪಿಎಸ್ ಸಹಾಯದಿಂದ ಓಡುತ್ತಿತ್ತು. ವಿದ್ಯುತ್ ಮತ್ತೆ ಮರಳಿ ಬರುತ್ತಿದ್ದಂತೆಯೇ ನೆಟ್ (ಅಂತರ್ಜಾಲ) ಕಡಿತವಾಯಿತು. ನೆಟ್ ಸೌಲಭ್ಯವನ್ನು ಕೊಡುವ ಮಹಾಶಯನನ್ನು ದೂರವಾಣಿಯ ಮೂಲಕ ಸಂಪರ್ಕಿಸಿದೆ. ಅವನು ಪ್ರತಿಯಾಗಿ, ಸಾರ್ ನಾನೀಗ ಮನೆಗೆ ಹೋಗಿಯಾಯ್ತು - ಬೆಳಗೆ ೪ ಘಂಟೆಗೆ ಬಂದು ನೋಡುವೆ ಎಂದಿದ್ದ.

ಇಂದು ಬೆಳಗ್ಗೆ ೫ ಘಂಟೆಗೆ ಎದ್ದ ಕೂಡಲೇ ಅಂತರ್ಜಾಲ ತಾಣವನ್ನು ತೆರೆಯಲು ನೋಡಿದ್ರೆ ಅದು ತೆರೆಯುತ್ತಲೇ ಇಲ್ಲ. ನನ್ನ ಕಂಪ್ಯೂಟರಿನಿಂದ ಸರ್ವರ್‌ಗೆ ಸಂಪರ್ಕ ಸಿಗುತ್ತಿಲ್ಲ ಎಂಬ ಉತ್ತರ ಬಂದಿತು. ಇದರ ಬಗ್ಗೆ ತಿಳಿಸಲು ಕೇಬಲ್‌ನೆಟ್‌ನವನಿಗೆ ದೂರವಾಣಿ ಕರೆ ಮಾಡಲು, ಉತ್ತರವೇ ಇಲ್ಲ. ಅವನು ದೂರವಾಣಿ ಕರೆ ಸ್ವೀಕರಿಸದ ಹಾಗೆ ಮಾಡಿದ್ದನು. ಏನೂ ತೋಚದೆಯೇ ಬ್ಯಾಂಕಿಗೆ ಬಂದ ಕೂಡಲೇ ಮತ್ತೊಮ್ಮೆ ಅವನನ್ನು ಸಂಪರ್ಕಿಸಲು, ಸಾಬ್ ರೂಟರ್ ಉಡ್‌ಗಯಾ ಎಂದು ಹೇಳುತ್ತಿದ್ದಾನೆ. ಯಾವಾಗ ಸರಿ ಹೋಗತ್ತಪ್ಪಾ ಎಂದು ಕೇಳಿದರೆ, ಏಕ್ ದೋ ದಿನ್ ಮೇ ಹೋ ಜಾಯೆಗಾ ಸಾಬ್ ಎನ್ನೋದೇ? ೧೦ ನಿಮಿಷ ವಿದ್ಯುತ್ ವ್ಯತ್ಯಯದಿಂದ ಇವನ ರೂಟರ್ ಹಾರಿ ಹೋಗಿ ಅದನ್ನು ಸರಿ ಪಡಿಸಲು ೨ ದಿನ ಬೇಕೆಂದರೆ, ದಿನವೂ ವಿದ್ಯುತ್ ವ್ಯತ್ಯಯವಾಗುವ ನಮ್ಮೂರುಗಳಲ್ಲಿನ ಪರಿಸ್ಥಿತಿ ಇನ್ನು ಹೇಗಿರಬೇಡ. ಅಲ್ಲೇನಾದರೂ ಇವನು ಅಂತರ್ಜಾಲ ಸೇವೆ ಕೊಡಲು ಮುಂದಾದರೆ ನಮ್ಮಂತಹವರಿಗೆ ದೇವರೇ ಗತಿ. ಹೋಗಲಿ ಬೇರೆಯವರಿಂದ ಈ

ಸೇವೆಯನ್ನು ತೆಗೆದುಕೊಳ್ಳೋಣವೆಂದರೆ, ಬೇರೆಯವರು ಇಲ್ಲಿ ಬರದಂತೆ ಮಾಡಿದ್ದಾರೆ. ಇನ್ನುಳಿದ ಸರಕಾರೀ ಸ್ವಾಮ್ಯದ ಎಂಟಿಎನ್‌ಎಲ್ ನವರ ಸೇವೆಯ ಬಗ್ಗೆ ಹೇಳುವುದೇ ಬೇಡ. ಇಂದು ಸಂಪರ್ಕ ಕೊಟ್ಟರೆ, ಮೋಡಮ್ ಕೊಡುವುದಿಲ್ಲ. ಮೋಡಮ್ ಕೊಟ್ಟರೆ ಸಂಪರ್ಕದಲ್ಲಿ ವ್ಯತ್ಯಯವಿರುತ್ತದೆ. ಇಂತಹ ಸನ್ನಿವೇಶವನ್ನು ಬೇರೆ ಯಾವ ದೇಶದಲ್ಲಿ ನೋಡೋಕ್ಕೆ ಸಾಧ್ಯ ಹೇಳಿ. ಅದಕ್ಕೇ ಅಲ್ವೇ ಮೇರಾ ದೇಶ್ ಮಹಾನ್ ಎನ್ನುವ ಉಕ್ತಿ ಚಿರಂಜೀವಿಯಾಗಿರುವುದು.

ಇನ್ನೊಂದು ವಿಷಯವನ್ನು ನೋಡಿ. ಇಂದಿನ ದಿನಪತ್ರಿಕೆಯಲ್ಲಿ ಒಂದು ಸುದ್ದಿ ಪ್ರಕಟವಾಗಿದೆ. ಕುಣಿಯುವ ಹೆಣ್ಣುಗಳು, ದಿಕ್ಕುಗೆಟ್ಟ ವಿದ್ಯಾರ್ಥಿಗಳಿಗೆ ಸಹಾಯ ಮಾಡುವರಂತೆ. ಮಾನವೀಯತೆಯನ್ನು ಪ್ರದರ್ಶಿಸುತ್ತಿರುವ ಅಂತಹ ಹೆಣ್ಣುಗಳಿಗೆ ನಮ್ಮ ಸಮಾಜ ಕೊಡುವ ಪಟ್ಟವಾದರೂ ಎಂತಹದು - ಬೆಲೆವೆಣ್ಣು. ಈಗ ಮೆರಿಟ್ ಇರುವ ವಿದ್ಯಾರ್ಥಿಗಳಿಗೆ ಹೆಚ್ಚಿನ ವಿದ್ಯಾಭ್ಯಾಸಕ್ಕೆ ಅವಕಾಶ ಕಡಿಮೆ ಆಗುತ್ತಿದೆ. ಇವರಿಬ್ಬರಿಗೂ ಸಮಾನ ಸ್ಥಾನ ಕೊಡಲು ರಾಜಕಾರಣಿಗಳು ಏನೂ ಮಾಡಲಾದೀತೇ? ಯಾವಾಗಲು ವೋಟು ಬ್ಯಾಂಕಿನ ಕಡೆಗೇ ಕಣ್ಣಿಟ್ಟಿರುವ ಈ ದುರಾತ್ಮ ರಾಜಕಾರಣಿಗಳು ಇರುವವರೆವಿಗೂ ನಮ್ಮ ದೇಶ ಉದ್ಧಾರವಾಗುವುದಿಲ್ಲ. ಮೆರಿಟ್ ಇರುವ ವಿದ್ಯಾರ್ಥಿಗಳು ನಮ್ಮ ದೇಶದಲ್ಲಿ ಉನ್ನತ ವ್ಯಾಸಂಗಕ್ಕೆ ಅವಕಾಶ ಸಿಗದಿರುವಾಗ ಸ್ವಾಭಾವಿಕವಾಗಿ ಪರದೇಶಗಳ ಮೊರೆ ಹೋಗುವರು. ಆಗ ಪ್ರತಿಭಾ ಪಲಾಯನದ ಬಗ್ಗೆ ಎಷ್ಟು ಬಾಯಿ ಬಡಿದುಕೊಂಡರೇನು ಪ್ರಯೋಜನ. ಸ್ವತಂತ್ರ ಬಂದು ೬೦ ವರುಷಗಳಾಗುತ್ತ ಬಂದರೂ, ಎಲ್ಲರೂ ಸಮಾನರು ಎಂದು ಹೇಳುತ್ತ ಬಂದರೂ ಮೀಸಲಾತಿಯನ್ನು ಹೆಚ್ಚಿಸಲು ಹವಣಿಸುತ್ತಿರುವ ರಾಜಕಾರಣಿಗಳು ಬೆಲೆವೆಣ್ಣುಗಳಿಂತ ಕಡೆ ಎಂದೆನಿಸುವುದಿಲ್ಲವೇ?

ಒಂದು ಕಡೆ ಮೀಸಲಾತಿ ಮೇಲೆ ಬರುವವರನ್ನು ಕೊಲ್ಲುತ್ತಿದ್ದರೆ, ಇನ್ನೊಂದೆಡೆ ದುಡ್ಡು ಕೊಟ್ಟರೂ ಸೂಕ್ತ ಸೌಲಭ್ಯಗಳು ಸಿಗದಿದ್ದರೆ, ನಾಡನ್ನು ರಕ್ಷಿಸುವವರೇ ನಾಡನ್ನು ಭಕ್ಷಿಸುತ್ತಿದ್ದರೆ, ನಾವಿನ್ನಾರ ಮೊರೆ ಹೋಗಬೇಕು?

ಮೇರಾ ಭಾರತ್ ಮಹಾನ್!

ಕರಾಟೆ

ಅಂದು ಭಾನುವಾರ ಬೆಳಗ್ಗೆ ೭ ಘಂಟೆಗೇ ನನ್ನ ಮಗನನ್ನು ಕರಾಟೆ ಪರೀಕ್ಷೆಗೆಂದು ಕರೆದೊಯ್ಯಬೇಕಿತ್ತು. ವಿಪರೀತ ಮಳೆ ಸುರಿಯುತ್ತಿತ್ತು. ಮಲಾಡಿನ ರಾಮಮಂದಿರದ ಮುಕ್ತ ಪ್ರಾಂಗಣದಲ್ಲಿ ಈ ಪರೀಕ್ಷೆಯನ್ನು ನಡೆಸುವರು. ಮಳೆಯಲ್ಲಿ ಹೇಗೆ ಮಾಡುವರೋ ಎಂಬ ಸಂದೇಹವಿತ್ತು. ಆಟೋವಿನಲ್ಲಿ ಅಲ್ಲಿಗೆ ಮಗನನ್ನು ಕರೆದೊಯ್ದೆ. ಮಳೆಯ ನೀರು ತುಂಬಿದ ಮುಕ್ತಪ್ರಾಂಗಣ ಒಂದು ಸಣ್ಣ ಕೆರೆಯಂತೆ ಕಾಣಿಸುತ್ತಿತ್ತು. ಈ ಸಲುವಾಗಿ ರಾಮಮಂದಿರದ ಭಜನಾ ಸಭಾಂಗಣದ ಒಂದು ಭಾಗದಲ್ಲಿ ಪರೀಕ್ಷೆಗೆ ಅನುವು ಮಾಡಿಕೊಂಡಿದ್ದರು. ಸದ್ಯ ಕರಾಟೆ ಬಟ್ಟೆ ಕೊಚ್ಚೆಯಾಗಿ ಒಗೆಯಲು ಹೆಚ್ಚಿನ ತೊಂದರೆ ಆಗುವುದಿಲ್ಲವೆಂಬುದೊಂದೇ ಸಮಾಧಾನದ ವಿಷಯ. ಪರೀಕ್ಷೆಯನ್ನು ಏಳು ಘಂಟೆಗೆ ಪ್ರಾರಂಭಿಸಿದವರು, ಮೊದಲು ದೈಹಿಕ ವ್ಯಾಯಾಮ ಅಭ್ಯಾಸಗಳನ್ನು ಮಾಡಿಸಿ, ತರುವಾಯ ಕೈ ಕಾಲುಗಳ ಮೂಲಕ ಎದುರಾಳಿಯ ಆಕ್ರಮಣದಿಂದ ಹೇಗೆ ತಪ್ಪಿಸಿಕೊಂಡು ಅವನನ್ನು ಮಣಿಸಬಹುದೆಂಬುದರ ಬಗ್ಗೆ ಪರೀಕ್ಷಿಸಿದರು. ನಂತರ ಕೆಲವು ಪ್ರಶ್ನೆಗಳನ್ನು ಕೇಳಿ, ಕೈ ಉಗುರು ಕಾಲಿನ ಉಗುರುಗಳನ್ನು ಪರೀಕ್ಷಿಸಿ, ಮಕ್ಕಳಲ್ಲಿಯೇ ಹೊಡೆದಾಟದ ಪರೀಕ್ಷೆಯನ್ನು ಮಾಡಿದರು. ಸಭಾಂಗಣ ಚಿಕ್ಕದಿದ್ದುದರಿಂದ ಮತ್ತು ಬೇರೆ ಬೇರೆ ವಿಭಾಗದ ಮಕ್ಕಳಿಗೆ ಪರೀಕ್ಷೆಯನ್ನು ಮಾಡಬೇಕಿದ್ದುದರಿಂದ, ಬೇರೆ ಬೇರೆ ಸಮಯದಲ್ಲಿ ಬರುವಂತೆ ಮಕ್ಕಳಿಗೆ ತಿಳಿಸಿದ್ದರು. ನನ್ನ ಮಗನು ಹಸುರು ಬೆಲ್ಟಿನ ಎರಡನೆಯ ಶ್ರೇಣಿಗೆ ಪರೀಕ್ಷೆಯನ್ನು ತೆಗೆದುಕೊಳ್ಳುತ್ತಿದ್ದನು. ಇದರ ಬಗ್ಗೆ ಒಂದೆರಡು ಮಾತುಗಳನ್ನು ಹೇಳಲಿಚ್ಛಿಸುವೆ.

೫ ವರ್ಷಗಳಿಗಿಂತ ಮೇಲ್ಪಟ್ಟ ಮಕ್ಕಳಿಗೆ ಕರಾಟೆಯ ತರಬೇತಿಯನ್ನು ಕೊಡುವರು. ನಮ್ಮ ವಸಾಹತು ಸಮುದಾಯಕ್ಕೆ ಕನ್ನಡದವರೇ ಆದ (ಇಲ್ಲಿಯೇ ಹುಟ್ಟಿ ಬೆಳೆದ), ಕಿರಣ್ ಭಟ್ ಎಂಬ ೨೨-೨೩ ವರ್ಷದ ಯುವಕ ತರಬೇತಿ ಕೊಡಲು ಬರುವರು. ೭ ತಿಂಗಳಿಗೊಂದು ಪರೀಕ್ಷೆಯಂತೆ ನಡೆಸುವರು. ಪರೀಕ್ಷೆಗೆ ಕರೆಯುವ ಮುನ್ನವೇ ಅವರು ಸಮರ್ಥರಿದ್ದಾರೆಯೇ ಎಂದು ತಿಳಿದು ನಂತರ ಪರೀಕ್ಷೆಯ ಶುಲ್ಕವನ್ನು ತೆಗೆದುಕೊಳ್ಳುವರು. ಇದರಿಂದಾಗಿ ಪರೀಕ್ಷೆಯ ನಪಾಸಾಗುವ ಮಕ್ಕಳು ಬಹಳ ಬಹಳ ಕಡಿಮೆ. ಹೊಸದಾಗಿ ತರಬೇತಿಗೆ ಬರುವವರಿಗೆ ಬಿಳಿಯ ಪಟ್ಟಿಯನ್ನು (ವೈಟ್ ಬೆಲ್ಟ್) ಕೊಡುವರು. ಅದರಲ್ಲಿ ಉತ್ತೀರ್ಣರಾದವರಿಗೆ ಉತ್ತೀರ್ಣ ಪತ್ರದೊಂದಿಗೆ ಹಳದಿಯ ಪಟ್ಟಿಯನ್ನು ಕೊಡುವರು. ಅದಾದ ನಂತರ, ಕೇಸರಿ ಪಟ್ಟಿಯನ್ನು ಕೊಡುವರು. ಇದರ ನಂತರದ ಹಂತದಲ್ಲಿ

ಹಸುರು ಪಟ್ಟಿಯನ್ನು ಕೊಟ್ಟು ಎರಡು ಪರೀಕ್ಷೆಯನ್ನು ಕೊಡುವಂತೆ ಮಾಡುವರು. ಅಂದರೆ ಕೇಸರಿ ಪಟ್ಟಿಯನ್ನು ಹೊಂದಿದವರಿಗೆ ಹಸುರುಪಟ್ಟಿಯನ್ನು ಕೊಟ್ಟು ಮುಂದೆ ಎರಡು ಬಾರಿ ಪರೀಕ್ಷೆಯಲ್ಲಿ (ಒಂದು ವರ್ಷದ ತರುವಾಯ) ತೇರ್ಗಡೆ ಹೊಂದಿದ ನಂತರವೇ ಮುಂದಿನ ಪಟ್ಟಿಯಾದ ಕಂದು ಬಣ್ಣದ ಪಟ್ಟಿಯನ್ನು ಕೊಡುವರು. ಇದರಲ್ಲಿ ನಾಲ್ಕು ಶ್ರೇಣಿಯಲ್ಲಿ ಉತ್ತೀರ್ಣರಾದ ನಂತರವೇ (ಎರಡು ವರ್ಷ), ಕಪ್ಪು ಪಟ್ಟಿಯನ್ನು ಪಡೆಯಲಾಗುವುದು. ಕಪ್ಪು ಪಟ್ಟಿಯಲ್ಲಿಯೂ ಹತ್ತು ಶ್ರೇಣಿಗಳಿವೆ. ಅದನ್ನು ಅಷ್ಟು ಸುಲಭವಾಗಿ ಪಾಸು ಮಾಡುಲಾಗುವುದಿಲ್ಲ. ಅದರಲ್ಲಿಯ ಮೊದಲ ಕೆಲವು ಪರೀಕ್ಷೆಗಳನ್ನು ದೇಶದ ಮಟ್ಟದಲ್ಲಿ ತೆಗೆದುಕೊಂಡರೆ, ಅಂತಿಮ ಹಂತದ ಪರೀಕ್ಷೆಗಳನ್ನು ಜಪಾನಿನಲ್ಲಿ ತೆಗೆದುಕೊಳ್ಳಬೇಕಂತೆ. ಈ ಕರಾಟೆಯ ಉಗಮ ಮತ್ತು ನನಗೆ ತಿಳಿದ ಕೆಲವು ಅಂಶಗಳನ್ನು ಇಲ್ಲಿ ತಿಳಿಸ ಬಯಸುವೆ.

ಆತ್ಮರಕ್ಷಣೆಗೆ ಕರಾಟೆ ಕಲಿಕೆಯೂ ಒಂದು. ಕರಾಟೆಯಲ್ಲಿ ಹಲವು ಬಗೆಗಳಿವೆ. ಜಪಾನಿನ ಒಕಿನಾವಾ ದ್ವೀಪದಿಂದ ಪ್ರಚಲಿತವಾದ ಈ ವಿದ್ಯೆ ಈಗ ವಿಶ್ವವಿಖ್ಯಾತವಾಗುತ್ತಿದೆ. ಈ ಬಗೆಗಳಲ್ಲಿ ಒಂದಾದದ್ದು ಕ್ಯುಡೊಕಾನ್. ಕ್ಯುಡೊಕಾನ್ ಶಾಲೆಯ ಶೊರಿನ್-ರ್‍ಯು ಎಂದು ಪ್ರಸಿದ್ಧವಾದ ಹಿಗಾ ಕುಟುಂಬದ ಕರಾಟೆಯನ್ನು ಸ್ಥಾಪಕರೆಂದರೆ ಒ ಸೆನ್ಸೈ ಯುಚೊಕು ಹಿಗಾ. ೧೯೧೦ರಲ್ಲಿ ಜನ್ಮಿಸಿದ ಇವರು ೧೯೯೪ರಲ್ಲಿ ಮೃತರಾದರು. ಇವರನ್ನು ಒಕಿನಾವಾದ ಬಿಗಿಮುಷ್ಟಿ ಎಂದೂ ಕರೆಯುತ್ತಿದ್ದರು. ಇವರು ಈ ವಿದ್ಯೆಯ ಬಗ್ಗೆ ಅಖಂಡ ಅನುಭವವನ್ನು ಪಡೆದುದಲ್ಲದೇ ಇದರ ಬಗ್ಗೆ ಸಂಶೋಧನೆಯನ್ನೂ ಮಾಡಿದರು. ತಂದೆಯಿಂದ ವಿದ್ಯೆ ಕಲಿತ ಇವರು ಜಿರೊ ಶಿರೊಮಾ ಸೆನ್ಸೈ ಎಂದೇ ಪ್ರಸಿದ್ಧರಾದರು. ಮುಂದೆ ಗೊಜು ರ್‍ಯು ಎಂಬ ಶಾಲೆಯ ಸಂಸ್ಥಾಪಕ ಮತ್ತು ಇವರ ಚಿಕ್ಕಪ್ಪನವರಾದ ಯೊಚುಕು ಹಿಗಾ ಸೆನ್ಸೈ ಅವರಿಂದ ಮುಷ್ಟಿ ಯುದ್ಧ ತಂತ್ರವನ್ನು ಕಲಿತರು. ಮುಂದೆ ಚೊಶಿನ್ ಚಿಬಾನಾ ಸೆನ್ಸೈ ಅವರಲ್ಲಿ ಶಿಷ್ಯವೃತ್ತಿಯನ್ನು ಮಾಡಿದರು. ತಮ್ಮ ಅನುಭವ, ಸಂಶೋಧನೆಯ ಫಲವಾಗಿ ತಮ್ಮದೇ ಆದ ಶೊರಿನ್ ರ್‍ಯು ಕ್ಯುಡೊಕಾನ್ ಶಾಲೆಯನ್ನು ಪ್ರಾರಂಭಿಸಿದರು. ಮುಂದೆ ತಮ್ಮ ಚಿಕ್ಕಪ್ಪನವರಿಂದ ಮಿಂಚಿನ ದಾಳಿಯ ಬಗ್ಗೆ ಪರಿಣತಿಯನ್ನು ಪಡೆದರು. ಇದೇ ಸಮಯದಲ್ಲಿ ಇವರ ತಮ್ಮನೂ ಇವರೊಂದಿಗೆ ಸೇರಿ ಅಭ್ಯಾಸ ಮಾಡಿ ಗುರುಗಳ ಅಣತಿಯ ಮೇರೆಗೆ ಅರ್ಜೈಂಟೈನಾದಲ್ಲಿರುವ ಜಪಾನಿನ ಸಮುದಾಯಕ್ಕೆ ಈ ವಿದ್ಯೆಯನ್ನು ಕಲಿಸಲು ತೆರಳಿದರು. ಈ ವಿದ್ಯೆಯು ಅರ್ಜೈಂಟೈನಾ ಅಲ್ಲದೇ ಸಂಪೂರ್ಣ ದಕ್ಷಿಣ ಅಮೆರಿಕೆಯಲ್ಲಿ ಪ್ರಸಿದ್ಧವಾಯಿತು. ಇವರ ಸಹೋದರಿಯ ಮಗ ಗ್ರಾಂಡ್ ಮಾಸ್ಟರ್ ಮಿನೊರು ಹಿಗಾ (೧೯೪೧), ಒಕೊನೊವಾದಲ್ಲಿ ಕ್ಯೊಡೊಕಾನ್ ರೆಂಗೊಕೈನ ಈಗಿನ ಅಧ್ಯಕ್ಷ ಒಕೊನಾವಾದ ಶೊರಿನ್-ರ್‍ಯುಗೂ ಅಧ್ಯಕ್ಷರಾಗಿದ್ದಾರೆ.

ಕ್ಯುಡೊಕಾನ್ ಶಾಲೆಯ ತತ್ವಗಳು

ಶೊರಿನ್‌ರ್‌ಯು (ಶಾವೊಲಿನ್) ಪದ್ಧತಿಯು ಚೀನೀಯ ಸ್ವಾಭಾವಿಕ ಉಸಿರಾಟ, ಆಕ್ರಮಣ ಪದ್ಧತಿ, ಎತ್ತರ ಮತ್ತು ಅಧೋಗತಿ ಆಕ್ರಮಣದ ಲಕ್ಷಣ, ಪಾದ ಚಲನೆ (ತೈ ಸಬಕಿ) ಮತ್ತು ರಭಸತೆಯನ್ನು ಹೊಂದಿದೆ.

ಇದಲ್ಲದೇ ಇದರದ್ದೇ ಆದ ಪ್ರತ್ಯೇಕ ತತ್ವಗಳೆಂದರೆ -

ಮ್ಯೊ ಮಮರು - ದೇಹವನ್ನು ಸಂರಕ್ಷಿಸಿಕೊಳ್ಳುವುದು

ಕಿ ಉತ್ಪತ್ತಿ (ಆಂತರಿಕ ಬಲ)ಯ ಮೂಲಕ ಹರ ಮತ್ತು ಯಿನ್ ಯಾನ್ (ಗಡುಸು, ಮೆತು, ಉದ್ವೇಗ, ವಿರಾಮ, ತೀವ್ರತೆ, ನಿಧಾನತೆ, ಉಚ್ಛ್ವಾಸ, ನಿಶ್ವಾಸ)

ಮರುಮಿ ಮುಚಿಮಿ - ವರ್ತುಲಾಕಾರ ತಾಂತ್ರಿಕತೆ, ಉತ್ತಮ ಹಂತದಲ್ಲಿ ತಾಂತ್ರಿಕತೆಯ ಪುನರಾವೃತ್ತಿ

ಕೊಕ್ಯುವಿನ ಕಟ್ಟಳೆ - ಕಿಬ್ಬೊಟ್ಟೆಯವರೆವಿಗೆ ಉಸಿರಾಡುವುದು ಮತ್ತು ಶ್ವಾಸಕೋಶದ ಸಹಾಯವಿಲ್ಲದೇ ಉಸಿರಾಡುವುದು

ಕ್ಯುಡೊಕಾನ್ ಪದ್ಧತಿಯನ್ನು ಯಾವ ವಯಸ್ಸಿನವರು ಬೇಕಾದರೂ ಅಭ್ಯಸಿಸಬಹುದು. ಈ ಪದ್ಧತಿಯ ಧ್ಯೇಯವೆಂದರೆ - "ಕಲಿಯುವಿಕೆಯು ಎಂದಿಗೂ ಕೊನೆಗೊಳ್ಳುವುದಿಲ್ಲ. ಕರಾಟೆ ಹಾದಿಯು ಬಹಳ ವಿಶಾಲವೂ, ಆಳವೂ ಮತ್ತು ಅಮಿತವೂ ಆಗಿದೆ".

ಇಂದು ಕ್ಯುಡೊಕಾನ್ ಪ್ರಪಂಚದ ಎಲ್ಲೆಡೆಯೂ ಪಸರಿಸಿದೆ. ೨೦ಕ್ಕೂ ಹೆಚ್ಚಿನ ದೇಶಗಳಲ್ಲಿ ಎಲ್ಲ ವಯಸ್ಸಿನ ಲಕ್ಷಾಂತರ ಮಂದಿ ಅಭ್ಯಸಿಸುತ್ತಿದ್ದಾರೆ.

ಕ್ಯುಡೊಕಾನ್ ಕತ

ಕತ ಎಂದರೆ ವಿಧ ಎಂಬರ್ಥ. ಇದು ಒಂದು ವ್ಯಾಯಾಮ ಅಥವಾ ನೃತ್ಯ ಪದ್ಧತಿಯಲ್ಲದೇ ಕೈ ಕಾಲುಗಳ ವಿಧವಿಧವಾದ ಚಲನೆಗಳಿಂದ ಉಂಟು ಮಾಡುವ ದೈಹಿಕವಾಗಿ ಆಕ್ರಮಣವನ್ನು ತಡೆಗಟ್ಟುವ ಮತ್ತು ಪ್ರತಿ ಆಕ್ರಮಣ ಮಾಡುವ ತಂತ್ರ. ಕ್ಯುಡೊಕಾನ್ ಶಾಲೆಯಲ್ಲಿ ೨೨ ಕತಗಳನ್ನು ಅಭ್ಯಸಿಸುವರು. ಅವುಗಳೆಂದರೆ, ಫುಕ್ಯುಗತ ೧ ಮತ್ತು ೨, ಪಿನಾನ್ ೧ ರಿಂದ ೫, ನೈಹಂಚಿ ೧ರಿಂದ ೩, ಪಸ್ಸೈ ೧ ಮತ್ತು ೨, ಉನ್ಸು, ಜಿಯಾನ್, ಜಿತ್ತೆ, ಕುಶಾಂಕು ೧ ಮತ್ತು ೨, ಚಿಂಟೆ, ಸೈಸನ್, ಚಿಂಟೊ, ಸೊಚಿನ್, ಗೊಜುಶಿಹೊ. ಇವುಗಳೇನೆಂದರೆ, ತಡೆಯುವುದು, ಗುದ್ದುವುದು, ಬಿಸಾಕುವುದು ಇತ್ಯಾದಿ (block/punch/block, or joint strike-lock/punch/throw).

ಭಾರತದ ಶೊರಿನ್-ರ್‍ಯು ಕ್ಯುಡೊಕಾನ್ ಶಾಖೆಯನ್ನು ಆನೆಯ ಡಾನ್ ಸೆನ್ಸೈ ಅರುಣ್ ಬೊಡಕೆ ಅವರು ೨೦೦೪ ರಲ್ಲಿ ಸ್ಥಾಪಿಸಿದರು. ಇವರೊಂದಿಗೆ ಸಹಾಯಕರಾಗಿರುವವರು ಸೆನ್ಸೈ ವಿನಾಯಕ ಸಕಪಾಲ, ಸೆನ್ಸೈ ಕಿರಣ್ ಭಟ್ ಮತ್ತು ಸೆನ್ಸೈ ಅರುಣ ಮೋರೆ.

ಕರಾಟೆಯ ಕೆಲವು ಪಾರಿಭಾಷಿಕಗಳು.

ಷೊಮೆನ್ - ನಿ	- ಮುಂದಕ್ಕೆ
ರೈ	- ಬಾಗಿ ನಮಸ್ಕರಿಸು
ಸೆನ್ಸೈ	- ಮಾಸ್ತರ
ಸೆಂಪೈ	- ಶಿಕ್ಷಕ
ಓಟೊಗೈ	- ಸಹವರ್ತಿ
ಓ ನೆಗೈ ಶಿಮಾಸ್	- ನಾನು ನಿಷ್ಪ್ರಯೋಜಕನಾದರೂ, ದಯವಿಟ್ಟು ನನ್ನನ್ನು ತಿಳಿಯಿರಿ
ಓಟ್ಸುಕರೆ ಸನ್ ದೇಶಿತ	- ಒಳ್ಳೆಯ ಆಚರಣೆಯ ವಿದ್ಯಾರ್ಥಿ ನಮ್ಮಲ್ಲಿದ್ದನು
ಡೊಮೊ ಅರಿಗತೌ ಗೊಜೈ ಮಶಿತ	- ಬಹಳ ಧನ್ಯವಾದಗಳು
ಮ - ಅ - ಇ	- ನನ್ನ ಮತ್ತು ಸಹವರ್ತಿಯ ಮಧ್ಯೆಯ ಅಂತರ
ಕಿಯೈ	- ಹೊಡೆದಾಡಲು ಅರಚು
ಹಜಿಮೆ	- ಪ್ರಾರಂಭಿಸು
ಯಮೆ	- ನಿಲ್ಲಿಸು
ಮ-ಹನ್-ಮಿ	- ೪೫ ಡಿಗ್ರಿ ಕೋನದ ದೇಹ
ಮಿಗಿ	- ಬಲಕ್ಕೆ
ಹಿದರಿ	- ಎಡಕ್ಕೆ
ಕಿಯಗೆ	- ತಕ್ಷಣ, ಹರಿತ
ಕೆಕೊಮಿ	- ನಂಬುಗೆ ಇಡು
ಕೊತೈ	- ಹಿಂದೆ ಹೋಗು

ನಿಲುವುಗಳು

ಶಿಝುನ್ ತೈ - ಸ್ವಾಭಾವಿಕ ನಿಲುವು

ಹೆಇಸೊಕು ದಚಿ - ಪಾದಗಳು ಒಟ್ಟಿಗೆ

ಮುಸುಬಿ ದಚಿ - ಪಾದ ಮತ್ತು ಹೆಬ್ಬೆರಳು ಹೊರಕ್ಕೆ

ಯೊ ಇ (ಕಮಯಿ) - ಸಿದ್ಧನಾಗು

ಹೆಇಕೊ ದಚಿ - ಸಮಾನಾಂತರ ನಿಲುವು

ಝುನ್ ಕುಟ್ಸು ದಚಿ - ಮುಂದುವರಿದ ನಿಲುವು

ಸಂಚಿನ್ ದಚಿ - ಕಾಲದ ಗಾಜಿನ ನಿಲುವು

ನೆಕೊ ಅಶಿ ದಚಿ - ಬೆಕ್ಕಿನ ನಿಲುವು

ಶಿಕೊ ದಚಿ - ಸುಮೊ ಕುಸ್ತಿಯ ನಿಲುವು

ಆಕ್ರಮದ ಅಂಶಗಳು

ಅಟಮ - ತಲೆ

ಕಸುಮಿ - ಹಣೆ

ಮೆ - ಕಣ್ಣು

ಜಿಂ ಚು - ಮೂಗಿನ ಕೆಳಭಾಗ

ಕುಬಿ - ಕುತ್ತಿಗೆ

ನೊಡೊ - ಗಂಟಲು

ದಹಚು - ಎದೆಯ ಮಧ್ಯಭಾಗ

ಸುಇ ಗೆಟ್ಸು - ಹೃದಯದ ಭಾಗ

ಕೊಟೆ - ತೋಳು

ಕಿನ್-ಟೆಕಿ - ಕಿಬ್ಬೊಟ್ಟೆ

ಹಿಝು - ಮೊಳಕಾಲು

ಆಕ್ರಮದ ತಂತ್ರಗಳು

ಝುಕಿ	–	ಮುಷ್ಟಿ ಗುದ್ದು
ಉಕೆ	–	ತಡೆ
ಉಚಿ	–	ಹಿಡಿ
ಒಸ್ಯೆ	–	ಕೆಳಕ್ಕೆ ಒತ್ತು
ಬುರಿ	–	ತೂಗು
ಡೊರಿ	–	ತೂಗಿ ಹಿಡಿ
ಜಿಮೆ	–	ಸ್ತಂಭನ (ಉಸಿರು ಕಟ್ಟಿಸು)
ನಗೆ	–	ಎಸೆ

ಜಪಾನಿ ಗಣನೆ

ಇಚಿ	–	ಒಂದು
ನಿ	–	ಎರಡು
ಸನ್	–	ಮೂರು
ಶಿ	–	ನಾಲ್ಕು
ಗೊ	–	ಐದು
ರೊಕು	–	ಆರು
ಶಿಚಿ	–	ಏಳು
ಹಚಿ	–	ಎಂಟು
ಕು	–	ಒಂಭತ್ತು
ಜು	–	ಹತ್ತು
ಜು ಇಚಿ	–	ಹನ್ನೊಂದು
ನಿ ಜು	–	ಇಪ್ಪತ್ತು

ಸನ್ ಜು	–	ಮೂವತ್ತು
ಶಿ ಜು	–	ನಾಲ್ವತ್ತು
ಗೊ ಜು	–	ಐವತ್ತು
ರೊಕು ಜು	–	ಅರವತ್ತು
ಶಿಚಿ ಜು	–	ಎಪ್ಪತ್ತು
ಹಚಿ ಜು	–	ಎಂಬತ್ತು
ಕು ತು	–	ತೊಂಬತ್ತು
ಹ್ಯಕು	–	ನೂರು

ಕಾಶ್ಮೀರ

ಒಮ್ಮೆ ಟ್ರೈನಿನಲ್ಲಿ ಮುಂಬೈನಿಂದ ಬೆಂಗಳೂರಿಗೆ ಹೋಗುತ್ತಿದ್ದಾಗ ನನ್ನ ಎದುರಿನ ಸೀಟಿನಲ್ಲಿ ಇಬ್ಬರು ೬೦ ವರ್ಷ ದಾಟಿದ ಗಂಡಸರು ಜೊತೆಗೆ ಪ್ರಯಾಣಿಸುತ್ತಿದ್ದರು. ಅವರಿಬ್ಬರೂ ಶ್ರೀನಗರದಿಂದ ಬರುತ್ತಿದ್ದರು. ಇಬ್ಬರ ಮಕ್ಕಳೂ ಬೆಂಗಳೂರಿನಲ್ಲಿ ಸಾಫ್ಟ್‌ವೇರ್ ಇಂಜಿನಯಗಳಾಗಿ ಕೆಲಸ ಮಾಡುತ್ತಿದ್ದರು. ಇವರಿಬ್ಬರೂ ಸೇವೆಯಿಂದ ನಿವೃತ್ತರಾಗಿದ್ದರಿಂದ, ಬೆಂಗಳೂರಿನಲ್ಲೇ ಮಿಕ್ಕ ಜೀವನವನ್ನು ಕಳೆಯಬೇಕೆಂದಿದ್ದರು. ಅದಕ್ಕಾಗಿ ಮನೆ ಕೊಂಡುಕೊಳ್ಳಲು ಬರುತ್ತಿದ್ದರಂತೆ.

ಔಪಚಾರಿಕ ಪರಿಚಯವಾದ ಮೇಲೆ, ಬೆಂಗಳೂರಿಗೇ ಏಕೆ ಬರುತ್ತಿದ್ದೀರಿ, ನಿಮ್ಮ ಊರಿಗೆ ಹತ್ತಿರದ ಇನ್ಯಾವುದೂ ಊರುಗಳಲ್ಲಿ ನೆಲೆಸಲು ಇಷ್ಟವಿಲ್ಲವೇ, ಎಂದು ಕೇಳಿದ್ದೆ. ಅದಕ್ಕೆ ಅವರು, 'ಮಕ್ಕಳು ಹೇಗಿದ್ದರೂ ಬೆಂಗಳೂರಿನಲ್ಲಿ ಕೆಲಸ ಮಾಡುತ್ತಿದ್ದಾರೆ, ನಮ್ಮ ಪ್ರದೇಶದಲ್ಲಿ ಪ್ರತಿದಿನ ದಾಂಧಲೆ, ಕೊಲೆ, ದರೋಡೆ ನಡೆಯುತ್ತಲೇ ಇದೆ, ಇದರಿಂದ ನಮ್ಮ ಮನ ರೋಸಿ ಹೋಗಿದೆ. ನಮಗೂ ಶಾಂತಿ ಬೇಕಿದೆ. ಉತ್ತರ ಭಾರತದಲ್ಲಿ ನಮಗೆ ನೆಲೆಸಲು ಇಷ್ಟವಿಲ್ಲ, ದಕ್ಷಿಣದಲ್ಲಿ ಭಾಷೆಯ ತೊಂದರೆಯಾದರೂ, ಬೆಂಗಳೂರಿನಲ್ಲಿ ಮಾತ್ರ ಜನಗಳು ನಮ್ಮ ಭಾಷೆಯಲ್ಲಿಯೇ ವ್ಯವಹರಿಸಿ, ನಮಗೂ ತಮ್ಮ ಭಾಷೆಯನ್ನು ಕಲಿಸುವರು. ಬೆಂಗಳೂರು ನಮಗೆ ಬಹಳ ಇಷ್ಟವಾಗಿದೆ' ಎಂದಿದ್ದರು. ಅವರ ಮುಕ್ತವಾದ ಈ ಮಾತನ್ನು ಕೇಳಿ ನನಗೆ ಮುಖಕ್ಕೆ ಹೊಡೆದ ಹಾಗಾಗಿತ್ತು. ಹೀಗೆ ದೇಶದ ಎಲ್ಲ ಕಡೆಗಳಲ್ಲೂ ಜಗಳ, ಕದನ, ತಿಕ್ಕಾಟ, ಕೊಲೆ, ಸುಲಿಗೆ ಆದರೆ, ಅದನ್ನು ಪರಿಹಾರ ಮಾಡಿಕೊಳ್ಳುವುದು ಹೇಗೆಂದು ಕಂಡುಕೊಳ್ಳುವ ಬದಲು, ಐಟಿ ಹೆಸರಿನಲ್ಲಿ ಬೆಂಗಳೂರಿಗೆ ಕೆಲಸಕ್ಕೆ ವಲಸೆ ಬಂದು ಇಲ್ಲಿಯೇ ತಳ ಊರಲು ನೋಡುವರು. ಇಷ್ಟೇ ಆಗಿರದೇ, ತಮ್ಮತನವನ್ನು ಬಿಟ್ಟುಕೊಡದೇ, ಕನ್ನಡಿಗರಿಗೆ ಅದನ್ನು ಕಲಿಯುವಂತೆ ಮಾಡುತ್ತಿರುವುದು ಎಂತಹ ವಿಪರ್ಯಾಸ.

ಜಮ್ಮು ಮತ್ತು ಕಾಶ್ಮೀರದ ಬಗ್ಗೆ ಯಾರಿಗೇ ಆಗಲಿ ತಿಳಿದುಕೊಳ್ಳಲು ಬಲು ಕುತೂಹಲ. ನಾನೂ ಅಂತೆಯೇ ಅವರನ್ನು ಅಲ್ಲಿಯ ಬಗೆಗೆ ಕೇಳಿದೆ. ಸ್ವಾತಂತ್ರ್ಯಪೂರ್ವದ ಪರಿಸ್ಥಿತಿ, ಇಂದಿನ ವಿದ್ಯ್ಯಮಾನ ಇತ್ಯಾದಿಗಳ ಬಗ್ಗೆ ಅವರಿಂದ ತಿಳಿದ ಮಾಹಿತಿಗಳು ಹೀಗಿವೆ.

ಜಮ್ಮುವಿನ ಹೆಸರು ಜಂಬು ಲೋಚನ ಎಂಬ ಪದದಿಂದ ಬಂದಿರುವುದು. ಒಬ್ಬ ಸಂತನು, ಸಿಂಹವನ್ನು ಪಳಗಿಸಿ ಅದನ್ನು ಕುರಿಗಳನ್ನು ಕಾಯಲು ಇಟ್ಟುಕೊಡ್ಡಿದ್ದನಂತೆ. ಈ ಪರಾಕ್ರಮಿಯ

ಹೆಸರಿನ ನೆನಪಿಗಾಗಿ ಜಂಬು ಲೋಚನ್, ಜಮ್ಮುವಾಗಿದೆ. ಈ ಪ್ರದೇಶವನ್ನು ಆಳಿದವರು ಡೋಗ್ರಾ ಸಮುದಾಯದವರು. ಪಂಜಾಬಿ ಭಾಷೆಯಲ್ಲಿ ಡೊಂಗರ್ ಎಂದರೆ, ಪಶು ಎಂಬರ್ಥ. ಪಶುವನ್ನು ಕಾಯುತ್ತಿದ್ದವರೇ ಡೊಂಗರು, ಮುಂದೆ ಡೋಗ್ರಾ ಆದರು. ೧೯ನೆಯ ಶತಮಾನದ ಕೊನೆಯ ಭಾಗದಲ್ಲಿ ಡೋಗ್ರಾ ಸಮುದಾಯದ ರಾಜನಾಗಿದ್ದ ಗುಲಾಬ ಸಿಂಗನು ಜಮ್ಮು ಮತ್ತು ಕಾಶ್ಮೀರವನ್ನು ಒಂದು ಮಾಡಿ ಸಶಕ್ತನಾಗಿ ಆಳುತ್ತಿದ್ದನು. ನಂತರ ರಣಬೀರ ಸಿಂಗ್, ಪ್ರತಾಪ ಸಿಂಗ್ ಆಳಿದರು. ಈತನ ಸಂತತಿಯಲ್ಲಿ ಮುಂದೆ ಬಂದ ಭಾರತದ ಸ್ವಾತಂತ್ರ್ಯಪೂರ್ವದಲ್ಲಿ ಈ ಭಾಗವನ್ನು ಆಳಿದ ದೊರೆಯೆಂದರೆ ರಾಜಾ ಹರಿಸಿಂಗ್. ಭಾರತಕ್ಕೆ ರಾಜಕೀಯ ಸ್ವತಂತ್ರತೆ ಬಂದಾಗ ಇಲ್ಲಿ ಇದ್ದ ೫೬೫ ರಾಜ ಮನೆತನಗಳ ಸ್ವಾಮ್ಯದ ರಾಜ್ಯಗಳಿಗೆ, ಪಾಕಿಸ್ತಾನ ಅಥವಾ ಭಾರತವನ್ನು ಸೇರಲು ಅವಕಾಶ ಕೊಡಲಾಯಿತು. ಕಾಶ್ಮೀರವನ್ನು ಆಳುತ್ತಿದ್ದ ರಾಜಾ ಹರಿಸಿಂಗ್ ಹಿಂದುವೇ ಆಗಿದ್ದರೂ ಅವನ ಪ್ರಜೆಗಳಲ್ಲಿ ಹೆಚ್ಚಿನವರು ಮುಸ್ಲಿಮರಾಗಿದ್ದರು. ನಿಖರವಾದ ಯಾವುದೇ ನಿರ್ಧಾರ ತೆಗೆದುಕೊಳ್ಳಲಾರದೇ ಸ್ವತಂತ್ರನಾಗಿ ರಾಜ್ಯವಾಳುತ್ತಿದ್ದನು. ಕಡೆಗೆ ಜನವರಿ ೨೬, ೧೯೫೦ರಲ್ಲಿ ಹಿಂದೂ ವಂಶಪಾರಂಪರ್ಯ ಆಳ್ವಿಕೆ ಕೊನೆಗೊಂಡು, ಹಿಂದೂಗಳ ಪ್ರಬಲತೆ ಇರುವ ಜಮ್ಮು ಮತ್ತು ಮುಸ್ಲಿಮರ ಪ್ರಬಲತೆ ಇರುವ ಕಾಶ್ಮೀರ ಎಂಬ ಎರಡು ಭಾಗದ ಒಂದು ರಾಜ್ಯದ ಸ್ಥಾಪನೆಯಾಯಿತು. ಈ ಸಮಯದಲ್ಲಿ ಮುಸ್ಲಿಮ ಪ್ರಾಬಲ್ಯದ ಪ್ರದೇಶಲ್ಕ್ಕೆ ಸೂಕ್ತ ಸ್ಥಾನವನ್ನು ಕೊಡುವ ಬಗ್ಗೆ ಪಾಕಿಸ್ತಾನದ ಜೊತೆಗೆ ಕರಾರಿಗೆ ಸಹಿ ಹಾಕಿದನು. ಆದರೆ ಭಾರತ ಇದರಲ್ಲಿ ಸಹಭಾಗಿಯಾಗಲಿಲ್ಲ. ಮೊಗಲರ ಆಳ್ವಿಕೆಯ ಸಮಯದಿಂದಲೇ ಕಾಶ್ಮೀರ ಪ್ರದೇಶದಲ್ಲಿ ಮುಸ್ಲಿಮರ ಪ್ರಾಬಲ್ಯತೆ ಇದ್ದಿತು. ಎರಡೂ ಪ್ರದೇಶಗಳನ್ನು ಒಂದು ಮಾಡುವ ಸಂದರ್ಭದಲ್ಲಿ , ರಾಜ್ಯದಲ್ಲಿ ಅನಾಗರಿಕೆ ಉಂಟಾಗಿ, ಪಾಕಿಸ್ತಾನವು ಕಾಶ್ಮೀರ ಪ್ರದೇಶವನ್ನು ಕಬಳಿಸಲು ಪ್ರಯತ್ನಿಸಿತು. ಗಡಿಪ್ರದೇಶದ ಜನಗಳನ್ನು ಮತ್ತು ಗಿರಿಜನರನ್ನು ಎತ್ತಿಕಟ್ಟಿ ಕೊಲೆ, ಸುಲಿಗೆ, ಗೂಂಡಾಗಿರಿ, ಅನಾಗರಿಕತೆಗಳಿಗೆ ಒತ್ತು ಕೊಡಲಾರಂಭಿಸಿತು. ರಾಜ್ಯವು ಇಬ್ಭಾಗವಾಗಿ ಕೆಲವು ಪ್ರದೇಶವು ಭಾರತದಿಂದ ಹೊರಗುಳಿಯಿತು. ಅಂದಿನಿಂದ ಭಾರತದಲ್ಲುಳಿದ ಪ್ರದೇಶವನ್ನೂ ಕಬಳಿಸಲು ನಿರಂತರ ಪ್ರಯತ್ನ ನಡೆದೇ ಇದೆ. ಈ ನಿಟ್ಟಿನಲ್ಲಿ ಅಲ್ಲಿರುವ ಹಿಂದೂಗಳನ್ನು ಒತ್ತಾಯ ಪೂರ್ವಕವಾಗಿ ಮುಸ್ಲಿಮರನ್ನಾಗಿ ಪರಿವರ್ತಿಸಲಾರಂಭಿಸಿದಾಗ ಹಿಂದೂ ಸಮುದಾಯದ ಪಂಡಿತರು ಆ ಪ್ರದೇಶಗಳಿಂದ ಓಡಿ ಬೇರೆ ಕಡೆಗಳಿಗೆ ಸೇರಬೇಕಾಯಿತು. ನಾನು ಮೇಲೆ ತಿಳಿಸಿದ ಆ ಈರ್ವರೂ ಪಂಡಿತ ಸಮುದಾಯದವರು.

ಈ ಪ್ರದೇಶವನ್ನು ತನ್ನಲ್ಲಿಯೇ ಉಳಿಸಿಕೊಳ್ಳಲು ಭಾರತವು ಎಲ್ಲ ಬಗೆಯ ಪ್ರಯತ್ನಗಳನ್ನು ಮಾಡುತ್ತಿದ್ದರೆ, ಪಾಕಿಸ್ತಾನವು ತನ್ನಲ್ಲಿಗೆ ಸೆಳೆದುಕೊಳ್ಳಲು ಪ್ರಯತ್ನಿಸುತ್ತಿದೆ. ಅದಕ್ಕಾಗಿ ಎರಡೂ ದೇಶಗಳಿಂದ ಹಣವನ್ನು ನೀರಿನಂತೆ ಸುರಿಯಲಾಗುತ್ತಿದೆ. ವಿಶೇಷ ಸ್ಥಾನಮಾನ ನೀಡಿರುವ ಭಾರತ

ಸರಕಾರವು ಗ್ರಾಂಟ್ ಎಂದು ಕೋಟ್ಯಾಂತರ ರೂಪಾಯಿಗಳನ್ನು ಸುರಿಯುತ್ತಿದೆ. ಇದಲ್ಲದೇ ಗುಪ್ತಚರ ಸಂಸ್ಥೆಗಳು ವಿರುದ್ಧ ದೇಶದ ಬಗೆಗಿನ ಮಾಹಿತಿಗಳನ್ನು ಸಂಗ್ರಹಿಸಲು ಸ್ಥಳೀಯ ಜನಗಳಿಗೆ ಹಣವನ್ನು ವೆಚ್ಚ ಮಾಡುತ್ತಿಹರು. ಈ ರೀತಿ ಹಣದ ಹೊಳೆ ಹರಿಯುತ್ತಿರುವುದರಿಂದ ಆ ಪ್ರದೇಶದಲ್ಲಿ ಬಡತನವೆಂಬುದೇ ಇಲ್ಲ. ಇದಕ್ಕೆ ಮೊದಲು ಜಮೀನುದಾರರ ಹತ್ತಿರ ಕೆಲಸ ಮಾಡುತ್ತಿದ್ದವರು ಇದ್ದಕ್ಕಿದ್ದಂತೆ ಕೆಲಸಕ್ಕೆ ಹೋಗಲು ನಿರಾಕರಿಸಿದರು. ಇದರಿಂದಾಗಿ ಅಲ್ಲಿಯ ಮುಖ್ಯ ಬೆಳೆಯಾದ ಸೇಬು, ಕೇಸರಿ ಬೆಳೆಗೆ ತೊಂದರೆ ಎದುರಿಸಿದ ಜಮೀನುದಾರರು, ಕೆಲಸಗಾರರು ಕೇಳಿದಷ್ಟು ಕೂಲಿಯನ್ನು ಕೊಡಲಾರಂಭಿಸಿದರು. ಅವರಿಗೂ ಎರಡು ಸರ್ಕಾರಗಳಿಂದ ಹಣವು ಬರುತ್ತಿದ್ದುದರಿಂದ ಹೆಚ್ಚಿನ ಕೂಲಿ ಕೊಡಲು ತೊಂದರೆಯಾಗಲಿಲ್ಲ. ಸರಕಾರೀ ನೌಕರರಲ್ಲಿ ಲಂಚಗುಳಿತನ ಉತ್ತುಂಗಕ್ಕೇರಿತು. ಒಂದು ಸಮಾಜಘಾತುಕ ಕೃತ್ಯ ಹೆಚ್ಚಿದರೆ ಅದರ ಹಿಂದೆಯೇ ಮಿಕ್ಕ ಕೃತ್ಯಗಳೂ ಹೆಚ್ಚುವುದು. ಕೊಲೆ, ದರೋಡೆ, ಲಂಪಟತನಗಳು ಹೆಚ್ಚಾದವು. ಇದರಿಂದಾಗಿ ಸಮಾಜದ ಪರಿಮಿತಿಯಲ್ಲಿ ಜೀವಿಸುವ ಜನಗಳು ಬೇರೆ ಪ್ರದೇಶಗಳಿಗೆ ವಲಸೆ ಹೋಗಲಾರಂಬಿಸಿದ್ದಾರೆ. ಈ ಹುಣ್ಣನ್ನು ತಡೆಹಿಡಿಯದಿದ್ದರೆ ದೇಶದ ಇತರ ಭಾಗಗಳಿಗೂ ಸಾಂಕ್ರಾಮಿಕವಾಗಿ ಹರಡುವುದರಲ್ಲಿ ಸಂಶಯವಿಲ್ಲ, ಅಲ್ಲವೇ?

ಇದೇ ಸಮಯದಲ್ಲಿ, ಜನಗಳು ಸುಲಭದಲ್ಲಿ ನಂಬುವ ಸ್ವಾಮಿಗಳ ಲೀಲೆಗಳ ಬಗ್ಗೆ ಅವರೇ ಕಂಡ ಒಂದು ನಿದರ್ಶನವನ್ನು ತಿಳಿಸಿದರು. ಇವರ ಊರು ಇರುವುದು ಜಮ್ಮುವಿನಿಂದ ಸ್ವಲ್ಪ ದೂರದಲ್ಲಿರುವ ಪಾಕಿಸ್ತಾನ ಗಡಿಯಲ್ಲಿರುವ ಪ್ರದೇಶ. ಈಗ್ಯೆ ಸುಮಾರು ೩೫ ವರುಷಗಳ ಹಿಂದೆ ಅವರ ಊರಿನ ಹತ್ತಿರದ ಕಾಡಿನಲ್ಲಿ ಒಬ್ಬರು ಸನ್ಯಾಸಿಗಳು ಕಾಣಿಸಿಕೊಂಡರು. ಅವರು ಯಾರೊಂದಿಗೂ ಮಾತನಾಡುತ್ತಿರಲಿಲ್ಲ, ಯಾರನ್ನೂ ಏನನ್ನೂ ಕೇಳುತ್ತಿರಲಿಲ್ಲ. ಬೆಳಗಿನ ಹೊತ್ತೆಲ್ಲಾ ದೊಡ್ಡ ದೇವದಾರು ಮರದ ಪೊಟರೆಯೊಳಗೆ ಧ್ಯಾನಾಸಕ್ತರಾಗಿರುತ್ತಿದ್ದರು. ರಾತ್ರಿಯಾದ ನಂತರ ಕಾಡಿನೊಳಗೆ ಹೋಗಿ ಏನನ್ನೋ ಹುಡುಕುತ್ತಿದ್ದರು. ಮತ್ತೆ ಅಲ್ಲಿ ಸಿಗುವ ಹಣ್ಣು ಹಂಪಲುಗಳನ್ನು ತಿನ್ನುತ್ತಿದ್ದರು. ಕ್ರಮೇಣ ಇವರಿಗೆ ಭಕ್ತ ವೃಂದ ನಿರ್ಮಾಣವಾಯಿತು. ಕಷ್ಟ ನೋವುಗಳನ್ನು ಅನುಭವಿಸುತ್ತಿದ್ದ ಜನಗಳು ಅವರಲ್ಲಿಗೆ ಬಂದು ಅವರಿಂದ ಸಮಾಧಾನವನ್ನು ಕೇಳುತ್ತಿದ್ದರು. ತಮಾಷೆಯೆಂದರೆ ಜನಗಳ ಭಾಷೆ ಆ ಸನ್ಯಾಸಿಗೆ ಅರ್ಥವಾಗುತ್ತಿರಲಿಲ್ಲ, ಆ ಸನ್ಯಾಸಿಯ ಮಾತುಗಳು ಇವರುಗಳಿಗೆ ಅರ್ಥವಾಗುತ್ತಿರಲಿಲ್ಲ. ಆದರೆ ತೊಂದರೆ ಅನುಭವಿಸುತ್ತಿರುವವರಿಗೆ ಏನಾದರೂ ಗಿಡ ಮೂಲಿಕೆಯನ್ನು ಕೊಟ್ಟು ಕಳುಹಿಸುತ್ತಿದ್ದರು. ಅದರಿಂದ ತೊಂದರೆ ನಿವಾರಣೆಯಾಗುತ್ತಿದೆ ಎಂದು ಸುತ್ತ ಮುತ್ತಲಿನಲ್ಲೆಲ್ಲಾ ಮನೆ ಮಾತಾಯಿತು.

ಒಮ್ಮೆ ಇವರ ತಾಯಿಯವರು (ನನಗೆ ವಿಷಯವನ್ನು ತಿಳಿಸುತ್ತಿರುವವರು), ತಮ್ಮೊಂದಿಗೆ ಆ ಸನ್ಯಾಸಿಯ ಹತ್ತಿರಕ್ಕೆ ಹೋಗಿ ಬರೋಣವೆಂದು ಹೇಳಿದರು. ಆಗ ಈತ ಪದವೀಧರರಾಗಿ ಕೆಲಸಕ್ಕೆ ಸೇರಿದ್ದರು. ಈ ಲೀಲೆಗಳನ್ನೆಲ್ಲಾ ನಂಬುತ್ತಿರಲಿಲ್ಲ. ಆದರೂ ತಾಯಿಯ ಮಾತಿಗೆ ವಿರುದ್ಧವಾಡಲಾರದೇ ನೋಡಿ ಬರೋಣವೆಂದು ಹೊರಟರು. ಆ ಸನ್ಯಾಸಿಗಳು ಬಂದಿರುವುದು ದೂರದ ದಕ್ಷಿಣ ಭಾರತದಿಂದ. ಅವರ ಗುರುಗಳು, ಈ ನೆಲದಲ್ಲಿರುವ, ಮುಚ್ಚಿಹೋಗಿರುವ ಹದಿಮೂರು ಹೋಮಕುಂಡಗಳನ್ನು ಹುಡುಕುವಂತೆ ತಿಳಿಸಿದ್ದರು. ಈ ಹೋಮಕುಂಡಗಳು ಯಾವ ಕಾಲದ್ದು ಏನು ಎಂದು ಯಾರಿಗೂ ತಿಳಿದಿರಲಿಲ್ಲ. ಈ ಸನ್ಯಾಸಿಗೆ ಅದುವರೆವಿಗೆ ೩ ಹೋಮಕುಂಡಗಳು ಪತ್ತೆಯಾಗಿದ್ದು ಅವರಿನ್ನೂ ಹುಡುಕುವ ಕೆಲಸ ಮಾಡುತ್ತಿದ್ದರು. ಈ ಮಧ್ಯೆ ಸುತ್ತಮುತ್ತಲಿನ ಜನಗಳು ಬಂದು ಏನನ್ನೋ ಕೇಳುತ್ತಿದ್ದರು. ಅವರಿಗೆ ಆಯುರ್ವೇದದ ಅರಿವು ಇದ್ದುದರಿಂದ ತೊಂದರೆ ಇರುವವರಿಗೆ ಔಷಧಿಯನ್ನು ಕೊಡುತ್ತಿದ್ದರು. ಅಲ್ಲಿಯವರೆವಿಗೆ ಯಾವ ಆ ಕಾಡಿನಲ್ಲಿದ್ದ ಯಾವ ಪ್ರಾಣಿಗಳೂ ಇವರ ಮೇಲೆ ಆಕ್ರಮಣ ಮಾಡಿರಲಿಲ್ಲ. ಅದರಿಂದ ತಪ್ಪಿಸಿಕೊಳ್ಳಲೋಸುಗ ಇವರು ದೇವದಾರು ವೃಕ್ಷದ ಪೊಟರೆಯೊಳಗೇ ಇರುತ್ತಿದ್ದರು. ಈ ತಾಯಿ ಮಗ ತಮಗೆ ಬೇಕಿದ್ದ ಔಷಧಿಯನ್ನು ತೆಗೆದುಕೊಂಡು ವಾಪಸ್ಸಾಗಿದ್ದರು.

ಇದಾದ ೨೫ ವರುಷಗಳ ತರುವಾಯ, ಈತ ಮತ್ತೆ ಅವರನ್ನು ನೋಡಲು ಅದೇ ಪ್ರದೇಶಕ್ಕೆ ಹೋಗಿದ್ದರು. ಆಗ ಅಲ್ಲೊಂದು ಬಹಳ ದೊಡ್ಡ ಮಠ ನಿರ್ಮಾಣವಾಗಿದ್ದಿತು. ಸುತ್ತ ಮುತ್ತಲಿನ ಜನಗಳು ಈ ಸನ್ಯಾಸಿಯನ್ನು ಪವಾಡ ಪುರುಷನೆಂದೂ ಕೆಲವರೂ ದೇವದೂತನೆಂದೂ ಕರೆಯುತ್ತಿದ್ದರು. ವಿಷಯ ತಿಳಿಸುತ್ತಿದ್ದ ಈತನಿಗೆ ಬಹಳ ಕುತೂಹಲ ಉಂಟಾಗಿ, ಆ ಸನ್ಯಾಸಿಯನ್ನು ಏನಾಗುತ್ತಿದೆಯೆಂದು ಕೇಳಿದರು. ಆಗ ಸನ್ಯಾಸಿ ಹೇಳಿದುದೇನೆಂದರೆ, ಔಷಧಿಗಾಗಿ ಬರುವ ಜನಗಳು ಹೆಚ್ಚಾಗುತ್ತಿದ್ದು, ಅವರಿಗೆ ಉಳಿಯಲು, ತಿನ್ನಲು ಏನನ್ನೂ ಕೊಡಲಾಗುತ್ತಿರಲಿಲ್ಲ. ಇದನ್ನು ಗಮನಿಸಿದ ಒಬ್ಬ ಶ್ರೀಮಂತ ವ್ಯಾಪಾರಿ ಅಲ್ಲಿ ಮಠವನ್ನು ಕಟ್ಟಿಸಿದನು. ಪ್ರತಿ ತಿಂಗಳೂ ದವಸ ದಾನ್ಯ ತರಕಾರಿ ಇತ್ಯಾದಿಗಳನ್ನು ಅಲ್ಲಿಗೆ ಸರಬರಾಜು ಮಾಡುತ್ತಿದ್ದನು. ಒಂದು ದಿನ ರಾತ್ರಿ ಕಳ್ಳರು ಬಂದು ಇಲ್ಲಿರುವ ದವಸ ದಾನ್ಯಗಳನ್ನು ಕದ್ದೊಯ್ದರು. ಹಾಗೆ ಮಾಡುವಾಗ ಈ ಸನ್ಯಾಸಿ ಆ ಜಾಗದಲ್ಲಿ ಇರದೇ ಕಾಡಿಗೆ ಹೋಗಿದ್ದನು. ಕಳ್ಳರು ಎಲ್ಲವನ್ನೂ ಹೊತ್ತೊಯ್ಯಲಾಗದೇ ಕೆಲವನ್ನು ಅಲ್ಲಿಯೇ ಬಿಟ್ಟು, ಒಯ್ಯುತ್ತಿದ್ದ ಸಾಮಾನುಗಳನ್ನು ಪಕ್ಕದೂರಿಗೆ ತಲುಪಿಸಿ, ಮತ್ತೆ ಬರೋಣವೆಂದು ಹೋಗಿದ್ದರು. ಅದೇ ಸಮಯಕ್ಕೆ ಆ ಶ್ರೀಮಂತ ವ್ಯಾಪಾರಿ ಮಠಕ್ಕೆ ಬಂದನು. ಅಲ್ಲಿ ಸಾಮಾನುಗಳು ಬಹಳ ಕಡಿಮೆ ಇದ್ದು, ಸನ್ಯಾಸಿ ಇರದುದ್ದನ್ನು ನೋಡಿ, ಏನೋ ಅಚಾತುರ್ಯವಾಗಿದೆಯೆಂದು ಎಣಿಸಿ, ತನ್ನ ಸ್ಥಳಕ್ಕೆ ಹೋಗಿ ತಕ್ಷಣದಲ್ಲೇ ಹೆಚ್ಚಿನ ಸಾಮಾನುಗಳನ್ನು ವಾಹನದ ಮುಖೇನ ತರಿಸಿ ಹಾಕಿದನು. ಸನ್ಯಾಸಿ ಇನ್ನೂ

ಬರದಿದ್ದುದರಿಂದ ಅವರಿಗೆ ಗೊತ್ತಾಗದೇ ಇರುವುದು ಒಳ್ಳೆಯದೆಂದು ಅವನು ವಾಪಸ್ಸಾಗಿದ್ದನು. ಸ್ವಲ್ಪ ಹೊತ್ತಿನಲ್ಲಿ ಸನ್ಯಾಸಿ ಮತ್ತು ಕಳ್ಳರು ಮತ್ತೆ ಅಲ್ಲಿಗೆ ಬಂದಿದ್ದರು. ಸಾಮಾನುಗಳು ಹೆಚ್ಚಾಗಿರುವುದನ್ನು ಕಂಡು ಕಳ್ಳರಿಗೆ ದಿಗ್ಭ್ರಮೆಯಾಗಿತ್ತು. ಇದೇನನ್ನೂ ತಿಳಿಯದ ಸನ್ಯಾಸಿ ಕಳ್ಳರನ್ನು ತನ್ನ ಭಕ್ತಾದಿಗಳೆಂದು ತಿಳಿದನು. ಹಾಗೆ ತಿಳಿದು ಆಪ್ಯಾಯತೆಯಿಂದ ಅವರೊಂದಿಗೆ ಕೈ ಸನ್ನೆಯಲ್ಲಿ ಮಾತನಾಡಿಸಿದನು. ಇದರಿಂದ ಹೆದರಿದ ಕಳ್ಳರು ಇವನ್ಯಾರೋ ಪವಾಡ ಪುರುಷನೇ ಇರಬೇಕೆಂದು ತಿಳಿದು, ಅವನ ಕಾಲಿಗೆ ಬಿದ್ದು, ತಪ್ಪೊಪ್ಪಿಕೊಂಡಿದ್ದರು. ಅಷ್ಟು ಹೊತ್ತಿಗೆ ಅಲ್ಲಿಗೆ ಇತರ ಭಕ್ತಾದಿಗಳು ಬರಲು, ಕಳ್ಳರೇ ವಿಷಯವನ್ನೆಲ್ಲಾ ತಿಳಿಸಿದರು. ಅಂದಿನಿಂದ ಸನ್ಯಾಸಿ ಪವಾಡ ಪುರುಷನಾದನಂತೆ. ಇದಾದ ಒಂದೆರಡು ವರ್ಷಗಳಲ್ಲಿ ಕಾಶ್ಮೀರ ಗಲಾಟೆ ಜಾಸ್ತಿಯಾಗಿ ಒಂದು ದಿನ ಕಾಡಿನಲ್ಲಿ ಈ ಸನ್ಯಾಸಿಯ ಅರ್ಧ ಕತ್ತರಿಸಿದ ದೇಹ ಸಿಕ್ಕಿತ್ತಂತೆ. ಅವರ ಪ್ರಕಾರ, ಕಾಶ್ಮೀರ ಪ್ರಾಂತ್ಯದ ಗಡಿ ಗಲಾಟೆಯಲ್ಲಿ ಬಂಡುಕೋರರೋ ಅಥವಾ ಸೇನಾ ಪಡೆಯವರೋ, ಈತನನ್ನು ವೈರಿಗಳ ದಲ್ಲಾಳಿ ಇರಬೇಕೆಂದುಕೊಂಡು ಕೊಂದು ಹಾಕಿದ್ದರಂತೆ.

ಇದೆಲ್ಲವನ್ನೂ ನೋಡಿ, ಇನ್ನು ಅಲ್ಲಿರಬಾರದೆಂದು ಇವರುಗಳು ದೂರದ ಬೆಂಗಳೂರಿಗೆ ಹೋಗಿ ನೆಲೆಸಲು ನಿರ್ಧರಿಸಿದರಂತೆ. ಇದೇ ತರಹ ಇನ್ನೂ ಇತರ ಹಿಂದೂ ಕುಟುಂಬಗಳು ದಕ್ಷಿಣ ಭಾರತದ ಕಡೆಗೆ ವಲಸೆ ಬರುತ್ತಿರುವರಂತೆ. ಹೀಗೆ ಕಾಶ್ಮೀರದಲ್ಲಿರುವವರಿಗೆ ಆತಂಕವಾದಿಗಳ, ಪರಕೀಯರ ತೊಂದರೆ, ಬಿಹಾರ - ಉತ್ತರಪ್ರದೇಶ ಝೂರಖಂಡಗಳಲ್ಲಿರುವವರಿಗೆ ಗೂಂಡಾಗಳ ತೊಂದರೆ, ವಿದ್ಯಾಭ್ಯಾಸ ಸರಿಯಾಗಿ ದೊರಕದಿರುವಿಕೆ, ಒರಿಸ್ಸಾ ಬಂಗಾಲ ಅಸ್ಸಾಮಿಗಳಿಗೆ ಅಲ್ಲಿಯದೇ ಆದ ತೊಂದರೆಗಳು, ಗುಜರಾತಿ ರಾಜಸ್ಥಾನಿಗಳಿಗೆ ಬೇಕಿರುವ ಹವಾನಿಯಂತ್ರಿತ ಮಾರುಕಟ್ಟೆ, ಇತ್ಯಾದಿಗಳಿಗೆ ನಮ್ಮ ತಾಯ್ನಾಡೇ ಬೇಕಿತ್ತಾ? ಇನ್ನು ತಮಿಳು, ತೆಲುಗರ ಬಗ್ಗೆ ಹೇಳಲೇ ಬೇಕಿಲ್ಲ. ಈಗಾಗಲೇ ಬೆಂಗಳೂರು, ಕರ್ನಾಟಕ ಅವರುಗಳದ್ದೇ ಏನೋ ಎನ್ನುವ ಮನೋಭಾವ ಹೊಂದಿದ್ದಾರೆ. ಹೀಗೆ ಆದರೆ, ಇನ್ನು ಸ್ವಲ್ಪ ವರುಷಗಳಲ್ಲಿ ಭಾರತದ ಮಿಕ್ಕ ಪ್ರದೇಶಗಳಲ್ಲಿ ಗಣತಿ ಕಡಿಮೆಯಾಗಿ, ದಕ್ಷಿಣ ಭಾರತ ತುಂಬಿ ತುಳುಕುವುದರಲ್ಲಿ ಸಂದೇಹವಿಲ್ಲ. ಅದಲ್ಲದೇ ಬೆಂಗಳೂರಿನಲ್ಲಿ ಕನ್ನಡಿಗರನ್ನು ಮತ್ತು ಕನ್ನಡ ಭಾಷೆಯನ್ನು ಬೂದುಗನ್ನಡಿ ಉಪಯೋಗಿಸಿಕೊಂಡು ಹುಡುಕಬೇಕಾದೀತೇನೋ?

ನೈಟ್ ಕ್ಯಾಂಪ್

ಒಂದನೇಯ ಇಯತ್ತೆಯಿಂದ ನಾಲ್ಕನೆಯ ಇಯತ್ತೆಯವರೆವಿಗೆ ಪ್ರಾಥಮಿಕ ಶಾಲೆ ಎಂದು ಹೆಸರಿಸುವರು. ಮಕ್ಕಳು ಮೊದಲು ಪ್ರಾಥಮಿಕ ಶಾಲೆಯ ಮೆಟ್ಟಿಲನ್ನು ಹತ್ತುವರು. ಆಗ ಅವರು ಎಲ್ಲಕ್ಕೂ ಹಿರಿಯರನ್ನು ಅವಲಂಬಿಸುವರು. ನಂತರ ಹೋಗುವುದೇ ಮಾಧ್ಯಮಿಕ ಶಾಲೆಗೆ. ಪ್ರಾಥಮಿಕದಿಂದ ಮಾಧ್ಯಮಿಕಕ್ಕೆ ಹೋಗುವ ಸನ್ನಿವೇಶವೊಂದು ಆಯಾಮ, ಎಂದು ತಿಳಿಯಬಹುದು. ಆಗ ಮಕ್ಕಳಲ್ಲಿ ಸ್ವಲ್ಪ ಮಟ್ಟಿನ ಸ್ವಾವಲಂಬನೆ ಬರುವುದು. ಇಂತಹ ಸನ್ನಿವೇಶದಲ್ಲಿ ಮಕ್ಕಳ ಅಭಿವೃದ್ಧಿಗೆ ಅನುಕೂಲವಾಗುವಂತೆ ಮುಂಬೈನ ಗೋಕುಲಧಾಮ ಶಾಲೆಯವರು ಪ್ರತಿವರ್ಷವೂ ನಾಲ್ಕನೆಯ ತರಗತಿಗೆ ಮಕ್ಕಳಿಗೆ ಒಂದು ರಾತ್ರಿಯ ಶಿಬಿರವನ್ನು (ನೈಟ್ ಕ್ಯಾಂಪ್) ಏರ್ಪಡಿಸುತ್ತಾರೆ.

ಈ ಬಾರಿಯ ಶಿಬಿರಕ್ಕೆ ನನ್ನ ಮಗನು ಹೋಗಿದ್ದ. ಅದರ ಬಗ್ಗೆ ನನ್ನ ಒಂದೆರಡು ಮಾತುಗಳನ್ನು ನಿಮ್ಮ ಮುಂದಿಡುತ್ತಿರುವೆ.

ನಾಲ್ಕನೆ ಇಯತ್ತೆಯವರೆಗಿನ ಮಕ್ಕಳಿಗೆ ಮಧ್ಯಾಹ್ನದ ಶಾಲೆ. ಮಾಧ್ಯಮಿಕ, ಪ್ರೌಢ ಶಾಲೆಗಳು ಬೆಳಗ್ಗೆ ೭ ಘಂಟೆಗೆ ಪ್ರಾರಂಭವಾಗುವುವು. ಶುಕ್ರವಾರ ರಾತ್ರಿ ಶಿಬಿರ ಇದ್ದುದರಿಂದ ಅಂದು ಶಾಲೆಗೆ ರಜೆ ಘೋಷಿಸಿದ್ದರು. ಈ ಮಕ್ಕಳಿಗೆ ಹೊದ್ದಿಕೆ ಮತ್ತು ಕುಡಿಯುವ ನೀರಿನ ಬಾಟಲು ಮಾತ್ರ ತರಬೇಕೆಂದು ತಿಳಿಸಿದ್ದರು. ರಾತ್ರಿಯ ಉಡುಪಿನಲ್ಲಿ ಬರಬೇಕೆಂದೂ ತಿಳಿಸಿದ್ದರು. ಅಂದಿನ ದಿನವೆಲ್ಲಾ ನನ್ನ ಮಗನಿಗೆ ಶಿಬಿರದ್ದೇ ಧ್ಯಾನ. ಊಟ ತಿಂಡಿಯನ್ನೂ ಸರಿಯಾಗಿ ತಿಂದಿರಲಿಲ್ಲ. ಶಿಬಿರದ್ದೇ ಯೋಚನೆ. ಅಲ್ಲಿ ಯಾರ್ಯಾರ ಜೊತೆ ಆಡಬೇಕು, ಯಾರು ಪಕ್ಕದಲ್ಲಿ ಮಲಗಬೇಕು, ಯಾರೊಂದಿಗೆ ದ್ವೇಷವಿದ್ದು ರಾತ್ರಿ ಹೊಡೆದಾಡಬಹುದು (ನಮ್ಮವನು ಸ್ವಲ್ಪ ಧಡೂತಿ ಹುಡುಗ), ಇವುಗಳದ್ದೇ ಆಲೋಚನೆ.

ಸಂಜೆ ೫.೩೦ಕ್ಕೆ ಅವರು ಶಾಲೆಗೆ ಹೋಗಬೇಕಿತ್ತು. ನಮ್ಮ ಕ್ವಾರ್ಟರ್ಸಿನಿಂದ ಕಲ್ಲೆಸೆತದ ದೂರದಲ್ಲೇ ಶಾಲೆ. ಇವನು ೪.೩೦ಕ್ಕೇ ಅವರಮ್ಮನಿಗೆ ಶಾಲೆಗೆ ಕರೆದೊಯ್ಯಿ ಎಂದು ದುಂಬಾಲು ಬಿದ್ದಿದ್ದ. ಯಾವ ಮಕ್ಕಳೂ ಬಂದಿರುವುದಿಲ್ಲವೆಂದೂ ಈಗಲೇ ಒಳಗೆ ಬಿಡುವುದಿಲ್ಲವೆಂದು ಹೇಳಿದರೂ ಮಾತನ್ನು ಕೇಳಿರಲಿಲ್ಲ. ಕಾಟ ತಡೆಯಲಾರದೇ ಕಡೆಗೆ ೫ ಘಂಟೆಗೆ ಅವನನ್ನು ಶಾಲೆಗೆ

ಕರೆದೊಯ್ಯಲೇಬೇಕಾಯ್ತು. ಒಳಗೆ ಬಿಡದ ಕಾರಣ ೧೫ ನಿಮಿಷಗಳ ಕಾಲ ಗೇಟಿನ ಮುಂಭಾಗದಲ್ಲೇ ನಿಲ್ಲಬೇಕಾಯ್ತು. ಇವನಂತೆಯೇ ಇನ್ನೂ ಬಹಳ ಮಕ್ಕಳು ಬಂದಿದ್ದರು.

ಅಂದು ಶಾಲೆಯಲ್ಲಿ ಮಕ್ಕಳನ್ನು ನೋಡುವುದೇ ಒಂದು ಚಂದ. ಪ್ರತಿ ದಿನವೂ ಒಂದೇ ತರಹದ ಸಮವಸ್ತ್ರ ಧರಿಸಿರುತ್ತಿದ್ದ ಚಿಣ್ಣರು ಅಂದು ಬಣ್ಣ ಬಣ್ಣದ ತರಹಾವರಿ ಬಟ್ಟೆಗಳನ್ನು ಹಾಕಿ ಕೂಗಿ ಚೀರಾಡುತ್ತಿದ್ದರು. ಮಾಸ್ತರರು ಅಂದೇನೂ ನಿರ್ಬಂಧ ಹಾಕುವುದಿಲ್ಲವೆಂದು ತಿಳಿಸಿದ್ದರಿಂದಲೋ ಏನೋ ಎಲ್ಲರಿಗೂ ಸ್ವಾತಂತ್ರ್ಯ ಸಿಕ್ಕ ಅನುಭವ. ಮನೆಗೆ ವಾಪಸ್ಸು ಬಂದ ನನ್ನ ಪತ್ನಿಗೆ ಅವನದ್ದೇ ಚಿಂತೆ. ಅವನು ಏನಾದರೋ ತಿಂದನೋ ಇಲ್ಲವೋ, ಯಾರ ಜೊತೆ ಹೊಡೆದಾಡಿ ಮಾಸ್ತರರಿಂದ ಏಟು ತಿಂದಿರಬಹುದು, ಎಲ್ಲಿಯಾದರೂ ಬಿದ್ದು ಅಳುತ್ತಿದ್ದಾನೋ - ಹೀಗೆ ಹತ್ತು ಹಲವಾರು ಚಿಂತೆಗಳು ಅವಳಿಗೆ.

ಸಂಜೆ ೭.೩೦ಕ್ಕೆ ನಾನು ಮನೆಗೆ ಬರುತ್ತಿದ್ದ ಹಾಗೆಯೇ ಶಾಲೆಗೆ ಹೋಗಿ ಅವನ ಯೋಗಕ್ಷೇಮ ವಿಚಾರಿಸುವ ಡ್ಯೂಟಿ ಬಿದ್ದಿತು. ನಾನು ಶಾಲೆಯ ಗೇಟಿನ ಬಳಿಗೆ ಹೋಗಲು ಸೆಕ್ಯುರಿಟಿಯವರು ತಡೆದರು. ಶಾಲೆಯ ಬದಿಯಲ್ಲಿ ದೊಡ್ಡದಾದ ಆಟದ ಮೈದಾನ. ಅದರ ಹಿಂದೆ ಈಜುಕೊಳ. ಮಕ್ಕಳೆಲ್ಲರೂ ಅಲ್ಲಿ ಕುಣಿದು ಕುಪ್ಪಳಿಸುತ್ತಿದ್ದಾರೆ. ಕೆಲವರು ಕ್ರಿಕೆಟ್ ಆಡುತ್ತಿದ್ದರೆ, ಇನ್ನೂ ಕೆಲವರು ಬುಗುರಿ ಆಡುತ್ತಿದ್ದಾರೆ (ನನ್ನ ಮಗನಿಗೆ ಬೇಬ್ಲೇಡ್ ಇಷ್ಟ). ಮತ್ತೂ ಕೆಲವರು ಜೂಟಾಟ. ಆ ದೃಶ್ಯ ನೋಡುತ್ತಿದ್ದರೆ ನಾನೂ ಚಿಕ್ಕವನಾಗಿ ಅವರೊಂದಿಗೆ ಆಟವಾಡಬೇಕು ಎನ್ನಿಸುತ್ತಿತ್ತು. ಗೇಟಿನಿಂದಲೇ ನನ್ನ ಮಗನನ್ನು ಕರೆಯಲು ಪ್ರಯತ್ನಿಸಿದೆ. ಸ್ಕೂಲಿನ ಎಲ್ಲ ಮಾಸ್ತರು ಮಾಸ್ತರಿಣಿಯರೂ ಅಲ್ಲಿ ಭದ್ರ ಕೋಟೆಯಂತೆ ನಿಂತಿದ್ದರು. ಗೇಟಿನಿಂದಲೇ ನನ್ನ ಮಗನನ್ನು ಕರೆದೆ. ನನ್ನ ಮಗನೊಬ್ಬನನ್ನು ಬಿಟ್ಟು ಮಿಕ್ಕವರೆಲ್ಲರೂ ನನ್ನೆಡೆಗೆ ನೋಡಿದರು. ಮಗನ ಒಬ್ಬ ಸ್ನೇಹಿತ ನಾನು ಬಂದಿರುವುದರ ಬಗ್ಗೆ ಅವನಿಗೆ ತಿಳಿಸಿದ. ಇವನು ನೋಡಲು ವ್ಯವಧಾನವೇ ಇಲ್ಲ. ಅವನ ತುಂಟಾಟಗಳಿಗೆ ನಾನಿನ್ನೆಲ್ಲಿ ಕಡಿವಾಣ ಹಾಕುವೆನೋ ಎಂದು ನನ್ನನ್ನು ನಿರ್ಲಕ್ಷಿಸಿದ್ದ. ಆದರೂ ಬಿಡದೇ ಅಲ್ಲಿಯೇ ಇದ್ದ ಒಬ್ಬ ಮಾಸ್ತರಿಣಿಗೆ ಮಗನಿಗೆ ಏನೋ ಹೇಳಬೇಕೆಂದು ತಿಳಿಸಿದಾಗ ಅವರು ಅವನನ್ನು ಗೇಟಿನ ಬಳಿಗೆ ಕಳುಹಿಸಿದ್ದರು. ಬರುವಾಗಲೇ ದುರುಗುಟ್ಟಿಕೊಂಡು ಬಂದಿದ್ದ ಮಗರಾಯ. ಊಟಕ್ಕೆ ಏನೇನು ಕೊಡ್ತಾರೆ ಅಂತ ಅಷ್ಟೇ ಕೇಳಿ ಅವನನ್ನು ವಾಪಸ್ಸು ಕಳುಹಿಸಿದ್ದೆ. ಅವನನ್ನು ಮಾತನಾಡಿಸಲು ನನಗಿದ್ದ ಉದ್ದೇಶವಿಷ್ಟೇ, ಮರುದಿನ ಮನೆಗೆ ಬಂದ ನಂತರ ನನ್ನ ಪತ್ನಿಗೆ ಅವನು ಅಪ್ಪ ಬಂದಿದ್ರು, ಮಾತನಾಡಿಸಿದ್ರು ಅಂತ ಹೇಳಿದ್ರೆ ಸಾಕು. ಅಂದು ರಾತ್ರಿಯೆಲ್ಲ ಮನೆಯಲ್ಲಿ ನನ್ನ ಪತ್ನಿ ಮತ್ತು ಮಗಳಿಗೆ ನಿದ್ರೆಯೇ ಇಲ್ಲ. ನನ್ನ ಮಗನದ್ದೇ ಚಿಂತೆ. ನಾನೊಬ್ಬನೇ ನಿಶ್ಚಿಂತೆಯಾಗಿ ನಿದ್ರಿಸಿದವನು. ಹುಟ್ಟಿಸಿದಾತ ಕಾಪಾಡುವುದಿಲ್ಲವೇ ಎಂಬುದೇ ನನ್ನ ಪಾಲಿಸಿ.

ಸಂಜೆ ೫.೩೦ ರಿಂದ ೭ ರವರೆವಿಗೆ ಅವರಿಗೇ ಆಟ ಆಡಲು ಬಿಟ್ಟಿದ್ದರಂತೆ. ನಂತರ ಬಿಸ್ಕಿಟ್ ಮತ್ತು ಹಣ್ಣಿನ ರಸ ಕೊಟ್ಟು ಮೈದಾನದಲ್ಲಿ ಆಟ ಆಡಿಸಿ ಹಾಡುಗಳನ್ನು ಹಾಡಿಸಿದರಂತೆ. ನಂತರ ಪುಷ್ಕಳವಾದ ಉತ್ತರ ಭಾರತೀಯ ಊಟ ಕೊಟ್ಟಿದ್ದಾರೆ. ರಾತ್ರಿ ೮.೩೦ ಕ್ಕೆ ಮೈದಾನದ ಮಧ್ಯ ಭಾಗದಲ್ಲಿ ದೊಡ್ಡ ಬೆಂಕಿ ಹಾಕಿದ್ದಾರೆ - ಇದನ್ನು ಬಾನ್ ಫೈರ್ ಎನ್ನುವರಂತೆ. ಕಾಮನ ದಹನ ಮಾಡಿದಂತೆ. ಆ ನಂತರ ೧೦ ಘಂಟೆಗೆ ಶಾಲೆಯ ಹಿಂದಿನ ರಸ್ತೆಯ ಕಡೆಯಿಂದ ಒಂದು ದೊಡ್ಡ ಸುತ್ತು ಹೋಗಿ ಬರಲು ತಿಳಿಸಿದರಂತೆ. ಮಾಸ್ತರರು, ಮಾಸ್ತರಿಣಿಯರು ಇವರ ಕಣ್ಣಿಗೆ ಕಾಣದಂತಿದ್ದು ರಾತ್ರಿಯಲ್ಲಿ ಹೆದರದೇ ಓಡಾಡಲು ಅಭ್ಯಾಸವಾಗುವಂತೆ ಮಾಡಿದ್ದಾರೆ. ರಾತ್ರಿ ೧೧.೩೦ಕ್ಕೆ ಮಲಗಲು ಕಳುಹಿಸಿದ್ದಾರೆ. ಮಲಗಲು ಅನುಕೂಲವಾಗುವಂತೆ ತರಗತಿಗಳಲ್ಲಿ ಹಾಸುಗೆಗಳನ್ನು ಹಾಸಿ ಹೊದ್ದಿಕೆ ಸಿಧ್ಧ ಪಡಿಸಿದ್ದರು. ರಾತ್ರಿಯಲ್ಲಿ ಇವರು ಎದ್ದು ಗಲಾಟೆ ಮಾಡಿಯಾರೆಂದು ಮಾಸ್ತರು, ಮಾಸ್ತರಿಣಿಯರ ಕಾವಲು. ಮತ್ತೆ ಬೆಳಗ್ಗೆ ೫ಕ್ಕೆ ವಿಶಲ್ ಊದಿ ಎಲ್ಲರನ್ನೂ ಎಬ್ಬಿಸಿ ಬೆಳಗಿನ ಓಟದ ಅಭ್ಯಾಸ ಮಾಡಿಸಿದ್ದಾರೆ.

ಆರು ಘಂಟೆಗೆ ಬಂದು ಮಕ್ಕಳನ್ನು ಕರೆದೊಯ್ಯಲು ತಿಳಿಸಿದ್ದರು. ನಾನು ೫.೪೫ಕ್ಕೇ ಅಲ್ಲಿಗೆ ಹೋಗಿದ್ದೆ. ನೋಡಿದರೆ ಮಕ್ಕಳೆಲ್ಲಾ ಆಗಲೇ ತಯಾರಾಗಿ ಶಾಲೆಯ ಅಂಗಳದಲ್ಲಿ ಕುಳಿತಿದ್ದಾರೆ. ನನ್ನ ಮಗ ನನ್ನನ್ನು ನೋಡಿದಂತೆಯೇ ಏನೋ ವಿಜಯ ಸಾಧಿಸಿದವನ ಹಾಗೆ ನಗೆ ಬೀರಿದ. ಮಾಸ್ತರರು ನನ್ನನ್ನು ನೋಡಿ ಅವನಿಗೆ ನನ್ನೊಡನೆ ಹೋಗಲು ತಿಳಿಸಿದರು.

ನನ್ನ ಹತ್ತಿರ ಬರುತ್ತಿದ್ದ ಹಾಗೆ ನನ್ನ ಮಗ ಮೊದಲು ಹೇಳಿದ್ದು, ಇನ್ಮೇಲೆ ನನಗೆ ನಾನೇ ಸ್ಕೂಲಿಗೆ ಬರ್ತೀನಿ, ಯಾರೂ ನನ್ಜೊತೆ ಬರ್ಬೇಕಾಗಿಲ್ಲ, ನಾನೀಗ ದೊಡ್ಡವನಾಗಿದ್ದೀನಿ, ರಾತ್ರಿ ಕೂಡಾ ನಾನೊಬ್ನೇ ಎಲ್ಲೂ ಹೋಗಬಹುದು. ಅಷ್ಟು ಧೈರ್ಯ ಬಂದಿದೆ. ಇಷ್ಟು ಹೇಳಿದ ಭೂಪ ಮನೆಗೆ ಬಂದು ಅವನಮ್ಮನ ಮುಖ ನೋಡಿದ ಕೂಡಲೇ ಅದೆಲ್ಲಿಯದೋ ದು:ಖ ಉಮ್ಮಳಿಸಿ ಬಂದು ಗೊಳೋ ಎಂದು ಅಳೋದೇ! ಎಷ್ಟೇ ಆಗಲಿ, ಮಕ್ಕಳ ಮನಸ್ಸೇ ಹಾಗೆ.

ಇಂತಹ ತರಬೇತಿಗಳನ್ನೇ ಅಲ್ಲವೇ ಮಕ್ಕಳಿಗೆ ನಾವು ಕೊಡಬೇಕಿರುವುದು. ಜೀವನದ ಪಾಠವ ಅನುಭವಸಿದ್ಧವಾಗಿ ತಿಳಿಸಿಕೊಟ್ಟರೆ ಅವರು ತಮ್ಮ ಕಾಲ ಮೇಲೆ ತಾವು ನಿಲ್ಲುವ ಶಕ್ತಿ ಬಂದೀತು.

ಶಾಲೆಯವರ ಇಂತಹ ಕಾರ್ಯಗಳು ಪ್ರಶಂಸನೀಯವಲ್ಲದೇ ಮತ್ತಿನ್ನೇನು? ಇಂತಹ ಶಾಲೆಗಳು ಇನ್ನೂ ಹೆಚ್ಚು ಹೆಚ್ಚು ಬರಬೇಕು. ಈ ಶಾಲೆಯ ಇನ್ನೊಂದು ವೈಶಿಷ್ಟ್ಯತೆ ಎಂದರೆ ಈಜು, ಕರಾಟೆ, ಸಂಗೀತ, ಆಟಗಳು ಇತ್ಯಾದಿಗಳಲ್ಲಿ ಒಂದನ್ನು ಮಕ್ಕಳು ಅವಶ್ಯಕವಾಗಿ ಕಲಿಯಬೇಕು. ನನ್ನ ಮಗನನ್ನು ಈಜುವಿಕೆಗೆ ಕಳುಹಿಸುತ್ತಿರುವೆ. ನೀರಿನಲ್ಲಿ ಈಜಲು ಕಲಿತವನು ಜೀವನದಲ್ಲೂ ಈಜಬಹುದೆಂಬ ಅನಿಸಿಕೆಯಲ್ಲಿ.

ಹೊಲಗೇರಿ

ಊರು ಎಂದ ಮೇಲೆ ಹೊಲಗೇರಿ ಇರಲೇಬೇಕು ಎನ್ನುವುದು ನಾಣ್ನುಡಿ (ನಾಡು ನುಡಿ).

ಹೊಲಗೇರಿ ಎಂಬುದರ ಅರ್ಥವೇನು? ಹೊಲಸು ಇರುವ ಕೇರಿ ಅಂದ್ರೆ ಗಲೀಜು ಇರುವ ಸ್ಥಳ ಅಥವಾ ಪ್ರದೇಶ. ಈ ಮುಂಚೆ ಹೊಲಗೇರಿ ಅನ್ನುವುದು ಒಂದು ಊರಿನ ಸಣ್ಣ ಪ್ರದೇಶ ಮಾತ್ರವಾಗಿತ್ತು. ಅಲ್ಲಿ ಮನೆ ಮಠ ಇಲ್ಲದ ಕಡು ಬಡವರು, ಎರಡು ಹೊತ್ತಿನ ಊಟಕ್ಕೂ ಗತಿ ಇಲ್ಲದವರು ಇರುತ್ತಿದ್ದರು. ಬಟ್ಟೆ ಒಗೆಯುವುದು, ಸ್ನಾನ ಮಾಡುವುದು, ಮಲ ಮೂತ್ರ ಇತ್ಯಾದಿ ಎಲ್ಲವುಗಳನ್ನೂ ಅಲ್ಲಿಯೇ ಮಾಡಿಕೊಂಡು ಅಲ್ಲಿಯೇ ವಾಸಮಾಡುತ್ತಿದ್ದರು. ಇದರಿಂದಾಗಿ ಆ ಪ್ರದೇಶದಲ್ಲಿ ಗಲೀಜು ಇರುತ್ತಿತ್ತು. ಆದರೆ ಈಗ ಆ ಸ್ಥಳ ಒಂದು ಪ್ರದೇಶಕ್ಕೆ ಸೀಮಿತವಾಗಿರದೇ ಇಡೀ ಊರಿಗೆ ಊರೇ ಹೊಲಗೇರಿ ಕೊಳೆಗೇರಿ ಆಗ್ತಿದೆ. ಎಲ್ಲೆಲ್ಲಿಯೂ ಬೀದಿ ಬದಿಯಲ್ಲಿ ವಾಸ ಮಾಡುವವರು ಜಾಸ್ತಿ ಆಗುತ್ತಿದೆ. ಎಷ್ಟೇ ಕ್ಷಾಮ, ಪ್ರಳಯ ಮತ್ತಿತರೇ ನೈಸರ್ಗಿಕ ಪ್ರಕೋಪಗಳು ಆಗುತ್ತಿದ್ದರೂ ಇವರುಗಳ ಸಾವು ಜಾಸ್ತಿ ಆಗುತ್ತಿದ್ದರೂ ಮತ್ತೆ ಮತ್ತೆ ಇವರ ಸಂಖ್ಯೆ ಹೆಚ್ಚಾಗುತ್ತಿದೆ. ಇವರು ಜೀವನಕ್ಕೆ ಎಷ್ಟೇ ಕಷ್ಟಪಟ್ಟರೂ ಜೀವನ ನಡೆಸುವುದು ದುಸ್ತರವಾಗುತ್ತಿದೆ. ಹಾಗೇ ಆಚೀಚೆಯ ಆಕರ್ಷಣೆಯೂ ಇವರುಗಳನ್ನು ಸೆಳೆಯುತ್ತಿದೆ. ಇದರಿಂದಾಗಿ ಕಳ್ಳತನಗಳು, ದರೋಡೆಗಳು, ಕೊಲೆ ಸುಲಿಗೆ, ಅತ್ಯಾಚಾರ, ಇತ್ಯಾದಿ ಸಮಾಜ ಕಂಟಕಗಳು ಜಾಸ್ತಿಯಾಗುತ್ತಿವೆ. ಇದಕ್ಕೆ ಕಾರಣವೇನಿರಬಹುದು?

ಇದಕ್ಕೆ ಮುಖ್ಯವಾದ ಕಾರಣ ಜನಸಂಖ್ಯಾ ಸ್ಫೋಟ. ಇದರೊಡನೆ ಸೇರಿದ ಕಾರಣಗಳೆಂದರೆ ಅವಿದ್ಯಾವಂತಿಕೆ, ಬಡತನ, ನಿರುದ್ಯೋಗ, ಆಸ್ತಿ ವಿತರಣೆಯ ಅಸಮತೋಲನ, ಹಳ್ಳಿಗಳಿಂದ ನಗರಗಳಿಗೆ ವಲಸೆ, ಮುಂತಾದ ಇನ್ನೂ ಹತ್ತು ಹಲವಾರು ಸಾಮಾಜಿಕ ಸಮಸ್ಯೆಗಳು. ಇದೆಲ್ಲ ಒಂದಕ್ಕೊಂದು ಸಂಬಂಧಿಸಿದವು. ಒಂದನ್ನು ಸರಿಪಡಿಸಿದರೆ ಮಿಕ್ಕೆಲ್ಲವೂ ಸರಿ ಹೋಗುವುದು. ಒಂದು ಸರಿಪಡಿಸದಿದ್ದರೂ ಮಿಕ್ಕೆಲ್ಲ ಉಲ್ಬಣಗೊಳ್ಳುವುವು. ಈ ಸಮಸ್ಯೆ ವಿಷವರ್ತುಲವಿದ್ದಂತೆ.

ಸರ್ಕಾರವು ಮೊದಲಿಗೆ ಎಲ್ಲರಿಗೂ ಕಡ್ಡಾಯ ಶಿಕ್ಷಣ ಕೊಟ್ಟರೆ ಮಿಕ್ಕೆಲ್ಲ ಸಮಸ್ಯೆಗಳೂ ಕಡಿಮೆಯಾಗುವುದು. ಅದಕ್ಕೆ ಬೇಕಾದ ಮೂಲ ಸವಲತ್ತುಗಳನ್ನು ನೀಡಬೇಕು. ಉಚಿತ ಶಾಲೆಗಳು, ಅವರ ಕಾಲ ಮೇಲೆ ಸರಿಯಾಗಿ ನಿಲ್ಲುವವರೆಗೂ ಸಂಸಾರ ಹೊರೆಯಲು ಧನ ಸಹಾಯ, ಕೆಲಸ ಮಾಡಲು ಅವಕಾಶ ಮತ್ತಿತರೇ ಸವಲತ್ತುಗಳನ್ನು ಒದಗಿಸಬೇಕು. ಅದರಲ್ಲೂ ಶಿಕ್ಷಣವನ್ನು

ಹೆಚ್ಚಿನದಾಗಿ ಮಹಿಳೆಯರಿಗೆ ನೀಡಿದರೆ ಮಹಿಳೆಯರು ಶಿಕ್ಷಣದ ಮಹತ್ವವನ್ನರಿತು ಮುಂದಿನ ಪೀಳಿಗೆಯ ಮಕ್ಕಳನ್ನೂ ಶಿಕ್ಷಿತರನ್ನಾಗಿ ಮಾಡುವರು. ಶಿಕ್ಷಿತರಾದವರಿಗೆ ಉದ್ಯೋಗ ದೊರೆಯಲು ಕಷ್ಟವಾಗುವುದಿಲ್ಲ. ಆದರೆ ಓದಿಗೆ ತಕ್ಕನಾದ ಕೆಲಸಕ್ಕಾಗಿ ಕಾಯುವ ಬದಲು ಸಿಕ್ಕದ್ದರಲ್ಲೇ ತೃಪ್ತಿಪಟ್ಟುಕೊಳ್ಳುವಂತೆ ತಿಳಿಹೇಳಬೇಕು. ಹಳ್ಳಿಗಳ ಅಭಿವೃದ್ಧಿಯ ಕಡೆ ಗಮನ ಹರಿಸಿ ಸ್ವಯಂ ಉದ್ಯೋಗ, ಸಣ್ಣ ಕೈಗಾರಿಕೆಗಳ ಪ್ರಾರಂಭದ ಕಡೆಗೆ ಗಮನವೀಯಬೇಕು. ಸದ್ಯಕ್ಕೆ ಇದೆಲ್ಲವೂ ದಾಖಲೆಗಳಲ್ಲಿ ಇವೆ. ಆದರೆ ನಿಜಕ್ಕೂ ಇದು ತಲುಪಬೇಕಾದ ಜನಗಳಿಗೆ ತಲುಪುತ್ತಿಲ್ಲ. ಅಲ್ಲೂ ಅವ್ಯವಹಾರ ರಾರಾಜಿಸುತ್ತಿದೆ.

ಇವರುಗಳು ನಮ್ಮ ರಾಜಕಾರಣಿಗಳಿಗೆ ಬಹಳ ಬೇಕಾದವರು. ಇವರ ಉದ್ಧಾರವಾದರೆ ರಾಜಕಾರಣಿಗಳಿಗೆ ಕೈ ಮುರಿದಂತೆ. ಇರಲು ನೆಲೆ ಇಲ್ಲದಿದ್ದರೂ ಮತದಾನದ ಪಟ್ಟಿಯಲ್ಲಿ ಮಾತ್ರ ಇವರುಗಳ ಹೆಸರು ಇದ್ದೇ ಇರತ್ತೆ. ಚುನಾವಣೆ ಬಂದರೆ ಇವರುಗಳಿಗೆ ಹಬ್ಬದ ಸಂಭ್ರಮ. ಆಗ ಇವರಿಂದ ಸಿಗುವ ಸುಲಭದ ಮತಕ್ಕಾಗಿ ರಾಜಕಾರಣಿಗಳು ಹಣ ಕೊಡುವರು. ಆ ತೃಣ ಮಾತ್ರದ ಆಸೆಗೆ ಇವರು ಬಲಿಯಾಗುವರು. ಇವರೇನಾದರೂ ವಿದ್ಯಾವಂತರಾಗಿ, ಸುಶಿಕ್ಷಿತರಾಗಿ ಉತ್ತಮ ಜೀವನ ನಡೆಸುವ ಪರಿ ತಿಳಿದು ಆ ಸ್ಥಾನದಿಂದ ಮೇಲೆ ಬಂದರೆ, ರಾಜಕಾರಣಿಗಳ ದುರ್ನಡತೆಗಳು ಗೊತ್ತಾಗುವುದು ಹಾಗೂ ಮುಂದೆ ಅವರುಗಳಿ ಮತ ನೀಡಲಾರರು. ಬಹುಶಃ ಅದಕ್ಕೇ ಇವರು ಮೇಲೆ ಬರದಂತೆ ಹುನ್ನಾರ ನಡೆಸಿರಬಹುದೇ? ಇಷ್ಟೇ ಅಲ್ಲ ಮಧ್ಯವರ್ತಿಗಳು, ಏಜೆಂಟರು ಎಂಬ ಹೆಸರಿನಿಂದ ಬರುವ ಮೋಸಗಾರರು ಇವರುಗಳ ಹೆಸರಿನಲ್ಲಿ ಬಡಜನಗಳಿಗೆ ಸರ್ಕಾರ ನೀಡುವ ಸಾಲದ ಯೋಜನೆಗಳಿಗೆ ಇವರಿಂದ ಅರ್ಜಿ ಹಾಕಿಸಿ, ಅವರ ಹೆಬ್ಬೆಟ್ಟನ್ನು ಗುರುತಿಸಿ ನಂತರ ಇವರ ಜೇಬಿಗೆ ಹತ್ತೋ ಇಪ್ಪತ್ತೋ ತಳ್ಳಿ ಇವರನ್ನು ದೂರವಿರಿಸುವರು. ಇವರಿಗೆ ಕುಡಿತಕ್ಕೆ ಹಣ ಸಿಕ್ಕರೆ ಸಾಕಷ್ಟೆ. ಎಷ್ಟು ಹಣ ಆ ದಲ್ಲಾಳಿಯ ಕೈ ಸೇರಿತು ಎಂಬುದೂ ಗೊತ್ತಾಗುವುದಿಲ್ಲ. ಹಾಗೇನಾದರು ಗೊತ್ತಾಗಿ ಕೇಳಿದರೆ ಇವರನ್ನು ಪ್ರತ್ಯೇಕಿಸಿ ಬಾಯಿ ಮುಚ್ಚಿಸುವರು. ಅವರ ಕೊಲೆಯಾದರೂ ಹೆಚ್ಚೇನಿಲ್ಲ.

ಎಲ್ಲ ಮುಂದುವರಿಯುತ್ತಿರುವ ದೇಶಗಳಲ್ಲೂ ಇದೇ ಪರಿಸ್ಥಿತಿ. ಇತ್ತೀಚಿನ ಮಾನವ ಸಮೃದ್ಧಿ ಸೂಚ್ಯಂಕದ ಪ್ರಕಾರ ಭಾರತದ ಸ್ಥಿತಿ ಮೊದಲಿಗಿಂತ ಹೆಚ್ಚಿನದಾಗೇನೂ ಉತ್ತಮವಾಗಿಲ್ಲ. ದೇಶದ ಅಭಿವೃದ್ಧಿ ಸೂಚ್ಯಂಕಗಳಾದ ಹಣದುಬ್ಬರದ ಇಳಿತ, ಶೇರು ಮಾರುಕಟ್ಟೆಯ ಸೂಚ್ಯಂಕದ ಏರಿಕೆ, ದೇಶದ ವಿದೇಶೀ ವಿನಿಮಯದ ಹೆಚ್ಚುವರಿ ಮತ್ತಿತರೇ ಅಂಶಗಳು ಉತ್ತಮವಾಗುತ್ತಿದ್ದರೂ ಬಡಜನರ ಹೆಚ್ಚುತ್ತಿರುವ ಸಂಖ್ಯೆಯಿಂದಾಗಿ ಇವೆಲ್ಲವುಗಳೂ ಮಸುಕಾಗುತ್ತಿವೆ. ಸಂಯುಅಕ್ತ ದೇಶಗಳ ಮಾನವ ಅಭಿವೃದ್ಧಿ ಸೂಚ್ಯಂಕದ ಪ್ರಕಾರ ೧೭೭ ದೇಶಗಳ ಮಾಹಿತಿಯಲ್ಲಿ ನಮ್ಮ ದೇಶ ೧೨೭ನೇ

ಸ್ಥಾನದಲ್ಲಿದೆ. ತೃಪ್ತಿಪಟ್ಟುಕೊಳ್ಳುವ ವಿಷಯವೆಂದರೆ ನಮ್ಮ ಪಕ್ಕದ ದೇಶವಾದ ಪಾಕಿಸ್ತಾನ ೧೪೨ನೇ ಸ್ಥಾನದಲ್ಲಿದೆ. ಮೇಲೆ ನೋಡಿ ಇನ್ನೂ ಹೆಚ್ಚಿನದಾಗಿ ಉದ್ಧಾರವಾಗಲು ಪ್ರಯತ್ನಿಸುವ ಬದಲು ಕೆಳಗಿರುವವರನ್ನು ನೋಡಿ ಸಂತೋಷಪಡುವುದು ಬೇಡ. ಸ್ವಲ್ಪವಾದರೂ ಆ ಕಡೆಗೆ ಗಮನ ಕೊಟ್ಟು ಸುಧಾರಿಸಲು ಪ್ರಯತ್ನ ಪಡೋಣ. ಇಲ್ಲದಿದ್ದಲ್ಲಿ ನಮ್ಮ ದೇಶ ಇನ್ನೂ ಕೆಳಗೆ ಹೋಗೋದ್ರಲ್ಲಿ ಸಂಶಯವೇ ಇಲ್ಲ.

ಹೆಚ್ಚಿನ ಗಂಡಸರು ದುಶ್ಚಟಗಳಿಗೆ ಬಲಿಯಾಗಿರುವರು. ಅವರ ಸಮಯ ಮತ್ತು ಹಣವನ್ನು ಕುಡಿತ, ಜೂಜು, ಇತರೇ ಮೋಜುಗಳಿಗೇ ಸುರಿಯುವರು. ಮತ್ತೆ ಸುಲಭವಾಗಿ ಹಣ ಗಳಿಸಲು ಕಳ್ಳತನ, ದರೋಡೆ, ಸುಲಿಗೆ, ಸೂಳೆಗಾರಿಕೆ, ಭಿಕ್ಷೆ ಬೇಡುವುದು ಇತ್ಯಾದಿಗಳಿಗೆ ಮೊರೆ. ಇದರಿಂದ ಅವರುಗಳು ಸಮಾಜಕ್ಕೆ ಕಂಟಕಪ್ರಾಯ ಆಗುವರು.

ಎಲ್ಲರೂ ಹೀಗಲ್ಲ. ಹೆಚ್ಚಿನದಾಗಿ ಗಂಡಸರು ಇದಕ್ಕೆ ಬಲಿ. ಹೆಂಗಸರು ಇದ್ದದ್ದರಲ್ಲಿ ಸ್ವಲ್ಪ ವಾಸಿ. ಆದ್ದರಿಂದ, ಸಮಾಜದ ಒಳಿತಿಗಾಗಿ ಹೆಣ್ಣುಮಕ್ಕಳಿಗೆ ಕಡ್ಡಾಯವಾದ ಪುಕ್ಕಟೆ ಶಿಕ್ಷಣದ ಅವಶ್ಯಕತೆ. ಅದರಿಂದ ಅವರು ತಮ್ಮ ಮಕ್ಕಳಿಗೂ ಬದುಕರ ದಾರಿ ತೋರುವರು. ಮಕ್ಕಳು ಹಾಳಾಗುವ ಸಾಧ್ಯತೆ ಕಡಿಮೆಯಾಗಿ ಉತ್ತಮ ಬಾಳನ್ನು ರೂಪಿಸಿಕೊಳ್ಳುವರು. ಸಮಾಜಕ್ಕೆ ಆಗುವ ತೊಂದರೆಗಳೆಲ್ಲಾ ನಿವಾರಣೆಯಾಗುವುವು ಮತ್ತು ಇವರ ಬವಣೆಗಳೆಲ್ಲಾ ಮಾಯವಾಗುವುವು.

ಇವರಿಂದ ಕಲಿಯಬೇಕಾದ ಒಂದು ಪಾಠ. ರೋಗ ನಿರೋಧಕ ಶಕ್ತಿ. ಭಿಕ್ಷೆ ಬೇಡಿ ಬಂದ ಅನ್ನವನ್ನು ರಾತ್ರಿಯ ಹೊತ್ತು ನೀರಲ್ಲಿ ಹಾಕಿ ಬೆಳಗ್ಗೆ ಅದರ ನೀರನ್ನು ಮಕ್ಕಳಿಗೆ ಕುಡಿಸುವರು. ಆ ಮಕ್ಕಳಿಗೆ ಸರಿಯಾದ ಅನ್ನಾಹಾರಗಳು ಇಲ್ಲ. ಉಡಲು ತೊಡಲು ಬಟ್ಟೆಗಳಿಲ್ಲ. ಆದರೂ ಆರೋಗ್ಯವಂತರು. ಅವರಲ್ಲಿ ಯಾರೂ ದೊಡ್ಡ ಆಸ್ಪತ್ರೆಗಳಲ್ಲಿ ಮಾತ್ರ ಲಭ್ಯವಿರುವ ರೋಗಕ್ಕೆ ತುತ್ತಾಗುವರೇ? ನಿಶ್ಚಿಂತೆಯ ನಿದ್ರೆ. ನಾಳೆಯ ಯೋಚನೆ ಇಲ್ಲ. ಇಂದು ಇಲ್ಲದಿದ್ದರೆ ಏಕಾದಶಿ ಇದ್ದರೆ ದ್ವಾದಶಿ.

ಮುಂಬೈನಲ್ಲಿರುವ ಧಾರಾವಿ ಇಡೀ ಏಷಿಯಾದಲ್ಲೇ ಬಹು ದೊಡ್ಡ ಕೊಳೆಗೇರಿ.

ಜೀವನದ ಕಡೆಯಲ್ಲಿ ತಾಳೆ ಹಾಕಿ ನೋಡಿದರೆ ಯಾರು ಏನನ್ನು ಸಾಧಿಸಿದ್ದು. ಜೀವನಕ್ಕೆ ಬಂದದ್ದು ಒಂದೇ ತರಹ. ಹೋಗೋದು ಒಂದೇ ತರಹ. ಮಧ್ಯೆ ಎರಡು ಮೂರು ದಿನಗಳು ಮಾತ್ರ ಅಟಾಟೋಪ, ಆಡಂಬರ, ಮೋಜು. ಕಡೆಗೆ ಸಾಧಿಸಿದ ಪುರುಷಾರ್ಥವಾದರೂ ಏನು? ಹಾಗೆ ಸಾಧಿಸಿದ್ದರು ಅದನ್ನು ಪುನರ್ವಿಮರ್ಶಿಸಲು ಅವನೇ ಇರುವನೇ? ಅವನ ಕಷ್ಟ ಸುಖಗಳಿಂದ ಇತರರು ಪಾಠ ಕಲಿಯುವರೇ? ಮತ್ತೆ ಎಲ್ಲರ ಜೀವನದಲ್ಲೂ ಇದು ಪುನರಾವರ್ತನೆ.

ಈ ಲೇಖನಕ್ಕೆ ಪೂರಕವಾಗಿ ಬೀದಿ ಬದಿಯವರ ಪರವಾಗಿ ನನ್ನದೊಂದು ಕವಿತೆ ಹೀಗಿದೆ:

ನಾವಿಲ್ಲಿ ಬೀದಿಗೆ ಬಿದ್ದ ಬಡಪಾಯಿಗಳು
ನಮಗಿಲ್ಲ ನಿನ್ನೆ ನಾಳೆಯ ಚಿಂತೆಗಳು
ನಿತ್ಯ ಹುಡುಕುತಿಹೆವು ಇಂದೆಲ್ಲಿ ಸಿಗುವುದು ಕೂಳು
ಸರಿ ಸಾಟಿಯಾಗಿ ನಡೆದಿಹರು ನಾಯಿ ಕಾಗೆಗಳು

ಓದು ಬರಹ ತಿಳಿಯದ ನಿರಕ್ಷರಕುಕ್ಷಿಗಳು
ಕಾಸಿಗಾಗಿ ಎಲ್ಲೆಂದರಲ್ಲಿ ಒತ್ತುವೆವು ಹೆಬ್ಬೆಟ್ಟಿನ ಗುರುತುಗಳು
ಶಾಲೆಗೆ ಹೋಗುವ ಪೋರರೂ ಮಾಡುವರು ಕುಚೋದ್ಯಗಳು
ನಿಮಗಿದೆ ನಮ್ಮನೂ ನೋಡಿ ಕಲಿಯಬೇಕಾದ ಪಾಠಗಳು

ನಮ್ಮ ಬಳಿ ಸುಳಿಯುವುದಿಲ್ಲ ದೊಡ್ಡ ದೊಡ್ಡ ರೋಗಗಳು
ದಿನಂಪ್ರತಿ ಸೇವಿಸುವೆವು ಸಾರಾಯಿ ರೂಪದ ಔಷಧಗಳು
ವರುಷಕೊಂದು ಹುಟ್ಟುವವು ಮಕ್ಕಳುಗಳು
ನಾಳೆ ಕೂಲಿಗೆ ಬರುವ ನಮ್ಮ ಆಸ್ತಿಗಳು

ನಿಶ್ಚಿಂತೆಯಿಂದ ಎಲ್ಲೆಂದರಲ್ಲಿ ಬರುವದು ನಿದ್ರೆ
ನಮ್ಮ ಸುಖವ ನೋಡಿ ಕರುಬುವರು ಮಹಲಿನವರು
ಕಳ್ಳ ಕದಿಯಬಹುದೆಂಬ ಹೆದರಿಕೆ ನಮಗಿಲ್ಲ
ನಮ್ಮ ನೋಡಿ ಕನಿಕರಿಸುವವರೇ ಬಹಳಿಹರಲ್ಲ
ನಮ್ಮ ಹತ್ತಿರವೂ ಇದೆ ವೋಟಿನ ಐಡೆಂಟಿಟಿ ಕಾರ್ಡು
ಚುನಾವಣೆಗಳೇ ನಮಗೆ ಹಬ್ಬ ಹರಿದಿನಗಳು
ನಾವಿಲ್ಲದಿದ್ದರೆ ಯಾವ ನಾಯಕರೂ ಇಲ್ಲ
ನಾವಿಲ್ಲದೇ ಇಡೀ ಜಗತ್ತಿನಲಿ ಜೀವಾಳವೇ ಇಲ್ಲ

ಕುಂಕುಮ ಪುರಾಣ

ಹೆಣ್ಣು ಅಂದರೆ ಹೀಗಿರಬೇಕು ಹಣೆಯಲಿ ಕುಂಕುಮ ನಗುತಿರಬೇಕು

ಇದು ಚಲನಚಿತ್ರದ ಹಾಡು. ಆದರಿಲ್ಲಿ ಚಲನಚಿತ್ರದ ಬಗ್ಗೆ ನಾನು ಬರೆಯೋದಿಲ್ಲ. ಹಣೆಯ ಮೇಲೆ ನಗುನಗುತಿರುವ ಕುಂಕುಮದಿಂದ ಮೊಗವು ಆಕರ್ಷಕವಾಗಿರುವುದು. ಸಿಂಧೂರಮ್ ಸೌಂದರ್ಯ ಸಾಧನಂ ಎಂಬ ಉಕ್ತಿಯೊಂದಿದೆ. ಅದರ ಬಗ್ಗೆ ನನ್ನ ಚಿಂತನೆ ನಿಮ್ಮ ಮುಂದಿಡುತ್ತಿರುವೆ.

ಕುಂಕುಮ ಅಂದ ತಕ್ಷಣ ನೆನಪಿಗೆ ಬರುವುದು ಕೆಂಪು ಬಣ್ಣ. ಇದು ರಕ್ತದ ಸಂಕೇತ. ರಕ್ತವು ನಮ್ಮ ಜೀವನದಲ್ಲಿ ಅತಿ ಅವಶ್ಯಕ, ಅತ್ಯಮೂಲ್ಯ. ಹಾಗೇ ಕುಂಕುಮ ಹಿಂದೂ ಹೆಣ್ಣುಮಕ್ಕಳಿಗೆ ಅತ್ಯಮೂಲ್ಯ.

ಆಶ್ವಯುಜ ಮಾಸದ ಶುಕ್ಲ ಪಕ್ಷದ ಮೊದಲ ಹತ್ತು ದಿನಗಳು ದಸರಾ ಹಬ್ಬ. ಆಗಿನ ದಿನಗಳಲ್ಲಿ ಬೆಳಗ್ಗೆ ಪೂಜೆ ಮಾಡುವಾಗ ಲಲಿತಾ ಪರಮೇಶ್ವರಿ ಮೂರ್ತಿಗೆ ಅಥವಾ ಭಾವಚಿತ್ರಕ್ಕೆ ಲಲಿತಾ ಸಹಸ್ರನಾಮಯುಕ್ತ ಕುಂಕುಮಾರ್ಚನೆ ಮಾಡಿದರೆ ಒಳ್ಳೆಯದು ಆಗುವುದು ಎಂಬ ಪ್ರತೀತಿ ಇದೆ.

ಆಗ ಮನೆಗಳಲ್ಲಿ (ಹೆಚ್ಚಿನದಾಗಿ ದಕ್ಷಿಣ ಕರ್ನಾಟಕದಲ್ಲಿ) ಗೊಂಬೆಗಳನ್ನು ಕೂರಿಸಿ ಅವುಗಳೊಡನೆ ಮುಖ್ಯವಾಗಿ ರಾಜ ರಾಣಿ ಗೊಂಬೆಗಳನ್ನಿಟ್ಟು ಜೊತೆಗೆ ಕಲಶವನ್ನಿಟ್ಟು ಪೂಜಿಸುವರು.

ಅಲ್ಲೇ ಲಲಿತಾಮಾತೆ ಅಥವಾ ದೇವಿಗೆ ಕುಂಕುಮಾರ್ಚನೆ ಮಾಡುವರು.

ಪತ್ರಗಳನ್ನು ಬರೆಯುವಾಗ ಹೆಣ್ಣುಮಕ್ಕಳನ್ನು ಸಂಬೋಧಿಸುವಾಗ ಚಿ। ಸೌ। ಹ। ಕುಂ। ಶೋ ಎಂದು ಬರೆಯುತ್ತಾರೆ. ಅದರ ವಿಸ್ತೃತ ರೂಪ ಚಿರಂಜೀವಿ ಸೌಭಾಗ್ಯವತಿ ಹರಿದ್ರಾ ಕುಂಕುಮ ಶೋಭಿತೇ. ಹೆಣ್ಣುಮಕ್ಕಳಿಗೆ ಹಾರೈಸುವಾಗ ಚಿರಂಜೀವಿಯಾಗಿ ಅಂದರೆ ಸಾವೇ ಬರದಂತೆ ಇರು ಎಮ್ದೂ ಸೌಭಾಗ್ಯವತಿಯಾಗಿ ಅಂದ್ರೆ ಗಂಡನ ಪ್ರಾಣ ಉಳಿಸಿಕೊಂಡು ಅವನೊಡನೆ ಇರು ಎಂದೂ, ಹರಿದ್ರಾ ಕುಂಕುಮ ಶೋಭಿತೇ ಅರಿಶಿನ ಕುಂಕುಮ ಹಚ್ಚಿಕೊಂಡು ಶೋಭಿಸು ಎಂದರ್ಥ.

ಈ ಕುಂಕುಮ ಅನ್ನುವುದು ಏನು?

ಕುಂಕುಮ ಎನ್ನುವುದು ಕೆಂಪು ಬಣ್ಣದ ಪುಡಿ. ಅದನ್ನು ಅರಿಶಿನ ಮತ್ತು ಸುಣ್ಣದ ಕಲ್ಲಿನ ಪುಡಿಯ ಜೊತೆ ಸ್ವಲ್ಪ ಎಣ್ಣೆ ಹಾಕಿ ಮಿಶ್ರಣ ಮಾಡಿ ತಯಾರಿಸುವರು.

ಕುಂಕುಮವನ್ನು ಹಣೆಯ ಮಧ್ಯದಲ್ಲಿ ಇಡುವರು. ಇದು ಬುದ್ಧಿಶಕ್ತಿ, ವಿವೇಕ ಇರುವ ತಲೆಯ ಮುಂಭಾಗ. ಈ ಜಾಗ ಅಶಕ್ತರಾಗಿರುವವರನ್ನು ಸಮ್ಮೋಹನಗೊಳಿಸಲು ಸುಲಭ. ಈ ಜಾಗದಲ್ಲಿ ಉಷ್ಣ ಉತ್ಪಾದನೆ ಬಹಳವಾಗಿ ಆಗುವುದು. ತುಂಬಾ ಯೋಚಿಸುವವರು ತಲೆ ಬಿಸಿ ಆಗಿದೆ ಎನ್ನುವರು.

ಹಾಗೂ ಕೆಲವರು ಭ್ರೂಮಧ್ಯ ಭಾಗದಲ್ಲಿ ಇಟ್ಟುಕೊಳ್ಳುವರು. ಏಕಾಗ್ರತೆಗೆ ಇದು ತುಂಬಾ ಸಹಾಯಕಾರಿ.

ಇನ್ನೂ ಒಂದು ವಿಷಯವೆಂದರೆ, ಯೋಗಿಗಳು ಧ್ಯಾನದ ಮೂಲಕ ಬೆನ್ನುಹುರಿಯ ಕೆಳಭಾಗದಲ್ಲಿ ಸುಪ್ತವಾದ ಕುಂಡಲಿನೀ ಶಕ್ತಿಯ ಪ್ರಚೋದನೆ ಮಾಡುವರು. ಆ ಶಕ್ತಿ ಮೇಲೆ ಮಿದುಳಿಗೆ ಏರುವುದು. ಆಗ ಭ್ರೂ ಮಧ್ಯ ಭಾಗದಿಂದ ಹೊರ ಹೋಗುವ ಸಾಧ್ಯತೆಗಳಿರುವುದು. ಅದನ್ನು ತಡೆಯಲು ಆ ಭಾಗದಲ್ಲಿರುವ ಅಜ್ಞ ಚಕ್ರವನ್ನು ಪ್ರಚೋದಿಸುವರು. ಇದನ್ನು ಪ್ರಚೋದಿಸಲನ್ವಯ ಉಂಗುರದ ಬೆರಳಿನಿಂದ ಕುಂಕುಮವನ್ನು ಆ ಭಾಗದಲ್ಲಿ ಇಡುವರು. ಕುಂಕುಮದಲ್ಲಿ ಉಷ್ಣವನ್ನು ಶಮನ ಮಾಡುವ ಶಕ್ತಿ ಇದೆ.

ಕುಂಕುಮ ಧರಿಸಿರುವ ಹೆಣ್ಣಿನ ಮುಖವನ್ನು ಯಾರಾದ್ರು ನೋಡಿದಾಗ ಅವರ ಕಣ್ಣು ಅವಳ ಆ ಕುಂಕುಮದ ಮೇಲೆಯೇ ಕೇಂದ್ರೀಕೃತವಾಗುತ್ತೆ, ಅವಳ ಬೇರೆ ಯಾವ ಸೌಂದರ್ಯವನ್ನೂ ನೋಡಿ ಚಂಚಲಚಿತ್ತರಾಗಲು ಅವಕಾಶವಿರುವುದಿಲ್ಲ. ನಮ್ಮ ಪೂರ್ವಜರು ಕುಂಕುಮವಿಡಲು ಹೇಳುತ್ತಿದ್ದಕ್ಕೆ ಇದೂ ಒಂದು ಕಾರಣ.

ಹಿಂದೂ ಹೆಂಗಸಿನ ಜೀವನದಲ್ಲಿ ಅರಿಶಿನ ಕುಂಕುಮದ ಮಹತ್ವ ಪತಿ ಜೀವತ್ಯಾಗದ ನಂತರ ಇದನ್ನು ಯಾಕೆ ಧರಿಸಬಾರದು ಎಂಬ ಪ್ರಶ್ನೆ ಉದ್ಭಸುವುದು. ಕುಂಕುಮ ಪತಿಯ ಇರುವಿಕೆಯನ್ನು ಸೂಚಿಸುವ ಒಂದು ದ್ಯೋತಕವಷ್ಟೇ ಅಲ್ಲ. ಅದಕ್ಕೆ ಇನ್ನೂ ವಿಶೇಷ ಮಹತ್ವವಿದೆ.

ಹೆಣ್ಣಿನ ಅಂದದ ಮೇಲೆ ಇತರರ ಕಣ್ಣು ಬೀಳಬಾರದು. ಆಕೆಯ ಅಂದ ಚಂದವೆಲ್ಲಾ ಕೇವಲ ತನ್ನ ಪತಿಗೆ ಮೀಸಲು. ತಾಳಿ ಸೆರಗಿನ ಒಳಗೆ ಮುಚ್ಚಿರುವುದರಿಂದ ಮದುವೆಯಾದ ಸಂಕೇತ ಸೂಚಿಸಲು ಕುಂಕುಮದ ಉಪಯೋಗ. ರಾಮಾಯಣದ ಕಥೆಯಲ್ಲಿ ಹೇಳಿರುವಂತೆ, ಸೀತಾದೇವಿ ಅಶೋಕವನದಲ್ಲಿ ಶೋಕತಪ್ತಳಾಗಿ ಕುಳಿತಿರುವಾಗ ಆಂಜನೇಯ ರಾಮನ ಮುದ್ರಿಕೆಯನ್ನು ತೆಗೆದುಕೊಂಡು ಹೋದ. ಅಲ್ಲಿ ಸೀತೆ ಯಾರೆಂದು ಗುರುತಿಸಲಾಗಲಿಲ್ಲ. ಆದರೆ ಅವನಿಗೆ ದಿವ್ಯ ದೃಷ್ಟಿ ಇದ್ದದ್ದರಿಂದ ಸೀತೆಯ ತಾಳಿ ಗೋಚರವಾಯಿತು. ಈಗ ಕಣ್ಣಿದ್ದೇ ನಮಗೆ ಕಾಣಿಸುವುದಿಲ್ಲ, ಇನ್ನು ದಿವ್ಯದೃಷ್ಟಿ ಎಲ್ಲಿಂದ ಬರಬೇಕು. ಅದಕ್ಕಾಗಿಯೇ ಸೂಚ್ಯವಾಗಿ ಕುಂಕುಮ ಇಟ್ಟುಕೊಳ್ಳುವ ಸಂಪ್ರದಾಯ. ಆದರೂ ಆಗೋದು ಆಗೇ ಆಗತ್ತೆ, ತಡೆಯಲಾಗತ್ಯೇ?

ಕುಂಕುಮ ಹಿಂದೂ ಹೆಣ್ಣುಮಕ್ಕಳ ಸಿಂಗಾರದ ವಸ್ತುಗಳಲ್ಲೊಂದು. ಯಾರನ್ನೇ ನೋಡುವಾಗ ನಮ್ಮ ಕಣ್ಣು ಮುಡಿಯಿಂದ ಅಡಿಯವರೆವಿಗೆ ಚಲಿಸುವುದು. ಮೊದಲು ಕಾಣುವುದು ಮುಖದಲ್ಲಿನ ತಲೆಗೂದಲು. ನಂತರ ಹಣೆಯಮೇಲೆ ಕಾಣಿಸುವ ಕುಂಕುಮ. ಇದರ ಬಣ್ಣ ಹಲವಾರು. ಈಗೀಗಂತು ಬಿಂದಿಗಳು ಬಂದು ತರಹಾವರಿ ಚಿತ್ರ ವೈಚಿತ್ರವಾದ ಕುಂಕುಮಗಳನ್ನು ನೋಡಬಹುದು. ಆದರೆ ಇಂದಿನ ಹೆಣ್ಣುಮಕ್ಕಳಲ್ಲಿ ಇದನ್ನು ಕಾಣುವುದು ಬಹಳ ಕಷ್ಟ. ಇದಕ್ಕೆ ಕಾರಣವೇನೆಂದರೆ ಈಗಿನ ತರಾತುರಿ ಜೀವನದಲ್ಲಿ ಪುಡಿ ಕುಂಕುಮ ಕಾಪಾಡುವುದು ಕಷ್ಟ. ಮತ್ತು ಬೆಲ್ಲದ ಜೊತೆ ಮಿಶ್ರಣ ಮಾಡಿದ ಪಾಕದಂತಹ ಕುಂಕುಮ ಮಾಡಲು ಸಮಯವಿಲ್ಲ. ಹಾಗು ಇದೆಲ್ಲ ರೇಜಿಗೆಯ ವಿಷಯ. ಅದರ ಬದಲಾಗಿ ಸುಲಭವಾಗಿ ಅಂಗಡಿಗಳಲ್ಲಿ ಸಿಗುವ ಬೇರೆ ಬೇರೆ ಆಕಾರಗಳಿರುವ ಬಣ್ಣ ಬಣ್ಣದ ಬಿಂದಿಗಳು ಹೆಣ್ಣುಮಕ್ಕಳನ್ನು ಆಕರ್ಷಿಸಿದೆ.

ವಿದೇಶೀಯರು ಇದನ್ನು ನೋಡಿ ಅಯ್ಯೋ ಇದೇನು ನಿನ್ನ ಹಣೆಯಲ್ಲಿ ರಕ್ತ ಎಂದು ಕೇಳಿದ ಸಂದರ್ಭವೂ ಇದೆ. ಈಗೀಗ ಅವರುಗಳೂ ಇದೊಂದು ಫ್ಯಾಷನ್ ಎಂದು ಉಪಯೋಗಿಸುತ್ತಿದ್ದಾರೆ.

ಉತ್ತರ ಭಾರತೀಯರಲ್ಲಿ ತಲೆಯ ಕೂದಲ ಬೈತಲೆಯೊಂದಿಗೆ ಕುಂಕುಮವನ್ನು ಹಚ್ಚುವರು. ಇದನ್ನು ಅವರು ಸಿಂಧೂರ ಎನ್ನುವರು.

ಮೊದಲು ಬೆಲ್ಲ ಮತ್ತು ನೀರಿನೊಂದಿಗೆ ಕುಂಕುಮ ಸೇರಿಸಿ ಮಿಶ್ರಣ ಮಾಡಿ ಹಣೆಗೆ ಇಟ್ಟುಕೊಳ್ಳುತ್ತಿದ್ದರು. ಇದರಿಂದ ಕುಂಕುಮ ಬಿದ್ದು ಹೋಗುತ್ತಿರಲಿಲ್ಲ ಅಥವಾ ಅಳಿಸಿ ಹೋಗುತ್ತಿರಲಿಲ್ಲ. ಈಗೀಗ ಕುಂಕುಮವಿಡುವುದ ಕಡಿಮೆಯಾಗಿ ಬಿಂದಿ ಸಂಸ್ಕೃತಿ ಬಂದಿದೆ. ಹಾಗೇ ಹಿಂದೂಗಳಲ್ಲಿ ಇದೂ ಮಾಯವಾಗುತ್ತಿದೆ, ಆದರೆ ಕಿರಿಸ್ತಾನೀಯರಲ್ಲಿ ಮತ್ತು ಮುಸ್ಲಿಮರಲ್ಲಿ ಇದನ್ನು ಉಪಯೋಗಿಸುತ್ತಿರುವರು. ಕಿರಿಸ್ತಾನೀಯರಿಗೆ ವ್ಯಾಟಿಕನ್ ನಿಂದ ಬಂದಿರುವ ಆದೇಶ - ನೀವು ಎಲ್ಲಿರುವಿರೋ ಅಲ್ಲಿಯ ಸಂಸ್ಕೃತಿಯನ್ನು ಮೈಗೂಡಿಸಿಕೊಂಡು ಅವರಲ್ಲಿ ಒಂದಾಗಿ. ಆದ್ದರಿಂದ ಭಾರತೀಯರ ಸಂಸ್ಕೃತಿಯಾದ ಕುಂಕುಮ ಇಡುವುದನ್ನು ಅವರಲ್ಲಿ ಕಾಣಬಹುದು.

ಪತಿ ವಿಯೋಗವಾದವರು - ಕಪ್ಪು ಬಣ್ಣದ ಸಾಧು ಅಥವಾ ವಿಭೂತಿಯನ್ನು ಇಡುವರು. ಇದೊಂದು ಸೂಚಕ ಅಷ್ಟೆ.

ಕುಂಕುಮದ ಮಹಿಮೆಯ ಬಗ್ಗೆ ನೃಸಿಂಹ ಸ್ತೋತ್ರದಲ್ಲೂ ಹೀಗೆ ತಿಳಿಸಿದೆ.

ಚಂದನಂ ಶಿತಲಮ್ ದಿವ್ಯಮ್ ಚಂದ್ರ ಕುಂಕುಮ ಮಿಶ್ರಿತಂ. ಆಯುರ್ವೇದದ ಪ್ರಕಾರ ಕುಂಕುಮದಲ್ಲಿ ಅರಿಶಿನದ ಗುಣವಿರುದರಿಂದ ಅದನ್ನು ಔಷಧಿಯಾಗಿ ಉಪಯೋಗಿಸುವರು. ಇದರಲ್ಲಿ

ಶಮನ ಶಕ್ತಿ ಇದೆ. ಅದಕ್ಕೋಸ್ಕರವಾಗಿಯೇ ಹುಣ್ಣುಗಳಾದಾಗ ಚಂದನೊಂದಿಗೆ ಕುಂಕುಮ ಮಿಶ್ರನ ಮಾಡಿ ಹಚ್ಚುವರು.

ಇನ್ನು ಗಂಡಸರೂ - ಕುಂಕುಮ, ಚಂದನ, ವಿಭೂತಿ ಗಳನ್ನಿಡುವ ಸಂಪ್ರದಾಯವಿದೆ. ಅದಕ್ಕೆ ಕಾರಣ ಮೇಲೆ ತಿಳಿಸಿರುವಂತೆ ಧ್ಯಾನದಿಂದ ಉಂಟಾಗುವ ಶಕ್ತಿಯನ್ನು ಉಳಿಸಿಕೊಳ್ಳುವುದೂ ಒಂದಾಗಿದೆ. ಹಾಗೇ ಪೂಜೆ ಮಾಡಿ ದೇವರಿಗೆ ಅರ್ಪಿಸಿದ ಕುಂಕುಮವನ್ನೇ ಪ್ರಸಾದವೆಂದು ಇಟ್ಟುಕೊಳ್ಳುವರು.

ಮಲ್ಲೇಶ್ವರಂ ಮತ್ತು ಗಾಂಧಿಬಜಾರಿನಲ್ಲಿ ಗ್ರಂಧಿಗೆ ಅಂಗಡಿಗಳಲ್ಲಿ ಕುಂಕುಮದ ರಾಶಿಯನ್ನು ದೊಡ್ಡ ದೊಡ್ಡ ಬೋಗುಣಿಯಲ್ಲಿ ಚೊಕ್ಕವಾಗಿ ತುಂಬಿಟ್ಟುರುವುದನ್ನು ಕಾಣುವೆವು. ಅದರಲ್ಲೂ ಹಲವಾರು ಬಣ್ಣಗಳಿರುವುವು. ಜಾಸ್ತಿಯಾಗಿ ಉಪಯೋಗಿಸುವುದು ಕೆಂಪು ಬಣ್ಣದ ಕುಂಕುಮ.

ಇನ್ನೇನು ಆಶ್ವಯುಜ ಮಾಸ ಹತ್ತಿರ ಬರುತ್ತಿದೆ. ಲಲಿತಾ ಮಾತೆಗೆ ಕುಂಕುಮಾರ್ಚನೆ ಮಾಡಿ ಹತ್ತನೆಯ ದಿನ ಕಲಶ ವಿಸರ್ಜಿಸಿದ ಮೇಲೆ ಅರ್ಚಿಸಿದ ಕುಂಕುಮವನ್ನು ಸಣ್ಣ ಪೊಟ್ಟಾಣಗಳಾಗಿ ಮಾಡಿ ಪ್ರಸಾದವೆಂದು ಇತರರಿಗೆ ಕೊಡುವ ಸಂಪ್ರದಾಯವೂ ಇದೆ. ನೀವು ಮಾಡುವಿರಾ? ನಮ್ಮ ಮನೆಯಲ್ಲಿ ಹೀಗೆ ಕುಂಕುಮಾರ್ಚನೆ ಮಾಡಿದ ಕುಂಕುಮದ ಒಂದು ದೊಡ್ಡ ಡಬ್ಬಿಯೇ ಇದೆ. ಕುಂಕುಮವನ್ನು ಚೆಲ್ಲಿದರೆ ಅಶುಭ ಅನ್ನುವ ಕಾರಣದಿಂದ ಮನೆಗಳಲ್ಲಿ ಕುಂಕುಮದ ಶೇಖರಣೆ ಜಾಸ್ತಿಯಾಗುತ್ತಲೇ ಇದೆ.

ಒಂದು ಗಮ್ಮತ್ತಿನ ವಿಷಯ ಅಂದ್ರೆ - ನನ್ನನ್ನು ಸುಲಭವಾಗಿ ಗುರುತು ಹಿಡಿಯಲು ನಾನು ಇತರರಿಗೆ ಕೊಡುವ ಸೂಚನೆ ಅಂದ್ರೆ ಇದೇ - ಕುಂಕುಮ ಹಾಕಿ ಜೋಳಿಗೆಯಂತೆ ಚೀಲ ಏರಿಸಿರುವ ಜೋಭದ್ರ ಮುಖ ಕಂಡರೆ ಅದು ಶ್ರೀನಿವಾಸನೇ ಇರಬೇಕು ಎಂದು ತಿಳಿಯಿರಿ.

ಅತೀತ ಶಕ್ತಿ

ನಾನು ಆ ಕಛೇರಿಯ ಆಡಳಿತಾಧಿಕಾರಿಯಾಗಿ ಹೊಸದಾಗಿ ಬಂದಿರುವೆ. ಸರ್‌ಪ್ರೈಸ್ ಚೆಕ್ ಮಾಡಲೆಂದು ಮೊದಲನೆಯ ದಿನವೇ ಅಲ್ಲಿಯ ಕೇರ್‌ಟೇಕರ್ ಬಳಿಗೆ ಬೆಳಗಿನ ೭ಕ್ಕೇ ಬಂದಿದ್ದೇನೆ. ಸೀದಾ ಬಂದವನೇ ನಾನು ಅಲ್ಲಿದ್ದ ಒಂದು ಕುರ್ಚಿಯ ಮೇಲೆ ಕುಳಿತೆ. ಕೇರ್‌ಟೇಕರ್ ಅಲ್ಲಿದ್ದ ಎಲೆಕ್ಟ್ರೀಷಿಯನ್ನಿಗೆ ಏನೋ ಸಾಮಾನನ್ನು ಕೊಡುತ್ತಿದ್ದ. ನನ್ನ ಕಡೆ ತಲೆ ಎತ್ತಿ ಕೂಡಾ ನೋಡಲಿಲ್ಲ. ಕಸ ಗುಡಿಸುವ ಹೆಂಗಸರು ಎಲೆ ಅಡಿಕೆ ಹೊಗೆಸೊಪ್ಪು ಜಗಿಯುತ್ತಾ ಅಲ್ಲಿಯೇ ಮೂಲೆಯಲ್ಲಿ ಕುಳಿತು ಹರಟೆ ಹೊಡೆಯುತ್ತಿದ್ದರು.

ಆಗೊಬ್ಬಳು ಹೆಂಗಸು ಚಲ್ಲು ಚಲ್ಲಾಗಿ ನಗುತ್ತಾ, ಮೈ ಕುಣಿಸುತ್ತಾ ಒಳಗೆ ಬಂದಳು. ಬಂದವಳೇ ನನ್ನ ಮುಂದಿದ್ದ ಕೇರ್‌ಟೇಕರನ ಕುರ್ಚಿಯಲ್ಲಿ ಕುಳಿತಳು. ಕೇರ್‌ಟೇಕರಿನಿಗೆ ನನ್ನ ಬಗ್ಗೆ ಏನನ್ನೋ ಕೇಳುತ್ತಿದ್ದಳು. ಅದೇನೆಂದು ನನಗೆ ಅರ್ಥವಾಗಿರಲಿಲ್ಲ. ಅವರ ಭಾಷೆ ತಿಳಿಯದಿದ್ದರೂ ಅಲ್ಪ ಸ್ವಲ್ಪವಾಗಿ ಅರ್ಥವಾಯಿತು. 'ಈ ಕುರಿ ಯಾರು? ಎಲ್ಲಿಂದ ಬಂದಿದೆ? ಇದಕ್ಕೆ ಇಲ್ಲಿ ಫ್ಲಾಟ್ ಅಲಾಟ್ ಆಗಿದೆಯೇ? ನಮ್ಮಗಳ ಬಗ್ಗೆ ನೀನೇನು ಹೇಳಿದ್ದೀಯೆ?' ಇತ್ಯಾದಿಯಾಗಿ ಪ್ರಶ್ನೆಗಳ ಸುರಿಮಳೆಯನ್ನೇ ಸುರಿಸುತ್ತಿದ್ದಳು.

ಅಷ್ಟು ಹೊತ್ತಿಗೆ ಮುಂಚೆ ನಮ್ಮಲ್ಲಿ ಡೆಪ್ಯುಟಿ ಟ್ರೆಶರರ್ ಆಗಿದ್ದ ಶ್ರೀ ಮಣಿಯವರು ಅಲ್ಲಿಗೆ ಬಂದಿದ್ದರು. ನನ್ನನ್ನು ಕಂಡು, 'ಏನಪ್ಪಾ ನೀನು ಈಗ ಅಸಿಸ್ಟೆಂಟ್ ಜನರಲ್ ಮ್ಯಾನೇಜರಾಗಿದ್ದೀಯಂತೆ. ಈಗ ಇಲ್ಲಿಗೇ ಇನ್-ಚಾರ್ಜ್ ಆಗಿ ಬಂದಿರುವಿಯಂತೆ. ನಿನ್ನ ಲಕ್ಕೇ ಲಕ್ಕು ನೋಡು. ಇಷ್ಟು ದಿನಗಳು ಕಷ್ಟಪಟ್ಟು ಕೆಲಸ ಮಾಡಿದ್ದಕ್ಕೆ ಇಷ್ಟು ಚಿಕ್ಕ ವಯಸ್ಸಿಗೇ ದೇವರು ನಿನಗೆ ಒಳ್ಳೆಯ ಹುದ್ದೆಗೆ ಪ್ರಮೋಶನ್ ಕೊಡಿಸಿದ್ದಾನೆ' ಎಂದಿದ್ದರು. ಅಷ್ಟು ಹೊತ್ತಿಗೆ ಕೇರ್‌ಟೇಕರ್ ನನ್ನ ಕಡೆ ನೋಡಿ ಅತಿ ವಿಧೇಯತೆಯನ್ನು ತೋರಿಸಿ, 'ಕ್ಷಮಿಸಿ ಸಾರ್. ತಾವಾರೆಂದು ತಿಳಿಯದೇ ಹೋಯಿತು. ಇಲ್ಲಿಯವರೆವಿಗೆ ಹಿರಿಯ ಅಧಿಕಾರಿಗಳ್ಯಾರೂ ಇಲ್ಲಿಗೆ ಬಂದಿರಲಿಲ್ಲ. ನಿಮಗೇನಾದರೂ ಬೇಕಿದ್ದರೆ ನನ್ನನ್ನೇ ಕರೆಸಿದರಾಗಿತ್ತು', ಎಂದು ಅಲ್ಲಿ ಕುಳಿತಿದ್ದ ಹೆಂಗಸರನ್ನು ಬೈದು ಹೊರಗಟ್ಟಿದ್ದ. ಹಾಗೂ ಚಲ್ಲಮ್ಮನಿಗೆ ಚೆನ್ನಾಗಿ ಬೈದು ಹೊರಗೆ ಕಳುಹಿಸಿದ.

ನಂತರದ ದೃಶ್ಯ.

ಕಫ್ ಪೆರೇಡ್ ರಸ್ತೆಯಲ್ಲಿ ನಡೆದು ಹೋಗುತ್ತಿರುವೆ. ಎದುರಿಗೆ ಯಾರೋ ಮೀನುಗಳ ಬುಟ್ಟಿ ಹೊತ್ತ ಮನುಷ್ಯನೊಬ್ಬ ಬರುತ್ತಿದ್ದಾನೆ. ಅವನು ನನ್ನನ್ನೇ ದಿಟ್ಟಿಸಿ ನೋಡುತ್ತಿದ್ದಾನೆ. ನಾನು ಶೂನ್ಯವನ್ನರಸುತ್ತಿರುವೆ. ಇದ್ದಕ್ಕಿದ್ದಂತೆಯೇ ಏನೋ ನೆನಪಾಗಿ ತೋರು ಬೆರಳಿನ ಉಗುರನ್ನು ಆಚೆಗೆ ತೆಗೆದು ಹಿಂದೆ ಮುಂದೆ ತಿರುಗಿಸಿ ನೋಡಿ (ಕೈ ಉಂಗುರ ನೋಡಿದಂತೆ) ಮತ್ತೆ ಅದನ್ನು ಯಥಾಸ್ಥಾನದಲ್ಲಿರಿಸುತ್ತೇನೆ. ಸುತ್ತುಮುತ್ತಲಿನವರೆಲ್ಲರೂ ಬೆಕ್ಕಸ ಬೆರಗಾಗಿ ನೋಡುತ್ತಿದ್ದರಂತೆ. ನನ್ನ ಕಿವಿಯಲ್ಲಿ ನನ್ನ ಸ್ನೇಹಿತ ಹಸಬ್ನೀಸ್ ಉಸುರಿದ್ದ. ನನ್ನ ಕಣ್ಣಿಗೆ ಅದೇನೂ ಕಾಣಿಸುತ್ತಿರಲಿಲ್ಲ. ಕಾಣಿಸಿದವ ಮೀನಿನ ಬುಟ್ಟಿ ಹೊತ್ತ ಆ ಮನುಷ್ಯ – ಅದೂ ಕೆಲವೇ ಕ್ಷಣಗಳು ಮಾತ್ರ. ನನ್ನ ದೃಷ್ಟಿ ಎಲ್ಲವೂ ನನ್ನ ಬೆರಳಿನ ಉಗುರಿನ ಕಡೆ ಮತ್ತು ಶೂನ್ಯದತ್ತ ಮಾತ್ರ. ನನ್ನಲ್ಲಿ ಯಾವುದೋ ಅತೀತ ಶಕ್ತಿ ಆವಾಹನೆಯಾದಂತಿದೆ.

ಅಷ್ಟು ಹೊತ್ತಿಗೆ ಹಾಲಿನವನ ಕರೆಗಂಟೆ ಕೇಳಿಸಿ ಎದ್ದೆ. ಸ್ವಲ್ಪ ಹೊತ್ತು ನಾ ಕಂಡ ದೃಶ್ಯದ ಬಗ್ಗೆ ಯೋಚಿಸಿ ಬರೆಯುತ್ತಿರುವೆ. ಇದೆಂಥ ಕನಸು. ನೀವೂ ಇಂತಹ ಕನಸು ಕಂಡಿರುವಿರಾ?

ಯುಗಾದಿ

ಯುಗ ಯುಗಾದಿ ಕಳೆದರೂ ಯುಗಾದಿ ಮರಳಿ ಬರುತಿದೆ

ಹೊಸ ವರುಷದಿ ಹೊಸ ಹರುಷವ ಹೊಸತು ಹೊಸತು ತರುತಿದೆ

ಪ್ರತಿ ವರುಷ ಯುಗಾದಿ ಹಬ್ಬದ ದಿನ ರೇಡಿಯೋ ಮತ್ತು ಟಿವಿಗಳಲ್ಲಿ ಈ ಹಾಡು ಪ್ರಸಾರವಾಗುತ್ತದೆ. ಎಷ್ಟೇ ಬಾರಿ ಕೇಳಿದರೂ ತೃಪ್ತಿಯಾಗದೇ ಮತ್ತೆ ಮತ್ತೆ ಕೇಳಬೇಕೆನಿಸುವ ಸಾಹಿತ್ಯ. ದ.ರಾ.ಬೇಂದ್ರೆಯವರು ಬರೆದ ಈ ಗೀತೆಯನ್ನು ಕುಲವಧು ಚಲನಚಿತ್ರಕ್ಕೆ ಅಳವಡಿಸಿಕೊಂಡಿದ್ದಾರೆ. ಹಾಡಿರುವವರು ಎಸ್. ಜಾನಕಿ.

ಮಾರ್ಗಶೀರ್ಷ ಮಾಸದ ಹೋಳಿ ಹುಣ್ಣಿಮೆಯಾದ ೧೫ ದಿನಗಳಿಗೆ ಬರುವುದು ಯುಗಾದಿ. ಯುಗ ಎಂದರೆ ಅದೊಂದು ಕಾಲಗಣನೆ. ತ್ರೇತಾಯುಗ, ಕೃತಯುಗ, ದ್ವಾಪರಯುಗ, ಕಲಿಯುಗಗಳಿಗೆ ಯುಇಗವೆಂದರೆ ೫೦೦೦ಕ್ಕೂ ಹೆಚ್ಚಿನ ವರುಷಗಳಂತೆ. ಆದರೆ ಇಲ್ಲಿ ಹಾಗಲ್ಲ. ಕಾಲದ ಒಂದು ಭಾಗ ಮತ್ತೆ ಪ್ರಾರಂಭವಾಗುತ್ತಿದೆ ಎಂಬುದರ ಸೂಚನೆಯಷ್ಟೆ. ವಸಂತ ಋತುವಿನಿಂದ ಪ್ರಾರಂಭಗೊಂಡ ಕಾಲಗಣನೆ ಶಿಶಿರದಲ್ಲಿ ಮುಕ್ತಾಯಗೊಂಡು ಮತ್ತೆ ವಸಂತ ಪ್ರಾರಂಭವಾಗುತ್ತಿರುವುದರ ಸೂಚನೆ. ಇಂತಹ ಯುಗದ ಅಂದರೆ ವರುಷದ ಮೊದಲನೆಯ ದಿನವನ್ನು ಯುಗಾದಿ ಎಂದು ಗುರುತಿಸಿ ಹಬ್ಬವನ್ನಾಗಿ ಆಚರಿಸುವರು.

ಚಾಂದ್ರಮಾನ ಪಂಚಾಂಗ ರೀತ್ಯಾ ಚೈತ್ರ ಮಾಸದ ಶುದ್ಧ ಪಾಡ್ಯದ ದಿನದಂದು ಬ್ರಹ್ಮ ಈ ಲೋಕವನ್ನು ಸೃಷ್ಟಿಸಿದ ಎಂಬ ಪ್ರತೀತಿ ಇದೆ. ಇಂದೇ ಸೂರ್ಯನು ತನ್ನ ಮೊದಲ ಕಿರಣವನ್ನು ಭೂಮಿಯ ಮೇಲೆ ಹರಿಸಿದ ಎಂಬ ಮಾತೂ ಇದೆ. ಇವೆಲ್ಲವೂ ಇಂದು ನಂಬಲಶಕ್ಯ. ಆದರೂ ಮುಂದಿನ ಪೀಳಿಗೆಗೆ ಇದರ ಬಗ್ಗೆ ಸ್ವಲ್ಪವಾದರೂ ತಿಳಿದಿರಲಿ ಎಂದು ಹೇಳಬೇಕಿದೆ. ಇಂದಿನ ದಿನದಿಂದ ವಸಂತ ಮಾಸ ಪ್ರಾರಂಭವಾಗಿ ತರು ಲತೆಗಳು ಚಿಗುರುತ್ತವೆ. ಹೊಸ ಹೊಸ ಹೂಗಳು ಕಂಪನ್ನು ಬೀರುತ್ತವೆ. ಹಳೆಯ ತರಗೆಲೆಗಳು ಉದುರಿ ಗಿಡ ಮರಗಳು ಮತ್ತೆ ಮರಳಿ ಹೊಸ ಚೈತನ್ಯ ಪಡೆಯುತ್ತವೆ. ಜೀವನದಲ್ಲಿ ಒಂದು ವರುಷಗಳಲ್ಲಿ ಕಂಡ ಸುಖ ದು:ಖಗಳನ್ನು ಮರೆತು ಹೊಸ ಬಾಳನ್ನು ನೋಟ್‌ಬುಕ್ಕಿನ ಹೊಸ ಪುಟದಂತೆ ಪ್ರಾರಂಭಿಸುವ ಸೂಚನೆಯ ಈ ದಿನವನ್ನು ಹಬ್ಬವನ್ನಾಗಿ ಆಚರಿಸುತ್ತಾರೆ.

ಇಂದಿನ ದಿನ ಶ್ರೀರಾಮನು ರಾವಣನನ್ನು ಜಯಿಸಿ ಮರಳಿ ಅಯೋಧ್ಯೆಗೆ ಬಂದು ರಾಜ್ಯಭಾರ ಮಾಡಿದನೆಂದು ಪ್ರತೀತಿ. ಇಂದಿನ ದಿನವೇ ವಿಷ್ಣುವು ಮತ್ಸ್ಯಾವತಾರವನ್ನು ತಳೆದದ್ದೆಂದೂ, ಶಾಲಿವಾಹನ ವಿಕ್ರಮಾದಿತ್ಯನನ್ನು ಜಯಿಸಿ ಶಾಲಿವಾಹನ ಶಕೆ ಎಂದೂ ನವಭಾರತವನ್ನು ನಿರ್ಮಿಸಿದರೆಂದೂ ಚರಿತ್ರೆಯಲ್ಲಿ ನಮೂದಿಸಿರುವರು.

ಈ ಹಬ್ಬವನ್ನು ಹೆಚ್ಚಾಗಿ ಆಂಧ್ರಪ್ರದೇಶ, ಕರ್ನಾಟಕ ಮತ್ತು ಮಹಾರಾಷ್ಟ್ರಗಳಲ್ಲಿ ಆಚರಿಸುವರು. ಆಂಧ್ರ ಮತ್ತು ಕರ್ನಾಟಕಗಳಲ್ಲಿ ಇದು ಯುಗಾದಿಯಾದರೆ, ಮಹಾರಾಷ್ಟ್ರದಲ್ಲಿ ಗುಡಿಪಡ್ವ. ಪಾಡ್ಯಮಿ ದಿವಸ ಗುಡಿಯನ್ನು ಏರಿಸುವುದೇ ಗುಡಿಪಡ್ವ - ಒಂದು ಕೋಲಿಗೆ ವಸ್ತ್ರವನ್ನು ಕಟ್ಟಿ, ಹೂವಿನ ಹಾರವನ್ನು ಏರಿಸಿ 'ಗುಡಿ' ಎಂದು ಮೂಲೆಯಲ್ಲಿ ಇರಿಸುವರು. ಇದು ಹೊಸ ವರುಷದ ಆಗಮನಕ್ಕೆ ಬಾವುಟವನ್ನು ಹಾರಿಸುವುದರ ಸಂಕೇತ. ಆಂಧ್ರ ಪ್ರದೇಶದಲ್ಲಿ ಹುಣಿಸೇಹಣ್ಣು, ಬೆಲ್ಲ, ಮಾವಿನಕಾಯಿ, ಉಪ್ಪು, ಮೆಣಸು, ಬೇವು ಇತ್ಯಾದಿಅಗಳ ಮಿಶ್ರಣ ಮಾಡಿ ಯುಗಾದಿ ಪಚ್ಚಡಿ ಎಂಬ ಹೆಸರಿನ ಪದಾರ್ಥವನ್ನು ಸೇವಿಸುವರು. ಅಂದು ದೇವಸ್ಥಾನಗಳಲ್ಲಿ ವಿಶೇಷ ಪೂಜೆ ಇರುವುದು.

ತಳಿರು ತೋರಣವನ್ನು (ಎಳೆಯ ಹಸಿರು ಮಾವಿನೆಲೆ ಮಧ್ಯೆ ಮಧ್ಯೆ ಬೇವಿನ ಎಲೆ ಹೂಗಳ ಗೊಂಚಲು) ಮನೆಗಳ ಮುಂಬಾಗಿಲಿಗೆ ಮತ್ತು ದೇವರ ಮನೆಯ ಬಾಗಿಲಿಗೆ ತಳಿರು ತೋರಣವಾಗಿ ಕಟ್ಟುವರು. ಮನೆಯ ಮುಂದೆ ಬಣ್ಣ ಬಣ್ಣದ ರಂಗೋಲಿಯನ್ನಿಡುವರು. ಮುಂಜಾನೆ ಬೇಗನೆದ್ದು ಅಭ್ಯಂಜನ (ಎಣ್ಣೆ ಸೀಗೇಕಾಯಿಯಿಂದ ತಲೆಯನ್ನು ತೊಳೆದುಕೊಳ್ಳುವುದು) ಮಾಡಿ ಪುಣ್ಯಾಹ ಮಂತ್ರಗಳನ್ನು ಉಚ್ಚರಿಸಿ ಮಾವಿನೆಲೆಯಿಂದ ಮನೆಯ ಎಲ್ಲ ಕಡೆ ಕಳಶದ ನೀರನ್ನು ಸಿಂಪಡಿಸುವರು. ನಂತರ ಹೊಸ ಬಟ್ಟೆ ಧರಿಸಿ ಪಂಚಾಂಗವನ್ನು ಮನೆಯ ಹಿರಿಯರು ಓದುವರು ಮತ್ತೆಲ್ಲರೂ ಅದನ್ನು ಕೇಳುವರು.

ಪಂಚಾಂಗ ಹಿಂದೂ ಸಂಪ್ರದಾಯದ ಕ್ಯಾಲೆಂಡರ್. ಇದು ದಿನಸೂಚಿಯಷ್ಟೆ ಅಲ್ಲದೇ ಆ ವರುಷದಲ್ಲಿ ಮಳೆ ಬೆಳೆ ಹೇಗಿದೆ, ರಾಶಿಫಲ, ಮದುವೆ ಉಪನಯನಗಳಿಗೆ ಒಳ್ಳೆಯ ಮುಹೂರ್ತಗಳು, ಒಟ್ಟರೆ ಜನಜೀವನದ ಸ್ಥಿತಿಯನ್ನು ಸೂಚಿಸಿರುವುದು. ಅಂದು ಹಿರಿಯ ಕಿರಿಯರೆಲ್ಲರೂ ಹೊಸ ಬಟ್ಟೆಗಳನ್ನು ಧರಿಸಿ ಸಂತೋಷದಿಂದ ಹಾಡಿ ನಲಿವರು. ಅಂದಿನ ವಿಶೇಷ ತಿನಿಸು - ಒಬ್ಬಟ್ಟು ಅಥವಾ ಹೋಳಿಗೆ. ತೆಂಗಿನಕಾಯಿ ಹೂರಣದಲ್ಲಿ ಮಾಡಿದ ಹೋಳಿಗೆ ಬಹಳ ದಿನ ಇರದೇ ಕೆಡುವುದೆಂದು ಬೇಳೆಯ ಹೂರಣಲ್ಲಿ ಮಾಡುವರು. ಇದನ್ನೇ ಮರಾಠಿಯಲ್ಲಿ ಪೂರಣಪೋಳಿ ಎಂದು ಕರೆವರು. ಸಂಜೆಯ ವೇಳೆಯಲ್ಲಿ ಗುರು ಹಿರಿಯರ ಮನೆಗಳಿಗೆ ಹೋಗಿ ಅವರಿಗೆ ಕಾಲುಮುಟ್ಟಿ ನಮಸ್ಕರಿಸಿ ಅವರ ಆಶೀರ್ವಾದ ಪಡೆವರು. ಈಗೀಗ ಟಿವಿಯಲ್ಲಿ ಕವಿಗೋಷ್ಠಿಯೂ ಪ್ರಸಾರ ಮಾಡುವರು.

ಇನ್ನೊಂದು ವಿಶೇಷವೆಂದರೆ ಇದೇ ಸಮಯದಲ್ಲಿ ಮಕ್ಕಳಿಗೆ ಪರೀಕ್ಷೆಗಳಿರುವುದರಿಂದ, ಈ ನೆಪದಲ್ಲಾದರೂ ಹಿರಿಯರಿಗೆ ಬಗ್ಗಿ ನಮಸ್ಕರಿಸಿ ಅವರಿಂದ ಒಳ್ಳೆಯದಾಗಲೆಂಬ ಮಾತುಗಳನ್ನು ಸ್ವೀಕರಿಸುವ ಸಂದರ್ಭ ಒದಗಿಬರುವುದು. ಮನೆಯ ಹೆಂಗಸರು ಹೊಸದಾಗಿ ಬರುವ ಮಾವಿನಕಾಯಿಯಿಂದ ಉಪ್ಪಿನಕಾಯಿಯನ್ನು ಮಾಡುವರು.

ಎಲ್ಲರ ಬಾಳಲ್ಲೂ ಸುಖ-ದು:ಖ, ಒಳ್ಳೆಯದು-ಕೆಟ್ಟದ್ದು, ಕರ್ಮ-ಫಲ ಇದ್ದೇ ಇರುವುದು. ಇದೊಂದು ಬ್ಯಾಲೆನ್ಸ್ ಶೀಟು ಇದ್ದ ಹಾಗೆ. ಎಷ್ಟು ಸ್ವೀಕರಿಸುವರೋ ಅಷ್ಟನ್ನೇ ಮರಳಿ ಕೊಡಬೇಕು, ಕೊನೆಯಲ್ಲಿ ಬರುವಾಗ ಏನೂ ತರದೆ ಬಂದಂತೆ ಹೋಗುವುದು. ಅದಕ್ಕೇ ಇಂದಿನ ದಿನ ಸುಖದ ಸಂಕೇತವಾದ ಬೆಲ್ಲವನ್ನೂ ಮತ್ತು ಕಷ್ಟದ ಸಂಕೇತವಾದ ಬೇವನ್ನೂ ಸಮನಾಗಿ ಸ್ವೀಕರಿಸುವರು. ನಿಜವಾಗಿಯೂ ಬೇವಿನಲ್ಲಿ ಇರುವ ಶಕ್ತಿ ಬೆಲ್ಲದಲ್ಲಿಲ್ಲ. ತಿಂದ ಮೇಲೆ ಬೆಲ್ಲವು ಹೊಟ್ಟೆಯೊಳಗೆ ಉರಿಯ ಅಥವಾ ಶಾಖವನ್ನು ಉಂಟು ಮಾಡಿದರೆ ಬೇವು ಆ ಉರಿಯ ಶಮನಕಾರಿ.

ಬೇವು ಬೆಲ್ಲದ ಮಿಶ್ರಣವನ್ನು ತಿನ್ನುವಾಗ ಹೇಳುವ ಒಂದು ಶ್ಲೋಕ ಹೀಗಿದೆ:

ಶತಾಯು: ವಜ್ರದೇಹಾಯ ಸರ್ವಸಂಪತ್ಕರಾಯಚ|

ಸರ್ವಾರಿಷ್ಟ ವಿನಾಶಾಯ ನಿಂಬಕಂದಳ ಭಕ್ಷಣಂ||

ಅದರರ್ಥ ಹೀಗಿದೆ - ನೂರು ವರುಷಗಳ ಆಯುಷ್ಯ, ಸದೃಢ ಆರೋಗ್ಯ, ಸಕಲ ಸಂಪತ್ತುಗಳ ಪ್ರಾಪ್ತಿಗಾಗಿಯೂ, ಸಕಲ ಅರಿಷ್ಟ ನಿವಾರಣೆಗಾಗಿಯೂ ಬೇವು ಬೆಲ್ಲ ಸೇವನೆ ಮಾಡುತ್ತೇನೆ.

ರಥ ಸಪ್ತಮಿ

ಓಂ ಭದ್ರಂ ಕರ್ಣೇಭಿಶ್ಶೃಣುಯಾಮ ದೇವಾಃ।

ಭದ್ರಂ ಪಶ್ಯೇಮಾಕ್ಷಭಿರ್ಯಜತ್ರಾಃ।

ಸ್ಥಿರೈರಂಗೈಸ್ತುಷ್ಟುವಾಗ್ಂಸಸ್ತನೂಭಿಃ।

ವ್ಯಶೇಮ ದೇವಹಿತಂ ಯದಾಯುಃ।

ಸ್ವಸ್ತಿ ನ ಇಂದ್ರೋ ವೃದ್ಧಶ್ರವಾಃ।

ಸ್ವಸ್ತಿ ನಃ ಪೂಷಾ ವಿಶ್ವವೇದಾಃ।

ಸ್ವಸ್ತಿನಸ್ತಾರ್ಕ್ಷ್ಯೋ ಅರಿಷ್ಟನೇಮಿಃ।

ಸ್ವಸ್ತಿನೋ ಬೃಹಸ್ಪತಿರ್ದಧಾತು।

ಓಂ ಶಾಂತಿಃ ಶಾಂತಿಃ ಶಾಂತಿಃ॥

ಇಂದು ರಥ ಸಪ್ತಮಿ. ಮಾರ್ಗಶೀರ್ಷ ಮಾಸ ಶುಕ್ಲಪಕ್ಷದ ಏಳನೆಯದಿನ. ಜಗತ್ತಿನ ಮುಂದುವರಿಕೆಗೆ ಚಾಲಕನಾದ ಶ್ರೀ ಸೂರ್ಯ ಭಗವಾನನು ಸಿಂಹ ರಾಶಿಯಿಂದ ಮಕರ ರಾಶಿಗೆ ತನ್ನ ರಥವನ್ನೇರಿ ಹೋಗುತ್ತಾನೆ. ಅಂದರೆ ಇಂದಿಗೆ ಛಳಿಗಾಲವು ಮುಗಿದು ಬೇಸಗೆಯ ಕಾಲವು ಪ್ರಾರಂಭವಾಗುವುದು. ಸೂರ್ಯನು ತನ್ನ ಏಳು ಕುದುರೆಗಳ ರಥವನ್ನೇರುವನು. ಅವನ ರಥದ ಸಾರಥಿ ಅರುಣ. ಇಂದು ವೇದ ಮಂತ್ರಗಳ ಭಾಗವಾದ ಕೃಷ್ಣ ಯಜುರ್ವೇದ ತೈತ್ತಿರೀಯಾರಣ್ಯಕದಲ್ಲಿ ಪ್ರಸ್ತಾಪಿಸಿರುವ ಅರುಣಪ್ರಶ್ನ ರೀತ್ಯಾ ಸೂರ್ಯ ನಮಸ್ಕಾರಗಳನ್ನು ಮಾಡುವುದು ಪದ್ಧತಿ.

ಸೂರ್ಯನ ರಥಕ್ಕೆ ಏಳು ಕುದುರೆಗಳು. ಅವುಗಳ ಹೆಸರುಗಳು ಗಾಯತ್ರಿ, ಬೃಹತೀ, ಉಷ್ಣಿಕ್, ಜಗತೀ, ತ್ರಿಷ್ಟುಪ್, ಅನುಷ್ಟುಪ್ ಮತ್ತು ಪಂಕ್ತಿ.

ಬೆಳಗಿನ ಜಾವದಲ್ಲಿ ತಲೆ, ಭುಜ, ಕತ್ತು, ಕಂಕುಳು, ತೊಡೆ, ಪಾದ ಇತ್ಯಾದಿಗಳ ಮೇಲೆ ಎಕ್ಕದ ಎಲೆಯನ್ನು ಇಟ್ಟುಕೊಂಡು ಸ್ನಾನ ಮಾಡಿ, ಪೂರ್ವಾಭಿಮುಖವಾಗಿ ಸೂರ್ಯನಿಗೆ ನಮಸ್ಕರಿಸುವುದು ರೂಢಿಯಲ್ಲಿದೆ. ಸೂರ್ಯನ ೧೦೮ ಹೆಸರುಗಳನ್ನು ಉಚ್ಚರಿಸಿ ನಮಸ್ಕಾರಗಳನ್ನು ಮಾಡುವರು.

ಮನೆಯ ಒಂದು ಕೋಣೆಯಲ್ಲಿ ಪೂರ್ಣವಾಗಿ ಒಂದು ಸುತ್ತು ಪ್ರದಕ್ಷಿಣೆ ಹಾಕುತ್ತಾ ಅರುಣ ಪ್ರಶ್ನದ ಮಂತ್ರ ಪಠಿಸಿ ನಮಸ್ಕಾರ ಮಾಡುವರು. ಹೀಗೆ ೧೦೮ ನಮಸ್ಕಾರಗಳನ್ನು ಮಾಡುವರು. ೧೦೮ ಆಗದಿದ್ದವರು ೧೨ ನಾಮಗಳನ್ನು ಜಪಿಸಿ ನಮಸ್ಕಾರ ಮಾಡುವರು. ಅವಾವುದೆಂದರೆ ಇಂದ್ರ, ಧಾತ, ಪರ್ಜನ್ಯ, ತ್ವಷ್ಟ, ಪುಷ, ಆರ್ಯಮ, ಭಾಗ, ವಿವಸ್ವನ, ವಿಷ್ಣು, ಅಂಶುಮಾನ, ವರುಣ ಮತ್ತು ಮಿತ್ರ. ಈ ಹನ್ನೆರಡು ಹೆಸರುಗಳು ಹನ್ನೆರಡು ತಿಂಗಳುಗಳ ಸೂಚಕ. ಇದೇ ತರಹ ಸೂರ್ಯನಿಗೆ ಇನ್ನೂ ಹನ್ನೆರಡು ಹೆಸರುಗಳಿವೆ. ಅವುಗಳು ಯಾವುವೆಂದರೆ, ಆದಿತ್ಯ, ಸವಿತಾ, ಸೂರ್ಯ, ಮಿಹಿರ, ಅರ್ಕ, ಪ್ರಭಾಕರ, ಮಾರ್ತಾಂಡ, ಭಾಸ್ಕರ, ಭಾನು, ಚಿತ್ರಭಾನು, ದಿವಾಕರ ಮತ್ತು ರವಿ. ೧೨ ಜನ ಋತ್ವಿಕರನ್ನು ಮನೆಗೆ ಕರೆಯಿಸಿ ನಮಸ್ಕಾರ ಮಾಡಿಸುವುದೂ ರೂಢಿಯಲ್ಲಿದೆ. ಆ ಹನ್ನೆರಡು ಜನ ಋತ್ವಿಕರ ಅರುಣ ಪ್ರಶ್ನ್ಯ ರೀತ್ಯಾ ಒಂದು ನಮಸ್ಕಾರವನ್ನು ೧೨ ಎಂದು ಲೆಕ್ಕಕ್ಕೆ ತೆಗೆದುಕೊಳ್ಳುವರು. ಆ ಸಂದರ್ಭದಲ್ಲಿ ಸೂರ್ಯನಿಗೆ ಪ್ರಿಯವಾದ ರವೆಯ ಪಾಯಸವನ್ನು ನೈವೇದ್ಯಕ್ಕಿರಿಸಿ, ಅದನ್ನು ಪ್ರಸಾದವಾಗಿ ಋತ್ವಿಕರಿಗೆ ಕೊಡುವರು ಮತ್ತು ಇತರರೂ ಸೇವಿಸುವರು.

ಒರಿಸ್ಸಾ ರಾಜ್ಯದಲ್ಲಿನ ಕೊನಾರ್ಕದ ಸೂರ್ಯನ ದೇವಸ್ಥಾನ, ಗಯಾದ ದಕ್ಷಿಣಾರ್ಕ ದೇವಸ್ಥಾನ, ರಾಜಸ್ಥಾನದ ರಾನಕ್ಪುರ, ಗುಜರಾತ್ ರಾಜ್ಯದ ಮೊಧೆರಾ, ಮಧ್ಯಪ್ರದೇಶದ ಉನಾವು (ಚರ್ಮ ರೋಗಗಳ ನಿವಾರಣೆಗಾಗಿ ಜನರು ಇಲ್ಲಿಗೆ ಹೋಗುವರು), ಅಸ್ಸಾಮಿನ ಗೋಲ್ಪರ, ಆಂಧ್ರಪ್ರದೇಶದ ಅರಸವಲ್ಲಿ, ತಮಿಳುನಾಡಿನ ಕುಂಭಕೋಣಂನ ಸೂರ್ಯನ ದೇವಸ್ಥಾನ ಇವುಗಳು ಭಾರತದಲ್ಲಿರುವ ಪ್ರಮುಖ ದೇವಸ್ಥಾನಗಳು.

ಪುರಾಣಗಳ ಪ್ರಕಾರ ಸೂರ್ಯನಿಗೆ ಇಬ್ಬರು ಪತ್ನಿಯರು - ಸಂಜನಾ ಮತ್ತು ಛಾಯಾ. ಅವನ ಮಕ್ಕಳಲ್ಲಿ ಪ್ರಮುಖರೆಂದರೆ, ಮನು, ಯಮ, ಯಮುನಾ, ಕರ್ಣ, ಸುಗ್ರೀವ ಇತ್ಯಾದಿ. ಶ್ರೀ ರಾಮನು ಸೂರ್ಯನ ವಂಶಸ್ತನು.

ನಾಡಿನ ಹಬ್ಬ ನಾಗರ ಪಂಚಮಿ

ಕಲ್ಲ ನಾಗರ ಕಂಡರೆ ಹಾಲನೆರೆವರು

ನಿಜದಿ ನಾಗರ ಕಂಡರೆ ಕೊಲದಿರುವರೇನಯ್ಯ ...

ಎಂತಹ ಸತ್ಯದ ಮಾತುಗಳಿವು. ವಿಷಭರಿತ ಮಾನವನು ನಿರುಪದ್ರವಿ ಪ್ರಾಣಿಯನ್ನು ವಿಷಪೂರಿತವೆಂದು ಎಣಿಸಿ ಕೊಲುವನು. ಪ್ರಾಯಶ್ಚಿತ್ತವಾಗಿ ಅದರದ್ದೇ ಮೂರ್ತಿಯನ್ನು ಪೂಜಿಸುವನು. ಇಂತಹ ಸುಂದರ ಮಾತುಗಳಿಂದಲ್ಲವೇ ಕನ್ನಡ ಕಸ್ತೂರಿ ಎನಿಸಿರುವುದು.

ಪ್ರತಿಯೊಂದು ಮನೆಯಲ್ಲೂ ನಾಗರಾಜ, ನಾಗೇಶ, ನಾಗರತ್ನ, ನಾಗಮಣಿ ಮುಂತಾದ ನಾಗರ ಹೆಸರನ್ನಿಟ್ಟುಕೊಂಡಿರುವವರು ಕಾಣಬರುವರು. ನಾಗರ ಕರುಣೆಯಿಂದ ಜನ್ಮಿಸಿದ ಮಕ್ಕಳೆಂದು ತಿಳಿದು ನಾಗರಾಜನ ಸ್ಮರಣೆ ಸದಾಕಾಲವಿರಲೆಂಬ ಉದ್ದೇಶದಿಂದ ಈ ಹೆಸರನ್ನಿಡುವರು.

ನಮ್ಮ ದೇಶದಾದ್ಯಂತವಲ್ಲದೇ ಹೊರದೇಶಗಳಲ್ಲಿಯೂ ನಾಗರಹಾವನ್ನು ಪೂಜಿಸುವುದು, ಅದರ ಮುಖೇನ ದೇವರನ್ನು ಕಾಣುವುದು ಸಾಮಾನ್ಯ ಸಂಗತಿ. ಕೆಲವು ದೇಶಗಳಲ್ಲಿ ಇದನ್ನು ಇತರ ಪ್ರಾಣಿಗಳಂತೆ ತಿನ್ನುವ ಪರಿಪಾಠವೂ ಇದೆ. ನಮ್ಮ ದೇಶದಲ್ಲಿ ವಿವಿಧ ಪ್ರಾಂತಗಳಲ್ಲಿ ನಾಗರ ಹಾವುಗಳನ್ನು ಪೂಜಿಸಿ ನಾಗರ ಪಂಚಮಿ ಎಂದು ವ್ರತಾಚರಣೆಯನ್ನು ಆಚರಿಸುವುದು ಪದ್ಧತಿ. ಉದ್ರೇಕಿಸದೇ ಯಾರನ್ನೂ ಎಂದೂ ಕಚ್ಚದ ತೊಂದರೆಗೀಡು ಮಾಡದ, ಹಾವನ್ನು ಕಂಡೊಡನೆಯೇ ಭಯಭೀತರಾದ ಜನಗಳು ಕಲ್ಲು ಹೊಡೆದು, ಕೋಲಿನಿಂದ ಹೊಡೆದು ಸಾಯಿಸುವುದೂ ಕಂಡು ಬರುವುದು. ಇದಲ್ಲದೇ ಹಾಗೆ ಸಾಯಿಸಿದ ಹಾವಿಗೆ ಶ್ರಾದ್ಧವನ್ನೂ ಮಾಡುವರು. ಆದರಿಲ್ಲಿ ಹಾವನ್ನು ಪೂಜಿಸುವ, ನಾಗರ ಪಂಚಮಿ ಎಂಬ ಈ ವ್ರತದ ಬಗ್ಗೆ ನನಗೆ ತಿಳಿದ ಒಂದೆರಡು ಮಾತುಗಳನ್ನು ಹೇಳಲಿಚ್ಛಿಸುವೆ.

ಶ್ರಾವಣ ಮಾಸದ ಶುಕ್ಲಪಕ್ಷದ ಪಂಚಮಿಯಂದು ಈ ವ್ರತವನ್ನು ಆಚರಿಸುತ್ತಾರೆ. ಸರ್ಪಗಳು ನಮ್ಮನ್ನು ಕಚ್ಚದಿರಲಿ, ವಿಷಬಾಧೆ ಪರಿಹಾರವಾಗಲಿ, ಸಂತಾನ ಪ್ರಾಪ್ತವಾಗಲಿ, ಸಂಪತ್ತು ದೊರೆಯಲಿ, ಚರ್ಮರೋಗಗಳು ನಿವಾರಣೆಯಾಗಲಿ ಮತ್ತು ಮರಣಾನಂತರ ಸ್ವರ್ಗಪ್ರಾಪ್ತಿಯಾಗಲಿ ಎಂಬ ಹಲವಾರು ಇಚ್ಛೆಗಳನ್ನು ಇಟ್ಟುಕೊಂಡು ಫಲಪ್ರಾಪ್ತಿಗಾಗಿ ಈ ವ್ರತವನ್ನು ಆಚರಿಸುತ್ತಾರೆ. ಗುಜರಾತ ಪ್ರಾಂತದಲ್ಲಿ ಈ ವ್ರತವನ್ನು ಇದೇ ತಿಂಗಳ ಕೃಷ್ಣ ಪಕ್ಷದ ಪಂಚಮಿಯಂದು ಆಚರಿಸುತ್ತಾರೆ. ಬಂಗಾಳ

ದೇಶದಲ್ಲಿ ಕಶ್ಯಪ ಋಷಿಗಳ ಮಾನಸಪುತ್ರಿಯಾದ ಸರ್ಪದೇವಿ ಮನಸಾದೇವಿ ಎಂದು ಆಚರಿಸುತ್ತಾರೆ. ಇದಲ್ಲದೇ ಜೇಷ್ಠ ಮಾಸ ಶುಕ್ಲ ಪಕ್ಷದ ದಶಮಿಯಂದು ಹಸ್ತಾ ನಕ್ಷತ್ರವು ಬಂದರೆ ಅಂದು ನಾಗದೇವತೆ ಮನಸಾದೇವಿಯನ್ನು ಪೂಜಿಸುವರು. ಶ್ರಾವಣ ಮಾಸದ ಹುಣ್ಣಿಮೆಯ ದಿನದಂದು ಸರ್ಪಬಲಿ ಎಂಬ ನಾಗಪೂಜೆಯನ್ನೂ ನಡೆಸುವರು. ಕೆಲವೆಡೆ ನಾಗದೇವತೆಯನ್ನು ಚತುರ್ಥಿ ತಿಥಿಯಂದು ಪೂಜಿಸಿ, ಪಂಚಮಿಯಂದ ಗರುಡ ಪಂಚಮಿ ಎಂದು ಆಚರಿಸುವರು.

ಕೆಲವೆಡೆ ಅಕ್ಕಿಯ ಹಿಟ್ಟಿನಿಂದ ತೊಟ್ಟಿಲನ್ನು ಅಥವಾ ಬಟ್ಟಲನ್ನು ಮಾಡಿ, ಅದರಲ್ಲಿ ನಾಗದೇವತೆಯ ವಿಗ್ರಹವನ್ನು ಇಟ್ಟು ಪೂಜಿಸುವರು. ಕೆಲವರು ಬೆಳ್ಳಿಯ ನಾಗರ ಪ್ರತಿಮೆಯನ್ನು ಇಟ್ಟರೆ, ಇನ್ನು ಕೆಲವರು ಹುತ್ತದ ಮಣ್ಣಿನಿಂದ ಮಾಡಿದ ನಾಗರ ಪ್ರತಿಮೆಗೆ ಹಾಲನ್ನು ಚಿಮುಕಿಸುವರು. ಇದನ್ನು ತನಿ ಎರೆಯುವುದು ಎಂದೂ ಹೇಳುವರು. ಈ ಪೂಜೆಯಲ್ಲಿ ತಾಳೆಯ ಹೂವಿನ ಬಳಕೆಯು ವಿಶೇಷವಾದುದು. ನೈವೇದ್ಯಕ್ಕೆ ಹಾಲು, ಅಕ್ಕಿಯ ಹಿಟ್ಟು, ಅರಳು, ಕಡಲೆಕಾಯಿ, ಚಿಗಳಿ, ತಂಬಿಟ್ಟು, ಸಿಹಿಕಡುಬು ಮತ್ತು ಉದ್ದಿನ ಕಡುಬುಗಳನ್ನು ಇಡುವರು. ಇದಲ್ಲದೇ ಹುತ್ತಗಳಿಗೆ ಹಾಲನ್ನೆರೆದು, ಅರಿಶಿನ, ಕುಂಕುಮ ಮತ್ತು ಹತ್ತಿಯಿಂದ ಮಾಡಿದ ಗೆಜ್ಜೆ ವಸ್ತ್ರಗಳನ್ನು ಇಟ್ಟು ಪೂಜಿಸುವರು. ಇದಲ್ಲದೇ ಸೋದರಿಯರು ಸೋದರರಿಗೆ ಹೊಕ್ಕಳು ಮತ್ತು ಬೆನ್ನಿನ ಮೇಲೆ ತಾಳೆ ಹೂವಿನಿಂದ ಹಾಲು ಚಿಮುಕಿಸಿ, ಅವು ತಂಪಾಗಿರಲಿ ಎಂದು ನಮಸ್ಕಾರವನ್ನು ಅಥವಾ ಆಶೀರ್ವಾದವನ್ನು ಮಾಡುವರು. ಈ ಸಂದರ್ಭದಲ್ಲಿ ಇದಕ್ಕೆ ಪ್ರತಿಯಾಗಿ ಸೋದರರು ಸೋದರಿಯರಿಗೆ ಉಡುಗೊರೆಯನ್ನು ಕೊಡುವರು. ಊರುಗಳಲ್ಲಿರುವ ನಾಗರಕಲ್ಲಿಗೂ ಹಾಲೆರೆದು, ಹಾಲಿನಿಂದ ಅಭಿಷೇಕ ಮಾಡಿ, ಪೂಜಿಸುವುದು ಸಾಮಾನ್ಯದ ದೃಶ್ಯ. ಕೆಲವೆಡೆ ಅರಳು, ಪಾಯಸ ಮತ್ತು ಉಪ್ಪು ಹಾಕದ ದೋಸೆಗಳನ್ನು ನೈವೇದ್ಯಕ್ಕಿಡುವರು. ಹೀಗೆ ಪೂಜಿಸಿದ ಮೇಲೆ ಯಥೋಕ್ತವಾಗಿ ಚಿನ್ನದಿಂದ ಅಥವಾ ಬೆಳ್ಳಿಯಿಂದ ಮಾಡಿದ ನಾಗರ ವಿಗ್ರಹಗಳನ್ನು ದಾನವಾಗಿ ಕೊಡುವರು. ಮನೆಗಳಲ್ಲಿ ಅಕ್ಕಿಯ ಹಿಟ್ಟಿನಿಂದ ನಾಗರ ಚಿತ್ರಗಳನ್ನು ನೆಲದ ಮೇಲೆ ಮತ್ತು ಗೋಡೆಗಳ ಮೇಲೆ ಚಿತ್ರಿಸಿ ಪೂಜಿಸುವರು. ಈ ವ್ರತವನ್ನು ಆಚರಿಸುವವರು ವಿಶೇಷವಾದ ಸಂಯಮದಿಂದಿರಬೇಕು. ಚತುರ್ಥಿಯ ದಿನದಂದು ಒಂದು ಹೊತ್ತು ಮಾತ್ರ ಆಹಾರ ಸೇವಿಸಿ, ಪಂಚಮಿಯಂದು ಸಂಪೂರ್ಣ ಉಪವಾಸವಿದ್ದು ರಾತ್ರಿಯ ಹೊತ್ತು ಊಟ ಮಾಡಬೇಕು. ಈ ಆಹಾರದಲ್ಲಿ ಉಪ್ಪನ್ನು ಉಪಯೋಗಿಸದಿರುವುದು ಆರೋಗ್ಯಕ್ಕೂ ಒಳ್ಳೆಯದು. ಸಂಜೆಯ ವೇಳೆಯಲ್ಲಿ ಊರ ಮುಂದಿರುವ ಮರಗಳಿಗೆ ಜೋಕಾಲಿ ಕಟ್ಟಿ ಮಕ್ಕಳನ್ನು ಅದರಲ್ಲಿ ಕುಳ್ಳಿರಿಸಿ ತೂಗುವುದಿನ್ನೊಂದು ಪರಿ. ಇಂತಹ ಹಬ್ಬಗಳು ಮತ್ತೆ ಮತ್ತೆ ಬರಲಿ, ಬಂದು ಎಲ್ಲರ ಮನವನ್ನೂ ತಣಿಸಲಿ, ಊರಿನ ಎಲ್ಲರೂ ಒಂದಾಗಿ ಬಾಳಲಿ ಎಂದು ಎಲ್ಲರೂ ಹಾತೊರೆಯುವುದು

ಸಾಮಾನ್ಯ. ಬೆಂಗಳೂರಿನ ಹತ್ತಿರದಲ್ಲಿರುವ ಘಾಟಿ ಸುಬ್ರಹ್ಮಣ್ಯ ಮತ್ತು ವಿದುರಾಶ್ವತ್ಥದಲ್ಲಿ ಈ ದಿನದಂದು ವಿಶೇಷ ಪೂಜೆ ನಡೆಯುವುದನ್ನು ಹೆಸರಿಸಲು ಮರೆಯುವಂತಿಲ್ಲ.

ಮನಸಾದೇವಿಯನ್ನು ಪೂಜಿಸುವವರು 'ಸರ್ಪಭಯ ನಿವಾರಣೆಗಾಗಿ ಮನಸಾದೇವಿಯನ್ನು ಆರಾಧಿಸುತ್ತೇನೆ' ಎಂದು ಸಂಕಲ್ಪ ಮಾಡಿ, ಸ್ನುಹೀ ಎಂಬ ಕ್ಷೀರವೃಕ್ಷದಲ್ಲಾಗಲೀ ಅಥವಾ ಜಲಕುಂಭದಲ್ಲಾಗಲೀ ಆ ದೇವತೆಯನ್ನು ಆವಾಹಿಸಿ, ಇತರ ನಾಗದೇವತೆಗಳನ್ನೂ ಜೊತೆಯಾಗಿ ಆವಾಹಿಸಿ ಪೂಜಿಸುವರು. ಬೇವಿನ ಎಲೆಗಳನ್ನು ದೇವತೆಗಳಿಗೆ ನಿವೇದಿಸಿ ಅವುಗಳನ್ನು ಬ್ರಾಹ್ಮಣರಿಗೆ ಉಣಬಡಿಸಿ ತಾವೂ ಸೇವಿಸಬೇಕು.

ಇನ್ನು ಕೆಲವೆಡೆ ಮರದ ಹಲಗೆಯ ಮೇಲೆ ಕೆಂಪುಬಣ್ಣದ ಗಂಧದಿಂದ ಸರ್ಪವಿಗ್ರಹಗಳನ್ನು ಇಟ್ಟು ಪೂಜಿಸುವರು. ಅಂದು ಮನೆಯ ಮುಂದೆ ಬರುವ ಹಾವಾಡಿಗರು ತರುವ ಹಾವುಗಳಿಗೆ ಹಾಲನ್ನು ಕುಡಿಯಲು ಕೊಡುವರು. ಹಾವಾಡಿಗರಿಗೆ ಕರಿ, ಖಾರ, ಒಗರು ಮತ್ತು ಸಿಹಿ ರಸಗಳ ಪದಾರ್ಥಗಳನ್ನು ಪ್ರಸಾದವಾಗಿ ಕೊಟ್ಟು ಸಂಭಾವನೆಯನ್ನೂ ಕೊಡುವರು.

ಅಂದು ಪೂಜಿಸುವ ಎಂಟು ನಾಗದೇವತೆಗಳ ಹೆಸರುಗಳು ಹೀಗಿವೆ. ವಾಸುಕಿ, ತಕ್ಷಕ, ಕಾಲಿಯ, ಮಣಿಭದ್ರಕ, ಐರಾವತ, ಧೃತರಾಷ್ಟ್ರ, ಕಾರ್ಕೋಟಕ ಮತ್ತು ಧನಂಜಯ. ಇನ್ನು ಕೆಲವೆಡೆ ಹನ್ನೆರಡು ತಿಂಗಳುಗಳ ಪ್ರತೀಕವಾಗಿ ಹನ್ನೆರಡು ನಾಗದೇವತೆಗಳನ್ನು ಪೂಜಿಸುವರು. ಅವುಗಳ ಹೆಸರುಗಳೂ ಹೀಗಿವೆ - ಅನಂತ, ವಾಸುಕಿ, ಶಂಖ, ಪದ್ಮ, ಕಂಬಲ, ಕಾರ್ಕೋಟಕ, ಧೃತರಾಷ್ಟ್ರ, ಶಂಖಿಕ, ಕಾಲಿಯ, ತಕ್ಷಕ, ಪಿಂಗಳ ಮತ್ತು ಮಣಿಭದ್ರಕ.

ವರುಷವೆಲ್ಲವೂ ಹಿಂಸಿಸಿ, ಕೊಲ್ಲುವ ಆ ಪಾಪದ ಪ್ರಾಣಿಯನ್ನು ಒಂದು ದಿನವಾದರೂ ಪೂಜಿಸುವ ನೆವದಲ್ಲಿ ನೆಮ್ಮದಿಯಾಗಿರಲು ಬಿಡಬೇಕು. ಆದರೇನು ಪೂಜೆಯ ನೆಪದಲ್ಲಿ ಅಂದೂ ಕೂಡಾ ಅದಕ್ಕೆ ಹಿಂಸಿಸುವುದು ನಿರಂತರವಾಗಿ ನಡೆದೇ ಇದೆ. ನಮ್ಮ ದೇಶದ ಸಂಸ್ಕೃತಿಯ ಪ್ರಕಾರ ಹಾವುಗಳನ್ನು ಪೂಜಿಸುವ ಸಂಪ್ರದಾಯವಾದರೂ ಏಕೆ ಬಂದಿದೆ? ಹಳ್ಳಿಗಳಲ್ಲಿ ಆಹಾರ ಧಾನ್ಯಗಳನ್ನು ಸಂಗ್ರಹಿಸಿಟ್ಟಿರುವ ಜಾಗಗಳಲ್ಲಿ ಉಪದ್ರ ಕೊಡುವ ಇಲ್ಲಿ ಮತ್ತು ಹುಳು ಹುಪ್ಪಟೆಗಳನ್ನು ಹಾವುಗಳು ತಿಂದು ಜನತೆಗೆ ಸಹಕರಿಸುವುದು. ಅಲ್ಲದೇ ವಿಷದ ಹಲ್ಲುಗಳಿರುವ ಈ ಜಂತುಗಳ ಉಪಶಮಿಸಲು ಪೂಜಿಸಿ ಹಾಲೆರೆದರೆ ನಮ್ಮನ್ನು ಕಚ್ಚುವುದಿಲ್ಲವೆಂಬ ನಂಬಿಕೆಯೂ ಇದೆ. ಇದಲ್ಲದೇ ಪುರಾಣ ಪುಣ್ಯಕಥೆಗಳಲ್ಲಿ ಹೆಸರಿಸಿರುವಂತೆ ದೇವತೆಗಳೊಂದಿಗೆ ಹಾವಿನ ಸಖ್ಯವಿದ್ದೇ ಇದೆ. ಈಶ್ವರನು ಹಾವನ್ನು ತನ್ನ ಕೊರಳಿಗೆ ಸುತ್ತಿಕೊಂಡಿದ್ದರೆ, ವಿಷ್ಣುವು ಹಾವನ್ನು ಹಾಸುಗೆಯಂತೆ ಉಪಯೋಗಿಸುತಿಹನು. ಗಣಪತಿಯು ಹಾವನ್ನು ತನ್ನ ಹೊಟ್ಟೆಗೆ ಸುತ್ತಿಕೊಂಡು ಒಡೆದ ಹೊಟ್ಟೆಯನ್ನು

ರಕ್ಷಿಸಿಕೊಂಡರೆ, ಸುಬ್ರಹ್ಮಣ್ಯನು ಸ್ವತಃ ನಾಗಸ್ವರೂಪಿಯು. ಇದಲ್ಲದೇ ಹಾವಿನ ವಿಷವನ್ನು ಔಷಧಿಯಾಗಿಯೂ ಬಳಸುವರು. ಚೆನ್ನೈ ಸಮೀಪದಲ್ಲಿ ಹಾವುಗಳದ್ದೇ ಒಂದು ಉದ್ಯಾನವನವಿದೆ. ಅದಲ್ಲದೇ ತಮಿಳುನಾಡಿನ ನಾಗರಕೋಯಿಲ್‌ನಲ್ಲಿ ಹಾವಿಗಾಗಿಯೇ ದೇವಾಲಯವನ್ನೂ ನಿರ್ಮಿಸಿದ್ದಾರೆ. ಇದರ ಚರ್ಮವನ್ನು ಉಪಯೋಗಿಸಿ ದುಬಾರಿ ಚೀಲಗಳನ್ನು ತಯಾರಿಸಿದರೆ, ಚೀನಾ, ಜಪಾನ, ಸಿಂಗಪೂರ, ಕೊರಿಯ ಮತ್ತಿತರೇ ದೇಶಗಳ ಹೋಟೆಲ್‌ಗಳಲ್ಲಿ ಪ್ರತ್ಯಕ್ಷವಾಗಿ ಹಾವಿನ ಚರ್ಮ ಸುಲಿದು ಉಣಬಡಿಸುವರು. ಹಾವುಗಳಲ್ಲಿ ಎಲ್ಲವೂ ವಿಷಪೂರಕ ಹಾವುಗಳಲ್ಲ. ಕೆಲವು ಮಾತ್ರವೇ ವಿಷವನ್ನು ಉಳ್ಳದ್ದು. ಅಂತಹ ಹಾವುಗಳೂ ಕೂಡಾ ಸುಮ್ಮನೇ ಯಾರನ್ನೂ ಕಚ್ಚುವುದಿಲ್ಲ. ಉಪದ್ರ ಕೊಟ್ಟಾಗ ಮಾತ್ರ ಕಚ್ಚುವುವು. ಹೀಗೆ ಕಚ್ಚಿದ ನಂತರ ಸೂಕ್ತ ಚಿಕಿತ್ಸೆ ನೀಡಿದರೆ ವಿಷವು ಮನುಷ್ಯ ರಕ್ತದೊಳಗೆ ಸೇರುವುದಿಲ್ಲ, ಮನುಷ್ಯನು ಪ್ರಾಣಾಂತಿಕದಿಂದ ಪಾರಾಗುವನು. ಕಚ್ಚಿದ ಸ್ಥಳದ ಸ್ವಲ್ಪ ಮೇಲ್ಭಾಗಕ್ಕೆ ಭದ್ರವಾಗಿ ಬಟ್ಟೆ ಅಥವಾ ಹಗ್ಗವನ್ನು ಕಟ್ಟಿ, ವಿಷ ಮೇಲೇರದಂತೆ ತಡೆಯಬೇಕು. ನಂತರ ಹರಿತವಾದ ಆಯುಧದಿಂದ ಹಾವು ಕಚ್ಚಿದ ಸ್ಥಳವನ್ನು ಕೊಯ್ದು, ರಕ್ತ ಒಸರುವಂತೆ ಮಾಡುವುದರಿಂದ ವಿಷ ಹೊರಬರುವುದು. ನಂತರ ಆ ಸ್ಥಳವನ್ನು ಚೆನ್ನಾಗಿ ತೊಳೆದು ಔಷಧವನ್ನು ಹಚ್ಚಿದರೆ ಗುಣಮುಖರಾಗುವರು.

ಇತರೇ ದೇಶಗಳ ಕ್ರೂರ ಕೃತ್ಯಗಳನ್ನು ಗಮನಿಸಿದರೆ, ನಮ್ಮ ದೇಶದಲ್ಲಿ ಈ ನಿರುಪದ್ರವಿಯನ್ನು ಪೂಜಿಸುವುದು ಉತ್ತಮ ಕಾರ್ಯವಲ್ಲವೇ?

ನವರಾತ್ರಿ / ದಸರಾ ಉತ್ಸವ

ಶ್ರೀದೇವೀ ನಮನ (ದೇವೀ ಮಹಾತ್ಮ್ಯೆ ೧೧-೯-೧೦.೧೧)

ಓಂ ಸರ್ವ ಮಂಗಲ ಮಾಂಗಲ್ಯೇ

ಶಿವೇ ಸರ್ವಾರ್ಥಸಾಧಿಕೇ

ಶರಣ್ಯೇ ತ್ರ್ಯಂಬಕೇ ಗೌರಿ

ನಾರಾಯಣಿ ನಮೋಸ್ತು ತೇ

ಸೃಷ್ಟಿ ಸ್ಥಿತಿ ವಿನಾಶಾನಾಂ

ಶಕ್ತಿಭೂತೇ ಸನಾತನಿ

ಗುಣಾಶ್ರಯೇ ಗುಣಮಯೇ

ನಾರಾಯಣಿ ನಮೋಸ್ತು ತೇ

ಶರಣಾಗತ ದೀನಾರ್ತ

ಪರಿತ್ರಾಣ ಪರಾಯಣೇ

ಸರ್ವಸ್ಯಾರ್ತಿಹರೇ ದೇವಿ

ನಾರಾಯಣಿ ನಮೋಸ್ತು ತೇ

ನವರಾತ್ರಿ ಅಥವಾ ದಸರಾ (ದಶ ಹರ) ಎಂದರೆ ಒಂಬತ್ತು ರಾತ್ರಿ ಹತ್ತು ದಿನಗಳು ಎಂದರ್ಥ. ಜೀವನದಲ್ಲಿ ನವತ್ವವನ್ನು ಉಂಟು ಮಾಡುವುದು ನವರಾತ್ರಿ. ಇದೊಂದು ನಾಡಹಬ್ಬ, ದೇಶದ

ಉತ್ಸವ. ಚೈತ್ರಮಾಸದಲ್ಲಿ ವಸಂತ ನವರಾತ್ರಿ ಎಂದು ಆಚರಿಸಿದರೆ, ಆಶ್ವಯುಜ ಮಾಸದಲ್ಲಿ ಶರನ್ನವರಾತ್ರಿ ಎಂದು ಆಚರಿಸುವರು.

ಭವಿಷ್ಯೋತ್ತರಪುರಾಣದಲ್ಲಿ ಹೀಗೆ ಹೇಳಿದೆ -

ಸ್ನಾತೈಃ ಪ್ರಮುದಿತೈರ್ಹೃಷ್ಟೈಃ ಬ್ರಾಹ್ಮಣೈಃ ಕ್ಷತ್ರಿಯೈರ್ನೃಪೈಃ
ವೈಶ್ಯೈಃ ಶೂದ್ರೈರ್ಭಕ್ತಿಯುಕ್ತೈಃ ಮ್ಲೇಚ್ಛೈರನ್ಯೈಶ್ಚ ಮಾನವೈಃ
ಏವಂ ನಾನಾಮ್ಲೇಚ್ಛಗಣೈಃ ಪೂಜ್ಯತೇ ಸರ್ವದಸ್ಯುಭಿಃ
ಅಂಗವಂಗಕಲಿಂಗೈಶ್ಚ ಕಿನ್ನರೈಃ ಬರ್ಬರೈಃ ಶಕೈಃ

ಅರ್ಥ -

ಶೈವ, ವೈಷ್ಣವ, ಶಾಕ್ತ, ಸೌರ, ಗಾಣಪತ್ಯ ಮತ್ತು ಕೌಮಾರ ಎಂದು ಭಕ್ತದರ್ಶನಕ್ಕೆ ಸಂಬಂಧಪಟ್ಟಂತೆ ಆರು ಬೇರೆ ಬೇರೆ ದರ್ಶನಗಳಿವೆ. ಆದರೆ ಆ ಎಲ್ಲ ಪಂಥದವರೂ ಕೂಡಾ ಆಚರಣೆ ಮಾಡಲು ಬರುವ ಹಬ್ಬ ನವರಾತ್ರಿ. ಏಕೆಂದರೆ ಈ ಪರ್ವದಲ್ಲಿ ವಿಶೇಷವಾಗಿ ಶಕ್ತಿ ದೇವತೆ ಪೂಜಿಸಲ್ಪಡುವಳು.

ಶುಕ್ಲ ಪಕ್ಷದಲ್ಲಿ ಪ್ರಥಮಾ ತಿಥಿಯಿಂದ ದಶಮಿಯವರೆವಿಗೆ ದಿನ ನಿತ್ಯ ಪೂಜೆ ಪುನಸ್ಕಾರ, ಸಂತರ್ಪಣೆ, ಹಬ್ಬದ ವಾತಾವರಣವನ್ನು ಕಾಣಬಹುದು. ಈ ಕಾಲವು ಎಲ್ಲ ದೇವತೆಗಳ ಉಪಾಸನೆಗಳಿಗೆ ಶ್ರೇಷ್ಠವಾಗಿದ್ದರೂ ಶಕ್ತಿದೇವತೆಯನ್ನು ಪ್ರಸನ್ನಗೊಳಿಸುವ ಕಾಲವಾಗಿದೆ. ಈ ಸಮಯದಲ್ಲಿ ವಿವಾಹ, ಉಪನಯನ ಇತ್ಯಾದಿ ಶುಭಕರ್ಮಗಳಿಗೆ ತಿಥಿ, ವಾರ, ನಕ್ಷತ್ರ, ಯೋಗ, ಕರಣ ಗ್ರಹಮೈತ್ರಿ ಇತ್ಯಾದಿ ಯಾವು ಕೂಟಗಳನ್ನೂ ಗಮನಿಸದಿರುವುದು ಪರಿಪಾಠ. ಇದಲ್ಲದೇ ವರ್ಷದಲ್ಲಿ ಆಚರಿಸಲಾಗದ ಯಾವುದೇ ವ್ರತ, ಹಬ್ಬಗಳನ್ನೂ ಈ ಸಮಯದಲ್ಲಿ ಆಚರಿಸುವರು. ಮನೆ ಕಟ್ಟಲು ಅಡಿಪಾಯವನ್ನೂ ಇದೇ ಸಮಯದಲ್ಲಿ ಹಾಕುವರು.

ಈ ದಿನಗಳಲ್ಲಿ ಶುದ್ಧ ಪ್ರಕೃತಿಮಾತೆಯನ್ನು ಮೊದಲ ಮೂರು ದಿನಗಳು ಲಕ್ಷ್ಮಿಯೆಂದೂ, ನಂತರದ ಮೂರುದಿನಗಳಲ್ಲಿ ಸರಸ್ವತಿಯೆಂದೂ ಮತ್ತು ಕಡೆಯ ಮೂರುದಿನಗಳಲ್ಲಿ ಗೌರೀ ಅಥವಾ ದುರ್ಗೆಯೆಂದೂ ಆರಾಧಿಸುವರು.

ಪ್ರಥಮಾ ತಿಥಿಯಂದು ಪ್ರಾತಃಕಾಲದಲ್ಲಿ ಅಭ್ಯಂಜನ ಸ್ನಾನ ಮಾಡಿ ಕಲಶ ಸ್ಥಾಪನೆ ಮಾಡಿ, ಷೋಡಶಾಂಗ ಪೂಜೆಯನ್ನು ದೇವಿಗೆ ಅರ್ಪಿಸುವರು. ಬಲಿ ಕೊಡುವುದರ ಸಂಕೇತವಾಗಿ ಉದ್ದಿನ ಅನ್ನ ಅಥವಾ ಬೂದುಗುಂಬಳಕಾಯಿಯನ್ನು ಮೊದಲನೆಯ ದಿನ ಅಥವಾ ಕೊನೆಯ ದಿನದಂದು ಅರ್ಪಿಸುವರು. ಈ ಸಮಯದಲ್ಲಿ ಚಂಡೀ ಸಪ್ತಶತಿ, ನಾರಾಯಣಹೃದಯ ಪಾಠ, ಲಕ್ಷ್ಮೀ ಹೃದಯ ಪಾಠ, ಲಲಿತಾ ಸಹಸ್ರನಾಮಯುಕ್ತ ಕುಂಕುಮಾರ್ಚನೆಯನ್ನೂ ಮಾಡುವ ಪದ್ಧತಿ ಇದೆ. ಎರಡು ವರ್ಷದಿಂದ ಹತ್ತು ವರ್ಷ ವಯಸ್ಸಿನ ಹೆಣ್ಣುಮಕ್ಕಳನ್ನು ಕೌಮಾರಿಯೆಂದು ಪೂಜಿಸುವ ಸಂಪ್ರದಾಯವೂ ಇದೆ. ಕುಮಾರಿ, ತ್ರಿಮೂರ್ತಿ, ಕಲ್ಯಾಣೀ, ರೋಹಿಣೀ, ಕಾಲೀ, ಚಂಡಿಕಾ, ಶಾಂಭವೀ, ದುರ್ಗಾ ಮತ್ತು ಭದ್ರಾ ಎಂದ ಹೆಸರುಗಳಿಂದ ಆವಾಹಿಸಿ ಭವಾನೀ ಸಹಸ್ರನಾಮವನ್ನು ಪಾರಾಯಣ ಮಾಡುವರು. ಪಂಚಮೀ ತಿಥಿಯಂದು ಉಪಾಂಗ ಲಲಿತಾ ದೇವಿಯನ್ನು ಪೂಜಿಸಿದರೆ, ಮೂಲಾನಕ್ಷತ್ರದಂದು ಸರಸ್ವತೀ ದೇವಿಯನ್ನು ಪೂಜಿಸಿ, ಅಷ್ಟಮಿಯಂದು ದುರ್ಗಾದೇವಿಗೆ ವಿಶೇಷ ಪೂಜೆಯನ್ನು ಸಲ್ಲಿಸುವರು. ಮಹಾನವಮಿಯಂದು ಶತಚಂಡೀ ಹೋಮವನ್ನೂ ಮಾಡುವರು. ವಿಜಯದಶಮಿಯಂದು, ಸಿಂಹದ ಮೇಲೆ ಕುಳಿತು ಮಹಿಷಾಸುರನೆಂಬ ರಕ್ಕಸನನ್ನು ಕೊಂದು ಬಡಪಾಯಿಗಳನ್ನು ಕಾಪಾಡಿದ ಚಾಮುಂಡಿ ದೇವತೆಯನ್ನು ಪೂಜಿಸಿ, ಯುದ್ಧಕ್ಕಾಗಿ ಬಳಸುವ ಎಲ್ಲ ಆಯುಧ, ಪರಿಕರಗಳನ್ನು ಪೂಜಿಸಿ ಮೆರವಣಿಗೆಯ ಮೂಲಕ ಆ ದೇವಿಯ ಮೂರ್ತಿಯನ್ನು ಅರಮನೆಯಿಂದ ಬನ್ನಿ ಮಂಟಪಕ್ಕೆ ಒಯ್ಯುವುದು ಮೈಸೂರಿನ ವಿಶೇಷತೆ.

ಶ್ರೀ ರಾಮನು ರಾವಣನ ಮೇಲೆ ಯುದ್ಧ ಮಾಡುವ ಮುನ್ನ ದುರ್ಗೆಯನ್ನು ಪೂಜಿಸಿ ವರ ಪಡೆದಿದ್ದನೆಂಬ ಕಥೆ ಇದೆ. ದುಷ್ಟ ಶಕ್ತಿ ರಾವಣನ ಮೇಲೆ ಶ್ರೀ ರಾಮನ ಜಯದ ಸಂಕೇತವಾಗಿ ನವರಾತ್ರಿಯನ್ನು ಆಚರಿಸುವರು. ಕರ್ನಾಟಕದಲ್ಲಿ ವಿಜಯನಗರ ಸಂಸ್ಥಾನದಲ್ಲಿ ದಸರಾ ಉತ್ಸವಕ್ಕೆ ಚಾಲನೆ ಸಿಕ್ಕಿದರೆ, ಮೈಸೂರು ಸಂಸ್ಥಾನದ ಒಡೆಯರ ಕಾಲದಲ್ಲಿ ಮನೆ ಮನೆಗಳಲ್ಲೂ ಪ್ರಚಲಿತವಾಯಿತು. ಮೈಸೂರಿನ ಅರಮನೆಯಲ್ಲಿ ಆಳೆತ್ತರದ ಗೊಂಬೆಗಳನ್ನೂ, ಅರಸರ ವಿವಿಧ ಬಗೆಯ ಸಂಗ್ರಹಗಳನ್ನೂ ಒಂದು ದೊಡ್ಡ ತೊಟ್ಟಿಯಲ್ಲಿ ಇರಿಸುತ್ತಿದ್ದರು. ದಕ್ಷಿಣ ಕರ್ನಾಟಕ (ಹಳೆಯ ಮೈಸೂರು ಪ್ರಾಂತ್ಯ) ಮನೆಗಳಲ್ಲಿ ಗೊಂಬೆ ಕೂರಿಸುವರು. ಹಂತ ಹಂತವಾಗಿ ಮೆಟ್ಟಿಲುಗಳನ್ನು ನಿರ್ಮಿಸಿ, ಅದರ ಮೇಲೆ ಪಟ್ಟದ ಗೊಂಬೆ, ಕಲಶ, ಶೆಟ್ಟಿ ಶೆಟ್ಟಮ್ಮ ದಂಪತಿಗಳು, ಡೊಳ್ಳುಹೊಟ್ಟೆ ಮಾನವ, ಮಣಿ ಸಾಮಾನು, ಪ್ಲಾಸ್ಟಿಕ್ ವೈರಿನ ಸಾಮಾನು ಮತ್ತು ಇತರೆ ಗೊಂಬೆಗಳನ್ನು ಕೂರಿಸುವರು. ಇದಕ್ಕೆಂದೇ ಮದುವೆಗಳಲ್ಲಿ ನೂತನ ದಂಪತಿಗಳಿಗೆ ಪಟ್ಟದ ಗೊಂಬೆಗಳನ್ನು (ತೇಗ ಅಥವಾ ಚಂದನದ ಮರದಿಂದ ಮಾಡಿದ) ನೀಡುವರು. ಪ್ರತಿದಿನ ಸಂಜೆಯ ವೇಳೆಯಲ್ಲಿ ಅಕ್ಕ ಪಕ್ಕದ ಮನೆಯ ಮಕ್ಕಳನ್ನು ಕರೆದು ಗೊಂಬೆ ಬಾಗಿನ ಎಂದು ತಿಂಡಿಗಳನ್ನು ಕೊಡುವರು. ಇಲ್ಲಿ

ವಿಶೇಷವೇನೆಂದರೆ, ಈ ಎಲ್ಲ ತಿಂಡಿಗಳು ಸಣ್ಣ ಸಣ್ಣ ಸ್ವರೂಪದಲ್ಲಿರುವುವು. ವಿಜಯದಶಮಿಯಂದು ಪಟ್ಟದ ಗೊಂಬೆಗಳನ್ನು ಮಲಗಿಸಿ ಇಟ್ಟು ಮಾರನೆಯ ದಿನ ಬೆಳಗ್ಗೆ ಕಲಶವನ್ನು ವಿಸರ್ಜಿಸುವರು. ಲಲಿತಾದೇವಿಗೆ ಸಹಸ್ರನಾಮಯುತ ಕುಂಕುಮಾರ್ಚನೆ - ವಿಜಯದಶಮಿಯಂದು ಶಮೀ ಅಥವಾ ಬನ್ನಿ ಪತ್ರವನ್ನು ಹಿರಿಯರಿಗೆ ಕೊಟ್ಟು ಕಾಲು ಮುಟ್ಟಿ ನಮಸ್ಕರಿಸುವುದು ಪದ್ಧತಿ.

ಬಂಗಾಳದಲ್ಲಿ ದುರ್ಗೆಯ ಪೂಜೆ ಬಹಳ ವಿಜೃಂಭಣೆಯಿಂದ ನಡೆಯುವುದು. ಆ ಸಮಯದಲ್ಲಿ ಕೊಲ್ಕತ್ತಾದಲ್ಲಿ ವಿಪರೀತವಾದ ಜನಸಂದಣಿ ಸೇರುವುದು. ಸಾರ್ವಜನಿಕವಾಗಿ ದೇವಿ ಪೂಜೆಯನ್ನು ನಡೆಸುವ ಪರಿಪಾಠವೂ ಇದೆ. ಸಿಂಹದ ಮೇಲೆ ಕುಳಿತು ವಿವಿಧ ಬಗೆಯ ಆಯುಧಗಳನ್ನು ಹಿಡಿದಿರುವ ದೇವಿಯ ದೊಡ್ಡ ಮೂರ್ತಿಯನ್ನು ಇರಿಸಿ ಬೆಳಗ್ಗೆ ಸಂಜೆಗಳಲ್ಲಿ ಪೂಜೆ ಭಜನೆಗಳನ್ನು ಅರ್ಪಿಸುವರು. ಒಂಭತ್ತೂ ದಿನಗಳು ಒಂಭತ್ತು ರೂಪದಲ್ಲಿ ದೇವಿಯನ್ನು ಆರಾಧಿಸುವರು. ಅವು ಯಾವುವೆಂದರೆ, ದುರ್ಗಾ ಶೈಲಪುತ್ರಿ, ಬ್ರಹ್ಮಚಾರಿಣಿ, ಚಂದ್ರಘಂತ (ಚಂದ್ರಕಾಂತ), ಕೂಷ್ಮಾಂಡ, ಸ್ಕಂದ ಮಾತಾ, ಕಾತ್ಯಾಯಿನಿ, ಕಾಳರಾತ್ರಿ, ಮಹಾಗೌರಿ ಮತ್ತು ಸಿದ್ಧಿಧಾತ್ರಿ. ದೇವೀಪುರಾಣದ ಪ್ರಕಾರ ಅಣಿಮಾ, ಮಹಿಮಾ, ಗರಿಮಾ, ಲಘಿಮಾ, ಪ್ರಾಪ್ತಿ, ಪ್ರಕಾಮ್ಯ, ಇಷಿತ್ವಾ ಮತ್ತು ವಷಿತ್ವಾ ಎಂಬ ಎಂಟು ಸಿದ್ಧಿಗಳನ್ನು ದೇವಿಯ ಆರಾಧನೆಯಿಂದ ಪ್ರಾಪ್ತಗೊಳಿಸಿಕೊಳ್ಳಬಹುದು.

ಮುಂಬಯಿಯ ಶಿವಾಜಿ ಪಾರ್ಕಿನಲ್ಲಿ ಬೆಂಗಾಳೀ ಕ್ಲಬ್ಬಿನವರು ಬಹಳ ವಿಜೃಂಭಣೆಯಿಂದ ದುರ್ಗಾ ಪೂಜೆ ಮಹೋತ್ಸವವನ್ನು ಆಚರಿಸುವರು. ಆ ಸಮಯದಲ್ಲಿ ಬಂಗಾಳದ ತಿನಿಸುಗಳು, ದಿರಿಸುಗಳು, ಇತ್ಯಾದಿ ವಿಶೇಷ ಸಾಮಗ್ರಿಗಳನ್ನು ಮಾರಾಟ ಮಾಡುವ ಮಳಿಗೆಗಳು ಅಲ್ಲಿ ಕಂಡುಬಂದರೆ, ನಗರದಲ್ಲಿರುವ ಬಂಗಾಳಿಗಳು ಒಂದುಗೂಡಿ ತಮ್ಮ ತಮ್ಮ ಕುಟುಂಬದೊಂದಿಗೆ ಸಂತೋಷದಿಂದ ಕಾಲ ಕಳೆಯುವರು. ಅಲ್ಲಿ ದೊರೆಯುವ ತಿನಿಸುಗಳನ್ನು (ಮುಖ್ಯವಾಗಿ ರೊಶಗುಲ್ಲ, ಸಂದೇಶ) ಮತ್ತು ದಿರಿಸುಗಳನ್ನು ಕೊಳ್ಳಲೆಂದೇ ಇತರರು ಹೋಗುವರು. ಇಲ್ಲಿಯ ಗುಜರಾತಿಗಳು ಗರ್ಬಾ ನೃತ್ಯವನ್ನು ಆಡುವರು. ಈ ಸಂದರ್ಭದಲ್ಲಿ ಮೈದಾನಗಳಲ್ಲಿ ಕೋಲಾಟವನ್ನು ಆಡುವರು. ಇದಕ್ಕೆ ದಾಂಡಿಯಾ ಎಂದು ಹೆಸರಿಸುತ್ತಾರೆ. ಮೈದಾನಗಳಲ್ಲಿ ಒಂದೆಡೆ ಹಾಡುಗಾರರು ಹಾಡುತ್ತಿದ್ದರೆ ಇನ್ನೊಂದೆಡೆ ಗಂಡಸರು, ಹೆಂಗಸರು ಮಕ್ಕಳಾದಿಯಾಗಿ ಎಲ್ಲರೂ ಬಣ್ಣ ಬಣ್ಣದ ದಿರಿಸುಗಳನ್ನು ಧರಿಸಿ, ಬಣ್ಣ ಬಣ್ಣದ ಕೋಲುಗಳಲ್ಲಿ ಇತರರ ಕೋಲುಗಳಿಗೆ ತಾಗಿಸುತ್ತಾ ಸುತ್ತುತ್ತಿರುತ್ತಾರೆ. ಈ ಮೋಜಿನ ಕಾರ್ಯಕ್ರಮಕ್ಕೆ ಕೆಲವೆಡೆ ಪ್ರವೇಶ ಶುಲ್ಕವೂ ಇರುತ್ತದೆ. ಇಂತಹ ಸಂದರ್ಭಕ್ಕೇ ಹಾಡುವ ಪ್ರಸಿದ್ಧ ಶ್ರೀಮತಿ ಫಲ್ಗುಣೀ ಫಾಟಕ್ ಅವರ ಗಾಯನ ಕಿವಿಗಿಂಪಾಗಿರುತ್ತದೆ. ಈ ನೃತ್ಯ ಗುಜರಾತಿನ ಮೂಲದ್ದಾಗಿದ್ದು, ಮುಂಬಯಿಯ ಮಲಾಡ ಪ್ರದೇಶದ ಒಂದು ಚೌಕಕ್ಕೆ 'ನವರಾತ್ರಿ ಕಾಠಿಯಾವಾಡ ಚೌಕ' ಎಂದೇ ಹೆಸರಿಸಿದ್ದಾರೆ.

ನಾನು ನೋಡಿರುವ ಶೃಂಗೇರಿ ಮತ್ತು ಬೆಂಗಳೂರಿನ ಶಂಕರಮಠಗಳಲ್ಲಿ ಶಾರದಾ ಮಾತೆಗೆ ವಿಶೇಷ ಅಲಂಕಾರದಿಂದೊಡಗೂಡಿದ ಪೂಜೆ ನಡೆಯುವುದು. ದೇವಿಗೆ ದಿನಕ್ಕೊಂದು ತರಹದ ಅಲಂಕಾರವನ್ನು ಮಾಡುವರು. ಆ ಅಲಂಕಾರವನ್ನು ನೋಡಲು ಎರಡು ಕಣ್ಣುಗಳು ಸಾಲದು. ಶಾಕಾಂಬರೀ ಅಲಂಕಾರದಂದು ತೋರಣವಾಗಿ ಹುರುಳಿಕಾಯಿಗಳ ಹಾರ ಮಾಡಿ ಹಾಕಿದ್ದರೆ, ಹಣ್ಣುಗಳಿಂದ ಒಂದು ದಿನದ ಅಲಂಕಾರ ಮತ್ತು ಹೂವುಗಳಿಂದಲೇ ಪೂರ್ಣ ಅಲಂಕಾರವನ್ನು ಮತ್ತೊಂದು ದಿನ ಶಾರದಾ ಮಾತೆಗೆ ಮಾಡುವರು. ಆ ಅಲಂಕಾರವನ್ನು ನೋಡಲು ಎರಡು ಕಣ್ಣುಗಳೂ ಸಾಲದು. ಈ ಉತ್ಸವದಲ್ಲಿ ಸಂಜೆಯ ವೇಳೆಯಲ್ಲಿ ಸಂಗೀತ ಕಾರ್ಯಕ್ರಮವೂ ಇರುವುದು. ಒಟ್ಟಿನಲ್ಲಿ ಹತ್ತು ದಿನಗಳು ತನು ಮನಗಳನ್ನು ತಣಿಸುವ ಈ ನಾಡ ಹಬ್ಬವನ್ನು ಆಬಾಲವೃದ್ಧರಾದಿಯಾಗಿ ಎಲ್ಲರೂ ಆನಂದಿಸುವರು.

ಈ ಸಂದರ್ಭದಲ್ಲಿ ದೇವಿಯ ಬಗ್ಗೆ ದುರ್ಗಿಯ ಆರತಿಯ ಸಮಯದಲ್ಲಿ ಹಾಡುವ ಒಂದು ಮರಾಠೀ ಭಜನೆ ಹೀಗಿದೆ.

ಆರತಿ ಭಜನೆಗಳು

ದುರ್ಗೇ ದುರ್ಘಟ ಭಾರೀ ತುಜವೀಣ ಸಂಸಾರೀ

ಅನಾಥನಾಥೇ ಅಂಬೇ ಕರುಣಾ ವಿಸ್ತಾರೀ

ವಾರೀ ವಾರೀ ಜನ್ಮಮರಣಾತೇ ವಾರೀ

ಹಾರೀ ಪಡಲೋ ಆತಾ ಸಂಕಟ ನೀವಾರೀ

ಜಯ ದೇವಿ ಜಯ ದೇವಿ

ಜಯ ದೇವಿ ಜಯ ದೇವಿ ಮಹಿಷಾಸುರ ಮರ್ದಿನೀ

ಸುರುವರ ಈಶ್ವರ ವರದೇ ತಾರಕ ಸಂಜೀವನೀ

ಜಯ ದೇವಿ ಜಯ ದೇವಿ

ತ್ರಿಭುವನ ಭುವನೀ ಪಹತಾಂ ತುಜಾಐಸೀ ನಾಂಹೀ

ಚಾರೀ ಶ್ರಮಲೇ ಪರಂತು ನ ಬೋಲವೇ ಕಾಂಹೀ

ಸಾಹೀ ವಿವಾದ ಕರಿತಾ ಪಡಲೋ ಪ್ರವಾಹೀ

ತೆ ತೂಂ ಭಕ್ತಾಲಾಗೀ ಪಾವಸೀ ಲವಲಾಹೀ

ಜಯ ದೇವಿ ಜಯ ದೇವಿ

ಜಯ ದೇವಿ ಜಯ ದೇವಿ ಮಹಿಷಾಸುರ ಮರ್ದಿನೀ

ಸುರುವರ ಈಶ್ವರ ವರದೇ ತಾರಕ ಸಂಜೀವನೀ

ಜಯ ದೇವಿ ಜಯ ದೇವಿ

ಪ್ರಸನ್ನವದನೇ ಪ್ರಸನ್ನ ಹೋಸೀ ನಿಜದಾಸಾ

ಕ್ಲೇಶಾಪಾಸುನೀ ಸೋಡವೀ ತೋಡೀ ಭವಪಾಶೀ

ಅಂಬೇ ತುಜವಾಚೂನ್ ಕೋಣ್ ಪುರವಿಲ ಆಶಾ

ನರಹರಿ ತಲ್ಲಿನ ಝೂಲಾ ಪದಪಂಕಜ ಲೇಶಾ

ಜಯ ದೇವಿ ಜಯ ದೇವಿ

ಜಯ ದೇವಿ ಜಯ ದೇವಿ ಮಹಿಷಾಸುರ ಮರ್ದಿನೀ

ಸುರುವರ ಈಶ್ವರ ವರದೇ ತಾರಕ ಸಂಜೀವನೀ

ಜಯ ದೇವಿ ಜಯ ದೇವಿ

ಸಿತಲಾ ಸಪ್ತಮಿ

ಈ ಹೆಸರು ಕೇಳಿರುವಿರಾ? ಇದೊಂದು ಉತ್ಸವದ ದಿನ ಎಂದರೆ ಅಚ್ಚರಿಯಾ? ಈ ಆಚರಣೆಯು ಗುಜರಾತ ಮತ್ತು ಸಿಂಧ್ ಪ್ರಾಂತ್ಯಗಳಲ್ಲಿ ಹೆಚ್ಚಿನದಾಗಿ ಪ್ರಚಲಿತವಾಗಿದೆಯಂತೆ.

ನಿನ್ನೆಯ ದಿನ ಸಂಜೆ ೪ ಘಂಟೆಗೇ ನಮ್ಮಲ್ಲಿಯ ಮ್ಯಾನೇಜರ್ ಶಹಾ ಬೇಗ ಮನೆಗೆ ಹೋಗಬೇಕು ಎಂದು ನನ್ನ ಅನುಮತಿ ಕೇಳಿದ. ಅಲ್ಲಪ್ಪ, ಇವತ್ತು ಶುಕ್ರವಾರ - ನಾಳೆ ನಾಡದ್ದು ರಜೆಯಾದ್ದರಿಂದ, ಎಲ್ಲ ಕೆಲಸವನ್ನೂ ಇಂದೇ ಮುಗಿಸಬೇಕು. ಹಾಗೆ ಬೇಗ ಹೋಗಲು ಇವತ್ಯಾವ ಹಬ್ಬವಿದೆ. ಗೋಕುಲಾಷ್ಟಮಿ ನಾಡದ್ದು ಎಂದೆ. ಅದಕ್ಕವನು, ನಹಿಂ ಸಾಬ್, ಕಲ್ ಸಿತಲಾ ಸಪ್ತಮಿ, ಘರ್ ಮೆ ಚೂಲ್ಹಾ ನಹೀಂ ಜಲಾನ ಹೈ. ಕಲ್ ಕಾ ಖಾನಾ ಆಜ್ ಹೀ ಪಕಾನೇಕ ಹೈ - ಉಸ್ ಲಿಯೆ ಜಲ್ದಿ ಘರ್ ಜಾಕೆ ಮೈ ಮದದ್ ಕರನಾ ಹೈ, ಎಂದಿದ್ದ (ಇಲ್ಲ ಸಾಹೇಬ್ರ, ನಾಳೆ ಸಿತಲಾ ಸಪ್ತಮೀ, ಮನೆಯಲ್ಲಿ ಒಲೆ ಹಚ್ಚುವಂತಿಲ್ಲ, ನಾಳೆಯ ಊಟದ ತಯಾರಿ ಇಂದೇ ಮಾಡಬೇಕು - ಆದ್ದರಿಂದ ಬೇಗ ಮನೆಗೆ ಹೋಗಿ, ಸಹಾಯಿಸಬೇಕು).

ಇದ್ಯಾವುದಪ್ಪ, ನಾನು ಕೇಳಿರದ ಹೊಸ ಹಬ್ಬ ಎಂದು ಅದರ ಬಗ್ಗೆ ಸ್ವಲ್ಪ ಬೆಳಕು ಚೆಲ್ಲಲು ಅವನಿಗೆ ಕೇಳಿದೆ. ಅದಕ್ಕವನು, ನನಗೆ ಅದರ ಬಗ್ಗೆ ಹೆಚ್ಚಿನದಾಗಿ ಗೊತ್ತಿಲ್ಲ. ಆದರೆ, ಹಿಂದೆ ಸಿಡುಬು ರೋಗ ತಗುಲಿದಾಗ, ಅದನ್ನು ಗುಣಪಡಿಸಲು ಸಿತಲಾದೇವಿ ಅರ್ಥಾತ್ ಮಾರಮ್ಮನನ್ನು ಒಲಿಸಿಕೊಳ್ಳಲು ಮಾಡುತ್ತಿದ್ದ ವ್ರತವಿದು ಎಂದು ಬೇಗ ಹೊರಟು ಹೋದ. ಹೋದವನು ಸುಮ್ಮನೆ ಹೋದನಾ! ನನ್ನ ತಲೆಯಲ್ಲಿ ಸಿತಲಾದೇವಿಯ ಹುಳ ಬಿಟ್ಟು ಹೋಗಿದ್ದ. ಸಂಜೆ ಮನೆಗೆ ಬರುವವರೆವಿಗೂ ನನ್ನ ಎಲ್ಲ ಸ್ನೇಹಿತರನ್ನೂ (ಬೇರೆ ಬೇರೆ ಪ್ರದೇಶಗಳಿಂದ ಬಂದಿರುವವರು) ಕೇಳಿ, ಅದರ ಬಗ್ಗೆ ಮಾಹಿತಿ ಸಂಗ್ರಹಿಸಿದೆ. ಅದು ಹೀಗಿದೆ:

ಸ್ವಾತಂತ್ರ್ಯಾ ಪೂರ್ವದ ದಿನಗಳಲ್ಲಿ ಜನಗಳು ಸಿಡುಬು ರೋಗ ತಗುಲಿ ಸಾಯುತ್ತಿದ್ದುದು ಸಾಮಾನ್ಯ ಎಂಬುದನ್ನು ಬಲ್ಲೆವು. ಅದಕ್ಕೆ ಲಸಿಕೆ ಲಭ್ಯವಾಗುವರೆವಿಗೂ, ಅದರ ಬಗ್ಗೆ ಮೂಢ ನಂಬಿಕೆ ಇರುವ ಜನಗಳು, ಅದು ಮಾರಿಯ ಕೋಪ ಎಂದೇ ಪರಿಗಣಿಸಿದ್ದರು. ಅದೂ ಅಲ್ಲದೇ ಈ ಸಾಂಕ್ರಾಮಿಕ ರೋಗ ತಗುಲಿದವರನ್ನು ಊರಿನಿಂದ ಹೊರಗೆ ಇಡುತ್ತಿದ್ದರು. ಹಾಗಾಗಿ ಮಾರಿಯ ದೇಗುಲವನ್ನು ಊರ ಹೊರಗೆ ಕಾಣಬಹುದು. ಈಕೆಯನ್ನು ಗ್ರಾಮದೇವತೆಯೆಂದೂ ಆರಾಧಿಸುವರು.

ಮರಗಳ ಕೆಳಗೆ ಅಥವಾ ಸ್ಮಶಾನದ ಹತ್ತಿರ ಈ ದೇಗುಲವನ್ನು ಕಾಣುವುದು ಸಾಮಾನ್ಯ. ಗುಜರಾತ ಮತ್ತು ಸಿಂಧ್ ಪ್ರಾಂತ್ಯದಲ್ಲಿ ಈ ದೇವಿಯ ಆರಾಧನೆ ಹೆಚ್ಚು. ಈ ಮಾರಮ್ಮ ದೇವಿಯನ್ನು ಒಲಿಸಿಕೊಂಡು, ರೋಗ ನಿವಾರಣೆ ಮಾಡಿಕೊಳ್ಳಲು ಶ್ರಾವಣ ಮಾಸದ ಸಪ್ತಮಿಯಂದು ಸಿತಲಾ ಸಪ್ತಮೀ ಎಂದು ಆಚರಿಸಲು ಆರಂಭಿಸಿದರು. ಸಿತಲಾ ಶೀತಲಾ ದೇವಿ ಎಂದರೆ ತಂಪಾಗಿರಿಸುವ ದೇವತೆ ಎಂದರ್ಥ. ಬಂಗಾಲ ಅಸ್ಸಾಮ ಪ್ರಾಂತದಲ್ಲಿ ಶೀತಲದೇವಿಯೆಂದೂ, ಮಹಾರಾಷ್ಟ್ರ ಗುಜರಾತ ಸಿಂಧ ಪ್ರಾಂತಗಳಲ್ಲಿ ಸಿತಲೆಯೆಂದೂ ಮತ್ತು ತಮಿಳುನಾಡಿನಲ್ಲಿ ಮಾರಮ್ಮನೆಂದೂ ಆರಾಧಿಸುವ ಶಕ್ತಿದೇವತೆ ಇವಳು. ಜನಗಳ ನಂಬಿಕೆಯಂತೆ ಈ ದೇವಿಯು ವಿಧವೆಯರು ಮತ್ತು ಮಕ್ಕಳಿರುವ ತಾಯಂದಿರ ಪ್ರಾರ್ಥನೆಯನ್ನು ಸ್ವೀಕರಿಸಿ ಅವರ ಮನದಿಂಗಿತವನ್ನು ಶೀಘ್ರವಾಗಿ ಪೂರೈಸುವಳಂತೆ. ಈಕೆಯ ಪ್ರತಿಮೆಯನ್ನು ಕಲ್ಲಿನ ರೂಪದಲ್ಲೂ ಮತ್ತು ಬೇವಿನ ವೃಕ್ಷದ ರೂಪದಲ್ಲೂ ಆರಾಧಿಸುವರು. ಬೇವು ತನುವನ್ನು ತಂಪಾಗಿರಿಸುವ ಶಕ್ತಿಯನ್ನು ಹೊಂದಿದೆ.

ಇಂದಿನ ವಿಶೇಷತೆ ಏನೆಂದರೆ, ಮನೆಯಲ್ಲಿ ಉರಿ ಹಚ್ಚಬಾರದು, ಅಡುಗೆ ಮಾಡಬಾರದು, ಬಿಸಿ ಪದಾರ್ಥಗಳನ್ನು ಸೇವಿಸಬಾರದು. ಹಿಂದಿನ ದಿನ ಎಂದರೆ ಷಷ್ಠಿಯಂದು ಅಡುಗೆ ಮಾಡಿ, ಸಪ್ತಮಿಯಂದು ಅದನ್ನೇ ಸೇವಿಸಬೇಕು. ತಣ್ಣನೆಯ ಆಹಾರವನ್ನು ಸೇವಿಸುವುದರಿಂದ ತನುವೂ ತಣ್ಣಗಿರುವುದು, ಬಿಸಿ ಏರುವ ಜ್ವರವೂ ಕಡಿಮೆ ಆಗುವುದು ಎಂಬ ನಂಬಿಕೆ.

ಕತ್ತೆಯು ಸಿತಲಾ ದೇವಿಯ ವಾಹನವಂತೆ. ಆ ದೇವಿಯ ಆರಾಧನೆಯಿಂದ ಕುರುಡರಿಗೆ ದೃಷ್ಟಿಯನ್ನೂ, ಅಂಗವೈಕಲ್ಯರಿಗೆ ಸುಂದರ ದೇಹವನ್ನೂ, ಬಡವರಿಗೆ ಸಿರಿ ಸಂಪತ್ತನ್ನೂ ಮತ್ತು ಬಂಜೆಗೆ ಮಕ್ಕಳನ್ನೂ ದಯಪಾಲಿಸುವಳೆಂದು ನಂಬುವರು. ಈ ದೇವಿಗೆ ಕೋಳಿ, ಕುರಿಯ ರಕ್ತವನ್ನೂ ಅರ್ಪಿಸುವುದು ವಾಡಿಕೆಯಲ್ಲಿದೆ. ಕೆಂಪು ಸೀರೆಯನ್ನುಟ್ಟು ಕೈಗಳಲ್ಲಿ ಪೊರಕೆಯನ್ನೂ, ಬೀಸಣಿಕೆಯನ್ನೂ, ತ್ರಿಶೂಲವನ್ನೂ ಮತ್ತು ಕಪಾಲವನ್ನೂ ಹಿಡಿದಿರುವ ಚಿತ್ರದಂತೆ ರೂಪಿಸುವರು. ಈ ದೇವತೆಯ ಒಂದು ಚಿತ್ರ ಹೀಗಿದೆ.

ಸಿಡುಬಿನ ಪಿಡುಗು ಈಗ ಕಡಿಮೆಯಾಗಿದ್ದರೂ ಸಿತಲಾ ದೇವಿಯ ಆರಾಧನೆ ಮಾತ್ರ ಕಡಿಮೆ ಆಗಿಲ್ಲ. ವಿವಿಧ ಭಾಷೆ, ಜೀವನ ಸ್ವರೂಪವನ್ನು ಹೊಂದಿರುವ ಪ್ರಾಂತ್ಯಾರು ಜನಗಳನ್ನು ಒಂದೆಡೆ ಸೇರಿಸುವ ರಾಷ್ಟ್ರೀಯ ದೇವತೆಯನ್ನು ಆರಾಧಿಸುವ ಸ್ವರೂಪದಲ್ಲಿ ಒಗ್ಗಟ್ಟನ್ನು ಮೂಡಿಸುವ ಪ್ರಯತ್ನ ಇರುವುದು ಒಳ್ಳೆಯದೇ ಅಲ್ಲವೇ?

ಅಧೀನ - ಅಧೀರ

ಮಾಮೂಲಿನಂತೆ ಇಂದು ಬ್ಯಾಂಕಿಗೆ ೮.೩೦ ಕ್ಕೆ ಹೋದೆ. ಯಾಕೋ ಒಳಗೆಲ್ಲ ಕಡೆಯೂ ಕತ್ತಲೆ ತುಂಬಿತ್ತು. ಬಾಗಿಲ ಒಳಗೆ ಕಾಲಿಡುತ್ತಿದ್ದಂತೆ ಉಸಿರು ಕಟ್ಟಿಸುವಂತಹ ಹೊಗೆಯ ವಾಸನೆ ಮೂಗಿಗೆ ಬಡಿದಿತ್ತು. ಇನ್ನೊಂದು ಹೆಜ್ಜೆ ಮುಂದಿಡಲು ನೆಲದ ಮೇಲೆಲ್ಲಾ ನೀರು ಚೆಲ್ಲಿದ್ದು ಜಾರುವಂತಾಯಿತು. ನೆಲ ಒರೆಸಲು ಯಾರೂ ಕಾಣಿಸಲಿಲ್ಲ. ಎಲ್ಲೆಡೆ ಗಲೀಜು ಹರಡಿದ್ದು, ಕೆಲಸಗಾರರು ಯಾರೂ ಬಂದಂತೆ ಕಾಣಲಿಲ್ಲ. ಅದೂ ಅಲ್ಲದೇ ಎಲ್ಲಿಯೂ ದೀಪಗಳು ಕಾಣದೆ, ತಡಕಾಡಿಕೊಂಡು ಮುಂದೆ ಹೋದೆನು. ನಾನು ಕುಳಿತುಕೊಳ್ಳುವ ಸ್ಥಾನದಲ್ಲಿ ಬ್ಯಾಗನ್ನಿಟ್ಟು ಏನಾಗಿದೆ ಎಂದು ನೋಡಲು ಆಚೆಗೆ ಬಂದೆನು. ಅಷ್ಟು ಹೊತ್ತಿಗೆ, ಸೆಕ್ಯುರಿಟಿ ಮನುಷ್ಯ ಬಂದು, 'ಮೇಲೆ ಮೂರನೆಯ ಮಾಳಿಗೆಯಲ್ಲಿ (ನಾವಿರುವುದು ಎರಡನೆಯ ಮಾಳಿಗೆ) ರಾತ್ರಿ ಒಂದು ಘಂಟೆಗೆ ಬೆಂಕಿ ಹತ್ತಿಕೊಂಡು ಆಕಸ್ಮಿಕ ಸಂಭವಿಸಿದೆ. ಆದ್ದರಿಂದ ಎಂಟನೆಯ ಮಾಳಿಗೆಯವರೆವಿಗೆ ಎಲ್ಲ ಕಡೆ ವಿದ್ಯುತ್ ಸ್ಥಗಿತಗೊಳಿಸಲಾಗಿದೆ ಎಂದು ತಿಳಿಸಿದ. ಎರಡನೆಯ ಮಾಳಿಗೆಯಲ್ಲಿ ಹವಾನಿಯಂತ್ರಿತದ ಕಿಂಡಿಗಳಿಂದ, ವಿದ್ಯುತ್ ದೀಪಗಳಿರುವ ಬುರುಡೆಗಳಿಂದ ಮತ್ತು ಮೇಲೆ ಎಲ್ಲೆಲ್ಲಿ ಖಾಲಿ ಜಾಗವಿರುವುದೋ ಅಲ್ಲೆಲ್ಲಾ ಕಡೆಗಳಿಂದ ನೀರು ತೊಟ್ಟಿಕ್ಕುತ್ತಿತ್ತು. ಒಂದೆಡೆ ನೆಲವನ್ನು ಎಡಬಿಡದಂತೆ ಸಾರಿಸುತ್ತಿದ್ದರೆ ಇನ್ನೊಂದೆಡೆ ತೊಟ್ಟಿಕ್ಕುತ್ತಿರುವ ನೀರ ಹನಿಗಳನ್ನು ತುಂಬಿಡಲು ಕಸದ ಡಬ್ಬಗಳು, ಬಕೆಟ್‌ಗಳನ್ನು ಇಟ್ಟಿದ್ದರು. ಮೇಲಿನಿಂದ ನಿರಂತರವಾಗಿ ನೀರು ತೊಟ್ಟಿಕ್ಕುತ್ತಿತ್ತು.

ಮೂರನೆಯ ಮಾಳಿಗೆಗೆ ಹೋಗಿ ಅಲ್ಲಿ ಏನಾಗಿದೆಯೆಂದು ನೋಡಿದೆ. ಶಾರ್ಟ್ ಸರ್ಕ್ಯೂಟ್ ಆಗಿ ರಾತ್ರಿ ೧ ಘಂಟೆಗೆ ಬೆಂಕಿ ಹೊತ್ತಿಕೊಂಡಿತ್ತಂತೆ. ಆಗ ಡ್ಯೂಟಿಯಲ್ಲಿದ್ದ ಸೆಕ್ಯುರಿಟಿಯವರು, ಮೊದಲಿಗೆ ವಿದ್ಯುತ್ ಕಡಿತಗೊಳಿಸಿ, ವರ್ಲ್ಡ್ ಟ್ರೇಡ್ ಸೆಂಟರಿನವರಿಗೆ ವಿಷಯ ತಿಳಿಸಿದ್ದಾರೆ. ನಂತರ ಫೈರ್ ಬ್ರಿಗೇಡಿನವರಿಗೆ ತಿಳಿಸಿದಾಗ ಅವರೂ ಬಂದು ಬೆಂಕಿಯನ್ನು ಆರಿಸಿದ್ದಾರೆ. ಆಗ ಎಡಬಿಡದೆ ವಿಪರೀತವಾಗಿ ನೀರನ್ನು ಎರಚಿ ಬೆಂಕಿಯನ್ನು ನಂದಿಸಿದ್ದಾರೆ. ಆಗ ಮೂರನೆಯ ಮಾಳಿಗೆಯಿಂದ ನೀರು ಎರಡನೆಯ ಮಾಳಿಗೆಗೂ ಹರಿದಿದೆ. ಮೇಲಿರು ಫಾಲ್ಸ್ ಸೀಲಿಂಗಿನೊಳಗೆ ನೀರು ನುಗ್ಗಿ ಎಲ್ಲೆಡೆ ತೊಟ್ಟಿಕ್ಕುತ್ತಿತ್ತು. ಕತ್ತಲೆಯಲ್ಲಿ ಸುಮ್ಮನೆ ಕುಳಿತಿದ್ದೆ. ಸ್ವಲ್ಪ ಹೊತ್ತಿಗೆ ಸ್ನೇಹಿತರು ಒಬ್ಬೊಬ್ಬರಾಗಿ ಒಳ ಬರುತ್ತಿದ್ದಂತೆ ಅವರುಗಳಿ ರಾಮಾಯಣವನ್ನು ಒಪ್ಪಿಸುತ್ತಿದ್ದೆ. ನಮ್ಮಲ್ಲಿ ಎಲ್ಲರೂ ನೆಟ್ ವರ್ಕಿನಿಂದ ಹೊಂದಿಕೊಂಡಿರುವುದರಿಂದ ಮತ್ತು ಎಲ್ಲ ಕೆಲಸಗಳಿಗೂ ಕಂಪ್ಯೂಟರ್ ಮೊರೆ

ಹೋಗಲೇಬೇಕಿರುವುದರಿಂದ, ಅರ್ಜೆಂಟಾಗಿ ಮಾಡಬೇಕಿರುವ ಕೆಲಸಗಳನ್ನೂ ಮಾಡಲಾಗದೇ ಎಲ್ಲರಿಗೂ ಮೈ ಕೈ ಪರಚಿಕೊಳ್ಳುವಂತಾಗಿತ್ತು.

ಸ್ವಲ್ಪ ದಿನಗಳ ಹಿಂದೆ ಕಂಪ್ಯೂಟರ್ ಬಗ್ಗೆ ಒಂದು ಕವನ ಬರೆದಿದ್ದೆ. ಅದರಲ್ಲಿ ನನ್ನ ಕಂಪ್ಯೂಟರ್ ನನ್ನನ್ನು ಒಂದು ಪ್ರಶ್ನೆ ಕೇಳಿತ್ತು, ನಾನಿಲ್ಲದೇ ನೀನಿರುವ ದಿನ ಬಂದೀತೇ? ಎಂದು. ಅದು ಇಂದು ನಿಜವಾಗಿದೆಯೆಂದು ನನ್ನ ಕಂಪ್ಯೂಟರ್ ಅಣಕಿಸುತ್ತಿತ್ತು. ನಮ್ಮ ವಿಭಾಗಕ್ಕೆ ಬರುವ ಪತ್ರಗಳಿಗೆ ಸಂಖ್ಯೆಯನ್ನೂ ಕೊಡಲಾಗುತ್ತಿರಲಿಲ್ಲ. ಅಲ್ಲದೇ ಹುಚ್ಚು ಹಿಡಿಸಿರುವ ಅಂತರ್ಜಾಲವನ್ನೂ ನೋಡಲಾಗುತ್ತಿಲ್ಲ. ಒಂದು ರೀತಿಯಾಗಿ ಅಧೀರನೇ ಆಗಿದ್ದೆ. ಪ್ಯಾಂಟ್ರಿಯಲ್ಲಿ ಕೆಲಸ ಮಾಡಲಾಗದೇ ವಿಭಾಗದಲ್ಲಿ ಯಾರಿಗೂ ಬೆಳಗಿನ ಚಹವನ್ನು ಸರಬರಾಜು ಮಾಡಲಾಗಿರಲಿಲ್ಲ. ಎಲ್ಲರೂ ಅಲ್ಲಿ ಇಲ್ಲಿ ಓಡಾಡುತ್ತಿದ್ದರು. ನಾನು ಮಾತ್ರ ಜಾಗದಲ್ಲಿಯೇ ಕುಳಿತು ಬರುವ ದೂರವಾಣಿ ಕರೆಗಳಿಗೆ ಉತ್ತರಿಸುತ್ತಿದ್ದೆ. ಹಾಗೆಯೇ ಹಿಂದಿನ ದಿನ ಬಂದಿದ್ದ ಕಡತಗಳನ್ನು ನೋಡಿ ಮುಗಿಸಿದೆ.

ಮಧ್ಯಾಹ್ನವಾದರೂ ನೀರು ತೊಟ್ಟಿಕ್ಕುವುದು ಕಡಿಮೆಯಾಗಲಿಲ್ಲ. ಅದುವರೆವಿಗೂ ಇದನ್ನು ಸರಿಪಡಿಸಲು ಕೆಲಸ ಮಾಡುತ್ತಿದ್ದವರು, ಇಂದು ಪೂರ್ತಿಯಾಗಿ ಕೆಲಸ ಮುಗಿಯುವುದಿಲ್ಲವೆಂದರು. ನಾಳೆಯೂ ಕೆಲಸ ಮಾಡಬೇಕಿರುವುದೆಂದೂ, ಅಲ್ಲಿಯವರೆವಿಗೆ ವಿದ್ಯುತ್ ಸಂಪರ್ಕವನ್ನು ಒದಗಿಸಲಾಗುವುದಿಲ್ಲವೆಂದರು. ಇಂದು ಏನೇನೂ ಕೆಲಸ ಮಾಡಲಾಗದೇ ಪೆಚ್ಚು ಮೋರೆ ಹೊತ್ತು ಮನೆಯ ಕಡೆ ನಡೆದೆ.

ಕೊನೆಗೂ ವಿಧಿ ನನ್ನನ್ನು ತನ್ನ ಅಧೀನನನ್ನಾಗಿ ಮಾಡಿಕೊಂಡು ಅಧೀರನನ್ನಾಗಿಯೂ ಮಾಡಿತು.

ಮಾರನೆಯ ದಿನ ಬೆಳಗ್ಗೆ ಬ್ಯಾಂಕಿಗೆ ಹೋಗುವಾಗಲೇ, ಇವತ್ತೂ ಏನೂ ಕೆಲಸವಾಗೋಲ್ಲ ಎಂದುಕೊಂಡೇ ಹೋಗಿದ್ದೆನು. ಆದರೇನು ಅಲ್ಲಿ ಹೋಗಿ ನೋಡಿದರೆ, ಎಲ್ಲವೂ ಮಾಮೂಲಿನಂತಾಗಿತ್ತು. ನಮ್ಮ ಬ್ಯಾಂಕಿನ ವಿಭಾಗಗಳಲ್ಲೊಂದಾದ ಎಸ್ಟೇಟ್ ಡಿಪಾರ್ಟ್‌ಮೆಂಟಿನವರ ಕರಾರುವಕ್ಕಾದ ಕೆಲಸದಿಂದ, ಹಿಂದಿನ ದಿನ ಸಂದು ಗೊಂದುಗಳಲ್ಲಿ ತುಂಬಿದ್ದ ನೀರೆಲ್ಲವನ್ನೂ ಸೆಳೆದು, ನೆಲವನ್ನು ಒಣಗಿಸಿದ್ದರು. ವಿದ್ಯುತ್ ಇಲಾಖೆಯವರು ಬಂದು ಎಲ್ಲವೂ ಸರಿಯಾಗಿದೆ ಎಂದು ಅಧಿಕೃತಗೊಳಿಸಬೇಕಿತ್ತಷ್ಟೆ. ಮಧ್ಯಾಹ್ನದ ಊಟದ ವೇಳೆಯವರೆಗೆ ವಿದ್ಯುತ್ ಸಂಪರ್ಕ ಒದಗಿರಲಿಲ್ಲವಾದರೂ, ನಂತರ ವಿದ್ಯುತ್ ಇಲಾಖೆಯವರು ಬಂದು ಎಲ್ಲವೂ ಸರಿಯಾಗಿದೆ ಎಂದು ತಿಳಿಸಿದ್ದರು. ಮೊದಲಿಗೆ ದೀಪಗಳು ಹೊತ್ತಿಕೊಂಡವು. ಅದಾದ ಒಂದು ಘಂಟೆಯ ನಂತರ ಕಂಪ್ಯೂಟರ್‌ಗಳು, ಹವಾನಿಯಂತ್ರಣ ಕೆಲಸ ಮಾಡಲು ಪ್ರಾರಂಭವಾಯಿತು. ವಿಭಾಗದಲ್ಲಿರುವ ಎಲ್ಲರಲ್ಲೂ ನವ ಚೈತನ್ಯ ತುಂಬಿದಂತಾಗಿ, ಹೆಚ್ಚಿನ ಕೆಲಸವನ್ನು ಗೊಣಗಾಡದೇ ಮಾಡಿದರು.

ಇದರಿಂದ ಎಲ್ಲರ ಮನದಲ್ಲೂ ಆನಂದವೋ ಆನಂದ. ಈಗ ಎಲ್ಲವೂ ಮಾಮೂಲಿನಂತಾಗಿದೆ. ಸ್ವಲ್ಪ ವ್ಯತ್ಯಯವಾಗಿ ನಂತರ ಮಾಮೂಲಾಗಿ ಕೆಲಸ ಪ್ರಾರಂಭವಾದಾಗ ನಮಗಾಗುವ ಆನಂದವೇ ಬೇರೆ.

ಪ್ರತಿನಿತ್ಯ ಊಟ ಮಾಡುವವರಿಗೆ ಊಟದ ಆನಂದ ತಿಳಿಯುವುದಿಲ್ಲ. ಅದೇ ಒಮ್ಮೆ ಉಪವಾಸವಾಗಿ, ಹೊಟ್ಟೆ ಚುರುಗುಟ್ಟಿದ ನಂತರ ಹೊಟ್ಟೆಗೆ ಹಿಟ್ಟು ಬಿದ್ದರೆ ಆಗುವ ಆನಂದವೇ ಬೇರೆ. ಸರ್ವಶಕ್ತನ ಅನುಭವವಾಗಲೂ ಇದರ ಅವಶ್ಯಕತೆ ಇದೆ ಎಂದು ನನಗನ್ನಿಸುತ್ತಿದೆ.

ನನ್ನ ನೆನಪಿನಾಳದಲ್ಲಿ ಅಣ್ಣಾವ್ರು

೧೯೬೮ನೆಯ ಇಸವಿ. ನಾವು ಆಗ ಚಾಮರಾಜನಗರದಿಂದ (ನಗರ) ಮೂರು ಮೈಲು ದೂರವಿರುವ ಹರದನಹಳ್ಳಿಯಲ್ಲಿ ವಾಸವಾಗಿದ್ದೆವು. ಆಗ ನಾನಿನ್ನೂ ೩ನೆಯ ತರಗತಿ ಓದುತ್ತಿದ್ದೆ. ಆ ದಿನದ ಒಂದು ದೃಶ್ಯ ಮಾತ್ರ ಈಗಲೂ ಕಣ್ಣಿಗೆ ಕಟ್ಟಿದಂತಿದೆ.

ನಾವಿದ್ದ ಹರದನಹಳ್ಳಿಯೊಂದು ಪುಟ್ಟ ಹಳ್ಳಿ. ಸಣ್ಣ ಪುಟ್ಟ ವಸ್ತುಗಳು ಮಾತ್ರ ಸಿಗುತ್ತಿತ್ತು. ತಿಂಗಳಿಗೊಮ್ಮೆ ಅಂಗಡಿ ಸಾಮಾನುಗಳನ್ನು ತರಲು ನಗರಕ್ಕೇ ಬರಬೇಕಿತ್ತು. ನಗರದಲ್ಲಿ ನಮ್ಮ ದೊಡ್ಡಪ್ಪನವರು ವಾಸವಾಗಿದ್ದರು. ಅಂದು ನಾನು ನನ್ನ ತಾಯಿ ಮತ್ತು ತಂಗಿ (ನನಗಿಂತ ೨ ವರ್ಷಗಳಷ್ಟು ಚಿಕ್ಕವಳು) ಅಂಗಡಿ ಸಾಮಾನುಗಳನ್ನು ತರಲು ನಗರಕ್ಕೆ ಬಂದಿದ್ದೆವು. ಅಂಗಡಿ ಇದ್ದುದು ಪೇಟೆ ಬೀದಿಯಲ್ಲಿ. ದೊಡ್ಡಪ್ಪನವರ ಮನೆ ಇದ್ದುದು ದೇವಾಂಗ ಬೀದಿಯಲ್ಲಿ, ಬಸ್ ನಿಲ್ದಾಣದ ಎದುರು. ಅಂಗಡಿ ಸಾಮಾನುಗಳನ್ನು ತೆಗೆದುಕೊಂಡು ಹಾಗೆಯೇ ದೊಡ್ಡಪ್ಪನವರ ಮನೆಗೆ ಬಂದಿದ್ದೆವು. ನಗರದಲ್ಲಿಯ ಎಕ್‌ಸ್ಟೆನ್‌ಷನ್ನಿನಲ್ಲಿ ಅಣ್ಣಾವ್ರ (ಡಾ॥ ರಾಜಕುಮಾರ) ತಂಗಿಯ ಮನೆ ಇದ್ದಿತ್ತು. ಆಗಾಗ ಅಣ್ಣಾವ್ರು ತಮ್ಮ ತಂಗಿಯ ಮನೆಗೆ ಬರುತ್ತಿದ್ದರಂತೆ. ಈ ವಿಷಯವನ್ನು ನಾನು ಕೇಳುತ್ತಿದ್ದೆನಷ್ಟೆ.

ನಾವೆಲ್ಲರೂ ದೊಡ್ಡಪ್ಪನವರ ಮನೆಯ ಒಳಗಿದ್ದಾಗ, ಹೊರಗಡೆ ಜನಗಳ ಕೂಗು ಕೇಳಿಬಂದಿತ್ತು. ಅದೇನೆಂದು ನೋಡಲು ಮನೆಯಲ್ಲಿದ್ದವರೆಲ್ಲರೂ ಆಚೆಗೆ ಬಂದಿದ್ದೆವು. ಅಲ್ಲಿದ್ದವರಲ್ಲಿ ನಾನೊಬ್ಬನೇ ಗಂಡು ಹುಡುಗ. ಬಸ್ ನಿಲ್ದಾಣದೆದುರಿಗೆ ವಿಪರೀತ ಜನಗಳು ತುಂಬಿದ್ದರು. ತುಂಬಾ ಜನಗಳು ಮನೆಯ ಮುಂದಿನಿಂದ ಬಸ್ ನಿಲ್ದಾಣದ ಕಡೆಗೆ ಓಡುತ್ತಿದ್ದರು. ಆಗ ನನ್ನ ದೊಡ್ಡಮ್ಮ ಯಾರನ್ನೋ ಕೇಳಿದ್ದರು, 'ಯಾಕೆ ಏನಾಯ್ತು ಅಲ್ಲಿ?' ಅದಕ್ಕೆ ಒಬ್ಬರು, 'ಮುತ್ತಣ್ಣಾವ್ರು ಬಂದವ್ರೆ - ಊರಲ್ಲೆಲ್ಲಾ ಮೆರವಣಿಗೆ ಬರ್ತವ್ರಂತೆ - ಅವ್ರದ್ದು ನೂರನೇ ಸಿನೆಮಾ ಬಂತಲ್ಲ - ಈಗ ನಟಸಾರ್ವಭೌಮ ಬತ್ತದಂತೆ', ಎಂದಿದ್ದರು. ಅಣ್ಣಾವ್ರು, ೧೦೦ನೇ ಚಿತ್ರ, ಮೆರವಣಿಗೆ, ಈ ಮಾತುಗಳು ನನ್ನ ಕಿವಿಗೆ ಬೀಳುತ್ತಿದ್ದಂತೆಯೇ ಮೈಯಲ್ಲೆಲ್ಲಾ ಏನೋ ಹೊಸ ಶಕ್ತಿ ಓಡಾಡಿದ ಹಾಗಾಗಿತ್ತು. ಮನೆಯಲ್ಲಿ ಗಂಡಸರು ದೊಡ್ಡವರು ಯಾರೂ ಇರಲಿಲ್ಲ. ದೊಡ್ಡಮ್ಮ ಅಮ್ಮ ಕರೆಯುತ್ತಿದ್ದರೂ ಕೇಳದಂತೆ ಬಸ್ ನಿಲ್ದಾಣದ ಕಡೆಗೆ ಓಡಿದ್ದೆ.

ಉತ್ತರ ದಿಕ್ಕಿನಿಂದ ಜನಗಳ ಸಾಗರ ಬರುತ್ತಿತ್ತು. ಎಲ್ಲರೂ ರಸ್ತೆಯ ಬದಿಗಳಲ್ಲಿ ನಿಂತು ನೋಡುತ್ತಿದ್ದರು. ಅಕ್ಕ ಪಕ್ಕ ಇರುವ ಅಂಗಡಿಯವರುಗಳು ಮಕ್ಕಳಿಗೆಲ್ಲರಿಗೂ ಪೆಪ್ಪರ್‌ಮೆಂಟ್ ಕೊಡುತ್ತಿದ್ದರು. ಅಲ್ಲದೇ ಕೆಲವು ಹಿರಿಯರು ಎಲ್ಲರಿಗೂ ಕಡಲೆಪುರಿಯನ್ನೂ ಹಂಚುತ್ತಿದ್ದರು. ಮೂರು ನಾಲ್ಕು ಲಾರಿಗಳು ಜನಗಳನ್ನು ತುಂಬಿಕೊಂಡು ನಿಧಾನಕ್ಕೆ ಬರುತ್ತಿದ್ದವು. ಮಧ್ಯೆ ಇದ್ದ ಒಂದು ಲಾರಿಯ ಮೇಲ್ಭಾಗದಲ್ಲಿ ಅಣ್ಣಾವ್ರು ನಿಂತಿದ್ದು ಸುತ್ತಲೂ ನೆರೆದಿದ್ದವರಿಗೆಲ್ಲರಿಗೂ ಕೈ ಬೀಸುತ್ತಿದ್ದರು. ಅಣ್ಣಾವ್ರ ಜೊತೆಗೆ ಅವರ ಕುಟುಂಬವೂ ಇದ್ದಿತ್ತು. ಪಕ್ಕದಲ್ಲಿದ್ದವರ್ಯಾರೋ ಒಬ್ಬರು ಅಣ್ಣಾವ್ರ ಮಗಳು ಲಕ್ಷ್ಮಿಯನ್ನು ಎತ್ತಿ ಅವರ ಕೈಗಿತ್ತಿದ್ದರು. ಆಗ ಎಲ್ಲರೂ ಹೋ ಎಂದು ಕೂಗಿದರು. ಲಕ್ಷ್ಮಿಗೆ ಆಗ ೧ ಅಥವಾ ೨ ವರ್ಷಗಳಿರಬೇಕು. ಅವಳೇ ಅವರ ದೊಡ್ಡ ಮಗಳು. ಸುತ್ತಲಿದ್ದ ಜನಗಳೆಲ್ಲರಲ್ಲೂ ವಿದ್ಯುತ್ ಪ್ರವಾಹಿಸಿದಂತಾಗಿತ್ತು. ಎಲ್ಲರೂ ಮಂತ್ರಮುಗ್ಧರಾಗಿ ನಿಂತಿದ್ದರು. ಅಣ್ಣಾವ್ರಿದ್ದ ಲಾರಿಯ ಹಿಂದೆ ಮುಂದೆ ಇದ್ದ ಇತರೇ ಲಾರಿಗಳಲ್ಲಿ ಜನಗಳು ಬಹಳ ಇರಲಿಲ್ಲ. ಲಾರಿಗಳ ಚಾಲಕರು ಇತರ ಜನಗಳನ್ನು ಹತ್ತಲು ಕರೆಯುತ್ತಿದ್ದರು. ನನಗೆ ಅದೆಲ್ಲಿಂದ ಬುದ್ಧಿ ಬಂದಿತೋ ಏನೋ, ಹಿಂದೆ ಮುಂದೆ ನೋಡದೇ, ಲಾರಿ ಎಲ್ಲಿಗೆ ಹೋಗುತ್ತಿದೆ ಎಂಬುದನ್ನೂ ತಿಳಿದುಕೊಳ್ಳದೇ ಒಂದು ಲಾರಿಯ ಕಡೆ ಓಡಿದ್ದೆ. ದೊಡ್ಡವರೊಬ್ಬರು ನನ್ನನ್ನು ಎತ್ತಿ ಅನಾಮತ್ತಾಗಿ ಲಾರಿಯೊಳಗೆ ಹಾಕಿದ್ದರು. ಆನಂತರ ನೋಡಿದರೆ, ಆ ಲಾರಿಯಲ್ಲೇ ಅಣ್ಣಾವ್ರು ಇದ್ದದ್ದು. ಆ ಲಾರಿಯೊಳಗಿದ್ದ ಮಕ್ಕಳೆಲ್ಲರ ತಲೆ ನೇವರಿಸುತ್ತಿದ್ದರು. ನನಗಂತೂ ಅತೀವ ಆನಂದವಾಗಿತ್ತು. ಆ ಲಾರಿಯೊಳಗೆ ಇದ್ದವರಿಗೆಲ್ಲರಿಗೂ ಹಣ್ಣುಗಳನ್ನೂ ತಿನಿಸುಗಳನ್ನೂ ಕೊಡುತ್ತಿದ್ದರು. ಮೆರವಣಿಗೆಯು ೨ ಘಂಟೆಗಳ ಕಾಲ ನಗರದ ಪ್ರಮುಖ ಬೀದಿಗಳಲ್ಲಿ ಸುತ್ತಿ ಕೊನೆಗೆ ಬಸ್ ನಿಲ್ದಾಣದ ಹತ್ತಿರಕ್ಕೆ ಬಂದು ನಮ್ಮಗಳನ್ನು ಇಳಿಸಿದ್ದರು. ಅಂದು ನಾನು ಅಣ್ಣಾವ್ರನ್ನು ಹತ್ತಿರದಿಂದ ನೋಡಿದ್ದೆ. ಅಂದಿನಿಂದ ನಾನು ಅಣ್ಣಾವ್ರ ಪಕ್ಕಾ ಭಕ್ತನಾದೆ.

ಮುಂದೆ ಬಿಡುಗಡೆಯಾದ ಅಣ್ಣಾವ್ರ ಎಲ್ಲ ಚಿತ್ರಗಳನ್ನೂ ನೋಡಲು ಪ್ರಯತ್ನಿಸಿದ್ದೆ (ಕೆಲವು ಚಿತ್ರಗಳನ್ನು ನೋಡಲಾಗಲಿಲ್ಲ).

ಭಾವೂ ಬೀಝ್

ಇಂದು ಮಾಮೂಲಿನಂತೆ ಬೆಳಗ್ಗೆ ಲೋಕಲ್ ಟ್ರೈನ್ ಹತ್ತಿದೆ. ನೋಡಿದ್ರೆ ಆಶ್ಚರ್ಯ, ಪರಮಾಶ್ಚರ್ಯ - ಗಾಡಿ ಪೂರ್ಣವಾಗಿ ಖಾಲಿಯಾಗಿದೆ. ಇದೇನು ಕನಸೇ ಅಥವಾ ಇಂದು ಭಾನುವಾರವೇ ಎಂದು ಕೈ ಚಿವುಟಿಕೊಂಡೆ, ಮೊಬೈಲ್ ನಲ್ಲಿ ದಿನವನ್ನು ಪರೀಕ್ಷಿಸಿದೆ. ಇಲ್ಲ! ಎಲ್ಲ ಸರಿಯಾಗಿಯೇ ಇದೆ.

ಅಲ್ಲೇ ಮೂಲೆಯಲ್ಲಿ ಕುಳಿತಿದ್ದವನೊಬ್ಬನನ್ನು ಕೇಳಿದೆ, ಇವತ್ತೇನು ಸ್ಟ್ರೈಕೇ, ಮುಂಬೈ ಬಂದ್ ಅಥವಾ ಇನ್ನೇನಾದರೂ ಹೆಚ್ಚು ಕಡಿಮೆ ಆಗಿದ್ಯಾ?

ಅವನು ಹೇಳಿದ, ' ಇಲ್ಲ ಸಾರ್, ಇವತ್ತು ಬಾವ್‌ಬೀಜ್, ಅಲ್ವಾ, ಅದಕ್ಕೇ ಜನಗಳು ರಜೆ ಹಾಕಿರ್ತಾರೆ'

ಈ ಬಾವ್‌ಬೀಜ್ ಅಂದ್ರೇನು? ಹೊಸ ಪದವೊಂದು ನನ್ನ ತಲೆಯೊಳಗೆ ಹುಳುವಿನಂತೆ ಸೇರಿ ಕೊರೆಯಹತ್ತಿತ್ತು. ತಕ್ಷಣ ನನ್ನ ಮರಾಠೀ ಸ್ನೇಹಿತರಾದ ಕಮಲಾಕರ ಹಸಬ್‌ನೀಸರಿಗೆ ಮೊಬೈಲ್‌ನಲ್ಲಿ ಮಾತನಾಡಿ ವಿಷಯ ಕೇಳಿದೆ. ಅವರು ಹೇಳಿದ ಪ್ರಕಾರ ಇಂದು ಭಾವೂ ಬೀಝ್. ಇದರರ್ಥ - ಭಾವೂ - ಸಹೋದರ, ಬೀಝ್ ಎಂದರೆ ಬಿದಿಗೆ ಎಂದರು. ಅವರಿಗೂ ಬೀಝ್ ಎನ್ನುವ ಪದದ ಅರ್ಥ ಸರಿಯಾಗಿ ಗೊತ್ತಿಲ್ಲವಂತೆ. ಕೆಲವರು ಇದನ್ನು ಭಾವುದೂಜ್ ಎಂತಲೂ ಕರೆಯುವರು. ಇಲ್ಲಿ ದೂಜ್ ಎಂದರೆ ಎರಡನೆಯ ದಿನ ಎಂದರ್ಥ. ಯಾರಿಂದಲೂ ನನಗೆ ಇದಕ್ಕೆ ಸರಿಯಾದ ಅರ್ಥ ಸಿಕ್ಕಿಲ್ಲ. ಈ ದಿನ ಬಲಿ ಪಾಡ್ಯಮಿಯ ನಂತರದ ದಿನ ಬರುವುದರಿಂದ ಬಿದಿಗೆ ಇರಬಹುದು ಎಂದು ನಾನು ತಿಳಿದಿರುವೆ.

ಇಂದಿನ ದಿನದ ವಿಶೇಷವೇನೆಂದರೆ ಸಹೋದರರು ಮದುವೆಯಾದ ಸಹೋದರಿಯರ ಮನೆಗೆ ಔತಣಕ್ಕಾಗಿ ಹೋಗುವರು. ಸಹೋದರಿ ಅವರಿಗೆ ಆರತಿಯನ್ನು ಮಾಡಿ ಎದುರುಗೊಂಡು ಪೂಜಿಸುವರು. ಆರತಿ ತಟ್ಟೆಯಲ್ಲಿ ದೀಪವಿರಿಸಿರುವರು. ಸಹೋದರನ ಹಣೆಗೆ ಕುಂಕುಮವನ್ನಿಡುವರು. ನಂತರ ಅಕ್ಷತೆ ಕಾಳನ್ನು ಸಹೋದರನಿಗಿತ್ತು ನಮಸ್ಕರಿಸುವರು. ನಂತರ ಸಹೋದರರ ಏಳ್ಗೆ ಮತ್ತು ದೀರ್ಘಾಯಸ್ಸಿಗಾಗಿ ದೇವರಲ್ಲಿ ಪ್ರಾರ್ಥಿಸುವರು. ನಂತರ ಸಹೋದರರು ಸಹೋದರಿಗೆ ಉಡುಗೊರೆಯನ್ನು ಕೊಡುವರು. ಇದು ಸಂಪ್ರದಾಯ. ಆ ಸಮಯದಲ್ಲಿ ಸಹೋದರರು ತೊಡುವ ಪಣವೇನೆಂದರೆ ಎಂಥಹ ಕಷ್ಟ ಕಾಲದಲ್ಲೂ ಸಹೋದರಿಯನ್ನು ಸಂರಕ್ಷಿಸುವೆ ಎಂದು. ಆ ದಿನದ

ವಿಶೇಷ ತಿನಿಸು ಎಂದರೆ ಪೂರಿ ಮತ್ತು ಶ್ರೀಖಂಡ. ಈ ದಿನಕ್ಕೂ ಮತ್ತು ರಕ್ಷಾಬಂಧನದ ದಿನಕ್ಕೂ ಸ್ವಲ್ಪ ತಾಳೆ ಆಗ್ತಿದೆ ಅಲ್ಲವೇ?

ಕಛೇರಿಗೆ ಹೋದ ಮೇಲೆ ನೋಡಿದರೆ ಹೆಚ್ಚಿನ ಮರಾಠಿಗರು ರಜೆ ಹಾಕಿದ್ದಾರೆ. ನಾವು ಕೆಲವರೇ ಅವರೆಲ್ಲರ ಕೆಲಸವನ್ನೂ ಮಾಡಬೇಕಾಯ್ತು. ಹಾಗೇಯೆ ಸಂಜೆ ಎರಡು ಘಂಟೆಗಳು ಮುಂಚಿತವಾಗಿ ಕಛೇರಿ ಮುಚ್ಚುವರು ಎಂದೂ ತಿಳಿಯಿತು. ೪.೩೦ಕ್ಕೆ ಸ್ಟೇಷನ್‌ಗೆ ಬಂದರೆ ಎಲ್ಲೆಲ್ಲಿ ನೋಡಿದರೂ ಕುಟುಂಬಗಳೇ ಮತ್ತು ಕುಯ್ಯೋಂ ಮರ್ರೋ ಅನ್ನುವ ಮಕ್ಕಳುಗಳ ಅರಚಾಟ. ಟ್ರೈನ್‌ನಲ್ಲಿ ಜಾಗ ಸಿಕ್ಕರೂ ಕುಳಿತುಕೊಳ್ಳಲಾಗಲಿಲ್ಲ. ಪ್ರತಿ ಸ್ಟೇಷನ್‌ಗಳಲ್ಲೂ ಮಕ್ಕಳೊಂದಿಗರು ಹತ್ತುವರು ಇಳಿಯುವರು, ಅವರು ಬಂದು ನಿಂತಾಗ ನಾನು ಕುಳಿತಿರುವುದು ಸರಿಯಲ್ಲವೆಂದು ನನ್ನ ಸ್ಥಾನಕ ಬರುವವರೆವಿಗೂ ನಿಂತೇ ಇದ್ದೆ.

ಚೈನ್ ಮೈಲ್‌ಗಳು

ಚೈನ್ ಮೈಲ್‌ಗಳು ಬರುವುದು ಸರ್ವೇ ಸಾಮಾನ್ಯ. ಅದರಲ್ಲಿಯೂ ಅಡ್ವರ್ಟೈಸ್‌ಮೆಂಟ್‌ಗಳ ಹಾವಳಿಯಂತೂ ಬಹಳ. ಮೊದಲು ಒಬ್ಬರಿಗೆ ಅಂಚೆ ಕಳುಹಿಸಿ, ಇದನ್ನು ಇನ್ನಿತರ ಹತ್ತು ಜನಗಳಿಗೆ ಕಳುಹಿಸಿದರೆ ನಿಮಗೆ ಇಂತಹ ವಸ್ತು ಪುಕ್ಕಟೆ ಎಂದು ತಿಳಿಸುತ್ತಾರೆ. ಕೆಲವರು ಇವುಗಳನ್ನು ಸ್ಪ್ಯಾಮ್ ಮೈಲ್‌ಗಳು ಎಂದೂ ಪರಿಗಣಿಸುವರು. ಇವರ ಚಟುವಟಿಕೆಗಳು ಹೇಗಿರುತ್ತದೆ ಎಂಬುದು ಬಹಳ ಕೌತುಕವಾದ ವಿಷಯ.

ಮೊದಲಿಗೆ ಒಂದು ವಿಷಯವನ್ನು ನೆನಪಿನಲ್ಲಿಟ್ಟುಕೊಳ್ಳಬೇಕು. ಯಾರೂ ಪುಕ್ಕಟೆ ಊಟ ಕೊಡುವುದಿಲ್ಲ. ಎಲ್ಲರೂ ಎಲ್ಲ ಕೆಲಸವನ್ನೂ (ಸಾಮಾನ್ಯವಾಗಿ) ಮಾಡುವುದು, ಅದರಿಂದ ಪ್ರತಿಯಾಗಿ ಏನಾದರೂ ಹೆಚ್ಚಿನದಾಗಿ ಬರಬೇಕೆಂಬುದೇ. ಹತ್ತು ರೂಪಾಯಿಯನ್ನು ನಿಮಗೆ ಕೊಡುವಂತಿದ್ದರೆ ಅವರಿಗೆ ಕಡಿಮೆಯೆಂದರೆ ೧೫ - ೨೦ ರೂಪಾಯಿಗಳ ವರಮಾನ ಇದ್ದೇ ಇರಬೇಕು. ಈ ಚೈನ್ ಮೈಲ್‌ಗಳನ್ನು ಕಳುಹಿಸುವವರು, ಮೊದಲಿಗೆ ಆದಷ್ಟೂ ಹೆಚ್ಚಿನ ಜನಗಳ ಸ್ನೇಹವನ್ನು ಸಂಪಾದಿಸುತ್ತಾರೆ.

ಇಂತಹ ಕೃತ್ಯಗಳು ಈ ಹಿಂದೆ ಪ್ರಾರಂಭವಾಗಿದ್ದು ಹೀಗೆ. ಇದಕ್ಕಾಗಿ ಮೊದ ಮೊದಲಿಗೆ ಸೇರುವ ಸದಸ್ಯರುಗಳಿಗೆ ಹೆಚ್ಚಿನ ಆಮಿಷ ತೋರಿಸುವರು. ಇಂದು ೫೦೦ ರೂಪಾಯಿ ಕೊಟ್ಟು ಒಂದು ೫೦೦೦ ರೂಪಾಯಿಗಳ ಮೌಲ್ಯದ ವಸ್ತುವನ್ನು ನಿಮ್ಮ ಮನೆಗೆ ತೆಗೆದುಕೊಂಡು ಹೋಗಬಹುದೆನ್ನುವರು. ಮೊದ ಮೊದಲಿಗೆ ಬರುವವರಿಗೆ ಹೇಳಿದ ಹಾಗೆ ಕೊಡುವರು. ಹೆಚ್ಚಿನ ಜನಗಳು ಸದಸ್ಯರಾದ ಮೇಲೆ, ಅವರ ನಿಜವಾದ ಬಣ್ಣವನ್ನು ತೋರುವರು. ಹಣ ಸಂಗ್ರಹಿಸಿ ರಾತ್ರೋರಾತ್ರಿ ಮಾಯವಾಗುವರು. ಮನ್‌ಜೋಗ ಎಂಬ ಸಂಸ್ಥೆ ಇದೇ ತರಹದ ಕೃತ್ಯವನ್ನು ಕೈಗೊಂಡಿತ್ತು. ಇಂತಹ ಆಮಿಷಗಳಿಂದ ಜನಗಳು ಸ್ವಲ್ಪ ಎಚ್ಚೆತ್ತುಕೊಂಡಿದ್ದಾರೆ ಎಂಬುದು ಅವರುಗಳಿಗೆ ಮನೋಗತವಾಗಿದೆ. ಈಗೀಗ ಕಳೆದ ೪-೫ ವರ್ಷಗಳಿಂದ ಅಂತರ್ಜಾಲ ತಾಣಗಳನ್ನು ಭೇಟಿ ನೀಡುವವರು ಜಾಸ್ತಿಯಾಗಿರುವುದನ್ನು ಮನಗಂಡ ಅವರುಗಳು/ಅವರಂತಹವರು ಈ ಹಾದಿಯಲ್ಲಿಯೂ ಕೈ ಹಾಕುತ್ತಿದ್ದಾರೆ. ಅವರೇನು ಮಾಡುತ್ತಿರಬಹುದು ಎಂಬುದು ನನ್ನ ಊಹೆಯಷ್ಟೇ. ಅದು ಹೀಗಿದೆ.

ಇಂತಹ ಸರಣಿ ಅಂಚೆಗಳನ್ನು ಕಳುಹಿಸುವುದರಿಂದ ಅವರುಗಳಿಗೆ ಅಂಚೆವಿಳಾಸಗಳು ಸುಲಭದಲ್ಲಿ ದೊರೆಯುವುದು. ಹಸುರು ಸಂಪತ್ತು (ವನ್ಯರಾಶಿ) ಹೆಚ್ಚಿಸುವೆವು ನಮ್ಮೊಡನೆ ಕೈ ಜೋಡಿಸಿ ಎಂದು ಒಂದು ಬಗೆಯ ಪ್ರಚಾರ ಮಾಡಿದರೆ, ಇಂದು ಹತ್ತು ರೂಪಾಯಿ ಕಳುಹಿಸಿ ಸದಸ್ಯರಾಗಿ, ನಿಮ್ಮ ಸ್ನೇಹಿತರುಗಳನ್ನೂ ಪರಿಚಯಿಸಿ, ಒಬ್ಬರ ಪರಿಚಯಕ್ಕೆ ನಿಮಗೆ ೫ ರೂಪಾಯಿಯಂತೆ ಹಣ ಪಾವತಿ ಮಾಡುವೆವು ಎಂದೆಲ್ಲಾ ಪ್ರಚಾರ ಮಾಡುವರು. ಹತ್ತು ರೂಪಾಯಿಯೇನೂ ಬಹಳ ದೊಡ್ಡದಲ್ಲ. ಆದರೆ ನೀವು ನಿಮ್ಮ ಸ್ನೇಹಿತರನ್ನು ಕಳೆದುಕೊಳ್ಳುವ ಸಂಭವ ಹೆಚ್ಚು. ಮೊದ ಮೊದಲು ಸದಸ್ಯರುಗಳು ಆದವರಿಗೆ ನಿಯಮಿತವಾಗಿ ಹಣ ಬರುತ್ತಿರುತ್ತದೆ. ಅವರು ಇನ್ನೂ ಹೆಚ್ಚಿನ ಸದಸ್ಯರನ್ನು ಪರಿಚಯಿಸುತ್ತಿರುತ್ತಾರೆ. ಸದಸ್ಯರು ಹೆಚ್ಚಾಗುತ್ತಿದ್ದಂತೆ ಹಣ ಕೂಡುವುದು ಹೆಚ್ಚಾಗುತ್ತದೆ. ಈ ಅಂಚೆ ಎಲ್ಲಿಂದ ಬರುತ್ತದೆ, ಹೇಗೆ ಬರುತ್ತದೆ ಎಂಬುದರ ಬಗ್ಗೆ ಯಾರಿಗೂ ಚಿಂತೆ ಇರುವುದಿಲ್ಲ. ಹೆಚ್ಚಿನ ಹಣ ಕೂಡುವುದರೊಳಗೆ ಈ ತಂತ್ರವನ್ನು ಪ್ರಾರಂಭಿಸಿದವರು ನಾಪತ್ತೆಯಾಗಿರುತ್ತಾರೆ. ಕೆಲವರುಗಳಂತೂ ಮನೆ ಮಂದಿಯವರೆಲ್ಲರ ಹೆಸರಿನಲ್ಲಿ ಹಣ ಸಂದಾಯ ಮಾಡಿದ್ದರೆ, ಇನ್ನೂ ಕೆಲವರು ಬೇರೆ ಬೇರೆ ಹೆಸರುಗಳಲ್ಲಿ ತಮ್ಮದೇ ಹಣವನ್ನು ಸಂದಾಯಿಸಿರುತ್ತಾರೆ. ಹಣ ಕಳೆದುಕೊಂಡ ಮೇಲೆ, ಪೊಲೀಸರ ಮೇಲೆ, ಹಣಕಾಸು ಇಲಾಖೆಯ ಮೇಲೆ ಮತ್ತಿತರರ ಮೇಲೆ ಕೂಗಾಡುತ್ತಿರುತ್ತಾರೆ. ಇದು ಪ್ರತಿನಿತ್ಯ ಕಂಡು ಬರುವ ದೃಶ್ಯಗಳು. ಅನಾದಿಕಾಲದಿಂದ ನಡೆದು ಬಂದ ಕೃತ್ಯಗಳು. ಇದನ್ನು ತಿಳಿದೂ ತಿಳಿದೂ ನಮ್ಮ ಜನಗಳು ಏಕೆ ಬಲಿಯಾಗುತ್ತಾರೆ.

ಮೊನ್ನೆ ನಡೆದ ಒಂದು ಘಟನೆ. ಕಿರಿಯರೊಬ್ಬರು ನನ್ನ ಅಂತರ್ಜಾಲ ತಾಣಕ್ಕೆ ಭೇಟಿಯನ್ನಿತ್ತು, ಸ್ನೇಹಿತರಾಗಬಯಸಿದರು. ನಾನೂ ಸ್ನೇಹಹಸ್ತವನ್ನು ಚಾಚಿದೆ, ಸ್ವೀಕರಿಸಿದೆ. ವಿಚಾರ ವಿನಿಮಯಕ್ಕೆಂದು ನನ್ನ ತಾಣದಲ್ಲೊಂದು ಮುಕ್ತವಾದ ವೇದಿಕೆಯನ್ನು ನಿರ್ಮಿಸಿದ್ದರು (ನಾಡಿಗರು). ಅಲ್ಲಿ ಈ ಕಿರಿಯರು ಹಸುರು ಕ್ರಾಂತಿಯ ಬಗ್ಗೆ ಒಂದು ಅಡ್ವರ್ಟೈಸ್‌ಮೆಂಟ್ ಹಾಕಿ, ಎಲ್ಲರಿಗೂ ಸದಸ್ಯರಾಗಲು ಕೇಳಿಕೊಂಡಿದ್ದರು. ಸದ್ಯಕ್ಕೆ ಸ್ವಲ್ಪ ಕಾಲದಲ್ಲಿಯೇ ನಾನು ಅದನ್ನು ನೋಡಿದ್ದೆ. ಅಲ್ಲ! ಇದರ ಒಳ ಹೊರಗು ಅರಿತ ನನ್ನ ತಾಣದಲ್ಲಿಯೇ ಹೀಗೆ ಮಾಡುವುದಾ? ತಕ್ಷಣ ಆ ಅಡ್ವರ್ಟೈಸ್‌ಮೆಂಟ್ ಕಿತ್ತು ಹಾಕಿ, ಮುಕ್ತವೇದಿಕೆಯನ್ನು ಮುಚ್ಚಿದೆವು. ೧-೨ ದಿನಗಳಾದ ಮೇಲೆ ಆ ಕಿರಿಯರು, 'ನನ್ನನ್ನು ಕಂಡು ಹೆದರುತ್ತಿರುವಿರಾ? ನಾನು ನಿಮಗೇನೂ ತೊಂದರೆ ಮಾಡುವುದಿಲ್ಲ. ಕೆಲಸಕ್ಕೆ ಹೋಗದೆಯೇ ಸುಲಭದಲ್ಲಿ ಹಣ ಮಾಡುವುದು ಹೇಗೆಂದು ತಿಳಿಸುತ್ತಿರುವೆ, ಎಂದು ಹೇಳಿದರು. ಆಗ ನಾನು ಅವರಿಗೆ ಹತ್ತು ನಿಮಿಷಗಳ ಕಾಲ ಇಂತಹ ಸ್ಕೀಮ್‌ಗಳ ಬಗ್ಗೆ ನಿರರ್ಗಳವಾಗಿ ಚಾಟಿಸಿದೆ. ಅವರ ಬಾಯಿ ಮುಚ್ಚಿ ಹೋಯಿತು. ಕಡೆಗೆ, 'ಸಾರ್, ನನಗೆ ಇಷ್ಟೆಲ್ಲಾ ವಿಷಯಗಳು

ತಿಳಿದಿರಲಿಲ್ಲ, ನಾನು ಕೆಲಸವಿಲ್ಲದೇ ಇಲ್ಲಿ ಕೆಲಸ ಮಾಡುತ್ತಿರುವೆ. ನನ್ನ ಮಾಲಿಕರು ಹೇಳಿದ ಹಾಗೆ ಕೇಳುತ್ತಿರುವೆನಷ್ಟೆ'. ಇನ್ಮೇಲೆ ಈ ರೀತಿ ಮಾಡೋಲ್ಲ.

ಸುಲಭವಾಗಿ ಯಾರೂ ಏನನ್ನೂ ಕೊಡೋಲ್ಲ ಎಂಬುದನ್ನು ಮರೆಯಬೇಡಿ. ನಿಮ್ಮಿಂದ ಏನನ್ನೋ ನಿರೀಕ್ಷಿಸಿಯೇ ಇರುತ್ತಾರೆ ಎಂಬುದನ್ನು ಮರೆಯಬೇಡಿ.

ಮನೆ ಕಟ್ಟಿ ನೋಡು

ಮನೆ ಕಟ್ಟಿ ನೋಡು ಮದುವೆ ಮಾಡಿ ನೋಡು ಎಂಬುದೊಂದು ನಾಣ್ಣುಡಿ (ನಾಡು ನುಡಿ).

ಈ ನಾಣ್ಣುಡಿಗಳ ಹಿಂದೆ ಹಿರಿಯರ ಅನುಭವಗಳು ಇದ್ದು ನಮಗೆ ಪಾಠ ಕಲಿಸುವಂತಹವು. ಅವುಗಳನ್ನು ನಾವು ಅರಿತರೆ ಅದು ನಮ್ಮ ಭಾಗ್ಯ.

ಮೇಲೆ ಹೇಳಿದ ನಾಣ್ಣುಡಿಯ ಬಗ್ಗೆ ಕೊಂಚ ಚಿಂತಿಸೋಣ.

ಈಗೆಲ್ಲಾ ಮದುವೆಗಳ ಕೆಲಸಗಳಿಗೆ ಕಾಂಟ್ರಾಕ್ಟ್ ಕೊಟ್ಟುಬಿಡುತ್ತಾರೆ. ಅದೊಂದು ಬೃಹತ್ ಉದ್ಯೋಗವೇ ಆಗುತ್ತಿದೆ. ಒಂದು ಮದುವೆ ಮಾಡಲು ಕೆಲಸ ಎಷ್ಟಿರುತ್ತದೆ ಎಂಬುದನ್ನು ನೋಡೋಣ. ಮೊದಲಿಗೆ ಗಂಡು ಅಥವಾ ಹೆಣ್ಣು ಹುಡುಕುವುದರಿಂದ ಕೆಲಸ ಶುರುವಾಗುವುದು. ಸಾಮಾನ್ಯವಾಗಿ ಹೆಚ್ಚಿನ ಕೆಲಸಗಳಿರುವುದು ಹೆಣ್ಣು ಹೆತ್ತವರಿಗೇ. ಮದುವೆಗೆ ಗಂಡು ಹುಡುಕಿದ ಕೂಡಲೇ ನಿಶ್ಚಿತಾರ್ಥದ ಸಮಾರಂಭ. ಮೊದಲು ಅಂದರೆ ೧೦ ವರುಷಗಳ ಹಿಂದೆ, ಇದೊಂದು ಮನೆಯ ಮಟ್ಟಿನ ಕಾರ್ಯಕ್ರಮವಾಗಿದ್ದರೆ ಈಗ ಇದೊಂದು ಮದುವೆಯಂತೆಯೇ ನಡೆಯುವುದು. ನಿಶ್ಚಿತಾರ್ಥದ ಕಾರ್ಯಕ್ರಮದೊಂದಿಗೆ ಮತ್ತು ಮದುವೆಗೆ ಮುಂಚೆ ಆರತಕ್ಷತೆ (ರಿಸೆಪ್ಷನ್) ಕೂಡಾ ನಡೆಸುವ ಪದ್ಧತಿ ಇದೆ. ನೂತನ ವಧು ವರರಿಗೆ ಆರತಿ ಮಾಡಿ ಆಶೀರ್ವಾದದೊಂದಿಗೆ ಅಕ್ಷತೆಯನ್ನು ಹಾಕುವುದರಿಂದ ಆರತಕ್ಷತೆ ಎನ್ನುವರು. ಕೆಲವರು ಮದುವೆಗೆ ಮೊದಲು ಆರತಕ್ಷತೆ ಸಮಾರಂಭವನ್ನು ಇಟ್ಟುಕೊಳ್ಳುವರು. ಇದರ ಬಗ್ಗೆ ನಾನು ಯಾರೋ ಒಬ್ಬರನ್ನು ಕೇಳಿದ್ದೆ, 'ಹೀಗೇಕೆ ಮಾಡುವರು?' ಎಂದು. ಅದಕ್ಕೆ ಅವರು ಉತ್ತರವಾಗಿ, ಆರತಕ್ಷತೆಯಲ್ಲಿ ಬರುವ ಜನಗಳು ಕೊಡುವ ಉಡುಗೊರೆಗೆ ತಕ್ಕನಾಗಿ ಮದುವೆಯಲ್ಲಿ ಮರ್ಯಾದೆ ಮಾಡಲು ಹೀಗೆ ಮಾಡುವರು' ಎಂದು ಹೇಳಿದರು.

ಬೀಗರನ್ನು ವಿಚಾರಿಸಿಕೊಳ್ಳುವುದರೊಂದಿಗೆ ಬಂದು ಹೋಗುವವರ ಊಟ ತಿಂಡಿಯ ವ್ಯವಸ್ಥೆ, ಪೂಜೆಗೆ ಸಾಮಾನುಗಳು ಒದಗಿಸುವ ವ್ಯವಸ್ಥೆ, ಉಳಿದುಕೊಳ್ಳುವ ವ್ಯವಸ್ಥೆ, ಇದರ ಮಧ್ಯೆ ಯಾರು ಬರುವರು ಯಾರು ಹೋಗುವರು ಎಂದು ನೋಡಿಕೊಳ್ಳಬೇಕು, ಓಲಗದವರು, ಮಂಟಪ ನಿರ್ಮಿಸುವವರು, ಹೂ ಸರಬರಾಜು ಮಾಡುವವರು, ಅಡುಗೆಯವರು ಇತ್ಯಾದಿಗಳೆಲ್ಲರೂ ತಮ್ಮ ತಮ್ಮ ಕೆಲಸಗಳನ್ನು ಸರಿಯಾಗಿ ನಿರ್ವಹಿಸುತ್ತಿರುವರೇ ಎಂಬುದನ್ನೂ ನೋಡಿಕೊಳ್ಳಬೇಕು. ಇದಲ್ಲದೇ ಕಾರ್ಯ ಮುಗಿಯುವವರೆವಿಗೆ ಏನೂ ತೊಂದರೆ ಬರದಂತೆ ನೋಡಿಕೊಳ್ಳಬೇಕು. ಇಷ್ಟೆಲ್ಲಾ

ಕೆಲಸಗಳನ್ನು ಒಬ್ಬರಿಂದ ನಿರ್ವಸಲು ಸಾಧ್ಯವೇ? ಎಷ್ಟು ಜನರಿದ್ದರೂ ಸಾಲದು. ಅದೂ ಅಲ್ಲದೇ ಬೀಗರ ಕಡೆಯವರು ಸ್ವಲ್ಪ ತರಲೆ ಜನಗಳಾದರೆ ಇನ್ನೂ ಹೆಚ್ಚಿನ ಕಷ್ಟವಾಗುವುದು. ಹಣವಂತೂ ನೀರಿನಂತೆ ಖರ್ಚಾಗುವುದು. ಮದುವೆ ಕಾರ್ಯ ಮುಗಿಯುವ ವೇಳೆಗೆ ಮದುವೆ ಮಾಡುವವರು ದೈಹಿಕವಾಗಿಯೂ ಮತ್ತು ಮಾನಸಿಕವಾಗಿಯೂ ಕುಗ್ಗಿ ಹೋಗುವರು.

ಇದರಲ್ಲಿ ಎದುರಿಸುವ ಕಷ್ಟಗಳು ಒಂದೇ ಎರಡೇ? ಮೊದಲು ಶುರುವಾಗುವುದು ಹಣ ಹೊಂದಿಸುವುದು. ಎಷ್ಟೇ ಹಣ ಇಟ್ಟುಕೊಂಡರೂ ಕಡಿಮೆಯೇ. ನಂತರ ಬಟ್ಟೆಗಳ ಖರೀದಿ. ಅದರಲ್ಲೂ ರೇಷ್ಮೆ ಸೀರೆಗಳ ಖರ್ಚಿಗೆ ಇತಿ ಮಿತಿಯೇ ಇರುವುದಿಲ್ಲ. ಎಷ್ಟೇ ಬೆಲೆ ಬಾಳುವ ಸೀರೆಗಳನ್ನು ಕೊಂಡರೂ ಸಮಾಧಾನವಿರೋದಿಲ್ಲ. ಛತ್ರದ ಬಾಡಿಗೆ, ಪಾತ್ರೆಗಳಿಗೆ ಬಾಡಿಗೆ, ಆಭರಣಗಳನ್ನು ಕೊಳ್ಳುವುದು, ಲಗ್ನಪತ್ರಿಕೆಗಳ ಮುದ್ರಣ, ನೆಂಟರಿಷ್ಟರನ್ನು ಕರೆಯುವುದು, ಮದುವೆಗೆ ಬರುವವರಿಗೆ ತಕ್ಕ ಉಡುಗೊರೆ ಕೊಡುವುದು, ಹೀಗೆ ಒಂದೇ ಎರಡೇ. ಆ ಎಲ್ಲ ಕೆಲಸಗಳನ್ನೂ ಸರಿಯಾಗಿ ಮಾಡಬೇಕು. ಎಲ್ಲೇ ಸ್ವಲ್ಪ ಲೋಪವಾದರೂ ಕೆಟ್ಟ ಹೆಸರು ತಪ್ಪಿದ್ದಲ್ಲ.

ಇನ್ನು ಅಡುಗೆಯವರ ಬಗ್ಗೆ ನೋಡಿರಿ. ಅಡುಗೆಯವರ ಕಡೆ ಸರಿಯಾಗಿ ಗಮನ ಕೊಡದಿದ್ದರೆ ಸಾಮಾನುಗಳನ್ನು ಪೋಲು ಮಾಡುವ ಸಾಧ್ಯತೆ ಇರುತ್ತದೆ. ಅವರಿಗೆ ಊಟ ತಿಂಡಿಗಳ ಪಟ್ಟಿ ಕೊಡುವುದು, ಅವರು ಕೊಟ್ಟ ಸಾಮಾನುಗಳ ಲಿಸ್ಟಿನಂತೆ ಸಾಮಾನುಗಳು, ತರಕಾರಿ, ಹಣ್ಣು ಇತ್ಯಾದಿ ತಂದಿಡಬೇಕು. ನಮ್ಮ ಮನೆಯಲ್ಲಿ ನಡೆದ ಒಂದು ಮದುವೆಯಲ್ಲಿ ನನ್ನ ಪಾತ್ರ ಅಡುಗೆಯವರ ಬಗ್ಗೆ ನಿಗಾ ಕೊಡುವುದಾಗಿತ್ತು. ಅವರನ್ನು ನಾನು ಸೂಕ್ಷ್ಮವಾಗಿ ಗಮನಿಸುತ್ತಿದ್ದೇನೆಂದು ತಿಳಿದು ಅವರು ಒಂದು ಡಬ್ಬ ಕಡಲೆಕಾಯಿ ಎಣ್ಣೆಯನ್ನು ಉರಿಯುತ್ತಿರುವ ಒಲೆಗೆ ಹಾಕಿ ದೊಡ್ಡ ಗಲಾಟೆಯೇ ಆಗಿಹೋಗಿತ್ತು. ಇನ್ನು ಪಾತ್ರೆ ತೊಳೆಯಲು ಬರುವವರಿಗೆ ಲೋಟ, ತಟ್ಟೆ ಇತ್ಯಾದಿಗಳನ್ನು ನೋಡಿಕೊಳ್ಳುವ ಜವಾಬ್ದಾರಿ ಕೊಟ್ಟು ಸ್ವಲ್ಪ ಹೆಚ್ಚಿಗೆ ಹಣವನ್ನು ಕೊಡುವೆವೆಂದರೆ ಕಳ್ಳತನ ಆಗುವ ಸಾಧ್ಯತೆ ಹೆಚ್ಚು ಇರುವುದಿಲ್ಲ.

ಅದಕ್ಕಾಗಿ ಈಗೀಗ ಎಲ್ಲ ಕೆಲಸಗಳಿಗೂ ಕಾಂಟ್ರಾಕ್ಟ್ ಕೊಡುವ ಪದ್ಧತಿ ಬರುತ್ತಿದೆ. ಛತ್ರದ ಬುಕಿಂಗ್‌ನಿಂದ ಹಿಡಿದು ಛತ್ರ ಖಾಲಿ ಮಾಡುವವರೆವಿಗೆ ಆಗುವ ಎಲ್ಲ ಕೆಲಸಗಳನ್ನೂ ಮಾಡಿಕೊಡುವ ಕಂಟ್ರಾಕ್ಟರರು ಸಿಗುವರು. ಬಾಸಿಂಗ ತಂದು ವರನಿಗೆ ಅದನ್ನು ಕಟ್ಟಿಕೊಡುವರು. ಮದುವೆ ಮುಗಿದ ತಕ್ಷಣ ಅದನ್ನು ವಾಪಸ್ಸು ತೆಗೆದುಕೊಂಡು ಹೋಗುವ (ಬಾಡಿಗೆಗೆ ಕೊಡುವ ಪದ್ಧತಿ) ಸವಲತ್ತು ಕೂಡಾ ದೊರಕುತ್ತಿದೆ. ಆದರೇನು ಇಲ್ಲಿ ಎಲ್ಲ ಕೆಲಸಗಳೂ ಸುಸೂತ್ರವಾಗಿ ಆಗುವುದು, ಆದರೆ ಇದಕ್ಕೆ ಹೆಚ್ಚಿನ ಹಣ ವ್ಯಯವಾಗುವುದು. ಅಡುಗೆ ಕಾಂಟ್‌ರ್‌ಆಕ್ಟ್ ಕೊಟ್ಟರೆ ಊಟದ ಲೆಕ್ಕದಂತೆ ಹಣ ಕೊಡಬೇಕು. ಅಡುಗೆಯವರು ಇಂತಿಷ್ಟು ಊಟಕ್ಕೆ ಇಷ್ಟು ಹಣ ಕೊಡಬೇಕೆಂದು ನಿರ್ಧರಿಸುತ್ತಾರೆ. ಅಷ್ಟಲ್ಲದೇ ಊಟ

ಬಡಿಸುವಾಗ ಪೋಲು ಮಾಡುವುದಿಲ್ಲ ಮತ್ತು ಸ್ವಲ್ಪ ಕಡಿಮೆಯಾಗಿಯೇ ಬಡಿಸುವ ಸಾಧ್ಯತೆಯೂ ಇರುತ್ತದೆ. ಆಗ ಮದುವೆಗೆ ಬರುವವರ ಗಲಾಟೆ ಎದುರಿಸಬೇಕು. ಕೆಲವರು ಮದುವೆ ಮನೆಗಳಲ್ಲಿ ಗಲಾಟೆ ಮಾಡಲೆಂದೇ ಬರುವರು. ಎಷ್ಟೆಲ್ಲಾ ಕಷ್ಟ ಕೋಟಲೆಗಳನ್ನು ಹೆಣ್ಣು ಹೆತ್ತವರು ಅನುಭವಿಸಬೇಕು. ಮಧ್ಯಮ ವರ್ಗದವರು, ತಿಂಗಳ ಸಂಬಳವನ್ನೇ ನಂಬಿಕೊಂಡು ಮಕ್ಕಳನ್ನು ಉಳಿಸಿ, ಬೆಳೆಸಿ, ಒಂದು ಹಂತಕ್ಕೆ ತಂದು ಇಷ್ಟೆಲ್ಲಾ ಮದುವೆಗಾಗಿ ಖರ್ಚು ಮಾಡುವುದರಲ್ಲಿ ಅವರ ಪಾಡು ಹೇಗಾಗಿರಬೇಡ. ಇದನ್ನು ಎಲ್ಲರೂ ಅರಿತರೆ, ಅರಿತು ಸೂಕ್ತವಾಗಿ ಸ್ಪಂದಿಸಿದರೆ ಜೀವನ ಎಷ್ಟು ಹಿತವಾಗಿರುವುದು, ಅಲ್ಲವೇ?

ಇದೇ ತರಹದ ಪರಿಸ್ಥಿತಿ ಮನೆ ಕಟ್ಟುವುದರಲ್ಲಿಯೂ ಕಂಡು ಬರುವುದು. ಇಲ್ಲಿ ಮೊದಲು ಮನೆ ಹೇಗೆ ಕಟ್ಟಬೇಕೆಂಬ ಬಗ್ಗೆ ನಿರ್ಧರಿಸಿ ಅದಕ್ಕೆ ಎಷ್ಟು ಹಣ ಬೇಕಾಗುವುದೋ ಅದನ್ನು ಹೊಂದಿಸಿಕೊಳ್ಳಬೇಕು. ನಿವೇಶನಕ್ಕೆ ತಕ್ಕನಾಗಿ ಮನೆಯ ಪ್ಲಾನ್ ಬರೆಸಿಕೊಳ್ಳಬೇಕು. ಇದಕ್ಕೆ ಒಬ್ಬರು ಆರ್ಕಿಟೆಕ್ಟ್ ಅವರನ್ನು ಸಂಪರ್ಕಿಸಿದರೆ ಒಳ್ಳೆಯ ಸಲಹೆ ಕೊಡುವರು. ಅದನ್ನು (ಉದಾಹರಣೆಗೆ ಬೆಂಗಳೂರಿನಲ್ಲಿರುವವರಿಗೆ ಬಿಡಿಎ) ಸಂಬಂಧಪಟ್ಟ ಇಲಾಖೆಯವರಿಗೆ ಸಲ್ಲಿಸಬೇಕು. ಅವರಿಂದ ಒಪ್ಪಿಗೆ ಪಡೆದ ಮೇಲೆ ಎನ್‌ಕಂಬರೆನ್ಸ್ ಸರ್ಟಿಫಿಕೇಟ್ ತೆಗೆದುಕೊಳ್ಳಬೇಕು. ಈ ಸದರಿ ನಿವೇಶನದ ಮೇಲೆ ಬೇರೆ ಯಾರದ್ದೂ ಹಕ್ಕಿಲ್ಲ ಎಂಬುದನ್ನು ಈ ಸರ್ಟಿಫಿಕೇಟ್ ತಿಳಿಸುತ್ತದೆ. ಸಾಲ ತೆಗೆದುಕೊಳ್ಳುವಂತಿದ್ದರೆ ಅದಕ್ಕೆ ಬಿಡಿಎನವರು ಸಮ್ಮತಿಸಿದ ಪ್ಲಾನ್ ಅನ್ನು ಸಾಲ ಕೊಡುವವರಿಗೆ ಕೊಡಬೇಕು.

ಸಾಲವನ್ನು ಕೊಡಲು ಬಹಳಷ್ಟು ಸಂಸ್ಥೆಗಳು ಇವೆ. ಅವುಗಳಲ್ಲಿ ಕೆಲವು ಸಾರ್ವಜನಿಕ ಕ್ಷೇತ್ರದಲ್ಲಿದ್ದರೆ ಇನ್ನು ಕೆಲವು ಖಾಸಗಿ ಕ್ಷೇತ್ರದಲ್ಲಿವೆ. ಹೆಚ್.ಡಿ.ಎಫ್.ಸಿ.ಯವರು ಮನೆ ಸಾಲ ಕೊಡುವ ಸಂಸ್ಥೆಗಳಲ್ಲಿ ಮುಂಚೂಣಿಯಲ್ಲಿದ್ದಾರೆ. ಅದೇ ತರಹ ಐ.ಸಿ.ಐ.ಸಿ.ಐ ಮತ್ತು ಸಾರ್ವಜನಿಕ ಕ್ಷೇತ್ರದಲ್ಲಿರುವ ಬ್ಯಾಂಕುಗಳು ಕೂಡಾ ಮನೆಗಾಗಿ ಸಾಲಗಳನ್ನು ಕೊಡುವರು. ಸಾಲಕ್ಕೆ ಎಷ್ಟು ಬಡ್ಡಿ ದರ, ಎಲ್ಲಿ, ಹೇಗೆ ಸಿಗುವುದು, ಮರುಪಾವತಿ ಮಾಡುವುದು ಹೇಗೆ ಇತ್ಯಾದಿಗಳೆಲ್ಲವನ್ನೂ ತಿಳಿದುಕೊಳ್ಳಬೇಕು. ನೌಕರಿ ಮಾಡುವವರಿಗೆ ತಮ್ಮ ಸಂಸ್ಥೆಗಳಲ್ಲಿ ಸಾಲ ಕೊಡುವ ಸೌಲಭ್ಯವಿರುತ್ತದೆ. ಅಲ್ಲಿ ಇತರೆ ಕಡೆಗಿಂತ ಸುಲಭದ ಮತ್ತು ಕಡಿಮೆ ದರದಲ್ಲಿ ಸಾಲ ಸಿಗುವ ಅವಕಾಶವಿರುತ್ತದೆ. ಎಲ್.ಐ.ಸಿ. ಪಾಲಿಸಿ ಇದ್ದವರು ಅದರ ಅಧಾರದ ಮೇಲೆ ಕೂಡಾ ಸಾಲ ತೆಗೆದುಕೊಳ್ಳುವ ಅವಕಾಶವಿದೆ. ಈ ಸಾಲದ ಮೇಲೆ ವಿಧಿಸುವ ಬಡ್ಡಿಯಲ್ಲೂ ಎರಡು ವಿಧ ಇರುತ್ತದೆ. ಒಂದು ವಿಧದಲ್ಲಿ ಮೊದಲು ಬಡ್ಡಿಯನ್ನು ತೆಗೆದುಕೊಂಡು ನಂತರ ಅಸಲನ್ನು ಕಡಿತ ಮಾಡುವರು. ಇನ್ನು ಕೆಲವರು ಮೊದಲು ಅಸಲನ್ನು ಕಡಿತ ಮಾಡಿ ನಂತರ ಬಡ್ಡಿಯನ್ನು ತೆಗೆದುಕೊಳ್ಳುವರು. ಮೊದಲ ವಿಧದಲ್ಲಿ

ಬಡ್ಡಿಯನ್ನು ಪೂರ್ಣವಾಗಿ ತೀರಿಸುವವರೆವಿಗೆ ಮೂಲ ಅಸಲಿನ ಮೇಲೆ ಬಡ್ಡಿಯನ್ನು ತೆರಬೇಕಾಗುವುದು. ಎರಡನೆ ವಿಧದಲ್ಲಿ ಅಸಲು ಕಡಿಮೆಯಾಗುತ್ತಿದ್ದಂಎ ಅದರ ಮೇಲೆ ಬಡ್ಡಿಯನ್ನು ಲೆಕ್ಕ ಹಾಕಲಾಗುವುದು. ಈ ಸಾಲ ಮರುಪಾವತಿ ಮಾಡುವ ಮೊಬಲಗಿನ ಮೇಲೆ ಮತ್ತು ಅದರ ಮೇಲೆ ಕೊಡಬೇಕಿರುವ ಬಡ್ಡಿಯ ಮೇಲೆ ಆದಾಯ ತೆರಿಗೆಯಿಂದ ಸ್ವಲ್ಪ ಮುಕ್ತಿಯೂ ದೊರಕುವುದು. ಹೆಚ್ಚು ಹೆಚ್ಚು ಜನಗಳು ವಸತಿ ಹೊಂದಲು ಪ್ರೋತ್ಸಾಹಿಸುತ್ತಿರುವ ಸರಕಾರವು ಸಾಲ ಮರುಪಾವತಿ ಮತ್ತು ಅದರ ಮೇಲಿನ ಬಡ್ಡಿಯನ್ನು ಆದಾಯ ತೆರಿಗೆ ಲೆಕ್ಕಕ್ಕಾಗಿ ಉಳಿತಾಯದಂತೆ ಪರಿಗಣಿಸಲಾಗುವುದು.

ಇಷ್ಟೆಲ್ಲಾ ಮಾಡಿದ ಮೇಲೆಯೇ ಭೂಮಿ ಪೂಜೆ ಮಾಡಿ ಅಡಿಪಾಯ ತೋಡಿಸಬೇಕು. ಆಗ ಬರುವ ಕೆಲಸದವರು ಎಂತೆಂತಹ ಆಟಗಳನ್ನು ಆಡುತ್ತಾರೆ ಗೊತ್ತೇ? ಕೆಲಸದವರನ್ನು ಒದಗಿಸಲೂ ಒಬ್ಬ ಕಂಟ್ರಾಕ್ಟರು ಇರುತ್ತಾರೆ. ಪ್ರತಿ ಸೋಮವಾರ ಬೆಳಗ್ಗೆ ಕೆಲಸದವರುಗಳು ಬಂದರೆ ಆ ವಾರ ಪೂರ್ತಿ ಕೆಲಸ ನಡೆಯುವುದು ಖಚಿತ. ಅವರು ಸೋಮವಾರದ ದಿನ ಕೈಗೆ ಸಿಗದಿದ್ದರೆ - ಆ ವಾರ ಪೂರ್ತಿಯಾಗಿ ಹಾಳಾಗುವುದು. ಅದಲ್ಲದೇ ಇತರೇ ಕೆಲಸದವರು ಇಲ್ಲಿಗೆ ಬರೋಲ್ಲ. ಮತ್ತೆ ಅವರಿಗೆ ಎಷ್ಟು ಹಣ ಕೊಡಬೇಕೆಂದು ತೀರ್ಮಾನವಾಗಿದೆಯೋ ಅಷ್ಟನ್ನೂ ವಾರದ ಕೊನೆಯಲ್ಲಿ ಕೊಡಕೂಡದು. ಪಾಪ ಬಡವರು ಎಂದು ಹಣ ಕೊಟ್ಟರೆ ನಮ್ಮ ಜುಟ್ಟು ಅವರ ಕೈಗೆ ಕೊಟ್ಟಂತೆ ಆಗುತ್ತದೆ. ಸ್ವಲ್ಪ ಹಣವನ್ನು ಮುಂಗಡವಾಗಿ ಕೊಟ್ಟು, ವಾರದ ಕೊನೆಯಾದ ಶನಿವಾರದಂದು (ಬಟವಾಡೆಯ ದಿನ) ಇನ್ನು ಸ್ವಲ್ಪ ಕೊಟ್ಟು ಉಳಿದ ಹಣವನ್ನು ಮುಂದಿನ ವಾರ ಕೊಡುವೆನೆಂದು ಉಳಿಸಿಕೊಳ್ಳಬೇಕು. ಇಲ್ಲದೇ ಇದ್ದರೆ ಅವರು ಮುಂದಿನ ಸೋಮವಾರ ಕೆಲಸಕ್ಕೆ ಬರುವುದಿಲ್ಲ. ಅಷ್ಟಲ್ಲದೇ ಬೇರೆ ಕೆಲಸದವರು ಇದಕ್ಕೆ ಕೈ ಹಾಕುವುದಿಲ್ಲ. ಬಿಡಿಎ ಪ್ಲಾನ್ ಮಾಡಿಸುವಾಗ ಅದು ವಾಸ್ತುವಿನ ಪ್ರಕಾರವಿದೆಯೇ ಎಂದು ನೋಡುವುದೂ ಇದೆ. ೩೦*೪೦ ಸೈಟ್ ಆದರೆ ವಾಸ್ತುವಿನ ಪ್ರಕಾರ ಮನೆ ಕಟ್ಟಿಸಲು ಕಷ್ಟವಾಗುವುದು. ಅದಲ್ಲದೇ ಇಂತಹ ಕೆಲಸಗಳಿಗೆ ಇಂತಹವರೇ ಪರಿಣಿತರಾಗಿರ್ತಾರೆ. ಅವರನ್ನೇ ಹಿಡಿಯಬೇಕಾಗುತ್ತದೆ. ಉದಾಹರಣೆಗೆ, ಮಾಡಿನ ಕೆಲಸಕ್ಕೆ (ರೂಫಿಂಗ್) ತಮಿಳರು ಅಥವಾ ಬಿಜಾಪುರದ ಕಡೆಯವರು ಚೆನ್ನಾಗಿ ಕೆಲಸ ಮಾಡುವರು. ಬೆಳಗ್ಗೆ ಊಟ ಮಾಡಿ ೮ ಕ್ಕೆ ಕೆಲಸ ಪ್ರಾರಂಭಿಸಿದರೆ ಮಧ್ಯಾಹ್ನ ೪ರವರೆವಿಗೆ ಒಂದೇ ಸಮನೆ ಕೆಲಸ ಮಾಡಿ ಆ ನಂತರವೇ ಊಟ ಮಾಡುವರು. ಅದಲ್ಲದೇ ಕಾಂಕ್ರೀಟ್ ಹಾಕುವಾಗ ಅದನ್ನು ತುಳಿಯದಂತೆ ಮತ್ತು ಮಧ್ಯೆ ಎಲ್ಲಿಯೂ ಜಾಗ ಬಿಡದಂತೆ ತುಂಬುವುದರಲ್ಲಿ ಅವರು ನಿಸ್ಸೀಮರು. ಅಂದು ಅವರಿಗೆ ವಿಶೇಷ ಅಡುಗೆ (ಸಾಮಾನ್ಯವಾಗಿ ಬಿಸಿಬೇಳೆಬಾತ್) ಮತ್ತು ಸಿಹಿಯನ್ನು ಕೊಡಬೇಕು. ಎಷ್ಟೇ ದುಡ್ಡು ಕೊಟ್ಟರೂ ಅವರಿಗೆ ತೃಪ್ತಿ ಇರುವುದಿಲ್ಲ, ಅವರಿಗೆ ಊಟವೇ ಆಗಬೇಕು. ಇನ್ನು ಮರಗೆಲಸಗಳಿಗೆ ಆಂಧ್ರದವರು

ಅಥವಾ ರಾಜಸ್ಥಾನಿಗಳು ಪರಿಣಿತರು. ಹೀಗೆ ಯಾರಿಂದ ಏನು ಕೆಲಸ ಮಾಡಿಸಿದರೆ ಉತ್ತಮವೆಂಬುದನ್ನೂ ತಿಳಿದುಕೊಂಡಿರಬೇಕಾಗುತ್ತದೆ.

ಅದಲ್ಲದೇ ಮನೆ ಕಟ್ಟಲು ಬೇಕಿರುವ ಸಾಮಾನುಗಳ ವಿಧಗಳು, ಅವುಗಳ ದರ, ಎಲ್ಲೆಲ್ಲಿ ಯಾವ್ಯಾವ ತರಹದ ವಸ್ತುಗಳು ದೊರಕುತ್ತವೆ ಎಂಬುದನ್ನೂ ತಿಳಿದಿರಬೇಕು. ಈಗ ನೋಡಿ, ನೆಲಕ್ಕೆ ಹಾಕುವ ಕಲ್ಲುಗಳ (ಟೈಲ್ಸ್) ತಯಾರಕರು ಬೆಂಗಳೂರಿನ ಹೊಸೂರು ರಸ್ತೆಯಲ್ಲಿ, ರಾಜಾಜಿನಗರದ ರಾಜಕುಮಾರ ರಸ್ತೆ, ಕೃ.ರಾ.ಮಾರುಕಟ್ಟೆ ಬಳಿ ಬಹಳವಾಗಿದ್ದಾರೆ. ಅಲ್ಲಿ ಹೋದಲ್ಲಿ ವಿಧ ವಿಧವಾದ ಕಲ್ಲುಗಳನ್ನು ನೋಡಬಹುದು. ಬೂದು ಬಣ್ಣದ ಕಲ್ಲಿಗೆ ಕಡಿಮೆ ದರವಾದರೆ, ಬಿಳಿ ಕಲ್ಲು ಮತ್ತು ಅಮೃತ ಶಿಲೆಗೆ ಹೆಚ್ಚಿನ ಹಣ ತೆರಬೇಕಾಗುವುದು. ಮೊದಲೆಲ್ಲಾ ಮನೆಯ ನೆಲಕ್ಕೆ ಕೆಂಪು ಬಣ್ಣದ ಗಾರೆಯನ್ನು (ರೆಡ್ ಆಕ್ಸೈಡ್) ಹಾಕುತ್ತಿದ್ದರು. ಈಗ ಗಾರೆಯ ಉಪಯೋಗ ಬಹಳ ಕಡಿಮೆ ಆಗುತ್ತಿದೆ. ಇನ್ನು ವಿದ್ಯುತ್ ಸ್ವಿಚ್ಚುಗಳಲ್ಲಿ ಹಲವು ವಿಧಗಳಿವೆ. ಅದರಲ್ಲಿ ಒಂದೇ ತರಹದ ಸ್ವಿಚ್ಚುಗಳು ಹಲವು ಕಂಪನಿಗಳದ್ದಾಗಿರುತ್ತವೆ. ಇದರಲ್ಲಿ ಪ್ರಸಿದ್ಧವಾದ ಯಾಂಕರ್ ಕಂಪನಿಯ ಸ್ವಿಚ್ಚುಗಳು ಸುಲಭ ದರದಲ್ಲೂ ದೊರಕುತ್ತವೆ. ಆದರೆ ಅವು ನಕಲಿ ವಸ್ತುಗಳಾಗಿರುತ್ತವೆ. ಈ ಕ್ಷೇತ್ರದಲ್ಲಿ ನಿಷ್ಣಾತರಾದವರಿಗೆ ಮಾತ್ರವೇ ಇದು ಗೊತ್ತಾಗುವುದು. ಇದರ ಬಗ್ಗೆ ತಿಳಿವು ಕಡಿಮೆ ಇರುವವರು ಮೋಸ ಹೋಗುವುದು ಸರ್ವೇ ಸಾಮಾನ್ಯದ ಸಂಗತಿ. ಇದೇ ತರಹ ಬಣ್ಣಗಳನ್ನು ಆಯ್ಕೆ ಮಾಡುವುದೂ ದೊಡ್ಡ ಕೆಲಸ.

ಇಷ್ಟೆಲ್ಲಾ ಮಾಡಲು ಸಮಯವೂ ಬೇಕು, ತಾಳ್ಮೆಯೂ ಬೇಕು ಮತ್ತು ಹೆಚ್ಚಿನದಾಗಿ ಹಣ ಇರಬೇಕು. ವಿಧ ವಿಧವಾದ ವಸ್ತುಗಳನ್ನು ಕಣ್ಮುಂದಿ ಇಟ್ಟಾಗ ಒಂದು ಚೆನ್ನಾಗಿದೆ ಎಂದುಕೊಂಡರೆ ಇನ್ನೊಂದು ಅದಕ್ಕಿಂತ ಚೆನ್ನಾಗಿರುವುದು. ೧೦ ರೂಪಾಯಿನ ವಸ್ತು ತೆಗೆದುಕೊಳ್ಳಲು ಹೋದಾಗ ಅದಕ್ಕಿಂತ ಮಿಗಿಲಾದ ಗುಣದ ವಸ್ತುವನ್ನು ನೋಡಿದಾಗ, 'ಹೇಗಿದ್ದರೂ ಜೀವನದಲ್ಲಿ ಕಟ್ಟಿಸುವುದೊಂದು ಮನೆ, ಒಳ್ಳೆಯ ಗುಣಮಟ್ಟದ್ದೇ ವಸ್ತುವಿರಲಿ' ಎಂದು ಅದನ್ನು ಆಯ್ಕೆ ಮಾಡಿದರೆ ಅದಕ್ಕೆ ಹೆಚ್ಚಿನ ದರ ತೆರಬೇಕಾಗುವುದು. ಹೀಗೆ ಪ್ರತಿಯೊಂದು ವಸ್ತುವಿಗೂ ಹೆಚ್ಚಿನ ಹಣವಾಗುತ್ತಾ ಹೋದಂತೆ ನಾವುಂದುಕೊಂಡ ಮಿತಿಗಿಂತ ಜಾಸ್ತಿ ಖರ್ಚಾಗುವ ಸಾಧ್ಯತೆ ಇದೆ. ಈ ದೃಷ್ಟಿಯಲ್ಲಿ ಕೈ ಹಿಡಿತ ಇರಬೇಕು. ಇದು ಸ್ವಲ್ಪ ಕಷ್ಟವೇ. ಎಷ್ಟೋ ಮನೆಗಳ ಕೆಲಸಗಳು ಅರ್ಧಕ್ಕೆ ನಿಲ್ಲುವುದಕ್ಕೆ (ಕಟ್ಟಡದ ಕೆಲಸ ಮುಗಿದಿದ್ದರೂ ಒಳ ಭಾಗದ ಕೆಲಸ, ಬಣ್ಣ ಹಾಕುವಿಕೆ, ಇತ್ಯಾದಿ) ಇದೂ ಒಂದು ಕಾರಣ.

ಇನ್ನು ಪೂರ್ಣ ಕಾಂಟ್ರಾಕ್ಟ್ ಕೊಟ್ಟರೆ ಅವರು ಹೆಚ್ಚಿಗೆ ಹಣ ಸುಲಿಯುತ್ತಾರೆ. ಇದರ ಬಗ್ಗೆ ಮೊದಲೇ ಅಗ್ರೀಮೆಂಟ್ ಮಾಡಿಕೊಳ್ಳಬೇಕು. ಹಾಗೆಯೇ ಎಲ್ಲಿಯೂ ಕೆಲಸದಲ್ಲಿ ಕಡಿಮೆ ದರ್ಜೆಯ

ಕೆಲಸವನ್ನು ಮಾಡಕೂಡದೆಂದೂ ಕರಾರು ಮಾಡಿಕೊಳ್ಳಬೇಕು. ಹಾಗೆಯೇ ಆಗಾಗ ಬಂದು ಇವರ ಕೆಲಸವನ್ನು ಮೇಲ್ವಿಚಾರಿಸಲು ಒಬ್ಬರು ಆರ್ಕಿಟೆಕ್ಟ್ ಅವರ ಸೇವೆಯನ್ನೂ ಉಪಯೋಗಿಸಿಕೊಳ್ಳಬೇಕು. ಏಕೆಂದರೆ ನಮಗೆ ಇದರ ಬಗ್ಗೆ ಏನೇನೂ ಗೊತ್ತಿರುವುದಿಲ್ಲ. ಯಾವುದು ಕಳಪೆ ಕೆಲಸ ಯಾವುದು ಉತ್ತಮ ಕೆಲಸ ಅನ್ನುವುದು ಗೊತ್ತಿರುವುದಿಲ್ಲ. ಈ ಕಂಟ್ರಾಕ್ಟರು ಮತ್ತು ಆರ್ಕಿಟೆಕ್ಟ್ ಒಬ್ಬರನ್ನೊಬ್ಬರು ಬಲ್ಲವರಾಗಿರಬಾರದು. ಅಡಿಪಾಯ ಪ್ರಾರಂಭಿಸುವ ಮೊದಲು ಕಲ್ಲುಗಳನ್ನು ತರಿಸಿಹಾಕಬೇಕು. ನೆಲ ಅಗೆಯುವವರು ಸರಿಯಾಗಿ ಅಗೆಯಲು ಗೆರೆಗಳನ್ನು ಹಾಕಬೇಕು (ಮಾರ್ಕಿಂಗ್). ಕೆಲಸದವರಿಗೆ ಇದೆಲ್ಲದರ ಅರಿವಿರುವು ನಮಗಿರುವುದಿಲ್ಲ.

ಮನೆ ರಸ್ತೆಯಿಂದ ಎಷ್ಟು ಎತ್ತರಕ್ಕೆ ಇದ್ದರೆ ಒಳಿತೆಂದು ಆರ್ಕಿಟೆಕ್ಟ್ ಅವರಿಗೆ ಗೊತ್ತಿರುತ್ತದೆ. ಅಡಿಪಾಯದ ಕೆಲಸದಲ್ಲಿ ಎಷ್ಟು ಕೋರ್ಸುಗಳ ಕಲ್ಲುಗಳನ್ನು ಹಾಕಬೇಕು, ಯಾವ ಸೈಜಿನ ಕಲ್ಲು ಎಂಬುದನ್ನು ಅವರೇ ಹೇಳಬಲ್ಲರು. ಇಷ್ಟೆಲ್ಲ ಮಾಡಿಯೂ ಮೋಸ ಹೋಗುವುದು ಸಹಜ. ನಮ್ಮ ಜೀವಿತಾವಧಿಯಲ್ಲಿ ನಾವು ಕಟ್ಟುವುದು ಒಂದು ಮನೆ. ಆದರೆ ಈ ಕಂಟ್ರಾಕ್ಟರು ಅಥವಾ ಕೆಲಸದವರು ಕಟ್ಟುವುದು ನೂರಾರು, ಸಾವಿರಾರು.

ಅಡಿಪಾಯದ ಕೆಲಸ ಮುಗಿಯುವ ವೇಳೆಗೆ ಸರಿಯಾಗಿ ಇಟ್ಟಿಗೆಗಳನ್ನೂ. ಮರಳನ್ನೂ ಮತ್ತು ಸಿಮೆಂಟನ್ನೂ ತರಿಸಿ ಹಾಕಬೇಕು. ಅದನ್ನು ಕಾಪಾಡಲು ಒಂದು ಗೋಡೌನ್‌ನನ್ನೂ ಮತ್ತು ಒಬ್ಬ ಕಾವಲಿಗೆ ಒಬ್ಬರನ್ನೂ ನಿಯಮಿಸಬೇಕು. ಇಟ್ಟಿಗೆ ಗೋಡೆಯ ಕೆಲಸ ಪ್ರಾರಂಭವಾಗುತ್ತಿದ್ದಂತೆಯೇ ಕಿಟಕಿ ಲಿಂಟಲ್ ಕೆಲಸಕ್ಕೆಂದು ಕಂಬಿಗಳನ್ನೂ ತರಿಸಬೇಕು. ಅದಾದ ನಂತರದ ಛಾವಣಿಯ ಕೆಲಸಕ್ಕೆ ಕಬ್ಬಿಣದ ಸರಳು, ಕಂಬಿಗಳು, ಮರಳು ಸಿಮೆಂಟು

ತರಿಸಬೇಕಾಗುತ್ತದೆ. ಅದೇ ಸಮಯದಲ್ಲಿ ಎಲೆಕ್ಟ್ರಿಕ್ ಕೆಲಸದವರಿಗೆ ಮುಂದೆ ವೈರ್ ಹಾಕಲು ಪೈಪುಗಳನ್ನು ಹಾಕಲು ಅನುವು ಮಾಡಿಕೊಡಬೇಕು. ಹಾಗೆಯೇ ನಲ್ಲಿಯ ಕೆಲಸ ಮಾಡುವವರಿಗೂ ಅನುವು ಮಾಡಿಕೊಡಬೇಕು. ಹೀಗೆ ಒಂದಲ್ಲ ಹತ್ತು ಕೆಲಸಗಳಿಗೆ ಬೇರೆ ಬೇರೆ ನಿಪುಣರನ್ನು ತಂದು ಒಟ್ಟಿಗೆ ಕೆಲಸ ಮಾಡಿಸಬೇಕಾಗುತ್ತದೆ. ಒಬ್ಬರು ಕೈ ಕೊಟ್ಟರೆ ಇನ್ನೊಬ್ಬರ ಕೆಲಸ ಸಾಗದು. ಎಲ್ಲರನ್ನೂ ಸಮನಾಗಿ ತೂಗಿಸಬೇಕಾಗುತ್ತದೆ. ಮನೆಯ ಮಾಳಿಗೆಯ ಕೆಲಸ ಮುಗಿದ ಮೇಲೆ ಅದಕ್ಕೆ ನೀರು ಕಟ್ಟುವಂತೆ ನೋಡಿಕೊಳ್ಳಬೇಕು. ತದನಂತರ ಗೋಡೆಯ ಕೆಲಸವನ್ನೂ, ಬಣ್ಣ ಹಚ್ಚುವಿಕೆಯನ್ನೂ ಮಾಡಿಸಬೇಕು. ಬಣ್ಣವನ್ನೂ ಎರಡು ಮೂರು ಸಲ ಹಚ್ಚಬೇಕಾಗುವುದು. ಅದಾದ ನಂತರ ಮನೆಯ ಒಳಭಾಗಕ್ಕೆ ಹಾಕಬೇಕಾದ ಫಿಟಿಂಗ್ ಕೆಲಸ ಮಾಡಿಸಬೇಕು. ಇವೆಲ್ಲದರ ನಡುವೆ ಮುಂಬಾಗಿಲಿಗೆ ಇಲ್ಲಿಯವರೆವಿಗೆ ಹಾಕಿದ್ದ ಬೀಗವನ್ನು ಬದಲಿಸಬೇಕಾಗುತ್ತದೆ. ಏಕೆ ಗೊತ್ತೇ? ಇಲ್ಲಿಯವರೆವಿಗೆ ಮುಂಬಾಗಿಲಿನ ಕೀಲಿ ಕೈ ಕೆಲಸದವರ ಕೈನಲ್ಲಿರುತ್ತದೆ. ಅವರು ಇದಕ್ಕೊಂದು ಡೂಪ್ಲಿಕೇಟ್ ಕೀಲಿ

ಮಾಡಿಸಿಕೊಂಡಿರುವ ಸಾಧ್ಯತೆ ಇರುತ್ತದೆ. ಆದ್ದರಿಂದ ಬೇರೆ ಬೀಗವನ್ನು ಹಾಕಿಸಬೇಕಾಗುತ್ತದೆ. ಇದೂ ಅಲ್ಲದೇ ಹೊರಬಾಗಿಲುಗಳಿಗೆ ಕಬ್ಬಿಣದ ಗ್ರಿಲ್ ಬಾಗಿಲುಗಳನ್ನೂ ಹಾಕಿಸಬೇಕಾಗುತ್ತದೆ.

ಕಂಟ್ರಾಕ್ಟ್ ಕೊಡದೇ ನಾವೇ ನಿಂತು ಮಾಡಿಸಲು ಹೋದರೆ ಮೈ ಕೈ ನೋವು ಕೂಡಾ ಜಾಸ್ತಿಯಾವುದು. ನಮ್ಮ ಆರೋಗ್ಯವೂ ಹಾಳಾಗುವುದು. ಕಂಟ್ರಾಕ್ಟ್ ಕೊಟ್ಟರೆ ೫ ಲಕ್ಷ ಖರ್ಚಾಗುವ ಕಡೆ ೧೦ ಲಕ್ಷ ಆದರೂ ಸಾಕಾಗುವುದಿಲ್ಲ. ಗೊತ್ತಿರುವ ಕಂಟ್ರಾಕ್ಟರಿಗೆ ಕೆಲಸವನ್ನು ಕೊಟ್ಟರೆ ಮನೆಯ ಕೆಲಸ ಸುಲಭವಾಗುವುದು. ಒಂದು ಮನೆಯಲ್ಲಿ ೩-೪ ಹೆಣ್ಣು ಮಕ್ಕಳಿದ್ದರೆ ಮದುವೆ ಮಾಡುವುದು ಹೇಗೆ ಎಂದು ಊಹಿಸಿಕೊಂಡರೆ ಹೆದರಿಕೆ ಆಗೋದಿಲ್ವೇ?

ಈಗ ಹೇಳಿ ಒಬ್ಬ ಮನುಷ್ಯ ಒಂದು ಮದುವೆಯನ್ನೂ ಮತ್ತು ಒಂದು ಮನೆಯನ್ನೂ ಕಟ್ಟುವ ವೇಳೆಗೆ ಅರ್ಧ ಇಳಿದು ಹೋಗುವುದಿಲ್ಲವೇ? ಹಣದ ಖರ್ಚೇನು ಕಡಿಮೆ ಆಗುವುದೇ? ಮಧ್ಯಮ ವರ್ಗದವರು ಇವೆಲ್ಲವನ್ನೂ ಭರಿಸಲಾಗುವುದೇ? ಇದರಲ್ಲಿ ಎಲ್ಲರೂ ವಿಫಲರಾಗುವರು ಎಂಬುದು ತಪ್ಪು. ಎಷ್ಟೋ ಕಡೆಗಳಲ್ಲಿ ವರನ ಕಡೆಯವರು ವಧುವಿನ ಕಡೆಯವರ ಸಮಾನವಾಗಿ ಮದುವೆ ನಡೆಸಿಕೊಡುವರು. ಅಂತೆಯೇ ಕೆಲವು ಕಂಟ್ರಾಕ್ಟರರು ತಮ್ಮ ಮನೆಯನ್ನು ಕಟ್ಟುವಷ್ಟು ಮುತುವರ್ಜಿಯಿಂದ ಕಟ್ಟಿಕೊಡುವರು. ಎಲ್ಲವೂ ಹೀಗೆಯೇ ಆಗುವುದೆಂದು ಹೇಳಲಾದೀತೇ?

ಹಿರಿಯರು, ತಿಳಿದವರು ಹೇಳುವಂತೆ - ಇಷ್ಟೆಲ್ಲಾ ಆದ ಮೇಲೆ ಕಟ್ಟಿದ ಮನೆಯನ್ನೊಮ್ಮೆ ನೋಡಿದ ಕೂಡಲೇ ಎಲ್ಲ ಕಷ್ಟ ಕೋಟಲೆ ದುಃಖ ತಾಪತ್ರಯಗಳನ್ನೂ ಮರೆತುಬಿಡುವೆವು. ಇನ್ನು ಮದುವೆಗೆ ಸಂಬಂಧಿಸಿದಂತೆ, ಮನೆಯ ಮಗು ಇನ್ನೊಬ್ಬರ ಮನೆಗೆ ಹೋಗಿ ಮನೆ ತುಂಬಿಸಿ ದೀಪ ಬೆಳಗಿದಾಗ ನಮಗಾಗುವ ಆನಂದ ಮತ್ತು ಮುಂದೆ ಕೈಯಲೊಂದು ಮಗುವನ್ನು ಎತ್ತಿ ನಾವು ನಡೆದ ಹಾದಿಯಲ್ಲಿ ತಾ ಸಾಗುವಾಗ ಆಗುವ ಆನಂದದ ಮುಂದೆ ಮದುವೆಯ ತರಲೆ ತಗಾದೆಗಳೆಲ್ಲವೂ ಮಂಗಮಾಯ. ಕೊನೆಗೆ ಏನು ಹೇಳಬಹುದು ಎಂದರೆ ಇದುವೇ ಜೀವ ಇದು ಜೀವನ.

ಮದುವೆ ಮಾಡಿ ನೋಡು

ಮನೆ ಕಟ್ಟಿ ನೋಡು ಮದುವೆ ಮಾಡಿ ನೋಡು ಎಂಬುದೊಂದು ನಾಣ್ಣುಡಿ (ನಾಡು ನುಡಿ).

ಈ ನಾಣ್ಣುಡಿಗಳ ಹಿಂದೆ ಹಿರಿಯರ ಅನುಭವಗಳು ಇದ್ದು ನಮಗೆ ಪಾಠ ಕಲಿಸುವಂತಹವು. ಅವುಗಳನ್ನು ನಾವು ಅರಿತರೆ ಅದು ನಮ್ಮ ಭಾಗ್ಯ.

ಈ ನಾಣ್ಣುಡಿಯ ಒಂದು ಭಾಗವಾದ ಮದುವೆಯ ಬಗ್ಗೆ ನನ್ನ ಚಿಂತನೆ ಹೀಗಿದೆ.

ಮಕ್ಕಳು ಅದರಲ್ಲೂ ಹೆಚ್ಚಾಗಿ ಹೆಣ್ಣು ಮಕ್ಕಳು ಹದಿ ಹರೆಯದ ವಯಸ್ಸು ದಾಟಿದ ಕೂಡಲೇ ಅಪ್ಪ ಅಮ್ಮನಿಗೆ ಮೊದಲ ಚಿಂತೆ ಎಂದರೆ ಮಗಳ ಮದುವೆಯನ್ನು ಆದಷ್ಟೂ ಬೇಗನೆ ಮಾಡಿ ಮುಗಿಸುವುದು. ಚಿಕ್ಕ ವಯಸ್ಸಿನಲ್ಲಿ ಎಲ್ಲರೂ ಚೆನ್ನಾಗಿಯೇ ಕಾಣುತ್ತಾರೆ. ಹಾಗಾಗಿ ಆಗ ಮದುವೆ ಮಾಡಲು ಪ್ರಯತ್ನಿಸಿದರೆ ಒಳ್ಳೆಯ ಹುಡುಗ ಸಿಗಬಹುದು ಎಂಬುದು ಅವರುಗಳ ಅನಿಸಿಕೆ. ಅದೇ ಮೂವತ್ತು ವರುಷ ದಾಟಿದರೆ ಮದುವೆಯಾಗುವ ಸಂಭವ ಸ್ವಲ್ಪ ಕಡಿಮೆಯಾಗುವುದು. ನಮ್ಮ ಸಮಾಜದಲ್ಲಿ ಹೆಣ್ಣನ್ನು ಕಡೆಗಣಿಸಿ ಗಂಡು ಮಕ್ಕಳಿಗೆ ಪ್ರಾಧಾನ್ಯ ಕೊಡುವುದು ಸಾಮಾನ್ಯದ ಸಂಗತಿ. ಗಂಡಿಗೆ ಒಂದು ಕೆಲಸವಿದ್ದರೆ ಸಾಕು, ಹೇಗೋ ಮದುವೆಯಾಗಿಬಿಡುವುದು ಎಂಬುದು ನಂಬಿಕೆ. ಆದರೆ ಇದು ಸರಿಯಲ್ಲ. ಹೀಗೆ ಹೆಣ್ಣನ್ನು ಹೀಗಳೆಯುವುದರಿಂದಲೇ ಅವರು ಹೆಚ್ಚು ಹೆಚ್ಚು ಸಶಕ್ತರಾಗುತ್ತಿರುವುದು, ಮತ್ತು ಗಂಡಿಗಿಂತ ಯಾವುದರಲ್ಲೂ ಕಡಿಮೆ ಇಲ್ಲವೆಂಬುದನ್ನು ಸಮಾಜಕ್ಕೆ ತೋರಿಸಿಕೊಡುತ್ತಿರುವುದು. ಇದು ಒಳ್ಳೆಯ ಬೆಳವಣಿಗೆಯಾದರೂ, ಇಂತಹ ಮನೋಭಾವನೆಯಿರುವವರು ಮದುವೆಯಾದರೆ ಗಂಡಿನ ಅಧೀನಳಾಗಬೇಕಾಗಬಹುದೆಂಬ ಕಲ್ಪನೆಯಿಂದ ಮದುವೆಯಾಗದೆಯೇ ಇದ್ದು ಬಿಡುವ ಸಂಭವವೂ ಹೆಚ್ಚು. ಸಮಾಜದ ಮುಂದುವರಿಕೆಗೆ ಇದು ಒಳ್ಳೆಯ ಸಂಕೇತವಲ್ಲ ಎಂಬುದು ನನ್ನ ಇಂಗಿತ. ಕಾಲಕಾಲಕ್ಕೆ ತನುವಲ್ಲಾಗಬೇಕಿರುವ ಬದಲಾವಣೆ ಆಗದೇ ಇರುವುದರಿಂದ ವಯಸ್ಸಾದ ಮೇಲೆ ಮಾನಸಿಕವಾಗಿಯೂ ದುರ್ಬಲರಾಗಬೇಕಾಗಬಹುದು.

ಮದುವೆಯ ಬಗ್ಗೆ ತಂದೆ ತಾಯಿಗಳು ಹೆಣ್ಣು ಮಕ್ಕಳಿಗೆ ಗಂಡನ್ನು ಹುಡುಕುವಾಗ ಮೊದಲು ಎಲ್ಲರೂ ಕೇಳುವುದು, 'ನಿಮ್ಮ ಮಗಳ ಫೋಟೊ - ಜಾತಕ ಕೊಡಿ, ಎರಡೂ ಸರಿ ಹೋದರೆ ಮುಂದಿನ ಮಾತುಕತೆ' ಎನ್ನುವರು. ಇದರಲ್ಲಿ ಮಧ್ಯವರ್ತಿ ವಹಿಸುವರ ಮೂಲಕ ಹೆಣ್ಣು ಹೆತ್ತವರ ಹಣದ ಪ್ರಭಾವ

ಎಷ್ಟಿರಬಹುದೆಂದು ಮೊದಲು ಅಂದಾಜು ಮಾಡುವರು. ಅವರಿಂದ ಎಷ್ಟು ಹಣ ಖರ್ಚಾಗಬಹುದೋ ಅದಕ್ಕಿಂತಲೂ ಇನ್ನೂ ಹೆಚ್ಚಿಗೆಯನ್ನೇ ವರದಕ್ಷಿಣೆಯೆಂದು ಕೇಳುವರು. ಈ ವರದಕ್ಷಿಣೆ ಹಣದ ರೂಪದಲ್ಲಿಯೇ ಇರಬೇಕೆಂದಿಲ್ಲ. ಇದರಲ್ಲಿ ಮಧ್ಯವರ್ತಿಗಳ ದಳ್ಳಾಳಿ ಕೆಲಸವೂ ಇದ್ದೇ ಇರುತ್ತದೆ. ವರದಕ್ಷಿಣೆ ಎಂಬ ಪಿಡುಗು ಯಾರಿಂದಲೂ ಗುಣಪಡಿಸಲಾರದ ರೋಗವಾಗಿದೆ. ಹಾಂ! ಇದನ್ನು ಎಲ್ಲರ ಮನೆಗಳಲ್ಲೂ ನಿರೀಕ್ಷಿಸಲಾಗುವುದಿಲ್ಲ. ಆದರೆ ಇಂತಹ ಜನಗಳು ಬಹಳ ಹೆಚ್ಚಿನ ಸಂಖ್ಯೆಯಲ್ಲಿದ್ದಾರೆ. ಹಣದ ಪ್ರಭಾವ ಹೆಚ್ಚಾಗಿದ್ದರೆ ಎಲ್ಲ ಜಾತಕಗಳೂ ಸರಿ ಹೊಂದುವುವು. ಫೋಟೋಗಳು ಎಂತಿದ್ದರೂ ಸುಂದರ ಹೆಣ್ಣಿನ ಚಿತ್ರ ಎನ್ನುವರು.

ಜಾತಕಗಳ ಹೊಂದಾಣಿಕೆಯನ್ನು ನೋಡುವುದು ಸಾಧಾರಣ ಪ್ರಕ್ರಿಯೆ. ಅದರಲ್ಲೂ ಮಧ್ಯಮ ವರ್ಗದ ಕುಟುಂಬಗಳಲ್ಲಿ ಇದು ಸಾಮಾನ್ಯದ ಸಂಗತಿ. ಜಾತಕ ಎಂಬುದು, ಮಗು ಹುಟ್ಟಿದ ಸಮಯಕ್ಕೆ ಸರಿಯಾಗಿ ಗ್ರಹಗಳ ಚಲನದ ಸ್ಥಾನಗಳಿಗನುಗುಣವಾಗಿ ನಮೂದಿಸುವರು. ಮದುವೆಯ ಸಂದರ್ಭದಲ್ಲಿ ಮೂಲಾ, ಆಶ್ಲೇಷಾ ಮತ್ತು ಜ್ಯೇಷ್ಠಾ ನಕ್ಷತ್ರಗಳು ದೋಷಕರವು ಎಂದು ಹೇಳುವರು. ಈ ನಕ್ಷತ್ರಗಳಲ್ಲಿ ಜನಿಸಿದವರಿಗೆ ಮದುವೆ ಆಗುವುದು ಸ್ವಲ್ಪ ಕಷ್ಟ. ಆದರೇನಂತೆ ಕಾಂಚಾಣಂ ಕಾರ್ಯ ಸಿದ್ಧಿ ಎನ್ನುವಂತೆ ಹಣವಿದ್ದರೆ ಇದನ್ನೂ ಸರಿಪಡಿಸಬಹುದು. ಅಷ್ಟೇ ಅಲ್ಲದೇ ಗಂಡಿನ ಜಾತಕಕ್ಕೆ ಸರಿಹೊಂದುವಂತಹ ಜಾತಕವನ್ನೇ ಸೃಷ್ಟಿಸುವರು. ಯಾವ ಜಾತಕ ಹೇಗಿದ್ದರೇನಂತೆ ಆಗುವುದು ಆಗಿಯೇ ತೀರಬೇಕು. ಜ್ಯೋತಿಷಿಗಳು ಹೇಳಿದರು ಎಂದು ಜಗತ್ತು ನಿಲ್ಲುವುದೇ, ಅವಘಡಗಳು ಸಂಭವಿಸದಿರುವುದೇ, ಮಂಗಳವಾರ ರಾಹುಕಾಲಗಳಲ್ಲಿ ಒಳ್ಳೆಯ ಕೆಲಸಗಳು ಆಗುವುದಿಲ್ಲವೇ? ಇದೆಲ್ಲಾ ಮನಸ್ಸಿನಲ್ಲಿ ಉಂಟು ಮಾಡುವ ಭ್ರಮೆಗಳು ಅಷ್ಟೆ. ಆದರೂ ಹೆಣ್ಣು ಹೆತ್ತವರ ಹತ್ತಿರ ಎಷ್ಟೇ ಹಣವಿದ್ದರೂ, ಎಷ್ಟೇ ಹಣವನ್ನು ಕೊಡುವ ಶಕ್ತಿ ಇದ್ದರೂ ಗಂಡಿನ ತಂದೆ ತಾಯಿಯರ ದೌರ್ಜನ್ಯಗಳನ್ನು ದಿನ ನಿತ್ಯ ಪತ್ರಿಕೆಗಳಲ್ಲಿ ನಾವೆಲ್ಲರೂ ಓದುತ್ತಿರುತ್ತಲೇ ಇರುತ್ತೇವೆ. ಕೆಲವರ ದೌರ್ಜನ್ಯವಂತೂ ಕಣ್ಣಲ್ಲಿ ನೀರು ತರಿಸುವ ಬದಲು ರಕ್ತವನ್ನೇ ಬಸಿಯುವಂತಿರುತ್ತವೆ. ಬರ್ಬರ ಹತ್ಯೆ, ಹಿಂಸೆಗಳಿಗೆ ಒಳಗಾಗುವ ಹೆಣ್ಣಿನ ಜೀವನವನ್ನು ಯಾರೂ ನಿರೀಕ್ಷಿಸಿರುವಂತಿರುವುದಿಲ್ಲ.

ಜಾತಕ ನೋಡುವಾಗ ಮೊದಲು ನಕ್ಷತ್ರಗಳ ಹೊಂದಾಣಿಕೆ ನೋಡುವಂತೆ, ೧೨ ಕೂಟಗಳು ಹೊಂದಿಕೆ ಆಗುತ್ತದೆಯೇ ಎಂದು ನೋಡುವರು. ಅವುಗಳೆಂದರೆ ದಿನಕೂಟ, ಗಣ ಕೂಟ, ಮಾಹೇಂದ್ರ ಕೂಟ, ಸ್ತ್ರೀ ದೀರ್ಘ ಕೂಟ, ಯೋನಿ ಕೂಟ, ರಾಶಿ ಕೂಟ, ಗ್ರಹ ಮೈತ್ರ ಕೂಟ, ವಶ್ಯ ಕೂಟ, ರಜ್ಜು ಕೂಟ, ವೇಧಾ ಕೂಟ, ವರ್ಣ ಕೂಟ ಮತ್ತು ನಾಡೀ ಕೂಟ. ಇವುಗಳೆಲ್ಲವೂ ತೋರಿಸುವುದಿಷ್ಟೇ, ಹೆಣ್ಣು ಗಂಡು ಹೊಂದಿಕೊಂಡು ಸಮಬಾಳ್ವೆ ನಡೆಸುವಂತಿರಬೇಕು ಎಂಬುದು. ಇವೆಲ್ಲವನ್ನೂ ನೋಡದೆಯೇ ಮದುವೆಯಾದವರೂ ಚೆನ್ನಾಗಿಯೇ ಬಾಳ್ವೆ ಮಾಡುವರು, ಇವೆಲ್ಲವನ್ನೂ ನೋಡಿ ಮದುವೆಯಾದ

ಎಷ್ಟೋ ಜನಗಳು ಹೊಂದಾಣಿಕೆಯಿಲ್ಲದೆಯೂ ಒದ್ದಾಡಬೇಕಾಗಬಹುದು. ಇವೆಲ್ಲವನ್ನೂ ಸಂಖ್ಯೆ ಮೂಲಕ ನಿರ್ಧರಿಸುವರು. ಅದನ್ನು ಇನ್ನೂ ಸುಲಭವಾಗಿ ಪದಕ ಪಟ್ಟಿಯ ಮೂಲಕ ಇಂತಹ ನಕ್ಷತ್ರದ ಹೆಣ್ಣಿಗೆ ಇಂತಹ ಗಂಡಿನ ಜಾತಕ ಕೂಡಿಸಿದರೆ ಇಂತಿಷ್ಟು ಅಂಕ ಬರುವುದು ಎಂದು ಹೇಳುವರು. ಸಾಮಾನ್ಯವಾಗಿ ೨೮ ಅಂಕಗಳಿಗಿಂತ ಹೆಚ್ಚಿನ ಅಂಕಗಳು ಬಂದರೆ ಉತ್ತಮ ಎನ್ನುವುದು ರೂಢಿ.

ಜಾತಕ ಕೂಡಿ ಬಂದಿತು ಎಂದು ಹೇಳಿದ ಮೇಲೆ, ಹುಡುಗಿಯನ್ನು ನೋಡುವ ಶಾಸ್ತ್ರ ಮಾಡುವರು. ಇದರಲ್ಲೂ ಹುಡುಗಿಯನ್ನು ಮಾರುಕಟ್ಟೆಯಲ್ಲಿ ಪ್ರದರ್ಶಿತವಾಗುವ ಪ್ರಾಣಿಗಳಂತೆ ನೋಡುವರು. ಹಾಡು ಬರುತ್ತದಾ? ಹಸೆ ಬರುತ್ತದಾ? ಅಡುಗೆಯಲ್ಲಿ ಏನೇನು ಮಾಡಬಲ್ಲಳು? ಕೆಲಸದಲ್ಲಿ ಇದ್ದಾಳಾ? ಹೀಗೆ ಹತ್ತು ಹಲವಾರು ಪ್ರಶ್ನೆಗಳ ಸುರಿಮಳೆಗೈಯುವರು. ಅಲ್ಲ ಹುಡುಗಿ ಕೆಲಸದಲ್ಲಿ ಇಲ್ಲದಿದ್ದರೇನಂತೆ, ಸಂಸಾರ ಸಾಗಿಸಿಕೊಂಡು ಹೋಗುವುದನ್ನು ಅರಿತಿದ್ದರೆ ಸಾಕಲ್ಲವೇ? ಗಂಡಿಗೇನು ಕೆಲಸವಿಲ್ಲವೇ? ಅವನೇನು ದುಡಿಯಲಾರದವನೇ? ಹಾಗಿದ್ದರೆ ಅವನಿಗೆ ಮದುವೆ ಏಕೆ ಬೇಕು? ಅದರಲ್ಲೂ ಹುಡುಗಿ ನೋಡಿದ ನಂತರ ಅವರ ಮನೆಯಲ್ಲಿ ತಿಂಡಿ ತೀರ್ಥಗಳ ಸೇವನೆಯಾದ ನಂತರವೂ ಏನಾದರೊಂದು ಕೊಂಕು ತೆಗೆದು ನಿಮ್ಮ ಹುಡುಗಿ ಇಷ್ಟವಿಲ್ಲ ಎಂದರೆ ಹೆತ್ತವರಿಗೆ ಎಷ್ಟು ಬೇಸರವಾದೀತು. ಗಂಡಿನ ತಾಯಿ ಒಪ್ಪಲಿಲ್ಲವೆಂದೋ, ಅವರ ಅಕ್ಕ, ಭಾವ, ಇತ್ಯಾದಿ ಒಪ್ಪಲಿಲ್ಲವೆಂದೂ ಹೇಳುವುದೂ ಉಂಟು. ಗಂಡಿನ ಜೊತೆ ಸಂಸಾರದ ನೊಗವನ್ನು ಎಳೆಯುವವಳು ಆ ಹೆಣ್ಣೋ ಅಥವಾ ಕೊಂಕು ತೆಗೆಯುವ ಈ ಜನಗಳೋ ಎಂಬುದೇ ಅರ್ಥವಾಗುವುದಿಲ್ಲ. ಇಷ್ಟೂ ಅಲ್ಲದೇ ಗಂಡು ಹೆಣ್ಣಿನ ಜೊತೆ ಒಮ್ಮೆ ಮಾತನಾಡಬೇಕೆಂದೂ, ಅವಳನ್ನು ಅವನೊಂದಿಗೆ ಕಳುಹಿಸಿಕೊಡಿ ಎಂದೂ ಹೇಳುವುದುಂಟು. ಹಾಗೆ ಮಾಡುವಾಗ ಹೆಣ್ಣಿನ ಮನಸ್ಸಿನಲ್ಲಿ ಏನಿರುತ್ತದೆ ಎಂಬುದನ್ನು ಅರಿಯಲಾರರೇ? ಗಂಡಿನಂತೆಯೇ ಹೆಣ್ಣಿನಲ್ಲೂ ತನ್ನದೇ ಆದ ಕನಸು ಕಲ್ಪನೆಗಳು ಇರುತ್ತದಲ್ಲವೇ? ಹಾಗೆ ಆ ಗಂಡು ಒಪ್ಪದಿದ್ದರೆ ಮುಂದೊಬ್ಬ ಬರುವ ಗಂಡೂ ತನ್ನ ಜೊತೆ ಮಾತನಾಡಲು ಕಳುಹಿಸಿಕೊಡಿ ಎನ್ನುವಾಗ ಈ ಹೆಣ್ಣಿಗೆ ಎಷ್ಟು ರೋಷ, ಅಸಹಾಯಕತೆ ಉಕ್ಕಿ ಬರಬಹುದು ಅಲ್ಲವೇ? ಇದು ಸಹಜವೇ. ಹೀಗೆ ೪-೫ ಗಂಡುಗಳ ಮುಂದೆ ಪ್ರದರ್ಶಿತವಾಗುವ ಹೆಣ್ಣನ್ನೂ ತಮ್ಮ ಹಾಗೆಯೇ ಒಬ್ಬ ಮನುಷ್ಯಳು ಎಂಬುದನ್ನು ಅರಿಯಲಾರರೇ? ಆ ಗಂಡಿನ ಮನೆಯಲ್ಲೂ ಹೆಣ್ಣುಮಕ್ಕಳಿದ್ದು ಇದೇ ತರಹದ ಸನ್ನಿವೇಶವನ್ನು ಎದುರಿಸುವಾಗ ಆ ತಂದೆ ತಾಯಿಯರ ಪ್ರತಿಕ್ರಿಯೆ ಏನು? ಇದೆಲ್ಲವೂ ನಿರ್ಧಾರಿತ ಮದುವೆಯಲ್ಲಿ (ಅರೇಂಜ್ಡ್ ಮ್ಯಾರೇಜ್) ನಡೆಯುವಂತಹ ಸನ್ನಿವೇಶಗಳಾದರೂ, ಪ್ರೇಮಿಸಿರುವವರಲ್ಲೂ ಇಂತಹ ಪರಿಸ್ಥಿತಿ ಒದಗುವ ಸಂದರ್ಭಗಳೂ ಕಂಡು ಬರುವುದು. ಒಂದು ಗಂಡು ಒಂದು ಹೆಣ್ಣನ್ನು ಪ್ರೇಮಿಸಿ ಇನ್ನೇನು

ಮದುವೆಯಾಗಬೇಕೆನ್ನುವಾಗ ಹೀಗೊಂದು ಶಾಸ್ತ್ರ ಎಂದು ಮಾಡಿ ಹುಡುಗಿ ಇಷ್ಟ ಆಗಲಿಲ್ಲ ಎಂದರೆ ಹೆಣ್ಣು ಹೆತ್ತವರ ಮತ್ತು ಆ ಹೆಣ್ಣಿನ ಮನಃಸ್ಥಿತಿ ಹೇಗಿರಬೇಡ.

ಇಷ್ಟಲ್ಲದೇ, ಹಾಗೂ ಹೀಗೂ ಹೆಣ್ಣು ಗಂಡುಗಳ ಮದುವೆಯ ನಿರ್ಧಾರವಾದ ನಂತರ, ಇನ್ನೂ ಮುಂದೆ ವರದಕ್ಷಿಣೆ, ವರೋಪಚಾರಗಳ ಜಾಲವೂ ಮುಂದುವರೆಯುವುದು. ಇದೊಂದು ದೊಡ್ಡ ಸಾಮಾಜಿಕ ಪಿಡುಗು. ಗಂಡಂತೂ ಸಂತೆಯಲ್ಲಿ ಕಾಣಬರುವ ಪ್ರಾಣಿಯಂತೆಯೇ ಕಂಡುಬರುವನು. ವರದಕ್ಷಿಣೆ,ವರೋಪಚಾರಗಳ ಪಟ್ಟಿಗೆ ಇತಿ ಮಿತಿಯೇ ಇಲ್ಲ. ಹೆಣ್ಣು ಹೆತ್ತವರ ತಮ್ಮ ಮಗಳ ಸುಗಮವಾದ ಜೀವನಕ್ಕಾಗಿ ಹಣವನ್ನು ನೀರಿನಂತೆ ಖರ್ಚು ಮಾಡಲೇ ಬೇಕಾಗುತ್ತದೆ. ಗಂಡಿನವರ ಡಿಮ್ಯಾಂಡು ಸ್ಕೂಟರ್, ಕಾರುಗಳಿಗೆ ಸೀಮಿತವಾಗಿರದೇ, ಸೈಟು, ಮನೆಯಷ್ಟೇ ಅಲ್ಲದೇ ಕೆಲಸವನ್ನೂ ಕೊಡಿಸಬೇಕಾಗಬಹುದು. ಇಷ್ಟಲ್ಲದೇ ವರನಿಗೆ ವಾಚು, ಕೈ ಬೆರಳಿಗೆ ಉಂಗುರ, ಸೂಟು, ಬೂಟು, ವರನ ಕಡೆಯವರಿಗೆಲ್ಲರಿಗೂ ಬಟ್ಟೆಗಳು, ಉಡುಗೊರೆಗಳು ಎಂದೆಲ್ಲಾ ಖರ್ಚು ಮಾಡಬೇಕು. ಈ ಖರ್ಚು ಎರಡೂ ಕಡೆಯವರ ಅಂತಸ್ತಿಗೆ ತಕ್ಕನಾಗಿರಬೇಕು. ಒಂದು ಮದುವೆಯಲ್ಲಿ ಗಂಡಿನ ತಾಯಿಗೆ ೫೦ ಸಾವಿರ ರೂಪಾಯಿಗಳ ಸೀರೆಯನ್ನು ಉಡುಗೊರೆಯಾಗಿ ಕೊಟ್ಟ ಉದಾಹರಣೆಯೂ ಇದೆ. ಅದಲ್ಲದೇ ಇಂತಹ ಛತ್ರದಲ್ಲಿಯೇ ಮದುವೆ ಮಾಡಿಕೊಡಬೇಕೆಂದು ಹೇಳುವರು. ಛತ್ರಗಳ ಬಾಡಿಗೆ ಯಾವ ಸ್ಟಾರ್ ಹೋಟೆಲ್ ಬಾಡಿಗೆ ದರಕ್ಕೂ ಕಡಿಮೆ ಇರುವುದಿಲ್ಲ. ಇದೂ ಅಲ್ಲದೇ ಮದುವೆಯ ನಂತರ ಹೆಣ್ಣು ಗಂಡು ಮಧುಚಂದ್ರಕ್ಕೆ ಹೋಗಲೆಂದು ಹವಾನಿಯಂತ್ರಿತ ಟ್ರೈನ್ ಟಿಕೆಟ್ ಅಥವಾ ವಿಮಾನದ ಟಿಕೆಟ್, ಅಲ್ಲಿಯ ಹೋಟೆಲ್‌ನಲ್ಲಿ ಉಳಿದುಕೊಳ್ಳಲು ವ್ಯವಸ್ಥೆ ಎಲ್ಲವನ್ನೂ ಮಾಡಬೇಕಾದೀತು. ಇದಿಷ್ಟೇ ಅಲ್ಲ ಗಂಡಿನ ಕಡೆಯವರೂ ಹೆಣ್ಣಿನವರ ಅಂತಸ್ಥಿಗೆ, ಖರ್ಚು ಮಾಡುವ ಮಿತಿಗೆ ತಕ್ಕಂತೆ ಉಡುಗೊರೆಯನ್ನು ಕೊಡಬೇಕು. ಮದುವೆಯ ನಂತರ ವ್ರತಗಳು, ಹಬ್ಬಗಳಲ್ಲೂ ಉಡುಗೊರೆ, ಊಟೋಪಚಾರಗಳೆಂದು ಒಂದಲ್ಲ ಒಂದು ಖರ್ಚು ಬರುತ್ತಲೇ ಇರುತ್ತವೆ. ಇಂತಹ ಒಂದು ಸನ್ನಿವೇಶವನ್ನು ಕಾಶೀನಾಥ್ ಅವರು ಸಿನೆಮಾ ಮೂಲಕ ಎಷ್ಟು ಮನೋಜ್ಞವಾಗಿ ಚಿತ್ರಿಸಿದ್ದಾರೆ. ಮಧ್ಯಮ ವರ್ಗದ ತಿಂಗಳ ಸಂಬಳವನ್ನೇ ನಂಬಿಕೊಂಡು ಸಂಸಾರವನ್ನು ತೂಗಿಸುವವರು ಹೇಗೆ ಹಣವನ್ನು ಒಟ್ಟು ಮಾಡಿಯಾರು? ಹಣ ಗಳಿಸಲು ಇಂತಹ ಸಂದರ್ಭಗಳಲ್ಲಿಯೇ ಸಮಾಜಕ್ಕೆ ಧಕ್ಕೆಯಾಗುವಂತಹ ಕೆಲಸಗಳನ್ನೂ ಮಾಡುವ ಸಾಧ್ಯತೆಗಳಿವೆ. ಹಾಗೆ ಹಣ ಮಾಡಲು ಹೋಗಿ ಪಾಪದ ಕೂಪಕ್ಕೆ ತುತ್ತಾಗುವ ಸಾಧ್ಯತೆಗಳೂ ಹೆಚ್ಚು.

ಇಷ್ಟು ಹೊತ್ತು ಹೆಣ್ಣಿನ ಕಡೆಯ ಗೋಳನ್ನು ನೋಡಿದ್ದಾದರೆ, ಗಂಡಿನ ಕಡೆಯವರೂ ಎದುರಿಸುವ ದುಷ್ಕೃತ್ಯಗಳಿಗೇನೂ ಕಡಿಮೆ ಇಲ್ಲ. ಮೋಸದಿಂದ ಮದುವೆ ಮಾಡಿ ಸಂಸಾರಗಳನ್ನು ಹಾಳು ಮಾಡಿದ ಸಂದರ್ಭಗಳು ಬಹುತೇಕವಾಗಿವೆ. ಕೆಲವೊಮ್ಮೆ ಹೆಣ್ಣು ಬೇರೆ ಯಾರನ್ನೋ ಪ್ರೀತಿಸಿ, ಮನೆಯಲ್ಲಿ

ಹೇಳಿಕೊಳ್ಳಲಾರದೇ ಮನೆಯವರ ಒತ್ತಾಯಕ್ಕೆ ಮಣಿದು ಮದುವೆಯಾಗಿ ಮುಂದೆ ಸಂಸಾರದ ಹುಣ್ಣು ಆಗಿರುವುದನ್ನೂ ನೋಡಿದ್ದೇವೆ. ೧-೨ ವರ್ಷಗಳ ಹಿಂದೆ ಬೆಂಗಳೂರಿನಲ್ಲಿದ್ದ ಒಬ್ಬ ಸಾಫ್ಟ್‌ವೇರ್ ಇಂಜಿನಿಯರ್ ಜೊತೆ ಮದುವೆ ಏರ್ಪಾಡಾಗಿದ್ದು, ಮದುವೆಯ ಹೆಣ್ಣೇ ಅವನನ್ನು ಕೊಲೆ ಮಾಡಿಸಿದ ಘಟನೆಯನ್ನು ಕ್ರೈಮ್ ಡೈರಿಯಲ್ಲಿ ಎಲ್ಲರೂ ನೋಡಿದ್ದೇವಲ್ಲವೇ.

ಈಗೆಲ್ಲಾ ಮದುವೆಗಳ ಕೆಲಸಗಳಿಗೆ ಕಾಂಟ್ರಾಕ್ಟ್ ಕೊಟ್ಟುಬಿಡುತ್ತಾರೆ. ಅದೊಂದು ಬೃಹತ್ ಉದ್ಯೋಗವೇ ಆಗುತ್ತಿದೆ. ಒಂದು ಮದುವೆ ಮಾಡಲು ಕೆಲಸ ಎಷ್ಟಿರುತ್ತದೆ ಎಂಬುದನ್ನು ನೋಡೋಣ. ಮೊದಲಿಗೆ ಗಂಡು ಅಥವಾ ಹೆಣ್ಣು ಹುಡುಕುವುದರಿಂದ ಕೆಲಸ ಶುರುವಾಗುವುದು. ಸಾಮಾನ್ಯವಾಗಿ ಹೆಚ್ಚಿನ ಕೆಲಸಗಳಿರುವುದು ಹೆಣ್ಣು ಹೆತ್ತವರಿಗೇ. ಮದುವೆಗೆ ಗಂಡು ಹುಡುಕಿದ ಕೂಡಲೇ ನಿಶ್ಚಿತಾರ್ಥದ ಸಮಾರಂಭ. ಮೊದಲು ಅಂದರೆ ೧೦ ವರುಷಗಳ ಹಿಂದೆ, ಇದೊಂದು ಮನೆಯ ಮಟ್ಟಿನ ಕಾರ್ಯಕ್ರಮವಾಗಿದ್ದರೆ ಈಗ ಇದೊಂದು ಮದುವೆಯಂತೆಯೇ ನಡೆಯುವುದು. ನಿಶ್ಚಿತಾರ್ಥದ ಕಾರ್ಯಕ್ರಮದೊಂದಿಗೆ ಮತ್ತು ಮದುವೆಗೆ ಮುಂಚೆ ಆರತಕ್ಷತೆ (ರಿಸೆಪ್ಷನ್) ಕೂಡಾ ನಡೆಸುವ ಪದ್ಧತಿ ಇದೆ. ನೂತನ ವಧು ವರರಿಗೆ ಆರತಿ ಮಾಡಿ ಆಶೀರ್ವಾದದೊಂದಿಗೆ ಅಕ್ಷತೆಯನ್ನು ಹಾಕುವುದರಿಂದ ಆರತಕ್ಷತೆ ಎನ್ನುವರು. ಕೆಲವರು ಮದುವೆಗೆ ಮೊದಲು ಆರತಕ್ಷತೆ ಸಮಾರಂಭವನ್ನು ಇಟ್ಟುಕೊಳ್ಳುವರು. ಇದರ ಬಗ್ಗೆ ನಾನು ಯಾರೋ ಒಬ್ಬರನ್ನು ಕೇಳಿದ್ದೆ, 'ಹೀಗೇಕೆ ಮಾಡುವರು?' ಎಂದು. ಅದಕ್ಕೆ ಅವರು ಉತ್ತರವಾಗಿ, ಆರತಕ್ಷತೆಯಲ್ಲಿ ಬರುವ ಜನಗಳು ಕೊಡುವ ಉಡುಗೊರೆಗೆ ತಕ್ಕನಾಗಿ ಮದುವೆಯಲ್ಲಿ ಮರ್ಯಾದೆ ಮಾಡಲು ಹೀಗೆ ಮಾಡುವರು' ಎಂದು ಹೇಳಿದರು.

ಬೀಗರನ್ನು ವಿಚಾರಿಸಿಕೊಳ್ಳುವುದರೊಂದಿಗೆ ಬಂದು ಹೋಗುವವರ ಊಟ ತಿಂಡಿಯ ವ್ಯವಸ್ಥೆ, ಪೂಜೆಗೆ ಸಾಮಾನುಗಳು ಒದಗಿಸುವ ವ್ಯವಸ್ಥೆ, ಉಳಿದುಕೊಳ್ಳುವ ವ್ಯವಸ್ಥೆ, ಇದರ ಮಧ್ಯೆ ಯಾರು ಬರುವರು ಯಾರು ಹೋಗುವರು ಎಂದು ನೋಡಿಕೊಳ್ಳಬೇಕು, ಓಲಗದವರು, ಮಂಟಪ ನಿರ್ಮಿಸುವವರು, ಹೂ ಸರಬರಾಜು ಮಾಡುವವರು, ಅಡುಗೆಯವರು ಇತ್ಯಾದಿಗಳೆಲ್ಲರೂ ತಮ್ಮ ತಮ್ಮ ಕೆಲಸಗಳನ್ನು ಸರಿಯಾಗಿ ನಿರ್ವಹಿಸುತ್ತಿರುವರೇ ಎಂಬುದನ್ನೂ ನೋಡಿಕೊಳ್ಳಬೇಕು. ಇದಲ್ಲದೇ ಕಾರ್ಯ ಮುಗಿಯುವವರೆವಿಗೆ ಏನೂ ತೊಂದರೆ ಬರದಂತೆ ನೋಡಿಕೊಳ್ಳಬೇಕು. ಇಷ್ಟೆಲ್ಲಾ ಕೆಲಸಗಳನ್ನು ಒಬ್ಬರಿಂದ ನಿರ್ವಸಲು ಸಾಧ್ಯವೇ? ಎಷ್ಟು ಜನರಿದ್ದರೂ ಸಾಲದು. ಅದೂ ಅಲ್ಲದೇ ಬೀಗರ ಕಡೆಯವರು ಸ್ವಲ್ಪ ತರಲೆ ಜನಗಳಾದರೆ ಇನ್ನೂ ಹೆಚ್ಚಿನ ಕಷ್ಟವಾಗುವುದು. ಹಣವಂತೂ ನೀರಿನಂತೆ ಖರ್ಚಾಗುವುದು. ಮದುವೆ ಕಾರ್ಯ ಮುಗಿಯುವ ವೇಳೆಗೆ ಮದುವೆ ಮಾಡುವವರು ದೈಹಿಕವಾಗಿಯೂ ಮತ್ತು ಮಾನಸಿಕವಾಗಿಯೂ ಕುಗ್ಗಿ ಹೋಗುವರು.

ಇದರಲ್ಲಿ ಎದುರಿಸುವ ಕಷ್ಟಗಳು ಒಂದೇ ಎರಡೇ? ಮೊದಲು ಶುರುವಾಗುವುದು ಹಣ ಹೊಂದಿಸುವುದು. ಎಷ್ಟೇ ಹಣ ಇಟ್ಟುಕೊಂಡರೂ ಕಡಿಮೆಯೇ. ನಂತರ ಬಟ್ಟೆಗಳ ಖರೀದಿ. ಅದರಲ್ಲೂ ರೇಷ್ಮೆ ಸೀರೆಗಳ ಖರ್ಚಿಗೆ ಇತಿ ಮಿತಿಯೇ ಇರುವುದಿಲ್ಲ. ಎಷ್ಟೇ ಬೆಲೆ ಬಾಳುವ ಸೀರೆಗಳನ್ನು ಕೊಂಡರೂ ಸಮಾಧಾನವಿರೋದಿಲ್ಲ. ಛತ್ರದ ಬಾಡಿಗೆ, ಪಾತ್ರೆಗಳಿಗೆ ಬಾಡಿಗೆ, ಆಭರಣಗಳನ್ನು ಕೊಳ್ಳುವುದು, ಲಗ್ನಪತ್ರಿಕೆಗಳ ಮುದ್ರಣ, ನೆಂಟರಿಷ್ಟರನ್ನು ಕರೆಯುವುದು, ಮದುವೆಗೆ ಬರುವವರಿಗೆ ತಕ್ಕ ಉಡುಗೊರೆ ಕೊಡುವುದು, ಹೀಗೆ ಒಂದೇ ಎರಡೇ. ಲಗ್ನ ಪತ್ರಿಕೆಯ ಮುದ್ರಣಕ್ಕೇ ಕೆಲವರು ಲಕ್ಷಾಂತರ ರೂಪಾಯಿಗಳನ್ನು ಖರ್ಚು ಮಾಡುವರು. ಅದರೊಡನೆ ಉಡುಗೊರೆಯನ್ನೂ ಕೊಟ್ಟು ಮದುವೆಗೆ ಕರೆಯುವುದೂ ಇದೆ. ಆ ಎಲ್ಲ ಕೆಲಸಗಳನ್ನೂ ಸರಿಯಾಗಿ ಮಾಡಬೇಕು. ಎಲ್ಲೇ ಸ್ವಲ್ಪ ಲೋಪವಾದರೂ ಕೆಟ್ಟ ಹೆಸರು ತಪ್ಪಿದ್ದಲ್ಲ.

ಮದುವೆ ಎಂದರೆ ಎಲ್ಲರ ಮನದಲ್ಲೂ ಮೊದಲು ಮೂಡುವುದು ಸುಗ್ರಾಸ ಭೋಜನ. ಅಡುಗೆ ಸ್ವಲ್ಪ ಹೆಚ್ಚು ಕಡಿಮೆಯಾದರೂ ದೊಡ್ಡ ರಗಳೆಯೇ ಶುರುವಾಗುವುದು. ಇದರಿಂದಾಗಿ ಮದುವೆ ನಿಂತು ಹೋಗಿರುವ ಸನ್ನಿವೇಶಗಳೂ ಉಂಟೂ. ಗಂಡಿನ ತಾಯಿ ಅಥವಾ ಸಹೋದರಿಗೆ ಊಟಕ್ಕೆ ಮುರಿದ ಹಪ್ಪಳವನ್ನು ಬಡಿಸಿದರು ಎಂಬುದೇ ಗಲಾಟೆಗೆ ಒಂದು ವಿಷಯವಾಗುವುದು. ಹೆಣ್ಣು ಹೆತ್ತವರು ಬಡಿಸಿದ್ದರೇ ಅಥವಾ ಬೇಕೆಂದೇ ಹಾಗೆ ಮಾಡುವರೇ?

ಇನ್ನು ಅಡುಗೆಯವರ ಬಗ್ಗೆ ನೋಡಿರಿ. ಅಡುಗೆಯವರ ಕಡೆ ಸರಿಯಾಗಿ ಗಮನ ಕೊಡದಿದ್ದರೆ ಸಾಮಾನುಗಳನ್ನು ಪೋಲು ಮಾಡುವ ಸಾಧ್ಯತೆ ಇರುತ್ತದೆ. ಅವರಿಗೆ ಊಟ ತಿಂಡಿಗಳ ಪಟ್ಟಿ ಕೊಡುವುದು, ಅವರು ಕೊಟ್ಟ ಸಾಮಾನುಗಳ ಲಿಸ್ಟಿನಂತೆ ಸಾಮಾನುಗಳು, ತರಕಾರಿ, ಹಣ್ಣು ಇತ್ಯಾದಿ ತಂದಿಡಬೇಕು. ನಮ್ಮ ಮನೆಯಲ್ಲಿ ನಡೆದ ಒಂದು ಮದುವೆಯಲ್ಲಿ ನನ್ನ ಪಾತ್ರ ಅಡುಗೆಯವರ ಬಗ್ಗೆ ನಿಗಾ ಕೊಡುವುದಾಗಿತ್ತು. ಅವರನ್ನು ನಾನು ಸೂಕ್ಷ್ಮವಾಗಿ ಗಮನಿಸುತ್ತಿದ್ದೇನೆಂದು ತಿಳಿದು ಅವರು ಒಂದು ಡಬ್ಬ ಕಡಲೆಕಾಯಿ ಎಣ್ಣೆಯನ್ನು ಉರಿಯುತ್ತಿರುವ ಒಲೆಗೆ ಹಾಕಿ ದೊಡ್ಡ ಗಲಾಟೆಯೇ ಆಗಿಹೋಗಿತ್ತು. ಇನ್ನು ಪಾತ್ರೆ ತೊಳೆಯಲು ಬರುವವರಿಗೆ ಲೋಟ, ತಟ್ಟೆ ಇತ್ಯಾದಿಗಳನ್ನು ನೋಡಿಕೊಳ್ಳುವ ಜವಾಬ್ದಾರಿ ಕೊಟ್ಟು ಸ್ವಲ್ಪ ಹೆಚ್ಚಿಗೆ ಹಣವನ್ನು ಕೊಡುವೆವೆಂದರೆ ಕಳ್ಳತನ ಆಗುವ ಸಾಧ್ಯತೆ ಹೆಚ್ಚು ಇರುವುದಿಲ್ಲ.

ಅದಕ್ಕಾಗಿ ಈಗೀಗ ಎಲ್ಲ ಕೆಲಸಗಳಿಗೂ ಕಾಂಟ್ರಾಕ್ಟ್ ಕೊಡುವ ಪದ್ಧತಿ ಬರುತ್ತಿದೆ. ಛತ್ರದ ಬುಕಿಂಗ್‌ನಿಂದ ಹಿಡಿದು ಛತ್ರ ಖಾಲಿ ಮಾಡುವವರೆವಿಗೆ ಆಗುವ ಎಲ್ಲ ಕೆಲಸಗಳನ್ನೂ ಮಾಡಿಕೊಡುವ ಕಂಟ್ರಾಕ್ಟರರು ಸಿಗುವರು. ಬಾಸಿಂಗ ತಂದು ವರನಿಗೆ ಅದನ್ನು ಕಟ್ಟಿಕೊಡುವರು. ಮದುವೆ ಮುಗಿದ ತಕ್ಷಣ ಅದನ್ನು ವಾಪಸ್ಸು ತೆಗೆದುಕೊಂಡು ಹೋಗುವ (ಬಾಡಿಗೆಗೆ ಕೊಡುವ ಪದ್ಧತಿ) ಸವಲತ್ತು ಕೂಡಾ

ದೊರಕುತ್ತಿದೆ. ಆದರೇನು ಇಲ್ಲಿ ಎಲ್ಲ ಕೆಲಸಗಳೂ ಸುಸೂತ್ರವಾಗಿ ಆಗುವುದು, ಆದರೆ ಇದಕ್ಕೆ ಹೆಚ್ಚಿನ ಹಣ ವ್ಯಯವಾಗುವುದು. ಅಡುಗೆ ಕಾಂಟ್ರ್‌ಆಕ್ಟ್ ಕೊಟ್ಟರೆ ಊಟದ ಲೆಕ್ಕದಂತೆ ಹಣ ಕೊಡಬೇಕು. ಅಡುಗೆಯವರು ಇಂತಿಷ್ಟು ಊಟಕ್ಕೆ ಇಷ್ಟು ಹಣ ಕೊಡಬೇಕೆಂದು ನಿರ್ಧರಿಸುತ್ತಾರೆ. ಅಷ್ಟಲ್ಲದೇ ಊಟ ಬಡಿಸುವಾಗ ಪೋಲು ಮಾಡುವುದಿಲ್ಲ ಮತ್ತು ಸ್ವಲ್ಪ ಕಡಿಮೆಯಾಗಿಯೇ ಬಡಿಸುವ ಸಾಧ್ಯತೆಯೂ ಇರುತ್ತದೆ. ಆಗ ಮದುವೆಗೆ ಬರುವವರ ಗಲಾಟೆ ಎದುರಿಸಬೇಕು. ಕೆಲವರು ಮದುವೆ ಮನೆಗಳಲ್ಲಿ ಗಲಾಟೆ ಮಾಡಲೆಂದೇ ಬರುವರು. ಎಷ್ಟೆಲ್ಲಾ ಕಷ್ಟ ಕೋಟಲೆಗಳನ್ನು ಹೆಣ್ಣು ಹೆತ್ತವರು ಅನುಭವಿಸಬೇಕು. ಮಧ್ಯಮ ವರ್ಗದವರು, ತಿಂಗಳ ಸಂಬಳವನ್ನೇ ನಂಬಿಕೊಂಡು ಮಕ್ಕಳನ್ನು ಉಳಿಸಿ, ಬೆಳೆಸಿ, ಒಂದು ಹಂತಕ್ಕೆ ತಂದು ಇಷ್ಟೆಲ್ಲಾ ಮದುವೆಗಾಗಿ ಖರ್ಚು ಮಾಡುವುದರಲ್ಲಿ ಅವರ ಪಾಡು ಹೇಗಾಗಿರಬೇಡ. ಇದನ್ನು ಎಲ್ಲರೂ ಅರಿತರೆ, ಅರಿತು ಸೂಕ್ತವಾಗಿ ಸ್ಪಂದಿಸಿದರೆ ಜೀವನ ಎಷ್ಟು ಹಿತವಾಗಿರುವುದು, ಅಲ್ಲವೇ?

ಮನೆಯ ಮಗು ಇನ್ನೊಬ್ಬರ ಮನೆಗೆ ಹೋಗಿ ಮನೆ ತುಂಬಿಸಿ ದೀಪ ಬೆಳಗಿದಾಗ ನಮಗಾಗುವ ಆನಂದ ಮತ್ತು ಮುಂದೆ ಕೈಯಲೊಂದು ಮಗುವನ್ನು ಎತ್ತಿ ನಾವು ನಡೆದ ಹಾದಿಯಲ್ಲಿ ತಾ ಸಾಗುವಾಗ ಆಗುವ ಆನಂದದ ಮುಂದೆ ಮದುವೆಯ ತರಲೆ ತಗಾದೆಗಳೆಲ್ಲವೂ ಮಂಗಮಾಯ. ಕೊನೆಗೆ ಏನು ಹೇಳಬಹುದು ಎಂದರೆ ಇದುವೇ ಜೀವ ಇದು ಜೀವನ.

ಚಾಂದ್ರಾಯಣ ವ್ರತ

ಚಾಂದ್ರಾಯಣ ಎಂಬ ಪದವು ಚಂದ್ರನ ಚಲನೆಯ ಹಾದಿ ಎಂಬರ್ಥ ಕೊಡುತ್ತದೆ. ಇದೊಂದು ವ್ರತ.

ಕೂರ್ಮ ಪುರಾಣದ ಹರಿ ಭಕ್ತಿ ವಿಲಾಸ ಲ.೧೫೮,೧೫೯ರಲ್ಲಿ ವಿವರಿಸಿರುವಂತೆ, ದ್ವಿಜರು (ಎರಡು ಬಾರಿ ಜನ್ಮ ತಳೆದವರು - ಅಂದರೆ ಪಕ್ಷಿಗಳು ಮತ್ತು ಬ್ರಾಹ್ಮಣರು ಎಂಬರ್ಥ) ಅಣಬೆ, ಬಾಳೆಯ ಎಲೆ, ಸೂರ್ಯಕಾಂತಿಯ ಎಲೆ, ಈರುಳ್ಳಿ, ಬೆಳ್ಳುಳ್ಳಿ, ಮರದ ರಸ, ನೆಲದ ಕೆಳಗೆ ಬೆಳೆಯುವ ಪದಾರ್ಥಗಳು ಮತ್ತು ಬಿಳಿ ಕುಂಬಳಕಾಯಿಯನ್ನು ತಿನ್ನಬಾರದು. ಇದನ್ನು ತಿಂದರೆ ಅವರು ಅಧಮರಾಗುವರು. ಮನು ಸಂಹಿತೆಯೂ ಇದನ್ನೇ ಹೇಳುತ್ತದೆ. ಹಾಗೆ ಮಾಡಿದವರಿಗೆ ಪ್ರಾಯಶ್ಚಿತ್ತವನ್ನು ಪದ್ಮ ಪುರಾಣದ ಬ್ರಹ್ಮ ಕಾಂಡದಲ್ಲಿ ತಿಳಿಸಿದೆ.

ಪದ್ಮ ಪುರಾಣದ ಪ್ರಕಾರ ಚಾಂದ್ರಾಯಣ ವ್ರತವನ್ನು ಆಚರಿಸಬೇಕು. ಈ ವ್ರತದಂತೆ ಅಮಾವಾಸ್ಯೆಯ ದಿನ ಉಪವಾಸವನ್ನು ಮಾಡಬೇಕು. ನಂತರ ಚಂದ್ರನ ಪ್ರಗತಿಯಂತೆ ದಿನಕ್ಕೊಂದು ತುತ್ತಿನಂತೆ ಆಹಾರವನ್ನು ಹೆಚ್ಚಿಸುತ್ತಾ ಹೋಗಬೇಕು. ಅಂದರೆ ಪಾಡ್ಯದ ದಿನ ಒಂದು ತುತ್ತನ್ನೂ, ಬಿದಿಗೆಯ ದಿನ ಎರಡು ತುತ್ತನ್ನೂ, ತದಿಗೆಯ ದಿನ ನಾಲ್ಕು ತುತ್ತು ಆಹಾರವನ್ನೂ ಸೇವಿಸಬೇಕು. ಅದರಂತೆ ಹುಣ್ಣಿಮೆಯ ದಿನ ೧೫ ತುತ್ತುಗಳ ಆಹಾರ ಸೇವನೆ ಮಾಡಬೇಕು.

ಮತ್ತೆ ಕೃಷ್ಣ ಪಕ್ಷ ಪ್ರಾರಂಭವಾಗಲು ಆಹಾರ ಸೇವನೆಯನ್ನು ಕಡಿಮೆ ಮಾಡುತ್ತಾ ಹೋಗಬೇಕು. ಇದರಂತೆ ಹುಣ್ಣಿಮೆಯ ಮಾರನೆಯದಿನ ೧೪ ತುತ್ತು, ಅದರ ನಂತರದ ದಿನ ೧೩ ತುತ್ತುಗಳ ಆಹಾರ ಸೇವನೆ. ಹೀಗೆ ಮುಂದೆ

ಅಮಾವಾಸ್ಯೆಯ ದಿನ ಒಂದು ತುತ್ತೂ ಅನ್ನಾಹಾರ ಸೇವಿಸದೇ ಉಪವಾಸ ಮಾಡಬೇಕು. ಆಗ ಪ್ರಾಯಶ್ಚಿತ್ತವಾದಂತೆ.

ಈ ವ್ರತ ಈಗಿನ ಕಾಲಕ್ಕೆ ಅರ್ಥವಿಲ್ಲದಂತೆ ತೋರಿದರೂ, ಆರೋಗ್ಯ ದೃಷ್ಟಿಯಿಂದ ಸಮಂಜಸವೆಂದು ತೋರುತ್ತದೆ ಅಲ್ಲವೇ? ಡಯಟಿಂಗ್ ಮಾಡುವ ಜನರು ಒಮ್ಮೆ ಚಾಂದ್ರಾಯಣ ವ್ರತ ಪಾಲಿಸಿ ನೋಡಿ, ನಂತರ ಎಷ್ಟು ತೂಕ ಕಡಿಮೆಯಾಗಿದೆಯೆಂದು ಪರೀಕ್ಷಿಸಿ ನೋಡಿ.

ಛಠ್ ಪೂಜಾ

ನನ್ನ ಸ್ನೇಹಿತ ಭರತೇಂದು ಕುಮಾರ್ ದಾಸ್ ಮೂಲತ: ಬಿಹಾರಿನವನು. ಅವನು ನನ್ನ ಅಂತರ್ಜಾಲ ತಾಣ ನೋಡಿ, ಏ! ನನ್ನ ಬಗ್ಗೆಯೂ ಒಂದು ಲೇಖನ ಬರೆಯೋ ಅಂತ ಕೇಳಿದ. ಅಲ್ಲಪ್ಪ, ನಿನಗೆ ಕನ್ನಡ ಓದೋದಿಕ್ಕೆ ಬರೋದಿಲ್ಲ (ಮಾತನಾಡಿದರೆ ಸ್ವಲ್ಪ ಸ್ವಲ್ಪ ಅರ್ಥ ಮಾಡಿಕೊಳ್ಳುತ್ತಾನೆ) ನಾನು ಏನು ಬರೆದೆ ಅಂತ ನಿನಗೆ ಹೇಗೆ ಗೊತ್ತಾಗತ್ತೆ ಮತ್ತು ಹಾಗೆ ನಿನ್ನ ಬಗ್ಗೆ ಬರೆಯುವುದರಿಂದ ನಿನಗೇನು ಪ್ರಯೋಜನ ಎಂದು ಕೇಳಿದೆ. ಅದಕ್ಕೆ ಅವನಂದದ್ದು, ಅಲ್ಲ ಸಾಹಿತ್ಯ ಲೋಕದಲ್ಲಿ ಕನ್ನಡ ಒಳ್ಳೆಯ ಹೆಸರು ಮಾಡಿದೆ, ನಿನ್ನ ಲೇಖನಗಳೂ ಆಗಾಗ್ಯೆ ಬರ್ತಿವೆ. ಆಮೇಲೆ ನನ್ನ ಬಗ್ಗೆಯೇ ನೀನೊಂದು ಕಥೆ ಬರೆದರೂ ಬರೆದು ಬಿಡ್ತೀಯೇ, ನೀನು ಅಪಾಯಕಾರಿ ಮನುಷ್ಯ. ನನ್ನ ಬಗ್ಗೆ ಮೊದಲೇ ಒಂದು ಬರೆದು ಬಿಡೋ ಎಂದು ದುಂಬಾಲು ಬಿದ್ದ.

ಸರಿ, ಇವನ ಬಗ್ಗೆ ನಾನೇನು ಬರೆಯಲಿ, ಎಂದು ಯೋಚಿಸ್ತಿದ್ದಾಗ, ಅವನೇ ಲೇ! ನನ್ನ ಊರಿನ ಬಗ್ಗೆ ಕೇಳೋ, ನಮ್ಮ ಹಬ್ಬಗಳ ಬಗ್ಗೆ ಕೇಳೋ, ಹೇಳ್ತೀನಿ ಅದನ್ನೇ ನೀನು ಬರೆಯುವಿಯಂತೆ ಎಂದುಬಿಡೋದೇ. ಸರಿ ಹೇಳಪ್ಪ, ಅದೂ ಒಂದು ಆಗಿ ಬಿಡಲಿ ಎಂದು ಹೇಳಿದೆ. ಅವನು ಹೇಳಿದ್ದನ್ನು ನಿಮ್ಮ ಮುಂದೆ ಇಡುತ್ತಿರುವೆ.

ದಾಸ್‌ನ ಊರು ಉತ್ತರ ಬಿಹಾರದ ಧರಭಂಗ ಜಿಲ್ಲೆಯಲ್ಲಿರುವ ಒಂದು ಹಳ್ಳಿ. ಅದು ನೇಪಾಳದ ಗಡಿಯಿಂದ ೪೦ ಕಿಲೋಮೀಟರುಗಳು ದೂರದಲ್ಲಿದೆ. ಇಲ್ಲಿಯ ಹೆಚ್ಚಿನ ಜನರು ಬೇಸಾಯವನ್ನೇ ತಮ್ಮ ಜೀವನಕ್ಕೆ ನಂಬಿರುವವರು. ಈ ಕ್ಷೇತ್ರದಿಂದ ಹೆಚ್ಚಿನ ಐ ಎ ಎಸ್ ಮತ್ತು ಐ ಪಿ ಎಸ್ ಆಫೀಸರುಗಳು ಬಂದಿರುವರು ಮತ್ತು ಬರುತ್ತಿರುವರು. ಇಲ್ಲಿಯವರು ಪದವಿ ಪಡೆದ ನಂತರ ಹೆಚ್ಚಿನ ವಿದ್ಯಾಭ್ಯಾಸವನ್ನು ದೆಹಲಿಯಲ್ಲಿ ಮಾಡುವರು. ಇದಕ್ಕೆ ಕಾರಣ ಗೊತ್ತೇ ಇದೆ. ದೇಶದ ಈ ಭಾಗವು ಎಲ್ಲ ಸ್ತರಗಳಲ್ಲೂ ಹಿಂದುಳಿದಿದೆ.

ಇನ್ನೊಂದು ಮಜವಾದ ವಿಷಯವೆಂದರೆ, ಇವರು ಶ್ರೀ ರಾಮನನ್ನು ದೇವರೆಂದು ಪರಿಗಣಿಸುವುದಿಲ್ಲ. ಏಕೆಂದರೆ ಶ್ರೀರಾಮ ಇವರಿಗೆ ಅಳಿಯ ಮತ್ತು ಸೀತಾಮಾತೆ ಮನೆ ಮಗಳು. ಇವರಾಡುವ ಭಾಷೆ ಹಿಂದಿಯಲ್ಲ. ಮೈಥಿಲಿ. ಹೇಗೆ ಉತ್ತರ ಪ್ರದೇಶದಲ್ಲಿ ಭೋಜಪುರಿ ಪ್ರಚಲಿತವೋ

ಹಾಗೆಯೇ ಬಿಹಾರದಲ್ಲಿ ಮೈಥಿಲಿ ಭಾಷೆಯು ಪ್ರಚಲಿತ. ಮೊದಲು ಈ ಪ್ರದೇಶವನ್ನು ಮಿಥಿಲಾ ದೇಶವೆನ್ನುತ್ತಿದ್ದರು. ಈ ಭಾಷೆಗೆ ಪ್ರತ್ಯೇಕವಾದ ಲಿಪಿಯಿಲ್ಲ. ದೇವನಾಗರಿ ಲಿಪಿಯನ್ನೇ ಬಳಸುವರು.

ಇನ್ನು ಇಲ್ಲಿ ಎಲ್ಲ ಬಗೆಯ ಹಬ್ಬಗಳನ್ನೂ ಆಚರಿಸುವರು. ಆದರೆ ವಿಶೇಷವಾದ ಒಂದು ಹಬ್ಬ, ದೇಶದ ಬೇರೆಲ್ಲಿಯೂ ಅಷ್ಟಾಗಿ ವಿಶೇಷವಲ್ಲದ್ದು ಅಂದರೆ ಛಠ್ ಪೂಜೆ.

ಇದೆಂತಹದ್ದಪ್ಪ ಛಠ್ ಪೂಜೆ ಅಂತ ಅಂದ್ಕೊಳ್ತಿದ್ದೆ. ಟಿವಿಯಲ್ಲಿ ನೋಡಿದ ಚಿತ್ರದಲ್ಲಿ ನದಿಯಲ್ಲಿ ಮೊರದ ಬಾಗಿನ ಬಿಡುವುದನ್ನು ನೋಡಿ - ಇದು ತೆಲುಗು ಪದವೇ ಎಂಬ ಅನುಮಾನ ಬಂದಿತ್ತು. ತೆಲುಗುವಿನಲ್ಲಿ ಮೊರಕ್ಕೆ ಚಾಟ್ಲು ಎನ್ನುವರು. ಆದರೆ ಈ ಪದ ಅದರಿಂದ ಬಂದದ್ದಲ್ಲ. ಅಥವಾ ಹಿಂದಿಯ ಛತ್ ನಿಂದ ಬಂದ ಪದವೋ? ಛತ್ ಎಂದರೆ ಛಾವಣಿ. ಆದರೆ ಈ ವ್ರತ (ಹಬ್ಬ ಅನ್ನುವುದಕ್ಕಾಗುವುದಿಲ್ಲ, ಏಕೆಂದರೆ ದಿನ ಮತ್ತು ರಾತ್ರಿ - ೨೪ ಘಂಟೆಗಳೂ ಉಪವಾಸ ಇರುವರು) ಬರುವುದು ದೀಪಾವಳಿ ಅಮಾವಾಸ್ಯೆಯ ನಂತರದ ಆರನೆಯ ದಿನ. ಗೊತ್ತಾಯಿತಲ್ಲ ಇದು ಷಷ್ಠಿ ಪೂಜೆ.

ಈ ವ್ರತದ ಬಗ್ಗೆ ಒಂದೆರಡು ಮಾತುಗಳು. ಈ ಒಂದು ರಾತ್ರಿ ಮತ್ತು ಒಂದು ದಿನ ವ್ರತಾರ್ಥಿಗಳು ಗಂಗಾ ನದಿಯ ದಡದಲ್ಲೇ ಇರುವರು. ಅಂದು ಕಟ್ಟುಪವಾಸ ಮಾಡುವರು. ಅಂದು ಬೆಳಗಿನಲ್ಲೇ ಭಕ್ತರು ಗಂಗೆಯಲ್ಲಿ ಮಿಂದು ಮನೆಯಲ್ಲಿ ನೈವೇದ್ಯ ಅರ್ಪಿಸಲು ಗಂಗೆಯ ನೀರನ್ನು ಮನೆಗೆ ತರುವರು. ನೈವೇದ್ಯಕ್ಕೆಂದು ಅರ್ಪಿಸಲು ಖೀರು (ಪಾಯಸ), ಪೂರಿ ಮತ್ತು ಬಾಳೆಹಣ್ಣುಗಳನ್ನು ಇಡುವರು. ಬೆಳಗ್ಗೆ ನೈವೇದ್ಯವನ್ನು ತಯಾರಿಸಿ ಸಂಜೆಗೆ ಸೂರ್ಯ ಮುಳುಗುವ ವೇಳೆಯಲ್ಲಿ ನದಿಯ ದಡದಲ್ಲಿ ಸೂರ್ಯದೇವರಿಗೆ ನೈವೇದ್ಯವನ್ನು ಅರ್ಪಿಸುವರು. ರಾತ್ರಿಯಾದೊಡನೆ ಮನೆಗೆ ಬಂದು ಕಬ್ಬಿನ ಜಲ್ಲೆಯಲ್ಲಿ ಚಪ್ಪರವನ್ನು ನಿರ್ಮಿಸಿ ಅದರಲ್ಲಿ ಮಣ್ಣಿನ ಆನೆಯನ್ನು ಮಾಡಿಟ್ಟು ಹಣತೆಗಳಲ್ಲಿ ದೀಪವನ್ನು ಹಚ್ಚಿಟ್ಟು ನೈವೇದ್ಯವನ್ನು ಅರ್ಪಿಸುವರು. ನಂತರ ಅಗ್ನಿ ದೇವನನ್ನು ಆರಾಧಿಸುವರು. ನಸುಕಿನ ಸೂರ್ಯೋದಯಕ್ಕೆ ಮುನ್ನ ನದೀ ದಡಕ್ಕೆ ಹೋಗಿ ಸೂರ್ಯನಿಗೆ ನೈವೇದ್ಯವನ್ನು ಅರ್ಪಿಸಿ, ನಂತರ ತಾವು ಅದನ್ನು ಪ್ರಸಾದವೆಂದು ಸ್ವೀಕರಿಸುವರು.

ಹೊಸದಾಗಿ ಮದುವೆಯಾದ ಹೆಣ್ಣುಮಗಳನ್ನು ಮನೆಗೆ ಕರೆಸಿ, ದೀಪಾವಳಿಯ ನಂತರ ಈ ಛಠ್ ಪೂಜೆಯನ್ನು ಮಾಡಿಸಿ ಮಗಳಿಗೆ ಮತ್ತು ಅಳಿಯನಿಗೆ ಉಡುಗೊರೆಯನ್ನು ನಿಡುವರು.

ದಹಿ ಹಂಡಿ

ಬೆಣ್ಣೆ ಕದ್ದನಮ್ಮ ಕೃಷ್ಣ ಬೆಣ್ಣೆ ಕದ್ದನಮ್ಮ

ಕವಿ ನಿಸಾರ್ ಅಹಮದ್ ರವರು ಈ ಕವನದಲ್ಲಿ ಆ ತುಂಟ ಬಾಲಕನನ್ನು ಎಷ್ಟು ಚೆನ್ನಾಗಿ ನಿರೂಪಿಸಿದ್ದಾರೆ.

ಇಂದು, ಶ್ರಾವಣ ಮಾಸ ಕೃಷ್ಣ ಪಕ್ಷ ಅಷ್ಟಮಿ - ಶ್ರೀ ಕೃಷ್ಣನ ಜನುಮ ದಿನ. ಆ ದೇವನು ತುಂಟ ಬಾಲಕನಾಗಿದ್ದಾಗ ಪುಟ್ಟ ಪುಟ್ಟ ಸ್ನೇಹಿತರುಗಳೊಂದಿಗೆ ಅಕ್ಕ ಪಕ್ಕದ ಮನೆಗಳಲ್ಲಿ ಬೆಣ್ಣ ಹಾಲು ಮೊಸರು ಎಲ್ಲವನ್ನೂ ಕದಿಯುತ್ತಿದ್ದ. ಇವನ ಕಾಟ ತಡೆಯಲಾರದ ಅಕ್ಕ ಪಕ್ಕದ ಮನೆಯವರುಗಳೆಲ್ಲರೂ ಯಶೋದೆಯ ಮುಂದೆ ಅಲವತ್ತು ಕೊಳ್ಳುತ್ತಿದ್ದರು. ಎಷ್ಟೇ ಆಗಲಿ ಆತ ದೇವನು. ಅವನ ತುಂಟಾಟವನ್ನು ನೆನೆಸಿಕೊಳ್ಳುತ್ತಾ ಅದೇ ಆಟವನ್ನು ಸಾರ್ವಜನಿಕವಾಗಿ ಆಡಿ ತೋರಿಸುವುದು ಮುಂಬಯಿನಲ್ಲಿ ಒಂದು ಸಂಪ್ರದಾಯ. ಇದನ್ನು ಸ್ಪರ್ಧೆಯಾಗಿ ಮಾಡಿ ಲಕ್ಷಾಂತರ ರೂಪಾಯಿಗಳ ಬಹುಮಾನವನ್ನು ಗೆಲ್ಲುವ ಭೂಪತಿಗಳೂ ಇದ್ದಾರೆ.

'ಗೋವಿಂದ ಆಲಾ ರೇ ಆಲಾ ಝರಾ ಮಟಕೀ ಸಂಭಾಲ್ ಬ್ರಿಜ್ ಬಾಲಾ' - ಈ ಹಾಡನ್ನು ಶಮ್ಮಿ ಕಪೂರ್ ಅವರ ಬ್ಲಫ್ ಮಾಸ್ಟರ್ ಚಿತ್ರದಲ್ಲಿ ಚಿತ್ರೀಕರಿಸಿದ್ದಾರೆ. ಅದನ್ನು ನೋಡುತ್ತಿದ್ದರೆ ನಮಗೂ ಕುಣಿಯಬೇಕು ಅನ್ನಿಸುತ್ತದೆ. ಮುಂಬೈನಲ್ಲಿ ಆಚರಿಸುವ ಜನ್ಮಾಷ್ಟಮಿಯ ನಿಮಿತ್ತದ ಈ ದಹಿ ಹಂಡಿ ಒಡೆಯುವ ದೃಶ್ಯವನ್ನೂ ಅದರಲ್ಲಿ ನೋಡಬಹುದು. ಈ ಹಾಡಿನ ಅರ್ಥ ಹೀಗಿದೆ - ಗೋವಿಂದ ಅಂದ್ರೆ ಕೃಷ್ಣ ಬರುತ್ತಿದ್ದಾನೆ, ಬ್ರಿಜ ದೇಶದ (ಈಗಿನ ಮಥುರಾ, ಬೃಂದಾವನ) ಬಾಲೆಯರೇ (ಗೋಪಿಕೆಯರು) ನಿಮ್ಮ ನಿಮ್ಮ ಮಡಕೆಗಳನ್ನು ನೋಡಿಕೊಳ್ಳಿ. ಸ್ವಲ್ಪ ಎಚ್ಚರ ತಪ್ಪಿದರೂ ಈ ತುಂಟ ಮತ್ತು ಅವನ ಗೆಳೆಯರು ಮಡಕೆ ಒಡೆದು ಅದರೊಳಗಿರುವ ಹಾಲು ಬೆಣ್ಣೆ ಕದಿಯುವರು.

ಮಳೆಗಾಲದಲ್ಲಿ ಇಂತಹ ಮೋಜಿನಿಂದ ಜನರು ತಾವೂ ನಲಿಯುವರು ಮತ್ತು ಇತರರನ್ನೂ ನಲಿಸುವರು. ಇಂದಿನ ದಿನಗಳಲ್ಲಿ ಹಳೆಯ ಮುಂಬೈನ ಬಡಾವಣೆಗಳಾದ ಗಿರ್ ಗಾಂವ್, ತಾಡ್ ದೇವ್, ಮಝಗಾಂವ್, ವೊರ್ಲಿ, ಲಾಲ್ ಬಾಗ್, ದಾದರ್, ಘಾಟ್ ಕೋಪರ್, ಥಾಣೆ ಮತ್ತಿತರೇ ಪ್ರದೇಶದ ಗಲ್ಲಿ ಗಲ್ಲಿಗಳಲ್ಲೂ ಬಹು ಮಹಡಿ ಕಟ್ಟಡಗಲ ಒಂದು ಕಡೆಯಿಂದ ಇನ್ನೊಂದು ಕಡೆಯ ಕಟ್ಟಡಗಳಿಗೆ ಹಗ್ಗವನ್ನು ಕಟ್ಟಿ ಮಧ್ಯೆ ಒಂದು ಮಡಕೆಯನ್ನು ಕಟ್ಟಿರುವ ದೃಶ್ಯ ಸರ್ವೇ ಸಾಮಾನ್ಯ.

ಅಲ್ಲೇ ಕೆಳಗೆ ಒಂದು ಜಾಹೀರಾತಿನ ಫಲಕವನ್ನೂ ನೋಡಬಹುದು. ಈ ಹಂಡಿಯನ್ನು ಒಡೆದವರಿಗೆ ಇಂತಿಷ್ಟು ರೂಪಾಯಿಗಳ ಬಹುಮಾನ ಕೊಡಲಾಗುವುದು, ಎಂದು. ಪಕ್ಕದಲ್ಲಿರುವ ಥಾಣೆ ಪ್ರದೇಶದಲ್ಲಿ ಅತಿ ಹೆಚ್ಚಿನ ಮೊತ್ತವನ್ನು (ಲಕ್ಷಕ್ಕೂ ಮಿಗಿಲಾಗಿ) ಬಹುಮಾನವಾಗಿ ನೀಡುವರು.

ಇದಕ್ಕಾಗಿ ಸುಮಾರು ದಿನಗಳಿಂದ ತಾಲೀಮು ನಡೆಸುವರು. ಮೇಲೆ ೪೦ ಅಡಿಗಳಿಗಿಂತ ಎತ್ತರದಲ್ಲಿ ಮಡಕೆಯನ್ನು ಜೋತು ಬಿಡುವರು. ಅದರೊಳಗೆ ಹಾಲು, ಮೊಸರು, ತುಪ್ಪ ಇತ್ಯಾದಿ ಗಳನ್ನು ಹಾಕಿರುವರು. ಆ ಮಡಕೆಯಲ್ಲಿ ಹೆಚ್ಚಿನದಾಗಿ ಹಾಲು ಮೊಸರನ್ನೇ ಹಾಕಿರುವರು. ಈ ಮಡಕೆಯನ್ನು ಒಡೆಯಲು ಮಾನವ ನಿರ್ಮಿತ ಪಿರಮಿಡ್ ರಚಿಸಿ ಮಡಕೆಯನ್ನು ಒಡೆಯಬೇಕು. ಇದಕ್ಕಾಗಿ ಜನಗಳು ಗುಂಪು ಗುಂಪಾಗಿ ಒಂದು ಕಡೆಯಿಂದ ಇನ್ನೊಂದು ಕಡೆಗೆ ಮಡಕೆ ಒಡೆಯಲು ಪ್ರಯತ್ನಿಸುತ್ತಾ ಹೋಗುವರು. ೫೦ - ೬೦ ಜನಗಳ ಗುಂಪೇ ಇದ್ದು ಅದರಲ್ಲಿ ಧಡೂತಿ ಕಾಯದವರು, ಕೃಶಕಾಯರು, ಎತ್ತರದವರು, ದೊಡ್ಡವರು, ಚಿಕ್ಕ ಚಿಕ್ಕ ಮಕ್ಕಳು ಎಲ್ಲ ಇರುವರು. ಇವರೆಲ್ಲರೂ ಕೇಸರಿ ಬಣ್ಣದ ಹಣೆ ಪಟ್ಟಿ, ಅದೇ ಬಣ್ಣದ ಬನಿಯನ್ ಧರಿಸಿರುವುದು ಒಂದು ಸಂಕೇತ. ಮೊದಲು ಕೆಳಗಡೆ ಧಡೂತಿ ಕಾಯರು ಮಾನವ ಸರಪಳಿಯಂತೆ ಸುತ್ತುವರಿದು ನಿಲ್ಲುವರು. ಅವರ ಮೇಲೆ ಎರಡನೆ ಪದರದಲ್ಲಿ ಸ್ವಲ್ಪ ಕೃಶಕಾಯದವರು ನಿಲ್ಲುವರು. ಹಾಗೇ ಮೇಲೆ ಮೇಲಕ್ಕೆ ೬-೭ ಪದರಗಳಂತೆ ಮೇಲಕ್ಕೆ ಹೋಗುವರು. ಕಡೆಗೆ ತುತ್ತ ತುದಿಯಲ್ಲಿ ಒಬ್ಬ ಚಿಕ್ಕ ಬಾಲಕನು ಮೇಲೇರಿ ಆ ಮಡಕೆಯನ್ನು ಒಡೆಯುವನು. ಇದು ಅಷ್ಟು ಸುಲಭವಲ್ಲ. ಇವರು ಮೇಲೇರಲು ಪ್ರಯತ್ನಿಸುತ್ತಿದ್ದಂತೆ, ಸುತ್ತ ಮುತ್ತ ನೆರೆದಿರುವ ಜನರು (ಹೆಚ್ಚಿನದಾಗಿ ಹೆಂಗೆಳೆಯರು), ಅವರ ಮೇಲೆ ನೀರನ್ನು ಎರಚುವರು. ಸಾಮಾನ್ಯವಾಗಿ ಇದೇ ಸಮಯದಲ್ಲಿ ಮಳೆಯೂ ಬರುವುದು. ಇದೆಲ್ಲ ಕೋಟಲೆಗಳ ಮಧ್ಯೆ ಸರಪಳಿ ಕಡಿದು ಜನರು ಬೀಳುವ ಸಾಧ್ಯತೆಗಳೇ ಹೆಚ್ಚು. ಹಾಗೆ ಬಿದ್ದು ಪೆಟ್ಟು ಮಾಡಿಕೊಂಡ ಸಂದರ್ಭಗಳೂ ಇವೆ. ಇದಕ್ಕಾಗೇ ವಿಶೇಷ ಎಚ್ಚರಿಕೆಯನ್ನೂ ಕೊಡುವರು ಮತ್ತು ಇದನ್ನೆಲ್ಲಾ ನೋಡಿಕೊಳ್ಳಲು ಸಮರ್ಥ ಹಿರಿಯರೊಬ್ಬರು ನಿರ್ದೇಶನ ಕೊಡುತ್ತಾ ಇರುವರು. ಈ ಆಟವನ್ನು ಉತ್ತೇಜಿಸಲು ಸ್ಥಳೀಯ ರಾಜಕೀಯ ಧುರೀಣರೂ ಅವರೊಂದಿಗೆ ಸೇರುವರು. ಇವರುಗಳು ಒಂದೆಡೆಯಿಂದ ಇನ್ನೊಂದೆಡೆಗೆ ಹೋಗುವಾಗ 'ಗೋವಿಂದ ಆಲಾ ರೇ ಆಲಾ' ಎಂದು ಹಾಡಿಕೊಂಡು ಹೋಗುವರು. ಈ ಸಮಯದಲ್ಲಿ ರಸ್ತೆಗಳಲ್ಲಿ ವಾಹನ ಸಂಚಾರಕ್ಕೆ ಅಡಚಣೆ ಆಗುವುದೆಂದು ಕೆಲವು ಕಛೇರಿಗಳಿಗೆ ರಜೆ ಘೋಷಿಸುವರು, ಮತ್ತೆ ಕೆಲವು ಕದೆ ಅರ್ಧ ದಿನದ ಕೆಲಸ ಮಾಡುವರು. ಇದನ್ನೇ ಕಾರಣ ಮಾಡಿಕೊಂಡು ಬೇಗನೆ ಮನೆಗೆ ಹೋಗುವವರೂ ಇದ್ದಾರೆ.

ಸುಮಾರು ಹತ್ತು ವರುಷಗಳಿಂದ ಹೆಂಗಸರೂ ಇದೇ ತರಹದ ಗುಂಪನ್ನು ಮಾಡಿಕೊಂಡು ದಹಿ ಹಂಡಿ ಒಡೆಯಲು ಹೋಗುವರು.

ಇಂತಹ ಮೋಜು ಆಟಗಳಿಂದ ಜನಗಳಲ್ಲಿ ಒಮ್ಮತ ಮೂಡಿಬರುವುದಲ್ಲವೇ? ಇಂತಹ ಕಾರ್ಯಗಳಿಂದಲೇ ನಮ್ಮ ದೇಶ ಮಿಕ್ಕೆಲ್ಲ ದೇಶಗಳಿಗಿಂತ ಭಿನ್ನ ಹಾಗೂ ವಿದೇಶೀಯರಿಗೆ ಇಲ್ಲಿಗೆ ಬರಲು ಹೆಚ್ಚಿನ ಆಸಕ್ತಿಯಲ್ಲವೇ? ಹಿಂದೆ ಸ್ವಾತಂತ್ರ್ಯ ಸಂಗ್ರಾಮದ ಸಮಯದಲ್ಲಿ ಜನಗಳಲ್ಲಿ ಒಮ್ಮತ, ಐಕ್ಯತೆ ಮೂಡಿಸಲು ಗೋಕುಲಾಷ್ಟಮಿಯ ಈ ಆಟ, ಸಾರ್ವಜನಿಕ ಗಣಪತಿ ಇವುಗಳನ್ನು ಆಚರಿಸುತ್ತಿದ್ದು ಅದು ಈಗಲೂ ಆಚರಣೆಯಲ್ಲಿದೆ. ಇಂತಹ ಆಚರಣೆಯಿಲ್ಲದಿದ್ದರೆ ಜೀವನದಲ್ಲಿ ಏನು ಸ್ವಾರಸ್ಯವಿರುತ್ತದೆ ಅಲ್ಲವೇ?

ದೀಪಾವಳಿ

ಭವಿಷ್ಯೋತ್ತರ ಪುರಾಣದಲ್ಲಿ (೧೪೦-೭೧) ಹೇಳಿರುವ ಉಕ್ತಿ ಹೀಗಿದೆ

ಉಪಶಮಿತ ಮೇಘನಾದಂ
ಪ್ರಜ್ವಲಿತ ದಶಾನನಂ ರಮಿತರಾಮಂ।
ರಾಮಾಯಣಮಿದಂ ಸುಭಗಂ
ದೀಪದಿನಂ ಹರತು ವೋ ದುರಿತಂ॥

ರಾಮಾಯಣದಲ್ಲಿ ಮೇಘನಾಥನು (ಇಂದ್ರಜಿತು) ಶಾಂತನಾಗುವಂತೆ ಈ ಮಹೋತ್ಸವದಲ್ಲಿ ಮೇಘನಾದವು (ಗುಡುಗು) ಶಾಂತವಾಗಿಬಿಟ್ಟಿರುತ್ತದೆ. ರಾಮಾಯಣದಲ್ಲಿ ದಶಮುಖರಾವಣನು ಸುಡಲ್ಪಡುವಂತೆ ಇದರಲ್ಲಿ ದಶೆ(ಬತ್ತಿ)ಗಳನ್ನು ಉರಿಸಲ್ಪಡುವುದು. ಅಲ್ಲಿ ರಾಮನು ರಮಿಸುವಂತೆ ಇಲ್ಲಿ ಶ್ರೀರಾಮನೂ ಮತ್ತು ರಮಣಿಯರೂ ರಮಿಸುತ್ತಾರೆ. ಹೀಗೆ ರಾಮಾಯಣದಂತೆ ರಮಣೀಯವಾಗಿರುವ ದೀಪಾವಳಿ ಮಹೋತ್ಸವ ದಿನವು ನಮ್ಮ ಹಾಗೂ ನಿಮ್ಮ ಪಾಪಗಳನ್ನು ಹೋಗಲಾಡಿಸಲಿ.

ನಮ್ಮ ದೇಶದಲ್ಲಿ ಅಲ್ಲದೇ ಅಕ್ಕ ಪಕ್ಕದ ದೇಶಗಳಲ್ಲೆಲ್ಲಾ ಅತ್ಯಂತ ವಿಜೃಂಭಣೆಯಿಂದ ಆಚರಿಸಲ್ಪಡುವ ಕೆಲವೇ ಹಬ್ಬಗಳಲ್ಲಿ, ದೀಪಾವಳಿಯೂ ಮುಖ್ಯವಾದುದು. ಇದನ್ನು ನಾಡಹಬ್ಬವಾಗಿಯೂ ಆಚರಿಸುವ ಸಂಪ್ರದಾಯವುಂಟು.

ದೀಪಗಳ ಆವಳಿ - ಸರಮಾಲೆ - ದೀಪಗಳ ಸಾಲು ಎಂದರ್ಥ. ಕಾರ್ತಿಕ ಮಾಸದ ಕಡೆಯಲ್ಲಿ ಮನೆ ಮಂದಿರಗಳಲ್ಲಿ ಕಾರ್ತೀಕ ದೀಪೋತ್ಸವ, ಶಿವ ದೀಪೋತ್ಸವ ಮತ್ತು ವಿಷ್ಣು ದೀಪೋತ್ಸವಗಳೆಂದು ಕರೆದು ಎಲ್ಲೆಡೆ ದೀಪಗಳನ್ನು ಸಾಲು ಸಾಲಾಗಿ ಹಚ್ಚಿಡುವರು. ಮುಂದೆ ಕಾರ್ತೀಕ ದೀಪೋತ್ಸವದಲ್ಲಿ ದೀಪಗಳನ್ನು ಬೆಳಗಿಸುವ ಸಮಾರಂಭಕ್ಕೆ ದೀಪಾವಳಿಯು ನಾಂದಿಯಾಗಿರುತ್ತದೆ. ದೀಪಾವಳಿ ಉತ್ಸವದಲ್ಲಿ ಮಹಾವಿಷ್ಣುವಿನ ಪೂಜೆ, ನರಕಾಸುರನ ವಧೆ, ಬಲೀಂದ್ರ ವಿಜಯದ ಪೂಜೆ, ಮಹಾಲಕ್ಷ್ಮಿಯ ಪೂಜೆ, ಮಹಾದೇವನ ಪೂಜೆ, ಮಹಾರಾತ್ರಿಯ ಪೂಜೆ, ಕುಬೇರನ ಪೂಜೆ,

ಯಮಧರ್ಮರಾಜನ ಪೂಜೆ, ಗೋವಿನ ಪೂಜೆ ಮತ್ತು ಗೋವರ್ಧನ ಪೂಜೆಗಳನ್ನೂ ಮಾಡುವರು. ಈ ಸಮಯದಲ್ಲಿ ಪಶು ಪ್ರಾಣಿಗಳಿಗೂ ಪೂಜೆಯಲ್ಲಿ ಆದ್ಯತೆ ನೀಡಲಾಗುವುದು. ಇಷ್ಟಲ್ಲದೇ ಇದೇ ಸಮಯದಲ್ಲಿ ದೀಪದಾನವನ್ನೂ ನಡೆಸುವರು. ಇಷ್ಟಲ್ಲದೇ ವಿಶೇಷ ದಿನಗಳಲ್ಲಿ ಆಯಾ ಪ್ರಾಂತ್ಯಗಳಲ್ಲಿ ಆಚರಣೆಯಲ್ಲಿರುವ ಕೌಮುದೀ ಮಹೋತ್ಸವ, ನರಕ ಚತುರ್ದಶೀ, ಬಲಿಪಾಡ್ಯಮಿ, ವೀರಪ್ರತಿಪದಾ, ಭಗಿನೀ ದ್ವಿತೀಯಾ (ಬಿಹಾರ ಉತ್ತರ ಪ್ರದೇಶಗಳಲ್ಲಿ ಭಾವುದೂಜ್), ಸೋದರ ಬಿದಿಗೆ (ಮಹಾರಾಷ್ಟ್ರದಲ್ಲಿ ಭಾವುಬೀಜ್) ಇತ್ಯಾದಿ ಹಬ್ಬಗಳನ್ನು ಆಚರಿಸುವರು.

ಆಶ್ವಯುಜ ಮಾಸ ಕೃಷ್ಣ ಪಕ್ಷದ ತ್ರಯೋದಶಿಯ ಸಂಜೆ ಶುದ್ಧವಾದ ನೀರನ್ನು ಮನೆಯ ಎಲ್ಲ ಪಾತ್ರೆಗಳಿಗೂ ಸ್ನಾನಕ್ಕಾಗಿಯೂ ತುಂಬಿಟ್ಟು, ರಾತ್ರಿ ಸಮಯದಲ್ಲಿ ಅಪಮೃತ್ಯ ನಿವಾರಣೆಗಾಗಿ ಯಮಧರ್ಮರಾಜನನ್ನು ಸಂತೋಷಪಡಿಸಲು ಮನೆಯ ಹೊರಗಡೆ ದೀಪವನ್ನು ಹೊತ್ತಿಸಿಡುವರು. ಇದಕ್ಕೆ ಯಮದೀಪ ಎಂದು ಹೆಸರಿಸುವರು. ಮೃತ್ಯುವಿನಿಂದಲೂ, ಪಾಶದಂಡಗಳಿಂದಲೂ, ಕಾಲಪುರುಷನಿಂದಲೂ ಮತ್ತು ಶ್ಯಾಮಾದೇವಿಯಿಂದಲೂ ಕೂಡಿದ ಸೂರ್ಯಪುತ್ರ ಯಮಧರ್ಮರಾಜನು ತ್ರಯೋದಶಿಯ ಈ ದೀಪದಾನದಿಂದ ಸಂತುಷ್ಟನಾಗುವನು. ಅಂದಿನ ದಿನವನ್ನು ನೀರು ತುಂಬುವ ಹಬ್ಬವೆಂದೂ ಕರೆವರು. ದಕ್ಷಿಣ ಭಾರತದಲ್ಲಿ ನೀರು ಕಾಯಿಸುವ ಒಲೆಯನ್ನು ಚೆನ್ನಾಗಿ ತೊಳೆದು ಅದಕ್ಕೆ ಅರಿಶಿನ, ಕುಂಕುಮಗಳೊಂದಿಗೆ ರಂಗೋಲಿಯನ್ನಿಟ್ಟು ಮಾರನೆಯ ದಿನದ ಅಭ್ಯಂಜನ ಸ್ನಾನಕ್ಕೆ ಅಣಿಗೊಳಿಸುವರು.

ಮಾರನೆಯದಿನ ಚತುರ್ದಶಿಯಂದು ಬ್ರಾಹ್ಮೀ ಮುಹೂರ್ತದಲ್ಲಿ ಅಭ್ಯಂಜನ ಸ್ನಾನ ಮಾಡಿ, ಹೊಸದಾಗಿ ಮದುವೆಯಾದ ಅಳಿಯ ಮತ್ತು ಅವನ ಬಂಧುಬಳಗವನ್ನು ಕರೆಸಿ ಸುಖ ಸಂತೋಷಪಡಿಸುವುದೂ ಪದ್ಧತಿಯಲ್ಲಿದೆ. ಅಭ್ಯಂಜನ ಸ್ನಾನದಿಂದ ನರಕಾಂತಕನಾದ ನಾರಾಯಣನಿಗೆ ಸಂತೋಷ ಉಂಟಾಗುತ್ತದೆ ಮತ್ತು ನರಕಭೀತಿ ನಿವಾರಣೆಯಾಗುತ್ತದೆ ಎಂಬ ನಂಬಿಕೆ ಇದೆ. ಅಭ್ಯಂಜನಕ್ಕೆ ಉಪಯೋಗಿಸುವ ಎಣ್ಣೆ ಮತ್ತು ಪುಡಿಗಳಿಗೆ ವಿಶೇಷವಾದ ಶಕ್ತಿ ಇದ್ದು ನರ ದೌರ್ಬಲ್ಯವನ್ನು ತಡೆಗಟ್ಟುವುದು. ಅಂದು ಯಮಧರ್ಮರಾಜನಿಗೆ ಹದಿನಾಲ್ಕು ಹೆಸರುಗಳಿಂದ ತಿಲತರ್ಪಣವನ್ನು ಕೊಡುವ ವಿಧಿಯೂ ಇದೆ. ಅಂದು ಬೈಗಿನಲ್ಲೂ ಮತ್ತು ರಾತ್ರಿಯಲ್ಲಿಯೂ ಮಕ್ಕಳಾದಿಯಾಗಿ ದೊಡ್ಡವರೂ ಸೇರಿ ಪಟಾಕಿ, ಬಾಣ ಬಿರುಸುಗಳನ್ನು ಸುಟ್ಟು ನಲಿಯುವರು. ನರಕಪರಿಹಾರಕ್ಕೋಸ್ಕರವಾಗಿ ದೇವಾಲಯಗಳಲ್ಲಿ, ಮಠ, ಬೃಂದಾವನ ಮತ್ತು ಮನೆಗಳ ಅಂಗಳಗಳಲ್ಲಿ, ನದಿ, ಬಾವಿ ಮತ್ತು ಮುಖ್ಯ ಬೀದಿಗಳಲ್ಲಿಯೂ ನಾಲ್ಕು ಬತ್ತಿಗಳುಳ್ಳ ದೀಪಗಳನ್ನು ಹಚ್ಚಿಡುವರು.

ಮಾರನೆಯ ದಿನ ಅಮಾವಾಸ್ಯೆಯಂದು ಅಭ್ಯಂಜನ ಸ್ನಾನ ಮಾಡಿ ಲಕ್ಷ್ಮೀದೇವಿಯನ್ನು ಪೂಜಿಸಬೇಕು. ಸ್ನಾನ ಮಾಡುವ ನೀರಿನಲ್ಲಿ ಅರಳಿ, ಅತ್ತಿ, ಮಾವು, ಆಲ ಮತ್ತು ಪ್ಲಕ್ಷ ಎಂಬ ಮರಗಳ ತೊಗಟೆಗಳನ್ನು ಸೇರಿಸುವುದರಿಂದ ಆರೋಗ್ಯಕ್ಕೆ ಒಳ್ಳೆಯದು. ದೇವತಾ ಪೂಜೆಯ ನಂತರ ಪಿತೃ ದೇವತೆಗಳಿಗೆ ತರ್ಪಣ ಕೊಡುವ ಪದ್ಧತಿಯೂ ಇದೆ. ಹೆಚ್ಚಿನದಾಗಿ ಉತ್ತರ ಭಾರತದಲ್ಲಿ ಮತ್ತು ಇತರೆಡೆಗಳಲ್ಲಿ ರಾತ್ರಿ ಪೂರ್ತಿ ಜಾಗರಣೆ ಮಾಡಿ ಸಂಪತ್ತಿನ ಒಡತಿ ಲಕ್ಷ್ಮಿಯನ್ನು ಪೂಜಿಸುವರು. ವರ್ತಕರು ಲೆಕ್ಕಾಚಾರಕ್ಕಾಗಿ ಹೊಸ ಪುಸ್ತಕಗಳನ್ನು ತೆರೆಯುವರು. ಅದನ್ನು ಪೂಜಿಸಿ, ತಮ್ಮಲ್ಲಿಗೆ ಬರುವ ಗ್ರಾಹಕರಿಗೆ ಸಿಹಿತಿಂಡಿಗಳನ್ನು ಮತ್ತು ತಾಂಬೂಲವನ್ನು ನೀಡುವರು. ಅಂದು ಅವರುಗಳಿಗೆ ಇದು ಹೊಸವರ್ಷದ ಮೊದಲ ದಿನ. ಲಕ್ಷ್ಮೀದೇವಿಯ ಜೊತೆಗೆ ಧನಾಧಿಪತಿಯಾದ ಕುಬೇರನನ್ನೂ ಆರಾಧಿಸುವ ವಾಡಿಕೆ ಇದೆ. ಅಂದು ಮುಂಬಯಿಯ ಶೇರು ಮಾರುಕಟ್ಟೆಯಲ್ಲಿ (ಇತರೆ ಮಾರುಕಟ್ಟೆಗಳಲ್ಲಿಯೂ ಸಹ) ಮೂರತ್ ಟ್ರೇಡಿಂಗ್ ಅಥವಾ ಮುಹೂರ್ತ ವ್ಯಾಪಾರವೆಂದು ಎಲ್ಲರೂ ಪಾಲ್ಗೊಳ್ಳುವರು. ಪ್ರತಿ ಮನೆ ಮನೆಗಳಲ್ಲಿಯೂ ಅತಿ ಕಡಿಮೆ ಎಂದರೆ ಒಂದು ಗ್ರಾಮಿನಷ್ಟು ಚಿನ್ನ ಅಥವಾ ಬೆಳ್ಳಿಯನ್ನು ಕೊಳ್ಳುವುದೂ ವಾಡಿಕೆ. ಅಂದು ಚಿನಿವಾರರ ಅಂಗಡಿಗಳಲ್ಲಿ ಬಹಳ ಜೋರಿನಿಂದ ವ್ಯಾಪಾರವಾಗುವುದು. ಅಂದು ಅಕ್ಕ ಪಕ್ಕದ ಮನೆಯವರುಗಳಿಗೆ ಮತ್ತು ನೆಂಟರಿಷ್ಟರುಗಳಿಗೆ ಬಾಗಿನ ಕೊಡುವುದೂ ರೂಢಿಯಲ್ಲಿದೆ. ಸಿಹಿತಿಂಡಿಗಳನ್ನು ಎಲ್ಲರೂ ನೀಡುವರೆಂದು ಈಗೀಗ ಒಣಹಣ್ಣುಗಳನ್ನು (ಡ್ರೈಫ್ರೂಟ್) ಕೊಡುವ ಅಭ್ಯಾಸ ಚಾಲ್ತಿಯಲ್ಲಿದೆ. ಅಂಗಡಿಗಳಲ್ಲಿ ಇದನ್ನೇ ಪ್ರತ್ಯೇಕವಾಗಿ ಪ್ಯಾಕ್ ಮಾಡಿಟ್ಟಿರುತ್ತಾರೆ. ಇದಲ್ಲದೇ ಉಡುಗೊರೆಯಾಗಿ ಬೆಳ್ಳಿ ಅಥವಾ ಚಿನ್ನದ ನಾಣ್ಯವನ್ನೂ ನೀಡುವರು. ಕೆಲಸಗಾರರಿಗೆ ಮಾಲೀಕರು ಬೋನಸ್, ಉಡುಗೊರೆಯನ್ನಿತ್ತರೆ, ದೈನಂದಿನ ಸೇವೆಗಳನ್ನು ನೀಡುವ ಹಾಲಿನವರು, ದಿನಪತ್ರಿಕೆ ಸರಬರಾಜು ಮಾಡುವವರು, ಕಟ್ಟಡಗಳನ್ನು ಕಾಯುವ ರಕ್ಷಣಾ ಪಡೆಯವರು, ಕ್ಯಾಂಟೀನಿನಲ್ಲಿ ಕೆಲಸ ಮಾಡುವವರು, ಮಹಾನಗರಪಾಲಿಕೆಯ ಕೆಲಸಗಾರರು, ವಿದ್ಯುತ್ ಮತ್ತು ದೂರವಾಣಿ ಇಲಾಖೆಯವರು, ಮತ್ತಿತರೇ ಮಂದಿಗಳಿಗೂ ಉಡುಗೊರೆಯಾಗಿ ಹಣವನ್ನು ಕೊಡುವ ಪರಿಪಾಠವಿದೆ. ಒಮ್ಮೊಮ್ಮೆ ಇದು ಅತಿರೇಕಕ್ಕೆ ಹೋಗಿ, ಹಣ ನೀಡದವರನ್ನು ಒತ್ತಾಯ ಮಾಡಿ ಹಣ ನೀಡುವಂತೆ ಮಾಡುವರು ಅಥವಾ ಅವರುಗಳೊಂದಿಗೆ ಜಗಳಕ್ಕಿಳಿಯುವರು.

ಕಾರ್ತಿಕ ಶುದ್ಧ ಪ್ರಥಮಾ ತಿಥಿಯಂದು ಬಲಿಪಾಡ್ಯಮಿ. ಅಂದು ಸ್ವಾತಿ ನಕ್ಷತ್ರವಿದ್ದರೆ ಇನ್ನೂ ತುಂಬಾ ಶ್ರೇಷ್ಠವಾದ ದಿನ. ಅಂದಿನ ಮುಖ್ಯ ವಿಧಿಗಳಲ್ಲಿ ಬಲೀಂದ್ರ ಪೂಜೆಯೂ ಒಂದು. ಬಲೀಂದ್ರನ ಚಿತ್ರವನ್ನು ಐದು ಬಣ್ಣದ ಪುಡಿಗಳಿಂದ ರಚಿಸಬೇಕು ಅಥವಾ ವಿಗ್ರಹವನ್ನು ಪ್ರತಿಷ್ಠಾಪಿಸಬೇಕು. ಆತನೊಡನೆ ಆತನ ಪತ್ನಿ ವಿಂಧ್ಯಾವಳೀ ಮತ್ತು ಪರಿವಾರದ ರಾಕ್ಷಸರಾದ ಬಾಣ, ಕೂಷ್ಮಾಂಡ ಮತ್ತು ಮುರರನ್ನು ಚಿತ್ರಿಸಬೇಕು. ಬಲೀಂದ್ರನನ್ನು ಕರ್ಣಕುಂಡಲ, ಕಿರೀಟ ಮುಂತಾದ ಆಭರಣಗಳಿಂದ

ಅಲಂಕಾರಗೊಳಿಸಬೇಕು. ಕಮಲದ ಹೂ, ಸುವರ್ಣ ಪುಷ್ಪ, ಗಂಧ, ಧೂಪ, ದೀಪ ಮತ್ತು ನೈವೇದ್ಯಗಳಿಂದ ಆತನನ್ನು ಪೂಜಿಸಬೇಕು. ನಮ್ಮಲ್ಲಿ ಬಲೀಂದ್ರನ ವಿಗ್ರಹವನ್ನು ಹಸುವಿನ ಸಗಣಿಯಿಂದ ಮಾಡುವರು. ಬಲಿ ಚಕ್ರವರ್ತಿಯ ನೆನಪಿನಲ್ಲಿ ದಾನವನ್ನು ಮಾಡುವುದರಿಂದ ದಾನವು ಅಕ್ಷಯವಾಗುವುದು ಮತ್ತು ನಾರಾಯಣನು ಪ್ರಸನ್ನನಾಗುವನು ಎಂಬ ಪ್ರತೀತಿ ಇದೆ. ಅಂದಿನ ದಿನದಲ್ಲಿ ಶಿವನು ಪಾರ್ವತಿಯೊಡನೆ ಪಗಡೆಯಾಡಿದಂತೆ, ಹಳ್ಳಿಗಳಲ್ಲಿ ಪಗಡೆ ಮತ್ತು ಜೂಜುಗಳನ್ನಾಡುವರು. ಅಂದು ಜಯ ಹೊಂದಿದವರು ವರ್ಷಪೂರ್ತಿ ಜಯ ಹೊಂದುವರು ಎಂಬ ನಂಬಿಕೆ ಇದೆ. ಅಂದು ಹಸುಗಳಿಗೆ ಮತ್ತು ಎತ್ತುಗಳಿಗೆ ಸಂಪೂರ್ಣ ವಿಶ್ರಾಂತಿಯನ್ನು ಕೊಡಬೇಕು. ಅವುಗಳಿಗೆ ಸ್ನಾನ ಮಾಡಿಸಿ ಅಲಂಕರಿಸಿ, ಒಳ್ಳೆಯ ಆಹಾರವನ್ನು ಕೊಟ್ಟು ಪೂಜಿಸಬೇಕು. ಗೋವರ್ಧನ ಪರ್ವತವನ್ನು ಪ್ರದಕ್ಷಿಣೆ ಮಾಡಿ ಗೋಪಾಲಕೃಷ್ಣನನ್ನು ಪೂಜಿಸಬೇಕು. ಗೋವರ್ಧನ ಗಿರಿಗೆ ಹೋಗಲಾಗದವರು ಆ ಪರ್ವತದ ಚಿತ್ರವನ್ನು ರಚಿಸಿ ಪೂಜಿಸಬೇಕು. ರಾತ್ರಿಯ ವೇಳೆಯಲ್ಲಿ ಹಸು ಕರು ಎತ್ತುಗಳನ್ನು ಬೆಂಕಿಯ ಮೇಲೆ ಓಡಿಸುವರು. ಇದಕ್ಕೆ ಕಿಚ್ಚು ಹಾಯಿಸುವುದು ಎಂದು ಕರೆವರು. ಇದರಿಂದ ಪಶುಗಳ ಮೇಲೆ ದುಷ್ಟ ಶಕ್ತಿಗಳ ಆಕ್ರಮಣವಾಗುವುದಿಲ್ಲ ಎಂಬ ನಂಬಿಕೆ ಇದೆ.

ಕಾರ್ತಿಕ ಶುದ್ಧ ದ್ವಿತೀಯಾ ತಿಥಿಯಂದು ಉತ್ತರ ಭಾರತದಲ್ಲಿ ಭಾವು ದೂಜ್ ಎಂದೂ, ಮಹಾರಾಷ್ಟ್ರದಲ್ಲಿ ಭಾವುಬೀದ್ ಎಂದೂ, ಇತರೆ ಕಡೆಗಳಲ್ಲಿ, ಭ್ರಾತೃದ್ವಿತೀಯಾ, ಯಮದ್ವಿತೀಯಾ, ಭಗಿನೀದ್ವಿತೀಯಾ ಅಥವಾ ಸೋದರಿ ಬಿದಿಗೆ ಎಂದು ಹಬ್ಬವನ್ನಾಚರಿಸುವರು. ಆ ದಿನದಂದು ಯಮಧರ್ಮರಾಜನು ತನ್ನ ಸೋದರಿಯಾದ ಯಮುನಾದೇವಿಯ ಮನೆಗೆ ತೆರಳಿ ಆಕೆಯ ಆತಿಥ್ಯವನ್ನು ಗೌರವಿಸಿದನೆಂದು ಪ್ರತೀತಿ ಇದೆ. ಅಂದು ಮಧ್ಯಾಹ್ನ ಪುರುಷರು ತಮ್ಮ ಮನೆಗಳಲ್ಲಿ ಊಟ ಮಾಡದೇ, ಸೋದರಿಯ ಮನೆಗೆ ಔತಣಕ್ಕೆ ಹೋಗಬೇಕು. ಆಕೆಗೆ ಯಥಾಶಕ್ತಿ ಉಡುಗೊರೆಯನ್ನು ಇತ್ತು ಗೌರವಿಸಬೇಕು. ಅಂದು ಯಮನಿಗೂ, ಯಮುನಾದೇವಿಗೂ ಮತ್ತು ಚಿತ್ರಗುಪ್ತನಿಗೂ ಅರ್ಘ್ಯವನ್ನು ಅರ್ಪಿಸಿ ಪೂಜೆಯನ್ನು ಸಲ್ಲಿಸಬೇಕು. ಅಲ್ಲದೇ ಚಿರಂಜೀವಿಗಳಾದ ಮಾರ್ಕಂಡೇಯ, ಬಲಿ, ವ್ಯಾಸ, ಹನುಮಂತ, ವಿಭೀಷಣ, ಕೃಪ, ಪರಶುರಾಮ ಮತ್ತು ಅಶ್ವತ್ಥಾಮ ಇವರುಗಳಿಗೆ ಪೂಜೆ ಸಲ್ಲಿಸಬೇಕು.

ಛಠ್ ಪೂಜೆಯ ಬಗ್ಗೆ ಒಂದೆರಡು ಮಾತುಗಳು. ಈ ವ್ರತದ ಬಗ್ಗೆ ಒಂದೆರಡು ಮಾತುಗಳು. ಈ ಒಂದು ರಾತ್ರಿ ಮತ್ತು ಒಂದು ದಿನ ವ್ರತಾರ್ಥಿಗಳು ಗಂಗಾ ನದಿಯ ದಡದಲ್ಲೇ ಇರುವರು. ಅಂದು ಕಟ್ಟುಪವಾಸ ಮಾಡುವರು. ಅಂದು ಬೆಳಗಿನಲ್ಲೇ ಭಕ್ತರು ಗಂಗೆಯಲ್ಲಿ ಮಿಂದು ಮನೆಯಲ್ಲಿ ನೈವೇದ್ಯ ಅರ್ಪಿಸಲು ಗಂಗೆಯ ನೀರನ್ನು ಮನೆಗೆ ತರುವರು. ನೈವೇದ್ಯಕ್ಕೆಂದು ಅರ್ಪಿಸಲು ಖೀರು (ಪಾಯಸ), ಪೂರಿ ಮತ್ತು ಬಾಳೆಹಣ್ಣುಗಳನ್ನು ಇಡುವರು. ಬೆಳಗ್ಗೆ ನೈವೇದ್ಯವನ್ನು ತಯಾರಿಸಿ ಸಂಜೆಗೆ ಸೂರ್ಯ

ಮುಳುಗುವ ವೇಳೆಯಲ್ಲಿ ನದಿಯ ದಡದಲ್ಲಿ ಸೂರ್ಯದೇವರಿಗೆ ನೈವೇದ್ಯವನ್ನು ಅರ್ಪಿಸುವರು. ರಾತ್ರಿಯಾದೊಡನೆ ಮನೆಗೆ ಬಂದು ಕಬ್ಬಿನ ಜಲ್ಲೆಯಲ್ಲಿ ಚಪ್ಪರವನ್ನು ನಿರ್ಮಿಸಿ ಅದರಲ್ಲಿ ಮಣ್ಣಿನ ಆನೆಯನ್ನು ಮಾಡಿಟ್ಟು ಹಣತೆಗಳಲ್ಲಿ ದೀಪವನ್ನು ಹಚ್ಚಿಟ್ಟು ನೈವೇದ್ಯವನ್ನು ಅರ್ಪಿಸುವರು. ನಂತರ ಅಗ್ನಿ ದೇವನನ್ನು ಆರಾಧಿಸುವರು. ನಸುಕಿನ ಸೂರ್ಯೋದಯಕ್ಕೆ ಮುನ್ನ ನದೀ ದಡಕ್ಕೆ ಹೋಗಿ ಸೂರ್ಯನಿಗೆ ನೈವೇದ್ಯವನ್ನು ಅರ್ಪಿಸಿ, ನಂತರ ತಾವು ಅದನ್ನು ಪ್ರಸಾದವೆಂದು ಸ್ವೀಕರಿಸುವರು.

ಹೊಸದಾಗಿ ಮದುವೆಯಾದ ಹೆಣ್ಣುಮಗಳನ್ನು ಮನೆಗೆ ಕರೆಸಿ, ದೀಪಾವಳಿಯ ನಂತರ ಈ ಛಠ್ ಪೂಜೆಯನ್ನು ಮಾಡಿಸಿ ಮಗಳಿಗೆ ಮತ್ತು ಅಳಿಯನಿಗೆ ಉಡುಗೊರೆಯನ್ನು ನೀಡುವರು.

ಈ ಹಬ್ಬಗಳ ಸಮೂಹದಲ್ಲಿ ಉಪಯೋಗಿಸುವ ಸಗಣಿಯಲ್ಲಿ ಕ್ರಿಮಿನಾಶಕ ಅಂಶವಿದೆ. ಅಂದು ಸಿಡಿಸುವ ಪಟಾಕಿ ಸುಡುಮದ್ದುಗಳಿಂದ ಹುಳು ಹುಪ್ಪಟೆಗಳು ನಾಶವಾಗಿ ಬೆಳೆಗಳ ಬೆಳವಣಿಗೆಗೆ ಅನುಕೂಲವಾಗುವುದು.

ಎಲ್ಲ ಓದುಗರಿಗೂ ಮತ್ತು ವಿಕ್ರಾಂತ ಕರ್ನಾಟಕವನ್ನು ಉತ್ತುಂಗಕ್ಕೇರಿಸಲು ಹಗಲಿರುಳೂ ಶ್ರಮಿಸುತ್ತಿರುವ ಎಲ್ಲರಿಗೂ ದೀಪಾವಳಿಯ ಶುಭಾಶಯಗಳು.

ಸಕಲಂ ಸನ್ಮಂಗಳಾನಿ ಭವತು.

ಗಣೇಶೋತ್ಸವ

ಏಕದಂತಾಯ ವಿದ್ಮಹೇ ವಕ್ರತುಂಡಾಯ ಧೀಮಹಿ ತನ್ನೋ ದಂತಿ: ಪ್ರಚೋದಯಾತ್.

ಗಣೇಶಾಥರ್ವಶೀರ್ಷದಲ್ಲಿ ಬರುವ ಒಂದು ಶ್ಲೋಕ. (ಒಂದು ದಂತ ಉಳ್ಳವನೂ ಬಗ್ಗಿರುವ ಸೊಂಡಿಲಿನವನೂ ಆದ ಆ ಭಗವಂತ ಬುದ್ಧಿಯನ್ನೂ ಮತ್ತು ಸ್ಫೂರ್ತಿಯನ್ನೂ ನೀಡಲಿ).

ಗಣಪತಿ ಬಾಪ್ಪಾ ಮೋರಿಯಾ

ಪುಡಚ್ಯಾ ವರ್ಷೀ ಲವಕರ್ ಯಾ

ಇದು ಮರಾಠಿಯಲ್ಲಿ ಗಣಪತಿಗಾಗಿ ಹೇಳುವ ಹಾಡು. ಇದರರ್ಥ, 'ಓ ಗಣಪತಿ ದೇವನೇ ಮುಂದಿನ ವರ್ಷ ಬೇಗ ಬಾ' ಎಂದು. ಮರಾಠಿ ಭಾಷಿಗರಿಗೆ ಮನೆಯಲ್ಲಿ ಎಂದೂ ಗಣಪತಿ ಇರಲಿ ಎಂಬ ಆಶಯ. ಆದರೇನೂ ಹಬ್ಬದ ದಿನದಿಂದ ಹತ್ತು ದಿನಗಳು ಮಾತ್ರ ಇದ್ದು ನಂತರ ಅನಂತ ಚತುರ್ದಶಿಯ ದಿನ ಆತ ಹೊರಟು ಬಿಡುವನು.

ಅವನ ಮೇಲೆ ಅತಿಯಾದ ಪ್ರೇಮದಿಂದ ಭಕ್ತಾದಿಗಳು ಹಾಡಿ ಹೊಗಳುವರು.

ಮುಂಬಯಿ ಮತ್ತು ಮಹಾರಾಷ್ಟ್ರದಲ್ಲಿ ಎಂತಹ ಅವಘಡವಾದರೂ ಸಾರ್ವಜನಿಕ ಗಣೇಶೋತ್ಸವದ ಕಳೆ ಮಾತ್ರ ಕುಂದುವುದಿಲ್ಲ. ನಮ್ಮಲ್ಲಿ ಮನೆ ಮನೆಗಳಲ್ಲಿ ಚಿಕ್ಕ ಚಿಕ್ಕ ಗಣಪತಿಗಳನ್ನು ಪೂಜಿಸುವೆವು. ಸಾರ್ವಜನಿಕ ಗಣೇಶೋತ್ಸವ ಅಲ್ಲಲ್ಲಿ ನಡೆಯುವುದು. ಆದರಿಲ್ಲಿ ಸ್ವಾತಂತ್ರ್ಯ ಪೂರ್ವದ ಸಮಯದಲ್ಲಿ (೧೮೯೪) ಜನರನ್ನು ಒಗ್ಗೂಡಿಸಲು ಈ ಉತ್ಸವದ ಆಚರಣೆಯನ್ನು ಬಾಲ ಗಂಗಾಧರ ತಿಲಕರು ಪುಣೆಯಲ್ಲಿ ಪ್ರಾರಂಭಿಸಿದರು. ಅವರ ಕಾರ್ಯದಿಂದ ರಾಷ್ಟ್ರದಲ್ಲಿ ಆ ಕಾಲಕ್ಕೆ ಅವಶ್ಯವಾದ ಜನಬಲವೆಂಬ ಒಂದು ದೊಡ್ಡ ಶಕ್ತಿಯ ನಿರ್ಮಾಣವಾಯಿತು. ಹಾಗೇ ೧೯೦೭ರಲ್ಲಿ ಸ್ವಾತಂತ್ರ್ಯ ಹೋರಾಟದ ವೀರ ಸಹೋದರರಾದ ಗಣೇಶ್ ಮತ್ತು ವಿನಾಯಕ್ ಸಾವರ್ಕರ್ ಅವರುಗಳು ಇದೇ ಸಾರ್ವಜನಿಕ ಗಣೇಶೋತ್ಸವ ಮಂಡಳಿಗಳನ್ನು ಉಪಯೋಗಿಸಿಕೊಂಡು ಬ್ರಿಟಿಷರ ವಿರುದ್ಧ ಸಿಡಿದೇಳುವಂತೆ ಕ್ರಾಂತಿಕಾರಿ ಕೆಲಸಗಳನ್ನು ಮಾಡಿದ್ದರು. ಪುಣೆ ಮಹಾರಾಷ್ಟ್ರದ ಸಾಂಸ್ಕೃತಿಕ ರಾಜಧಾನಿ ಎಂದು ಕರೆದರೂ ತಪ್ಪಾಗಲಾರದು. ಅಲ್ಲಿಯ ದಗಡೂ ಶೇಟ್ ಗಣಪತಿ ವಿಶ್ವ ಪ್ರಸಿದ್ಧ.

ಜುಲೈ ೨೬ರಂದು ಇಲ್ಲಾದ ಜಲಪ್ರಳಯದ ಹಿಂದೆಯೇ ಸಾಂಕ್ರಾಮಿಕ ರೋಗದ ಭೀತಿ, ಅದರ ಹಿಂದೆಯೇ ಹಳೆಯ ಕಟ್ಟಡಗಳ ಕುಸಿತ ಮತ್ತು ಸಾವಿರಾರು ಜನಗಳ ಸಾವು. ಹೀಗೆ ಒಂದರ ಹಿಂದೊಂದರಂತೆ ಕೆಟ್ಟದ್ದನ್ನೇ ಎದುರಿಸುತ್ತಿರುವ ಮುಂಬಯೀಕರರು ಇವೆಲ್ಲವನ್ನೂ ಕೆಟ್ಟ ಕನಸನ್ನು ಮರೆಯುವಂತೆ ಮರೆತು ಗಣೇಶೋತ್ಸವವನ್ನು ಆಚರಿಸಲು ಪ್ರಯತ್ನಿಸುತ್ತಿರುವುದು ಮಾನವ ಜನಾಂಗಕ್ಕೆ ಒಂದು ದೊಡ್ಡ ನೀತಿ ಪಾಠ. ತಲೆಯ ಮೇಲೆ ಕೈ ಹೊತ್ತು ಕೂರದೇ ಮುನ್ನಡೆಯುವುದರಲ್ಲೇ ಜೀವನ ಎಂಬುದನ್ನು ಸಾಬೀತು ಪಡಿಸುತ್ತಿದ್ದಾರೆ.

ಯಾವುದೇ ದೇವರಿಗೆ ಪೂಜಿಸುವ ಮೊದಲು ಗಣಪನಿಗೆ ಪೂಜಿಸುವ ನಿಯಮವಿದೆ. ಎಲ್ಲ ವಿಘ್ನಗಳನ್ನು ನಿವಾರಿಸುವ ದೈವ ಆದ್ದರಿಂದ ಅವನಿಗೇ ಅಗ್ರ ಪೂಜೆ. ಗಣಪತಿ ತಿಳುವಳಿಕೆ ಮತ್ತು ಅದೃಷ್ಟವನ್ನು ತಂದುಕೊಡುವ ದೈವ. ಆ ಸಿದ್ಧಿ ಬುದ್ಧಿಯರನ್ನೇ ಆತನ ಪತ್ನಿಯರೆಂದೂ ತಿಳಿಯುವೆವು.

ಹತ್ತು ದಿನಗಳು ಮೂರ್ತಿಯನ್ನು ಕುಳ್ಳಿರಿಸಿ ವಿಜೃಂಭಣೆಯಿಂದ ಹಬ್ಬವನ್ನಾಚರಿಸುವರು. ಹತ್ತನೆಯ ದಿನ ಅನಂತಚತುರ್ದಶಿಯೂ ಆಗಿದ್ದು, ಅಂದು ಗಜಾನನ ಮೂರ್ತಿಯನ್ನು ಹತ್ತಿರದ ಕೆರೆ ಕೋಡಿ ಅಥವಾ ಸಮುದ್ರದ ಪಾಲು ಮಾಡುವರು. ಮನೆಗಳಲ್ಲಿ ಚಿಕ್ಕ ಚಿಕ್ಕ ಮೂರ್ತಿಗಳನ್ನೂ ಸೊಸೈಟಿ ಕಾಲೋನಿಗಳಲ್ಲಿ (ಇಲ್ಲೆಲ್ಲಾ ಬಹು ಮಹಡಿ ಕಟ್ಟಡಗಳಿದ್ದು, ಎಲ್ಲರೂ ಸೊಸೈಟಿ

ಮಾಡಿಕೊಂಡಿರುವರು), ದೊಡ್ಡ ದೊಡ್ಡ ಗಣಪತಿಗಳನ್ನೂ ಇಟ್ಟು ಪೂಜಿಸುವರು. ಮೂರ್ತಿಯನ್ನು ಹಬ್ಬದ ದಿನದಂದೇ ತರುವರು. ಪ್ಲಾಸ್ಟರ್ ಆಫ್ ಪ್ಯಾರಿಸ್ನಿಂದ ತಯಾರಿಸುತ್ತಿದ್ದ ಮೂರ್ತಿಯಿಂದ

ವಾತಾವರಣ ಕಲುಷಿತವಾಗುವುದೆಂದು ಈಗೀಗ ಎಲ್ಲ ಕಡೆಗಳಲ್ಲೂ ಮಣ್ಣಿನ ಮೂರ್ತಿಗೆ ಬೇಡಿಕೆ

ಜಾಸ್ತಿಯಾಗಿದೆ. ಜನರು ಗಣಪತಿ ತಯಾರಿಸುವ ಸ್ಥಳಕ್ಕೆ ಬಾಜಾ ಭಜಂತ್ರಿಗಳೊಡನೆ ಗುಂಪು ಗುಂಪಾಗಿ ಹೋಗಿ ಚೌತಿಯಂದೇ (ಹಬ್ಬದ ದಿನ) ಗಣೇಶನ ಮೂರ್ತಿಯನ್ನು ಖರೀದಿಸುವರು. ಇದಕ್ಕಾಗಿ ಮುಂಗಡವಾಗಿ ಬುಕಿಂಗ್ ಮಾಡಿರುವರು. ಅಲ್ಲಿ ಸ್ವಾಮಿಯ ಮೂರ್ತಿಗೆ ಪೂಜೆ ಸಲ್ಲಿಸಿ ಆ ಮೂರ್ತಿ ನಿರ್ಮಿಸಿದವನಿಗೆ ತಾಂಬೂಲ ಸಹಿತ ಹಣ ಕೊಡುವ ಪದ್ಧತಿ ಇದೆ. ನಮ್ಮಲ್ಲಿಯ ಹಾಗೆ ಒಂದು ವಾರದ ಮೊದಲೇ ದೇವರು ಕೊಂಡರೆ ಬೆಲೆ ಕಡಿಮೆ - ಹಬ್ಬದ ದಿನ ಜಾಸ್ತಿ ಎಂಬುದು ಇಲ್ಲಿ ಇಲ್ಲವೇ ಇಲ್ಲ.

ಎಲ್ಲ ದಿನಗಳಲ್ಲೂ ಒಂದೇ ಬೆಲೆ. ಮೂರ್ತಿಯನ್ನು ತರುವಾಗ ಅದರ ತಲೆಯ ಮೇಲೆ ಒಂದು ಬಟ್ಟೆ ಹಾಕಿರುವರು ಮತ್ತು ತರುವವರು ತಲೆಗೆ ಬಿಳಿ ಟೊಪ್ಪಿಗೆಯನ್ನು ಧರಿಸಿರುವುದು ವೈಶಿಷ್ಟ್ಯ.

ಮೂರ್ತಿಯ ತಲೆಯ ಮೇಲೆ ಬಟ್ಟೆ ಏಕೆ ಹಾಕುವರೆಂದು ನನಗಿನ್ನೂ ತಿಳಿಯದಾಗಿದೆ. ಕೆಲವರು ಹೇಳುತ್ತಾರೆ ದೇವ ಆಚೆ ಕಡೆಗೆ ನೋಡಬಾರದು - ನೋಡಿದ್ರೆ ಓಡಿ ಹೋಗ್ತಾನೆ ಅಂತ. ದೇವರನ್ನು

ಹಿಡಿದುಡುವಷ್ಟು ಶಕ್ತಿ ನಮ್ಮಲ್ಲಿದೆಯೇ? ಆ ದೇವರು ಯಾರು ಅನ್ನೋದೇ ತಿಳಿದುಕೊಳ್ಳಕ್ಕೆ ಇನ್ನೂ ಆಗಿಲ್ಲ. ಆದರಿದು ಇಲ್ಲಿ ನಡೆದು ಬಂದ ಪದ್ಧತಿ.

ದಿನಂಪ್ರತಿ ಬೆಳಗ್ಗೆ ಮತ್ತು ಸಂಜೆ ಸಾಂಗವಾಗಿ ಪೂಜೆ ನಡೆಯುವುದು. ಸಂಜೆಯ ಆರತಿ ನೋಡಲು ಎರಡು ಕಣ್ಣುಗಳು ಸಾಲದು. ಮರಾಠಿಯಲ್ಲಿರುವ ಭಜನೆಯನ್ನು ಬೇರಿನ್ಯಾವ ಭಾಷೆಯಲ್ಲೂ ಆನಂದಿಸಲಾಗುವುದಿಲ್ಲ. ಅದರದೇ ಆದ ವೈಶಿಷ್ಟ್ಯ. ಆರತಿ ೧೫ ನಿಮಿಷಗಳಿಂದ ಅರ್ಧ ತಾಸಿನವರೆವಿಗೂ ನಡೆಯುವುದು. ಆರತಿಯ ಸಮಯದಲ್ಲಿ ಹಾಡುವ ಭಜನೆ ತುಂಬಾ ಶ್ರಾವ್ಯವಾಗಿರುತ್ತದೆ. ಆರತಿಯಲ್ಲಿ ಹಾಡುವ ಕೆಲವು ತುಣುಕುಗಳು ಹೀಗಿವೆ -

೧) ಸುಖಕರ್ತಾ ದು:ಖಹರ್ತಾ ವಾರ್ತಾ ವಿಘ್ನಾಚೀ
ನುರವೀ ಪುರವೀ ಪ್ರೇಮ್ ಕೃಪಾ ಜಯಾಚೀ

೨) ಜಯ ಗಣೇಶ್ ಜಯ ಗಣೇಶ್ ಜಯ ಗಣೇಶ ದೇವಾ
ಮಾತಾ ಜಾಕೀ ಪಾರ್ವತೀ ಪಿತಾ ಮಹದೇವಾ

ಆರತಿ ಮಾಡುವಾಗ ದೇವಿ, ಅಂಬೆ, ಶಂಕರ, ವಿಠ್ಠಲರ ಭಜನೆಗಳನ್ನೂ ಹಾಡುವರು. ಹಾಡುತ್ತಾ ಕೇಳುತ್ತಾ ಜನ ಮಂತ್ರಮುಗ್ಧರಾಗುವರು. ತಿಲಕರು ಎಂತಹ ಘನಕಾರ್ಯ ಮಾಡಿದರು. ಇಂತಹ ಕಾರ್ಯಗಳಿಂದ ಜನರನ್ನು ಒಗ್ಗೂಡಿಸುವುದು ಸುಲಭಸಾಧ್ಯವಲ್ಲವೇ? ನಗರದಲ್ಲೇ ಹೀಗಿದ್ದ ಮೇಲೆ ಇನ್ನು ಹಳ್ಳಿಗಳಲ್ಲಿ ಈ ಹಬ್ಬದ ಸಂಭ್ರಮ ಹೇಳಲಸಾಧ್ಯ.

ಮುಂಬೈನಲ್ಲಿ ಲಾಲ್ಬಾಗ್ ಪ್ರದೇಶ ಇದಕ್ಕೆ ಬಹಳ ಪ್ರಸಿದ್ಧ. ಇಲ್ಲಿ ಬಹು ದೊಡ್ಡ ದೊಡ್ಡ ಗಣಪತಿಯ ಮೂರ್ತಿಗಳನ್ನು ನೋಡಬಹುದು. ಹಾಗೇ ವಡಾಲಾ ಮತ್ತು ಥಾಣೆ ಪ್ರದೇಶಗಳೂ ಗಣಪತಿ ಹಾಗೇ ಮಹಾರಾಷ್ಟ್ರದಲ್ಲಿ ಪುಣೆ ಮತ್ತು ಕೊಂಕಣ ಪ್ರದೇಶಗಳು ವಿಜೃಂಭಣೆಯಿಂದ ಹಬ್ಬವನ್ನಾಚರಿಸುವರು. ಮುಂಬೈ ನಗರದಲ್ಲಿ ೮೨೦೦ ಗಣಪತಿ ಮಂಡಳಿಗಳಿವೆ ಎಂದು ಸುದ್ದಿ ಪತ್ರಿಕೆಗಳು ತಿಳಿಸಿವೆ. ಗಲ್ಲಿ ಗಲ್ಲಿಗಳಲ್ಲೂ ಸಾರ್ವಜನಿಕ ಗಣೇಶನನ್ನು ಕೂರಿಸಿ ಸಂಭ್ರಮದಿಂದ ನಲಿಯುವರು. ಮೈಕ್ ಹಾಕಿಕೊಂಡು ಅಬ್ಬರ ಮಾಡುವ ಆ ನಲಿದಾಟ ಕೆಲವರಿಗೆ ಕಿರುಕುಳ ಆಗಿ ಕೋರ್ಟಿನ ಮೆಟ್ಟಲನ್ನೂ ಹತ್ತಿದ್ದಾರೆ. ಇದೀಗ ಸುಪ್ರೀಂಕೋರ್ಟ್ ಆದೇಶದಂತೆ ರಾತ್ರಿ ಹತ್ತರ ಮೇಲೆ ಮೈಕ್ ಹಾಕಬಾರದೆಂದು ನಿರ್ದೇಶಿಸಲಾಗಿದೆ. ಇನ್ನು ಮನೆಗಳಲ್ಲಿ, ಇರುವ ಸಣ್ಣ ಜಾಗದಲ್ಲಿ ಗಣಪತಿಗೆ ಪ್ರತ್ಯೇಕ ಮಂಟಪ ಮಾಡಿ ಅದರಲ್ಲಿ ಮೂರ್ತಿಯನ್ನಿಟ್ಟು ಪೂಜಿಸುವರು.

ಯಾವಾಗಲೂ ಮನೆಯಲ್ಲಿ ಒಬ್ಬರಾದರೂ ಇದ್ದೇ ತೀರಬೇಕು. ಗಣಪನನ್ನು ಒಂಟಿಯಾಗಿ ಬಿಡಲು ತಯಾರಿಲ್ಲ. ಮೋದಕ, ಕರ್ಜಿಕಾಯಿ, ಪಂಚ ಕಜ್ಜಾಯದ ನೈವೇದ್ಯ ಮಾಡಿ ಪ್ರಸಾದವೆಂದು ಎಲ್ಲರಿಗೂ ಹಂಚುವರು. ಪುಣೆಯಲ್ಲಂತೂ ಇದು ಒಂದು ನಾಡ ಹಬ್ಬದಂತೆಯೇ. ಮೈಸೂರಿನ ದಸರಾ ಸಂಭ್ರಮವನ್ನು ನೋಡಲು ಹೇಗೆ ವಿದೇಶದಿಂದೆಲ್ಲಾ ಪ್ರವಾಸಿಗರು ಬರುವರೋ ಹಾಗೆ ಇಲ್ಲಿ ಗಣೇಶೋತ್ಸವವನ್ನು ನೋಡಲು ಬರುವರು.

ಇನ್ನು ಎಂತೆಂತಹ ಗಣಪತಿಗಳನ್ನು ನೋಡಬಹುದು ಎಂದರೆ - ಶ್ರೀಮಂತ ಗಣಪತಿ, ಎತ್ತರದ ಗಣಪತಿ, ಜಾತ್ಯಾತೀತ ಗಣಪತಿ, ಇಂದಿನ ಸಮಾಜದ ಸ್ಥಿತಿ ಬಿಂಬಿಸುವ ಎಲ್ಲ ರೀತಿಯ ಗಣಪತಿಗಳನ್ನು ನೋಡಬಹುದು. ಎತ್ತರದ ಗಣಪತಿ ೧೨ ಅಡಿ ಎತ್ತರದವರೆವಿಗೆ ಇರುವುದನ್ನು ಕಂಡಿರುವೆ. ಹಾಗೇ ಅತ್ಯಂತ ಶ್ರೀಮಂತ ಗಣಪತಿ ಕನ್ನಡಿಗರದ್ದೇ ಆದ ವಡಾಲಾದಲ್ಲಿಯ ಗೌಡ ಸಾರಸ್ವತ ಬ್ರಾಹ್ಮಣರ ಸಮಾಜದ ಗಣಪತಿಯ ಚಿನ್ನದ ಕಿರೀಟದ ತೂಕ ೨೨ ಕಿಲೋಗ್ರಾಂಗಳು. ಆ ಮೂರ್ತಿಯ ಮೈ ಮೇಲೆ ೫೦ ಕಿಲೋಗ್ರಾಂ ಚಿನ್ನ ಮತ್ತು ४೦೦ ಕಿಲೋಗ್ರಾಂಗಳ ಬೆಳ್ಳಿಯ ಆಭರಣ ತೊಡಿಸುವರು. ಆ ಮೂರ್ತಿಯ ಕೈ ಮತ್ತು ಮೋದಕದ ತೂಕ ೬ ಕಿಲೋಗ್ರಾಂ ಚಿನ್ನದ್ದಾಗಿರುತ್ತದೆ. ಸಿಂಹಾಸನವನ್ನು ४೦೦ ಕಿಲೋಗ್ರಾಂ ಬೆಳ್ಳಿಯಿಂದ ಮಾಡಲಾಗಿದೆ. ಆ ಗಣಪತಿಯ ಒಂದು ಭಾವಚಿತ್ರವನ್ನು ಇಲ್ಲಿ ಹಾಕಲಾಗಿದೆ. ಈ ಗಣಪತಿಯ ರಕ್ಷಣೆಗೇ ಹಗಲಿರುಳೂ ವಿಶೇಷ ಕಾವಲು ಕಾಯುವುದು.

ಇನ್ನು ಗಣಪತಿ ಮಂಡಲಿಗಳಲ್ಲಿ ಮುಸ್ಲಿಮರು ಮತ್ತು ಕ್ರಿಶ್ಚಿಯನ್ನರ ಪಾತ್ರವೇನೂ ಕಡಿಮೆಯದ್ದಲ್ಲ. ಕಿಂಗ್ಸ್ ಸರ್ಕಲ್ ನಲ್ಲಿರುವ ಒಂದು ಗಣಪತಿ ಮಂಡಳಿಯಲ್ಲನ್ನು ಆರಂಭಿಸಿದವರು ಕ್ರಿಶ್ಚಿಯನ್ನರು ಮತ್ತು ನಡೆಸುತ್ತಿರುವ ೧೨ ಜನಗಳಲ್ಲಿ ४ ಜನ ಮುಸ್ಲಿಮರು ಇದ್ದಾರೆ. ನಮ್ಮ ಕಾಲೋನಿಯಲ್ಲೂ ೫ ಅಡಿ ಎತ್ತರದ ಗಣಪತಿ ಇಟ್ಟಿದ್ದು, ಅದಕ್ಕೆ ದಿನವೂ ಬೆಳಗ್ಗೆ ಮತ್ತು ಸಂಜೆ ಪೂಜೆ ನಡೆಯುವುದು. ನಮ್ಮ ಕಾಲೋನಿಯ ವೆಲ್ಫೇರ್ ಕಮಿಟಿಯ ಕಾರ್ಯದರ್ಶಿ ಜಮೀಲ್ ಎಲ್ಲ ಕಾರ್ಯಗಳಲ್ಲೂ ಮುಂದಾಗಿರುವರು. ಪೂಜಾ ಸಮಯದಲ್ಲಿ ಅಲ್ಲೇ ಇದ್ದು ಎಲ್ಲ ಕೆಲಸಗಳಲ್ಲೂ

ಪಾಲ್ಗೊಳ್ಳುವರು. ಆದರೆ ದೇವರ ಹತ್ತಿರ ಮಾತ್ರ ಬರುವುದಿಲ್ಲ. ಇದು ಅವರ ವೈಯಕ್ತಿಕ ಅಭಿಪ್ರಾಯ. ಇಷ್ಟಾದರೂ ಮಾಡುತ್ತಿರುವುದು ನಿಜಕ್ಕೂ ಶ್ಲಾಘನೀಯ. ಪೂಜೆ ಮತ್ತು ಎಲ್ಲ ಕೆಲಸಗಳನ್ನು ನಾವೇ ಬ್ಯಾಂಕಿನ ಅಧಿಕಾರಿಗಳು ನಡೆಸುತ್ತಿದ್ದೇವೆ. ಬೆಳಗ್ಗೆಯ ಲಲಿತಾ

ಸಹಸ್ರನಾಮಯುಕ್ತ ಪೂಜೆಗೆ ಮತ್ತು ಸಂಜೆಯ ರುದ್ರಾಭಿಷೇಕಯುಕ್ತ ಪೂಜೆಗೆ ನಮ್ಮದೇ ೫-೬ ಜನರ ತಂಡ ಮಾಡಿಕೊಂಡಿದ್ದೇವೆ. ಬೆಳಗ್ಗೆ ೭ ಘಂಟೆಯೊಳಗೆ ಪೂಜೆ ಮುಗಿಸಿದರೆ, ಸಂಜೆಯ ಪೂಜೆ ರಾತ್ರಿ ೭.೩೦ ರಿಂದ ೧೦ ರವರೆವಿಗೆ. ಹೆಚ್ಚಿನಂಶ ಪ್ರತಿ ಮನೆಯವರೂ ದೇವರಿಗೆ ಪ್ರಸಾದವನ್ನು

ತಯಾರಿಸಿಕೊಡುವರು. ಮಕ್ಕಳುಗಳಂತೂ ರಾತ್ರಿ ಮನೆಯಲ್ಲಿ ಊಟ ಮಾಡೋದೇ ಇಲ್ಲ. ಇಲ್ಲಿ ಹಂಚುವ

ಪ್ರಸಾದ ತಿಂದು ಹೊಟ್ಟೆ ತುಂಬಿಸಿಕೊಳ್ಳುವರು. ಇಂಥಹ ನಿರ್ಜಾತೀವಾದಿಗಳ ಸಂಖ್ಯೆ

ಹೆಚ್ಚಾಗಬೇಕಿದೆ.

ಮಹಾರಾಷ್ಟ್ರದಲ್ಲಿರುವ ಪುಣೆ ಮತ್ತು ಅಹಮದ್‌ನಗರಗಳ ಸುತ್ತುಮುತ್ತಲಿನಲ್ಲಿರುವ ಅಷ್ಟ ವಿನಾಯಕ ಮಂದಿರಗಳು ಬಹಳ ಪ್ರಸಿದ್ಧ ಪುಣ್ಯಕ್ಷೇತ್ರವಾಗಿವೆ. (ಎಂಟು ಗಣಪತಿಗಳು) -

೧. ಮೋರೆಗಾಂವಿನ ಮಯೂರೇಶ್ವರ

೨. ತೇವೂರಿನ ಶ್ರೀ ಚಿಂತಾಮಣಿ

೩. ರಂಜನಗಾಂವಿನ ಶ್ರೀ ಮಹಾಗಣಪತಿ

೪. ಸಿದ್ಧಟೇಕಿನ ಸಿದ್ಧಿ ವಿನಾಯಕ

೫. ಓಝೂರಿನ ಶ್ರೀ ವಿಘ್ನೇಶ್ವರ

೬. ಲೇಣ್ಯಾದ್ರಿಯ ಶ್ರೀ ಗಿರಿಜಾತ್ಮಕ

೭. ಪಾಲಿಯ ಹತ್ತಿರದ ಶ್ರೀ ಬಲ್ಲಾಳೇಶ್ವರ

೮. ಮಹಾಡಿನ ಶ್ರೀ ವರದ ವಿನಾಯಕ

ಗಣಪತಿಯನ್ನು ಹತ್ತು ದಿನಗಳು ಇಟ್ಟು ನಂತರ ಹತ್ತನೆಯ ದಿನ ಅದನ್ನು ಭಾರೀ ಮೆರವಣಿಗೆಯಲ್ಲಿ ಸಮುದ್ರ ಅಥವಾ ಹತ್ತಿರದ ಕೆರೆ ಕೋಡಿಗಳಲ್ಲಿ ಬಿಡುವರು. ಅಂದು ನಗರದಲ್ಲಿ ಎಲ್ಲೆಲ್ಲೂ ಟ್ರಾಫಿಕ್ ಜಾಮ್ ಆಗಿ ಜನಜೀವನ ಸ್ಥಬ್ಧವಾಗುವುದು. ಎಲ್ಲ ಕಛೇರಿಗಳಿಗೂ ಅರ್ಧ ದಿನದ ರಜೆ ಘೋಷಿಸುವರು. ಸಾಮಾನ್ಯವಾಗಿ ಎಲ್ಲ ಗಣಪತಿಗಳನ್ನೂ ಸಮುದ್ರದ ನೀರಿಗೆ ಬಿಡುವುದರಿಂದ ಸಮುದ್ರ ತೀರದಲ್ಲೀ ಭಾರೀ ಜನಸಂದಣಿ. ಪತ್ರಿಕೆಗಳ ಪ್ರಕಾರ ೩೧೦೦೦ ದೊಡ್ಡ ಗಣಪತಿಗಳನ್ನೂ ಮತ್ತು ೧.೫ ಲಕ್ಷ ಚಿಕ್ಕ ಗಣಪತಿಗಳನ್ನೂ ವಿಸರ್ಜನೆ ಮಾಡುವರು. ಅದರ ಚಿತ್ರವನ್ನು ನೀವು ನೋಡಿರಬಹುದು.

ಒಟ್ಟಿನಲ್ಲಿ ಈ ಸಾರ್ವಜನಿಕ ಗಣೇಶೋತ್ಸವ ಜಾತಿ ಮತ ಭೇದವಿಲ್ಲದೇ ಎಲ್ಲರೂ ಒಗ್ಗೂಡಿ ಸಂಭ್ರಮದಿಂದ ಆಚರಿಸುವ ಒಂದು ನಾಡ ಹಬ್ಬ. ಇಂತಹ ಹಬ್ಬಗಳು ಇನ್ನೂ ಹೆಚ್ಚಾಗಿ ದೇಶ ಒಂದಾಗಿರಲಿ ಎಂದು ಆಶಿಸೋಣವೇ?

ಓಂ ನಮ: ಶಿವಾಯ

ಮಹಾ ಶಿವರಾತ್ರಿಯ ಬಗ್ಗೆ ನನಗೆ ತಿಳಿದ ಕೆಲವು ವಿಷಯಗಳನ್ನು ನಿಮ್ಮೊಂದಿಗೆ ಹಂಚಿಕೊಳ್ಳಲು ಬಯಸುತ್ತೇನೆ.

ವೇದ ಮಂತ್ರ :

ಕೃಷ್ಣ ಯಜುರ್ವೇದ ತೈತ್ತಿರೀಯ ಸಂಹಿತೆಯ ವೈಶ್ವದೇವ ಕಾಂಡದಲ್ಲಿ ಉಕ್ತವಾಗಿರುವ ಶ್ರೀ ರುದ್ರ ಪ್ರಶ್ನದ ಚಮಕದ ಮೂರನೆಯ ಅನುವಾಕ

ಓಂ ನಮೋ ಭಗವತೇ ರುದ್ರಾಯ

ಶಂ ಚ ಮೇ ಮಯಶ್ಚ ಮೇ ಪ್ರಿಯಂ ಚ ಮೇನುಕಾಮಶ್ಚ ಮೇ ಕಾಮಶ್ಚ ಮೇ ಸೌಮನಸಶ್ಚ ಮೇ ಭದ್ರಂ ಚ ಮೇ ಶ್ರೇಯಶ್ಚ ಮೇ ವಸ್ಯಶ್ಚ ಮೇ ಯಶಶ್ಚ ಮೇ ಭಗಶ್ಚ ಮೇ ದ್ರವಿಣಂ ಚ ಮೇ ಯಂತಾ ಚ ಮೇ ಧರ್ತಾ ಚ ಮೇ ಕ್ಷೇಮಶ್ಚ ಮೇ ಧೃತಿಶ್ಚ ಮೇ ವಿಶ್ವಂಚ ಮೇ ವಿಶ್ವಂ ಚ ಮೇ ಮಹಶ್ಚ ಮೇ ಸಂವಿಚ್ಚ ಮೇ ಜ್ಞಾತ್ರಂ ಚ ಮೇ ಸೂಶ್ಚ ಮೇ ಪ್ರಸೂಶ್ಚ ಮೇ ಸೀರಂ ಚ ಮೇ ಲಯಶ್ಚ ಮ ಋತಂ ಚ ಮೇಮೃತಂ ಚ ಮೇಯಕ್ಷ್ಮಂಚ ಮೇನಾಮಯಚ್ಚ ಮೇ ಜೀವಾತುಶ್ಚ ಮೇ ದೀರ್ಘಾಯುತ್ವಂ ಚ ಮೇನಮಿತ್ರಂ ಚ ಮೇಭಯಂಅ ಚ ಮೇ ಸುಗಂ ಚ ಮೇ ಶಯನಂ ಚ ಮೇ ಸೂಷಾ ಚ ಮೇ ಸುದಿನಂ ಚ ಮೇ||

ನಮಕದ ಮೊದಲನೆಯ ಅನುವಾಕದ ಒಂದು ಸಣ್ಣ ಭಾಗ

ಓಂ ನಮಸ್ತೇ ರುದ್ರ ಮನ್ಯವ ಉತೋತ ಇಷವೇ ನಮಃ| ನಮಸ್ತೇ ಅಸ್ತು ಧನ್ವನೇ ಬಾಹುಭ್ಯಾ ಮುತ ತೇ ನಮಃ| ಯಾ ತ ಇಷುಃ ಶಿವತಮಾ ಶಿವಂ ಬಭೂವ ತೇ ಧನುಃ| ಶಿವಾ ಶರ್ವ್ಯಾ ಯಾ ತವ ತಯಾ ನೋ ರುದ್ರ ಮೃಡಯ| ಯಾ ತೇ ರುದ್ರ ಶಿವಾ ತನೂರಘೋರಾಃ ಪಾಪಕಶಿನೀ| ತಯಾ ನಸ್ತನುವಾ ಶಂತಮಯಾ ಗಿರಿಶಂತಾಭಿಚಾಕಶೀಹಿ||

ಶಿವರಾತ್ರಿಯ ಅರ್ಥ

ಶಿವ ಅಂದ್ರೆ ಕಲ್ಯಾಣ ಎಂದು ಅರ್ಥ. ಲೋಕ ಕಲ್ಯಾಣಕ್ಕಾಗಿ ಮತ್ತು ಕುಟುಂಬದ ಕಲ್ಯಾಣಕ್ಕಾಗಿ ರಾತ್ರಿ ಇಡೀ ಆ ಪರಶಿವನ ಧ್ಯಾನ ಮಾಡುವುದು. ಇದು ಮಾಘ ಮಾಸದ ಬಹುಳ ಚತುರ್ದಶಿಯಂದು

ಬರುವುದು. ಇದರ ಬಗ್ಗೆ ಒಂದು ಸಣ್ಣ ಕಥೆ ಇದೆ. ಶಿವಪುರಾಣದಲ್ಲಿ ಹೇಳಿರುವಂತೆ, ಒಮ್ಮೆ ಬ್ರಹ್ಮ ಮತ್ತು ವಿಷ್ಣು ಅವರುಗಳಲ್ಲಿ ಯಾರು ಶ್ರೇಷ್ಠರು ಎಂಬ ಬಗ್ಗೆ ಜಗಳವಾಯಿತು. ಇವರಿಬ್ಬರ ಜಗಳದಿಂದ ಬೇಸತ್ತ ಇತರ ದೇವರುಗಳು, ಮಧ್ಯಸ್ಥಿಕೆ ವಹಿಸಲು ಶಿವನನ್ನು ಕೇಳಿಕೊಂಡರು. ಆಗ ಶಿವನು ಉದ್ದನೆಯ ಬೆಂಕಿಯ ಕಂಬದಂತೆ ಇವರಿಬ್ಬರ ಮಧ್ಯೆ ನಿಂತನು. ಬೆಂಕಿಯ ತೀಕ್ಷ್ಣತೆಯನ್ನು ಕಂಡು ಇವರಿಬ್ಬರೂ ಇದರ ಮೂಲವನ್ನು ಹುಡುಕಲು ಹೊರಟರು. ಬ್ರಹ್ಮನು ಹಂಸದ ರೂಪವಾಗಿ ಆಕಾಶಕ್ಕೂ, ವಿಷ್ಣುವು ವರಾಹ ರೂಪದಲ್ಲಿ ಭೂಮಿಯೊಳಗೂ ಹೊರಟರು. ಸಾವಿರಾರು ಮೈಲುಗಳನ್ನು ಕ್ರಮಿಸಿದರೂ ಇದರ ಮೂಲ ತಿಳಿಯದಾಯಿತು. ಇವರಿಬ್ಬರ ಪರದಾಟವನ್ನು ಕಂಡು ಶಿವನು ಮುಗುಳ್ನಕ್ಕನು. ಆತನ ನಗುವಿನಿಂದ ಅಲ್ಲಿಯೇ ಇದ್ದ ಕೇತಕಿ ಪುಷ್ಪವು ಕೆಳಗಿಳಿದು ಬೀಳಹತ್ತಿತು. ಅಲ್ಲಿಯೇ ಬರುತ್ತಿದ್ದ ಬ್ರಹ್ಮನಿಗೆ ಇದು ಗೋಚರವಾಯಿತು. ಆತನು ಆ ಪುಷ್ಪವನ್ನು ಎಲ್ಲಿಂದ ಬಂದೆಯೆಂದು ಕೇಳಲು, ಅದು ಈ ಬೆಂಕಿಯ ಕಂಬದ ಮೇಲ್ಭಾಗದಿಂದ ಕೆಳಗಿಳಿದು ಬರುತ್ತಿದ್ದೇನೆಂದು ತಿಳಿಸಿತು. ಅಲ್ಲಿಯವರೆವಿಗೆ ಬೆಂಕಿಯ ಮೂಲವನ್ನು ತಿಳಿಯದ ಬ್ರಹ್ಮನು ಪುಷ್ಪವನ್ನೇ ಸಾಕ್ಷಿಯನ್ನಾಗಿ ತೆಗೆದುಕೊಂಡನು. ಆಗ ಕುಪಿತಗೊಂಡ ಶಿವನು ತನ್ನ ಮೂಲ ಸ್ವರೂಪವನ್ನು ತೋರಿದನು. ಮತ್ತು ಬ್ರಹ್ಮನನ್ನು ಯಾರೂ ಪೂಜಿಸಬಾರದೆಂದೂ, ಕಪಟತನ ತೋರಿದ ಕೇತಕಿ ಪುಷ್ಪವನ್ನು ಯಾರೂ ಪೂಜೆಗೆ ಬಳಸಬಾರದೆಂದೂ ಶಾಪವನ್ನಿತ್ತನು. ಅಂದು ಅಂದರೆ ಫಾಲ್ಗುಣ ಮಾಸದ ಕೃಷ್ಣ ಪಕ್ಷದ ೧೪ನೆಯ ದಿನ, ಶಿವನು ಲಿಂಗರೂಪವನ್ನು ಧರಿಸಿದನು. ಅವನನ್ನು ತೃಪ್ತಿಗೊಳಿಸಿ, ಸಂಪತ್ತು, ಸುಖ ಮತ್ತು ಸಮೃದ್ಧಿಯನ್ನು ಹೊಂದಲು ಪೂಜಿಸುವರು.

ವೈಜ್ಞಾನಿಕವಾಗಿ ಶಿವರಾತ್ರಿಯ ಆಚರಣೆ

ಸೂರ್ಯ ಮತ್ತು ಚಂದ್ರರ ಚಲನೆಯಿಂದಾಗುವ ಎಲ್ಲಾ ಕಾಲ ವ್ಯತ್ಯಾಸಕ್ಕೆ ಈ ನಮ್ಮ ದೇಹ ಹೊಂದಿಕೊಳ್ಳ ಬೇಕಾಗುತ್ತದೆ. ಈ ನಿಟ್ಟಿನಲ್ಲಿ ಈ ಹಬ್ಬದ ಆಚರಣೆ ಬಹು ಮುಖ್ಯ. ಈ ಸಮಯದಲ್ಲಿ ಛಳಿಗಾಲವು ಮುಗಿದು ಬೇಸಗೆಕಾಲವು ಪ್ರಾರಂಭಗೊಳ್ಳುವುದು. ಅಂದರೆ ಈ ದಿನದಂದು ಚಳಿಗಾಲ ಉತ್ತುಂಗದಲ್ಲಿದ್ದು ಅಂದು ಕೃಷ್ಣ ಪಕ್ಷದ ಕೊನೆಯ ದಿನವೂ ಆಗಿರುತ್ತದೆ. ಈ ದಿನದಲ್ಲಿ ಸೂರ್ಯನ ಶಾಖ ಕಡಿಮೆಯಾಗಿರುತ್ತದೆ ಮತ್ತು ಚಂದ್ರನ ಪ್ರಕಾಶವೂ ಕ್ಷೀಣಿಸಿರುತ್ತದೆ. ನಮ್ಮ ಪೂರ್ವಜರು ಇದನ್ನೆಲ್ಲಾ ಅರಿತೇ ಹಬ್ಬ ಹರಿದಿನಗಳನ್ನು ಆಚರಿಸುತ್ತಿದ್ದರು. ಈ ವ್ಯತ್ಯಯದ ಸಮಯದಲ್ಲಿ ನಮ್ಮ ದೇಹದಲ್ಲಿ ಬಹಳಷ್ಟು ಬದಲಾವಣೆಗಳಾಗುತ್ತವೆ. ಈ ಕಾಲ ವ್ಯತ್ಯಾಸದ ಸಮಯದಲ್ಲಿ ನಮ್ಮಲ್ಲಿ ಉಸಿರಾಟದ ತೊಂದರೆ (ನೆಗಡಿ, ಕೆಮ್ಮು, ಶೀತ ಮತ್ತಿತರೆ) ಬರುವುದು. ಈ ದಿನದಂದು ನಾವು ಮಾಡುವ ಶಿವನ ಪೂಜೆ, ಉಪವಾಸಗಳು ನಮಗೆ ತುಂಬಾ ಉಪಯುಕ್ತ. ಅಂದು ಪರಶಿವನಿಗೆ ನೀರಿನ ಅಭಿಷೇಕ ಮತ್ತು ಬಿಲ್ವ ಪತ್ರೆಯ ಪೂಜೆ. ಬಿಲ್ವ ಪತ್ರೆಯಲ್ಲಿ ಉಸಿರಾಟದ ತೊಂದರೆ ನಿವಾರಿಸುವ

ಗುಣವಿದೆ. ಬಿಲ್ವವನ್ನು ಲಿಂಗದ ಮೇಲೆ ಹಾಕುವಾಗ ಅದರ ವಾಸನೆ ನಮ್ಮ ದೇಹದ ಒಳಗೆ ಹೋಗುವುದು. ಬಿಲ್ವವನ್ನು ಮೂಸಿ ಎಸೆಯುವುದು ಸರಿಯಾದ ವಿಧಾನ. ಶಿವನ ಲಿಂಗವು ಕಲ್ಲಿನದಾಗಿದ್ದು ಅದರ ಮೇಲೆ ನೀರನ್ನು ಸುರಿಯುವುದರಿಂದ ಬಹಳಷ್ಟು ಶಕ್ತಿ ಹೊರಹೊಮ್ಮುತ್ತದೆ. ಅದೊಂದು ವಿಶಿಷ್ಟ ಕಲ್ಲಿನಿಂದ ಮಾಡಿದ ಲಿಂಗವಾಗಿರುತ್ತದೆ.

ಪೂಜಿಸುವ ದೇಗುಲವನ್ನು ವಾಸ್ತುವಿನ ಪ್ರಕಾರ ಕಟ್ಟಿರುತ್ತಾರೆ. ಈ ಕ್ಷೇತ್ರದಲ್ಲಿ ಹೆಚ್ಚಿನ ಗುರುತ್ವಾಕರ್ಷಣವಿದ್ದು ಅದನ್ನು ಶಿವ ಶಕ್ತಿಯೆಂದೂ ಕರೆಯುವರು. ಇಲ್ಲಿ ಮಂತ್ರಗಳನ್ನು ಪಠಿಸುತ್ತಾ ವಿಶಿಷ್ಟ ಕಲ್ಲಿನಿಂದ ಕೆತ್ತಿರುವ ಲಿಂಗಕ್ಕೆ ನೀರಿನ ಅಭಿಷೇಕ ಮಾಡುವುದರಿಂದ ಸುತ್ತ ಮುತ್ತಲಿಗೆಲ್ಲಾ ಹೆಚ್ಚಿನ ಶಕ್ತಿ ಬರುವುದೆಂಬ ನಂಬಿಕೆ ಇದೆ. ಈ ಹಿಂದೆ ನಾನು ಬರೆದ ಪೂಜಾವಿಧಾನದಂತೆ ಷೋಡಶಾಂಗ ಪೂಜೆ ಮಾಡುವುದು ವಾಡಿಕೆ.

ವೇದೋಕ್ತ ಪೂಜೆ ಮತ್ತು ಆಚರಣೆ

ಬಿಲ್ವದ ಎಲೆ ಹೃದಯವನ್ನು ಹೋಲುತ್ತದೆ ಮತ್ತು ಲಿಂಗ ಪರಮಾತ್ಮನ ಪ್ರತೀಕ. ಆದ್ದರಿಂದ ಇವೆರಡರ ಜೊತೆಗೂಡಿಕೆ ಆತ್ಮ ಪರಮಾತ್ಮಗಳ ಮಿಲನ. ರಾತ್ರಿಯು ಅಜ್ಞಾನದ ಸಂಕೇತ ಮತ್ತು ಆ ವೇಳೆಯಲ್ಲಿ ನಿದ್ರೆ ಮಾಡದೇ ಎಚ್ಚರವಾಗಿರುವುದು ತಿಳುವಳಿಕೆಯ ಕಡೆಗೆ ಹೋಗುತ್ತಿರುವ ಸಂಕೇತ. ಹೀಗೆ ಶಿವರಾತ್ರಿಯ ರಾತ್ರಿ ಜಾಗರಣೆ ಮಾಡುವುದು ಮೋಕ್ಷದ ಕಡೆಗೆ ಹೊಗುವುದು ಎಂದು ತತ್ವಗಳು ತಿಳಿಸುತ್ತವೆ.

ಉಪವಾಸ ಮಾಡುವುದು ಎಂದರೆ, ದೇವರಿಗೆ ಹತ್ತಿರವಾಗಿರುವುದು/ದೇವರ ಬಗ್ಗೆ ಚಿಂತಿಸುತ್ತಿರುವುದು ಎಂದು ಅರ್ಥ. ಹೀಗೆ ಆತನ ಧ್ಯಾನದಲ್ಲಿ ಇರುವಾಗ ಊಟ/ತಿಂಡಿಯ ಕಡೆ ಗಮನ ಹೋಗುವುದಿಲ್ಲ.

ಜಾಗರಣೆ ಎಂದರೆ, ಜಾಗೃತರಾಗಿರೋದು ಎಂದು. ರಾತ್ರಿಯಲ್ಲಿ ಜಾಗರಣೆ ಮಾಡುವುದರ ಅರ್ಥವೇನು? ರಾತ್ರಿ ಎನ್ನುವುದು ತಮೋ ಗುಣದ ಪ್ರತೀಕ. ಆಲಸ್ಯ, ನಿದ್ರೆ, ಅಹಂಕಾರ, ಅಜ್ಞಾನಗಳ ದ್ಯೋತಕ ನಿಶೆ. ಆ ಸಮಯದಲ್ಲಿ ಜಾಗೃತರಾಗಿರಬೆಕು ಎಂದರೆ, ಅವುಗಳಿಂದ ಜಾಗೃತರಾಗಿರಬೇಕು ಎಂಬರ್ಥ. ಹಾಗೆ ಜಾಗೃತರಾಗಿರುವುದಕ್ಕೆ ನಮಗೆ ಸಹಾಯವನ್ನು ಮಾಡುವವನು ದೇವರು. ಆ ದೇವರನ್ನು ಸ್ಮರಿಸುತ್ತ ಈ ತಮೋ ಗುಣಗಳಿಂದ ಜಾಗೃತರಾಗಿರಬೇಕು ಎನ್ನುವುದರ ಪ್ರತೀಕ ಶಿವರಾತ್ರಿಯ ಜಾಗರಣೆ.

ಆ ದಿನ ಬೆಳಗ್ಗೆ ಬೇಗ ಎದ್ದು ಅಭ್ಯಂಜನ ಮಾಡಿ ಶಿವನಿಗೆ ಅಭಿಷೇಕ ಮಾಡುವುದು ರೂಢಿ. ಇಲ್ಲಿ ದಿನವನ್ನು ಮೂರು ಭಾಗಗಳನ್ನಾಗಿ ಮಾಡಿ ರುದ್ರಾಭಿಷೇಕಯುಕ್ತ ಪೂಜೆಯನ್ನು ಮಾಡುವುದು ವಾಡಿಕೆ.

ರುದ್ರ ನಮಕ ಚಮಕಗಳನ್ನು ಉಚ್ಚರಿಸುವುದರಿಂದ ಉಸಿರಾಟಕ್ಕೂ ಹೆಚ್ಚಿನ ಶಕ್ತಿ ಬರುವುದು ಮತ್ತು ಬಾಯಿಯಿಂದ ಹೊರ ಹೊಮ್ಮುವ ತರಂಗಗಳಿಂದ ಸುತ್ತ ಮುತ್ತಲಿನ ಪರಿಸರ ಶಕ್ತಿಯುತವಾಗುವುದು.

ಮೊದಲಿಗೆ ಶಿವಲಿಂಗಕ್ಕೆ ಪಂಚಾಮೃತ ಅಭಿಷೇಕವನ್ನೂ ಮಾಡುವರು. ಇದಕ್ಕೆಂದೇ ಮಹಾನ್ಯಾಸವೆಂಬ ಪ್ರಕಾರವಿದೆ. ನಂತರ ನೀರಿನ ಅಭಿಷೇಕವನ್ನು ನಿರಂತರವಾಗಿ ಮಾಡುವರು. ಅಭಿಷೇಕ್ಕಾಗಿಯೇ ಪ್ರತ್ಯೇಕವಾದ ಪಾತ್ರೆ ಇರುವುದು. ಅದರ ತಳಭಾಗದಲ್ಲಿ ರಂಧ್ರವಿದ್ದು ಅದನ್ನು ಲಿಂಗದ ಮೇಲೆ ತೂಗು ಬಿಟ್ಟಿರುವರು. ಅದರೊಳಗೆ ನೀರು ತುಂಬಿಸಿದರೆ, ಸಣ್ಣದಾಗಿ ನೀರು ಲಿಂಗದ ಮೇಲೆ ಬೀಳುವುದು. ಕೃಷ್ಣ ಯಜುರ್ವೇದದ ಪ್ರಕಾರವಾದ ರುದ್ರ ನಮಕ ಮತ್ತು ಚಮಕಗಳನ್ನು ಅಭಿಷೇಕದ ಸಂದರ್ಭದಲ್ಲಿ ಪಠಿಸುತ್ತಾರೆ. ಹನ್ನೊಂದು ಬಾರಿ ನಮಕ ಚಮಕಗಳನ್ನು ಹನ್ನೊಂದು ಜನ ಋತ್ವಿಕರು ಪಠಣ ಮಾಡುವುದಕ್ಕೆ ಏಕಾದಶವಾರ ರುದ್ರಾಭಿಷೇಕ ಎಂದು ಕರೆಯುವರು. ಮೊದಲಿಗೆ ಚಮಕದ ಮೂರನೆಯ ಭಾಗವನ್ನು ಉಚ್ಚರಿಸಿ, ನಂತರ ಒಂದು ನಮಕದ ಭಾಗವನ್ನೂ ನಂತರ ಹನ್ನೊಂದು ಚಮಕ ಭಾಗಗಳನ್ನೂ ಪಠಿಸುವರು. ತದನಂತರ ಎರಡನೆಯ ನಮಕದ ಭಾಗವನ್ನೂ ಮತ್ತು ಹನ್ನೊಂದು ಚಮಕ ಭಾಗಗಳನ್ನೂ ಪಠಿಸುವರು. ಹೀಗೆ ನಮಕಗಳ ಹನ್ನೊಂದೂ ಭಾಗವನ್ನು ಪಠಿಸಿ ಅಭಿಷೇಕ ಮಾಡುವರು. ಇದಕ್ಕೆ ಒಂದು ರುದ್ರವೆಂದು ಕರೆಯುವರು. ಬೆಳಗ್ಗೆ, ಸಂಜೆ ಮತ್ತು ರಾತ್ರೆ - ಹೀಗೆ ೨೪ ಘಂಟೆಗಳು ಭಗವನ್ನಾಮಸ್ಮರಣೆ ಮಾಡುತ್ತಾ ಜಾಗರಣೆ ಮಾಡುವುದು ಪರಿಪಾಠ. ಅಂದು ಊಟ ಮಾಡದೆ ಅಲ್ಪಾಹಾರ ಸೇವನೆ ಮಾಡುವರು.

೧೨ ಜ್ಯೋತಿರ್ಲಿಂಗಗಳು

ನಮ್ಮ ದೇಶದಲ್ಲಿ ಒಟ್ಟು ೧೨ ಜ್ಯೋತಿರ್ಲಿಂಗಗಳನ್ನು ಪ್ರತಿಷ್ಠಾಪಿಸಲಾಗಿದೆ. ಆ ಕ್ಷೇತ್ರಗಳು ಪುಣ್ಯ ಕ್ಷೇತ್ರಗಳೆಂದು ಪ್ರಸಿದ್ಧವಾಗಿ ಶಿವರಾತ್ರಿಯಂದು ವಿಶೇಷ ಪೂಜೆಯನ್ನು ಅಲ್ಲಿ ನಡೆಸುವರು. ಆ ಸ್ಥಳಗಳು ಯಾವುವೆಂದರೆ:

ಗುಜರಾತಿನ ಕಾಠಿಯಾವಾಡದಲ್ಲಿರುವ ಸೋಮನಾಥ

ಆಂಧ್ರಪ್ರದೇಶದ ಶ್ರೀ ಶೈಲದಲ್ಲಿರುವ ಮಲ್ಲಿಕಾರ್ಜುನ

ಮಧ್ಯಪ್ರದೇಶದ ಉಜ್ಜೈನಿಯಲ್ಲಿರುವ ಮಹಾಕಾಳೇಶ್ವರ

ಮಹಾರಾಷ್ಟ್ರದ ಪಾರ್ಲಿ ವೈಜನಾಥ

ಮಹಾರಾಷ್ಟ್ರದ ಭೀಮಾಶಂಕರ

ಮಹಾರಾಷ್ಟ್ರದ ನಾಗನಾಥ

ಮಹಾರಾಷ್ಟ್ರದ ನಾಶಿಕದ ತ್ರ್ಯಂಬಕೇಶ್ವರ

ತಮಿಳುನಾಡಿನ ರಾಮೇಶ್ವರ

ಉತ್ತರಪ್ರದೇಶದ ಘೃಷ್ಣೇಶ್ವರ

ಉತ್ತರಪ್ರದೇಶದ ಕಾಶಿ ವಿಶ್ವೇಶ್ವರ

ಉತ್ತರಪ್ರದೇಶದ ಓಂಕಾರನಾಥ

ಉತ್ತರಪ್ರದೇಶದ ಕೇದಾರನಾಥ

ಈ ಸಮಯಕ್ಕೆಂದು ಬರೆದ ನನ್ನ ಒಂದು ಕವನವನ್ನು ಆ ದೇವನಿಗೆ ಅರ್ಪಿಸುವೆ

ಉದ್ಧರಿಸೋ ಹರನೇ ಉದ್ಧರಿಸೋ
ಭಕುತರ ಉದ್ಧರಿಸೋ ಓ ಶಿವನೇ ಉದ್ಧರಿಸೋ

ಕಪಿಲಾ ತೀರದ ನಂಜುಂಡೇಶನೆ ನೇತ್ರಾವತಿಯ ಮಂಜುನಾಥನೇ
ಗವಿಪುರದ ಗಂಗಾಧರನೆ ಗೋಕರ್ಣದ ಮಹಾಬಲೇಶ್ವರನೇ
ನಂದೀಬೆಟ್ಟದ ನಂದೀಶ್ವರನೆ ಶ್ರೀಶೈಲದ ಮಲ್ಲಿಕಾರ್ಜುನನೇ
ಬಾದಾಮಿಯ ನಟರಾಜನೆ ಕೂಡಲ ಸಂಗದ ಸಂಗಮೇಶನೇ

ಉದ್ಧರಿಸೋ ಹರನೇ ಉದ್ಧರಿಸೋ
ಭಕುತರ ಉದ್ಧರಿಸೋ ಓ ಶಿವನೇ ಉದ್ಧರಿಸೋ

ಧರ್ಮೋದ್ಭವನೆಂದು ಹಾಲನುಣಿಸುವೆ ಸರ್ವಭೂತದಮನೆಂದು ಮೊಸರನೀವೇ
ರುದ್ರರೂಪನೆಂದು ತುಪ್ಪವ ಕುಡಿಸುವೆ ಮಹಾದೇವನೆಂದು ಜೇನನು ತಿನಿಸುವೆ

ಈಶಾನಸರ್ವನೆಂದು ಸಕ್ಕರೆ ಕೊಡುವೆ ತಿಮಿರಾಪಹಾರನೆಂದು ನೀರನು ಸುರಿವೆ

ವಿಭೂತಿ ಧರಿಸಿ ಹಣ್ಣನು ತಿನಿಸಿ ಹಗಲಿರುಳೂ ನಿನ ಪೂಜಿಸುವೆ

ಉದ್ಧರಿಸೋ ಹರನೇ ಉದ್ಧರಿಸೋ

ಭಕುತರ ಉದ್ಧರಿಸೋ ಓ ಶಿವನೇ ಉದ್ಧರಿಸೋ

ಗಂಗೆಯ ಧರಿಸಿದ ಗಂಗಾಧರನೇ ಅಕ್ಕ ಮಹಾದೇವಿಯ ಚನ್ನಮಲ್ಲಿಕಾರ್ಜುನನೇ

ತ್ರಿಶೂಲಪಾಣಿ ತ್ರ್ಯಂಬಕೇಶ್ವರನೇ ಗಿರಿಜಾಪತಿ ಹೇ ಉಮಾಶಂಕರನೇ

ಉದ್ಧರಿಸೋ ಹರನೇ ಉದ್ಧರಿಸೋ

ಭಕುತರ ಉದ್ಧರಿಸೋ ಓ ಶಿವನೇ ಉದ್ಧರಿಸೋ

ಇದೆಲ್ಲವೂ ಲೌಕಿಕವಾಗಿ ಕಣ್ಣಿಗೆ ಕಾಣುವಂತೆ ಮಾಡುವ ಪೂಜೆಗಳಾದರೆ, ಅಧ್ಯಾತ್ಮಿಕವಾಗಿ ಈ ದೇಹವೇ ಒಂದು ದೇವಾಲಯ ಎಂದು ತಿಳಿದು ಆ ಪರ ಶಿವನನ್ನು ನಮ್ಮೊಳಗೇ ಕಾಣುವ ಪ್ರಯತ್ನ ಮಾಡೋಣ. ನಮ್ಮ ಹೃದಯವನ್ನೇ ಆತ್ಮಲಿಂಗವನ್ನಾಗಿ ಮಾಡಿ, ಲೋಕೋದ್ಧಾರಕ್ಕಾಗಿ ಒಳ್ಳೆಯ ಚಿಂತನೆಗಳೆಂಬ ನೀರ ಹನಿಗಳಿಂದ ಅಭಿಷೇಕ ಮಾಡೋಣ. ಎಲ್ಲರಿಗೂ ಈ ಲೋಕಕ್ಕೂ ಕಲ್ಯಾಣವಾಗಲೆಂದು ಬಯಸೋಣ.

ಓಂ ನಮಃ ಶಿವಾಯ

ಗಾಯತ್ರಿ ಮಂತ್ರ

ಓಂ ಭೂರ್ಭುವಃ ಸ್ವಃ

ತತ್ಸವಿತುರ್ವರೇಣ್ಯಂ

ಭರ್ಗೋದೇವಸ್ಯ ಧೀಮಹಿ

ಧಿಯೋ ಯೋನಃ ಪ್ರಚೋದಯಾತ್

ಪದಭೇದ :

ಓಂ = ಎನ್ನುವುದು ೩ ಅಕ್ಷರಗಳ ಸಂಕೀರ್ಣ. ಅ, ಉ, ಮ್

ಇವುಗಳಲ್ಲಿ ಸಂಕೀರ್ಣತೆ ಇಲ್ಲದಿರುವುದರಿಂದ ಬೀಜಾಕ್ಷರಗಳೆನ್ನುವರು.

ಈ ಮೂರು ಅಕ್ಷರಗಳು ಬ್ರಹ್ಮ, ವಿಷ್ಣು, ಮಹೇಶ್ವರರ ಸ್ವರೂಪ.

ಇದನ್ನೇ ತ್ರಿಗುಣ ಎನ್ನಬಹುದು, ಬ್ರಹ್ಮನ್ ಎನ್ನಬಹುದು. ಆದ್ದರಿಂದ ದತ್ತಾತ್ರೇಯರನ್ನು ತ್ರಿಗುಣಾತೀತ ಅನ್ನುವರು.

ಈ ಮೂವರು ಯಾರು ಎಂದರೆ ಒಬ್ಬ ಸೃಷ್ಟಿಕರ್ತ, ಇನ್ನೊಬ್ಬ ಕಾಪಾಡುವವನು, ಮತ್ತೊಬ್ಬ ನಾಶಪಡಿಸುವವನು.

ಈ ಜಗತ್ತಿನಲ್ಲಿ ಎಲ್ಲವೂ ಹಾಗೆಯೇ. ಉದಯಿಸುವುದು, ಜ್ವಲಿಸುವುದು, ನಾಶವಾಗುವುದು.

ಭೂಃ	=	ಆತ್ಮ ಪರಮಾತ್ಮದ ಸಂಕೀರ್ಣ ಶಕ್ತಿ
ಭುವಃ	=	ನೋವು ದುಃಖಗಳನ್ನು ನಾಶಪಡಿಸುವವನು
ಸ್ವಃ	=	ನಲಿವು ಸಂತೋಷಗಳ ತುಂಬಿರುವವನು
ತತ್	=	ಅದು
ಸವಿತುಃ	=	ಸೂರ್ಯನಷ್ಟು ಪ್ರಖರನಾದವನು

ವರೇಣ್ಯಂ	=	ಉತ್ತಮ ವಿವೇಚನೆಯುಳ್ಳವನು (ವಿವೇಚನೆ = ಒಳಿತು ಕೆಡುಕುಗಳನ್ನು ಬೇರ್ಪಡಿಸುವ ಶಕ್ತಿ)
ಭರ್ಗೋ	=	ಪಾಪಗಳನ್ನು ನಿರ್ಮೂಲನ ಮಾಡುವವನು
ದೇವಸ್ಯ	=	ದೈವಿಕ ಶಕ್ತಿ (ದೈವಿಕ ಅಂದರೆ ಮಾನವ ಶಕ್ತಿಗಿಂತ ಮಿಗಿಲಾದದ್ದು)
ಧೀಮಹಿ	=	ಸೇವಿಸಲಿ – ಒಳಗೆ ಸೇರಲಿ
ಧಿಯೋ	=	ಬುದ್ಧಿವಂತಿಕೆ, ಬುದ್ಧಿ ಶಕ್ತಿ
ಯೋನ:	=	ಯಾರು ನಮ್ಮವನೋ (ಯೋ = ಯಾರು, ನ: = ನಮ್ಮ)
ಪ್ರಚೋದಯಾತ್	=	ಸ್ಫುರಿಸಲಿ, ಉದ್ಭವಿಸಲಿ = ಚಿಲುಮೆಯಂತೆ ಮೇಲೇಳಲಿ

ಓ ಭಗವಂತನೇ, ಜಗತ್ತನ್ನು ಸೃಷ್ಟಿಸುವವನೇ

ನೀನು ಜೀವವನ್ನು ಕೊಡುವವನು

ನೋವು ಮತ್ತು ದು:ಖವನ್ನು ನಿವಾರಿಸುವವನು

ಸುಖ ಸಂತೋಷಗಳನ್ನು ಸುರಿಸುವವನು

ನಿನ್ನಲ್ಲಿರುವ ದೈವಿಕ ಶಕ್ತಿಯನ್ನು ನಮ್ಮಲ್ಲಿ ಚಿಲುಮೆಯಂತೆ ಮೇಲೇಳಿಸು.

ಭಾವಾರ್ಥ:

ಆ ಸರ್ವಶಕ್ತನು ನಮ್ಮ ಬುದ್ಧಿವಂತಿಕೆಯನ್ನು ಬೆಳಗಿಸಿ

ಸನ್ಮಾರ್ಗದ ಹಾದಿಯಲ್ಲಿ ನಡೆಸಲಿ

ಸಾರಾಂಶ : ಕೆಟ್ಟದ್ದನ್ನು ನಾಶ ಪಡಿಸುವವನು

ಒಳ್ಳೆಯದನ್ನು ಸಂರಕ್ಷಿಸುವವನು

ಸೂರ್ಯನಂತೆ ಪ್ರಖರವಾಗಿರುವವನು

ತನ್ನಲ್ಲಿರುವ ಈ ಶಕ್ತಿಯನ್ನು ನಮ್ಮಲ್ಲಿ ಉದಯಿಸಲಿ

ಹೆಣ್ಣುಮಕ್ಕಳು ಮಂತ್ರ ಉಚ್ಚರಿಸಬಹುದೇ ಎಂದು ಒಬ್ಬರು ಕೇಳಿದ ಪ್ರಶ್ನೆಗೆ ನನ್ನ ಪ್ರತಿಕ್ರಿಯೆ

ಅದೆಲ್ಲ ಅಂಧಶ್ರದ್ಧೆ ಬಿಡಿ. ಹೆಣ್ಣುಮಕ್ಕಳಿಗೂ ಉಪನಯನ ಮಾಡಬಹುದು. ಬೀಜಾಕ್ಷರಗಳ ಬೋಧನೆ ಮಾಡಬಹುದು. ನನ್ನ ದೊಡ್ಡಪ್ಪ (ತ.ಸು.ಶಾಮರಾಯರು) ನನ್ನ ತಾಯಿಗೆ ಲಲಿತಾ ಮಾತೆಯ ಬೀಜಾಕ್ಷರಗಳ ಬೋಧನೆ ಮಾಡಿದ್ದರು. ನನ್ನ ತಾಯಿ ಅದನ್ನು ಪ್ರತಿನಿತ್ಯ ಪಠಿಸುತ್ತಿದ್ದುದರಿಂದ ನಮ್ಮ ಮನೆ ಒಂದು ಹಂತಕ್ಕೆ ಬಂದಿತು.

ಹೆಣ್ಣು ಮಕ್ಕಳು ತಿಂಗಳ ನಾಲ್ಕೈದು ದಿನಗಳು ಶಕ್ತಿ ಕುಂದಿರುತ್ತಾರೆಂದು ಹಾಗೆ ಹೇಳುತ್ತಿದ್ದರಂತೆ. ಹಾಗೆ ನೋಡಿದರೆ ಈಗ ಹೆಣ್ಣುಮಕ್ಕಳಲ್ಲಿ ಇರುವ ಮನೋಸ್ಥೈರ್ಯ ಮತ್ತು ಶಕ್ತಿ ಗಂಡುಮಕ್ಕಳಲ್ಲಿ ಎಳ್ಳಷ್ಟೂ ಕಂಡುಬರುವುದಿಲ್ಲ. ಅದೂ ಅಲ್ಲದೇ ಉಪನಯನ ಮಾಡಿದ ನಂತರ ಎಷ್ಟು ಜನ ಶ್ರದ್ಧೆಯಿಂದ ಸಂಧ್ಯಾವಂದನೆ ಮಾಡುತ್ತಾರೆ. ನಿಮಗೆ ಯಾರಾದರೂ ಉಪದೇಶಿಸಿದರೆ ಕಲಿಯಿರಿ. ಇಲ್ಲಿನ ಶಾಲೆಯಲ್ಲಿ ನನ್ನ ಮಕ್ಕಳಿಗೆ ಗಾಯತ್ರಿ ಮಂತ್ರ ಹೇಳಿಕೊಟ್ಟಿದ್ದಾರೆ. ಇದನ್ನು ಬರೆದ ನಂತರ ನನ್ನ ಮಗಳಿಗೆ ತೋರಿಸಿ ನಿನಗರ್ಥ ಆಗ್ತಿದ್ಯಾ ಕೇಳಿ ನಿಮಗೆ ಕಳುಹಿಸಿದ್ದು.

ಅದೂ ಅಲ್ಲದೇ ಹಿಂದಿನ ಕಾಲದಲ್ಲಿ ಹೆಣ್ಣುಮಕ್ಕಳನ್ನು ಆದಷ್ಟೂ ತುಳಿದಿದ್ದರು. ಇದು ಸರಿಯಲ್ಲವೆಂದು ನಂತರದ ದಿನಗಳಲ್ಲಿ ತಿಳಿದದ್ದು.

ಲೀಲಾವತಿಗೆ ಮದುವೆಯ ಭಾಗ್ಯವಿಲ್ಲವೆಂದು ಅವಳ ತಂದೆ ತಿಳಿದ ಮೇಲೆ ಅವಳಿಗೆ ವೇದೋಕ್ತ ಮಂತ್ರಗಳನ್ನು ಉಪದೇಶಿಸಿದರು. ಅವರು ಗಣಿತದಲ್ಲಿ ಎಂತಹ ಅಗಾಧ ಪಾಂಡಿತ್ಯವನ್ನು ಪಡೆದರು.

ಬೀಜಾಕ್ಷರಗಳನ್ನು ಜೋರಾಗಿ ಹೇಳಿದರೆ ಅದರಲ್ಲಿರುವ ಶಕ್ತಿ ಹೋಗುತ್ತದೆಂಬ ಕುರುಡು ನಂಬಿಕೆ ಇದೆ. ಆದರೆ ಹವನ ಹೋಮಗಳಲ್ಲಿ ಮಂತ್ರ ಹೇಳುವಾಗ ಮೈಕ್ ಹಾಕಿಕೊಂಡು ಅರಚಿಕೊಳ್ತಾರಲ್ವಾ? ಇದನ್ನೆಲ್ಲ ಪ್ರತಿರೋಧಿಸುವ ಶಕ್ತಿ ನಮಗಿಲ್ಲ - ಏಕೆಂದರೆ ಸಮಾಜ ಇಂತಹ ಮಾತುಗಳನ್ನು ತಕ್ಷಣಕ್ಕೆ ಒಪ್ಪುವುದಿಲ್ಲ. ನಾವು ಸಮಾಜಕ್ಕೆ ವಿರುದ್ಧವಾಗಿ ನಡೆಯಲಾಗುವುದಿಲ್ಲ. ಸಮಾಜದೊಳಗೇ ಇದ್ದು ನಿಧಾನವಾಗಿ ತಿಳಿಯದವರಿಗೆ ತಿಳಿಹೇಳಬೇಕು.

ರಾಮಕೃಷ್ಣಾಶ್ರಮದವರು ವೇದ ಮಂತ್ರಗಳ ಪುಸ್ತಕ ಪ್ರಕಟಿಸಿದ್ದಾರೆ. ಒಮ್ಮೆ ನೋಡಿ. ಅದರಲ್ಲಿ ಸ್ವರ ಉದಿತ ಅನುದಾತ್ತ ಎಂಬ ಮೂರು ಬಗೆಯ ವೇವ್ ಲೆಂಗ್ತ್‌ನಲ್ಲಿ ಉಚ್ಚಾರಣೆ ಮಾಡಬೇಕು. ಯಾರಾದರೂ ಹೇಳಿಕೊಟ್ರೆ ಕಲಿಯಿರಿ. ಮಗಳಿಗೆ ಕಲಿಸಿರಿ. ಏನೂ ತೊಂದರೆ ಇಲ್ಲ. ವೇದ ಮಂತ್ರ ಸೃಷ್ಟಿಸಿದಾಗ ವಿದ್ಯೆ ಇಂತಹವರಿಗೆ ಮಾತ್ರ ಎಂದು ಯಾರೂ ಹೇಳಲಿಲ್ಲ. ಅಲ್ವೇ?

ನನಗೇನೋ ಹೆಣ್ಣುಮಕ್ಕಳು ಮಂತ್ರ ಹೇಳುವಲ್ಲಿ ತಪ್ಪು ಕಾಣುವುದಿಲ್ಲ. ಎಲ್ಲರೂ ಸಮಾನರು.

337 ಅಂಕಗಳು

ಜ್ಯೋತಿಷ್ಯ ಶಾಸ್ತ್ರದ ಪ್ರಕಾರ ಎಲ್ಲರೂ ಸಮಾನರು.

ಎಲ್ಲರ ಜಾತಕಗಳಲ್ಲೂ (ಹುಟ್ಟಿದ ಸಮಯದಲ್ಲಿಯ ಗ್ರಹಗಳ ಸ್ಥಾನ ಮತ್ತು ಅವುಗಳ ಚಲನೆಯ ಬಗೆಗಿನ ಲೇಖನ) ೩೩೭ ಅಂಕಗಳು ಇರುತ್ತವೆ.

ಇದನ್ನು ಮುಖ್ಯವಾಗಿ ೧೨ ವಿಷಯಗಳಾಗಿ ವಿಂಗಡಿಸಿದ್ದಾರೆ - ಆರೋಗ್ಯ, ಸಾಂಸಾರಿಕ ಜೀವನ, ಐಶ್ವರ್ಯ, ಸಾಮಾಜಿಕ ಸ್ಥಾನಮಾನ, ತಿಳುವಳಿಕೆ, ಆಯಸ್ಸು ಇತ್ಯಾದಿ.

ಸರಿ ಸಮಾನವಾಗಿ ಒಂದೊಂದು ವಿಷಯ ಅಥವಾ ಮನೆಗಳಿಗೆ ೨೮ ಅಂಕಗಳು ಬರುವುವು. ೩೩೭ / ೧೨.

ಯಾವುದಾದರೂ ಒಂದು ವಿಷಯದಲ್ಲಿ ಅಂಕಗಳು ಜಾಸ್ತಿ ಇದ್ರೆ ಇನ್ನೊಂದರಲ್ಲಿ ಅದು ಕಡಿಮೆ ಇರತ್ತೆ

ಉದಾಹರಣೆಗೆ ಶಂಕರಾಚಾರ್ಯರ ಜಾತಕದಲ್ಲಿ ಸಾಮಾಜಿಕ ಮನ್ನಣೆ, ಜ್ಞಾನ, ಇತ್ಯಾದಿಗಳು ಹೆಚ್ಚಿನದಾಗಿ ಇದ್ದುವು, ಆದರೆ ಆಯಸ್ಸು ಮಾತ್ರ ಬಹಳ ಕಡಿಮೆ ಇತ್ತು. ಅದೇ ಸರ್ ಎಮ್ ವಿ ಅವರಿಗೆ ಸಾಮಾಜಿಕ ಸ್ಥಾನಮಾನ, ಐಶ್ವರ್ಯ, ಬುದ್ಧಿವಂತಿಕೆ ಎಲ್ಲವೂ ಇತ್ತು, ಆದರೆ ಸಾಮ್ಸಾರಿಕ ಜೀವನದಲ್ಲಿ ಬಹಳ ಪೆಟ್ಟು ತಿಂದರು.

ನಾನು ಈ ವಿಷಯ ತಿಳಿದಾಗಿನಿಂದ (೧೯೮೭) ಪ್ರತಿಯೊಬ್ಬರ ಬಗ್ಗೇನೂ ಕೂಲಂಕುಷವಾಗಿ ಪರೀಕ್ಷಿಸುತಿದ್ದೀನಿ - ಇದೊಂದು ೧೦೦% ವೈಜ್ಞಾನಿಕ ವಿಷಯ. ನಿಸರ್ಗವೇ ಎಲ್ಲವನ್ನೂ ಸಮತೋಲನದಲ್ಲಿಡುತ್ತದೆ.

ಭಿಕ್ಷುಕನಿಗೆ ಇರಲು ಮನೆ ಇಲ್ಲ ಆದರೆ ಅವನಿಗೆ ಸಿಗೋ ನೆಮ್ಮದಿಯ ನಿದ್ರೆ ಅದೇ ಮಹಲಿನಲ್ಲಿರುವವನಿಗೆ ಸಿಗೋದಿಲ್ಲ. ಜೀವನ ಒಂದು ಚಕ್ರದಂತೆ. ಇಂದು ಮೇಲಿದ್ದವನು ಒಮ್ಮೆ ಕೆಳಗಿಳಿಯಲೇ ಬೇಕು. ಹಾಗೇ ಕೆಳಗಿರುವವನು ಒಮ್ಮೆ ಮೇಲೇರುವವನು.

ನಿವೂ ಎಷ್ಟೇ ಪ್ರಸಿದ್ಧರಾದರೂ ಕೆಲವೊಮ್ಮೆ ಎಲ್ಲರೂ ನಿಮ್ಮನ್ನು ಕಡೆಗಣಿಸೋ ಪರಿಸ್ತಿಥಿ ಬರತ್ತೆ - ಆಗ ಆತ್ಮ ಹತ್ಯೆ ಮಾಡಿಕೊಳ್ಳುವಷ್ಟು ಬೇಸರವಾಗತ್ತೆ. ಅದನ್ನೇ ಕೆಲವರು ಶನಿಕಾಟ ಅಂತಲೂ

ಕರೆಯುತ್ತಾರೆ. ಅದೇ ಕೆಲವು ವೇಳೆ ಏನೂ ಇಲ್ಲದವರು ರಾಜಭೋಗ ಅನುಭವಿಸುವರು. ಅದನ್ನು ಶುಕ್ರದೆಶೆ ಅನ್ನುತ್ತಾರೆ.

ಹೇಳ್ತಾ ಹೋದ್ರೆ, ಇದು ಹನುಮನ ಬಾಲದ ತರಹ ಹೋಗ್ತಾ ಇರತ್ತೆ.

ಕನ್ನಡದಲ್ಲಿ ಒಂದು ಉಪಯುಕ್ತವಾದು ಮಾತು ಹೇಳ್ತಾರೆ ಆರಕ್ಕೆ ಏರ್‍ಬೇಡ ಮೂರಕ್ಕೆ ಇಳೀಬೇಡ ಅಂತ

ಇದೆಷ್ಟು ಸತ್ಯ ಅಲ್ಲವೇ? ನಿಮ್ಮಗಳ ಅನಿಸಿಕೆ ಏನು ತಿಳಿಸಿ. ಗೊಡ್ಡು ಅಂತ ಬೇಕಾದ್ರು ಅನ್ನಿ. ಅನುಭವವಿಲ್ಲದಿದ್ದರೆ ಆಗ ಹಾಗೆನಿಸುವುದು.

ಅಧ್ಯಾತ್ಮದ ಅವಶ್ಯಕತೆ

ಅಧ್ಯಾತ್ಮ ಎಂದರೇನು? ಅದರ ಚಿಂತನೆ ಎಂದರೇನು? ಅದರ ಅವಶ್ಯಕತೆ ಇದೆಯೇ (ಸರ್ವಕಾಲಕ್ಕೂ)?

ಪ್ರಸ್ತುತ ಜೀವನದಲ್ಲಿ ಪರಿಸ್ಥಿತಿ ಹೇಗಿದೆ? ಅದರಲ್ಲಿ ಅಧ್ಯಾತ್ಮದ ಪಾತ್ರದಿಂದ ಏನಾದರೂ ಸಹಾಯವಾಗಬಹುದೇ?

ಸದ್ಯದ ಪರಿಸ್ಥಿತಿಯಲ್ಲಿ ಹೆಚ್ಚಿನ ಒತ್ತಡ ಯಾವ ಉದ್ಯೋಗದಲ್ಲಿದೆ?

ತಂತ್ರಾಂಶ ಅಭಿಯಂತರುಗಳ ಕಾರ್ಯವೈಖರಿ? ಮಾನಸಿಕ ಒತ್ತಡ, ಅಸಂತುಲತೆ.

ಇದರಿಂದ ಕುಟುಂಬದ ಮೇಲೆ ಆಗಬಹುದಾದ ದುಷ್ಪರಿಣಾಮ, ಸಮಾಜಕ್ಕೆ ಹೇಗೆ ಒಳಿತಾಗದು?

ಅಧ್ಯಾತ್ಮ ಬಾಳಿನಲ್ಲಿ ಅಳವಡಿಸಿಕೊಂಡರೆ ಹೇಗೆ ಬದುಕಿನ ವೈಖರಿ ಉತ್ತಮ ರೀತಿಯದ್ದಾಗಬಹುದು? ಅಧ್ಯಾತ್ಮದ ಜೊತೆ ಜೊತೆಗೆ ಯೋಗಾಸನ ಇನ್ನಿತರೇ ಕ್ಷೀಣಿಸುತ್ತಿರುವ ಶಾಸ್ತ್ರಗಳ ಅಭ್ಯಾಸದ ಅವಶ್ಯಕತೆ.

ಅಧ್ಯಾತ್ಮ ಎಂದರೇನು?

ಯಾವುದರ ಮೂಲಕ ಸಂಪೂರ್ಣ ಬ್ರಹ್ಮಾಂಡವನ್ನು ನಮ್ಮೊಳಗೆ ಕಾಣಲು ಪ್ರಯತ್ನಿಸುತ್ತೇವೆಯೋ ಅದೇ ಅಧ್ಯಾತ್ಮ. ಬ್ರಹ್ಮಾಂಡದ ಸ್ವರೂಪ ಕಂಡು ಹಿಡಿಯುವುದು ಬಲು ಕಷ್ಟ. ಕೆಲವರ ಪ್ರಕಾರ ಅದು ಅತ್ಯಂತ ವ್ಯಾಪಕ ಮತ್ತು ಸೂಕ್ಷ್ಮ. ಇದನ್ನು ತಿಳಿಯುವ ಪ್ರಯತ್ನ ಮಾಡುವುದಕ್ಕೆ ಮೆಟಾಫಿಸಿಕ್ಸ್ ಎನ್ನುವರು.

ಈಗ ಸದ್ಯದ ಪರಿಸ್ಥಿತಿಯಲ್ಲಿ ಇಷ್ಟೆಲ್ಲಾ ಆಲೋಚಿಸುವ ವೇಳೆ ಯಾರಿಗಿದೆ? ಸದ್ಯಕ್ಕೆ ಮನಸ್ಸು ನಿರಾಳವಾಗಿದ್ದರೆ ಒಂದೇ ದಿಕ್ಕಿನಲ್ಲಿ ಯೋಚಿಸುತ್ತಿದ್ದರೆ, ಆ ದಿಕ್ಕಿನಲ್ಲೇ ಹೆಚ್ಚಿನ ಪರಿಣತಿ ಪಡೆಯಬಹುದು ಮತ್ತು ಚಿತ್ತ ಚಾಂಚಲ್ಯ ಹೊಂದುವುದಿಲ್ಲ. ಈ ನಿಟ್ಟಿನಲ್ಲಿ ಅಧ್ಯಾತ್ಮದ ಮೂಲ ಭೂತವನ್ನು ತಿಳಿಯುವ ಅಗತ್ಯವಿದೆ.

ಈ ಬ್ರಹ್ಮಾಂಡದ ಒಂದು ಭಾಗ ನಮ್ಮ ಆತ್ಮವೂ ಎನ್ನುವುದನ್ನು ಮೊದಲಿಗೆ ಅರಿಯೋಣ. ಅದು ನಮ್ಮ ಶರೀರದಿಂದ ಭಿನ್ನವಾಗಿದೆ. ಹುಟ್ಟಿದಾಗ ಜೀವ ಬಂದಿತು ಎನ್ನುವರು. ಆ ಜೀವ ಯಾವುದು?

ಎಲ್ಲಿ ಕಾಣಬಹುದು. ಹೃದಯದಲ್ಲಿ ಉಸಿರಾಟಕ್ಕೆ ಮತ್ತು ರಕ್ತಚಲನೆಗೆ ಸ್ಫೂರ್ತಿಕೊಡುವ ಚೇತನವೇ ಜೀವವೇ. ಸದ್ಯಕ್ಕೆ ಹಾಗೇ ತಿಳಿಯೋಣ. ಅದಕ್ಕಿಂತ ಹೆಚ್ಚಿನದಾಗಿ ಯೋಚಿಸಲು ನಾನೀಗ ಅಶಕ್ಯ. ಈ ಜೀವ ಒಮ್ಮೆ ಸತ್ತು ಹೋಯಿತು ಎನ್ನುವರು. ಆಗ ಆ ಚೇತನ ಹೋಗುವುದಾದರೂ ಎಲ್ಲಿಗೆ? ಈ ಚೇತನ ಮನುಷ್ಯ ಮಾತ್ರದಲ್ಲಿಯೇ ಇರುವುದೇ? ಎಲ್ಲ ಜೀವಿಗಳಲ್ಲೂ ಕಾಣಬಹುದಲ್ಲವೇ? ನಿಸರ್ಗದಲ್ಲೂ ಇರುವುದಲ್ಲವೇ? ಅದು ಶಕ್ತಿಯ ಸ್ವರೂಪವೆನ್ನಬಹುದು. ಹಾಗಿದ್ದರೆ ಈ ಶಕ್ತಿ ಸ್ವರೂಪವಾದ ಚೇತನವೇ ದೇವರೆಂದೂ ನಮ್ಮೊಳಗಿರುವ ಚೇತನವೂ ದೇವರೆಂದೂ ಅರಿಯಲು ಪ್ರಯತ್ನಿಸಬಹುದಲ್ಲವೇ? ಹೀಗೆ ಅರಿತರೆ ಎಲ್ಲರ ಆತ್ಮಗಳೂ ಒಂದೇ ಸೂತ್ರದ ಬಗೆ ಬಗೆಯ ಎಳೆಗಳಾಗುವುದಲ್ಲವೇ? ಹಾಗಿದ್ದರೆ ಭೇದ ಭಾವವೇಕೆ? ಎಲ್ಲರೂ ಸಮಾನರು, ಎಲ್ಲರೂ ಒಂದೇ ಕಡೆಯಿಂದ ಬಂದು ಒಂದೇ ಕಡೆಗೆ ಹೋಗುತ್ತಿರುವೆವು ಎಂಬುದನ್ನರಿತರೆ ಮನಸ್ಸು ನಿರಾಳವಾಗಬಹುದು. ಎಲ್ಲರಲ್ಲೂ ಸಮ ಚಿತ್ತ ಭಾವ ಬರುವುದು. ಆಗ ಯಾವ ಅಸಂತುಲತೆ, ಒತ್ತಡಗಳೂ ಇರುವುದಿಲ್ಲ, ಇದ್ದರೂ ಅನಿಸುವುದಿಲ್ಲ.

ಇದನ್ನು ಕಂಡು ಹಿಡಿಯಲು ನಮ್ಮ ಹಿರಿಯರು ಹಿಡಿದದ್ದು ನಾಲ್ಕು ಮಾರ್ಗಗಳು. ಎಲ್ಲರೂ ತಮ್ಮ ತಮ್ಮದೇ ಜಾಡು ಹಿಡಿಯಬಹುದು. ಆ ಸ್ವರೂಪ ಒಂದು ದೊಡ್ಡ ಬೆಳಕಿನ ಉಂಡೆಯಂತೆ. ನಮಗೆ ಸದ್ಯಕ್ಕೆ ಗೋಚರಿಸುತ್ತಿರುವುದು ಅದರ ಕಲ್ಬೆರಳ ಉಗುರಿನ ಒಂದಂಶ. ಈ ಪೂರ್ಣ ಸ್ವರೂಪವನ್ನು ತಿಳಿಯಲು ಯಾರು ಯಾವ ಹಾದಿಯನ್ನಾದರೂ ಹಿಡಿಯಬಹುದು. ಒಬ್ಬರನ್ನೊಬ್ಬರು ಅನುಕರಿಸುವ ಅವಶ್ಯಕತೆಯೇ ಇಲ್ಲ. ಅದಕ್ಕಾಗಿಯೇ ಹಿರಿಯರು ಹೇಳುವರು - ಇಬ್ಬರು ಜ್~ಘ್ನಾನಿಗಳ ಹಾದಿ ಬೇರೆ ಬೇರೆ ಎಂದು. ಹಾದಿಯ ಜಾಡೇ ಗೊತ್ತಿಲ್ಲದೇ ಅಲ್ಲಿ ಇಲ್ಲಿ ಓಡಾಡುವುದು ಕಷ್ಟವಾಗಬಹುದು ಎಂದು ನಾನು ಈ ನಾಲ್ಕು ಮಾರ್ಗಗಳ ಕಡೆ ಗಮನ ಕೊಡುತ್ತಿರುವೆ.

೧. ಜ್ಞಾನ ಮಾರ್ಗ

೨. ಕರ್ಮ ಮಾರ್ಗ

೩. ಯೋಗ ಮಾರ್ಗ

೪. ಭಕ್ತಿ ಮಾರ್ಗ

ಇವೆಲ್ಲದರ ಅವಶ್ಯಕತೆ ಇದೆಯೆಂದೂ ನಾನು ಹೇಳುವುದಿಲ್ಲ. ಅಂತಹ ದೊಡ್ಡ ಡಕಾಯತಿಯಾದ ವಾಲ್ಮೀಕಿ ಒಂದೇ ಕ್ಷಣದಲ್ಲಿ ಆತ್ಮ ಸ್ವರೂಪದ ಕಡೆ ಮನ ಒಲಿಸಿದ. ಅತ್ಯಂತ ಪಿಸುಣನಾದ ಶ್ರೀನಿವಾಸ ಶೆಟ್ಟಿ ಕ್ಷಣ ಮಾತ್ರದಲ್ಲಿ ಪುರಂದರದಾಸರಾದರು. ಎಲ್ಲರೂ ಅಂತೆಯೇ ಆಗಬೇಕಿಲ್ಲ. ಅದರ ಕಡೆ

ಒಂದು ಕ್ಷಣ ಯೋಚಿಸಿದರೆ ಸದ್ಯದ ಒತ್ತಡಗಳೆಲ್ಲ ಮಾಯವಾಗಿ ಎಲ್ಲ ಕಷ್ಟ ಕಾರ್ಪಣ್ಯಗಳು ತೃಣ ಸಮಾನವಾಗುವುವು.

ಈ ದಿಕ್ಕಿನಲ್ಲಿ ಯೋಚಿಸುವುದು ಸದ್ಯಕ್ಕೆ ಇಲ್ಲಿ ಅಸಮಂಜಸ.

ಸದ್ಯದ ಅವಶ್ಯಕತೆ

ಇಂದಿನ ಪರಿಸ್ಥಿತಿಯಲ್ಲಿ ಎಲ್ಲರಿಗೂ ತಿಳಿದಿರುವಂತೆ ತಂತ್ರಾಂಶ ಅಭಿಯಂತರುಗಳ ಕಾರ್ಯ ವೈಖರಿಯಲ್ಲಿ ಬಹಳ ಒತ್ತಡವಿದೆ. ಇದಕ್ಕೆ ಕಾರಣವೇನು?

ಮೊದಲಿಗೆ ಈ ಕ್ಷೇತ್ರದಲ್ಲಿ ಈಗ ಇರುವ ಬೇಡಿಕೆ ಹೆಚ್ಚಾಗಿದ್ದು - ಕೆಲಸ ಮಾಡುತ್ತಿರುವವರು ಕಡಿಮೆಯಾಗಿ ಕೆಲಸಿಗರ ಮೇಲೆ ಒತ್ತಡ ಜಾಸ್ತಿಯಾಗಿದೆ.

ಇನ್ನು ಸತತವಾಗಿ ಒಂದೇ ಕಡೆ ಕುಳಿತು ಕೆಲಸ ಮಾಡುವುದರಿಂದ ಬೆನ್ನಿಗೆ ತೊಂದರೆ, ಕಣ್ಣಿಗೆ ತೊಂದರೆ ಬರುವ ಸಾಧ್ಯತೆಗಳಿವೆ. ಭೌತಿಕ ಶರೀರಕ್ಕೆ ಕೆಲಸ ಕಡಿಮೆಯಾಗಿ ತಲೆಗೆ ಕೆಲಸ ಜಾಸ್ತಿಯಾಗುವುದು. ಇದರಿಂದ ಬೊಜ್ಜು ಬರುವುದು, ಜೀರ್ಣಶಕ್ತಿ ಕಡಿಮೆ ಆಗುವುದು. ಅಷ್ಟೇ ಅಲ್ಲ, ಜಾಸ್ತಿ ಒತ್ತಡದಿಂದ ಸಿಗರೇಟ್, ಕಾಫೀ, ಚಹಾಗಳ ಸೇವನೆ ಹೆಚ್ಚಾಗಿ ಅಂತಹ ದುಶ್ಚಟಗಳಿಗೆ ಬಲಿಯಾಗಬೇಕಾಗಬಹುದು. ಇದಕ್ಕಾಗಿ ಯೋಗಾಸನ ಸ್ಥಿತಿಯಲ್ಲಿ ಕುಳಿತು ಕೆಲಸ ಮಾಡುವುದನ್ನು ಅಳವಡಿಸಿಕೊಳ್ಳಬಹುದು. ಕುಳಿತಲ್ಲಿಯೇ ಆಸನಗಳಿಂದ ತೊಂದರೆಗಳನ್ನು ನಿವಾರಿಸಿಕೊಳ್ಳಬಹುದು. ಅಲ್ಲಿ ಇಲ್ಲಿ ಓಡಾಡುವಾಗಲೂ ಇದನ್ನು ಜೀವನದಲ್ಲಿ ಅಳವಡಿಸಿಕೊಂಡು ಪ್ರತಿಫಲ ಪಡೇಯಬಹುದು.

ಹೆಚ್ಚಿನ ಯೋಚನೆಯಿಂದಾಗಿ ಮಿದುಳಿಗೆ ವಿಶ್ರಾಮ ಬೇಕಿದ್ದಲ್ಲಿ ಅಧ್ಯಾತ್ಮ ಚಿಂತನೆಯನ್ನು (ಮೇಲೆ ಹೇಳಿದ ನಿಟ್ಟಿನಲ್ಲಿ) ಮಾಡಬಹುದು. ಏಕಾಗ್ರಚಿತ್ತತೆಯನ್ನೂ ಸಾಧಿಸಬಹುದು ಮತ್ತು ಅದರಿಂದ ಕೆಲಸದಲ್ಲಿ ಬೇಗ ಪ್ರತಿಫಲ ಅಥವಾ ಉತ್ತರಗಳನ್ನು ಕಂಡುಕೊಂಡು ಹೆಚ್ಚಿನ ಉತ್ಪತ್ತಿಗೆ ಕಾರಣವಾಗಬಹುದು. ಹಾಗೆಯೇ ಹೆಚ್ಚಿನ ಸಮಯವನ್ನು ಉಳಿಸಬಹುದು. ಬೇರೆ ದುಶ್ಚಟಗಳಿಂದಲೂ ಹೀಗೆಯೇ ದೂರವಿರಬಹುದು.

ಇನ್ನೂ ಕುಟುಂಬದಿಂದ ದೂರವಿರುವ ಏಕಾಂಗಿಗಳಲ್ಲಿ ಕೆಲಸವಿಲ್ಲದ ವೇಳೆಯಲ್ಲಿ ಏಕಾಂಗಿತನ ಕಾಡುವುದು. ಇದಕ್ಕಾಗಿ ಸತ್ಸಂಗಗಳನ್ನು ನಡೆಸಬಹುದು, ಅಧ್ಯಾತ್ಮದ ಕಡೆ ಒಲವು ತೊಡಗಿಸಿಕೊಳ್ಳಬಹುದು, ಅಥವಾ ಸಮಾನ ಚಿಂತಕರಿರುವಂತಹ ವೇದಿಕೆಗಳಲ್ಲಿ ಸಮಯವನ್ನು ತೊಡಗಿಸಿಕೊಳ್ಳಬಹುದು. ಒಳ್ಳೆಯ ಸಂಗೀತ ಕೇಳುವುದರಿಂದಲೂ ಮನ ಉಲ್ಲಾಸಗೊಳ್ಳುವುದು. ಹಾಗೇ ದೈಹಿಕವಾಗಿ ಸುಃಸ್ಥಿತಿಯಲ್ಲಿರಲು ಬ್ಯಾಸ್ಕೆಟ್‌ಬಾಲ್, ಬೇಸ್‌ಬಾಲ್, ಕ್ರಿಕೆಟ್ ಮುಂತಾದ ಆಟಗಳನ್ನೂ, ಮನಸ್ಸನ್ನು ಚುರುಕುಗೊಳಿಸುವಂತಹ ಚೆಸ್ ಆಟಗಳನ್ನೂ ಆಡುವುದು ಒಳಿತು.

ಮುಖ್ಯವಾಗಿ ಇನ್ನೂ ಹೆಚ್ಚಿನದಾಗಿ ಎದುರಿಸುತ್ತಿರುವ ತೊಂದರೆ ಎಂದರೆ ಕುಟುಂಬದ ಕಡೆಗೆ ಸರಿಯಾಗಿ ಗಮನ ಕೊಡಲಾಗದಿರುವುದು. ಕೆಲಸದ ಆಗು ಹೋಗುಗಳ ಬಗ್ಗೆ ಮನೆಯಲ್ಲಿ ಎಲ್ಲರೆದುರು ಮುಕ್ತವಾಗಿ ಚರ್ಚಿಸಿದರೆ ಒಳಿತಾಗುವುದು. ಅವರಿಗೂ ನಮ್ಮ ಪರಿಸ್ಥಿತಿಯ ಅರಿವಾಗುವುದು. ಅಷ್ಟೇ ಅಲ್ಲದೇ ಕೆಲವು ವೇಳೆ ಸುಲಭ ಉತ್ತರಗಳೂ ಸಿಗಬಹುದು. ಅಧ್ಯಾತ್ಮ ಚಿಂತನೆ, ಸತ್ಸಂಗ ಮುಂತಾದ ಚಟುವಟಿಕೆಗಳಲ್ಲಿ ಕುಟುಂಬದ ಸದಸ್ಯರನ್ನೂ ತೊಡಗಿಸಿದರೆ ಎಲ್ಲವೂ ಸರಿಹೋಗಬಹುದು.

ವೃತ್ತಿಯಲ್ಲಿ ಎದುರಿಸುವ ಒತ್ತಡಕ್ಕೆ ಇನ್ನೊಂದು ಕಾರಣವೆಂದರೆ, ನಿರ್ವಾಹಕರು ಈ ಉದ್ಯೋಗದಲ್ಲಿ ಹಣ ಹೂಡಿ ಹೆಚ್ಚಿನ ಲಾಭ ಪಡೆಯಬೇಕೆಂಬ ದೃಷ್ಟಿಯಿಂದ ಕೆಲಸಿಗರ ಮೇಲೆ ಹೆಚ್ಚು ಹೆಚ್ಚು ಒತ್ತಡ ಹೇರುವುದೂ ಇದೆ. ಇದು ಎಷ್ಟರ ಮಟ್ಟಿಗೆ ನಿಜ ಎನ್ನುವುದು ನನಗಷ್ಟು ಗೊತ್ತಿಲ್ಲ, ನೀವೇ ಹೇಳಬೇಕು. ನನಗೆ ತೋಚಿದ್ದು ಬರೆದಿರುವೆ. ಈ ಒತ್ತಡದಿಂದ ಕೆಲಸಕ್ಕಾಗಿ ಹೆಚ್ಚಿನ ವೇಳೆಯನ್ನು ತೆರಬೇಕಾಗುವುದು. ಮನೆಯ ಕಡೆ ಗಮನ ಸ್ವಲ್ಪ ಕಡಿಮೆ ಆಗುವುದು. ಹಾಗಾಗಿ ಮಡದಿ / ಪತಿ ಮತ್ತು ಮಕ್ಕಳ ಕಡೆ ಅಷ್ಟಾಗಿ ಸಮಯ ವಿನಿಯೋಗಿಸಲಾಗುವುದಿಲ್ಲ. ಈ ಸಮಸ್ಯೆಗಳಿಗೂ ಈ ಮೇಲೆ ತಿಳಿಸಿರುವ ಸಮಾಧಾನಗಳು ಸಮಂಜಸವೆನಿಸಬಹುದು.

ಹಾಗಾಗಿ ಈಗ ನಮ್ಮ ಮುಂದಿರುವ ಕೆಲಸಗಳಲ್ಲಿ ಎರಡಕ್ಕೆ ಮಾತ್ರ ಪ್ರಾಶಸ್ತ್ಯ ಕೊಡಬೇಕು. ಒಂದು ಉದ್ಯೋಗ ಮತ್ತು ಎರಡನೆಯದು ಸ್ವ-ಸಂಸಾರ. ಮಿಕ್ಕೆಲ್ಲವನ್ನೂ ಗೌಣವನ್ನಾಗಿಸಬೇಕು. ಇದಕ್ಕಾಗಿ ಅಧ್ಯಾತ್ಮದ ಮೂಲ ಪರಿಚಯ ಆದರೆ ಜೀವನವನ್ನು ನಡೆಸಲು ಸುಲಭವಾಗುವುದು ಎಂದು ನನ್ನ ಅಂಬೋಣ.

ಓಂ ತತ್ಸತ್ ಸಕಲಂ ಕಲ್ಯಾಣಮಸ್ತು.

www.ingramcontent.com/pod-product-compliance
Lightning Source LLC
LaVergne TN
LVHW012236200825
819220LV00034B/417